महासम्राट

खंड पहिला

झंझावात

छत्रपती शिवरायांच्या जीवनावरील कादंबरीमाला

विश्वास पाटील

मेहता पब्लिशिंग हाऊस

MAHASAMRAT - ZANZAVAT by VISHWAS PATIL
महासम्राट - झंझावात / ऐतिहासिक कादंबरी

७०१, बीच अपार्टमेंट, पटेलवाडी,
जुहू, विलेपार्ले (प.),
मुंबई - ४०० ०४९.
authorvishwaspatil@gmail.com
author@mehtapublishinghouse.com

संस्थापक	: अनिल मेहता आणि सुनील मेहता
प्रकाशक	: मेहता पब्लिशिंग हाऊस प्रा. लि. १९४१, सदाशिव पेठ, माडीवाले कॉलनी, पुणे - ४११ ०३०.
मुद्रक	: श्रीमुद्रा, १८१, शुक्रवार पेठ, पुणे - ०२
मुखपृष्ठ	: विजयराज बोधनकर
आतील मांडणी व चित्रे	: सतीश भावसार
छायाचित्रे सौजन्य	: श्रीकांत कासट, अंकुर काळे, प्रफुल्ल सप्रे, दिनेश आवटी आनंद उत्तेकर, एकनाथ विशे-पाटील व इतर शिवप्रेमी
प्रकाशनकाल	: १ ऑगस्ट, २०२२ / द्वितीयावृत्ती : ऑगस्ट, २०२२
किंमत	: ₹ ६२५

P Book ISBN 9789394258358
E Book ISBN 9789394258433
E Books available on : amazonkindle Apple Books Google Play Books

---

स्वरदेवता लता मंगेशकर यांना...

असा महान स्वर की, ज्याच्या आधारावर,
जनसामान्यांनी आपल्या आनंदाचे उत्सव सजविले
आणि दुःखाच्या नद्याही पचविल्या!

मनोगत

शिवरायांच्या शोधात...

शिवचरित्र हा जगाच्या अभ्यासाचा व प्रेरणेचा एक मोठा स्त्रोत बनला आहे.

गेली अनेक वर्षं अनिल तळेकरांसारखे माझे असंख्य वाचक मी शिवचरित्रावर एखादी कादंबरी लिहावी असा माझ्याकडे अखंड पाठपुरावा करत होते. अनेकदा त्याबाबत मला प्रत्यक्ष भेटून वा पत्राद्वारे स्मरण करून देत होते.

इयत्ता तिसरीत असताना आमच्या गावच्या पाठीमागे जी सह्याद्रीची साताळीची पर्वतरांग आहे, तिथे मी माझ्या आजोबांसोबत गाईगुरे घेऊन जात असे. तेव्हा त्या पठारावरून मला प्रथम दूर दिसणाऱ्या पन्हाळगडाचे दर्शन झाले. विशाळगड, पांढरे पाणी आणि बाजीप्रभूंनी लढवलेली ती घोडखिंड ही सारी स्थळे आमच्या शाहूवाडी तालुक्यातच येतात. त्यामुळे अगदी बालपणापासून जंगली वारणा नदीच्या काठावरून व विशाळगड आणि मलकापूरच्या दऱ्याखोऱ्यांतून वावरताना जसे काही जिवंत इतिहासाचेच साक्षात दर्शन मला घडायचे. निसर्गानेच आम्हाला शिवरायांच्या कार्याचे एक प्रकारे बाळकडू पाजले आहे.

जेव्हा मी नेताजी सुभाषचंद्र बोस यांच्या जीवनचरित्राचा 'महानायक' कादंबरीसाठी सखोल अभ्यास आरंभला होता, त्यावेळी नेताजींच्या बंगालमधील जवळच्या सहकाऱ्यांची काही जीवनचरित्रे माझ्या वाचनात आली. त्यामध्ये अनेकांनी स्पष्टपणे अशी नोंद लिहून ठेवली आहे की, अलीपूर किंवा प्रेसिडेन्सी जेलमध्ये जेव्हा सुभाषचंद्र राजबंदी म्हणून सजा भोगत होते, तेव्हा सर जदुनाथ सरकार यांनी लिहिलेल्या शिवचरित्राचा ते सातत्याने अभ्यास करत. त्यांच्या सहकाऱ्यांच्या नोंदीनुसार ब्रिटिशांच्या हातावर तुरी देऊन सुभाषचंद्र जेव्हा देशाबाहेर गेले, तेव्हा त्यांनी शिवरायांच्या आग्र्याहून झालेल्या सुटकेचा आदर्श आपल्या डोळ्यांसमोर ठेवला होता.

महाराष्ट्रभरही काही हजारांच्या संख्येमध्ये तरुण आज शिवचरित्राचा आपापल्या परीने अभ्यास करत आहेत. शिवप्रेमाने झपाटलेले हे तरुण जीवनभर गडकिल्ल्यावरून त्याच ऐतिहासिक धुंदीमध्ये वर्षानुवर्षं वारी करत असतात.

शिवराय म्हणजे एक व्यक्ती नव्हती. तर एकावेळी सात ते आठ माणसांचे अव्याहत काम करणारी एक प्रचंड ताकदीची संस्था होती. त्यामुळेच त्यांच्या जीवनाचे धागेदोरे एखाद्या कादंबरीच्या अवकाशात मांडणे केवळ अशक्य होते. मला अभ्यासांती एक

गोष्ट जाणवली की, महाराजांच्या संपूर्ण जीवनावर एक कादंबरीमाला लिहिणेच श्रेयस्कर ठरेल. त्याच दृष्टीने मी हा 'महासम्राट' कादंबरीमालेचा संकल्प सोडला आहे.

ज्या भूमीत शिवरायांसारखे जगाला ललामभूत ठरावेत असे महापुरुष जन्मावेत, इथेच आम्हाला जन्म लाभावा हे आम्हा सर्वांचे गतजन्मांचे पुण्यच मानावे लागेल. त्यामुळेच या संकल्पाची सिद्धी पुरेशा जागरूकतेने अखेरीस न्यावी असा निश्चय मी केला आहे.

'महासम्राट' कादंबरीमालेचे लेखन इतिहासाच्या आणि सत्याच्या धारेवरच घडावे याची मी काळजी घेतलेली आहे. कादंबरीकाराला फक्त आपल्या नायकाच्या कार्यकर्तृत्वाचा विचार करून चालत नाही, तर त्यांच्या सोबत उभे राहिलेले त्यांचे लढाऊ सहकारी, तो काळ, त्या वेळेचा भूगोल, निसर्ग अशा अनेक स्तरांवर सखोल विचार करावा लागतो.

शिवचरित्रामध्ये सांगायचे तर अनेक वादाचे मुद्दे आणि स्थळे आहेत; परंतु शिवचरित्राची जी उपलब्ध अशी मूलभूत साधने आहेत. शिवाय या विषयावर, विशेषतः, डॉक्टर बाळकृष्ण, सर जदुनाथ सरकार, केळुस्कर गुरुजी, तसेच वा. सी. बेंद्रे, रियासतकार देसाई, आपटे, दिवेकर, शेजवलकर ते डॉ. जयसिंगराव पवार, गजानन मेहेंदळे, विजयराव देशमुख आणि आजच्या डॉ. श्रीनिवास सामंत, इंद्रजित सावंतांपर्यंतच्या अभ्यासकांच्या संशोधन व इतिहास लेखनाचा मी पुरेसा धांडोळा घेतलेला आहे. संबंधित सर्व बखर वाङ्मय, तत्कालीन पत्रे, शिवरायांचे विदेशी इतिहासकार व फिरंगी कागदपत्रे असे जे जे मिळेल त्याचा मागोवा घेतला आहे. जिथे घटना घडल्या त्या त्या स्थळांना अनेकदा भेटी दिल्या आहेत.

महाराष्ट्रातील तमाम इतिहासकारांनी शिवरायांच्या जीवनाचे शिल्पकार त्यांचे महापिता शहाजीराजे यांच्या कर्तृत्वाकडे मात्र पूर्णतः दुर्लक्ष केले आहे. शहाजीराजे, जिजाऊ साहेब आणि शिवराय या तिघांतील नातेसंबंधांचा इंद्रधनुषी गोफ जोपर्यंत नीट अभ्यासला जात नाही, तोपर्यंत शिवपूर्वकाळ आणि शिवरायांच्या बालपणाचा व जडणघडणीचा कालखंड खऱ्या अर्थी उभाच राहू शकत नाही.

सोळाशे चोविसची भातवडीची लढाई आणि सोळाशे पस्तीसचा माहुलीचा करार यांचा अभ्यास करता एका महत्त्वाच्या बाबीचा बोध होतो. तो म्हणजे शहाजीराजे भातवडीच्या लढाईत दिल्लीकर बादशहा जहांगिर यांच्या फौजेशी तर १६३५मध्ये बादशाह शहाजहानशी प्रत्यक्ष लढले होते. शिवाय शहाजीराजे ऊठसूट दुसऱ्यांच्या चाकऱ्या करत होते, असे धोपटमार्गाने व चुकीच्या पद्धतीने आजवर जे मानले गेले आहे ते अवास्तव आहे. उलट त्या वेळेच्या काही अद्भुत घटनांनी व इतिहास प्रवाहाच्या रेट्यामुळेच त्यांना काही ठिकाणी सेवा पत्करावी लागली. त्या सर्व घटनांचे धडधडीत कागदोपत्री पुरावे आज उपलब्ध आहेत.

ज्या सेनापती शहाजीराजांनी भातवडीला आदिलशहाच्या फौजांना पराभूत केले. त्यांचे अतोनात नुकसान केले, त्याच इब्राहिम आदिलशहाला आपल्या वैभवाची वृद्धी करण्यासाठी विजापूरचे सरनोबत म्हणून शहाजी महाराजांना सन्मानाने पाचारण

करावे लागावे, असा अभूतपूर्व प्रकार जगाच्या इतिहासात क्वचित घडला असेल.

शिवरायांना त्यांच्या पहाडासारख्या पित्याने गनिमी काव्याची दीक्षा आणि स्वलिखित राजमुद्राही दिली होती. जी राजमुद्रा वयाच्या बाराव्या वर्षापासून राजांनी आपल्या कागदपत्रांमध्ये सन्मानपूर्वक वापरायला सुरुवात केली होती.

अलीकडेच कर्नाटकातील होदीगिरे येथील शहाजीराजांच्या समाधीला मी भेट दिली. महाराष्ट्राच्या महापित्याची तेथील समाधी गेली साडेतीनशे वर्षं उघडी पडल्याचे व त्यावर एखादे साधे पत्र्याचेही आवरण नसल्याची खंत मी समाजमाध्यमांतून व्यक्त केली. प्रत्यक्ष छत्रपती शिवरायांच्या जन्मदात्यांच्या स्मृतिस्थळाची ही अवस्था पाहून महाराष्ट्रात बरीच उलथापालथ होईल, अशी माझी अपेक्षा होती; पण तसे काही घडले नाही.

सन्माननीय अपवाद म्हणजे आजचे मुख्यमंत्री श्री. एकनाथराव शिंदे यांनी या घटनेची तात्काळ नोंद घेतली. मला बोलावून घेऊन या स्थळाच्या विकासासाठी टोकन रक्कम म्हणून पाच लाख रुपये माझ्याकडे दिले. तसेच मला त्यांच्या सहकाऱ्यांसमवेत कर्नाटकामध्ये पाठवून तेथील राजा शहाजी स्मृती मंडळाला दिलासा दिला. शिवाय कर्नाटकातील मंडळींना येथे स्वखर्चाने मुंबईत बोलावून पुढील सर्व भरीव कामे हाती घेण्याचे आश्वासनही दिले. तसेच माजी मुख्यमंत्री देवेंद्र फडणवीस साहेबांनीही आस्थेवाईकपणे या प्रश्नाची चौकशी केली. शिवाय शिवसंग्राम संघटनेचे नेते श्री. विनायक मेटे आणि खासदार अमोल कोल्हे यांनीही या प्रश्नात लक्ष घालण्याचा शब्द दिला. श्री. कोल्हे हे लागलीच समाधी स्थळाला भेट देऊन आले. बाकी शिवप्रेमी व शंभूप्रेमी म्हणवणाऱ्या मंडळींनी या प्रश्नाची साधी दखलही घेतली नाही याचे खूप वाईट वाटते.

गेल्या काही वर्षांत एखाद्या कादंबरीत किंवा महानाट्यात घडाव्यात अशा घातपाताच्या विचित्र घटना माझ्या व्यक्तिगत जीवनात घडल्या. कोणाचीही दोन ओळीची लेखी तक्रार नसतानाही मीडियाच्या जोरावर माझ्यावर काही माध्यमांतून किटाळ आणि कुभांड रचण्यात आले. त्याचे स्वरूप इतके घातपाती, भयानक, सूत्रबद्ध, कुटिल, जालीम आणि विषारी होते की, ती मंडळी मला जवळपास स्मशानातच घेऊन गेली होती; पण मला असे वाटते की मी माझ्या मातीचे आणि भाषेचे काही देणे लागतो. त्यामुळेच कसल्यातरी ईश्वरी संकेतामुळेच मला स्मशानातून परतण्याचे बळ प्राप्त झाले. त्यातूनच माझ्याकडून 'अण्णा भाऊंची दर्दभरी दास्तान' तसेच अन्य अनेक कलाकृती लिहून झाल्या; पण तो मधला विषारी काळच असा भयानक होता की, एकीकडून दुश्मन अगदी प्राणावर उठले होते, अन् दोस्त ऐनवेळी एकाकी टाकून दूर पळून गेले होते. अशा काळात जे पाठीशी उभे राहिले त्यांना मला कधीच विसरता येणार नाही.

असो. पट्टीच्या कादंबरीकारांना व नाटककारांना जीवनाचे अद्भुत नाट्य व रसायन अनुभवायला मिळणे हेसुद्धा भाग्यात असावे लागते, असे म्हणतात.

याच कालखंडात माझी पत्नी चंद्रसेना ही माझ्या सावलीची जागा घेऊन मोठ्या धीराने माझ्या पाठीशी उभी राहिली. विलास राठोड, डॉ. श्रीपाल सबनीस, सोपान खुडे, प्रभाकर होवाळ, अधिकराव माने (काशिळ), मंगेश चिवटे, सुनील चव्हाण (विटा, सांगली), संतोष खेडलेकर, अर्जुन पाटील (सोलापूर), शुभांगी नार्वेकर ताई, ॲड. रंजनाताई पगार-गवांदे, ज्ञानेश्वर मुळे, नाना जरग व प्रभावती जरग या मंडळींचे आभार मानावे तेवढे कमी आहेत.

शिवप्रेमी अभ्यासक अंकुर काळे, श्रीकांत कासट, डॉ. मिलिंद कुलकर्णी, ॲड. नितीन भावे, श्री. शिवरत्न शेटे, डॉ. सुवर्णाताई निंबाळकर, आनंद उत्तेकर (प्रतापगड), इतिहास संशोधक इंद्रजित सावंत, तसेच महेश मोहपे, महेश पाटील-बेनाडीकर, श्री. जयराम लाटे, शिवाय मणी नारायण स्वामी या मंडळींचे सहकार्यही मोलाचे आहे.

गेल्या ३० वर्षांत सुमारे अडीचशेहून अधिक किल्ले व डोंगरपठारांना मी वेळोवेळी भेटी दिल्या. त्या प्रवासात त्या त्या ठिकाणावरील स्थानिक वाटाड्यांनी व शिवप्रेमींनी मला जे प्रचंड सहकार्य केले त्या सर्वांची नोंद व जाणीव माझ्या हृदयात नेहमीच राहील.

दरम्यान, याच कालखंडात आसामचा उत्कृष्ट साहित्यासाठी दिला जाणारा इंदिरा गोस्वामी राष्ट्रीय पुरस्कार मला प्राप्त झाला.

'महासम्राट' हा प्रकल्प जिद्दीने प्रकाशित करून महाराष्ट्रातील तमाम शिवप्रेमींपर्यंत पोचविण्याचे श्री. सुनील मेहता यांचे स्वप्न होते; पण दुर्दैवाने त्यांचे आकस्मिक झालेले निधन आम्हा सर्वांच्याच काळजाला चटका लावून गेले. कादंबरीच्या सुबक व देखण्या ग्रंथनिर्मितीला चित्रकार श्री. विजयराज बोधनकर, मेहता पब्लिशिंग हाऊसचे अनिल मेहता, अखिल मेहता, योजना यादव आणि संपादिका वेदवती उरणकर या सर्वांचा हातभार लागला आहे, त्याबद्दल मी सर्वांचा ऋणी आहे.

शिवछत्रपतींवरील हे कादंबरी पुष्प प्रकाशित होत असताना त्या चौघांची आठवण झाल्याशिवाय राहत नाही. गुरुवर्य श्री. शंकर सारडा सर, नटश्रेष्ठ प्रभाकर पणशीकर, नाट्यनिर्माते मोहन वाघ काका आणि शिवसेनाप्रमुख बाळासाहेब ठाकरे यांचा आनंद कसा द्विगुणित झाला असता, याची कल्पना करूनच अंगावर काटा मोहरून उठतो. माझ्या शब्दांवर अतोनात प्रेम करणारे माझे दिवंगत सासरे श्री.शंकरराव पाटील, तसेच मेहुणे मंगेश तथा बंटी, माझ्या मोठ्या आक्का जयश्री खोंगे यावेळी हयात असायला हवे होते, अशी रुखरुख वाटते.

'महासम्राट'च्या 'झंझावाता' नंतर लवकरच येणाऱ्या, 'रणखैंदळ'चेही वाचक स्वागत करतील याची मला खात्री आहे.

महाराष्ट्र शासनाचे संकल्पित शिवस्मारक जेव्हा मार्गी लागायचे ते लागो; परंतु माझ्या शब्दांच्या ताकदीवर मी हे जे शब्दस्मारक बांधायला घेतले आहे, त्याला आबालवृद्धांचा आशीर्वाद व शुभेच्छा असू द्याव्यात.

– विश्वास पाटील

अनुक्रमणिका

संघर्षाचे डोहाळे । ३
भातवडीचे धगधगते रणमैदान । २०
विजापूरचे सरलष्कर । ५२
स्वराज्याचा निर्धार । ६०
गाढवाचा नांगर, मत्सराचा फाळ । ७१
कुकडीकाठचे अश्रू । ८८
पेमगिरी राज्यात । १०६
इत् शहाजी उत् शहाजहान! । १२१
आमचा सूर्य, आमची माती आणि आमचा निर्धार । १३८
माहुलीच्या दंडाबेड्या आणि हद्दपारी । १५४
बंगरूळात, पित्याच्या राजतालमीत । १६७
ध्यास आणि अभ्यास । १८९
गुलामगिरीविरुद्ध एल्गार । २०५
स्वराज्याचा सुवर्णकुंभ । २१७
जिंजीच्या आघाडीवर । २३४
पुरंदरचा जंग । २४७
जावळीवर हमला । २६६
प्रबळगडची धनलक्ष्मी । २८८
दरबारातला पैजेचा विडा । २९४
जाओगे, तो लौट नही पाओगे। । ३०३
स्वराज्याच्या उंबरठ्यावर अफझलखान । ३१६
नेताजी पालकर । ३३७
वकिलांच्या गाठीभेटी आणि खेलकर्ण । ३४८
तायघाट बिकट रडतोंडी वाट । ३६१
कोयनाकाठी अफझलडेरा । ३७८
कडोविकडीची लष्करपेरणी । ३९१
रणविडे आणि रणवेडे । ४०५
घनघोर मुकाबला । ४१४
सरण आणि तोरण । ४३२

संघर्षाचे डोहाळे

जुलै १६२९

खडकी नगरीतील मलिक अंबरने बांधलेले ते राजप्रासाद, सरदारांच्या वाड्यांची उभारणी, अलीकडेच उभी राहिलेली मंदिरे, शहराला पाणीपुरवठा करणारा तो अंबर नहर आणि ती गरगर फिरणारी बड्या लाकडी मटक्यांची पवनचक्की, त्या मशिदी, तसेच वाटसरूंची सोय पाहणाऱ्या सराया खूप पाठीमागे पडल्या. आता डोळ्यांपुढे दाट झाडी आणि त्या पल्याडची पर्वतरांग दिसू लागली.

मेणा वाहणारे ते काटक अंगाचे दहा-बारा भोई चपळ हरणांच्या चालीने पुढे धावतच होते. त्यांच्या अंगातून घामाच्या धारा गळत होत्या. त्या शाही मेण्याच्या पुढे दोनशे घोडेस्वार होते आणि मागच्या अंगानेही तितकीच घोडी दौडत होती. त्या ताफ्यात वीस उंटांचे एक पथक आगेमागे पेरले होते. माना उंचावत तुरुतुरु चालीने ढालगज म्हाताऱ्या बायांसारख्या सांडण्या वाट कापत होत्या. त्यांच्या अंगावर साहिन आणि सुतरनाळ्यांसारख्या छोट्या तोफा बांधलेल्या होत्या. वाटेत यदाकदाचित शत्रूशी किंवा चोर-लुटारूंशी गाठ पडली, तर त्यांच्याशी दोन हात करायची जय्यत तयारीही त्या पथकाने ठेवली होती.

त्या मेण्यातून प्रवास करणारी ती राजस्त्री कोणी साधीसुधी नव्हती.

मध्येच थकलेले भोई आपले खांदे बदलायचे. काही क्षण ते मेणा उतरवायचे, पुन्हा पल्याडची बाजू धरून दुडक्या चालीने पुढे पळत राहायचे. त्या शिसवी मेण्याला कलाबुताचे गोंडे जडवले होते आणि झिरझिरीत रेशमी सरपडदा होता. त्यात बसलेली ती तरुण स्त्री. तिचे ते अत्यंत देखणे आणि साजिरे रूप. ते गोरे कमळाच्या देठासारखे नाजूक हात, डोक्यावरचा काळ्या रेशमासारखा गऊसूत केशसंभार, भर पौर्णिमेच्या रात्री ढगांच्या पातळ पापुद्र्यातून पूर्ण चंद्राची हसरी प्रतिमा दिसावी, तशी ती गोड निमुळती चेहरेपट्टी, उभट देखणी नासिका, कुंद फुलांच्या ताज्या कळ्यांसारख्या दंतपंक्ती, त्यांचे कमलनयन, एकूणच सौंदर्य म्यानाबाहेर काढलेल्या तलवारीच्या चमचमत्या पात्यासारखे तेजस्वी होते.

दाट केसांच्या भांगातून नाजूक साखळीच्या आधाराने कपाळावर उतरलेले ते रत्न, दोन्ही दंडांमध्ये सुवर्णाचे बाजूबंद, हातात रत्नजडित कांकणे, पायामध्ये अटकर जोडवी आणि छुमछुमती पैंजणे, अंगावरची चकाकती पैठणी आणि ती जरतारी चोळी. चित्रातल्या एखाद्या देवतेसारखे ते राजसपण!

जिजाऊंनी हळूच आपल्या नाजूक हाताने आधीच अर्धवट उघडलेला तो सरपडदा बाजूला सारला आणि मोठ्या समाधानाने बाहेरच्या निळ्या आकाशाकडे बघितले. तेव्हाच त्यांची नजर खाली हिरव्याकंच धरतीकडे गेली. खडकी, दौलताबाद परिसरात हमखास पाऊस असा लाभायचा नाही; मात्र चालू वर्षी निसर्गाने कृपा केली होती. याआधीची दोन्ही नक्षत्रे पाण्याच्या पखाली घेऊन भरभरून बरसली होती. त्यातच आता श्रावणमास सुरू झाला होता. हिरव्या शेतातली जित्रापे आणि शेतकरीही हसत होते. ओढ्यानाल्यांतून चैतन्याचा खळाळ वाहत होता.

जिजाऊंचे बोलणे स्पष्ट असायचे – 'राज्यकर्त्यांच्या आणि रयतेच्या मध्ये कसलाच पडदा असायला नको.' त्यानुसार त्यांनी कारभाऱ्यांना सांगून आपल्या मेण्याचे दरवाजे निखळून बाजूला ठेवले होते. उन्हाच्या आणि थंडीवाऱ्याच्या त्रासापासून वाचण्यासाठी मध्ये फक्त एक झिरझिरीत पडदा ठेवून दिला होता. रयतेशी थेट संवाद साधताना त्यांना धन्य वाटायचे.

आता जिजाऊंनी त्या सरपडद्याची हलकी गाठ मारून तो एका कोपऱ्यात सरकावला. तसा पुढच्या वळणावर भिरभिरत्या वाऱ्याचा एक झोत आत आला. जिजाऊंच्या चाफेकळीसारख्या नाकावरची ती हिऱ्याची नथ हलवून गेला. जिजाऊ मोठ्या औत्सुक्याने चौफेर पाहू लागल्या.

त्यांचे लक्ष समोरच्या पर्वताच्या टोकाकडे गेले. दूरवरची निजामाबाद नावाची ती वैभवनगरी, आतला तो दौलताबादचा किल्ला, हत्तीच्या अंगासारखे भोवतीचे अनेक पदरी बळकट बुरूज आणि त्यावरच्या चौक्या, असे सारे स्पष्ट

दिसू लागले. झपाट्याने चाललेले ते छोटे अश्वदळ समोरचा ओढा आणि त्याच्या पुढची ती टेकडी चढून पलीकडे उतरले, तेव्हा खूपच अंतर कापले गेले होते. तो पर्वताच्या माथ्यावरचा दौलताबादचा बेलाग किल्ला, त्याच्या खांद्यावरचे अनेक राजप्रासाद, त्या हवेल्या, ते सरंजामी वाडे आणि सैनिकांच्या छोट्या-मोठ्या हत्यारबंद चौक्या, हे सगळे आता नजरेच्या टप्प्यात आले होते. किल्ल्याच्या मुख्य दरवाजाच्या बाहेर झुलणारी हत्तीदले, उंटांची पथके आणि फुरफुरत्या घोड्यांचे रिसालेही दृष्टीस पडले.

एकाएकी जिजाऊंची भिरभिरती नजर ते बुरूज आणि वरचे महाल पार करत खूप उंचावर गेली. आभाळात उठलेल्या पांढऱ्या उसळत्या मेघांच्या पार्श्वभूमीवर त्या इतिहासप्रसिद्ध, प्राचीन किल्ल्याच्या शेंडीवरची ती निशाणकाठी त्यांनी पाहिली. तिथला चाँदताऱ्याचा तो निजामशाही हिरवट बावटा त्यांच्या नजरेस पडला, तसे त्यांचे रक्त गरम झाले. त्या झेंड्याचे ते टोक जणू त्यांच्या काळजातच घुसले. त्या खूप बैचेन दिसू लागल्या.

जिजाऊंना आपल्या तालेवार पित्याशी, सिंदखेडचे राजे लखोजीराव यांच्याशी बालपणी अनेकदा केलेल्या त्या गुजगोष्टी आठवल्या. लखोजीरावांनी त्यांना एकदा कळवळ्याने सांगितले होते, ते शब्द पुन्हा त्यांच्या मनात रुंजी घालू लागले तसे त्यांचे मन भरून आले, "जिऊ, पोरी, आपल्या छाताडावर रुतून बसलेला हा दौलताबादचा किल्ला म्हणजे एकेकाळची आपल्या बापजाद्यांची राजधानी."

"राजधानी? अन् आपली?"

"होय, आपण जाधव म्हणजे तीनशे साडेतीनशे वर्षामागचे देवगिरीचे यादवच. तेव्हा इथं सोन्याचा धूर निघायचा. दिल्ली-आग्र्यापासनं ते थेट रामेश्वर-मदुराईपर्यंतची घोडी आणि अंबाऱ्या या किल्ल्याबाहेर महिनोन्महिने झुलायच्या. हा देवगिरीचा डोंगर आपलाच. अन् समोरचा पहाड ओलांडला की वेरूळची, आपल्या खांद्यावर यक्ष-किन्नरांना आणि देव-देवतांना घेऊन मिरवणारी ती पवित्र धरतीही आपलीच. म्हणजेच आपले यजमान शहाजीराजे यांच्या पूर्वजांची ती कर्मभूमी."

खरे तर आज वेरूळलाच तातडीने निघण्यासाठी लखोजीरावांनी परांड्याला सांडणीस्वार पाठविले होते.

आज श्रावणातला पहिला सोमवार. या पवित्र मुहूर्तावर घृष्णेश्वराला जाऊन कुटुंबासह बेल वाहायचा बाबासाहेबांचा इरादा होता. आपल्या संपूर्ण परिवारासह पूजा करण्याची इच्छा त्यांना अचानक का झाली असावी? मनात दाबून ठेवलेल्या विचारांनी उसळी घेतली. जिजाऊंचे सर्वांग शहारले. कदाचित ती गोड बातमी आपल्या पित्याला समजली तर नसावी? पण ते एवढ्यात कसे शक्य आहे?

मेणा आणि पालख्या पुन्हा पुढे धावू लागले. कसल्याशा विचाराचे कारंजे

जिजाऊंच्या मनात फुलून गेले. जन्मोजन्मी न विसरावेत असे त्यांच्या जीवनातील काही सुवर्णक्षण याच परिसरात सांडून गेले होते. लग्न म्हणजे जिवाशिवाचे नाते. एक प्रकारे धरतीच्या आणि आभाळाच्या कडांना बांधली जाणारी गुलाबी गाठच ती. इथेच समोरच्या किल्ल्याच्या तटबंदीच्या आत प्रचंड मोठ्या जागेत निजामशहाने हौसेने बडा लग्नमंडप उभारला होता. तेव्हाच जिजाऊंना त्यांच्या प्राणपतींचे शहाजीराजांचे प्रथम दर्शन घडले होते.

खोल विहिरीच्या तळात साठविलेली सोन्याची भांडी बाहेर काढावीत आणि त्यांच्या पिवळ्याधमक झळाळीकडे कौतुकाने बघत राहावे, अशाच त्या साऱ्या गोष्टी जिजाऊंना पुन्हा आठवल्या. सिंदखेडच्या महालाच्या पायरीवर लहानगी जिऊ आपल्या कोवळ्या हातावर मेहंदी भरत होती. लग्न ठरलेले. त्यामुळे मैत्रिणींच्या घोळक्यात आणि आजीबायांच्या पहाऱ्यात नटण्यामुरडण्याचा सराव सुरू होता. तेव्हाच कारभाऱ्यांच्या तोंडचे शब्द जिऊच्या कानावर पडले होते, "निजाम पातशहांचा मुहोबतीचा हुकूमच आहे. सांगा लखोजीरावांना, पोर तुमची असली, तरी लग्नात नवरदेवाचा चाचा म्हणून आम्हींच उभे राहणार आहोत. बडी धूमधामसे यह शादी हमारे दौलताबाद राजधानीमें होगी। जिसमें हमारे हाथी और उंट, तोफें बारूद सबकुछ खर्चा हमाराही रहेगा।''

निजाम पातशहा दिल्या वचनाला जागला. तेव्हाचे अकरा वर्ष वयाचे ते शहाजीराजांचे बाजिंदे रूप. नुकतीच ओठांवर दिसू लागलेली काळपट मिशीची ती लव. अवघ्या अंगातून सळसळून वाहणारे त्यांचे तारुण्य. ते बळकट आजानुबाहू, रुंद, तेजस्वी कपाळ, एखाद्या राव्यासारखे सुंदर बाकदार नाक, टपोरे डोळे आणि ओठ आणि दंतपंक्तीच्या मध्येच हलका झोका घेणारे ते खेचक, हवेहवेसे वाटणारे त्यांचे हास्य. ते त्यांचे रुंद खांदे आणि ती मर्दानी छाती. जवानीने मुसमुसलेल्या, चित्कारत, सोंड हवेत उंचावत रुबाबात धावणाऱ्या सुलक्षणी हत्तीसारखा उमदा थाट, कोणाच्याही मनाला क्षणात बंदिवान करणारा त्यांच्या रूपाचा तो देव्हारा जिजाऊंना अद्यापही आठवत होता.

जाधवांची कन्या म्हणजे आपल्याच परिवारातील शहजादी असावी अशा थाटात निजाम बुऱ्हनशहाने त्या लग्नाचा बार उडवून दिला होता. जेव्हा सिंदखेडहून वऱ्हाडातून जिजाबाई पहिल्यांदा इकडे आल्या होत्या, तेव्हाचे ते वऱ्हाडासाठी शृंगारलेले तगडे एकवीस हत्ती, दिसायला अत्यंत मजबूत आणि देखणे. त्यांची पैदासच आसामातली आणि दक्षिणेतल्या मलबारच्या डोंगररानांतली होती. त्या एकवीस अंबाऱ्यांमध्ये सर्वांत पुढच्या अंबारीतील हौद्याचे खांब अव्वल सोन्याचे होते. आणि त्यातच सिंदखेडची लावण्यवती राजकन्या दिमाखात बसली होती.

लग्नसोहळ्याच्या वाटेवरच चिमुकल्या जिऊला ती गमतीची गोष्ट समजली

होती. भोसल्यांकडचा नवरा म्हणे चक्क एका घोड्यावर बसून यायला निघाला होता. तेव्हा जिऊच्या मैत्रिणींना खूप हसू फुटले होते. नवरदेवासाठी बिचाऱ्या भोसल्यांना एखाददुसराही हत्ती मिळू नये? नसेल तर कोणाचा तरी उसना आणायचा; परंतु दौलताबादच्या किल्ल्याच्या मुख्य कमानीतून मुंडावळ्यात सजलेला देखणा अश्वारूढ नवरदेव जेव्हा आत येताना दिसला, त्याच्या स्वागतासाठी जेव्हा बुरुजावरच्या एकवीस तोफांनी धुमधडाड केला, आणि बारुदाच्या धुराच्या त्या मेघातून जिऊने आपला चंद्रकोरीसारखा देखणा नवरदेव पाहिला, तेव्हा बराच वेळ ती अंबारीतून त्याच्याकडे भान हरपून पाहतच राहिली होती.

थोड्या वेळाने तिचे लक्ष नवरदेवाने मांड ठोकलेल्या त्या श्यामकर्ण अश्वाकडे गेले. असे उंच, रुंदाड पाठीचे आणि देखण्या नाकसरीचे जनावर तिच्या पाहण्यातच नव्हते. कदाचित देवलोकातूनच तो अप्रतिम अश्व खास रदबदली करून भोसल्यांनी या लग्नाच्या निमित्ताने पैदा केला असावा, असे तिला वाटले होते. त्या घोड्यावरचे ते राजबिंडे, मदनाच्या अवतारासारखे शहाजीराजे! विवाह सोहळ्यानिमित्त जयपूर, दिल्ली आणि भागानगरपर्यंतचे जमलेले सारे मेहमान त्या तेजस्वी नवऱ्यामुलाकडे आणि त्याच्या सुंदर वारूकडेच अवाक् होऊन बघताहेत हे जेव्हा जिऊने पाहिले, तेव्हा तीही अवाक् झाली.

जिजाबाई भोसल्यांच्या वाड्यात नांदायला गेल्या, तेव्हा एक दिवस शहाजीराजांनीच त्या देवदुर्लभ अश्वामागचे रहस्य त्यांना सांगून टाकले. शहाजीराजांचे धाकटे बंधू शरीफजी. ती फक्त दोन वर्षांनी धाकटी पाती. तेव्हा खानदेशात सारंगखेड्यात पूर्वापार घोड्यांचा बाजार भरायचा. अरबस्तान, तुर्कस्तान, ब्रह्मदेश, शिलोन ते जावा-सुमात्रापर्यंतचे देशोदेशीचे सौदागर, राजेमहाराजे, नरेश आणि पातशाह किंवा त्यांचे कारभारी या बाजाराला मुद्दाम भेट द्यायचे. अस्सल अरबी, तुर्की, रशियन, पांचाळी, अशी नाना देशांची, प्रांतीची आणि रंगावाणांची घोडी तिथे विकायला यायची. अनेकदा एकेक घोडा एखाद्या महालाच्या किंमतीएवढासुद्धा असायचा. त्याचे मोल उच्च श्रेणीच्या सौदागरांना, अस्सल मोतद्दारांना आणि अश्वशाळांच्या रखवालदारांनाच ठाऊक असायचे.

शहाजीराजांच्या लग्नाआधी त्या वर्षीचा सारंगखेड्याचा बाजार हजारो घोड्यांच्या हजेरीमुळे अक्षरशः मोडून गेला होता; मात्र त्या संपूर्ण बाजारात फक्त एकाच तुर्की घोड्याचा बोलबाला होता. त्या अश्वाचे नावच 'दिलपाक' होते. एखाद्या देखण्या राजकन्येच्या स्वयंवरात देशोदेशींच्या राजकुमारांची झुंबड उडावी अन् त्या अप्रतिम सौंदर्यवतीच्या बापाने सर्व राजकुमारांकडे सरळ दुर्लक्ष करावे, तसाच दिलपाकच्या मालकाचा थाट होता. 'त्या सौदागरास आपण मुँहमांगी रक्कम अदा करावयास तयार आहोत. त्यासाठी आमचे खजिने कितीही रिकामे झाले तरी पर्वा नाही!' असे

अनेक अमीरउमराव बोलून दाखवत होते; परंतु तो सौदागर मात्र घोड्याची किंमतच सांगायला तयार नव्हता. उलट तो मोल विचारणाऱ्यावरच उसळून म्हणायचा, "अरे भाई, आप अल्लातालाकी घरमें पैदा हुए चीज का मोल कैसे कर सकते हो? मेरा घोडा अनमोल है।"

त्या तुर्की सौदागराच्या गोटाकडे चकरा मारून मारून अनेक अमीरउमराव थकून गेले होते; मात्र तो कोणास दाद लागू देत नव्हता. शेवटी त्या सौदागरानेच जाहीर करून टाकले, "माझ्या अप्रतिम वारूची, दिलपाकची किंमत एक बाजारू वस्तू म्हणून होऊच शकत नाही. माझ्या प्याऱ्या घोड्याची शाही देखभाल करणारा कोणी 'काबिल' मनुष्य भेटेल, तेव्हाच त्याच्या ताब्यात मी दिलपाकचा लगाम देईन."

हजारो यात्रेकरू दिलपाकभोवती चकरा मारत होते; मात्र सौदागराला 'सही लेनेवाला' मिळत नव्हता. एके दिवशी एक कोवळा, लोभस, देखणा मुलगा दिलपाकच्या पाठाणावरून खूप मायेने हात फिरवताना दिसला. इतर वेळी प्रत्येकावर बिथरणारा दिलपाकही त्या पोराबरोबर लाडात आला होता. त्याच्या कोवळ्या छातीवर आपले मुस्कट घासू लागला होता. तो मुलगा एका वेगळ्या बेहोशीत स्वत:शीच निश्चयाने बोलला, "या घोड्याला आम्हीच घेऊन जाणार."

"देख बेटा, यह बेचनेकी चीज नहीं है।"

"चाचा, मैं भी इसके सिवा घर लौटनेवाला नही हूँ।"

त्या निर्धारी, तेज:पुंज मुलाकडे सौदागराने निरखून बघितले. त्याच्या दिमाखावरून ते रक्त राजबिंडे असल्याची त्याची खात्री झाली. त्याने थेट विचारले, "लेकिन तू है कौन?"

"मेरा नाम शरीफजी है। भोसले कुळातल्या शहाजीराजांचा मी धाकटा भाऊ."

"ऐसे कीमती घोडेपे आपकी नजर क्यूँ पडी है?"

"इसी घोडेपे तो मेरा भाई उसकी शादीमें चाँद-सूरज जैसा सजेगा!"

"लेकिन मैं किसीको घोडा नही बेचूंगा।"

"तो फिर नुकसान आपकाही है चाचा।" तो मुलगा मोठ्या आत्मविश्वासाने बोलला.

"वह कैसे?"

"शहाजीराजे नावाच्या माझ्या बडे भाईजानला जेव्हा तुम्ही बघाल, तेव्हाच त्या पाठीमागचं इंगित कळेल तुम्हाला."

त्या सौदागराने मोठ्या खुबीने शरीफजीकडून त्याचा ठावठिकाणा विचारून घेतला. मध्ये चारच दिवस गेले असतील. एका भल्या सकाळी घोड्यावरून दौड करण्यासाठी शरीफजी जागा झाला, तेव्हा आपल्या पागेत त्या सौदागराला आल्याचे

बघून सर्द झाला; मात्र त्या सौदागराने भोसल्यांच्या पागा, घोडी बांधायची खुंटावळी, गव्हाणी, कडबा साठवायच्या जागा, जनावरे धुवायचे घाट सारे काही बारकाईने पाहून घेतले होते. एव्हाना त्याची शहाजीराजांसोबत चांगली दोस्तीही झाली होती.

दोन दिवसांनंतर त्या परदेशी मेहमानाने मोठ्या कौतुकाने दिलपाकचा लगाम शरीफजीच्या हाती दिला. तेव्हा त्या घोड्याची मुँहमांगी किंमत अदा करायला शहाजीराजे तयार होते; मात्र आपल्या अश्वावर दिलोजान मुहोब्बत करणाऱ्या त्या भल्या सौदागराने तुर्कीहून इकडे येण्या-जाण्याचा खर्च आणि थोडीफार वरकड वाटखर्ची फक्त मागून घेतली. तेव्हा त्याच्या होणाऱ्या नुकसानाच्या भावनेने शहाजीराजे हळहळले. त्यांनी त्याला स्पष्टच विचारले, ''इतकं नुकसान आपण आमच्यासाठी का सोसावं?''

''नुकसान तो नहीं हुजूर, लेकिन बहुत दिनोंकी परेशानी जरूर थी। मेरे दिलपाक को सही मालिक और मकान मिलेगा की नही? लेकिन देखिए ऽ उसे तो जन्नतजैसा घर मिला।''

''पण इतकी तारीफ करण्यासारखं आमच्याकडे काय आहे?''

''जानवरोंपे अपने बालबच्चे जैसे जान लगानेवाली, आप मराठों जैसी काबिल कौम हमनें तो दुनिया में नहीं देखी है।''

असा दंतकथेचा तुकडा बनून आलेला तो वारू म्हणजे जिजाऊंसाठीसुद्धा माहेरच्या लाडक्या माणसांसारखेच एक अप्रूप बनले होते. लग्नाच्या त्या शाही सोहळ्याकरता शृंगारलेल्या कैक हत्तींचा दिमाख मात्र त्या गुणी दिलपाकच्या थाटापुढे फिका पडला होता.

तो शाही विवाह मार्गशीर्ष शु. ५, शके १५२७ ला, सन १६०५च्या डिसेंबरात मोठ्या थाटामाटात दौलताबादच्या किल्ल्यावर पार पडला होता.

लग्नसोहळ्यासाठी मंडपात चंदनाचा एक सातफुटी चबुतरा बांधला गेला होता. त्यावर साजश्रृंगार केलेली नववधू उभी होती. तिचे लक्ष अंतरपाटापल्याडच्या सुरतपाक गहिऱ्या शहाजीराजांकडे जात होते. मंत्राक्षता पडतानाच आपल्या डाव्या डोळ्याच्या कोपऱ्यातून जिऊने दौलताबादच्या उंच शिखराकडे पुन्हा एकदा नजर टाकली होती. त्या स्थितीतसुद्धा तिने गडाच्या माथ्यावरचे ते निजामशाहीचे चांदताऱ्याचे निशाण बघून घेतले होते. तेव्हा त्या क्षणी त्यांच्या मनाला लागलेली चुटपुट पुढे कधीच मिटली नव्हती. आतासुद्धा जिजाऊंची नजर मेण्यातून त्याच दिशेने धावत होती. त्या जुन्या जखमेवर अद्यापही खपली धरली नव्हती. वास्तवात जखम अशी प्रत्यक्षात झाली नव्हती; मात्र त्या परचक्राच्या आणि गुलामगिरीच्या जळत्या वेदनेने त्यांची पाठही सोडली नव्हती.

जाधवरावांचा गोट किल्ल्याच्या मुख्य दरवाजाच्या बाहेरच पडला होता. मोहिमेच्या काळातला सरदारगिरीचा तो बडा, अवाढव्य तंबू, त्याच्याभोवती उभारलेल्या नोकराचाकरांच्या अनेक राहुट्या, समोरच्या अंगाला झुलणारी घोडी आणि मस्त रवंथ करत पुढचे पाय निवांत सोडून बसलेले हत्ती. तिथेच जाधवांघरची लहान मुले-मुली आट्यापाट्याचे आणि बाजूच्या झाडावर सूरपारंब्याचे खेळ खेळण्यात मग्न होती.

टापांचे खाडखाड आवाज करत सोबतचे घोड्यांचे पथक आणि मेणा येऊन पोचले, तशी जाधवरावांच्या गोटात गडबड उडाली. भोयांनी मेणा खाली उतरवला. त्यातून जिजाऊ पट्‌कन बाहेर आल्या. समोर पाहतात तर गोटाबाहेर चार श्रृंगारलेल्या घोड्यांनिशी मोतद्दार बाहेर निघायच्या तयारीने तिथे उभे ठाकल्याचे दिसले. त्या जनावरांच्या पाठीवरच्या झालरी आणि दिमाखदार गोंडे बघून जिजाऊंना अंदाज आला. आपले बंधू आणि पिता दरबाराकडे निघण्याच्या तयारीतच दिसतात. काहीतरी तातडीची कामगिरी दिसते. जिजाऊ समोरच्या गोटाकडे चालल्या. तितक्यात घरातल्या चिमुरड्या परकरी पोरींनी त्यांच्याकडे धाव घेतली आणि त्या हर्षभरित होऊन मोठ्याने ओरडू लागल्या, "ताईसाहेब आल्या! ताईसाहेब आल्या!"

बाहेरचा गोंगाट गोटात ऐकू गेला. पाठोपाठ दरबारी पोशाखात तयार झालेले लखोजीराव आणि त्यांच्या मागोमाग जिजाऊंच्या मातोश्री गिरिजाबाई, दोघेही पट्‌कन बाहेर आले. गिरिजाबाईंनी झट्‌कन पुढे होत आपल्या लेकीला आलिंगन दिले. पोटाशी धरलेल्या जिजाऊंना हलकेच दूर करत त्यांच्या सुंदर, शेलाट्या लेकीकडे त्यांनी कौतुकाने बघितले. आपल्या आईच्या नजरेतला आश्चर्यमिश्रित बदल जिजाऊंच्या ध्यानात आला. तेवढ्यात पाठोपाठ ऐन तारुण्यातले त्यांचे बंधू राघवराव, अचलोजीराव आणि भाचे यशवंतराव मोठ्या कौतुकाने सामोरे आले. दोघे बंधू कमरेत झुकून हात हलवून "मुजरा ताईसाहेब!" असे म्हणत आनंदाने त्यांचे स्वागत करू लागले.

गोटात हर्षाला भरती आली होती. लाडक्या जिजाऊंना कुठे ठेवू आणि कुठे नको असे सर्वांना झाले होते. जिजाऊंभोवती मधमाश्यांच्या पोळ्यासारखी झुंबड पडली होती. ज्या थोड्या वाढवयाच्या परकरी पोरी होत्या, त्या थेट पुढे होऊन आपल्या जिऊताईंना बिलगू लागल्या. आनंदाने टाळ्या पिटत आणि मोठ्याने ओरडत त्यांना विचारू लागल्या, "सांगा ऽऽ जिऊताई ऽ तुम्हाला काय खावंसं वाटतं?"

"काय म्हणजे?"

"सारे जिन्नस गोळा करून ठेवलेत आम्ही. बोला ऽ चिंचा हव्यात की आवळे?"

जिजाऊंना गोड धक्काच बसला. कावऱ्याबावऱ्या होऊन त्या इकडे-तिकडे गोंधळून बघू लागल्या. तर माता-पिता, भाऊ-भावजया, नोकर, शागिर्द सारेच

खुदूखुदू हसताहेत! तेव्हा जिजाऊ लाजल्या, धावतच पुढे झाल्या आणि आपल्या पित्याच्या भरदार छातीवर आपले डोके ठेवत फुरंगटून बोलल्या, "हे काय हो आबासाहेब? कसली थट्टा चालवलीत माझी?"

"जिऊबाई, बाप आहे तुझा मी!"

"इश्श्य ऽ ही आणखी कुणी केली चुगली तुमच्याकडे?"

"हे बघ लेकी, वाऱ्याची हलकी झुळूक शत्रूच्या शिबिरात उठली तरी त्याची खबर टाकोटाक आमच्यापर्यंत येऊन पोचते. अन् आमच्या महाली उद्या लाडक्या नातवाचा पाळणा झुलणार त्याची बातमी आम्हाला न समजून कसं चालेल?"

"आबासाहेब ऽ मला वाटतं वाहता वाराही तुम्हाला फितूर आहे!"

"काहीतरीच काय पोरी?"

"नाहीतर इतक्या लवकर तुमच्याकडे खबर पोचलीच कशी असती?"

बाजूला रंगीत पाट आणि त्याच्याभोवती रेखलेल्या सुंदर रांगोळ्या दिसत होत्या. आपली मुले आणि यजमान दरबारात निघणार म्हणून गिरिजाबाईंनी सर्वांचे औक्षण केल्याचेही दिसत होते. समय घाईचा होता; मात्र एवढ्या दुरून लाडकी लेक पोचल्याने त्या गडबडीतही लखोजीराव पाटावर टेकले. ते सहज हसून बोलले, "जिऊबाई, या वेळी मात्र तुझ्याकडे भारी गडबड उडणार आहे बरं!"

"ती कशी काय आबा?"

"तुझ्या पोटी परमेश्वरी अवतारासारखं काहीतरी अलौकिक दान पडणार याची मला खात्रीच वाटते."

"किती मनकवडे आहात हो तुम्ही आबासाहेब!" आपल्या आईकडे नजर टाकत जिजाऊ बोलल्या, "आईसाहेब, हे सहावं गर्भारपण माझं. मधली चार फळं पोटात टिकली नाहीत; मात्र या वेळची चाहूल काही न्यारीच वाटते. अजबच भास होतात. स्वर्गाच्या कमानीवरची गुढ्यातोरणं काय दिसतात, मनात सोन्याच्या अंबाऱ्या काय झुलतात, मध्येच वाघांच्या डरकाळ्याही ऐकू येतात."

"अगं बाई, मोठे विचित्रच भास दिसतात!" गिरिजाबाई म्हणाल्या.

"बघा ना, तिकडे सासरी आणि इकडे माहेरातही रणांगणाची घाई असताना, नेमक्या ह्याच मुहूर्तावर डोहाळे लागावेत, या पाठीमागचे संकेतच आम्हाला न्यारे वाटतात!"

"अगं जिऊ, एकटीच आलीस? जावईबापू कुठं आहेत?" लखोजीरावांनी विचारले.

"परस्पर वेरूळात येईन म्हणाले चढ्या घोड्यानिशी." जिजाऊ उत्तरल्या.

बसल्याबसल्या राजकारणाच्या गोष्टी सुरू झाल्या. सध्या निजामशाहीच्या मसनदीवर बसलेला निजाम भलताच लहरी आणि विचित्र असल्याची गोष्ट निघाली.

जोवर निजामशाहीत मलिकबाबा अंबर होते, तोवर कशाचीच चिंता नव्हती. दिल्या शब्दाला जागणारा माणूस होता तो.

लखोजीराव दरबाराकडे निघण्यासाठी चुळबुळ करू लागले. तशा गिरिजाबाई म्हणाल्या, "मला वाटतं आज दरबारात हजर नाही राहिलात तर काय बिघडणार आहे?"

"असं कशासाठी?"

"अहो, ठरल्याप्रमाणे सारे लगेच वेरूळला जाऊन येऊ."

"तशी कोणाच्या रागालोभाची पर्वा करायचं काय कारण? आम्ही आमच्या समशेरीचे राजे आहोत."

सर्वांनाच कसल्यातरी काळजीने भेडसावले होते. राघवराव चिंतेच्या सुरात सांगू लागले, "आईसाहेब, परिस्थिती फारशी चांगली नाही. मोगलांची सेवाचाकरी सोडून इकडे यायला आम्ही जाधवराव मंडळींनी मला वाटतं उगाच घाई केली."

"असं का म्हणता?" गिरिजाबाईंनी धास्तावून विचारले.

"आपला राज्यकर्ता धनी निजाम पातशहा यांचंच काही खरं नाही. अलीकडे ते पट्टीचे दारूबाज आणि कमालीचे संशयीही बनलेत. त्यात त्या हमीदखानाच्या बेगमेनं त्यांना ताटाखालचं मांजर बनवलंय."

लखोजीराव विचारात पडले. हा प्रश्न त्यांच्या विवंचनेत भर घालू लागला. थोडासा विचार करत ते बोलले, "दिल्लीच्या पातशाही मिळकतीवर पाणी सोडून आम्ही इकडे निघून आलो, तेव्हा हमीदखानाशीही आमच्या स्पष्ट गोष्टी झाल्या होत्या. कोणतीही पूर्वअट न घालता आम्ही तर खुल्या दिलानं निजामशाहीत परतलो आहोतच; पण त्याच वेळी आमचे जामात शहाजीराजेही निजामाच्या सेवाचाकरीत आहेत."

"तोच तर घोळ आहे आबासाहेब." जिजाऊ बोलल्या.

"आता यात कसला आला घोळ गं पोरी?"

"एका वेळी एवढा बडा सासरा आणि इतका कर्तृत्वाचा मेरुमणी असलेला जावई दोघांनीही एकाच दरबाराच्या सेवेत एकत्र येणं, तुमचं पारडं जड होणं ह्या गोष्टी आपल्या नातलगांनाही रुचलेल्या नाहीत, तिथे बाहेरच्यांबाबत काय बोलावं!"

"अगं पण जिऊ, त्यानं काय फरक पडणार आहे?"

"नाही कसा? शहाजीराजांच्या अस्तित्वानं युद्धभूमीचं पारडं अल्पावधीत कसं फिरतं, ते लोकांनी चांगलं पाहिलं आहे त्या भातवडीच्या लढाईत. असा कर्तबगार जावई आणि तुमच्यासारखा शेरहिमतीचा सासरा एकत्र आला म्हणजे बाकी साऱ्यांची पंचाईत होते. वरिष्ठांची तारांबळ उडते. कारकून शिरस्तेदारांच्या चोरीच्या वाटा बंद पडतात."

"लाखात एक बोललीस पोरी. राजप्रासाद कितीही बडे असले, तरी त्यांच्या पायाखालून अशुद्ध नालेही वाहत असतात. अन् जिथे असे नाले असतात, तिथे घुशींचा अन् उंदरांचा सुळसुळाट असतोच असतो."

तसा विशेष प्रसंग असल्याशिवाय निजामाच्या शीशमहालात तुताऱ्या आणि शहाजणे वाजायची नाहीत. अलीकडच्या काळात तर आग्र्याच्या दिवाण-ए-खास नंतर दक्षिणेत निजामशाही दरबाराचीच वाहवा व्हायची. तसेच वैभव आणि तोच दरारा, दोन्ही टिकून होते. अचानक महालाच्या देवडीबाहेरची मंगलवाद्ये वाजू लागली, तेव्हा खाशा दरबाराच्या कल्पनेने दौलताबाद नगरीचे कान टवकारले गेले.

वृद्धत्वाकडे झुकत चाललेले पण बळकट हाडापेराचे लखोजीराव जाधवराव दमदार पावले टाकत एखाद्या हत्तीसारखे झुलतझुलत बाहेरच्या कमानीतून आत आले. त्यांच्यापाठोपाठ त्यांचे राजकुमारही रुबाबात आत प्रवेशले. भागानगरी चौघड्यावर टिपरू वाजले. पाठोपाठ पिपाण्या अन् शहाजणे मोठ्याने गर्जू लागली.

त्या शीशमहालात समोरच्या बाजूला पाच फूट उंच चंदनी व्यासपीठ होते. त्यावर अप्रतिम कलाकुसरीचे मोरमुखी उंच तख्त होते. त्यावर बुऱ्हन निजामशहा विराजमान झाला होता. खाशाच्या डाव्या आणि उजव्या बाजूंना उंच समया आणि चिरागदाने पेटलेली होती. तिथेच सुवासिक फुलझड्या आणि हातपंखे घेऊन विशीतल्या अनेक लावण्यलतिका आणि दरबारदासी उभ्या होत्या. महालाच्या डोक्यावरचे छत पर्शियन लाकडी कोरीव कामाने मढविलेले होते.

निजामशहाच्या समोरच्या रांगेत लखोजी आणि त्यांचे तरणेताठे युवराज आणि नातू उभे होते. दरबारात विशेष सोहळा असेल तरच त्या शीशमहालाचे नक्षीदार दरवाजे उघडले जायचे. आत अनेक खांब होते. ते चारही बाजूंनी इराणी काचेच्या रंगीत चकाकत्या तुकड्यांनी मढविलेले होते. समोरच्या चिरागदानांचा उजेड त्या नक्षीदार खांबांवर पडल्याने जणू चैतन्याची किरणेच दरबारभर झळकत होती.

दरबारात समोरच्या अंगाला एक जनानी कक्ष निर्माण केला गेला होता. तिथे दर्शनी बाजूला हमीदखानाची देखणी, सुडौल बांध्याची नूरानी बेगम मोठ्या थाटात बसली होती. अलीकडचा तिचा राज्यकारभारातील हस्तक्षेप आणि निजामांशी असलेली लगट हा बाजारगप्पांसाठी मोठा मनोरंजक विषय ठरत होता.

पलीकडच्या अंगाने चर्मवाद्यांचा आणि पिपाण्यांचा चढता सूर कानावर पडला. भालदार-चोपदारांच्या आरोळ्या दरबाराचे काम तत्काळ सुरू होत असल्याचे संकेत देऊ लागल्या. पन्नाशीतल्या निजामशहांची मग्रूर नजर दरबारावरून फिरू लागली. त्यांच्या डोक्यावरील सुवर्णतंतूंनी बनविलेल्या पगडीवर डकवलेला तो हिऱ्यामोत्यांनी जडवलेला चमचमता मयूरासारखा तुरा. तो तर आज विशेष खुलून दिसत होता.

निजामसाहेबांची आरक्त आँखे, गेल्या कित्येक रात्रींची शराब अजून रिचलेलीच नाही, असा काहीसा उद्धट भाव दाखवत होती.

दरबाराचे काम रीतसर सुरू झाले. एका अंमलदाराने मोठ्याने पुकारा केला, "राजा-ए-सिंदखेड लखोजीराव जाधवराव ऽऽ शाही सम्मान के वास्ते आगे आईयेऽऽ"

आपल्या नावाचा दरबारात होणारा तो जयघोष लखोजीरावांना सुखावून गेला. नकळत त्यांच्या ओठांवरच्या दाट मिश्यांमध्ये आणि गालावरच्या पांढरट कल्ल्यांमध्ये हसू फुटल्यासारखे झाले. बाहेर कुणी काही म्हणो, आपल्या सुलतानांचा तो जिव्हाळा पाहून लखोजीराव खूशच झाले. निजामसाहेबांच्या इशाऱ्यानुसार ते चार पावले पुढे चालून गेले आणि कुर्ऱ्यात उभे राहिले. मोठ्या आदरभावाने दरबारातील इतर खाशे त्यांच्याकडे पाहू लागले. गेली चार-पाच दशके दख्खनच्या राजकारणात मुरलेला बडा मराठा खेळिया अशी लखोजींची ख्याती होती. ते छातीशी ढाल-तलवार घेऊन आदराने उभे होते. तितक्यात पाठोपाठ 'शेरके बच्चे शेर ऽऽ गाझी राघवराव, बहादूर अचलोजीराव और जवाँमर्द यशवंतराव ऽऽ इन्हेंभी शाही सरंजाम पेश किया जायेगाऽऽ" अशी ललकारी घुमली.

लखोजीरावांचे पुत्र आणि नातू मोठ्या रुबाबात समोरच्या बाजूला येऊन उभे राहिले, अन् पाठोपाठ सफदरखान, फरहादखान आणि मोतीखान असे रापल्या चेहऱ्याचे तीन सरदार सामोरे आले. त्या तिघांच्या हाती सोन्याच्या पराती होत्या. ते आस्ते कदम पुढे झाले. त्या तिन्ही सुवर्ण थाळ्यांमध्ये रेशमी रुमालाखाली काही किंमती भेटवस्तू झाकल्याचे दिसत होते. लखोजीरावांचे जे चाहते तिथे मौजूद होते, त्यांना त्या संपूर्ण कुटुंबाच्या होणाऱ्या सन्मानाचा खूप अभिमान वाटत होता; मात्र त्या झिरझिरीत पडद्यापलीकडचा नूरानी बेगमेचा चेहरा तांबूसलाल दिसत होता.

बुऱ्हन निजामशहाने लखोजी जाधवरावांच्या गोटीबंद देहावरून नजर फिरवली. काहीशा आंबट-गोड शब्दांत ते बोलले, "लखोजीराव, आप जैसे रणगाझी, इतने ईमानदार और बुजुर्ग साथी हमे दुनियामें नहीं मिल सकते!"

"धन्यवाद खाविंद!"

"मगर किसीभी वजहसे ऐसा शक्स फिर हमारे दुश्मन मुघल पातशहासे जंग-ए-मैदानमें जा मिलेगा, तो हमारा क्या होगा?"

त्या थेट हल्ल्याने लखोजीराव चांगलेच विचलित झाले. त्यांनी पाठीमागे नजर टाकली, तेव्हा त्यांच्याकडे विचित्रपणे बघणारे शेकडो डोळे त्यांच्या मानी स्वभावाला सहन होईनात. ते गहिवरलेल्या आवाजात गरजले, "हुजूर, ही गोष्ट साफ साफ झूट आहे।"

"अगर सच होगी तो?"

"नाही हुजूर, आपण भूतकाळ विसरताच कसे? एकदोनच नव्हे तर सलग

सात निजामशहांची, अखंड चाळीस वर्षं सेवा करणारं हे शरीर, आपण त्याला 'दगाबाजी'चा डाग लावताच कसे?''

निजामशहाच्या मुखावर पुन्हा विचित्र हास्य उमटले. लगेच त्याने चौघड्याजवळच्या खिदमदगारांना नजरेचा इशारा केला. तशी शहाजण्यांच्या सुरांबरोबर दरबारात नव्याने ललकारी घुमू लागली– ''सिंदखेड राजाजी लखोजीरावके सपूत गाझी राघवराव, बहादूर अचलोजीराव और नाती शेर-ए-जंग यशवंतराव इनको शाही सरंजाम पेश किया जाय!''

निजामशहाच्या मंद हास्याबरोबर वातावरण बरेच सैलावले. आपल्या बावरलेल्या पुत्रांकडे आणि नातवाकडे लखोजींनी जणू डोळ्यांनीच इशारा केला, 'जाऊ दे पोरांनो ऽ दरबारात होते अशी कधी ताणाताणी. विसरा ते सारं. सन्मान स्वीकारा खुल्या दिलानं.'

ते तिन्ही सरदार सामोरे आले. आणि हातची तबके सावरत त्या तिन्ही राजकुमारांच्या समोर गुडघ्यांवर बसले. आता काही क्षणांतच निजामाकडून आपल्या पुत्रांना सरदारकीची वस्त्रे बहाल केली जातील असे लखोजींच्या मनाला वाटले; कारण सद्य:स्थितीत दक्षिणेत चार पातशाहींमध्ये राजकारणाचा पट हवा तसा बदलण्याची ताकद एक शहाजी भोसले सोडले तर आपल्याशिवाय अन्य कुणात नाही, याची जाणीव त्यांना होतीच. त्यामुळे ते कमालीचे आनंदी होते.

तितक्यात वाद्यांचा ठेका बदलला. मंगल सुरांच्या जागी रणभेरीचे कर्कश सूर कानी आले. अन् पाठोपाठ खुद्द निजामशहाची लंब्या, कठोर सुरांतली आज्ञा ऐकू आली, ''तामिल ऽऽ''

त्याबरोबर त्या तिन्ही सरदारांनी तबकांवरची रेशमी आच्छादने झट्कन बाजूला फेकली, अन् त्याआड लपवलेल्या आखूड परंतु विलक्षण तिखट धारेच्या समशेरी सप्कन बाहेर उपसल्या. निजामाच्या समोर आदराने खाली मुंडी घालून उभे असलेले ते तीन युवराज! त्या निष्ठुर समशेरी चमक झाडल्यासारख्या हवेत तळपल्या, अन् त्यांचे सपासप घाव त्या तिन्ही तरुणांच्या मानेवर जाऊन आदळले! त्यांची मुंडकी धडापासून वेगळी झाली! रक्ताच्या चिळकांड्या उडवत नारळांसारख्या त्या मुंड्या समोरच्याच बाजूला कोसळल्या.

लखोजीराव जागीच दगड झाले. गोठून गेले. त्यांच्या सुपुत्रांची आणि नातवाची अशी बैलबाजारात करावी तशी झालेली उघड हत्या! लखोजींचे मस्तक गरगरले. त्या क्षणी त्यांना रडताही येत नव्हते आणि ओरडायचेही सुचत नव्हते. ते तसेच अर्धवट खाली बसले. एकदोघांनी त्यांच्या थरथरत्या शरीराला आधार दिला होता. लखोजींनी आपल्या पायातळी पाहिले. त्यांच्या लाडक्या लेकाचे, राघवचे ते शिर. त्याच्या मानेकडच्या तुटल्या भागातून अजून बुडबुडे टाकत बाहेर उसळणारे रक्त!

त्याचा गरम स्पर्श लखोजींच्या बोटांना झाला- मग मात्र क्षणार्धात उखळी तोफेसारखा त्या मर्दाचा देह गरम झाला, पेटून उठला! अन् त्यांनी खाड्कन उभे राहत आपली तलवार म्यानाबाहेर खसकन ओढली. ती हवेत नाचवत ते कडाडले, "रे ऽऽ निजामा ऽऽ हजामाऽऽ" अन् दुसऱ्याच क्षणी समोरच्या त्या उंच मंचाकडे झेप घेऊन निजामाच्या पोटात तलवारीचे पाते घुसविण्यासाठी तो वृद्ध सिंह पुढे झेपावला.

जणू याच क्षणाची वाट पाहत आधीच चौफेर दबा धरून बसलेली चाकू, खंजिरांची अनेक दगलबाज पाती हवेतून तरंगत पुढे आली आणि सपासप लखोजींच्या खांद्यांत, पोटात, मांड्यांत, जिथे जागा गवसेल तिथे घुसली! रक्ताच्या चिळकांड्या उडाल्या अन् काही क्षणांतच लखोजींचा उंच झेपावलेला देह त्या बेछूट शस्त्रांनी जायबंदी होऊन खाली कोसळला. त्याही स्थितीत त्या बुजुर्ग मर्द मराठ्याने अंगावरून वाहणाऱ्या रक्ताची पर्वा केली नाही. तो तसाच कट्यारीच्या मदतीने अर्धवट उठला. तेव्हा अंगातल्या भळभळत्या कळावेदनांनी आणि प्रचंड रक्तस्रावाने त्यांचा नाईलाज केला. तो देह पुन्हा खाली आदळला. कड्यावरून खाली सपाट कातळावर कोसळलेला, सहस्र जखमांनी जायबंदी झालेला वाघ अखेरचा श्वास सोडताना घुरघुर करतो, तसा काहीसा आवाज आला. श्वास सुटला. मृत्यूनेच घास गिळला.

लखोजींच्या अंगाखालून गरम रक्ताचा पाट गुदमरत बाहेर वाट काढत होता.

तिन्हीसांजेच्या वेळी समोरच्या किर्र झाडीतून चार घोडी वेगाने पुढे सरकत होती. रात्रीच्या थंडगार वाऱ्यातून जिजाऊ आपला घोडा पुढे काढत होत्या. बाकीच्या मैत्रिणी आपापली घोडी घेऊन त्यांच्या बरोबरीने धावत होत्या. सगळ्या जणी चिडीचूप होत्या. दौलताबादपासून वेरूळ अगदी जवळ होते. ठरल्याप्रमाणे दरबारातले काम आटोपताच त्यांचे पिता आणि बंधू सारे तिकडेच घृणेश्वराच्या दर्शनाला येणार होते; पण दिवस बुडायला आला तरी आपल्या परिवारातले कोणीच तिकडे न फिरकल्याने जिजाऊंना नानाविध शंकांनी घेरले. मग काळजीने सारीच घोडी गर्रकन माघारी वळली होती.

अंधार पडू लागल्याने आपोआपच घोड्यांच्या खुरांचा वेग वाढला होता. त्यांच्या नाकपुड्यांच्या फुसफुशीचा मोठा आवाज होत होता. एक मैत्रीण तक्रारीच्या सुरात बोलली, "जिऊबाई, उगाच सकाळी हट्टाला पेटलात तुम्ही. मातुश्री सांगत होत्या, आपण सारेच मिळून देवाला जाऊ; पण ऐकलं नाहीत तुम्ही."

"होय गं. आपण साऱ्या फसलोच तिकडे; पण बिचारे गुरव, उपाध्ये आणि वेरूळचे गावकरी, कितीतरी माणसं अजून दिवस बुडाला तरी लखोजीकाकांची वाट बघत तिकडे तिष्ठत होती." दुसरी मैत्रीण बोलली.

"पण का गं, का फिरकले नसतील आमचे आबासाहेब तिकडे?" अतिशय गंभीर झालेल्या जिजाऊंनी प्रश्न केला. त्याच वेळी त्यांनी संतापाने घोड्याच्या पाठीवर असूडाचा एक फटकाही लगावला.

जिजाऊंसाठी आजचा दिवस खूप एकाकी आणि दु:खी होता. दुसरी एक हुरहुर त्यांचा पिच्छा सोडत नव्हती. त्या परांड्याच्या किल्ल्यावरून निघाल्या होत्या, तेव्हा शहाजीराजांनी त्यांना शब्द दिला होता. कामाचा रगाडा कितीही असला तरी मी तिकडे धाव घेईन. अगदीच उशीर झाला तर पूजेच्या वेळी सरळ घृणेश्वराच्या गाभाऱ्यात का होईना, येऊन दाखल होईन; पण तसे काहीच घडले नव्हते. तिकडे मंदिराकडे कोणीही फिरकले नाही. ना पिता, ना पती.

समोरची दरी ओलांडल्यावर दौलताबाद किल्ल्यावरील पलित्यांचा प्रकाश दिसू लागला. बाहेरच्या अंबरकोटाच्या रुंद भिंतीवर मशाली नाचत होत्या. गस्त घालणाऱ्या अनेक पहारेकऱ्यांच्या आकृत्या दिसत होत्या. किल्ल्याच्या बाहेर लागूनच वसलेल्या निजामाबादेतसुद्धा हालचाली जाणवत होत्या. जागोजाग पलित्यांचा, मोठ्या कंदिलांचा प्रकाश दिसत होता; मात्र बाहेरच्या कुतलघच्या हौद्याजवळ ठार अंधार दिसत होता.

जिजाऊंचे मन चरकले. दुरूनच विपरीत दृश्य दिसले. आपला गोट आणि तंबूचे कनातपडदे गुंडाळून घरची मंडळी परस्पर कुठे निघून गेली की काय? पण आम्हाला साधा निरोपही न देता सारे जातीलच तरी कसे?

एकदाची घोडी गोटाजवळ पोचली. घाबऱ्याघुबऱ्या जिजाऊ घोड्यावरून खाली उतरल्या. त्यांना समोरच्या अंधारात पूर्ण कलथून गेलेला गोट दिसला. कनातभिंतींना तर उभे फाके पडले होते. त्यातून भिरभिर रातवारा वाहत होता. आतल्या बाजूला मातीच्या दोन-तीन पणत्या जळत होत्या. त्यांच्या प्रकाशात तंबूचे उखडलेले खांब, तुटलेल्या दोऱ्या आणि चौफेर मोडून पडल्यासारखी दिसणारी माणसे! अनेकांनी अंगाची मुटकुळी केलेली. बाकीचे तसेच कलंडलेले, हताश होऊन पडलेले. अनेक जण थंडीने कुडकुडत होते. उठून उभे राहायची ताकद कोणाच्याच शरीरात दिसत नव्हती. कोणी हा वरवंटा फिरवला आमच्या माहेरावरून? हा घात म्हणायचा की आघात?

सैरभैर झालेल्या जिजाऊ तशाच झपाट्याने आत मोडक्या गोटाकडे पळत आल्या. "आई ऽऽ आई गं, मातोश्री!" असे खच्चून ओरडायचे होते त्यांना; पण कंठच फुटेना! तितक्यात त्यांच्या पायांना काहीतरी धडकले. तो दगडधोंडा नव्हता तर एका चोळामोळा झालेल्या मानवी शरीराचा एक गोळा होता! त्या खाली वाकल्या. बाजूच्या खापरी पणतीच्या लाल प्रकाशात त्यांनी बघितले तर ते मानवी शरीराचे धड होते, मुंडके नसलेले! त्यांच्या काळजात खोल कळ दाटली. त्या मृत शरीरावरची वस्त्रे ओळखीची होती. तितक्यात त्यांनी पलीकडे नजर टाकली. तेव्हा

झाडावरून तुटून पडलेल्या नारळासारखे एक मुंडके जमिनीवर दिसले. त्याच्या बुडाशी अर्धवट सुकलेल्या रक्ताचा गोळा. त्या शिराच्या टाळूवरून थरथरत हात फिरवत जिजाऊंनी हंबरडा फोडला, "यशवंतराव ऽऽ बाळा ऽऽ काय झालं हो हे?"

दु:खाने उन्मळून गेलेल्या जिजाऊंनी बाजूला नजर टाकली. समोरच तंबूच्या मेढीला टेकून बसलेली कोणीतरी एक हताश वृद्धा त्यांच्या नजरेस पडली. त्याबरोबर जिजाऊ धावत गेल्या आणि त्या वृद्ध स्त्रीला पोटाशी कवटाळून किंचाळल्या, "मातोश्री ऽऽ आईसाहेब, अहो हे काय झालं? आपला गोट तुटला समजायचं की सारं आभाळच फाटून कोसळलं हो आपल्या माथ्यावर?"

एका जागी प्रेतासारख्या अचेतन होऊन बसलेल्या मातोश्री. जिजाऊंची नजर त्यांच्या खांद्यावरून खाली सरकली. गिरिजाबाईंच्या मांडीवर जेव्हा त्यांनी आपल्या पुण्यवान पित्याचे, लखोजीरावांचे छिन्नविच्छिन्न मृत शरीर विसावलेले बघितले, तसा त्यांच्या मनाचा बांध फुटला. त्या मोठमोठ्याने आकांत करू लागल्या, स्फुंदू लागल्या. सिंदखेडच्या हवेलीच्या सज्जात अनेकदा आपल्या मांडीवर झोपलेल्या लहानुल्या जिऊंचे डोके कुरवाळणारे ते मायाळू हात, तो पहाडासारखा पिता असा एकाएकी नाहीसा व्हावा या कल्पनेचा वज्राघात त्यांना सहन होत नव्हता.

जिजाऊंनी बाहेर अंधाराकडे नजर टाकली, तेव्हा पलीकडच्या काळोखातून भीतीने थरथर कापणारे लखोजीरावांचे अनेक सेवक, नातलग, पाणके, स्वयंपाकी एकेक करून पुढे सरकू लागले. अजून भीतीने थरथरणारी त्यांची शरीरे बघवत नव्हती. त्या सर्वांना मोठा धक्का बसला होता. लखोजीरावांसारख्या आपल्या धनवान आणि शौर्यवान धन्याचा असा दुर्दैवी अंत का व्हावा? कसले हे अरिष्ट म्हणायचे!

तेवढ्यात अंधारातून पंताजी गोपीनाथ पुढे आले. जिजाऊ पुढे धावल्या. जाणत्या गोपीनाथांनी त्यांना आपल्या पोटाशी धरले. दु:खाचा उमाळा फुटला, पंताजी म्हणाले, "सावरा ताईसाहेब! स्वत:ला आणि आपल्या राज्यालाही."

"पंताजीकाका —कोणाचं - कोणाचं हे अधम कृत्य?"

"निजामाचं!" दु:खाने पंताजी बोलले.

"पण —पण आमच्या माणसांच्या अशा थेट शिरकाणामागचं कारण तरी काय?"

"त्यांच्या कानावर कोणीतरी कागाळी घातली होती. म्हणे लखोजीराव निजामाला सोडून पुन्हा एकदा दिल्लीकर पातशहाला सामील होणार."

"कोणी काहीही बरळेल; पण म्हणून हे असलं हत्याकांड? ज्यांनी पातशाह्यांचं आणि सुलतानांचं वैभव वाढावं म्हणून आपल्या आयुष्याची पन्नास-पंचावन्न वर्षं खर्ची घातली, त्यांच्या नशिबी ही अशी सैतानी बक्षिसी?" जिजाऊंनी उद्वेगाने विचारले.

तेवढ्यात पलीकडून दहा-बारा घोडी घेऊन जिजाऊंचे काका जगदेवराव आणि चुलत बंधू बहाद्दरराव जाधवराव अन्य काही माणसांसोबत तिथे येऊन पोचले. त्यांनी घाईने प्रवासासाठी काही बैलगाड्यांचीही व्यवस्था केली होती. लवकरात लवकर गोटाची ती जागा सोडायची होती. त्यासाठी लगेच बांधाबांध सुरू झाली.

त्या अकल्पित घातपाताने जिजाऊंचे मस्तक भणाणले होते. त्या घटनेचा जितका अधिक विचार करावा, तितके अंगातले निखारे अधिकच फुलत होते, पेटत होते. त्यांना तिथे राहवेना. कसल्याशा निर्धाराने त्यांनी मेढीला बांधलेल्या म्यानातून सप्कन नंगी तलवार बाहेर उपसली आणि जळत्या ज्वालेसारख्या त्या गोटातून बाहेर धावल्या. त्या अवस्थेतही गिरिजाबाईंनी पंताजींना खुणावले, "बघा बघा, आता आमची वेडी कन्या कुठे चालली - बघा!"

जिजाऊंनी बाहेर उभ्या असलेल्या घोड्यावर झेप घेतली. त्यावर मांड ठोकून हातातली नंगी तलवार नाचवत त्यांनी समोरच्या किल्ल्याच्या दिशेने अंधारातून घोडा फेकला. "थांबा ताईसाहेबऽऽ," असा आवाज देत पंताजीकाका त्यांचा पाठलाग करू लागले.

त्या अश्वाने थोडेसेच अंतर कापले असेल. तोवर पलीकडून आणखी दहा-बारा घोड्यांच्या टापांचा आवाज कानावर पडला. कदाचित शत्रू पाठलाग करतो की काय अशी जिजाऊंना शंका आली. त्यांनी घोड्याचा लगाम खेचला. आपला पदर पोटाभोवती घट्ट बांधला. तेवढ्यात डोळ्यांपुढच्या अंधारातही समोरून धावत येणारा उंच पाठीचा घोडा त्यांनी ओळखला. शहाजीराजे गोटाच्या दिशेनेच यायला निघाले होते.

राजांना कदाचित दरबारात घडून गेलेल्या घातापाताची कल्पना असावी. त्यामुळेच किल्ल्याच्या दिशेने निघालेल्या जिजाऊंचा घोडा त्यांनी रोखला. त्या थांबायचे नाव घेईनात, तेव्हा शहाजीराजांनी आपल्या घोड्यावरून खाली उडी ठोकली आणि जिजाऊंच्या घोड्याचा लगाम खेचून त्याचे मुस्कट त्यांनी स्वत:कडे ओढले, अन् लगेच पुढे ओणवे होऊन त्यांनी जिजाऊंचा हात घट्ट पकडला. तशा त्या कळकळीने ओरडल्या, "नका राजेऽ आम्हाला मध्येच रोखू नकाऽऽ"

"थांबा जिजाबाई, अहो चाललात कुठे?"

"वैऱ्याच्या रक्ताचा घोट घेऊ द्या आम्हाला!" जिजाऊ गरजल्या.

शहाजीराजांनी श्रमाने, घामाने आणि त्वेषाने उफाळून गेलेल्या जिजाऊंना आपल्या छातीशी कवटाळले. त्यांना परोपरीने समजावण्याचा प्रयत्न करत राजे बोलले, "जिऊ, अहो आवरा स्वत:ला. थोडं दमाधीरानं घ्या. तुमच्या पोटात बाळ आहे जिऊ. खूप नाजूक अवस्था आहे आपली!" राजांनी पोटातल्या बाळाची जाणीव करून देताच जिजाऊ थरारल्या. गांगरल्या. एकीकडे आपले गरम अश्रू पुसत त्या

स्वत:चा संताप आवरण्याचा प्रयत्न करत होत्या. ते त्यांना जमतही नव्हते. अन् त्याच वेळी शहाजीराजांचा अंगरखा स्वत:कडे खेचत त्या बोलल्या, "तूर्तास राजे, इतकं तरी करा. आमचे डोहाळे पुरवा. आम्हाला आता फक्त राख खावीशी वाटते!"

"राख? कसली राख?"

"ती बघा ना, आमच्या डोळ्यांसमोर लखलखणारी समोरची ती निजामाची दौलताबादची राजधानी! आत्ताच्या आत्ता पेटवून द्या तिला! त्या अन्यायी घातकी दरबाराची तप्त राख प्राशन करायचे डोहाळे लागलेत हो ऽ ऽ चला राजे, आमचे डोहाळे पुरवा!"

◆

भातवडीचे धगधगते रणमैदान

१६२४

रात्रीचीच शहाजीराजे आणि जिजाऊसाहेब दोघांचीही घोडी परांड्याच्या वाटेला लागली होती. त्यांच्या आगेमागे सहासातशे घोडेस्वार दौडत होते. भर दिवसा लखोजीराजांच्या आणि त्यांच्या कुटुंबीयांच्या झालेल्या त्या निर्घृण हत्येने त्या दोघांचे अवघे जीवन झाकोळून गेल्यासारखे झाले होते.

त्या जोडप्याच्या वाट्याला मुलखावेगळे आयुष्य आले होते. कधी यशगौरवाची उत्तुंग शिखरे तर कधी पराभवाच्या, पीछेहाटीच्या खोल दऱ्या!

त्या ओल्या बोचऱ्या अंधारात घोडी ईर्ष्येने पुढची वाट कापत होती, तेव्हा शहाजीराजांच्या आणि जिजाऊसाहेबांच्या डोळ्यांपुढे गेल्या पाच वर्षांचा वादळी जीवनपट उभा राहत होता.

दिल्लीकर मोगलांच्या घोड्यांना दक्षिणेत दौड करायची, तर मध्ये वाटेत आडवा पट्टा लागायचा तो निजामशाही मुलखाचा. अन् विजापूरकरांनी उत्तरेच्या दिशेने घोडी उधळावयाची ठरवले, तरीही वाटेत औरसचौरस मुलूख लागायचा तो निजामशाहीचाच. बरे हा प्रदेशही थोडाथोडका नव्हता. कोकणातल्या राजापूर ते कुलाब्यापासून ठाणे, कल्याण, माहुलीची रेघ धरत सह्याद्री पार करायचा. मग बालाघाटाच्या डोंगररांगा कवेत घेऊन पुढे हैदराबाद-भागानगरच्या सरहद्दीपर्यंतचा हा सारा मुलूख निजामशाहीनेच

व्यापलेला होता.

अलीकडे दिल्लीकर मुघल बादशाह जहांगिर कुत्सित शब्दांत बोलायचा, “निजामशहाकी यह सल्तनत बस कुछ चंद दिन का सपना है।” गेल्या काही वर्षांत निजामशाहीला उतरती कळा लागली होती हे खरेच. अंगावर चिलखताचा साज लेऊन बारुदाच्या भरल्या तळघराशी मुकाबला करणारी चाँदबिबीसारखी निजामशाहीची तारणहार आता उरली नव्हती. तरीही निजामाच्या सल्तनतीची नौका बुढ्ढा मलिक अंबरबाबा कशीबशी सावरण्याचा जिवापाड प्रयत्न करत होता.

दक्षिणेतल्या अनेक दिवसांच्या मोहिमा, लढाया-चढाया आणि झुंजीनंतर दिल्लीकरांना आणि विजापूरकरांना एका गोष्टीचा निश्चित साक्षात्कार झाला होता. आपल्या दोन्ही सत्तांचा ताकदवर दुश्मन फक्त एकच आहे, तो म्हणजे निजामशहा. दोघांनी मिळून या निजामशाहीला गोदावरीच्या पाण्यात बुडवले की दक्षिणेच्या साऱ्या कटकटी आपोआप मिटणार होत्या.

एका तिन्हीसांजेला दौलताबादच्या गडावरच्या मशाली आणि पलिते पेटायला नुकतीच कुठे सुरुवात झाली होती. त्याच वेळी एक भीतिदायक खबर घेऊन हेजीब महालात धडकला, “हुजूर, दगा दगा!”

“क्यूँ? क्या हो गया?” निजामाने विचारले.

“हिंदुस्थानचा पातशहा जहांगिरने ऐंशी हजाराची खडी फौज धाडलीय. दौलताबाद गिळायचा त्यांचा पक्का बेत असल्याचं कळतंय हुजूर.”

पाठोपाठ निजामशहाचा एक नातलग अंमलदार लगबगीने तिथे येऊन धडकला. हेजीबाचा सूर ओढत तो बोलला, “त्या पातशाही लष्कराचा जोर आणि जोश इतके वरचढ आहेत, की त्यापुढे आपण पालापाचोळ्यासारखे उडून जाऊ.”

खुद्द दिल्लीपतीचे आपल्या राज्यावर महाआक्रमण चालून येणे म्हणजे नरडीवर साक्षात हत्तीने पाय ठेवण्यासारखी गोष्ट. अलीकडे निजामशाहीच्या राज्यात सुबत्ता तशी दांडगी होती. हिऱ्यामोत्यांनी भरलेले खजिने, परिपूर्ण शस्त्रागारे, बारूदखाने आणि खंडीखंडी धान्याने भरलेले अंबरखाने होते; मात्र पातशाही आक्रमण म्हणजे एक प्रकारे सागरबुडीसारखाच प्रकार ठरणार होता. दुर्दैवाने आपल्या निजामशाहीचे तारू पाण्याच्या धारेला लागले, तर खुदासुद्धा आपणास सावरू शकणार नव्हता.

निजामाने पहाऱ्यावरच्या फौजदाराला तत्काळ बोलावून घेतले. मलिकबाबांकडे त्यांच्या हेरांनी पहाटेच ती खबर पोचवलेली होती. त्यामुळे तेव्हापासूनच जंग छेडायच्या दृष्टीने मलिक अंबरनी कशी जोरकस तयारी सुरू केली आहे, याची माहिती फौजदाराने दिली. त्याबरोबर निजामाच्या गोंधळलेल्या चेहऱ्यावर हास्य विलसू लागले. तो मोठ्या उत्साहाने महालाच्या आगाशीमध्ये जाऊन पोचला. मघापासून त्याच्या बेगमा काळजीने मखमली पडद्याच्या आडून उसासे टाकत होत्या.

मध्येच बाहेर डोकावत होत्या. त्यांनाही बोलावले गेले. त्या चार रूपवान बेगमांचा घोळकाही आगाशीमध्ये जाऊन पोचला. तिथे एका चबुतऱ्यावर दुर्बीण उभारली गेली होती. तिच्या छिद्रातून निजामाचा परिवार किल्ल्याच्या खालच्या तळवटीचे निरीक्षण करू लागला.

खाली गोळीबार मैदानावर एका वेळी शेकडो मशाली आणि पलिते पेटलेले दिसले. निजामाने निरखून पाहिले, तेव्हा त्या मैदानात शेकडो शस्त्रबद्ध घोडेस्वार गोळा होताना दिसू लागले. बैलांच्या गाड्यांतून तिथे त्वरेने तोफा खेचल्या जात होत्या. तर काही बैलगाड्यांत बारुदाच्या पेट्यांचा साठा रचला जात होता. तिथले कामकाज इतके झटपट आणि चपळगतीने चाललेले दिसले, की कोणत्याही आक्रमणाचा मुकाबला करण्यासाठी निजामशाही चतुरंग सेना जशी काही सदैव मैदानावर सज्ज होऊन उभीच असावी, असे दिसत होते. निजामाला आपल्या बेगमांचे देखणे चेहरे उजळल्याचे दिसले, तसा तो अधिकच खूश होत म्हणाला, "चलिये, अभी परेशानी की कुछ बात नहीं।"

"इतना खुद पर भरोसा मालिक?" मोठ्या बेगमने विचारले.

"जबतक हमारे खेमेंमें मलिक अंबर और वह शहाजी मराठा हैं, तब तक डरनेका सवालही नही।"

तितक्यात मघाचा तो फौजदार नवी वर्दी घेऊन वरच्या गच्चीवर घाईने दाखल झाला. आपल्या छातीवर आदराने मूठ ठेवत, लगेच कवायती ढंगाने झुकून त्याने संदेशा दिला, "हुजूर, शहाजीराजे का छोटा भाई शरीफजी बाहर खडा है।" निजामाने संमतीदर्शक मान डोलावली.

आगाशीत चिरागदानांच्या तांबूस प्रकाशात एक फाकडा लढवय्या मराठा तरुण खडा होता. अंगातला घोळदार सदरा, सरदारी तुमान आणि ढाल-तलवार अशी फौजी जाम्यानिम्यातली ती तरुण मूर्ती मोठी देखणी दिसत होती. शरीफजीच्या अंगातला सळसळता उत्साह आणि वीरश्रीचे पाणी दुरूनही सहज जोखता येत होते. निजामाने त्याच्याकडे मोठ्या अभिमानाने बघितले. शहाजींचा हा धाकटा भाऊ तिरंदाज म्हणून कमालीचा मशहूर होता. निजामाने त्याला विचारले, "बताईये शरीफजी राजे, परेशानीकी कुछ बात है ?"

"बिलकूल नाही हुजूर! पहाटेच्या आधीच आपलं लष्कर खडकी गावचं शिवार सोडून पुढं धाव घेईल. आपल्या दोन्ही लष्कर मुखियांनी जबरदस्त व्यूहरचना केलीय."

"ती कशी?"

"विजापुरी मुल्ला मोहम्मदाच्या आणि दिल्लीकर सेनापती लष्करखानाच्या फौजा ज्या एका मोक्याच्या मेखेवर एकत्र येतील असा अंदाज आहे, ती जागा

हिशोबात घेऊनच दुश्मनांच्या त्या दोन्ही फौजांना अचूक तडाखा द्यायची योजना आपल्या शिबिरात तयार झालीय.''

निजामशहाच्या मेंदूतली चिंता हटत नव्हती. दिल्लीकरांची ऐंशी हजाराची फौज आणि विजापूरचे वीस हजाराचे लष्कर हिशोबात धरले, तरी शत्रूची संख्या लाखाच्या वर जात होती. अशा वेळी आपल्या जेमतेम चाळीस हजाराच्या सेनेनिशी शत्रूशी मुकाबला करणे हे एक वेडे धाडस ठरणार होते. त्यामुळेच निजामाने काळजीने विचारले, ''बेटा शरीफजी, तुला तरी आहे फतेहची खात्री?''

''क्यूँ नहीं सुलतान साहब?'' शरीफजी उत्साहाने म्हणाला, ''मलिकबाबांनी तर माझ्याकडूनच तुम्हाला पैगाम दिलाय, 'सांगा निजामसाहेबांना, दुश्मनाची संख्या कितीही लाखांची असू दे. इथे जंग-ए-मैदानात स्वत: मलिक अंबर आणि सोबत जवाँमर्द शहाजी भोसला मरगठ्ठा, असे दोघेही पाय रोवून खडे असतील, तर फतेहची चिंता कसली?''

निजामशहा मनापासून हसला. त्याला खात्री होतीच. मलिक अंबरचा तर जिंदगीभरचा लढाई-चढाईचा अनुभव. बुड्ढा आता अठ्याहत्तर वर्षांचा झाला होता; परंतु अंगातली जिगर आणि रणांगणावरची भरारी, दोन्ही तसूभरानेही कमी झाल्या नव्हत्या. शहाजीराजांची ती सळसळती, गोटीबंद आणि देखणी शरीरयष्टी. वय अवघे एकोणतीस वर्षांचे. त्या दोघांच्या मजबूत खांद्यांवर आपण तसे सुरक्षित असल्याची निजामशहाला खात्री होतीच; मात्र तरीही एकीकडून दिल्लीकर पातशहा आणि दुसरीकडून आदिलशाही फौजेचा तो लाखाचा लोंढा अंगावर घेणे म्हणजे मोठीच सत्त्वपरीक्षा ठरणार होती.

निजामाने शरीफजीला न राहवून एक बारीक शंका विचारलीच, ''क्यूँ बेटे, आपलं लष्कर दुमुखी आहे. मतलब, एका वेळी दोन बडे सरदार युद्धाची व्यूहरचना करतात.''

''बिलकूल!''

''पण लष्करी पथकांची पेरणी केल्यावर शेवटचा हुकमी निर्णय कोणाचा असतो?''

''कोणाचा म्हणजे?''

''मलिकबाबाचा की शहाजीराजांचा?''

निजामशहाच्या त्या अचूक तिरंदाजीने स्वत: शरीफजीही गडबडला. न राहून तो मिश्कील हसत बोलला, ''जहाँपन्हा! तुमचा हा अचूक सवाल हे माझ्यासाठीसुद्धा एक मोठं कोडं आहे!''

''ते कसं?''

''कारण हुजूर, त्या शेवटच्या तडाख्याच्या क्षणी त्या दोघांच्या अंगात जो

युद्धज्वर सळसळून उठतो, त्यावरूनही नेमकं उत्तर मिळत नाही. खरं सांगायचं तर तो शेवटचा हुकमी निर्णय म्हणजे दोघांच्या एकाच दिलाचं आणि दिमागाचं विजयी रणगीत असतं.''

हत्तीवरच्या शाही हौद्यात जाडजूड अंगाचे मलिकबाबा आणि त्यांच्या शेजारी तरुण शहाजीराजे बसले होते. लष्कर पुढचा मार्ग कापत होते. तो आसामी जातीचा प्रचंड कायेचा हत्ती आणि त्यावरचा तो चंदनी हौद सेनानायकांचा असल्याने त्याला महागडे कलाबुताचे गोंडे आणि वर मखमली पाखरही घातली होती. हौद्याच्या माथ्यावर एक पोलादी कांबीचे मजबूत छप्पर बनवले होते. रुप्याने त्यावरचा पत्रा मढवला होता. त्यावर किनखापी जाड कापडाचे आच्छादन होते. मध्येच पाऊस आला तर बाजूला गुंडाळलेले रेशमी पडदे सोडायची सोय होती.

हत्ती आपल्या मस्तवाल गतीने पुढे चालला होता. त्याच्या गळ्यातल्या सोन्याच्या घंटा किणकिणत होत्या. पाठीवर तोफा लादलेले आणखी काही हत्ती सोबत झपाट्याने वाटचाल करत होते.

मराठेशाहीच्या लष्करात शहाजी आणि शरीफजी या दोन भावांची जोडी राम-लक्ष्मणासारखी मशहूर होती. वेरूळच्या पुण्यवंत, खानदानी बाबाजी भोसल्यांचे दोन कर्तृत्ववान पुत्र म्हणजे मालोजी आणि विठोजी. पैकी मालोजीराजांना लवकर संतानप्राप्ती झाली नव्हती. तेव्हा त्यांच्या श्रद्धाळू धर्मपत्नी सौ. दीपाबाई अहमदनगरच्या शहाशरीफ नावाच्या मुसलमान बाबांच्या दर्शनाला गेल्या होत्या. भाविक मनाच्या दीपाबाईंनी बाबांकडे 'आपला वंशवेल वाढू दे, होणाऱ्या पुत्ररत्नाला तुझे नाव देईन,' असा नवस बोलला होता. त्यानंतर मालोजी भोसल्यांची वंशवृद्धी झाली. त्यांनी पीरबाबांची याद म्हणून मोठ्या श्रद्धेने थोरल्या पुत्राचे नाव शहाजी आणि धाकट्याचे शरीफजी ठेवले होते.

ज्या अंबारीमध्ये शहाजीराजे बसायचे, त्यात शक्यतो त्यांचा भाऊ शरीफजी कधीही बसायचा नाही. झुलत्या अंबारीत बसण्याऐवजी आपल्या रांगड्या आणि वेगवान दिलपाक घोड्यावरून दौड करायला शरीफजीला खूप आवडायचे.

हत्ती-घोडी गतीने चालली होती. मलिकबाबा मध्येच शहाजीराजांकडे मोठ्या कौतुकाने बघायचे. ते मूळचे आफ्रिका खंडातील ॲबेसिनीयाच्या ओरिमा या गावातले. जातीने हबशी गुलाम. रंग जन्मजात काळा, तुकतुकीत. अलीकडे वयाच्या मानाने पोटाचा घेर खूप सुटला होता; मात्र ते तसे मध्यम उंचीचे आणि आडव्या हाडाचेच होते. त्यांचे शरीर बोजड असले तरी ते अंगमेहनतीने भलतेच काटक होते. मलिकबाबा वृत्तीने कमालीचे जिद्दी होते. आता रात्रीच्या अंधारात त्यांचा चेहरा कोळशासारखा काळाकभिन्न दिसत होता; मात्र हौद्यात एका कोपऱ्यात ठेवलेला तो

सुंदरी नावाचा काचेचा दिवा; त्याच्या मंद प्रकाशात मलिकबाबांचे डोळे विलक्षण चकाकताना दिसत होते.

रात्रीचा गार वारा झोंबत होता. मध्ये बराच वेळ मलिकबाबा विचारात गुंगून गेल्यासारखे दिसले. त्यांच्या मनात आपल्या बालपणातील आठवणींची गुंडाळी फेर धरू लागली. किती घटना, किती देश आणि ते अगणित समुद्र किनारे. बोटीत चाच्यांनी नारळाच्या पोत्यात कोंबून, आफ्रिकेतून लपवून आणलेले ते काळेकुट्ट पोर, आईच्या आणि बापाच्या जागी उभी राहणारी काही बिनचेहऱ्याची वर्तुळे—, अरेबियातील ते उंची बाजार, मखमली झुली घातलेल्या सांडण्यांनी सजवलेले ते तांडे, हिरेजवाहरातांनी आणि मिठायांच्या परातींनी सजलेले बाजार, त्यानंतर पुन्हा हिंदुस्थानाकडचा कैक महिन्यांचा बोटीतला तो दीर्घ प्रवास, अहमदनगरला बाबा शरीफच्या दर्ग्यापुढचे ते लिंबाचे झाड.

शहाजींचा हात आपल्या राठ काळ्या हातात पकडत अंबरबाबा भारावल्यासारखे बोलले, "क्या बताऊँ बेटे! मी हा असा हबशी गुलाम, अहमदनगरला पोचेपर्यंत चार सालांच्या भागादौडीत माझा तीन वेळा झालेला सौदा. अगदी बच्चा होतो तेव्हा मी. आम्हा गुलाम पोरांचा दर्दनाक छळ केला जायचा. बड्या खानदानी घराण्यात रात-दिन राबणारा एक इमानी कुत्ता म्हणूनच मला वागवलं जायचं. तशा हवेलीमाड्यांतून जनानखान्यात उगाच तकलीफ नको म्हणून आम्हा गुलाम पोरांची मर्दानगी ठेचून काढली जायची. बैलाचं लिंग जसं ठेचतात तशाच निर्दयीपणानं. अल्लाची मेहेरबानी म्हणून की काय मला काझी हुसेन नावाचा एक दयाळू मालिक भेटला. उसकी मेहेरबानीसेही मैं उस बलासे बच गया!"

"किती भयंकर जिंदगी बघितलीत बाबा तुम्ही!" शहाजी उद्गारले.

"हो! गुलामी तर घिनौनी, जालीम! जंजीरे तोडून पुन्हा आझादी हासिल करणं केवळ मुश्कील! पुढे माझ्यावर डोंगरासारखे एहसान घडले ते त्या चंगीझखानाच्या बेगमचे —"

"कोण चंगीजखान?"

"होते इथल्या निजामशाही दरबारात एक वजीर. भला आदमी. त्यांनीच तर मला खजुराच्या पेटाऱ्यांबरोबर गुलाम म्हणून विकत घेतलं होतं. त्यांच्या मौतीनंतर त्यांच्या बेगमनंच मला गुलामगिरीच्या जाचातून कायमचं रिहा केलं." मलिकबाबा उत्तरले.

वाटेतल्या नद्या, डोंगर, जंगले ओलांडत फौज अविश्रांत पुढे चालली होती. पहाटे थोडा वेळ एखाद्या नदीपात्राजवळ थांबायचे अन् काही तासांची विश्रांती घ्यायचे हुकूम बिनीच्या पथकांना सुटले होते.

हत्तींच्या गळ्यातील घंटानाद वातावरणात एक वेगळीच धुंदी आणत होता.

घोडी झपाट्याने पुढे निघाली होती. हजारो घोड्यांच्या टापांच्या गतीतून काही न्याराच ध्वनी निर्माण होत होता. शहाजींनी काळजीने विचारले, "काय करायचं हो मलिकबाबा? आपल्यापेक्षा आपल्या दोन्ही दुश्मनांची फौज दुपटीहून अधिक आहे. मला थोडी चिंताच वाटते."

"बिलकूल फिकीर करू नको शहाजी बेटे!" मलिकबाबा मोठ्या भरवशाने सांगू लागले, "फक्त रोशनगावच्या लढाईत एकदाच मी मोगलांकडून पराभूत झालो. नहीं तो अकबर पातशहापासून ते आता बुद्धा व्हायला आलेल्या जहांगिरपर्यंत गेल्या तीस वर्षांत आम्ही दख्खनमध्ये मोगलांची डाळ बिलकूल शिजू दिलेली नाही. जेव्हा जेव्हा त्यांनी आमची अहमदनगरची निजामशाही फस्त करायचा बेत रचला, तेव्हा तेव्हा आम्ही त्यांचे दात पाडून त्यांची तोंडं सुजवली आहेत."

बोलताना मलिकबाबा मध्येच थांबले आणि पुन्हा म्हणाले, "पण शहाजी, आज दिल्लीच्या किंवा आग्र्याच्या मंडीत सहज चौकशी करशील तर माझ्याबद्दल भयंकर हकिगती ऐकशील!"

"कोणत्या बाबा?"

"तंत्रमंत्रयंत्र सब काली जादू मेरी मुठ्ठीमें रहती हैं। सबब, प्रत्येक नव्या निजामशहाला मी माझ्या कबजात ठेवतो, अगदी पाळलेल्या कबुतरांसारखा!"

"छे! भलतंच काय?"

"काहींच्या मते तर मी काळाकुट्ट, पाताळयंत्री कापालिक आहे. जादूमंतर करतो. चोरीछुपे मी माझ्या जंगली देवांपुढे नरबळीही देतो."

"ह्या साऱ्या मूर्खपणाच्याच समजुती आहेत."

"आजवर मला मिळालेल्या यशाची बक्षिसी म्हणजे मेरे सभी दुश्मन मेरी जानपें उठ गये! कमसे कम चालीस बार उन्होंने मुझे धोकाधडीसे या खानेमें जहर मिलाकर जानसे दफनाने की कोशिश की है! तरीही मी दिल्लीपतींच्या समींदरासारख्या बड्या बड्या फौजांना अनेकदा पळता भुई थोडी करून सोडलं आहे."

"वा मलिकबाबा! कमाल आहे आपल्या बहादुरीची!"

"छे छे! त्या फतेहचा मी एकटा मालिक नाही शहाजी. माझ्या दहा हजार गुलामांच्या घोडदळाबरोबर अकबर पातशहाच्या फौजेला खरं पाणी पाजलं ते तुम्हा मराठ्यांच्या बहाद्दूर घोडेस्वारांनी. ह्या दख्खनच्या दगडधोंड्यातली कष्टाळू माणसांची आणि जनावरांची फौलादी दीवार मी पातशहाच्या आक्रमणापुढे खडी केली होती."

"बाबा, आपल्या येण्याने दख्खनमध्ये लढाईचं नवंच युद्धशास्त्र जन्माला आलं."

"हो बेटा, कमी शस्त्रांनिशी बड्याबड्या फौजांना जेरीस आणणं हेही एक बडं शास्त्र आहे."

"सिद्धी कशी प्राप्त केलीत बाबा आपण त्या शास्त्राची?"

"पहले असं की, मोगलांसारख्या माजलेल्या मदमस्त लष्कराची सुखाची नींद खराब करायची. त्यांची रसद तोडायची. त्यांना अगदी मेटाकुटीस आणून उनका जीना और सोना मुश्कील कर देना!"

"हां, आता आलं लक्षात. हे दख्खनी आले कसे, लढाईला भिडले कसे हे त्यांना कळताच कामा नये, त्यांची झोपमोड व्हायच्या आधीच रणांगण लुटून न्यायचं, अशी ती मारझोडीची लढाई ना?"

"हाँ बेटे, जंग का यही असल तरीका अपनाना होगा।"

"बरोबर बाबा! आक्रमक धावपळीचा, लवचीक तरीही शक्तिमान, बेभान तरीही गतिमान असा आम्हा गनिमांचा कावा! आपल्या मातीचे डावपेच दुश्मनाला दाखवायचे ना? वा बाबा!" स्वत:वर खूप खूश होत शहाजीराजे बोलले, "माझ्या मस्तकात आता जळत्या पलित्यासारखा प्रकाश पडलाय. आपण धावपळीच्या आणि शत्रूची दाणादाण उडवणाऱ्या ह्या जंगाच्या रीतीला 'गनिमी कावा' असंच नाव देऊ या की!"

"बहुत खूब!" मलिकबाबा खूश होऊन बोलले, "शहाजी! तू तो शायर भी है। लब्जोंका जादूगर!"

गनिमी काव्याच्या अंमलबजावणीच्या दिशेने दोघांत चर्चा सुरू झाली. शहाजीराजे म्हणाले, "मला तर खास करून असं वाटतं बाबा, एक वेळ एका पायाने तुटलेला मनुष्य काखेत कुबडी घेऊन दुसऱ्या पायावर उभा राहू शकतो; पण मनानं तुटलेला माणूस किती वेळ तग धरणार?"

"क्या मतलब?"

"मैदाने जंगमध्ये उतरण्याआधी शिबिरातच दुश्मनाचा मानसिक पराभव करायला हवा."

"वा वा ऽऽ" मलिकबाबा समाधानाने उद्गारले.

शहाजीराजे आज मनाने अतिशय प्रसन्न होते. मलिकबाबांच्या सहवासात मनाची चांगली मशागत झाली होती. जवळपास साठ वर्षांचा रणमैदानांचा अनुभव असलेल्या त्या वृद्धाकडून खूप काही ऐकायला मिळाले होते.

बोलताबोलता शहाजीच विचारांच्या वावटळीत सापडले. मग स्वत: कढत उसासे टाकत बोलले, "मलिकबाबा, अनेकदा माझा जीव व्याकूळ होतो, एकाच प्रश्नाचा भुंगा सातत्याने सतावतो. केव्हा, केव्हा उगवतील ते आम्हा मराठ्यांचे भाग्यदायी दिवस, जेव्हा आमच्या मातीतूनच आकाराला येईल आमचं सिंहासन आणि आमच्या अस्मानात नाचतील आमच्याच मर्दुमकीचे झेंडे!"

"सुभानअल्ला ऽ इस उमरमें तेरी कितनी लंबी सोचसमझ है बेटा!"

"बाबा, खरं सांगायचं तर उबग आणि वैताग येतो तो एकाच गोष्टीचा. आम्ही मराठे म्हणजे परक्या धन्यांची ओझी, नाहीतर तोफा वाहणारे बैल ऽ! कुठवर चालणार हे असं?"

शहाजीराजांच्या मनातली ती रुखरुख, अन्यायाबद्दलची चीड, ती बेचैनी मलिकबाबाला चांगली समजली. त्यांनी पट्कन शहाजीराजांचा तळहात आपल्या हाताच्या पंजामध्ये पकडला आणि ते न राहवून बोलले, "हाँ बेटा, मैं जानता हूँ तेरी तडपती दास्तान!"

ज्यांनी अनेक देशांचे किनारे, बंदरगाह बघितलेले असतात, अनेक नद्यांचे पाणी पचवलेले असते, देशोदेशीच्या खलाश्यांचा, प्रवाशांचा, मोतियांचा आणि अंमलदारांचा ज्यांना सहवास घडतो, अशा कर्तृत्ववान भटक्यांना स्वयंसिद्ध अनेक कला अवगत असतात. कोणाला मूर्तिशास्त्रात, जनावरांच्या आजारात, वैद्यकशास्त्रात, पाकशास्त्रात तर अनेकांना ज्योतिषशास्त्रातही मोठी गती असते.

मलिकबाबांनी त्या काचेच्या सुंदरीच्या तांबूस भगभगीत प्रकाशात शहाजीराजांचा तळहात खूप बारकाईने निरखायला सुरुवात केली. तसे राजांनी विचारले, "काय सांगताहेत आमच्या हस्तरेषा?"

"खूब तकदीरवाला है!"

"कोण? मी?"

"तू आहेसच, पण तेरा बच्चा बनेगा अपने मिट्टीका रखवाला, देशधर्म और गरीबोंका पालनहार! वह चमकेगा इन्सानोंके भीडमें भगवान जैसा और सजेगा देवताओंकी कतारमें एक राजयोगी बनकर! पूरे दावे के साथ मैं बताऊंगा यह बात।"

"खूप धन्यवाद बाबा! मात्र अशा बालकाच्या येण्याने खरंच आमचा उंबरठा सोन्याचा होणार असेल तर सांगा, त्या सानुल्याची काळजी आम्ही कशी वाहायची?"

"तुझ्या त्या होणाऱ्या बालकाला कोणाच्याही छाँवमध्ये वाढू देऊ नकोस. त्याला कोणाच्या नोकरीत वा गुलामीत ठेवू नकोस. किंवा कोणाच्या अर्धचतकोर भाकरीत गुंतवू नकोस."

"म्हणजे काय बाबा?"

"दूसरोंकी छाँवमें ये पौधा सूखेगा। लेकिन अपनी माँकी निगाहोमें वह आसमान जैसा बढेगा। खूब खिलेगा!"

प्रवास बराच झाला होता. रात्र वाढली होती. बाबांचा हत्ती डुलतझुलत चालला होता. मलिकबाबांच्या पसरट काळ्या चेहऱ्याच्या वरच्या बाजूला चकाकणारी डोळ्यांतील ती दोन पांढरी बुबुळे दरवाजावरच्या जागृत रखवालदारांसारखी जागीच होती. एक लंबा श्वास घेत बाबा म्हणाले, "हे बघ शहाजी, आताच तुला मी सावधगिरीचा

इशारा देतो,'' एक आवंढा गिळत ते पुढे घोगऱ्या आवाजात सांगू लागले, ''एक बहुत घिनोनी खबर येऊन पोचलीय माझ्या कानापर्यंत.''

''सांगा बाबा!''

''ते दिल्लीवाले मोगल आणि आदिलशाही विजापूरकर, भेदनीतीचं एक कुटिल हत्यार चालवायच्या बेतात आहेत.''

''काय सांगता?''

''आपल्या फौजेतलाच कोणी एक सूरमा सरदार फोडून, त्याच्यामार्फत दगाफटका करायचा नीच डाव त्यांनी रचला आहे.''

''हे शंभो ऽ'' शहाजीराजे देवाच्या नावाने हुंकार टाकत अतिशय गांभीर्याने विचारू लागले, ''कोण कोण लागलं आहे त्यांच्या गळाला?''

''कोणीही असू शकतं. तू ज्याच्यावर जिवापेक्षा जास्त प्यारमोहब्बत करतोस तो तुझा शरीफजीही असू शकतो.''

''काय बोलता अंबरबाबा? अशक्य! केवळ नामुमकिन ऽ!'' तिथेच अंबारीच्या हौद्यात अर्धवट उसळी घेत शहाजीराजे कडाडले, ''हे बघा बाबा, रोज पूर्वेला उगवणारा सूर्य एक दिवस अचानक पश्चिमेलाही उगवेल; पण आमच्या शरीफकडून अशी बेईमानी कदापिही घडणार नाही. अहो, आईबापाच्या माघारी पोटच्या लेकरासारखा वाढवला आहे आम्ही त्याला. उगाच फाजील काळजी करता बाबा तुम्ही.''

''नाही रे बेटा, खूब सबक शिकवली आहे मला जिंदगीने. जे नुकसान किल्ल्याच्या सभोवती अर्धवर्तुळात ठाण मांडून बसलेला तोफांचा बेहडा हासिल करू शकत नाही, त्याहून अधिक बरबादी आपल्या घरातला कुसळासारखा आपला एखादा किरकोळ भाईबंद सहज करून जातो.''

थोड्या वेळाने शहाजीराजांना पलीकडून चालणाऱ्या आपल्या अंबारीमध्ये जायचे होते. आळसावलेल्या अंगाला थोड्या विश्रांतीचीही आवश्यकता होती. रस्त्यात काही क्षण मलिकबाबांची अंबारी थांबली. शहाजीराजे शिडीवरून खाली उतरले आणि आपल्या अंबारीत येऊन बसले. बिछायतीची व्यवस्था लावून शागिर्द पोरांनी अंबारीतून खाली उड्या घेतल्या. ते सारे आपापल्या घोड्यावर किंवा तट्टावर बसून फौजेसोबत पुढे चालू लागले. तेवढ्यात बाहेरून 'दादासाहेब ऽ' असा आवाज आला. शहाजीराजांनी मान उंचावून उजव्या हाताला खाली बघितले, तर हत्तीच्या अंगाजवळून शरीफजीचा दिलपाक घोडा चालला होता. तो काळजीने विचारत होता, ''दादा ऽ थोडा फलाहार घ्या.''

''घेतो, फिकीर नको करू.''

''नाही हो! थकून तशीच उपाशीपोटानं रात्र काढायची तुम्हाला सवय आहे.''

''कोणी सांगितलं तुला?''

"तशी ताकीदच आहे आमच्या जिजावहिनींची त्यांच्या लाडक्या दिराला."

शरीफजी आपले घोडे पुढे दामटवू लागला. तोच पाठीमागून सहासात घोडेस्वार वाऱ्याच्या वेगाने मध्येच घुसले. शरीफजीचा घोडा मध्ये ठेवून डाव्या आणि उजव्या अंगाने त्याच्या अंगाला अंग चिकटवीत आपली जनावरे पुढे हाकू लागले. ते सारे जवाँमर्द म्हणजे विठोजी भोसल्यांची सात मुले होती. शहाजी आणि शरीफजीची चुलत भावंडे. सारे जणच मोठ्या इरसरीने त्या युद्धमोहिमेवर बाहेर पडले होते. नागोजी भोसले अंगाने असा आडवातिडवा होता की त्याचे दोस्त त्याला 'छोटा हत्ती' म्हणूनच चिडवायचे. त्याच्या प्रवासासाठी एका वेळी दोन घोडी लागायची. त्यामुळे त्याचे शिलकीचे घोडे घेऊन सोबत एक हशम चालायचा.

निजामाच्या राजवटीत आधी मालोजी आणि त्यानंतर त्यांचा धाकटा भाऊ विठोजी या दोघांनाही मलिकबाबांची साथ आणि सावली लाभली होती. इंदापुरात मालोजी धारातीर्थी पडल्यावर विठोजींनी त्यांच्याच नावे घरचा कारभार पुढे चालवला होता. मालोजींचे दोन आणि विठोजींचे आठ असे एका घरातले ते दहा जण धट्टेकट्टे बहाद्दर म्हणजे एखाद्या लष्कराची छोटी तुकडीच असल्यासारखे सर्वांना वाटायचे. आता फक्त विठोजींचे चिरंजीव संभाजी भोसल्यांच्या जाण्याने एक जण कमी झाला होता.

एकापेक्षा एक जण उंच, धिप्पाड, दिसायला सुंदर आणि सगळेच नऊ वीर मर्दानगीने मुसमुसलेले. अवघ्या निजामशाहीत वाघ-सिंहाच्या बछड्यांसारखी ती भोसल्यांच्या नऊ भावंडांची फौज गुरगुरत चालायची. स्वारीशिकारीला ते सारे मिळूनच बाहेर पडायचे. अनेकांनी त्यांच्यामध्ये फूट पाडायचा प्रयत्न करून पाहिला होता; पण अद्याप त्यामध्ये कोणाला यश आले नव्हते.

अगदी गुदस्ताची गोष्ट. दौलताबादच्या किल्ल्यावर निजामसाहेबांच्या घरी एक बडा सोहळा आयोजित केला गेला होता. तेव्हा किल्ल्यातून सजवलेल्या अंबाऱ्या गर्दीतून बाहेर पडत होत्या. तेवढ्यात सरदार खंडागळ्यांचा हत्ती खूप बिथरला. एकाएकी त्या खवळलेल्या हत्तीने आपल्या बलदंड सोंडेच्या एकेका फटकाऱ्याने वृक्षांच्या फांद्या उडवाव्यात, तसे दहा-बारा नागरिकांना एकदमच उडवून जखमी करायला सुरुवात केली. त्या हत्तीच्या बलदंड पायाखाली माणसे किडामुंगीसारखी चिरडली जाऊ लागली. त्यामुळे किल्ल्यावर 'आवरा रे आवरा ऽऽ त्या हत्तीला आवरा' असा आकांत सुरू झाला.

तेव्हा जिजाऊंचे बंधुराज आणि लखोजीरावांचा तरुण पोर दत्ताजी जाधव मागे फिरला. त्याने आपल्या हातातल्या धारदार नंग्या तलवारीने त्या हत्तीच्या सोंडेवर सपासप वार केले. त्यामुळे हत्ती अधिकच खवळला. खवळलेल्या हत्तीला काबूत आणायच्या झगड्यावरून विठोजींचे पुत्र संभाजी भोसले आणि दत्ताजी, दोघांमध्ये

द्वंद्व सुरू झाले. त्याचा परिणाम म्हणून किल्ल्यावर एका बाजूला भोसल्यांची मुले आणि विरोधात जाधवरावांची सारी तरुण मुले अशी अभूतपूर्व खणाखणी आणि हाणाहाणी सुरू झाली.

त्या आपसांतल्या धुमश्चक्रीत दत्ताजी जाधवांचे मुंडके तुटले. किल्ल्यातून बाहेर पडणाऱ्या लखोजीरावांना आपल्या मुलाच्या मृत्यूची खबर कळताच ते सुडाने बेभान होऊन माघारी फिरले. माघारी फिरल्यावर त्यांनी आपल्या भाऊबंदांसाठी जोरासोराने लढणाऱ्या आपल्या जावयांकडे, शहाजीराजांकडे पाहिले; परंतु त्यांच्या प्राणाचीही पर्वा न करता जगलास काय आणि मेलास काय अशा मिशाने त्यांनी सरळ शहाजीराजांच्याच डोक्यात तलवारीचा जोरकस घाव घातला. तेव्हा केवळ पगडीमुळे ते वाचले अन् बेशुद्ध होऊन बाजूला पडले.

भयंकर संतापलेल्या लखोजीरावांनी समोरच्या गर्दीत संभाजी भोसले दिसताच अंगामध्ये जोर एकवटून त्याच्या डोक्यात तलवार घातली. टरबूज फुटावे तसे संभाजीचे मस्तक फुटले.

प्रकरण तिसऱ्याच्याच, म्हणजेच खंडागळ्यांच्या हत्तीवरून पेटले होते. अन् भोसले आणि जाधवराव ह्या दोन खानदानांच्या जिवावर उठले होते. शेवटी मिळाले काय? त्या सायंकाळी त्या दोन्ही भावक्यांनी आपापली तरुण मुले घेऊन स्मशाने गाठली होती. तरण्या रक्तांची राख करून दोघांचेही नुकसान करून घेतले होते.

आपसातल्या अशाच दुहीच्या आणि द्वेष-मत्सराच्या आगीनेच त्या पुराण्या दौलताबाद किल्ल्याचे तोंड फोडले होते. यादवांच्या देवगिरीचे इस्लामी दौलताबादेत रूपांतर झाले होते. त्याही गोष्टीला आता तीनशे-चारशे वर्षे लोटली होती.

आज रणमैदानाकडे झेप घेताना अंबारीतून पुढे सरकणाऱ्या शहाजीराजांचे मनसुद्धा उदास होते. आता लवकरच छेडल्या जाणाऱ्या युद्धामध्ये आपल्या विरोधात आणि मोगलांच्या फौजेत आपले सासरे सरदार लखोजी जाधवराव दिसतील. कदाचित त्यांची तिन्ही मुले शस्त्रे घेऊन सरसावून येतील. मूठभेड घडेल.

त्या दुपारी निरोपाचे तबक ओवाळताना जिजाऊंनी बोलून काहीच दाखवले नव्हते; पण त्यांच्या दोन्ही डोळ्यांतल्या त्या खिन्न ज्योतींची आठवण होऊन शहाजीराजांच्या उदासीमध्ये अधिकच भर पडत होती. जिजाऊंनी मनातून नक्कीच देवाकडे धावा केला असणार, "हे जगदीशा ऽऽ आमच्या पित्याच्या पगडीचं रक्षण करा; पण त्याच वेळी माझ्या घरधन्याच्या फेट्यावरचा तुरासुद्धा कोमेजू देऊ नकोस रे भगवंता!"

ती नऊ चुलत भावंडे त्या रात्री हसत, खिदळत, घोडी उडवत वेगाने पुढे चालली होती. शरीफजीच्या दिलपाक घोड्याच्या जीनसामानात चार-पाच टरबुजे होती. त्याने ती फळे बाहेर काढून धावताधावता आपल्या भावांच्या दिशेने फेकली.

त्या बहाद्दरांनी घोड्यावरच बुक्कीने कांदा फोडावा तशी टरबुजे फोडली, आपसांत वाटून खाल्ली.

उत्तर दिशेला असलेली मोगलाई आणि दक्षिणेची आदिलशाही हे निजामाचे दोन्ही बाजूंचे दोन पडोसी. मधला निजामशाहीचा पेढा गिळायचे दोन्ही शेजाऱ्यांचे शंभर वर्षे पुराणे स्वप्न होते. त्यातही निजामशाहीचा वजीर मलिक अंबर म्हणजे निजामाचे गंडस्थळ होते हे त्यांना ठाऊक होते. चालू लढाईत त्याचा पुरा खात्मा करायचा विडा त्या दोन्ही शेजाऱ्यांनी उचलला होता.

युद्धभूमीकडे सरकताना कालपासून शहाजींना इंदापूरचा तो धगधगता रणसंग्राम आठवत होता. तेव्हा रणांगणावर पहिल्यादांच चामडी जाकीट घालून उतरलेल्या शहाजींचे वय फक्त दहा-अकरा वर्षांचे होते. दुश्मनाच्या तोफांच्या तडाख्याने त्यांचे पिता मालोजीबाबा रणांगणात कामी आले होते. तिथेच रणभूमीवर त्यांची चिता पेटवली गेली होती. आपल्या बड्या बंधूच्या मृत्यूने धाकटे विठोजीराजे धाय मोकलून रडत होते. ते चितेजवळच कंबर मोडल्यासारखे बसले होते. त्यांच्याजवळ शरीफजीराजे पेटलेल्या चितेच्या झळा सोसत बसले होते. त्या अग्निकुंडाभोवती दीपाबाईंच्या परिक्रमा सुरू होत्या.

हातात भरलेला हिरव्या काकणांचा चुडा आणि कपाळावरचा लालभडक कुंकवाचा टिळा लेवून अहेवपणी घरधन्यासोबत सहगमन करायच्या निर्धाराने दीपाबाई चितेभोवती फेऱ्या मारत होत्या. बाजूला जमलेला गोतावळा आसवांच्या पुरात बुडून गेला होता.

ब्राह्मणांचे वेगाने मंत्रपठण सुरू होते. एकाएकी मंत्रोच्चारांचा आणि चर्मवाद्यांचा कानठळ्या बसवणारा आवाज वाढला. तशा दीपाबाई त्या अग्निकुंडाकडे झेपावू लागल्या. तोच बालशहाजी पुढे धावले. व्याकूळ झालेल्या त्या बालकाने आपल्या मातेच्या पायांना मिठी मारून दु:खाने हंबरडा फोडला, ‘‘मातोश्री ऽ का हो करता असं? थोडे बघा ना आपल्या धाकट्या शरीफ बाळाकडे! त्याला तुमच्या पदराची ऊब हवी आहे. नका हो जाऊ ऽ ऽ.’’ ते दृश्यच दगडालाही पाझर फोडण्याइतके करुण होते. दीपाबाईंचे दीर विठोजीराजे आपला शेला दीपाबाईंच्या पुढे पसरवीत कळकळीने बोलले, ‘‘ऐका वैनीसाहेब ऽ ऽ आमच्या दादांच्या पाठोपाठ मातेसमान वहिनीही गेल्या, तर भोसल्यांचा वाड्याच्या भिंती कायमच्या उजाड आणि भकास होतील. ऐका आमचं ऽऽ’’

दीपाबाईंनी नवससायासांनी झालेल्या आपल्या दोन्ही लेकांकडे बघितले. तसे आईचे आतडे कळवळले. त्यांनी वेड्या पक्षिणीसारखी झडप घेऊन शहाजी आणि

शरीफजी या दोघांनाही पोटाशी ओढले.

बाळपणीचे ते दुःखी वादळी दिवस आठवले की शहाजीराजांना गहिवरून यायचे.

निजामशाही पथके रात्रीची अहमदनगरच्या दिशेने आगेकूच करत होती, त्याच वेळी दहा मैलांच्या अंतरावरून दिल्लीकर जहांगिर पातशहाच्या फौजाही जलदीने वाटचाल करत होत्या. लष्करखान, बहादूरखान, जलालखान, खंजीरखान अशा मोगलांच्या सरदारांना महाबतखानाने बुऱ्हाणपूरजवळच मोठी कुमक पुरवली होती. बहादूरखानाने पातशहा जहांगिरसाहेबांना वचनच देऊन टाकले होते, "या वेळी आम्ही मलिक अंबर नावाच्या सैतानाला जिवंत पकडू. त्याला रेड्यावर पखालीसारखा करकचून बांधू आणि तसाच पेश करू आलमपन्हाँच्या दरबारात."

रात्रीच्या काळोखाची, नद्याघाटांची वा काट्याकुट्यांची पर्वा न करता हरकारे धावत होते. शत्रूकडची बित्तंबातमी पुरवत होते. दुष्मनांच्या रपेटीच्या गतीच्या अंदाजावर मोगलांच्या आणि आदिलशाही फौजा एकत्र कोठे येऊ शकतील, याचा अंदाज शहाजीराजांकडून आणि मलिकबाबांकडून बांधला जात होता.

उजाडता उजाडता वाटेत एका बगलेवर समोरच्या नगरीतले मीनार, कमानी आणि शहराभोवतीची कुसाची भिंत दिसू लागली. नुकताच श्रावण संपून गेल्याने रानात ओला गारठा बऱ्यापैकी होताच. त्यात अहमदनगरच्या बाजूला अलीकडेच पाऊस पडून गेल्याचे दिसत होते. त्यामुळे चिखलाने वाटा बरबटून गेल्या होत्या. त्यावर चालताना हत्तींची आणि घोड्यांची चाल मंदावली. जनावरांचे पाय ओल्या मातीवर सटकू लागले.

सकाळ झाली तरी आभाळ गच्च होते. तितक्यात समोरच्या अंगाने तीन सांडणीस्वार तुरुतुरु सामोरे आले. त्यांच्याकडून खबर मिळाली, "आज दुपारपर्यंत मोगलाई आणि आदिलशाही फौजा जवळपास येऊन धडकतील."

वाटेत मेहकर नावाच्या छोट्या नदीचे पात्र लागले. समोर जलप्रवाह दिसताच माणसे आणि जनावरेही वेडी झाली. दिवस-रात्र सलग केलेल्या प्रवासाने सर्वांची अंगे आंबली होती. पाणी दिसताच हत्तींनी हवेत उंच सोंडा उंचावल्या. खुशीचे चित्कार काढले. ती बडीबडी जनावरे सरळ खालच्या नदीपात्रात जाऊन फतकल मारून ऐसपैस बसली. सेनानायकांनी त्यांना दोन-अडीच तास पाण्यात डुंबण्याचा आनंद घेऊ दिला.

न्याहारीचा वखत संपला. पुन्हा कूचाचे नगारे आणि पिपाण्या वाजल्या. हत्ती आणि घोडी मात्र पाण्यातून बाहेर पडायचे नाव घेत नव्हती. तेव्हा माहुतांनी आणि हशमांनी त्यांना दांडलले, थोडा लाठ्याकाठ्यांचा मार दिला. तशी जनावरे नदीचा

काठ सोडून वर सरकू लागली. तिथेच पल्याड तळ ठोकायचा होता. पलीकडे एक प्रचंड मोठा नैसर्गिक तलाव दिसत होता. तलावाच्या आणि नदीच्या मधली जागा फौजी तळासाठी झकास होती. त्यामुळे अनेक स्वारसैनिक खुशीने तिथे आपला काजाबोजा उतरवू लागले. तेवढ्यात वरून ओरडा ऐकू आला. बिनीचे अंमलदार मोठ्याने शोर करू लागले, ''भाई उधर नहीं, आगे आईये!''

मधला तो तलाव ओलांडून त्याच्या काठाने पुढे चालत जाऊन उंच माळावरच्या जागी लष्कर उतरू लागले. फौजीबाजाराच्या राहुट्या आधीच उभ्या राहिल्या होत्या. सकाळचे भोजन उघड्यावरच झाले. त्यानंतर खाशांच्या तंबूकनाती आणि डेरे उभे राहू लागले.

दुपार झाली आणि टेकडीच्या अंगाने मुंग्यांची रांग लागावी तसे दुश्मनांचे सैनिक वेगाने खाली उतरताना दिसू लागले. मलिकबाबा आणि शहाजीराजे यांच्या अंदाजानुसार इथेच अडकित्ता पडणार होता. म्हणजे एका बाजूने मोगलांचे लष्कर आणि दुसरीकडून आदिलशाही फौज तिथे पोचणार होती.

दुश्मनांची हुशार पथके वाऱ्याच्या वेगाने दरडी उतरत त्या सोयीस्कर आणि सुरक्षित जागेचा कबजा करण्यासाठी धावू लागली. त्यांनी थोड्याच वेळात त्या बड्या तलावाच्या आणि नदीच्या मधली जागा ताब्यात घ्यायला सुरुवात केली. तशी आपली अकारण घोर फसगत झाल्याचे बघून मराठा स्वारराऊत संतापले. काही जण मसलतीच्या तात्पुरत्या उभारलेल्या राहुटीमध्ये धावले. मलिकबाबा आणि शहाजीराजे यांना ते ओरडून विचारू लागले, ''अहो राजे ऽ चला तरी, पाहा, काय घोटाळा केलात तुम्ही बघा तरी.''

''सोन्यासारखी ती जागा उगाच गमावलीत! त्या वैऱ्यांच्या अवलादींनी एकदा का तो तलाव आटवला, तर जनावरं-माणसं टाचा घासून मरतील,'' दुसरा बोलला.

''राजे, ती मेहकर नावाची छोटी नदीही कशीबशी पंधरा-वीस दिवसांची पाहुणी आहे हो, नंतर पाणी आटून तिचं वाळवंट उघडं पडेल. पाणी पाणी करत मरून जाऊ आपण!'' तिसऱ्याने भीती व्यक्त केली.

शहाजीराजांनी मलिकबाबांकडे पाहत मान उंचावली, तर मलिक दुसऱ्याच कुठल्यातरी कामात गढल्याचे दिसत होते. घाईस आलेल्या आपल्या सैनिकांकडे बघत शहाजीराजे हुकमी आवाजात बोलेले, ''जा मुकाट्याने! माघारी फिरा. गडबड नको. पाहतो.'' तेव्हा हिरमुसल्या तोंडाने ते स्वारसैनिक राहुटीबाहेर निघून गेले.

पातशाही फौजेपेक्षा निजामाचे लष्कर निम्म्याहून कमी असल्याचे गुपित सर्वांनाच माहीत झाले होते. त्यामुळे पहिल्या दिवसापासून रणांगणावर मोगल आणि आदिलशाही फौजांचा खूप वरचढपणा आणि दबदबा होता.

रात्री दहा-अकराचा सुमार झाला. एवढ्यात खाशांच्या डेऱ्यातून दोन दूत

शरीफजीला बोलवायला आले. त्यांचे बोलणे चालू असतानाच अकारण गरमागरमी झाली. अन् बघताबघता चक्क निजामशाही सैनिकांमध्ये आणि मराठा सैनिकांमध्ये जोराचे भांडण पेटले. आरोळ्या घुमू लागल्या. आवाज वाढले. आपसात शिवीगाळीचेही बार उडू लागले. ते पाहून अनेकांची धांदल उडाली. ती खबर मसलतीच्या डेऱ्यात पोचली. तसे मलिकबाबा आणि शहाजीराजे तिथे येऊन पोचले.

खुद्द मलिकबाबांनी हात जोडूनही शरीफजी आपल्या आवाजाची पट्टी खाली करेना. तसे शहाजीराजे भयंकर तडकून म्हणाले, "असं कसंही भांडायला रणांगणावरचं शिबिर म्हणजे तुम्हाला रंगपंचमीच्या खेळातला हौद वाटतो का?" थोरल्या बंधूंकडून असा जाहीर खरडपट्टीचा अहेर मिळाल्यामुळे अधिकच भावनाविवश होऊन शरीफजी बोलला, "बस्स झालं दादा. तुमची लढाई तुमच्या जवळ ठेवा. ह्या नालायक निजामाच्या नादी लागून आमचा इतका अपमान करता? चाललो आम्ही आमच्या पथकानिशी बाहेर."

"कहाँ चले बेटे?" मलिकबाबानी मध्येच तोंड घातले.

"पुढा तिकडं मुलूख थोडा करू. तुम्हाला काय करायचंय अंबरमियाँ? तुम्हीच तर आमच्यातल्या भांडणाचं खरं मूळ आणि आगलावे आहात."

शरीफजीचा दु:खाने, संतापाने आणि अपमानाने झाकोळून गेलेला चेहरा पाहवत नव्हता. तो कोणाचेही ऐकण्याच्या मन:स्थितीत नव्हता. त्याने लगेच आपला दिलपाक घोडा बोलावला अन् त्यावर मांड ठोकली. बरेच तरुण शरीफजीच्या सोबत निघाले. ऐन रात्री बाहेर पडणाऱ्या त्या पथकाची संख्या पाहतापाहता तीन हजारपर्यंत पोचली. ती बाब लक्षात येताच मलिकबाबांचा आणि शहाजीराजांचा चेहरा बघण्यासारखा झाला. तळावर असे दुहीचे नागडे दर्शन घडायला नको होते. जे घडले ते चांगले नव्हते. भांडणावेळी आजूबाजूला जी बाजारगर्दी झाली होती, त्यामध्ये दुश्मनांचे हेर असणारच, त्या चिंतेने शहाजीराजे आणि मलिकबाबाही अधिक चिंतातुर झाले होते.

खुशीची ती खबर शत्रुतळावर पोचली होती. त्याच खुशीत मोगलाई पथके बिर्याणी-कुर्मा खाऊन खुशाल झोपी गेली.

रात्री पावसाची एक सर येऊन गेली. अन् पहाटे मोगलांच्या पथकावर आभाळ कोसळल्यासारखे झाले. आभाळात उठलेले ढग आपल्या डेऱ्यादांड्यावर येऊन एकाएकी कसे कोसळताहेत तेच त्यांना समजेना. त्यातच हत्तीच्या अंगासारखे पाण्याचे लोट त्यांच्या तळावर घुसले. राहुट्याराहुट्यांतून पाणी, नाकातोंडातून पाणी! त्या प्रकारामागचे कारणच कळेना. चौफेर "या अल्ला ऽ" "बचाओ खुदाऽऽ" अशा किंकाळ्या फुटल्या. माणसे आणि जनावरे पाण्याच्या धारेला लागली. मोठ्या मुश्किलीने एकदुसऱ्याला कसाबसा हात देऊ लागली.

बऱ्याच उशिराने खरी गोम त्यांच्या लक्षात आली. मराठा वीरांनी काळोखातच मागच्या अंगाने जाऊन पहारी आणि खोरी लावून त्या तलावाला भगदाडे पाडली होती. तो पाण्याचा प्रचंड बांध रात्रीचा फोडून दिला होता! त्या पथकाचा म्होरक्या शरीफजी भोसलेच होता. पिसाटल्यासारखा तो पाण्यातून इकडे-तिकडे सैरावैरा धावत होता. त्याने भांडणाचे सोंग करत दुश्मनाला गाफील ठेवून त्यांच्यावरच डाव उलटवला होता.

भर रात्रीचाच धडपडून जागा झालेला मुल्ला मोहम्मद पुरा हादरून गेला होता. तिथेच आपल्या गोटासमोर चिखलात गुडघ्यांवर बसून तो अल्लातालाची करुणा भाकू लागला. थंडीने कुडकुडलेल्या लष्करखानने त्याला विचारले, "मुल्लासाहब, ये कैसी मुसीबत?"

"अरे हुजूर, ह्या प्रलयात पाच-दहा हजार सैनिक डुबून मेले असते तरी पर्वा नव्हती; पण शिलकीत ठेवलेलं अन्नधान्य, बारुदाच्या पेट्या, गारभांडी आणि घोड्यांचा सारा चंदीचारा या पाण्यात पुरा रफादफा झाला."

"अल्ला! ये क्या मुसीबत है?"

"देखिये ना — जंगाला सुरुवात व्हायच्या आधीच आमचे इरादे आणि मुरादे सारे वाहून गेल्यासारखे दिसतात!" निराशेने मुल्ला मोहम्मद उद्गारला.

दिवस उजाडला. दुश्मनांची पथके थंडीवाऱ्यात स्थिरस्थावर व्हायला वेळही मिळाला नाही. तेवढ्यात टेकडीच्या माथ्यावरून निजामी तोफांना बत्त्या दिल्या गेल्या. भातवडीच्या त्या रानात धुडूमधाम तोफा गर्जू लागल्या. मोगली आणि आदिलशाही सैनिकांची एकच तारांबळ उडाली. स्वार आहेत पण घोडी उधळलेली. साहिन आणि जंबरूका यांसारख्या उंटावरून भडिमार करणाऱ्या तोफा सज्ज आहेत; पण त्या जलप्रलयाच्या गदारोळात उंट वाट दिसेल तिकडे धावताहेत. घोडी उधळलीत. तोफांच्या तोंडी ठासायला बारुदाच्या पेट्या जवळ नाहीत! तरीही मुल्ला मोहम्मद हिमतीचा सेनानी होता. त्याने न डगमगता आपल्या जिवाची पर्वा न करता आपले सारे सरदार दरकदार एकत्र बांधले. त्या गोंधळाच्या स्थितीत त्या दुहेरी फौजेने पलीकडे तीन मैलांवर माघार घेतली. आपली उधळलेली फौज आणि उरलेला घासदाणा सांभाळायचा कसोशीने प्रयत्न चालवला.

मुल्ला मोहम्मदाचा मोगली तोफांवर अजून भरवसा होता. शिवाय काबूल-कंदाहारपासून अनेक लढायांची आग पचवलेल्या तीनशे पहाडी, बळकट हत्तींचे दल मोगलांच्या दिमतीला होते. त्यामुळे उडालेली त्रेधातिरपीट कशी सावरायची आणि कमीत कमी वेळेत झडप घालून आपल्या लष्कराचे मनोबल कसे वाढवायचे याच विवंचनेत तो अडकला होता.

भातवडीचे रक्तमांसाला चटावलेले मैदान काही महिने असेच धगधगत राहिले

होते. विजापूरच्या आदिलशहाला आणि दिल्लीपती जहांगिर बादशहाला या जंगातून बऱ्याच गोष्टी हासिल करायच्या होत्या. दोघांनाही एकदाचे निजामशाहीचे कंबरडे मोडायचे होते आणि त्याच वेळी निजामाला हे वैभवाचे दिवस आणून देणाऱ्या मलिक अंबरचा पुरता काटा काढायचा होता. कुठला कोण आफ्रिकेत जन्मलेला एक काळाकुट्ट गुलाम पोर इकडे येतो काय, कर्तृत्वाने वजीर बनतो काय आणि निजामशाहीवर तोरण चढवतो काय, त्याला एकदा संपवायचेच!

दुश्मनांच्या दोन्ही दलांत ठरल्याप्रमाणे या मोहिमेचा पूर्ण खर्च आदिलशहाने आपल्या खजिन्यातून करायचा होता. त्यामुळेच उत्तरेतून आलेल्या मोगली सरदारांना घाई नव्हती. मात्र मुख्य ऐंशी हजाराची फौज मोगलांची होती. त्यामुळे अल्प फौज असलेला आदिलशाही मुल्ला मोहम्मद धाडसी निर्णय घेऊ शकत नव्हता. त्याच वेळी लढाईची शेपूट अकारण लांबत चालल्यामुळे इकडच्या दलातील शरीफजीसारखे तरुण कमालीचे नाराज होत होते. एके दिवशी शरीफजीने शहाजीराजांकडे हट्टच धरला, "काय होईल ते होईल! एकदा लढाईचा निकाल लागू द्याच!"

"बेटा शरीफ, थोडी कळ काढ."

"आम्ही विचारतो, थांबायचं तरी कशासाठी?" शरीफजीने उतावीळपणे विचारले.

"मलिकबाबाच्या खतरनाक भेज्यावर भरवसा ठेवण्यासाठीच."

"आजकाल तर ते खूप थंडे आणि सुस्त दिसताहेत."

"याचाच अर्थ त्यांच्या डोक्यात कोणतंतरी अजब रसायन शिजतंय."

"किती भरवसा ठेवाल त्या बुड्ढ्यावर दादा?" शरीफजी धुसफुसत बोलला.

"अरे पण वेड्या! आपल्यापेक्षा दुप्पट फौज जवळ असूनसुद्धा समोरचे ते बडेबडे पातशाही आणि आदिलशाही सरदार लढाईला तोंड फोडायची अजून हिंमत दाखवत नाहीत. याच्या पाठीमागचा खोल मतलब समजून घेशील की नाही?"

"थोडा रुकिये, आता तुम्हाला जास्त इंतजार करावाच लागणार नाही!" अचानक कानावर मलिकबाबांचे शब्द पडले, तसे शिबिरात थोडे ऐसपैस बसलेले सर्व खासे झट्कन सावरून बसले. त्यांना बाहेरून गोटात आलेले मलिकबाबा अभिमानाने सांगू लागले, "सह्याद्रीच्या गिरीकंदरात जन्माला येणारी तुम्हा मराठ्यांची जात! हरणांपेक्षा वेगाने दौड करणारी आणि गरुडांच्या पिलांसारखी कड्याकपारीतून खाली झेप घेणारी! तुम्ही कमालीचे धाडसी, कडवे, लढवय्ये —तुमच्या अंगीच्या या गुणांचा योग्य वेळी वापर करून घेण्यासाठी मी बेताब झालोय!"

मलिकबाबांच्या बोलण्यातून त्यांच्या उरामध्ये विलक्षण असे काहीतरी खदखदते आहे याचा वास शरीफजी, मंबाजी, सरफोजी, अशा सर्व भोसले बंधूंना लागला.

शरीफजीला जागेवर स्वस्थ राहणे ठाऊकच नव्हते. अनेकदा तो आपले छोटेखानी

पथक सोबत घ्यायचा. रात्रीबेरात्री दुश्मनांच्या गोटांच्या आजूबाजूने चकरा मारत राहायचा. विशेषत:, दिल्लीहून आलेल्या मोगलांच्या हत्तीदलाबद्दल त्याने बरेच काही ऐकले होते. एकदा तो आपल्या सहकाऱ्यांनिशी एका उंच टेकडीवर जाऊन पोचला. तिकडे पलीकडच्या दरीसारख्या खोलगट भागात त्याला आडोशाला हुंदडणाऱ्या तीनशे महाकाय हत्तींचा कळप दिसला. ती गजांतलक्ष्मी टेकडीच्या पायथ्याशी संध्याकाळच्या सोनेरी उन्हात निवांत झुलताना दिसत होती. माहूत त्यांना वटवृक्षाची कोवळी पाने खाऊ घालत होते.

मोगलांच्या हत्तीदलाचा प्रमुख मनचेहर नावाचा सरदार होता. दिसायला सडपातळ आणि अगदी शेवग्याच्या शेंगेसारखा उंच. आग्रा शहरात लहान बच्चा असतानाच तो पातशहाच्या पीलखान्यात कामाला लागला होता. त्यामुळेच हत्तींचे संगोपन, त्यांचे रोग, त्यांचा जंगे मैदानात वापर करून घेणे, युद्धासाठी भांगेसारखी गुंगीची औषधे पाजून हत्तींना तयार करणे, या साऱ्या लहानसहान गोष्टींकडे त्याचे लक्ष असायचे. त्याने आपल्या हत्तीदलात आसामी, ब्रह्मी आणि दक्षिणेतील मलबार प्रांतातूनही अव्वल जातीचे हत्ती पैदा केले होते.

"हमें और कुछ नहीं चाहिये। बस उस बुड्ढे मलिक अंबरकी मुंडी चाहिये! नहीं तो आग्रे की तरफ लौटना मत!" असा सज्जड दम पातशहा जहांगिरने लष्करखानाला भरला होता; मात्र ज्या पद्धतीने काही महिने भातवडीच्या रानात मोगली आणि विजापुरी फौजांना मलिक अंबरने झुलवत ठेवले होते, वैरणीच्या गंज्या आणि घासदाण्याची कोठारे एकदा पाण्याने भिजवून आणि पुन्हा एकदा जाळून रसदीचा साठा नामशेष केला होता, त्यामुळे लष्करखानच्या आणि मुल्ला मोहम्मदच्या तोंडचे पाणी पळाले होते.

जंग-ए-मैदानसाठी होणारी देर आता दुश्मनांचे अंग जाळू लागली होती. एके सकाळी अंबरने आणि शहाजीने झडप मारायची पुरी तयारी केली आहे, अशी बातमी कानावर आली. तशी विरोधी पथके गडबडली. टेकडीच्या बाजूने युद्धाचे नगारे आणि तंबूरताशे वाजू लागले. एकदाचे घमासान लढाईला तोंड फुटले. मलिक अंबरचे डोळे बहिरी ससाण्यासारखे समोरच्या पथकांचे अचूक निरीक्षण करू लागले. शहाजीराजांनी अंगात पोलादी बख्तर घातले होते आणि डोईवर जिरेटोप घातला होता. त्यांनी मोठ्या निर्धाराने शत्रूच्या फळीत आपला घोडा घुसवला होता. वाऱ्याच्या झोताने फडकणाऱ्या निशाणकाठीवरील तांबड्या झेंड्यासमोर त्यांची चर्या भलतीच तेज:पुंज दिसत होती.

दिलपाक घोड्यावर आरूढ झालेला शरीफजी तर नुसता खळीला आला होता. त्याच्या कमठ्यातून निघणारे तीर सटसट बाहेर सुटत होते. त्याच्या तेज तिरंदाजीने समोर गोंधळ उडवला होता. पलीकडच्या सैनिकांच्या कोणाच्या खांद्यात, कोणाच्या

मांडीत अगर पाठीत एकदा शरीफजीच्या धनुष्यातून सुटलेला बाण रुतला, तर समोरच्या सैनिकाला आपल्या शरीराचा तो भाग लुळा पडल्यासारखे वाटत होते. अंगात भयंकर कळावेदना सुटून ते जागीच गडाबडा लोळत होते.

"हर हर महादेवऽऽ" आणि "अल्ला हो अकबरऽऽ" च्या गगनभेदी आरोळ्यांनी रान भरून जात होते. मध्येच तोफांच्या तोंडातून बाहेर पडणारे ते आगगोळे उडून समोरच्या सैनिकांना आणि जनावरांना भाजून काढत होते. त्यांच्या जळत्या, जिवंत चमडीला सुटलेला करपता वास नाकातले बाल जाळत होता.

सकाळी बारा वाजता पेटलेले युद्ध पुढे भडकतच राहिले. अस्मानात धुराची दाटी झाली. सूर्य झाकोळल्यासारखा दिसू लागला. घोड्यांच्या आणि हत्तींच्या पायाखाली गारद झालेल्या माणसांच्या मुंड्यांचा आणि धडांचा तुडवून चिखल होऊ लागला. तलवारीला तलवारी आणि भाल्याशी भाले असे त्वेषाने भिडत होते की, त्या दोन्ही बाजूंच्या मर्दांच्या पगड्या आणि मुंडाशी रक्ताने चिंब भिजून निघत होती. शहाजी आणि खेळोजी भोसले बंधूंनी चालवलेली ती तिखट तलवारबाजी बघून भीतीने दुश्मनांची छाती फुटत होती. शहाजींच्या तलवारीच्या पात्याचा आडवा तडाखा जोरात सुरू होता. ज्याने दुश्मनाकडची मुंडकी केळीच्या घडासारखी कचाकच तुटून खाली पायात कोसळत होती. त्यांच्या अंगातील बख्तर आता रक्ताने माखून गेले होते.

युद्धभूमीवर निखारे फुलतच होते. त्याचे चटके माणसा-जनावरांना बसत होते. दुपार व्हायला आली. निजामशाहीची आणि मराठ्यांची पथके जेरीस येण्याचे नाव नाही, उलट ती शिरजोर ठरताहेत, हे पाहून लष्करखानाने नवा डाव टाकला. त्याने शिलकीतले मनचेहरचे तीनशे हत्तींचे दल रणांगणात पुढे काढले. समोरून कडाडधूम, धुडूमधाम असा तोफगोळ्यांचा नंगा नाच सुरू होता. त्या धुराधगीची पर्वा न करता अफू-भांगेच्या सेवनाने बेहोश झालेले हत्ती पुढेपुढे घुसण्याचा प्रयत्न करत होते.

एका अंबारीत लष्करखानाबरोबर मुल्ला मोहम्मद बसला होता. ते दोघेही 'मारो ऽ तोडो ऽऽ' असे तोंडाला खरस येईपर्यंत ओरडत होते. आपल्या शिपायांना चेतवण्याचा प्रयत्न करत होते. मुल्ला मोहम्मद तर अंबारीच्या हौद्यात उभा राहून नाचत होता. तेवढ्यात पलीकडून एक जळता तोफगोळा आला आणि त्याच्या तडाख्याने मुल्ला मोहम्मदची मुंडी चेंडूसारखी उडाली. रक्ताने चिंब ओले झालेले धूड तिथेच हौद्यात कोसळले. पलीकडच्या गर्दीत उडून गेलेली मुंडी शोधायला खोजांना खूप वेळ लागला.

आदिलशाही म्होरक्या मुल्ला मोहम्मद ठार झाल्याचे लष्करखानाला दुःख होतेच; पण तोफगोळ्यांच्या माऱ्याने डोंगरासारखे हत्ती ज्या वेगाने एकापाठोपाठ एक कोसळू लागले, आगीने भाजलेले ते रक्तमांसाचे जिवंत ढीग जमिनीवर गडबडा

लोळू लागले, चीत्कार करू लागले, तेव्हा त्या मौल्यवान जनावरांची ती हानी बघून मात्र लष्करखानाचे पाय भीतीने थरथरले. त्याने हरकारे धाडून मनचेहरला बोलावून घेतले. त्याला कळकळीने सांगितले, "बेटा मनचेहर ऽ तेरे हाथीही हमारी पातशाही फौजकी असली ताकद है। त्यांना जंग-ए-मैदानातून हळूच हुशारीने पण फौरन बाजूला काढ. त्यांना मागे वळवून अशा जागेत लपवून ठेव की, सही मोक्यावर तो आगीचा दरिया पुन्हा लढाईमध्ये घुसून ह्या नादान मरगट्ठ्यांची आणि निजामाच्या फौजेची हड्डीपसली एक करून टाकेल. दुश्मनाला जाळून खाक करेल!"

हुकुमाप्रमाणे सायंकाळीच मनचेहरने तामिलीला सुरुवात केली. आपल्या हत्तींना तो सुरक्षित स्थळी घेऊन चालला. पुन्हा मोगलांच्या घोडदळाच्या राखीव तुकड्या आत घुसवल्या गेल्या; मात्र मलिकच्या आणि शहाजींच्या धाडसी आक्रमणापुढे पातशाही-आदिलशाही लष्कर टिकेना. तरीही युद्ध जिंकणे आवश्यक होते. लष्करखानाच्या तोंडातून एकाच वेळी रक्त आणि लाळ, दोन्ही गळू लागले होते.

आजच्या लढाईत नऊही भोसले बंधूंनी शौर्याची परिसीमा गाठली होती. शत्रूचे कंबरडे मोडल्यासारखे झाले होते. आता मोगलांच्या बाजूचे दृश्य खूपच करुण आणि बीभत्स दिसू लागले. अनेक गतप्राण हत्तींची धुडे, त्याखाली चेंदामेंदा झालेले मानवी मृतदेह, मध्येच माणसा-जनावरांच्या मांसाचे ढीग, रक्ताचे पाट आणि पलीकडे कोसळलेली उंटांची धुडे. जागोजाग ताज्या रक्तमांसाचा असा भयंकर सडा पडला होता. सुरुवातीला गिधाडे रणाच्या पोटात मोठा कलकलाट करत घुसली होती. त्यांच्या उपाशी, चिवट, लंब्या चोचींनी ताज्या माणसा-जनावरांच्या मांसावर यथेच्छ डल्ला मारला होता. भरपेट मांस खाऊन ते कातिल पक्षी धुंद झाले. आपले रक्ताळलेले पंख फडफडवीत बाजूच्या बांधावर झुंडीने जाऊन बसले.

दिवस पलीकडे सरकू लागला. निजामी आणि मराठी लष्कर विजयी रथाच्या दिशेने आगेकूच करू लागले. मोगल आणि आदिलशाही फौजांची पळापळ सुरू झाली.

त्याच वेळी अंधारातून तीनशे हत्ती मोठमोठ्याने चित्कारत उत्तरेच्या दिशेने पळू लागले होते. त्यांच्या पावलांच्या दणक्याने धरणीकंप झाल्यासारखा आवाज होत होता. वाटेतले छोटेखानी वृक्ष आणि तरू त्या रपाट्याने गवतांच्या काड्यांसारखे मोडून पडत होते. हत्तींच्या गळ्यातल्या घंटांचा मोठाच नाद घुमत होता.

धुराधगीच्या त्या गर्दीत आणि धावपळीच्या घिसाडघाईमध्येही पाठीमागे तात्पुरत्या उभारलेल्या त्या तंबूत तातडीची मसलत सुरू झाली. त्यासाठी सारे खासे एकत्रित आले होते. ज्या पद्धतीने मलिकबाबांच्या आणि शहाजीराजांच्या फौजेने दुश्मनाला आज अगदी जेरीस आणले होते, त्यांचा रेच मोडून काढला होता, त्यामुळे स्वतः शहाजीराजे अत्यंत प्रसन्नचित्त दिसत होते. ते खुशीच्या धुंदीत उद्गारले, "चला

मलिकबाबा! आज आपण दुश्मनाला अगदी सडकून काढला. त्याची उडालेली ती दाणादाण बघून आपण विजयाच्या अगदी उंबरठ्यावर जाऊन पोचलोच आहोत असं समजा.''

मलिक अंबरच्या चेहऱ्यावरचा ताण नाहीसा झाला नव्हता. ते काळजीच्या भोवऱ्यात अडकल्यासारखे दिसले. म्हणूनच त्यांच्या मुखातून आपसूक शब्द बाहेर पडले, ''पराभवाचं दु:ख मिळालं नाहीये; पण फतेहचं-विजयाचं सुख तरी कुठं लाभलंय हो शहाजीराजे?''

''असं नरमाईचं का बोलता बाबा?'' शहाजींना मलिकबाबांचा रागच आला.

''देखिये शहाजीराजे! जबतक जहांगिर पातशहाचं ते तीनशे हत्तीचं दळ शाबूत आहे, तबतक अपनी कुछ खैर नही।''

''पण त्यांनी तर रणांगणातनं त्यांच्या हत्तींचं दळ केव्हाच माघारी वळवलंय की–''

''पीछे हटनेवाला सही मौका देखके फिर जंग-ए- मैदानमें कूद नहीं पड सकता क्या?''

''छे! ते इनमिन तीनशे हत्ती असं काय वाकडं करू शकणार आहेत आमचं?'' शहाजींनी त्वेषाने विचारले.

''पातशहाकी वह हाथीवाली झुंड जंग की तकदीर बदल सकती है! एका हत्तीचा ढालीसारखा उपयोग करून त्याच्या आडोशानं किमान पचास शिपाई बेडरपणे पुन्हा जंग-ए-मैदानात घुसू शकतात. असे तीनशे हत्ती– गिनती करून तर बघा– तीनशे हत्तींच्या त्या आडोशाने जहांगिर पातशहाची पंधरा हजाराची फौज फिरसे लौटकर हमें दबोच दे सकती है। जोवर ही हाथीवाली झुंड टिकून आहे, तोवर भातवडीचं हे जंग-ए-मैदान आपल्या कबजात येणं नामुमकिन आहे.''

''असं काय?'' समरांगणातले खरे आव्हान ध्यानात येताच शहाजीराजांची छाती त्वेषाने तटतटून गेली. त्यांच्या धमन्यांतले रक्त पेटून उठले. आपली वज्रमूठ वळवून तिचा टोला आपल्या छाताडावर मारत शहाजीराजे कडाडले, ''चला मलिकबाबा ऽऽ बाहेर अंधार पसरला असला, तरी माझ्या काळजातले सुडाचे निखारे निमालेले नाहीत. हा अंधार फाटून दिवस उजाडायच्या आत त्या मोगलांच्या हत्तीदळाला गाठून नष्ट केल्याशिवाय हा शहाजी रणातनं माघारी वळणार नाही!''

राजांच्या मुखातला तो कौल मलिकबाबांना मनापासून आवडला. ते घाईने बोलले, ''चलिए, काहीही करून दुश्मनाचा तो बडा हत्तीखाना आत्ताच चिरडण्यासाठी एखादा खंदा वीरच पाठवावा लागेल. बोलिये, उस खाईकी तरफ अभी कौन दौडेगा?''

''मी सांगतोय काय मलिकबाबा– मोगलांचा तो पीलखाना नावाचा पोलादासारखा

पहाड वितळवून नामशेष करणं हे कोणा पोरासोराचं काम नव्हे. आम्ही स्वतःच आता तिकडे धाव घेणार!'' साऱ्या खाशांवरून आपली नजर फिरवत शहाजीराजे बोलले.

''थांब दादा ऽ ह्या धर्मकृत्यासाठी बाकी कुणी नाही,'' रणमदाचा चेव चढलेला शरीफजी पुढे सरसावत मध्येच कडाडला, ''ह्या कामगिरीवर मीच जाणार!''

''तू–? शरीफ तू?'' शहाजीराजे अचंब्याने विचारू लागले.

''का हो दादासाहेब? कशासाठी रोखायला निघालात तुम्ही मला? ही भावाबद्दल तुम्हाला वाटणारी माया अगर भीती समजायची की कसला संशय येतोय तुम्हाला माझ्याबद्दल? वयानं लहान असणाऱ्यालाही महान कर्तबगारी बजावायची संधी द्या की दादासाहेब.''

शहाजीराजांनी शरीफजीच्या फाकड्या आकृतीकडे आपादमस्तक बघितले. वीरश्रीने इतके ओथंबून गेलेल्या आपल्या धाकट्या, लाडक्या भावास त्यांनी याआधी कधीच बघितले नव्हते. रणाचा मुका घेण्यासाठी उतावीळ झालेली त्याची काया बघून राजे दिपून गेले. अशा स्थितीत त्याला रोखणे हासुद्धा गुन्हा ठरणार होता. त्यामुळेच उत्साहाच्या तोऱ्यात शहाजीराजे बोलून गेले, ''बेटा शरीफ, तू तर वाघाचा बछडा आहेस– तू जा. खुशाल रणाचा मुका घे; पण बाळा, वेळा सांगून येत नाहीत.''

''असं का बोलता दादासाहेब?''

''हे बघ, तुझ्यासोबत तू ह्या हंबीरराव चव्हाणाला आणि आपल्या खेळोजीलाही ठेव.'' शहाजीराजांनी शरीफजीला आशीर्वाद दिला.

तिथून बाहेर पडताना शरीफजीने झट्‌कन पाठीमागे मान वळवून आपल्या भावाकडे बघितले, तेव्हा शहाजीराजे गलबलले. पोटात रपकन भाला घुसलेल्या हरणासारखे शरीफचे डोळे झाकोळून गेल्यासारखे राजांना भासले.

मोगलांचे ते हत्तीदल आपल्या कबजात घेण्यासाठी ते मराठा सरदार वेगाने आपली घोडी उधळवीत होते. ऐन युद्धाच्या धामधुमीत पातशहाची अशी गजांतलक्ष्मी हिसकावून आणणे हा बहाद्दुरीचा कळस ठरणार होता. त्या विजयश्रीवर युद्धाचा निर्णायक निकाल लागणार होता. त्यामुळेच त्या दोघांच्या अंगातले रक्त रसरसत होते. त्याची जाणीव शरीफच्या दिलपाक अश्वालाही झाली होती. त्यामुळे ते बहाद्दूर जनावरही प्राणाची पर्वा न करता ओढ्याओघळींतून पुढे झेपा घेत होते.

मराठ्यांच्या पथकाने चालवलेला तो अतिशय चिवट पाठलाग बघून मनचेहरही अचंबित झाला होता; मात्र बलदंड हत्तींच्या नेमक्या हालचाली आणि उलटासुलटा पेरा करून युद्ध जिंकायची कला त्याला माहीत होती. त्यामुळेच वाटेत धावताधावता एखाद्या ओढ्याचा आडोसा लागला की तो त्याचा फायदा उठवायचा. हत्तींना

दाटीवाटीने उभे करून त्यांची भिंत उभी करायचा. त्यांच्या आडोशाने बाणांचा आणि भाल्यांचा चिवट प्रतिहल्ला चढवायचा. वाटेत त्याने दोन वेळा अशा भिंती उभ्या केल्या होत्या; मात्र रणमदाने खळीस आलेले दोन्हीकडचे बहाद्दर माघार घ्यायचे नाव घेईनात.

मराठ्यांकडून शरीफजी, हंबीर चव्हाण आणि खेळोजी, या तिघांनी चालविलेल्या खुनशी पाठलागाने मनचेहर पेटला. तिसऱ्यांदा त्याने वाटेत आणखी एकदा हत्तींची भिंत उभी केली होती. आडोशाचा फायदा न घेता तो मोठ्या बहादुरीने सरळ आपल्या एका हत्तीच्या पाठीवर चढला. तिथूनच हौद्याच्या आधाराने तो आणि त्याचे साथीदार पाठीशी लागलेल्या मराठ्यांना भिडले. बाणांचा पाऊस पाडू लागले. भाले फेकू लागले.

आपला दुश्मन असा निधड्या छातीने समोर उभा ठाकल्याचे शरीफजीने बघितले, तशी त्याच्याही रक्तमांसात आग धुमसली. मग जिवाची अजिबात तमा न करता शरीफजीने आपला दिलपाक घोडा तसाच रेट्याने पुढे हाकला. घोडा हत्तीच्या एका बगलेवर जाऊन आदळला आणि शरीफजीने हातातली नंगी तलवार उगारत बेडरपणे मनचेहरच्या हत्तीवरच्या हौद्यात उडी ठोकली!

रणमदाने धुंद झालेले ते दोघे वीर एकमेकांच्या अंगावर तलवारींचा सड्याने मारा करू लागले. त्यातूनही पुढे उसळी घेत शरीफजीने थेट मनचेहरची मुंडी आपल्या हाती पकडली. तो ती एखाद्या मल्लासारखी मुरगळण्याचा प्रयत्न करू लागला. तेवढ्यात आजूबाजूच्या अंधारातून सूं सूं करत शरीफजीच्या अंगावर बाणांचा वर्षाव झाला. त्या तिरंदाजीमुळे अंगात बाणांची जालीम टोके घुसून शरीफजीच्या रक्ताच्या चिळकांड्या उडाल्या. तरीसुद्धा त्याचे हात ढिले पडत नव्हते.

तोवर पलीकडच्याच हत्तीवरून एक तीक्ष्ण टोकदार भाल्याचे रुंद पाते झणकन पुढे आले अन् शरीफजीच्या बरगड्यांत घुसले, तसा गरम रक्ताचा लोंढा हौद्यात खाली सांडू लागला. शरीफजीचे हात ढिले पडले आणि त्याचा बेहोश झालेला तो रसरसता देह अंबारीतच खाली कोसळला. त्या बहाद्दराची मुंडी छाटून नेण्यासाठी साताठ गनीम पुढे झेपावले; मात्र सुदैवाने हंबीर चव्हाणांनी आपला घोडा मध्येच रेमटवला, अन् शरीफजींच्या रक्ताने न्हालेल्या शरीराला झट्कन मिठी मारून त्यांना ओढून, खेचून घेऊन तो मागे फिरला.

खरे तर शहाजीबाबांचा एकुलता एक भाऊ म्हणून शरीफजींच्या जखमांवर उपचार करून त्यांचे प्राण वाचविणे हेच हंबीरचे धर्मकृत्य ठरणार होते. त्यासाठी जखमी शरीफबाबांना पाठीमागे पळविण्याची त्यानी तयारी चालवली; मात्र शरीफजी त्याही अवस्थेत रण सोडून मागे फिरायला बिलकूल तयार नव्हता. बरगडीचा पिंजरा

तोडणाऱ्या त्या भयंकर जखमेने शरीफजीला हैराण केले होते. त्याचा रक्ताने माखलेला देह हंबीररावाने आपल्या एका खांद्याच्या बगलेवर पेलला होता. त्या फुटल्या बरगडीतून असा रक्तस्राव चालला होता की, हंबीरची पाठ, पोट त्या गरम चिकट रक्ताने पार बरबटून गेले होते; पण त्याही बहोश स्थितीत शरीफजी कळवळून बोलला, "हंबीरदादा, बरगडीतल्या या जालीम जखमेनं माझी हाडंपेरं बांधून घातली आहेत रे! काय करू? तिकडं शहाजीदादा माझ्या वाटेकडे डोळे लावून बसले असतील!"

"शरीफबाबा! त्यासाठी तर सांगतोय. चला पट्कन माघारा! शिबिराकडे पळू या, जखमा बांधू या."

"शिबिरात पोचून जखमा बांधण्यात वखत घालवायचा? अरे असं कसं होणार हंबीरदादा? ज्या दिशेला शरीफजी जाईल तिकडून येताना विजयाचं सोनं लुटून आणेल याची खात्री असते रे माझ्या दादांना—त्यासाठीच वाट बघत असतील ते."

"ठीक आहे. शरीफबाबा, तुम्ही थोडा विसावा घ्या. आम्ही पुन्हा एकदा कंबर कसून त्या मोगलांच्या हत्तीदळावर तुटून पडतो!"

अगदी नाईलाजाने हंबीरराव बाजूच्या अंधाराकडे वळला. तिथे त्याने पिंपरणीच्या झाडाखाली शरीफजीला गवतावर अलगद झोपवले. त्याच्या अंगातून अजून रक्ताचे ओघळ खाली गवत-मातीत वाहत होते. त्याचा जीव व्याकुळला होता. तरी हंबीरला निरोप देताना शरीफजीने त्याला जवळ हटकले. आपला रक्ताने बरबटलेला चिकट तळहात हंबीरच्या पंजात ठेवत, कण्हत शरीफजी बोलला, "हंबीरदादा, एक वचन दे!"

"कसलं?"

"हे बघ, जर आपल्या पथकाला जीत मिळाली, तरच माझं कलेवर पालखीत घालून माझ्या दादाकडे घेऊन जा. दुर्दैवानं हार झाली, तर मात्र माझा मुडदा तसाच उघड्यावर पडू दे ह्या रणांगणात. मला विसरून जा—नाहीतरी रणभूमीत असे शेकड्यांनी मुडदे इर्दगिर्द पडलेलेच असतात. त्यातलाच असेन मीसुद्धा एक."

शरीफजीच्या मुखातले ते जगावेगळे शब्द ऐकून हंबीरराव चव्हाणाचे काळीज फाटून गेले. तो कळकळीने बोलला, "शरीफबाबा, असं का बोलता आपण?"

"कारण—काय सांगू, जन्मभर माझ्या दादांपुढे मानासन्मानानं उभं राहायची ह्या देहाला आदत पडून गेलीय रे! म्हणूनच सांगतो, काय वाट्टेल ते झालं तरी माझ्या पराभूत मुडद्याचं दर्शन माझ्या डोंगरासारख्या भावाला घडायला नको."

डोळ्यांतली गरम आसवे पुसत हंबीरने त्याही स्थितीत शरीफजीला मानाचा मुजरा केला. हातात हात पकडून त्याला धीर दिला. पुन्हा आपल्या सैनिकांची जमवाजमव करून हंबीर चव्हाण मोठ्या धाडसाने समोरच्या बादशाही हत्तीदळावर

तुटून पडला.

त्या अंधारातच लढाईची जोरदार खैंदळ माजली. मराठा स्वारांच्या घोड्यांनी आडव्यातिडव्या उड्या घेत त्या हिंदुस्थानी हत्तींना जागीच फिरवून, मारा करून अगदी बेजार केले. त्याच वेळी पिंपरणीखालून "चला हाणा ऽऽ मारा दुश्मनाला ऽऽ, बोला हर हर महादेव!" अशा शरीफजीच्या जोरकस आरोळ्या कानावर पडत होत्या. आपल्या बरगडीतला रक्ताचा उमाळा थांबवण्यासाठी तो भुईवर पालथा पडून हाताच्या पंजाने रक्ताची धार रोखण्याचा वेडा प्रयत्न करत होता; मात्र त्याच्या रणगर्जनेने, लढणाऱ्या तुकडीच्या अंगात दहा हत्तींचे बळ संचारले होते.

अखेर मध्यरात्रीच्या सुमारास पातशाही हत्तीदळ पूर्ण मोडून पडले. घामाने उफाळून गेलेला हंबीरराव पिंपरणीखाली आला. आता अंधारातून कसलाच आवाज येत नव्हता, त्यामुळे तो सटपटला. दिवटीच्या लाल-पिवळ्या उजेडात त्याने शरीफजीकडे नजर टाकली, तेव्हा त्याला शरीफजीच्या चर्येवर वाळल्या रक्ताचे ओघळ दिसले. विजयश्रीचा जेव्हा वारा लागला, तेव्हाच काही वेळापूर्वी मोठ्या समाधानाने शरीफजीने प्राणत्याग केला होता. कोमेजल्या कमळाच्या फुलासारखी शरीफजीची मुद्रा दिसत होती.

दुसऱ्या दिवशी त्या हिरव्या रणकुरणात सूर्याची कोवळी किरणे उतरत होती. भोयांनी पालखी शहाजीराजांसमोर आणली. राजांनी वरचा तांबूस शेला बाजूला सरकवला. अत्यंत थंड्या, दुःखी नजरेने त्यांनी समोर पाहिले, तेव्हा त्यांच्या देहातल्या अत्यंत कठोर आणि धैर्यवान भिंतींना तडा देऊन त्यांच्या कंठातून एक जोरदार हाक बाहेर पडली- "बेटा शरीफजी ऽऽ" शब्द जिभेवरच अडखळले, सारी पृथ्वीच सभोवती गरगर फिरत असल्याचा भास झाला. शरीफजीसोबतचे बालपणीचे ते सूरपारंब्याचे खेळ, ते वेरूळ, घृष्णेश्वराच्या मंदिराचे आवार, बाबाजी भोसल्यांचा परंपरागत देव-देवतांनी आणि मूर्ती-टाकांनी गच्च भरून गेलेला तो देव्हारा! शहाजीराजांना ते सारे सारे आठवत होते. ते एकटक शरीफजीच्या अत्यंत देखण्या चेहऱ्याकडे पुन:पुन्हा बघत होते—ते मिटलेले नेत्र, ती कोवळी दाढी, दाढीच्या केसात आटलेले ते काळपट रक्त. त्यांचा सारा देह 'शरीफबाबा ऽऽ' असा आकांत करत होता.

शेवटच्या क्षणी हत्तीवर पुढच्या पायाचे खूर ठेवून आपल्या धन्यासाठी उभा ठाकलेला तो दिलपाक अश्व. शरीफजीने मनचेहरच्या अंबारीत उडी घेतली आणि दुसऱ्याच क्षणी जंबुरक्याच्या तोफेचा एक गोळा आला अन् दिलपाकच्या मानेवर तो आगीचा गोळा पडला. त्याची मान त्या आगीच्या तडाख्याने तुटली, रक्तमांसाचे जळके लचके आजूबाजूच्या धूळमातीत पडले.

शरीफजींच्या सहकाऱ्यांनी त्या घोड्याचे धूडही सांग्या लावून उचलून समोर

आणून ठेवले होते. त्या बहाद्दूर धन्याचे आणि त्याच्या वफादार जनावराचे अंत्यसंस्कार रात्री एकाच वेळी उरकण्यात आले.

अनेक बड्याबड्या विजापुरी आणि मोगलाई सरदारांच्या हातापायांत बेड्या ठोकल्या गेल्या होत्या. त्यांना पागेसारख्या दिसणाऱ्या एका कोंडवाड्यात जखडून ठेवले होते. रात्रभर संरक्षणासाठी कडा पहारा ठेवला होता. मलिक अंबरचा आणि शहाजींचा खात्मा करण्याचे स्वप्न बाळगणाऱ्या ह्या बड्या सरदारांची दुर्दैवी अवस्था बघवत नव्हती. मलिकबाबांच्या चेहऱ्यावर हसू फुटले होते. सकाळी लांब दोरखंडाच्या गाठीमध्ये पाय बांधलेली खाशा युद्धकैद्यांची माळ पुढे ओढली जात होती. तेवढ्यात पाठीमागून निजामी आणि मराठा शिपायांनी कल्ला उठवला, "अरे वो देखो ऽऽ बघा रे तो मनचेहर, मनचेहर!"

हातापायांत साखळदंड बांधलेल्या मनचेहरला शहाजीराजांच्या आणि मलिकबाबांच्या समोर आणून उभे केले गेले. आपल्या धाकट्या भावाचा हत्यारा बघून शहाजीराजांचा चेहराही मोठा कठोर बनला. पाठीमागून स्वार-सैनिकांच्या आरोळ्या आणि गदारोळ वाढला, "मार दो ऽऽ मनचेहरकी मुंडी उडा दो!" तोवर खेळोजी भोसले त्वरेने पुढे झाला. त्याने धारदार खुरासनी तलवारीचे पाते शहाजीच्या हाती दिले आणि तो गरजला, "चल, उडव शहाजी या हरामखोराला!"

शहाजीराजांनी मनचेहरकडे एक नजर टाकली. रक्त-घामाच्या ओघळांनी माखलेला त्याचा तो भीतिदायक चेहरा आणि मरणाच्या भीतीने थरथरणारे त्याचे अवघे शरीर बघवत नव्हते. मनुष्याच्या डोळ्यांसमोर जेव्हा मृत्यूचा काटेरी जबडा उभा राहतो, तेव्हा भल्याभल्या महावीरांचे हातपायसुद्धा बर्फासारखे गोठून जातात. मनचेहरला आपल्या डोळ्यांसमोर मौत दिसली, तसा तो खाली कोसळला. गुडघ्यावर बसून, छाती पिटत करुण सुरांत तो शहाजीराजांकडे दयायाचना भाकू लागला, "रहम राजा! रहम करो ऽऽ दया करो!"

"मारा ऽऽ उडवा मुंडी त्या कुत्र्याची!" पाठीमागून सैनिकांच्या आरोळ्या दुमदुमल्या.

स्थिर देहाने उभ्या ठाकलेल्या शहाजीराजांकडे पाहून खेळोजीने त्यांना ललकारले, "चल ऽऽ उडव शहाजी त्याचं मुंडकं एकदाचं!"

शहाजीराजे कसनुसे हसले. आपल्या हाती धरलेले खुरासनी तलवारीचे पाते म्यान करत ते बोलले, "राहू दे खेळोजी. शरण आलेल्या जिवाला मरण दिलं तर मराठ्यांच्या दारावर पुण्याईचं तोरण कसं टिकणार? जाऊ दे—"

हिंदुस्थानात याआधी असे कधीच घडले नव्हते. मोगलांच्या चतुरंग सेनेला असा

सपाटून मार कधीच बसला नव्हता. भातवडीमध्ये तर त्यांच्या कुमकीला आदिलशाही फौजाही गेल्या होत्या. तरीसुद्धा त्यांना लज्जास्पद, दारुण पराभवाला तोंड द्यावे लागले. त्यामुळे हिंदुस्थानचा पातशहा जहांगिर कमालीचा प्रक्षुब्ध बनला होता.

जहांगिर पातशहा आता हळूहळू वार्धक्याकडे झुकला होता अन् नेमकी त्याच वेळी शहजादा शहाजहानने बापाविरुद्ध उघड बगावत केली होती. त्यामुळे पातशहाला उत्तरेत गंगा-यमुनेच्या काठाकडेच रुतून राहावे लागत होते. एवढ्या बड्या पातशाहीला खडे चारण्यात निजामाच्या फौजा पहिल्यांदाच यशस्वी झाल्या होत्या. त्या अपूर्व विजयप्राप्तीप्रीत्यर्थ दौलताबादेत ईदच्या किंवा दिवाळीच्या सणासारखा उत्साही माहोल बनला होता.

आपल्या विजयी फौजांचा आणि सेनाधिकाऱ्यांचा गौरव करण्यासाठी दौलताबाद नगरी आतुर झाली होती. खुशीने वेड्या झालेल्या बुऱ्हन निजामशहाने लगेचच फतेहचा दरबार भरवला होता.

आपल्या घरधन्याने एवढा प्रचंड विजय हासिल करावा याचा जिजाऊसाहेबांना खूप अभिमान वाटत होता. त्यामुळेच अन्य मराठा सरदारांच्या कुटुंबीयांसमवेत त्यासुद्धा मुद्दाम दरबारात हजर होत्या. निजामाचा तो नयनरम्य शीशमहाल आज कमालीचा ताजातवाना आणि सुंदर दिसत होता. निजामसाहेबांची प्रतीक्षा करत बडे बडे सरदार समोरच्या रांगेला बसून होते. दुसऱ्या ओळीत खेळोजीचे सगळे बंधू, मालोजी, नागोजी, कक्काजी आदी सर्व जण- ऐटदार रेशमी किंवा मखमली वस्त्रांमध्ये तिथे मौजूद होते.

बाहेरच्या चंदनी महिरपी कमानीजवळ तंबुरताशे आणि शिंगेकर्णे फुंकली गेली. सेवकांचा, अंमलदारांचा आणि पहारेकऱ्यांचा लोंढा वेगाने पुढे धावत आला. त्यांच्यापाठोपाठ बुऱ्हन निजामशहा साहेब आणि त्यांच्या मागोमाग दोन पावले अंतर टाकत जाडजूड अंगाचे वजीर मलिक अंबर दिमाखात आत प्रवेश करताना दिसले. दरबारात उत्साहाला उधाण आले. इतरांशी बोलत उभे असलेले तिसऱ्या रांगेजवळचे शहाजीराजे पुढे झाले. समोरच्या रिकाम्या आसनावर बसावयास गेले. तेवढ्यात निजामाच्या ताफ्यात त्यांच्या सोबत असलेले खेळोजी भोसले पुढे झाले. त्या रिकाम्या आसनावर नेमके त्यांनी ठाण मांडले. तशी शहाजीराजांनी चमकून आपली मान गर्रकन निजामशहांकडे केली, तेव्हा त्यांच्या लक्षात आले की निजामशहांचे शहाजींकडे लक्षच नव्हते. उलट ते आदराने खेळोजींकडे हात करत 'तिथे समोरच बसा' अशा खाणाखुणा करत होते.

दरबाराला सुरुवात होणार होती. शहाजीराजे नाईलाजाने मागच्या रांगांकडे वळले. तिसऱ्या रांगेत त्यांना एक आसन रिक्त दिसले, त्या जागेवर जाऊन ते स्थानापन्न झाले.

दरबाराचे कामकाज सुरू झाले, तशी आधीच अपमानित झालेल्या शहाजीराजांच्या रुंद गोऱ्या पाठीवरून घामाचे ओघळ उतरले. मलिकबाबा बोलायला उभे राहिले, तेव्हा त्यांनी सुरुवातीला इस्लामी पथकांच्या बहादुरीची तारीफ केली. त्यानंतर मराठा स्वारशिपायांनी 'खेळोजी भोसल्यांच्या नेतृत्वाखाली' गाजवलेल्या शौर्याची खूप वाहवा केली. पुढे शरीफजीच्या बलिदानाचे एका ओळीत का होईना कौतुक केले. अन् भाषण संपवताना शहाजीराजांचा कसाबसा ओझरता उल्लेख केला.

दरबाराचा आजचा सूर आणि नूर काही वेगळाच होता. आज जाणूनबुजून आपल्या उपमर्दाचे षड्यंत्र रचले गेल्याची जाणीव शहाजीराजांना झाली. हे काय चालले आहे?

त्या मानी मराठ्याच्या स्वाभिमानाला डंख लागल्यामुळे ते मध्येच ताड्कन उठले आणि धाड धाड पावले टाकत दरबारातून तडक बाहेर पडू लागले, तेव्हा त्यांच्या मनधरणीसाठी कोणीही पाठोपाठ धावलेही नाही. कोणत्याही दरबारामध्ये सत्तेचे हस्तक, खुशमस्करे हे असेच असतात, वाहत्या वाऱ्याकडे आणि उगवत्या ताऱ्याकडे तोंड उभे करून!

दुसऱ्या दिवशी भल्या सकाळीच अपमानित राजांची पथके आपल्या परांड्याच्या महालाकडे कूच करू लागली होती. अंबारीच्या हौद्यात राजांसमवेत बसलेल्या जिजाऊंचा चेहरा खिन्न आणि मलूल दिसत होता. काल जिथे आपल्या भ्रतारावर त्याच्या भीमपराक्रमाची दाद म्हणून सुवर्णफुले उधळून टाकायला हवी होती, तिथे अपमानाच्या शेणकाल्याची राळ उडवली गेल्याचे आठवून त्यांचे हृदय दुःखाने आतल्या आत रडत होते.

"अशी प्राणांची बाजी लावून दिल्लीपतीविरुद्ध झुंजलो. त्याच्या फौजेचा खात्मा केला. पातशहाचे तीनशे हत्ती लुटून आणले. पाठचा शरीफजीसारखा भाऊही गमावला; पण एवढं करून काय कमावलं हो राणीसाहेब आपण? दरबारातली ती अपमानास्पद प्रेतयात्रा?"

"राजे, धीरानं घ्या."

"जाऊ दे—पण एकीकडे आपला जाणूनबुजून पाणउतारा करायचा आणि त्याच वेळी आपल्या चुलत भावंडांना सन्मानाचं बळ देऊन आमचा घोर अपमान घडवून आणायचा हा सारा मुद्दाम घडवून आणलेला कपटकारस्थानाचा भागच होता जिऊ!"

"जाऊ द्या! सोडून द्या! राजे, गाढवांच्या ओसरीवर गीतापठण करण्यात व्यर्थ वेळ तो का घालवायचा?" जिजाऊसाहेब बोलल्या.

शहाजीराजे रुसले नव्हते तर कमालीचे वैतागले होते. निजामशाहीतल्या पाषाणहृदयी वृत्तीची त्यांना शिसारीच आली होती. स्वतःहून स्वतःलाच नजरकैदेत

कोंडल्यासारखे ते परांड्याच्या किल्ल्यावर आपल्या महालात पडून होते.

एके सकाळी मंबाजी भोसले त्यांच्या भेटीला आले. त्यांचा चेहरा काळवंडलेला आणि अपराधी दिसत होता. शहाजींची दयायाचना करत मंबाजी बोलले, "दादा ऽ यापुढे मला तुमच्या सोबतच राहायचं आहे. जिकडे जाल तिकडे. मग तो राजदरबार असो वा स्मशान!"

"एवढा खेळोजीसारखा पुण्यप्रतापी बंधू लाभला असताना तुम्हाला आमची काय गरज?"

"आम्हालाही ठाऊक आहे की, अनेकांचा जळफळाट!" मध्येच तोंड घालत जिजाऊ बोलल्या, "भोसल्यांच्या घरचे हे दहा पांडव एकत्र नांदतील तर नवं महाभारत जिंकतील! त्या भीतीपोटीच त्या दुष्टांनी आरंभलेला हा कावेबाजीचा खेळ!"

"अगदी मनातलं बोललात आपण वहिनीसाहेब," मंबाजी बोलले.

दुपारी मंबाजीनी शहाजीराजांसमवेत भोजन घेतले, तेव्हा कुठे आपल्या ठणकत्या, कोंडलेल्या मनाचा थोडाफार निचरा झाल्यासारखे शहाजीराजांना वाटू लागले.

दिल्लीकरांच्या आणि विजापूरकरांच्या लाखाच्या फौजेला फक्त पंचवीस-तीस हजारांच्या अल्प फौजेने पाणी पाजले होते. त्यासाठी मलिक-शहाजींनी मुद्दाम निवडलेले रणक्षेत्र, रात्रीबेरात्री अचानक घातलेले छापे, शत्रूच्या पुनःपुन्हा कापलेल्या रसदेच्या रेषा आणि स्थानिक परिस्थितीचा युद्धासाठी करून घेतलेला नेटका उपयोग, त्या सर्वांमुळेच या नव्या 'गनिमी काव्या'चा आणि मलिकबाबा आणि शहाजीराजे या जोडीचा सर्वदूर गौरव चालला होता.

परंतु, दुर्दैवाचा सर्वांत मोठा भाग म्हणजे त्या नव्या विजयी मर्दाला घोर अपमानाच्या गर्तेमध्ये लोळत पडावे लागले होते. निजामशाहीच्या सर्वश्रेष्ठ पदावर असलेल्या मलिकबाबाने आपल्यासाठी काहीही न करावे या दुःखाने शहाजीराजे पोळून निघत होते.

दोन दिवसांनंतर मात्र अवचितपणे मलिकबाबांकडून एक खलिता शहाजीराजांच्या हाती येऊन पडला. त्या लांब खलित्यावरून शहाजीराजांचे डोळे झरझर फिरले -

"बालके शहाजी वालिद मालोजीराजे भोसले—

गेल्या हफ्त्यात पार पडलेल्या शाही सोहळ्यात खरे तर तुमच्या पुण्यपराक्रमाबद्दल तुमच्या गळ्यात तेजःपुंज रत्नांचे अलंकारच पडायला हवे होते; मात्र आपल्या वाट्यास भर दरबारात जी उपेक्षा आणि हेटाळणी आली, त्याचे खूप दुःख आमच्या दिलात आहे. वडीलकीच्या नात्याने तुम्हास थोडा धीर धरण्याचा सल्लाच आम्ही

देऊ. काय करायचे? ह्या दुनियेचे आणि दैवगतीचेही खेळ खूप अजीब असतात.

एके काळी अकबरासारख्या कीर्तिवंत पातशहाने माझ्याकडे जासूस धाडले होते. तू दखखनच्या एका छोट्याशा दौलतीसाठी झुंजण्याऐवजी बेटा आमच्याकडे ये! हिंदुस्थानच्या वजीराचा जिरेटोप घेऊन मी दिल्लीच्या वेशीमध्ये तुझा इंतजार करत खडा आहे, असे त्यांनी मला मधाचे बोट लावले होते! मात्र तेव्हा इथे चाँदबिबीसारखी एक महामाता अहमदनगर किल्ल्याच्या संरक्षणासाठी अंगात चिलखत घालून बारूदाच्या खंदकाबाहेर आगीच्या जिभेवर खडी होती! महान युगस्त्री!

विजापुरात दिलेली अहमदनगरची ती लाडकी लेक वैधव्य आल्यानंतर शत्रूच्या जबड्यात जाणारे माहेर वाचवण्यासाठी धावलेली आजच्या काळची जणू रझिया सुलतानाच! अशा रणदेवतेशी आणि इथल्या मातीशी मी स्वार्थासाठी गद्दारी केली असती तर? गुलामांच्या अंगात असलेल्या इमानाशी प्रतारणा केली म्हणून 'काळ' माझ्यावर खदखदा हसला असता! पण ह्या अशा इमानांची आणि खस्तांची बक्षिसे तरी कोणती आली आमच्या वाट्याला? किमान तीस-चाळीस वेळा मला जिवानिशी मारायचे भयंकर कट खेळले गेले.

तुझ्यासारखाच तकलीफचा दर्द मी सोसतो आहे; कारण आता निजामशाहीतही सचोटीचे पहिले दिवस उरलेले नाहीत. तुझ्याबद्दल खोल विचार करताना मला असे वाटते की तुझ्यासारख्या बहादुर पुरुषाचे तेज दिवसेंदिवस वाढत जावो. तुझ्या बडौतीसाठी तुझ्या भगवानाने आणि आमच्या अल्लाने तुझीच पाठराखण करावी.

अधिक काय लिहू?

तुझाच चाचाजान

मलिक अंबर

मलिकबाबांच्या त्या खलित्याने शहाजीराजांचा आणि जिजाऊसाहेबांचा दिवस खूप समाधानात गेला.

दुसऱ्या दिवशी दुपारी सदरेवर निरोप आला की सोलापूरचे प्रसिद्ध जवाहिरे बिस्मिल्लासाहेब सकाळपासून राजांच्या भेटीसाठी तिष्ठत आहेत आणि त्यांच्या सोबत शहानवाज नावाचा विजापुरी सौदागरही आला आहे.

त्या दोघांना आत बोलावले गेले. शहाजीराजांकडे कौतुकाने पाहत बिस्मिल्लासाहेब बोलले, "राजन, जसा एखाद्या रत्नपारख्याला एखाद्या लालजर्द माणकाचा छंद लागला तर तो त्याच्याभोवती पतंगासारख्या घिरट्या मारत राहतो, तसे तुमच्यासाठी कोणीतरी खूप झुरते आणि मरते आहे!"

"वा ऽ बहोत खूब मियाँ! इथे युद्धभूमीत आम्ही एवढे रक्ताचे पाट वाहिले तरी त्याचं कोणाला काही पडलेलं नाही, तिथे आमच्यासाठी कोण कशाला झुरेल?

मरेल?'' शहाजीराजांनी विचारले.

''राजन, काही खानदानी जवाहिरे असे असतात, जे जिंदगीतल्या चढ-उतारांच्या आणि नर्मी-गर्मीच्या पलीकडे खऱ्या हिऱ्यावर आपली पारखी नजर ठेवून असतात.''

''असा कोण आहे तो रत्नपारखी की, ज्याच्यासाठी आपण ही इतकी विशेषणांची खैरात लावली आहे?''

''देशोदेशीच्या कलावंतांसाठी आणि बड्या कलमबहाद्दरांसाठी ज्याने नवरसपूर नावाची नगरी निर्माण केली, जो तुमच्यासारखाच मर्द आणि शक्तिवान तलवार-बहाद्दर आहे.''

''कोण? इब्राहीम आदिलशहासाहेब?''

''बिलकुल सही!''

''छे छे! अहो महाशय, आपण रास्ता चुकलात की काय? आम्हीच ते शहाजीराजे आहोत, भातवडीच्या युद्धात विजापूरच्या शेकडो शिपायांचा खात्मा करणारे. अजून आमच्या हातावरचे रक्ताचे डागही पुसले गेले नसतील. तर आमच्यासारख्या दुष्ट शत्रूचं स्वागत करायला तुमच्या इब्राहीम शहाला वेडबिड लागलंय की काय?''

''नाही राजन, पण तुमच्या प्राप्तीसाठी मात्र ते नक्कीच पागल झाले आहेत!''

''अहो, पण भातवडीचं नुकसान?''

''गये गुजरे पल मोजण्याऐवजी त्यांना आनेवाले कलकी अधिक चिंता आहे. उद्या अन्य कोणाचा धावा येऊन विजापूरचं कंबरडं मोडेल! त्याआधीच तुमच्यासारख्या मजबूत कमरपट्ट्याची 'सरलष्कर' म्हणून आमच्या बिजापुरी सल्तनतला अधिक जरूरत आहे.''

त्या अनाहूत, अकल्पित निमंत्रणाने शहाजीराजे अचंबित झाले. त्यांचे डोळे चमकले. त्यांनी गर्रकन आपल्या दालनाकडे नजर टाकली, तेव्हा मघापासून तिथे कान देऊन उभ्या असलेल्या जिजाऊसाहेब दिसल्या. अन् त्यांच्याकडे पाहताना राजांना अचंबा वाटला. जिजाऊंच्या डोळ्यांत पसंतीची मोहोर लख्ख उठून दिसत होती!

◆

विजापूरचे सरलष्कर

१६२५

बिदरशाहीतील माजलेल्या वरचढ इस्लामी सरदारांनी तेव्हा विजापूरकरांना भंडावून सोडले होते. त्यांच्या गर्वाचे पाणी उतरवण्यासाठी तेव्हा तिथे वजिरीची जोखीम पार पाडणाऱ्या चाँदबिबीने पहिल्यांदा मराठा सरदार, शिपायांना १५९५ मध्ये विजापुरास आमंत्रित केले होते. आधीच्या त्या राबत्याच्या पार्श्वभूमीवर हे नवे आवतण खूप महत्त्वाचे ठरणार होते. एवढ्या मोठ्या आदिलशाहीचे 'सरलष्कर'पद म्हणजेच सेनापतीची धुरा हातामध्ये गवसावी हा योग खूप भाग्यदायी होता. आपल्या वयाच्या अवघ्या तिशीत ही सुवर्णसंधी लाभत असल्याचा शहाजीराजांना मोठा आनंदच वाटला.

त्या दिवशी राजपरिवारातील बुजुर्ग दासी मोगराबाई धावत आल्या. त्या राजांना मोठ्या कौतुकाने बोलल्या, "बघा बरं, किती चांगल्या मुहूर्तावर निघालासा तिकडं —पण बाईसाहेबांना तिकडं नेतो म्हणाल तर ते बया जमायचं कसं?"

"काय झालं मोगुआक्का?"

"अवो, त्या परमुलखात चिंचांची आणि आवळ्याची झाडं असायला नगोत का?"

"अहो काय सांगता?"

"तिथं नसतील तर झाडं इथनंच न्यावीत उचलून ऽ!"

त्या अत्यंत आनंदाच्या बातमीने राजांचा चेहरा फुलासारखा उमलून आला.

"व्हय, आता बघा तुम्ही फक्त लढाईतलं नव्हं तर प्रत्येक्षात 'बाप' बनणार! आपल्या वाड्यात एका राजपुत्राचा पाळणा हलणार!"

राजांनी त्या खुशीत आपल्या मनगटातले सोन्याचे कडे काढून मोगराबाईच्या हातात दिले. शरीफजीसारख्या लाडक्या भावाचा मृत्यू, भर दरबारातले ते अपमाननाट्य, रणात इतका प्रचंड विजय मिळूनही वाट्याला आलेली मानहानी, आणि अनंत दगदगींशी करावा लागलेला सामना. त्या पार्श्वभूमीवर ही नवी खबर खूप सुखावणारी होती. खरेच, बाळाची चाहूल आणि विजापूरच्या दिशेने टाकायचे पाऊल, दोन्ही गोष्टी अमृतयोगासारख्या जुळून आल्या होत्या. तासाभरात ती वार्ता घेऊन सांडणीस्वार सिंदखेडच्या राजवाड्याकडे रवाना झाले. दोन-तीन दिवसांतच जिजाऊंच्या मातोश्री गिरिजाबाई लगबगीने परांड्यात हजर झाल्या.

"ह्या वेळीही बाळंतपणाचा मान आमच्याकडे राहील बरं," असे म्हणत गिरिजाबाई जिजाऊंना घेऊन जायच्या निर्धारानेच आल्या होत्या.

जिजाऊसाहेबांची माहेरी जायची तयारी झाली. त्याच दिवशी शहाजीराजांची घोडी विजापूरची वाट धरणार होती.

आदल्या रात्री त्या दोघांच्या डोळ्यांत लवकर झोप उतरायला तयार नव्हती. जिजाऊ म्हणाल्या, "आम्ही खूप ऐकून आहोत बरं तुमच्या विजापुराबद्दल. अनेक जण तर तिचा दक्षिणेतली स्वर्गनगरी असा उल्लेख करतात. तिथले रेशमी वस्त्रांचे कारखाने, देशोदेशीच्या सौदागरांचे तांडे, ती संपन्नता आणि ते सौख्य—तो सारा प्रकार म्हणजे इकडच्या स्वारींची मौजच आहे!"

"पण त्या मुलखी तुमच्याविना राहणं म्हणजे बासरीनं सूर हरवून बसण्यासारखाच नीरसपणा!"

"इश्श, खरंच का एवढ्या आठवणी जागतील आमच्या?"

"जिजाबाई, अहो एखादा इसम राजा असला, त्याच्या आवतीभोवती सरंजाम, लष्कर, भव्य प्रासाद, असं दुनियाभराचं सौख्य असलं म्हणून काय झालं? दिवस जाईल लष्करात किंवा दरबारात; पण रात्रीचं काय? तुमच्याविना रात्री भिंती खायला उठतील. रेशमी वस्त्रं आमचं अंग अंग जाळतील!"

"मग असू द्यावं एखादं मायेचं माणूस सोबतीला–"

"काय बोलता आहात राणीसाहेब?"

"इतकं चिडायचं ते कशासाठी? आम्हाला सवत चालेल की. एखाद्या धाकट्या बहिणीसारखी." हसत जिजाऊ म्हणाल्या.

सत्ता नावाची चीज खूप रमणीय आणि हवीहवीशी तेव्हाच वाटते, जेव्हा तिच्या यशाची कमान चढती राहते, जेव्हा दिवस खऱ्या अर्थी सौख्याचे आणि भाग्यदायी असतात.

इब्राहीमसाहेब म्हणजे आदिलशाहीच्या इतिहासातले एक उत्तुंग शिखर होते. त्यांनी अतिशय उत्सुकतेने आणि आदराने शहाजीराजांना 'सरलष्कर' पदी विजापूरला पाचारण केले होते. एखाद्या इस्लामी प्रशासकीय व्यवस्थेत युद्धप्रमुखाच्या आसनावर एखादा गैरइस्लामी आणि तोही हिंदू सरदार येऊन विराजमान व्हावा हीच बाब खूप अपूर्व होती. शहाजीराजांनीसुद्धा आपल्या धाडसी युद्धनेतृत्वाने इब्राहीमसाहेबांच्या अपेक्षांची चांगली पूर्ती केली होती. सरलष्कर शहाजीराजांच्या हाताखाली विजापूरचे प्रचंड घोडदळ आणि पायदळ सुराला लागले होते.

राजांनी दोन वर्षांत केरळ आणि कर्नाटक-तमिळ प्रांतांतून अनेक नगरे, जहागिऱ्या आणि राज्ये बळकावली होती. तिकडची लूट हत्तींच्या आणि उंटांच्या

पाठींवरून भरभरून आणून विजापूरच्या खजिन्यात मोलाची भर घातली होती.

विजापूर आणि मलिक अंबर या दोघांतला साप-मुंगसाचा जुना झगडा अजून मिटला नव्हता. निजामशाहीने आपले विजापूरवरचे आक्रमणाचे सत्र चालूच ठेवले होते; मात्र शहाजीराजांनी तिकडच्या लष्करी कारभाराची सूत्रे स्वीकारल्यानंतर सर्वांना आपल्या तलवारीच्या पात्याची वेळोवेळी चुणूक दाखवली होती. मध्ये एकदा फलटणच्या बाजूला सालप्याच्या घाटात निजामशाही लष्कराने शहाजीराजांना दणका दिला होता. त्यांची काही वेळ तिथे कोंडी करून त्यांना घाम फोडला होता. त्यांना पराभूत होऊन माघार घ्यायला भाग पाडले होते.

सालप्याच्या लढाईत सरदार संभाजी मोहित्यांनी मोठी बहादुरी दाखवली होती. तिथेच शहाजीराजांशी त्यांची गहिरी दोस्ती जुळून आली. मोहित्यांचाही वाडा विजापुरात होता. मित्राच्या घरी येता-जाता मोहित्यांच्या भगिनी तुकाबाई यांच्याशी राजांचा उत्तम परिचय घडला. मग विजापुरातच शहाजीराजांशी तुकाबाईंचे लग्न झाले. त्या मंगल घटिकेचे आमंत्रण राजांनी जिजाऊसाहेबांना पाठवले होते. त्यावर जिजाऊंचा खलिता पोचला, "आपले त्रिवार अभिनंदन! आता, तुमच्या दिलाचा आणि महालाचा गाभारा सुखाने भरून टाकणारं माणूस तुमच्या सोबतीला मिळालं. आम्ही इकडे चिरंजीव संभाजीराजांच्या लाडाकोडात मग्न आहोत. सोबतीला तुमच्या आठवणी आणि पुण्याची आणि सुप्याची धनदौलत आहेच."

शहाजीराजांनी आपल्या मर्दुमकीने आदिलशहावर स्वतःच्या कार्याची छाप पाडली होती. त्यांना इब्राहीम आदिलशहासारख्या कलासक्त, बुजुर्ग आणि जनप्रिय सत्ताधीशाचा दमदार पाठिंबा मिळाला होता. त्यामुळेच त्यांनी 'सरलष्कर' या पदाची कमान अधिक उंचावली होती. तरीही आपल्या मायभूमीपासून आणि गणागोतांपासून दूर राहायचे दुःख शहाजीराजांना बोचायचेच.

सत्तासुंदरी जेव्हा लाजभीड सोडून नग्न होते, जनांपासून दूर पळते, चोरबदमाशांचा सहारा घेते, तेव्हा त्या भूमीचे दिवसच फिरतात. त्यात एखादा प्रजाहितदक्ष राजा नाहीसा होतो, तेव्हा दुर्बलांना जोर चढतो. जातीयवाद, संकुचित धार्मिक पंथीयांचे दात आणि नखेही हिंस्र बनतात. शहाजीराजांच्या विजापुरातील वास्तव्याची तीन वर्षे संपत आली होती, अन् १२ सप्टेंबर, १६२७ या दिवशी जनप्रिय इब्राहीम आदिलशहा द्वितीय पैगंबरवासी झाले.

त्या घटनेपासून विजापूरची आबोहवा झपाट्याने बदलून गेली होती.

तेव्हाचा तो चौदा-पंधरा महिन्यांचा काळ संपूर्ण हिंदुस्थानभर खूप उलथापालथीचा ठरला होता. १४ मे, १६२६ या दिवशी मलिक अंबरबाबांचे ऐंशीव्या वर्षी दुःखद निधन झाले होते. त्यातच दिल्लीचा सत्ताधीश जहांगिर पातशहाही अल्लाला प्यारा

झाला होता. त्याच्या जागेवर त्याचा शहजादा शहाजहान आरूढ झाला होता.

इब्राहीम आदिलशहांच्या मृत्यूने राजधानीत मोठी खळबळ उडाली होती. मुळात राजसत्तेचे रूपच नागडे आणि बीभत्स असते. मृत सत्ताधीशाचे कलेवर झाकून ते स्मशानाकडे पुरायला किंवा जाळायला नेण्याआधी एक आवश्यक संस्कार पार पाडावा लागतो. तो म्हणजे दिवंगत नरेशाच्या वारसाच्या मस्तकावर आधी राजमुकुट ठेवायचा असतो आणि मगच खांदेकऱ्यांनी शवपेटीला खांदा द्यायचा असतो. हाच ह्या दुष्ट आणि व्यवहारी दुनियेचा दस्तूर.

विजापूरच्या राजरस्त्यातून इब्राहीम आदिलशहाची प्रेतयात्रा पुढे सरकत होती, तेव्हा समोरच्या बाजूला दौलतखानाने खांदा दिला होता. एकीकडे तो दुःखाने पार मोडून गेल्याचे दाखवत होता. त्याच वेळी आपल्या धमन्यांतून वाहणारे रक्त हे इब्राहीमचेच आहे असे उघडपणे सांगणे त्याला अवघड जात होते. त्याची आई कलावंतीण होती. सुलतानाची आवडती सखी होती. दौलताखानाला एका गोष्टीचे खूप वाईटही वाटत होते. जगात कित्येक सुंदर स्त्रिया पुरुषांना आपल्या मुठीत पकडून त्याचे मांजर बनवतात. त्याच तोडीचे कौशल्य आपल्या अम्मीजानला साधले असते, तर कदाचित आजच्या तख्तपोशीच्या वेळी राजमुकुटाचे धनी आपणच ठरलो असतो. एक वेगळीच हुरहुर आणि वैषम्य, वेगळीच विषादाची भावना दौलतखानाच्या मनात भरून गेली होती.

खांद्यावरची ती शिसवी, लांब-रुंद आणि नक्षीदार उंची पेटी. त्या पेटीला खालच्या आणि वरच्या अंगाने रत्नमाळा बांधल्या होत्या. संपत्तीचे ते अतिरेकी प्रदर्शन मात्र दौलतखानाला आवडले नसावे. त्या प्रेतयात्रेसोबत अनेक अमीरउमराव, सरदार, अंमलदार, खाशे, सौदागर, मेहमान यांची गर्दी होतीच; पण त्यांच्या सोबतच शहाजीराजे भोसले, निंबाळकर आणि घाटगे, यांसारखे काही प्रमुख मराठा सरदारही आपल्या मृत पातशहाला मानवंदना देण्यासाठी पुढे चालले होते. इब्राहीम आदिलशहाच्या काळात विजापुरी सियासतीत इस्लाम धर्मीयांसोबतच मराठा, तेलंगी आणि मलबारी योद्ध्यांच्याही मर्दुमकीला वाव मिळाला होता. त्यामध्ये मराठे खूप अग्रेसर होते. अन् मराठा सरदारांमध्ये शहाजीराजे म्हणजे एक जिवंत दंतकथाच बनून राहिले होते.

खांदेकरी दौलतखानाच्या बाजूनेच एक उंचेला आणि विद्वान ब्राह्मण पुढे चालला होता. त्याच्या कपाळावरचे भस्माचे पट्टे, मध्येच रेखलेला अष्टगंधाचा टिळा, गळ्यातल्या रुद्राक्ष माळा आणि खांद्यावरचे जरीकाठी उपरणे, यामुळे त्या इस्लामी शवयात्रेत त्याचे वेगळेपण उठून दिसत होते. तो दिसायला चटपटीत, गतीने हलका होताच. शिवाय दौलतखानाशी त्याची असलेली लगट शवयात्रेसारख्या गंभीर प्रसंगीही कोणाच्याही सहज लक्षात येत होती. आपल्या जवळच्या गमछ्याने

तो हळूच दौलतखानाच्या मानेवरचा घाम टिपायचीही तत्परता दाखवत होता.

एकदाची शवयात्रा जोहरपूरच्या दफनभूमीत पोचली. इस्लामी आयतींचे पठण झाले. बाजूला खोदून तयार असलेल्या खड्ड्यामध्ये ठेवण्यासाठी वस्त्राच्या पिळांच्या साहाय्याने ती शवपेटी उचलली गेली. तिथे अनेकांना हुंदके आवरले गेले नाहीत; मात्र त्या दफनपेटीकडे बघताना कैकांच्या मनात अनेक विचार डोकावले असावेत. दौलतखानाला लगटूनच तो तिशी-पस्तीशीतला उमदा ब्राह्मण उभा होता. रत्नमाळांच्या आच्छादनात ती शवपेटी जेव्हा मातीआड होऊ लागली, तेव्हा त्या विद्वानाचे काळीज हलले! 'अरेरे! तो रत्नमाळेचा पुंजका आपल्या हवाली केला असता तर निदान ते दान सत्पात्री पडले असते.' असे तो मनातून आक्रंदला होता.

सामान्यत:, क़बरिस्तानातून किंवा स्मशानातून माघारी लोटल्यावर सचैल स्नानाचा रिवाज असतो; मात्र प्रत्येक वेळी हा योग राजाच्याही वाटेला येईलच असे नाही. भविष्यकालीन दु:खांना, दुखण्यांना आणि संकटांना मूठमाती देण्यासाठी एखाद्याला रक्तस्नान घालण्याचीही अनेकदा त्याच्यावर मुसीबत ओढवत असते.

नवा सुलतान मोहम्मद म्हणजे वास्तवात पंधरा वर्षांचे बालकच होते. अर्थात तो झाला सामान्य मनुष्याच्या दृष्टीतला हिसाब; मात्र सत्तेच्या सिंहासनावर एकदा आरूढ झाले की त्या सत्ताधीशाच्या अंगात संचारणारी एक नशा, एक कैफ या साऱ्याची जादूच वेगळी असते. त्याला कठोरपणे धोरणे राबवावी लागतात. वेळेत एखाद्याला नेस्तनाबूत करणेही तितकेच महत्त्वाचे असते. त्यामुळे सत्तेची नशा चढलेल्या मोहम्मदाची पावले कब्रस्तानातून आपल्या 'सात मंझिल' नावाच्या भव्य राजप्रासादाकडे वळली नाहीत. अगदी निवडक सोबत्यांसह तो एका महत्त्वाच्या आणि आवश्यक कामगिरीकरिता जवळच्याच आनंद महालाकडे वळला.

फुलझाडांच्या ऐश्वर्याआड लपलेल्या त्या चकचकीत महालात आज एक करपटपणाचा वास भरून राहिला होता. दुष्ट काळ्या कामगिऱ्यांची आदत असणारे हशम आणि खोजे त्या ठिकाणी उभे होतेच. समोरच्या एका बड्या लाकडी बैठकीवर एक पंधरा वर्षाचा अत्यंत देखणा पोर करकचून बांधून ठेवला होता. काल सायंकाळपर्यंत विजापूर नगरीत तो सर्वांसाठीच 'आँखोंका तारा' होता. त्याचे नाव शहजादा दरवेश, इब्राहीम आदिलशहाच्या बड्या बेगमेचा बडा शहजादा. 'सात मंझिल'चा नवा वारसदार म्हणून त्याच्या जन्मावेळी विजापूर नगरीत पंधरवडाभर रोषणाई केली गेली होती. शाही खान्याचे आणि मिठायांचे सहस्र पेटारे वाटले गेले होते; पण एखाद्याचे दुर्भाग्य मध्येच असे कडमडते की त्याच्या परवडीला अंत उरत नाही.

शहजादा दरवेश एक प्रकारे आपल्या अम्मीजानच्या महत्त्वाकांक्षेचा शाप भोगत होता. आपला शोहर मरण्याआधी शहजादा दरवेश रांकेला लागावा म्हणून त्या

बेगमने एक राजकीय कटाचे धाडस केले होते, ज्यायोगे प्रसंगी इब्राहीम पातशहाचा मृत्यू ओढवला तरी चालणार होते; परंतु दरवेश तख्ताचा धनी बनायला हवा होता. ते भयंकर कटकारस्थान उधळले गेले होते. सुलतानाच्या साक्षीनेच त्याच्या त्या बेगमेची दुधारी शस्त्राने एका फटक्यातच मुंडी उडवली गेली होती. दरवेश निष्पाप आढळला म्हणून त्याचा जीव बचावला होता. त्यानंतरही शहजादा दरवेशकडे सारे विजापूरचा वारसदार म्हणून बघत होते.

मात्र, काल दुपारी आँखरी साँस घेण्यापूर्वी आपल्या तख्ताचा धनी दरवेश नव्हे तर मोहम्मद असेल, असे सांगून इब्राहीमशहाने मान टाकली. त्या एका वाक्यातूनच दरवेशच्या दुर्दैवाच्या दशावतारांची मालिका सुरू झाली होती. आज भल्या पहाटेच झोपल्या पलंगावरून झग्यासह आणि मांडचोळण्यासह खोजांनी दरवेशला उचलला होता. 'सात मंजिल'च्या जनानी महालांपासून त्याला दूर बाजूला नेऊन इथे आणून करकचून बांधून टाकले गेले होते. त्याचे फक्त हातपायच नव्हे तर मासेमारीच्या जाळ्यांसारख्या सुताच्या जाळ्यांनी त्याची मुंडी मागच्या त्या लाकडाच्या फळकुटाला अशी घट्ट बांधली होती की, त्या शहजाद्याला आपली मानच काय, हनुवटीही अजिबात हलवता येत नव्हती.

त्या दालनात मोहम्मदशहाची आणि इतरांची पावले जशी वाजली, तसा दरवेशने हंबरडा फोडला. मोहम्मदशहा दिसताच त्याने काळीज कापल्यासारखा आकांत सुरू केला, "भाईजान ऽऽ हमें आपका तख्त क्या, हिरे-जवाहरात कुछ भी नहीं चाहिये! आजही मैं मक्कामदीनाकी तरफ जाने के लिए तैयार हूँ! अल्लाके वास्ते मुझपर रहम करें!"

समोर लोहाराची दोन तगडी पोरे तयारच होती. महालाच्या बाहेर जेव्हा शाही बेहडा पोचल्याचा आवाज आला होता, तेव्हाच त्यांनी रसरसत्या शेगडीमध्ये सळई ठेवली होती. निखाऱ्यावरची ती कांडी लालेलाल दिसत होती. त्या तप्त सळईची लाकडी मूठ जेव्हा लोहाराने हातात पकडली, तेव्हा अंगावर भिंत कोसळल्यासारखा दरवेशने आकांत मांडला, "भाईजान ऽऽ रहम करो रहम!"

"डरो मत भाई! मैं आपकी जान क्यूँ ले लूँ? हम मुघल थोडेही है? बस थोडीसी तकलीफ!"

ती तप्त तांबूस पोलादी सळई घेऊन मोहम्मदशहा पुढे सरकला. डोळ्यांच्या बाहुल्यांकडे सरकणारे ते अग्निशस्त्र बघून दरवेशचा चेहरा पांढराफट्ट पडला आणि भीतीने त्याची दातखीळ बसली. अंगावरच्या चोळण्यातच त्याने पिसाब केली. मोहम्मद मोठ्या धाडसाने पुढे झाला खरा; पण जेव्हा त्याने दरवेशच्या अतिशय भावुक, पाणीदार आणि मनोहर अशा डोळ्यांकडे पाहिले तेव्हा तो थबकला. खरे तर त्याचे ते सुंदर डोळे पाहून तिथे गोळा झालेल्या सर्व कटवाल्यांना आणि

मारेकऱ्यांनाही घाम फुटला होता. दरवेश सर्वांना हवाहवासा वाटणारा, स्वभावाने उमद्या आणि दिलदार मनोवृत्तीचा होता; पण गेल्या काही तासांतच त्याची तकदीर फिरली होती. त्या निरापराध कोवळ्या जिवाच्या काळ्याभोर बुबुळांत जळती सळई घुसवून त्यांचा कोळसा कसा करायचा?

ते भयंकर कृत्य करायचे या कल्पनेने मोहम्मदशहाही लटपटला. तसा दौलतखान मोहम्मदवर ओरडला, "ऐसे हमदर्दीसे सियासत नहीं चल सकती मेरे सुलतान!"

तितक्यात बाजूला उभा असलेला तो ब्राह्मण पंडित झट्‌कन पुढे घुसला. त्याने कोणाला एक शब्दोच्चार करायचीही संधी दिली नाही. त्याने ती जळती लोहकांडी आपल्या हाती घेतली अन् पट्‌कन दरवेशच्या दोन्ही डोळ्यांमध्ये घुसडली. तसा डोळ्यांच्या खोबणीतील त्या नाजूक बुबुळांचा चर्रचर्र असा आवाज झाला. तिथून धूर बाहेर पडला. मनुष्याच्या भाजल्या चमडीचा आणि अवयवांचा तो उग्र, करपट वास सर्वांच्याच नाकांतील बाल जाळून गेला!

दौलतखानासह तिथे उपस्थित असलेल्या बाकीच्या सरदारांनी आणि विशेषत: मोहम्मदशहाने त्या मुरारी पंडित नामक ब्राह्मणाकडे मोठ्या अभिमानाने पाहिले. नव्या मोहम्मदशहाचा दौलतखानावर आणि त्याच्या सर्व दोस्तांवर कमालीचा विश्वास बसला होता. याआधी आपल्या अक्कलहुशारीच्या आणि बुद्धीच्या जोरावर विजापुरी दरबारात ज्या तीन ब्राह्मण व्यक्तींना इब्राहीमशहाने मोलाची सरदारकी दिली होती, त्या तिघांचीही दोन दिवसांत सरदारकीच्या पदावरून गच्छंती केली गेली होती. राजदरबारातल्या इतर सर्व हिंदू कारकुनांनाही नोकरीवरून काढून टाकण्यात आले होते; मात्र दौलतखानासह नव्या आदिलशाही सियासतीला पंडित मुरारी जगदेव ही एकच हिंदू व्यक्ती परिसाहून महान वाटत होती.

दुसऱ्याच दिवशी नवा दरबार भरला. मोहम्मदशहाने विजापूरच्या वजिराची वस्त्रे दौलतखानाला बहाल केली. तेव्हा त्या खुशीच्या मुहूर्तावर दौलतखान नव्या आदिलशहाच्या कानाशी लागला. मग त्या दरबारातच पंडित मुरारी जगदेवरावाची कारभारी म्हणून आपण खास नियुक्ती करत असल्याचे मोहम्मदशहाने जाहीर केले. दौलतखानाला 'खवासखान' हा किताबही प्राप्त झाला.

वजीर खवासखान आपल्या अंबारीतून आपल्या हवेलीकडे परतत होता. तेव्हा त्याच्या शेजारीच पंडित मुरारी जगदेव बसला होता. रयतेकडून फुले स्वीकारताना खवासखानाने मुरारीच्या कानात हळूच सांगितले, "माझ्या तिन्ही बेगमांच्या आणि शहजाद्यांच्या कुंडल्या मला तुमच्याकडून बनवून घ्यायच्या आहेत, पंडितजी." त्यावर मुरारी जगदेव खूप खुशीने हसला. त्याची नजर रस्त्याशेजारच्या महालावरून, दुतर्फीच्या उतरत्या पायऱ्यांवरून फिरत होती. त्याला न चुकता आठवत होते. त्याच त्या पायऱ्या—ज्यावर फक्त दोन वर्षांमागे मुरारी अनेकदा अर्धउपाशी झोपला

होता. अंगावर पासोडी नसल्याने रात्रीच्या थंडीत कुडकुडला होता.

रात्री आपल्या हवेलीत शहाजीराजांनी मंबाजीला म्हटले, "काय रे मंबा, ते दफनभूमीत अवचित भेटलेलं पात्र—म्हणजेच नव्या वजिराचा नवा कारभारी, कोण तो?"

"मुरारी जगदेव."

"याआधीही आपण कधी भेटलो होतो का रे त्याला?"

"हां, चार-पाच वर्षांमागे एखाद्या भिकाऱ्यासारखा दौलताबादेत पहिल्यांदा भेटलेला तेव्हाचा तो कडमड्या, चळवळ्या मुरारी! तेव्हा दौलताबादेत शिलाजित विकून अंमलदारांना उल्लू बनवणारा आणि वांझपणावर वनौषधी देऊन जनानी औरतींना पागल करणारा तेव्हाचा तो हाच मुरारी जगदेव. आता बड्या बड्या धेंडांच्या सहवासात ते कोंबड्यांच्या तंगड्या खेचण्यात आणि पोरीबाळींच्या नादात तरबेज झालेत."

शहाजीराजांच्या डोक्यात प्रकाश पडला. ते मंबाजीकडे पाहतच राहिले.

नव्या मोहम्मद आदिलशहाची उमर फक्त पंधरा-सोळाची होती; पण त्याच्या अवतीभोवती अनेक जहालवादी, कडवे, सांप्रदायिक इस्लामी गट गोळा झाले होते. 'सरलष्कर' म्हणजेच राज्याचा सेनापती या नात्याने लष्करी खर्चासाठी शहाजीराजांना सरकारातून बरीच रक्कम उचलावी लागत असे; मात्र नव्या प्रशासकीय व्यवस्थेत वजीर खवासखान आणि मुख्य कारभारी मुरारी जगदेव, हे दोघेही मुद्दाम खजिन्याच्या पेटीवर नागोबासारखे वेटाळे घालून बसलेले असायचे.

बघताबघता विजापुरी सियासतीने आणि वजीर खवासखानाने मुरारीपंतांना अगदी डोक्यावर घेतले, तेव्हा शहाजीराजांनी मोहम्मदशहाला स्पष्ट कळवले, "यापुढे मुरारीपंताच्या ओसरीवर नाक रगडायला आमचे कारकून जाणार नाहीत. तथापि, आमच्याकडे वेळेत लष्करी खर्चाची रक्कम पोचली, तरच आम्ही तुमच्या सेनापतीपदाला न्याय देऊ शकू."

विजापुरातले वातावरण झपाट्याने बदलू लागले होते. दरबारातील सांप्रदायिक आणि कडव्या जहालवादी सरदारांनी मोहम्मदशहाला बजावून सांगितले, "आपण इस्लामचे सच्चे बंदे या नात्यानं प्रकरणं हाताळावीत. आपले वालिद इब्राहीम साहेब यांच्या काळात आपल्या धर्माची हानी झाली. उनकी वह घिनौनी हरकतें —!"

"वह कौनसी?"

"स्वत: बडा गायक बनायच्या हव्यासाने इब्राहीमसाहेबांना पछाडले होते. ते स्वत: उंच आवाजात रागदारीची गाणी गायचे. गायनकला वश करण्यासाठी त्यांनी

काफरांच्या त्या सरस्वती देवीच्या मूर्तीची पूजाही सुरू केली होती!"

"अय् अल्ला ऽऽ हमें बदलना होगा!" असे म्हणत मोहम्मदशहाने आपल्या पित्याच्या काळातील हिंदूधार्जिण्या कलांसह शहाजीराजांच्या कर्तृत्वाकडेही काणाडोळा करायला सुरुवात केली. दरबारात त्यांचा नवा हुकूम सुटला, "यापुढे काफरांच्या कला जोपासण्यासाठी उघडलेलं ते नवरसपूर, त्या नृत्य, गायनकला, ते सारेच रंगढंग सारं बिलकूल बंद करा!"

मुरारी पंडितांच्या अंगात ज्योतिषशास्त्र, काळी जादू, रमलविद्या, तलवारबाजी अशा अनेक कला भरलेल्या होत्या. शिवाय त्यांचा आज्ञाधारकपणा तर पराकोटीचाच होता. खवासखानाने अगर मोहम्मद आदिलशहाने दोन हात उडी घ्यायला सांगितली तर चार हातांवर उड्डाण करायची त्यांची तयारी असायची. नव्या रियासतीमध्ये एकीकडे शहाजीराजांचे मन गुदमरत होते. तिकडे शहाजहान पातशहाने दौलताबादची निजामशाही गिळण्याची आक्रमक योजना आखली होती. त्यातच त्या राज्यात आता मलिक अंबर नावाचा संरक्षक बुरूज उरला नव्हता. अशा शोचनीय अवस्थेमध्ये दौलताबादकरांना शहाजीराजांची प्रकर्षाने उणीव भासत होती.

राजांच्या गुदमरल्या मनालाही आता मायभूमीचे वेध लागले होते.

◆

स्वराज्याचा निर्धार

१६३०

दौलताबादच्या पायथ्याशी लखोजीराव जाधवराव आणि त्यांच्या कुटुंबीयांची झालेली ती दुर्दैवी, निर्घृण हत्या! त्या दुर्दैवी घटनेचे पडसाद संपूर्ण हिंदुस्थानभर उमटले होते.

एखाद्या आईसाठी किती अवघड असतो पोटाच्या पाळण्यामध्ये बाळाचा अंकुर वाढविणे! सांभाळणे!

अन् अशाही नाजूक परिस्थितीत जिजाऊसाहेबांची परीक्षा कराल काळाने किती घ्यावी?

दोन-अडीच महिन्यांचे गर्भारपण. अन् डोळ्यांसमोर एखाद्या प्रचंड वृक्षासारखे कोसळलेले लखोजीरावांसारखे पिताजी. सोबत पाठीवरचे दोन भाऊ आणि एक

भाचा. आप्तांच्या त्या हत्याकांडाचा देखावा बघताना जिजाऊंच्या हृदयाची किती कालवाकालव झाली असेल. आसवांचे ते उमाळे दु:खाच्या निखाऱ्यांतून जळत पळत कसे वाट काढत गेले असतील याची शहाजीराजांसारख्या संस्कृत पंडितांनाही कल्पना करवत नव्हती.

देवगिरीपासून एवढ्या लांबचा पल्ला. पोटुशी जिजाऊसाहेबांना सांभाळत इतक्या दूर आणणे हीसुद्धा कसोटीच होती. राजांनी वाटेत फक्त एक मुक्काम केला. अन् तडक दौडीने काल रात्री ते परांड्यावरच्या महालामध्ये येऊन पोहोचले होते.

त्या प्रवासात गेल्या पाच वर्षांतील त्या साऱ्या घटना– ते भातवडीचे धगधगते रणमैदान, प्राणापेक्षा प्रिय असलेल्या शरीफजी नावाच्या बंधूचे रणांगणावरून अवचित निघून जाणे, ते इब्राहीम आदिलशहासारख्या शहाण्या राज्यकर्त्याने उघडलेले विजापूरच्या सरलष्करगिरीचे सुवर्णद्वार, तद्नंतर मोहम्मद आदिलशहाच्या वेड्या राजवटीत पुन्हा झालेली पीछेहाट, मध्येच मलिक अंबरांचे पैगंबरवासी होणे, पुन्हा निजामशाहीची सेवा, दिल्लीकर मोगलांशी अखंड चालू असलेला संघर्ष आणि शेवटी बुऱ्हन निजामशहाला लागलेला म्हातारचळ– त्याने लखोजीरावांचा केलेला घातपात– जिजाऊंच्या माहेराचे झालेले ते शिरकाण– त्या साऱ्याच घटनांचा पट शहाजीराजांच्या डोळ्यांसमोरून झरझर पुढे सरकत होता.

शहाजीराजांच्या शरीरात प्रचंड थकवा जाणवत होता. त्यात कालच्या रात्री कधी घोडा तर कधी पालखी, अशी झपाट्याची चाल झाली होती. जिजाऊंना आपल्या गर्भारपणामध्ये पालखीत पाय आखडून बसणे मोठे त्रासदायक वाटायचे. अंगात कढ भरायचा. पुन्हा घोड्याची पाठ. रात्रीच्या त्या खाचखळग्यांनी भरलेल्या आडवाटा.

मात्र, घडलेल्या घटना आणि आघात असे भयंकर होते, की त्यापुढे प्रवासाचे कष्ट काहीच वाटत नव्हते. पहाटेच्या आत परांडा किल्ल्याच्या महादरवाजातून पथके आत घुसली. बुरुजावरचे पलिते जळत होते. या किल्ल्याच्या प्रचंड भिंतींतील अनेक बुरुजांच्या गंजांमध्ये कायमस्वरूपी तोफा घट्ट रोवल्या होत्या.

जिजाऊंनी बिछायतीमध्ये डोळे उघडले, तेव्हा कोवळ्या न्याहरीचा वखत झाला होता. एकीकडे सूर्याची प्रखर होऊ लागलेली किरणे गवाक्षातून आत सांडत होती. तेव्हाच महालाच्या खालच्या अंगाने तिन्ही बाजूंनी जमलेल्या सैनिकांचे मोठे आवाज आणि आरोळ्या ऐकू येत होत्या. घोड्यांचे खिंकाळणे, हशमांच्या हाक्या, अंमलदारांचे इशारे आणि चंदीचाऱ्याच्या आणि वैरणीच्या इंतजामासाठी कारवानांच्या तांड्यांचे किंचाळल्यासारख्या आवाजातले बोलणे.

जिजाऊ कुशी बदलणार तोच एक सानुला तळहात त्यांच्या चेहऱ्यावरून फिरला. त्यांनी झट्कन तो हात जवळ ओढला. सात वर्षांचे संभाजीराजे मघाशीच

येऊन त्यांच्या उशीजवळ बसून होते. मातोश्रींच्या जागे होण्याची वाट पाहत होते. जिजाऊंनी त्यांना पोटाशी घट्ट कवटाळले, तशी त्यांची छाती धपापून त्यांचा श्वासोच्छ्वास वाढल्याची जिजाऊंना जाणीव झाली.

"आऊसाहेब, राती खूप उशिरा आलात का?"

"हो रे बाळा!" म्हणत जिजाऊंनी शंभूबाळांच्या डोक्यावरून मायेने हात फिरवत, पुन्हा त्यांना काही क्षण मिठीत ओढले. दोघांचेही डोळे पाण्याने भरले होते. आपले मातुल आजोबा लखोजीबाबांच्या आणि आपल्या मामा लोकांच्या झालेल्या निर्घृण हत्येची वार्ता युवराजांच्या कानापर्यंत कधीच आली असणार. ते अगदीच लहान नव्हते. त्या दु:खाचा डोंबच इतका भयानक होता की, त्याच्या झळा युवराजांच्या कानापर्यंत नक्कीच पोचल्या होत्या.

वैद्यराज दाजीशास्त्री आले. त्यांनी जिजाऊंच्या तापाने रसरसत्या कपाळावर हात ठेवला. नाडीपरीक्षा झाली. वैद्यांनी कसलासा हिरवट काढा त्यांना प्यायला दिला. बाकीची औषधे गोमाजीपंत पानसंबळांकडे दिली. दाजीशास्त्री शहाजीराजांना म्हणाले, "राजे! आपल्या सासुरवाडीवर ओढवलेल्या वज्राघाताची कल्पनाही करवत नाही!"

"अशा घातपाताचं पाऊल कोण्याही शहाण्या शासकाने कधीच उचललं नव्हतं; पण निजामशहाच्या पागलपणापुढे कोण काय करणार?" शहाजीराजे म्हणाले.

"त्या धक्क्याची तीव्रता आम्ही जाणून आहोत, राजे; पण दुसरी महत्त्वाची गोष्ट कशी विसरता आपण?"

"काय झालं शास्त्रीबुवा?"

"बाकी काही असो, पण राणीसाहेब गर्भवती आहेत. पोटातल्या बाळाची काळजी वाहणं हे आपल्या सर्वांचं परम पवित्र कर्तव्य आहे." शास्त्रींनी सांगून टाकले.

राजांच्या इशाऱ्यानुसार आवराआवरही करायला हवी होती. खूप कष्टाने जिजाऊ उठल्या. त्यांच्या मदतीसाठी दोन-तीन कुणबिणी आणि दासी होत्या. त्यांच्या सोबतीने त्या पलीकडच्या दालनाकडे निघाल्या. पाठोपाठ शहाजीराजे जाऊ लागले. मध्येच मार्गिकेमध्ये दोघेही थांबले. भविष्याच्या चिंतेने जिजाऊंनी राजांकडे बघितले. तेव्हा राजे म्हणाले, "अशा प्रकारच्या नीच घातपाताचा प्रकार कोणाच्याही नशिबात येऊ नये!"

"राजे ऽ फार फार संताप येतो ह्या बुऱ्हन निजामशहा नावाच्या सैतानाच्या बहकलेल्या मेंदूचा. त्याच्या नीच, घातकी वृत्तीची जातकुळीच समजून येत नाही. हा, हाच का तो निजामशहा ज्याच्यासाठी तुम्ही भातवडीच्या रणात मोगलांच्या आणि विजापूरकरांच्या फौजा स्वत:च्या अंगावर ओढून घेतल्या होत्या? रक्ताचं

पाणी केलं होतं?''

"हो ऽ हाच तो हरामजादा, ज्याच्या विजयासाठी आमचे लाडके बंधू शरीफबाबा इतक्या उमेदीच्या वयातच खर्ची पडले. हाच तो हैवान ज्याच्यासाठी आपण सोसलं होतं जन्मोजन्मीचं नुकसान!'' शहाजीराजे विषण्णपणाने म्हणाले.

"आमच्या जिवलगांचे ते निष्पाप चेहरे डोळ्यांसमोर उभे राहिले की अंग थरारून जातं. कोणाही स्त्रीसाठी माहेर म्हणजे सौख्याचा मांडव असतो, मायेचा झरा असतो. तो आमचा स्वर्गच ह्या दुष्टाने कायमचा उद्ध्वस्त केला. ह्या पापी निजामाचा शेवटही असाच रक्तमांसाच्या चिखलात होईल!'' जिजाऊ संतापाने थरथरत बोलल्या.

"खरंच राणीसाहेब, ही धोकाधडी आम्ही आमच्या जिंदगीत क्षणभरही नाही विसरू शकत.''

"पण आपण आता करायचं तरी काय?''

"तूर्तास एवढं नक्की, की यापुढे ह्या हरामखोर बुऱ्हन निजामशहाची आम्ही नोकरीचाकरी करायचा प्रश्नच उद्‌भवणार नाही.'' राजे ठामपणे म्हणाले.

राजे सदरेवर आले. तिथे पंताजी गोपीनाथ, गोमाजी पानसंबळ, कारभारी नारोपंत दीक्षित अशी खाशी मंडळी उपस्थित होती. नारोपंतांनी राजांना सांगितले, "राजे, चिंता नसावी. खिडकीतून बाहेर नजर टाकलीत तर आपण पाहाल की खालचे दोन्ही चौक घोडेस्वारांनी भरून गेलेत.''

"इतक्या तातडीनं?''

"राजे! आपल्यावरचा प्रसंगच इतका बाका आहे की, त्याची खबर वाऱ्यावरूनच पोचली असावी आपल्या शिपायांना.''

"खरं आहे राजे. पहाटे तुमचं पथक इथं पोचलं असेल अन् पाठोपाठ पाच हजाराहून अधिक घोडा बघताबघता जमा झाला. आता फक्त आपण हुकूम द्या. बाहेर बघा, घोडी आणि माणसंही फुरफुरताहेत.''

"प्रत्येक घोडेस्वारानं आपल्या कमरेच्या धडप्यात दोन-तीन दिवस पुरेल इतकी दशम्यांची शिदोरी बांधलीय.''

आपल्या सहकाऱ्यांची ती तयारी पाहून राजांचे मन भरून आले. त्यांनी गोमाजी, नारोपंत, जयसिंगराव अशा सर्व खाशांच्या खांद्यावर प्रेमाने हात ठेवला.

जिजाऊंनी स्नानासह सकाळची नित्याची कामे आटोपती घेतली.

किमान लखोजीराव हे शहाजीराजांचे श्वशुर आहेत याचे भान बुऱ्हनशहाने ठेवायला हवे होते. या क्षणीसुद्धा शहाजीराजे निजामशहाच्या 'सुभेदार' या सर्वोच्च पदावर आरूढ होते, अशीच सर्वांच्या मनात भावना होती.

भविष्याच्या चिंतेने सदरेवर महत्त्वाची मसलत सुरू होती. तितक्यात जिजाऊंचे तिथे आगमन झाले. त्या नेमके बोलल्या, "आम्हाला वाटतं स्वारींनी चौफेर पाहावं. धीरानं घ्यावं."

"मस्तकावर आभाळ कोसळलंय, राणीसाहेब!"

"मनुष्याची बुद्धी अशाच वेळी त्याची पुरेशी सोबत करत नाही म्हणतात."

"आता माघार नाही!" राजांनी जिजाऊंच्या डोळ्यास डोळा देत सांगितले, "आपण हिंदुस्थानच्या नकाशाची रांगोळी रेखताना अनेकदा आम्हाला एक सवाल करून डिवचत होतात ना—प्रत्येक पातशाहीचं लष्कर मराठी मुलखातल्या घोड्यांच्या आणि मावळी माणसांच्या बळावर चालतं म्हणून? पण आम्हा मराठ्यांना आपला 'स्वत:'चा मुलूख आहे कुठं? शंभूमहादेवाचं नामस्मरण करून आम्ही आता तुमच्या त्या सवालाचा जबाब द्यायचा निर्धार केला आहे. मराठी मुलखाच्या सरहद्दीच्या रेघा आम्ही आमच्या तलवारीच्या टोकानं आणि रक्तरंगानं रेखाटायचा निश्चय केला आहे."

राजांच्या मुखातून ते सळसळत्या पात्यासारखे तेजस्वी शब्द बाहेर पडले अन् सर्वांच्याच धमन्या पेटून उठल्या. त्यांच्या डोळ्यांत मर्दानगीचे पाणी झळकू लागले. न राहवून दोघाचौघांनी एका स्वरात घोषणा द्यायला सुरुवात केली, "हर हर महादेव! जय जय शंभूदेव! एकच एल्गार! एकच एल्गार! शहाजीराजांचा जयजयकार!"

अन् काही क्षणांतच परांड्याच्या त्या भव्य औरसचौरस किल्ल्यावर चमत्कार झाला. शहाजीराजांनी बंडाचे निशाण फडकवले! मधमाश्यांचे पोळे फुटावे तशी राजांची घोडी किल्ल्यातच लूट करत उधळली. निजामाचे अंमलदार बावरले. निजामशाहीचे सुभेदार शहाजीराजांनी आणि त्यांच्या घोडेस्वारांनीच किल्ला लुटायला सुरुवात केली. प्रतिकार करणारे तिथे कोणी नव्हतेच. प्रथम किल्ल्यावरचा खजिना, जडजवाहीर, नंतर उंची वस्त्रे, मोठाले तंबूसामान, बारुदाच्या पेट्या, बंदुका, तलवारी, भाले, अक्षरश: प्रचंड लूट होती. एका वेळी बाराशे बैल एका ओळीत उभे राहिले. त्या प्रत्येक बैलाच्या पाठीवर दोन्ही बाजूंना पखालीसारख्या जड सामानाच्या गोणी बांधल्या गेल्या. पाचसहाशे खेचरे आणि ओझ्याची घोडीसुद्धा ते सामान घेऊन किल्ल्यातून बाहेर पडू लागली.

त्या लुटीसोबतच्या खाशा अंमलदारांनी राजांना हळूच विचारले, "राजे ऽ कोणत्या दिशेने निघायचं?"

"प्रश्न कसला करताय? बरोबर तीस वर्षांमागे आमचे पिताश्री मालोजीबाबांना मलिक अंबराच्या आणि निजामशहाच्या शिक्क्याने जहागिरीचा जो मुलूख मुक्रर केला गेला होता तिकडेच निघायचं!"

"पुण्याकडे?"

“हो ऽ मुळामुठेच्या काठी, पुण्याच्या कसब्यात, जिथे आमचे वाडे आहेत. त्याच ठिकाणी आपण पोचावं.”

“जी हुकूम!”

“आणि हो ऽ तिकडच्या आमच्या यारदोस्तांना सांगा. आपल्या स्वतःच्या स्वराज्याचं निशाण फडकवण्यासाठी आम्ही मुलूखगिरी करत पाठोपाठ तिकडे येतच आहोत!”

दुपारपर्यंत लुटीची जनावरे आणि एकूण कारभार राजांनी मार्गाला लावला. एका वेगळ्याच निर्धाराचे पाणी शहाजीराजांच्या सर्वांगात सळसळून उठले होते. आपल्या प्राणपतीच्या आजच्या त्या अपूर्व रूपाकडे जिजाऊसाहेब अचंबित होऊन पाहत होत्या. आपले दिवाण आणि इतर सरदारांसमवेत राजे पुढे निघाले. त्यांच्या सोबत जिजाऊसाहेबांचाही घोडा चालला होता. किल्ल्याच्या महादरवाजातून बाहेर पडण्यापूर्वीच राजांनी घोड्याचा लगाम खेचला. ते स्तब्ध झाले. तेव्हा जिजाऊंनी हळूच विचारले, “का थबकलात राजे? पाठीमागे काही राहिलं का?”

“हो ऽ खूप अमूल्य, उच्चकोटीच्या रत्नाहून महान अशी चीज! चला ऽ किमान तिचं दर्शन तरी घेऊ या.”

शहाजीराजांनी झट्कन आपला घोडा पाठीमागे वळवला. समोरच्या एका बागेच्या पलीकडच्या बाजूला ते मोठ्या औत्सुक्याने जाऊन पोचले. एका गोलाकार चबुतऱ्यावर एक प्रचंड तोफ बसवलेली होती. अष्टधातूंची आणि शिसे ओतलेली ती तोफ एखाद्या हत्तीच्या पिलासारखी भरभक्कम दिसत होती.

राजे घोड्यावरून खाली उतरले. त्या प्रचंड अग्निअस्त्राकडे पाहत ते जिजाऊसाहेबांना म्हणाले, “ह्या जातीची दुसरी तोफ तुम्हाला पुऱ्या हिंदुस्थानात अन्यत्र बघायला मिळणार नाही.”

“अगदी रणचंडीचंच हत्यार दिसतं!”

“अवघा मुलूख भाजून काढायची तिच्यात क्षमता आहे, म्हणून तर तिला मुलूखमैदान तोफ म्हणतात.”

राजांनी एका फाकड्या घोडेस्वाराला खुणावले. तशी त्या बहाद्दराने पुढे झेप घेतली आणि तो सरळ आत तोफेच्या तोंडात जाऊन एखाद्या मांजरासारखा अंग आकसून बसला. तेव्हा राजे अभिमानाने बोलले, “बघितलात हा रणचंडीचा विशाल जबडा! आम्हा मराठ्यांच्या अभिमानाचं हे अमर चिन्ह आपल्या अहमदनगर शहरातल्या एका मुशीत ओतलं गेलं आहे.” दुसऱ्या एकाने आपल्या हाताने त्या तोफेची मोजमापे घेतली. तेव्हा तिची लांबी नऊ हात आणि तिच्या जबड्याचा परिघही चांगला नऊ हात आढळून आला.

राजांनी त्या तोफेच्या नाकाडावर एक श्रीफळ फोडले. त्या अजब शस्त्राला

मनोभावे मुजरा केला. राजे घोड्यावर स्वार व्हायला पुढे झाले, तेव्हा मेण्यात बसलेल्या जिजाऊंनी त्यांना हलकेच हात करून जवळ बोलावले आणि त्या म्हणाल्या, "राजे ऽ रणातल्या ह्या वाघिणीने तुम्हाला आज चांगलंच हळवं बनवलेलं दिसतंय. प्रेमात पडलात जणू तिच्या?"

"नुसत्या प्रेमात नव्हे, पुण्याकडे आपल्या स्वराज्य उभारणीचं काम मार्गी लागलं की बस्, आम्ही जातीने इथे माघारा येणार. अन् मुलूखमैदान तोफ नावाचा हा अमूल्य ठेवा परांड्यापासून पुण्यापर्यंत वाजवत घेऊन जाणार!"

नेहमीसारखी मजल-दरमजल न करता शहाजीराजांची पथके जोराची मुसंडी मारत बाहेर पडली. वाटेत सापडतील ती निजामाची ठाणी नामशेष करत, शहरे लुटत, गढ्या उद्ध्वस्त करत शहाजीराजे पुढे चालले. त्यांच्या नव्या भरारीबद्दलची खबर सर्वत्र पसरली. कोणतेही महत्त्वाचे कारण नसताना निजामाने जाधवरावांच्या घराण्यातील चार कर्त्या पुरुषांच्या हत्या करायला नको होत्या, जाणूनबुजून आपल्या महालावर शहाजीराजांसारखा वटवृक्ष कोसळवून घ्यायला नको होता, अशीच सर्वांची भावना झाली होती. वाटेत राजांनी संगमनेरची मोठी पेठ आणि अनेक निजामशाही अंमलदारांचे वाडे लुटले. गावातून बाहेर पडताना मात्र त्यांनी शंकराच्या जुन्या मंदिरात जाऊन तिथे जलाभिषेक केला.

राजांच्या पथकाने बाळेश्वराची डोंगररांग चढायला सुरुवात केली. वेळ उन्हाची होती. त्यामुळे माणसे आणि जनावरेही थकली होती. कारभाऱ्यांनी एका जांभूळझाडांच्या बनात तात्पुरता बिछवा उभा केला. श्रमलेल्या जिजाऊंनी आणि राजांनी त्याच्या सावलीला थोडा वेळ विश्रांती घ्यायचे ठरवले. जिजाऊंनी हलकीशी वामकुक्षी घेतली; मात्र राजांचे डोळे लवकर मिटत नव्हते. झोपेच्या त्या गुंगीतच त्यांची कैलास पर्वताच्या बर्फखंडातून भटकंती सुरू झाली. अन् अचानक ध्यानीमनी नसताना त्यांच्या डोळ्यांसमोर भगवान शंकर उभे राहिले. साक्षात शिवाचेच दर्शन!

त्या जटाधारी भगवान शंकराच्या मस्तकावरचा तो गंगेचा प्रसन्न मनोहर प्रवाह, मस्तकावरची ती झळाळती चंद्रकोर, हलाहल पचवून पाचूसारख्या हिरव्यागार बनलेल्या गळ्याभोवती विळखा देऊन बसलेला तो नागराजरूपी कंठा. व्याघ्रचर्मावर बसलेल्या त्या जटाधारी शिवशंकराने अनेक आयुधे धारण केलेली आहेत. तो वरदाता, वीर्यवान, अभयदाता, ज्येष्ठ आणि श्रेष्ठ योगी. त्या भोलेनाथाचे पार्वती सहवर्तमान दर्शन घडून आले. त्यामुळे राजे अत्यंत प्रसन्नचित्त झाले. तेव्हा शहाजीराजांच्या मस्तकावर प्रेमाने हात फिरवत शिवशंकर प्रत्यक्ष बोलले, "वत्सा, वर्षा ऋतूतल्या ढगांप्रमाणे संकटं येतात आणि विरूनही जातात! म्हणूनच तू हिंमत हारू नकोस आणि स्वीकारलेल्या मार्गावरून परतही फिरू नकोस! माझे तुला लक्ष लक्ष आशीर्वाद आहेत. लवकरच तुझ्या भोसले कुळाचा उद्धार होण्याचा सुवर्णयोग आहे.

तुझ्या पोटी दुसरं पुत्ररत्न जन्म घेणार आहे. तो सुलक्षणी पुत्र महापराक्रमी निघेल. यवनांसह जगातल्या सर्व दुष्ट शक्तींचा कर्दनकाळ ठरेल.''

ती देववाणी ऐकून शहाजीराजे कृतकृत्य झाले आणि कैलासनाथापुढे नतमस्तक होत विचारू लागले, ''हे देवाधिदेवा, कशी काळजी घ्यावी आम्ही त्या बाळराजाची?''

''तुझा हा महापुत्र फक्त कुमारावस्थेपर्यंत तुझ्याजवळ राहू दे. पुढे मात्र त्याला सुखाच्या राजप्रासादात बंदीवान करून ठेवू नकोस. त्याला उघड्या जगातला वादळवारा पिऊ दे. उन्हाच्या करपणाऱ्या झळांचाही अनुभव घेऊ दे. लक्षात ठेव राजा, पोलादाची कांब उकळून तप्त केल्यावरच तिला मूर्तीचा हवा तसा आकार देणं शक्य असतं.''

शहाजीराजे झोपेच्या त्या तारेतून झट्‌कन उठले. त्यांनी आपले डोळे उघडले. स्वप्नाच्या त्या दुलईतून बाहेर पडतानाचा त्यांचा तो आनंदमिश्रित प्रफुल्लित चेहरा, डोळ्यांतली ती नाचरी चमक, एकूणच आपल्या पतिराजांच्या चर्येवरचा तो गोड गोंधळ जिजाऊंनी पाहून घेतला. अन् खुदकन हसत त्या बोलल्या, ''कबुली देऊन मोकळे व्हा ना राजे की, आता तुम्हाला स्वप्नावस्थेत साक्षात देव भेटला ते!''

शहाजीराजे थक्क होऊन जिजाऊंकडे पाहतच राहिले. त्यांनी जिजाऊंचा हात प्रेमाने पकडत कबुली दिली, ''होय जिऊ ऽ त्या अगाध शक्तीने सांगूनच टाकलं की, आपल्या पोटी असा बाळ जन्म घेईल, जो कर्तृत्वाचा कैलास आणि मानवजातीचा सखा ठरेल!''

राजांचे दूत सड्याने पुढे घोडी फेकत गेले होते. जुन्नर, नारायणगाव, उदापूर आदी खेड्यांतील शहाजीराजांचे मित्र त्यांना वाटेत सामोरे येत होते. शहाजीराजांना आणि जिजाऊंना भोसले घराण्याच्या शिवसेवेच्या परंपरेची याद आली. बाबाजी आणि विठोजी भोसल्यांनी वेरूळनामक आपल्याच गावात घृणेश्वराचा केलेला जीर्णोद्धार आठवला. मालोजीबाबांनी माणदेशात हैबतीपुरात बडा तलाव बांधला होता. त्यामुळे तिथल्या महादेवाच्या वार्षिक महाजत्रेत उडणारी पाण्याची आबदा थांबली होती. अलीकडेच आदिलशाही सेवेत असताना शहाजीराजांनी हैबतपुराचे नाव बदलून ते शिखर शिंगणापूर असे केले होते. तिथल्या तलावाची मोठी तालही स्वखर्चाने बांधून दिली होती.

कैलासपती शंकराचा आपल्या घराण्यावर असलेला वरदहस्त स्मरत, त्या साऱ्या कहाण्यांमध्ये आणि आठवणींमध्ये तन्मय होत राजे म्हणाले, ''राणीसाहेब, कसे, कधी आणि किती उपकार फेडायचे त्या दयाघनाचे? आता पुण्यात आपला कारभार मार्गी लागला की आम्हाला एका गोष्टीची याद करायची.''

''कोणत्या गोष्टीची राजे?''

"पुण्याजवळ यवत गावच्या दौलतमंगलावर जायची."

"तिथं कशासाठी?"

"भुलेश्वराच्या दर्शनाला! भगवान शंकराचं आणखी एक जागृत देवस्थान. जिथे पार्वतीमातेनं उमेच्या रूपात आपल्या स्वर्गीय नृत्यझंकाराने महेशाला वश केलं होतं."

"ते स्थानही भोसले मंडळींना वंदनीय आहे वाटतं?"

"हो, आमचे पिताजी मालोजीबाबा घोडनदीवरून, केडगावमार्गे मधल्या डोंगराने माणदेशात शिखर शिंगणापूरच्या महादेवाच्या दर्शनाला जायचे. त्या प्रवासात ते एकदा थकून बसले असताना भगवान शंकरानेच त्यांना दृष्टांत दिला- मध्ये वाटेतच मी भुलेश्वराच्या रूपात बसलो आहे. त्या पायरीवरही थोडा विसावा घेऊन पुढचा मार्ग चालावा. तेव्हापासून आपल्या घराण्यात भुलेश्वर दर्शनाचा रिवाज पडला आहे." राजे उत्तरले.

नारायणगाव, जुन्नर परिसरात आता नावाप्रमाणेच शहाजीराजे खरोखरीचे 'राजे' बनत असल्याची आनंदवार्ता त्यांच्या इष्टमित्रांत पसरली होती. त्यामुळेच वाटेतला घाट ओलांडल्यावर बेल्हे, म्हाळुंगे अशा प्रत्येक गावच्या वेशीमध्ये त्यांचे जंगी स्वागत सुरू झाले होते. माता-भगिनी त्यांचे कौतुकाने औक्षण करून त्यांच्या घोड्यांच्या पायावर उत्साहाने पाण्याच्या घागरी ओतत होत्या. जनावरांचीही हळदी-कुंकवाने पूजा चालली होती. आपल्या दुरडीतला भाकरतुकडा राजांवरून ओवाळून त्या आडवाटेच्या भुताखेतांच्या नावे फेकत होत्या. सर्वांची एकच भावना होती, "आमच्या राजाला यश दे रे देवा!"

नारायणगावाजवळच्या कुकडी नदीवर घोडी पोचली. तेवढ्यात शिवनेरी किल्ल्यावरून किल्लेदार विजयरावांचे पथक धुळीचे लोट उडवत दौडत आले. त्यांना तर घडणाऱ्या प्रसंगाचे खूप अप्रूप होते. शहाजीराजांचे चिरंजीव संभाजीराजे शेजारच्या घोड्यावर कुर्यात बसले होते. विजयरावांनी राजांसोबत चिरंजीवांनाही मानाची वस्त्रे प्रदान केली.

खेड-मंचर सोडून घोडी जशी पुढे धावू लागली, तसा जवळचा मावळ खोऱ्यातील वाऱ्याचा वास पथकाच्या नाकपुड्यांना लागला आणि त्याबरोबर शहाजीराजांचे मन गलबलून आले. हाच तो पुण्याजवळचा आणि सुप्याचा मुलूख जो १६०० साली निजामाने मालोजीराजांच्या नावे केला होता. कुठे वेरूळ-दौलताबादचा मुलूख आणि कुठे हा पुण्याचा परिसर? याआधीसुद्धा आपल्या वतनी भूमीतून—मावळातून इंद्रायणी, नीरा, गुंजवणी, पवना, आंबी, मुळा आणि मुठा ह्या नद्यांच्या खोऱ्यांतून वावरताना शहाजीराजांचे मन प्रफुल्लित व्हायचे. हे वतन, इथल्या पवित्र नद्या, महन्मंगल देवस्थाने, या मुलखीचा वारा आणि सभोवती पुरातन पुरुषासारख्या गस्त

घालीत बसलेल्या डोंगररांगा, ही पवित्र मावळ माती आमची आहे या कल्पनेने त्यांचे मन वेडे व्हायचे.

याआधी जमीन चावराने मोजायची रीत होती; पण आधुनिक पद्धतीने ती अचूकपणे मोजायची रीत मलिकबाबांनी अमलात आणली होती. आपल्या काळ्या आईची योग्य मोजणी करून, मातीच्या प्रतवारीनुसार शेतसारा गोळा करणारा, दुष्काळात गरीब माणसांच्या हाकेला धावून जाणारा या मुलखातला पहिला बडा इस्लामी अंमलदार म्हणजे मलिकबाबाच. त्यांचे जवळचे दोस्त मालोजीराजे. त्या दोघांच्या सहवासातही शहाजीराजांनी आपल्या बाळपणी मावळातली माती पायाखाली घातली होती. गावोगावची उमदी पोरे आणि कुस्तीगीरही त्यांच्या स्नेहातले होते.

शहाजीराजे अनेकदा कधी निजामशाहीत, तर कधी आदिलशाहीत वा मोगलाईत गेले; परंतु त्यांनी मावळातल्या तरण्या पोरांना त्या त्या दरबारात त्यांच्या वकुबाप्रमाणे जागा मिळवून दिल्या. जे निधड्या छातीचे होते त्यांना घोड्यावर बसवले. जे थोडे दुबळे होते, त्यांना कोणाला पाणी भरण्यासाठी भिस्ती बनवले. कोणाला पायदळात हशम म्हणून घेतले, कोणाला तोफांच्या बैलांचे खिलार वाढविण्यासाठी तगाई दिली, त्या सर्व मावळी बहाद्दरांकडे राजांचा सांगावा घेऊन हरकारे आधीच जाऊन पोचले होते.

पुण्यातल्या आपल्या कसब्याच्या 'मल्हार'वाड्यात जेव्हा राजांचे आगमन झाले, तेव्हा त्यांच्या बंडाच्या झेंड्याखाली अवघा मावळी मुलूख तिथे गोळा झाला होता.

वाड्याच्या चौकात मावळ्यांची ती उत्साही, तुफानी गर्दी शहाजीराजांनी बघितली, अन् सर्वांकडे हात उंचावत ते बोलले, "गड्यांनो! जमीन आमची, नांगर आमचे, मानेवर गुलामीची जू-दांडी घेऊन शेतात राबायचं आम्ही! पण पीक हातातोंडाशी आल्यावर त्याचा मालक म्हणून भलताच एखादा सुलतान किंवा पातशहा बांधावर येऊन बसतो. पिशा अन् कडबा उरतो आम्हासाठी; पण सोन्यासारखं धान्य जातं पातशहाच्या पेवात! त्यांच्या खजिन्याला बरकत आणायला. भावांनो ऽ गुलामगिरीची ही औतं ओढण्यात अजून किती पिढ्या खर्ची घालायच्या आपण?"

"खरंय देवा, खरंय राजा!" म्हणताना समोर गोळा झालेल्या शेतकऱ्यांच्या लेकरांची काळजे हेलावली. रोज होणाऱ्या आपल्या पिळवणुकीबाबतचे नाराजीचे हुंकार राजांच्या कानावर पडले.

"अरे लेकरा ऽऽ मालोजीच्या बच्च्या, तू नुसती हाक दे," भोसे खोऱ्यातला एक म्हातारा आपल्या पिकल्या मिशीवर मूठ पालथी ठेवत गरजला, "तुझ्या इराद्यासाठी आम्ही सारे प्राणाची बाजी लावू! कोणी गावं उद्ध्वस्त केली, तर लेकरंबाळं घेऊन वर कडेकपारीत जाऊन राहू. दुश्मनाशी दोन हात करू. तू फिकीर

नको करू.''

यापुढे आपले स्वत:चे राज्य निर्माण करायचे, अशा शपथा घेतल्या गेल्या. चालू वर्षी बारा मावळात पावसाने पूर्ण दडी मारली होती. आषाढाच्या ऐन दिवसांत पाण्याची टंचाई जाणवू लागली होती. त्यामुळे परिस्थिती स्थिरस्थावर झाली की लगेच पुन्हा भेटायचे ठरले. बैठक संपली.

रात्री शय्यागृहात विश्रांतीसाठी वळताना जिजाऊसाहेबांना शहाजीराजे उपहासाने हसत बोलले, ''काय म्हणावं पातशहांच्या आणि निजामशहांच्या अशा ह्या अचाट आणि अफाट दातृत्वाला! ही पुण्याची आणि सुप्याची जहागिरी हे इस्लामी सत्ताधीश आम्हाला देतात म्हणजे आमच्यावर सुवर्णांनी भरलेल्या रांजणाचा वर्षाव करतात की काय?''

''राजे, आपले बोल समजले नाहीत.''

''त्या बनेलरावांच्या लबाड दातृत्वाची पोटातली समजून घेण्यासारखीच गोष्ट आहे ही. पुणे आणि सुपे या आमच्या दोन्ही जहागिऱ्या म्हणजे त्या सत्ताधीशांच्या सीमेवरची कायमची कटकट! इंदापूर, उजनी ओलांडली की लागतो अव्वल आदिलशाहीचा मुलूख. तिकडे घोडनदी पार केली की सुरू होतं निजामशाहीचं वतन. पलीकडे खेड-मंचर ओलांडलं की जुन्नरपासून सुरू हातो तो मोगलांचा प्रदेश. याचा अर्थच असा सीमेवरचा मुलूख जहागिरी म्हणून आमच्या गळ्यात बांधायचा. एकीकडे बक्षिसी दिल्याचा देखावा निर्माण करायचा. त्यातून आम्हाला एका वेळी अनेक शत्रूंशी मुर्गे झुंजवत ठेवावेत तसं झुंजत ठेवायचं. वर त्यांच्या सीमांचं परस्पर संरक्षणही आमच्याकडूनच करून घ्यायचं.''

शहाजीराजांच्या त्या प्रगाढ बुद्धिवैभवाकडे जिजाऊसाहेब पाहतच राहिल्या. त्यांना दिलासा देत शहाजीराजे बोलले, ''तरीही आम्ही निश्चिंत आहोत. या मालोजीपुत्राच्या प्रयत्नांना अर्धांगिनी म्हणून जिजाऊ राणीसाहेब, आपली जी साथ आहे, तीच आम्ही आमची मोठी दौलत मानतो! आमच्याकडून हे घडावं, आम्ही हिमतीने लढावं म्हणून आपण आमच्या उरातला बंडाचा अग्नी जिताजागता ठेवलात, त्याबद्दल धन्यवाद!''

''त्यात कौतुक काय एवढं, राजे?''

''नाही कसं? आमची जिजाऊ म्हणजे बारा मावळांची माउली आहे, यवनांचा कर्दनकाळ आहे. तुम्हा सर्वांच्या भरवशावरच नव्या राज्याच्या संकल्पाची मुहूर्तमेढ आम्ही रोवली आहे. सोबत आमच्या पाठीशी घृणेश्वराचे, भुलेश्वराचे आणि शिंगणापूर क्षेत्रीच्या महादेवाचे आशीर्वाद आहेत! अजून काय हवंय आम्हाला?''

◆

गाढवाचा नांगर, मत्सराचा फाळ

१६३०

विजापुरी दरबार काळजीने काळवंडून गेला होता. परिस्थिती गोंधळाची होती. तरुण मोहम्मद आदिलशहाने पुऱ्या दरबारावर आपले पिवळट तपकिरी डोळे रोखले. मग वजिराकडे आपला मोहरा वळवत विचारले, "खरी खबरबात काय आहे त्या शहाजीराजाची? कोणता उडदंग माजवला आहे त्यांनी पुण्याकडे?"

"तो इसम हदसे आगे बढ रहा है हुजूर!" खवासखान सांगू लागला. "त्याने पुण्यात आपल्या कसब्यातल्या 'मल्हार' नावाच्या वाड्यात अलीकडे ठाण मांडलंय. सैनिकांना नव्या पागा तयार करण्यासाठी द्रव्य काय पुरवतोय. किसानांना नव्या पेरणीसाठी तगाईही देतोय — तिथून जवळपासच त्याने 'दौलतमंगल' नावाच्या नव्या किल्ल्याचा पाया घातला आहे. तिथे तो स्वत:ची राजधानी बांधायचं ख्वाब बाळगून आहे!"

"राजधानी?"

"उसका पागलपना बढही रहा है। बारा मावळातल्या अनेक देशमुखांची आणि देशपांड्यांची पोरे शहाजीच्या भोवती गोळा होताहेत. पुण्याच्या आसपास सुतारमेटावर आणि लोहारमेटावर अहोरात्र नव्या तलवारी आणि भाल्यांसारखी तीक्ष्ण शस्त्रं परजली जाताहेत. हुजूर, एखाद्या साध्या सरदाराला शोभेल असा आता त्याचा बर्ताव उरलेलाच नाही."

"तो?"

"कैसे बतलादूँ जिल्हे सुबहानी! वह शहाजी खुद 'शहेनशहा' बनना चाहता है। मराठोंका शहेनशहा!"

दरबारात ती गंभीर मसलत चालू असतानाच पुढच्या बाजूला खी: खी: खी: अशा हास्यस्फोटाचे ध्वनी कानावर पडले. कोण आहे तो मूर्ख, अशा अर्थी सर्व सरदार तिकडे मोठ्या गुश्शाने पाहू लागले. तेव्हा सर्वांची नजर मुरार पंडितावर पडली. मुरार हसताहसता सर्वांना भरवसा देत बोलला, "कशाला त्या शहाजीने अशा पोरकट लीला कराव्यात? अन् त्याच्यासारख्या यत्किंचित इसमाची पर्वा तरी कशासाठी करावी आपल्या दरबाराने?"

"क्या आपको डर नहीं लगता?"

"बिलकूल नाही. खरं तर आम्ही मराठी लोक—मग ब्राह्मण असू, मराठे किंवा

कोणी अठरापगड जातवाले- त्यांचा इतिहास काय सांगतो? आमचा जन्मच मुळी कुठल्या ना कुठल्या पातशहाच्या किंवा सुलतानांच्या गुलामीसाठी आणि सलामीसाठी झालेला असतो.''

''मुरारी पंडित सांगतात तशी ही साधी गोष्ट नाही, खाविंद. इथे दरबारात सलग साडेतीन वर्षं सिपाहसालारी करणारा शहाजीसारखा शख्स जर अशी बगावत करू लागला, तर तबाही ओढवेल,'' खवासखानाने स्पष्ट इशारा दिला.

''बगावत का पेड बढनेसे पहले उखाडनाही बेहतर!'' मोहम्मदशहा चिडून म्हणाला, ''बताईये, शहाजीचा बिमोड करण्यासाठी पुण्याकडे कोणाला धाडावं?''

''मी जातो हुजूर!''

''बहोत खूब, ही कामगिरी रणदुल्लासाहेबच फतेह करून येतील.''

''रणदुल्लासाहब तो बडे सूरमा-शूर वीर आहेतच,'' मध्येच तोंड खुपसत खवासखान आग्रहाने बोलला, ''त्यांच्या सोबत मुरारी पंडितांनाही पाठवावं.''

दरबारातला तो प्रस्ताव ऐकून मुरार पंडित अधिक चेकाळत बोलला, ''काय करणार हुजूर? माझ्या डोक्यावर अग्निदेवतेचाच वरदहस्त आहे! कोणाचाही विध्वंस घडवून आणणं मला खूप आवडतं. त्यात नाश, सर्वनाश, सत्यानाश करायचा झाला, तर आपली अक्कल नेहमी घोड्याच्याही पुढे धावते. त्यात आम्ही मरगट्ठ्यांनी राजा बनायची स्वप्नं बाळगणं म्हणजे केवळ वेडगळपणा आहे. मराठ्यांनी मुकाट्याने आपली घोडी सांभाळावी, मिळेल ती गधामजुरी करून पोट भरावं. उगाच कशाला 'राजा' बनायची वायफळ स्वप्नं बघावीत?''

''वाऽ बहुत खूब, पंडत!''

''हां हां मेरे आका, माझ्यावर आपण इतकी बडी जिम्मेदारी सोपवलीय, तर मी अशी भयानक जादू घडवून आणतो की, त्याचा परिणाम म्हणून कसबा पुण्याचा आणि आसपासच्या साठ-सत्तर गावखेड्यांचा सफाचट विध्वंस होईल. शेतांना कीड लागून रानात पिकं उगवणार नाहीत. झाडांना मुळापासून वाळवीचा प्रादुर्भाव होईल. अन् स्त्रिया वाझोंट्या बनून दारोदार वेड्या भटकभवान्यांसारख्या भटकतील. एकूण काय मातीत, फळांत, फुलांत आणि गर्भात बीजधारणेची क्रियाच आपोआप बंद पडेल,'' मुरारी पंडिताने उभ्या दरबाराला शब्द देऊन टाकला.

पुणे आणि सुपे जहागिरीसह बारा मावळ प्रदेशाला चालू वर्षी अस्मानी आणि सुलतानी संकटांनी जर्जर करून टाकले होते.

अस्मानीच्या नावे त्या वर्षी आनंदच होता. आभाळात ढग भरून यायचे आणि वरचेवर झिरपून मरून जायचे. सारीच्या सारी नक्षत्रे कोरडी गेली होती. संपूर्ण पाऊसकाळात एखादी किंवा दुसरीच सर येऊन गेली असेल. गेल्या प्रदीर्घ काळात

मुळा आणि मुठा या दोन्ही नद्यांची पात्रे अशी कोरडी ठणठणीत पडल्याचे कोणी पाहिले नव्हते. पाण्याच्या नावे उभ्या जगताचेच हाल चालले होते. मनुष्यमात्राला कोसोन्‌कोस दूर भटकून साधे पिण्यापुरतेही पाणी मिळवणे मुश्कील व्हायचे, तिथे जनावरांचे हाल काय विचारायचे? उभी जनावरे गोठ्यात आणि पागेत धडाधडा कोसळत होती. उदासवाणे जीव रानोमाळ, जंगलदऱ्या तुडवत हताशपणे, 'पाणी पाणी ऽ' असा कंठरव करत हिंडत होते. त्यांची वेड्यापिशा रानपाखरांसारखी अक्षरश: दैना उडाली होती.

अन्‌ दुसरीकडे ते सुलतानी संकट!

शहाजीराजांचे विजापुरात वावरणारे भीमरायांसारखे गुप्तहेर तिकडच्या दरबारातील हालचाली आणि बित्तंबातम्या वेळोवेळी पुरवत होते.

येऊ घातलेल्या बड्या बड्या अस्मानी आणि सुलतानी संकटांची झळ शहाजीराजांना जाणवू लागली होती. भोसल्यांचे आराध्य दैवत श्री शंकर. दौलतमंगलावरील श्री भुलेश्वराच्या दरबारी त्यांची परंपरागत वहिवाट होतीच. शिवाय आपले 'स्वराज्य' एकदा स्वत:च्या हिमतीने आणि ताकदीने मजबूत पायांवर उभे राहिले की दौलतमंगलावरच राजधानी न्यायची, तिथूनच पुणे आणि परिसराचा राज्यकारभार हाकायचा, हे शहाजीराजांच्या मनाने पक्के ठरवून टाकले होते.

एकाच वेळी राजांच्या पाठीशी अनेक व्याप होते आणि विवंचना होत्या. जिजाऊंच्या पोटात बाळ वाढू लागले होते. त्यांना उलट्यांचा त्रास सुरू झाला होता. त्यातच शिवनेरीकडे लवकर मोहरा वळवणे आवश्यक होते. राजांचे ज्येष्ठ चिरंजीव संभाजीराजे यांचे यंदा कर्तव्य होते. त्यासाठी शिवनेरीचे किल्लेदार विजयराव यांची कन्या जयंती हिच्याशी त्यांचा विवाह करण्याचे नक्की झाले होते. रोज उद्‌भवणाऱ्या समस्यांची कटकट आणि अंगावर कोसळणाऱ्या संकटांच्या मालिका दाही दिशांनी पळून जाव्यात यासाठी आज राजांनी उभयता भुलेश्वराला अभिषेक घालण्याचा मनसुबा केला होता.

प्रात:काळीच उपाध्यायांनी आणि ब्राह्मणांनी अभिषेकाची साग्रसंगीत तयारी केली होती, त्यामुळे महापूजा निर्विघ्न पार पडली. अभिषेकाची आरती संपतच आली होती. तोवर किल्ल्याच्या खालच्या दरडीवरून तीन घोडी जोराने तो उभा कडा चढून येताना दिसली. ती मंडळी नजरेच्या टप्प्यात पोचली. राजांनी दुरूनच ओळखले, ते विजापुरी भीमरायाच्या पथकातले उमदे गुप्तहेर होते.

दुरून दौड करून आलेल्या त्या स्वारांना पिलाजीपंत देशपांड्यांनी गूळपाणी दिले, मिठाईचा प्रसादही दिला. राजांना नव्या बातमीबद्दल कमालीची उत्सुकता होती. त्यामुळेच अभिषेकाची वस्त्रे न उतरवताच त्यांनी त्या तिघांनाही बाजूला बोलावले. मंदिराच्या पिछाडीला सर्व जण एकत्र आले. कसेनुसे हसत राजांनी

स्वत:हूनच प्रश्न केला, "काय म्हणते आहे सुलतानी? संकटाचा आवाका किती मोठा आहे?"

"खूपच भारी मुसीबत राजे! मुख्य म्हणजे त्या रणदुल्लाखानाच्या आणि मुरारी पंडिताच्या हाती मोहिमेची सूत्रं गेलीत. किमान दहा ते बारा हजारांची फौज आपल्या विरोधात एकदोन दिवसांच्या आत चाल करून निघेल तिकडून. दुर्दैवानं आपल्याविरुद्ध खूपच जालीम अशी विषपेरणी केली गेलीय तिकडे विजापुरी दरबारात."

"जगदंब! आम्ही इकडे आमच्या नव्या राज्याची मुहूर्तमेढ रोवली म्हणून जळफळाट झालेल्या काही महाभागांनी तिकडे तक्रारीची राळ उडवून दिली असेल —"

"तेवढंच नाही राजे, त्यासोबतच हेही बोललं जातंय, की स्वत: शहाजीराजांनी बंडाचा ऐलान केला आहे, ते आदिलशाही राज्यांवर ससैन्य हमला चढवण्याच्या बेतात आहेत"

"आदिलशाहीवर?"

"होय ऽ ह्या मोठ्या स्फोटक बातमीनं तिकडं विजापुरात कहर मांडलाय. मिरजेच्या किल्ल्यावर हमला चढवण्यासाठी तुमची एक बडी फौज रवाना होते आहे आणि त्याच वेळी अथणी शहर लुटण्यासाठी तुमचे स्वारसुद्धा लगेच बाहेर पडताहेत. तसंच तुम्ही बगावतीचं निशाण उभारलं आहे, असा तुमच्या हितशत्रूंनी तिकडे गदारोळ उडवला आहे!"

गुप्तहेरांच्या त्या चढ्या बातमीवर राजे मोठ्याने हसत बोलले, "आमच्या भूमीच्या भविष्यासाठी आम्ही बंडाचं निशाण उभारणं तसं आमचं कर्तव्यच ठरतं. ती गोष्ट खरीही आहे. परंतु अथणी आणि मिरजेचा हा मनोरंजक प्रकार, अशी बिनबियांची भ्रामक झाडं तिकडं कोणी पेरलीत तेच काही कळत नाही!"

"राजे ऽ ही ऐकीव गोष्ट नव्हे. तुम्हास काय सांगावं? त्या दोन्ही स्थळांचे कच्चे नकाशे आणि आपण कुठून, कसा हल्ला चढवणार त्याची कागदावर रंगवलेली चित्रंही विजापूरच्या महालमाड्यांतून फिरताहेत."

"कमालच झाली आमच्या वैऱ्यांच्या विषपेरणीची!" विचारात पडत शहाजीराजे म्हणाले.

"राजे, त्यात कमाल कसली?" मघाच पाठीमागे येऊन उभ्या राहिलेल्या जिजाऊसाहेब बोलल्या, "तुमचा तो मूषक-नाठाळ उंदीर मुरारी पंडित– तिकडे उच्चपदी पोचला आहे नव्हे? उंदीरच तो. एकदा राजवाड्यात घुसायचा अवकाश की, समोरची वस्त्रं जरीची की किनखापी याची चौकशी करत न थांबता आपल्या नाठाळ दातांनी दिसेल ती चीजवस्तू कुरतडून तिचा विध्वंस करायचा हाच त्याचा धर्म."

बाजूच्या वृक्षांच्या छायेत आलेल्या हेरांशी आणखी थोडी सखोल चर्चा झाली. येत्या चार दिवसांत सुप्याकडे आणि पुण्याकडे आक्रमण येऊन पोचेल हे निश्चित दिसत होते. शिवाय विजापुराहून पंढरपूर आणि पंढरपुरातून इंदापूर-सुपे हा तसा काही खूप दूरचा पल्ला नक्कीच नव्हता. त्यामुळे गतीने पावले टाकणे आवश्यक होते. शिवाय जिजाऊसाहेबांचीही अशा परिस्थितीत कशी काळजी घ्यायची हा यक्षप्रश्न होता.

आल्या संकटाचे निवारण करण्यासाठी तत्काळ निर्णय घेण्याची आणि त्याची वेगवान अंमलबजावणी करायची गरज होती. राजांचा जिजाऊसाहेबांच्या कुशाग्र बुद्धीवर खूप भरवसा होता. त्यांना बाजूला घेत शहाजीराजांनी एक सुस्कारा टाकत सांगून टाकले, "राणीसाहेब, बाकीची कर्तव्यं पार पाडायला आम्ही समर्थ आहोतच; पण सिंदखेडच्या राजकुमारीच्या बाळंतपणाचं काय? अशा नाजूक परिस्थितीत एखाद्या क्षणासाठीसुद्धा आपणापासून दूर व्हायला आमचं मन धजावणार नाही."

कितीही म्हटले तरी प्रसंग बाकाच होता. प्रश्न आपल्या धन्याच्या म्हणजेच शहाजीराजांच्या अस्तित्वाचा आणि भविष्याचाही होता. जिजाऊंच्या पोटात भीतीचा गोळा फिरू लागला, तशा त्या दचकल्या. त्यांचा श्वास कोंडल्यासारखा झाला. आपल्या पोटात वाढणारा गोळा यापुढे कसा जपायचा हाच महाकठीण प्रश्न होता.

गेल्या वर्षभरात संकटांच्या किती झुल्यांवरून देवाने आणि दैवाने त्यांना नाचवत त्यांची परीक्षा घेण्याचा उद्योग आरंभला होता. आधीच दौलताबादच्या किल्ल्यावर त्या पापी निजामशहाने त्यांच्या माहेरावर वज्रप्रहार केला होता. डोंगरासारखा पिता आणि जिजाऊंच्या जिवाला जीव देणारे त्यांचे भाऊ! काही क्षणांच्या अवधीतच त्या दुष्टाने त्यांच्या माहेरच्या गोकुळाचीच धूळदाण उडवली होती. अलीकडे पुण्यात आपल्या सासरच्या वाड्यांत काही विश्रांतीचे क्षण घालवावेत म्हटले, तर विजापूरकरांचे आक्रमण दोन दिवसांत पुण्यावर होणार ही खबरच हाताशी लागलेली. कोणत्याही पोटुशी पोरीसाठी माहेरची सावली म्हणजे स्वर्गाचे अंगण असते; पण आता सासरही नाही आणि माहेरही नाही या कल्पनेने चिंताग्रस्त बनलेल्या जिजाऊ विचारू लागल्या, "तर मग धाव घ्यायची कुठल्या दिशेला? दुश्मनांची घोडी दोन दिवसांत इथं पोचतील!"

"होय! तशी गरज भासली तर मनुष्याला पहाडाचं पोटसुद्धा फाडून पल्याडचा रस्ता शोधावाच लागतो. जिजाबाई! संकटांचा पाऊस, धडाधडा पेटणारं रणांगण, अशा साऱ्या वादळवाऱ्यांची, पाऊसधारांची ह्या शहाजीराजाला अजिबात पर्वा नाही; पण आता ओढवलेली घडी खूप भीतिदायक आहे. आपली इथली राज्यबांधणी बाजूलाच राहिली. निदान तुमच्या पोटातला बाळराजा वाचवावा यासाठी कोणत्या दिशाकोनांत धाव घ्यावी हे काहीच कळत नाही हो!"

एकूणच शहाजीराजांच्या आवाजात प्रथमच दूरस्थ भीतीचे कंप जाणवू लागले होते. तेव्हा जिजाऊसाहेबांनी हळूच विचारले, "शिवनेरीचा किल्ला कसा वाटेल स्वारींना?"

जिजाऊंच्या त्या तोडग्याबरोबर शहाजीराजांचे नेत्र चमकले. ते खूपच प्रभावित झाल्याचे दिसले. ते गडबडीने बोलले, "चला तर, करा बांधाबांध. इथून मधूनच भीमा पार करून घोडनदीमार्गे शिवनेरीकडे सरकू. राणीसाहेब, खरंच, तुमची सूचना लाखमोलाची आहे."

"हो ना. आपल्या शंभूराजांच्या लग्नगाठीचं पक्कं ठरलंय विश्वासरावांच्या ह्या घराण्याशी. शिवाय आपल्या शरीफबाबांची ती सासुरवाडी."

"हो हो. दुर्गा वहिनीसोहब तिथेच पित्याघरी राहतात. किल्ला बेलाग आहे आणि आजूबाजूचा मुलूखही जंगली, महाअडचणीचा. म्हणजे तुमच्यासाठी आणि बाळासाठी सुरक्षितच. चला, तिकडेच धाव घेऊ!"

शहाजीराजांनी पिलाजीपंत देशपांड्यांना आणि गोमाजींना आपल्या पुण्यातील कसब्याच्या 'मल्हार' या राजमहालाकडे पाठविले. चारदोन रोजात विजापुराहून चालून येणाऱ्या फौजा इंदापूरजवळच कशा अडवायच्या आणि त्यांच्याशी जंग कशी छेडायची याचे विचारचक्र राजांच्या मस्तकात फिरू लागले होते.

सुदैवाने अभिषेकाच्या सोहळ्याकरिता बऱ्याच पालख्या आणि मेणे आले होते. सद्य:स्थितीत जिजाऊंना घोड्यावरून प्रवास करणे धोक्याचे होते. याआधीची चार वेळा दगावलेली अपत्ये लक्षात घेऊन राजवैद्यांनी जिजाऊंना तब्येतीला जपायचा सल्ला दिला होता. त्यामुळे जिजाबाईंसोबत टाकोटाक शिवनेरीला पोचायचे आणि पुन्हा गेल्या पावलीच परत फिरून पुण्याकडे भरारी मारायची, असे राजांनी निश्चित केले होते.

वाटेतली उजाड माळराने, आटलेल्या नद्या पाठीमागे पडत होत्या, तेव्हा तिथली गोठलेली रयत पाहून शहाजीराजे अवाक् झाले. त्यांना कळेनाच. अवघ्या तीन-साडेतीन महिन्यांपूर्वी आपण याच राजमार्गाने संगमनेरहून पुण्याकडे धावलो होतो का? त्यांना आठवली तेव्हाची ती उत्साही गावे, नव्या राजाचे स्वागत करणारे वाटेतले शेकडोंचे जनसमुदाय; पण ते सारे कुठे नाहीसेच झाले होते. चालू वर्षी पावसाचा एकही थेंब न पडल्याने अक्षरशः होत्याचे नव्हते झाल्याचे दिसत होते. तव्यावरची भाकर जेव्हा चुलीतल्या जाळाने करपून जाते, तेव्हा त्या जळून खाक झालेल्या भाकरीच्या पिठाची जशी दशा होते, अगदी तसेच पाण्याविना निसर्गाचे आणि शेतीवाडीचे चित्र विद्रूप दिसत होते.

गेल्या काही महिन्यांतील रोज तापणारे ऊन, तीव्र झळा मारणारे कोरडे

आभाळ, त्यात पावसाचा तर कुठेही टिपूस नाही. पाहतापाहता शेतातली पिके करपून जाऊन, निष्प्राण होऊन जागेवरच कोसळली होती. जमिनींना भेगा पडल्या होत्या. दुभत्या गाई-म्हशी आटल्या होत्या. गुणाची जनावरे भाकड झाली होती.

अनेक गावांत मर्दमावळे स्वत:ची छोटी-मोठी पागा सांभाळून असत, भाऊ-भाऊ किंवा चुलते-पुतणे असे एकत्रित होऊन त्यांचा सैनिकी बेहडा कुठल्या न् कुठल्या पातशाहीत चाकरीस असायचा. दसऱ्याला मोहिमेवर बाहेर पडलेले मर्द पाऊसकाळाच्या तोंडी घरी परतायचे, मिळणारा रोजमुरा आणि लुटीचा वाटा घेऊन आपल्या लेकराबाळांत यायचे; मात्र चालू वर्षाचा काळ महाभयंकरच होता! घोड्यांना पाणी मिळायची वानवा, तिथे चंदीचारा कुठे गवसणार? त्यातच उपासमारीने दुबळ्या झालेल्या अश्वांना लाळेच्या रोगाने गाठले. पागा रिकाम्या झाल्या आणि मुलूख उजाड! त्या विचित्र काळाबद्दल पिलाजी देशपांडे शहाजीराजांना सांगत होते, "राजे, तिकडे सोलापूर-हैदराबादच्या बाजूला भुकेनं अक्षरश: थैमान घातलं आहे. घरातली लेकरंबाळं वाचावीत म्हणून अनेकांनी बैल कापले. घोड्यांचं मांसही खाल्लं."

"कसला उगवलाय म्हणायचा हा दुर्दैवी काळ?" खंतावत शहाजीराजे उद्गारले.

"आमच्याकडे संगमनेराजवळ लोकांनी एका खाटकाचं घरच जाळायला घेतलं. तो बकऱ्याच्या मांसात कुत्र्याचं मांस कालवून विकताना पकडला गेला. खूप चोप मिळाला त्याला," दुसरा एक जण म्हणाला.

"राजे, भुकेच्या अग्नीपुढे माणसं दैत्य बनलीत. त्यांनी उपासमार टाळण्यासाठी काळजावर दगड ठेवले. घरातली लहान लेकरं कापून खाल्ल्याच्याही सत्य तक्रारी आहेत!"

"हो. जनांच्या अडचणी खरंच डोंगरासारख्या हो! दीडशे वर्षांपूर्वी ह्या भागात असाच 'दुर्गादेवीचा दुष्काळ' पडला होता म्हणतात. तेव्हा आपले संत दामाजीपंत बिदरच्या पातशाहीत अंमलदार म्हणून कामाला होते. दुष्काळात होरपळणाऱ्या प्रजेसाठी त्यांनी सरकारी धान्याची कोठारं उघडली होती." राजे उद्गारले.

त्या उजाड रस्त्यावरून पुढे जाताना शहाजीराजांचे मन कासावीस झाले होते. अलीकडच्या काळातल्या लढाया, मोहिमा यामुळे प्रजा तंग आली होती. कोणतीच पातशाही सर्वसामान्य रयतेच्या मदतीला पुढे धावून येत नव्हती याचे राजांना वैषम्य वाटत होते. जिजाऊ आपल्या मेण्याच्या छोट्याशा गवाक्षातून बाहेर नजर टाकत होत्या. वाटेत लागणाऱ्या त्या कोरड्या नद्या. नजर टाकावी तिकडे दिसणारी वाळूच वाळू. एखादा झरा दिसला तर त्यातून नारळाच्या करवंटीने पाणी गोळा करणारी रयत. काही लोक तर नदीतल्या वृक्षांच्या अजून ओल्या दिसणाऱ्या मुळ्या तोडत होते, त्या कुटून खात होते. मनुष्यमात्रांची शरीरे म्हणजे हाडांचे आणि कातड्यांचे

सांगाडेच. त्यांचे डोळेसुद्धा आटलेल्या विहिरींसारखे खोल गेले होते.

वाटेतली अनेक गावे तशीच भकास होती. नांदता गाव सोडून गावकरी अन्नपाण्याच्या शोधात आपल्या वस्त्या सोडून गेले होते. प्रत्येकाच्या बंद, एकपाखी, दगडमातीच्या घरांना बाहेरून कुलपे ठोकलेली होती. अनेकांनी आपल्या दाराजवळच बाभळीच्या काटेरी फांद्यांचे कुंपण रोवले होते. गावेच्या गावे परागंदा झाली होती. एखाद्या वाड्यावस्तीवर एखाददुसरेच कुटुंब कसेबसे टिकून राहिलेले दिसत होते.

वाटेतल्या एका ओसाड गावाच्या पल्याड चार-सहा घरांची एक वस्ती लागली. त्यातले समोरच्या बाजूचे एक दगड-मातीचे बैठे घर. पाठीमागचा गोठा उजाड होता. बिना जनावरांचा. समोर लाकडाच्या ओंडक्यावर एक म्हातारी अंग आकसून बसली होती. समोरच्या धुळीने भरलेल्या रस्त्यातून घोडी, पालख्या आणि बडा मेणा चालल्याचे तिने बघितले. त्याबरोबर आपले डोळे किलकिले करीत ती धावत पुढे आली. जिजाऊंनी भोयांना मेणा थांबवायला सांगितले. तशी ती वृद्धा अगदी जवळ येऊन आर्त सुरात बोलली, ''खायाला दे गं काहीतरी बये. दया कर!'' जिजाऊंनी सोबतच्या सुभेदारांना खुणावले. त्यांनी दशम्यांचे एक गाठोडे त्या म्हातारीच्या हाती दिले. त्याबरोबर तिच्या सुरकुत्यांनी भरलेल्या चेहऱ्यावर केवढा आनंद माखला. सोन्याचा हंडा गवसल्यासारखीच ती बाई तुरुतुरु चालीने आत निघून गेली.

तितक्यात त्याच घराजवळून एक वृद्ध मांळकऱ्यासारखा दिसणारा शेतकरी पुढे आला. त्याने घोड्यावर बसलेल्या शहाजीराजांना हात जोडले. तो कंपभरल्या आवाजात त्यांना म्हणाला, ''सरकार, तुमच्या घोड्यावर ठेवलेली ती पासोडी तेवढी द्या. लय उपकार होत्याल!''

''पासोडीच कशासाठी हवी दादा? चार-दोन दिवसांचं अन्न मागून घ्या किंवा एखादी किमती वस्तू मागा,'' मेण्याचा एका बाजूचा सरपडदा उघडून जिजाऊ बाहेर डोकावत म्हणाल्या.

''नाही गं बाळेऽ एका घरंदाज शेतकरी बापासाठी तुझी पासोडी म्हणजे आभाळाहून मोठी!'' तो वृद्ध आजोबा डोळ्यांत पाणी आणून सांगू लागला, ''अंबाबाईची आण घेऊनश्यान खरं सांगतो. एवढा कठीण काळ उगवलाय की, अंगावर घ्यायला वस्त्राचा तुकडा उरला नाय. माझ्या दोन तरण्याताठ्या पोरींना अन् दोन सुनांना नेसायला चिंधी उरली नाय. नागव्या अंगानं दिवसा बाहीर येता येत न्हाई. शरीरधर्मासाठी रातच्याच अंधाराच्या आडोशानं बाहेर पडत्यात माझ्या लेकीसुना. घरचं बापय अन्नाच्या शोधात परमुलखात गेलेत. मी दारात दिवस काढतो. पुरा दिवस घरची बायामाणसं नागव्यानं घरात कोंडून घेत्यात. तुमच्या एका पासोडीनं चंगळ होईल. ती फाडून तिच्या चार तुकड्यांत माझ्या पोरीबाळींची लाज झाकली जाईल गं.''

दुष्काळाने सामान्य रयतेच्या केलेल्या त्या चिंध्या बघून जिजाऊंना हुंदका फुटला. त्यांनी त्या म्हातारबांना पासोडी तर दिलीच, शिवाय स्वतःच्या खासगीकडची लुगडी आणि वस्त्रेसुद्धा देऊन टाकली. पाच-सहा दिवस पुरेल इतके अन्नही दिले.

पालख्या, मेणे आणि घोडदळाचे ते पथक झपाट्याने वाटचाल करत होते. दिवसाउजेडी शिवनेरीचा किल्ला गाठायची घाई होती. वाटेतल्या त्या दुष्काळदर्शनाच्या चटक्याने जिजाऊंचा जीव गलबलून गेला होता. डोळ्यांतले पाणी थांबता थांबत नव्हते. मनातून त्या आई भवानीचा एकसारखा धावा करत होत्या. हे जगन्माते! कधी करशील आमच्या मातीची सुटका ह्या अस्मानी आणि सुलतानीच्या फेऱ्यामधून?

आजचा दिवस मोठा विचित्र आणि काळजीत पाडणारा होता. सकाळी उजाडायच्या आधी, झुंजुरकाच दोन स्वार पुण्याहून येऊन थडकले होते. त्यांच्याकडची बातमी फारशी चांगली नव्हती. शहाजीराजे मोठ्या चिंतेत पडले. ती धक्कायदायक वार्ता जिजाऊंना कशी सांगावी याचा त्यांना पेच पडला.

जिजाऊंना शहाजीराजांची दुःखाने काळवंडलेली चर्या बघवत नव्हती. काहीतरी अघटित, भयंकर असे घडून गेले होते, जे राजांना त्या सेवकवर्गाने आणि हुजऱ्यांनी भरलेल्या महालात बोलून दाखवता येत नव्हते. शेवटी पाठीमागच्या तटाजवळच्या मारुतीला जायच्या निमित्ताने राजे महालातून बाहेर पडले. त्यांच्या- सोबत जडावल्या अंगाने जिजाऊसुद्धा मागच्या दरवाजातून पतीसोबत निघाल्या.

शेंदराने माखलेल्या उभ्या मारुतीरायाचे दर्शन झाले. सेवक, कुणबिणी आणि मदतनीस बऱ्याच अंतरावर बसून होते. आजचा दिवस अक्षरशः अमावस्येच्या रात्रीसारखा काळाकुट्ट भासत होता. आभाळात ढगांची दाटी झाली होती. सकाळपासून सूर्याने तोंडच दाखवले नव्हते. दिवसा अंधारून येणे म्हणजे काय, याचा अर्थ कळण्याइतका तो दिवस काळवंडल्या तोंडानेच उगवला होता.

राजांच्या मुखातले शब्द ओठांआडच अडखळत होते. त्यांच्या शेजारी बसलेल्या जिजाऊंनी पतीच्या हाताचा तळवा आपल्या हाती पकडला. जे असेल ते ऐकायची त्यांच्या मनाची तयारी होती; परंतु राजांची भिरभिरती नजर त्यांच्या पोटाकडे फिरत होती. अशा अवघडल्या स्थितीत काय सांगावे, कसे सांगावे त्यांना सुचतच नव्हते. शेवटी जिजाऊंच्या नेत्रांतील व्याकुळल्या भावाने त्यांच्या मनाच्या भिंती तोडून टाकल्या. राजांचा हात धीराने दाबत जिजाऊ हळूच बोलल्या, "आपली अवस्था श्री शंकराच्या गळ्यासारखी झालेली आहे. असेल ते सांगावे. आमची काळजी नका करू. आता ह्या देहाला विष पचवायची आदतच पडली आहे."

"राणीसाहबे, कसं सांगावं? काय सांगावं?"

"काय असेल ते बोलून मन हलकं करावं."

"एका वेळी तीन विजापुरी सरदार आमच्या प्रत्येक गावाची अक्षरश: होळी करत पुण्यावर चालून आले. त्या मुरारी जगदेव नावाच्या सैतानानं तर पिसाळलेल्या माकडासारखा पुण्यात नुसता नंगानाच घातलाय. आगीचा उडदंग माजवलाय."

"अगं बाई!" जिजाऊ उद्‌गारल्या.

"सुडानं पेटलेली चांगली दहा-बारा हजारांची फौज आहे म्हणे त्या दुष्टांच्या सोबत. त्यांनी पहिल्यांदा इंदापूरच्या कमानी जाळल्या, तिथल्या बुरुजांना सुरुंग लावले. आपला सरकारवाडा पेटवून दिला. पाठोपाठ भिगवण गावही भस्मसात केलाय. वाटेतले अनेक गावचे गावकरी आपली गुरंढोरं घेऊन रानामाळांत जीव बचावण्यासाठी पळत सुटले आहेत. आगीचा खेळ खेळणारी ती राक्षसाची पथकं बारामती आणि सुप्याकडेही धावत गेलीत म्हणे."

बोलताना शहाजीराजांचा चेहरा वेदनेने पिळवटल्यासारखा झाला होता. शिवनेरी गडावरच्या खालच्या दरीत उलटा वारा उठला होता. समोरच्या डोंगरामागेच काळेशार ढग जणू भीतीची काजळी लेऊन उभे होते. राजांची ती बेचैनी, क्षणाक्षणाने बदलणारा त्यांचा चेहरा आणि उरातला संताप जिरविण्यासाठी हाताच्या वळल्या जाणाऱ्या मुठी काही वेगळीच कहाणी सांगत होत्या. जिजाऊ मोठ्या काळजीने बोलल्या "नका थांबू राजे! जसं आणि जे घडलं असेल, ते सारं सांगून मोकळे व्हा राजे!"

"जिऊ, आपली पुनवडी! आपलं पुणं हो!"

"काय झालं पुण्याला?"

"त्या नराधमांनी आपल्या सुंदर टुमदार पुनवडीवरून गाढवाचा म्हणजे खरोखरीच्या गाढवाचाच नांगर फिरवला!"

"काय सांगताहात?" थक्क होत जिजाऊंनी विचारले.

"एका वेळी तीन हजार स्वार त्या मूर्ख मुरारीच्या झेंड्याखाली पुण्यावर चालून आले. त्यांच्या डोळ्यांत सूड आणि प्रत्येकाच्या हातामध्ये आगीची चूड होती. त्या सैतानांनी बेलदारांच्या, घिसाड्यांच्या, कामाठ्यांच्या टोळ्या सोबत घेऊन पुनवडीच्या सभोवतीची कोटाची उंच भिंत ढासळवून दिली. अहो, आपले कसब्यातले ते दोन भव्य वाडे, 'मल्हार' आणि 'म्हाळसा'! आपल्या बापजाद्यांच्या त्या सुंदर इमारतीही जमीनदोस्त केल्या."

"बाई गं ऽऽ" म्हणत जिजाऊंनी दु:खाने आपल्या पदराचा बोळा तोंडाजवळ धरला.

"जिऊ, आपल्या वाड्यांच्या दारातल्या त्या दोन फरसबंदी खोल विहिरी— ज्यांचं पाणी ओढताओढता हत्तींच्या मोटाही थकून जायच्या, त्या विहिरी पार बुजवल्या! तुमच्या सासूबाईंनी, दीपादेवींनी तयार केलेल्या गुलाबाच्या बगिच्यात

मोकाट जनावरं नाचवली.''

जिजाऊंना अश्रू आवरेनात. स्वप्नांची तसबीर फुटावी आणि काचांचे तुकडे मस्तकात घुसावेत तशा वेदना त्यांच्या मस्तकात उठल्या.

''पाठोपाठ त्या सैतानांच्या टोळधाडी आपल्या कसब्याच्या वस्तीत घुसल्या. तिथे त्यांनी गोरगरिबांच्या घरादारांना सरळ आगी लावल्या. अंमलदारांचे वाडेच नाहीत तर मंदिरांची छपरंही जाळून भस्मसात केलीत. बिचाऱ्या देवांच्या त्या मूर्ती, ते मुखवटे धुरकटून गेलेत. शिवाय आपल्या जहागिरीतली, आसपासच्या पन्नासभर खेड्यातली पिकं आणि राहती घरंही जाळली—हा मुरार जगदेव म्हणजे गाढवाच्याच पोटीची दुर्गुणी औलाद दिसते. त्याने तर विध्वंसाची सीमाच गाठलीय.'' दुःखाने राजे उद्‌गारले.

''अहो, पण कुठून आला आहे हा भस्मासुर?''

''अर्धवट आणि नादान मेंदूची ती करामत आहे. मुरारीने जाळलेल्या पिकांमध्ये खरेच नांगर घुसवले; मात्र त्याच्या जू-दांड्यांना बैलांऐवजी गाढवं जुंपली. त्या दिवशी पुण्याच्या आसपास अक्षरशः साठ-सत्तर गाढवांचे नांगर आणि चौर नांगरट करताना दिसत होते. गरीब रयतेचं काळीज फाटून जावं, त्यांना भीतीची हुडहुडी भरावी यासाठी त्या मुरारी नावाच्या पाताळयंत्री मांत्रिकाने किती नाना चाळे केले. एका कुणब्याच्या शेतात एक भली मोठी पहार ठोकली, तिच्या टोकावर जीर्ण फाटक्या चपलांची माळ, फुटक्या कवड्या आणि तुटक्या केरसुण्या बांधल्या. बिब्बे आणि नासकं लिंबूही बांधून टाकलं.''

''पण हा सारा उपद्‌व्याप कशासाठी?''

''गरीब शेतकऱ्यांच्या आणि सामान्य रयतेच्या हाडामांसामध्ये कायमच्या भयाण भीतीचं रोपण करण्यासाठी ऽ!''

''पण राजे, असा भयंकर विध्वंस घडवून आणण्यामागचा त्यांचा उद्देश तरी काय?''

''आग भडकवायची, अन्न जाळायचं, अन् स्मशानातली शिंगं वाजवत इशारा देऊन टाकायचा की, आता भविष्यात यापुढं या मुलखात कोणीही थांबू नका. बरबादीशिवाय भविष्यात या रानात पीक उगवणार नाही. गुरावासरांचा नष्टावा होईल. स्त्रिया वांझोट्या राहतील.''

त्यावर त्या दोघांत आणखीही बरेच बोलणे झाले. राजे सांगू लागले, ''पुण्यावरून वरवंटा फिरवण्यासाठी किती शकला आणि अकला वापरल्या आहेत त्या दुष्टांनी. विजापुरातून एक मुसलमान म्हणजे रणदुल्लाखान, दुसरा मराठा रावराया आणि तिसरा ब्राह्मण म्हणजे मुरार जगदेवराव, अशा तिघांना पाठवलं; मात्र मुरार जगदेवाच्या खोपडीसारखं विषाग्नीचं जहर यमाच्याही कवटीत नसेल.''

"पण कुठल्या मातीची ही पैदास म्हणायची?" जिजाऊंनी विचारले.

"हा मुरारी म्हणजे मूळचा वाईजवळच्या धोम गावचा. दशग्रंथी ब्राह्मण! तिकडे काशीक्षेत्री जाऊन एकीकडे वेदांचा अभ्यास करून आलाय. शस्त्र आणि शास्त्र या दोन्हींमध्ये मनुष्य पारंगत आहे."

"राजे, त्याच्या पिंडाशी तर विध्वंस आणि दंश चिकटलेले दिसतात."

"खरं आहे राणीसाहेब. या कोड्याचा मला काही बोध होत नाही. माणसाची जात आणि विषाची वात! दिसते कशी, वागते कशी आणि जगते कशी? सारंच विचित्र!"

जिजाऊसाहेब स्तंभित झाल्या होत्या. एकीकडे आपल्या डोळ्यांतील तप्त अश्रू पुसत आणि सभोवतीच्या डोंगररांगांच्या, कड्यांच्या भिंतीकडे, त्या पल्याडच्या काळवंडून गेलेल्या क्षितिजाकडे नजर टाकत शहाजीराजे खंतावल्या शब्दांत बोलले, "अहो, या परक्यांच्या आणि दगलबाज स्वकीयांच्या विध्वंसामागचा भीषण अर्थ आम्हाला कळत नाही का? सांगा, जिऊ, तुम्ही तरी सांगा, ह्या दुष्टांनी आमचं पुणंच का जाळावं?"

"म्हणजे काय राजे?" जिजाऊंनी गडबडून विचारले.

"विजापूरकरांना इकडचं एखादं समृद्ध शहर जाळायचीच इच्छा झाली होती, तर त्यांना बाकीची शहरं काय ओस पडली होती?"

"म्हणजे?" त्या अचूक प्रश्नाने जिजाऊसाहेब चक्रावल्या.

"विजापूरकरांच्या हद्दीतली आणि प्रभावातली तिकडं अथणी, बेळगाव, कोल्हापूर, मिरज, अलीकडे सातारा अशी कितीतरी समृद्ध आणि श्रीमंत गावं आहेत. असं सारं शहर, त्याचा परिसर जाळून गाढवाचा नांगर फिरवायला त्यांना पुणंच का सापडावं? विध्वंसाचा सुरुंग लावण्यासाठी त्यांनी पुण्याचीच का निवड करावी?"

जिजाऊसाहेबांचेही नेत्र चमकले. त्यांनी राजांकडे नजर रोखली. त्या बोलून गेल्या, "असं एखादं भव्य शहर जाळण्यामागं कोणाचा लहरीपणा असेल असं आम्हासही वाटत नाही."

"खरं आहे. जाणीवपूर्वक घडवून आणलेल्या ह्या महाविध्वंसामागे कोणतं सैतानी रहस्य लपलं आहे, या प्रश्नाचं उत्तर आम्ही पुरेपूर ओळखून आहोत. अलीकडे आदिलशहाच्या कानात आपल्या दुश्मनांनी ओतलेलं विष आणि तक्रारी— अर्थात, त्या खऱ्याच आहेत. आदिलशहाला कळविण्यात आलं की, पुण्यात शहाजी भोसले नावाचा मराठ्यांचा राजा उभा राहतो आहे. त्याच्या बंडाच्या झेंड्याखाली सारी मावळमाती गोळा होते आहे. त्याच्या पाठिंब्यासाठी मावळातल्या देशमुखांच्या आणि देशपांड्यांच्या तलवारी, ढाली हिमतीने खड्या राहताहेत. तो दौलतमंगलावर भुलेश्वराच्या साक्षीनं स्वतःची राजधानी बांधतो आहे. नव्हे, आतापर्यंत तिथे त्याचे

सत्तावीस मजबूत बुरूज बांधूनही तयार झाले आहेत. खरं सांगायचं, तर आपल्या हिंदवी राज्याच्या—'म्हाराष्ट्रा'च्या कल्पनेलाच सुरुंग लावण्यासाठी स्वकीय आणि परकीय वैऱ्यांनी घडवून आणलेला हा गर्भपात आहे. दुसरं काही नाही.''

शहाजीराजांच्या डोळ्यांतून उष्ण अश्रूंचा पूर वाहू लागला. अत्यंत दु:खी सुरात राजे बोलले, ''त्यात काय सांगावं राणीसाहेब, गेल्या तीनशे वर्षांत कधीच पडला नव्हता असा दुष्काळ आपल्या दक्षिण प्रांतात पडला आहे. मावळातल्या हजारो तरण्याबांड पोरांच्या तलवारीची पाती आपल्या हाकेसाठी इकडचा डोंगर तिकडे करायला तयार आहेत; पण पागेतली घोडीच दुष्काळाने गिळून टाकली आहेत. तर मर्द फाकड्या मावळवीरांनी झेप घेत दौडत बाहेर पडायचं तरी कसं? म्हणजे एका बाजूला विजापूरकरांची ती सुलतानी आणि दुसरीकडे दुष्काळाची ही अस्मानी! ह्या दोन्हींच्या तडाख्यातून जायचं तरी कुठल्या दिशेला?''

जिजाऊसाहेबांनी आपल्या रेशमी पदरानें राजांच्या डोळ्यांतून घळघळ वाहणारे अश्रू पुसले. त्याही स्थितीत त्या हसल्या. अन् अभिमानाने म्हणाल्या, ''राजेऽ आपल्यासारख्या धुरंधर सेनानीने असं डगमगून जायचं काहीच कारण नाही. सांगा तुमच्या त्या सुलतानीला आणि कळवा ह्या अस्मानीला—आमच्या मराठ्यांच्या राज्यनिर्मितीच्या महत्त्वाकांक्षेला कितीही बांध घालायचा खुळा प्रयत्न करा! इतिहास गवाह राहील, काळ हीच त्याच्यावरची दवा आहे. सांगा त्यांना, म्हणावं शेवटी जीत आमचीच ठरेल. तुमचे बांध तुडविण्यासाठी आणि संकटाचे डोंगर लाथेनं उडविण्यासाठीच कशाचीही तमा न बाळगता आम्ही आमच्या पोटात गर्भ वाढवतो आहोत. चिंता नसावी. संकटांच्या साऱ्या अस्मानी आणि सुलतानीला ठोकर देण्यासाठी पोटाच्या पाळण्यात आमचा बाळ वाढतो आहे. योग्य समय येताच तो तुम्हा सर्वांचाच काळ ठरेल ऽ!''

मुरारी जगदेवला कोणीतरी सांगितले, ''पंडितजी, इंदापुराकडे जाणाऱ्या रस्त्यावर भुलेश्वराचा डोंगर आहे. काही दिवसांपूर्वीच शहाजीराजांनी आणि जिजाऊंनी कसलीतरी पवित्र महापूजा बांधली होती तिथं.''

''अस्सं, कसली बरें?'' मुरारीने आपल्या नासिकेतून सूर काढला.

''काहीतरी बड्या फलादेशाचं कलम असणार हो. शिवाय नवा किल्ला बांधण्यासाठी शहाजीराजे गाढवांच्या पाठीवरनं जेजुरीजवळची दगडंही ओढून आणताहेत म्हणे.''

''असं का? भु-ले-श्व-र! म्हणजे पुन्हा शिवशंकर आलेच! मला एक कोडं सुटत नाही ह्या कैलाशपतींचं?''

''कसलं हो?''

"बाकी दुनियेला उघड्यावर टाकून जिथे तिथे हा भगवान शंकर ह्या भोसल्यांच्या उद्धारासाठीच कसा धावतो बरे?"

किल्ला बांधणीच्या त्या बातमीने मुरारी जगदेव आतून गडबडला. त्याने लगेच आपल्या खास विश्वासातल्या पंचांग पंडितांशी बारीक चर्चा केली. मांत्रिकांचाही सल्ला घेतला. मुरारी पंडिताला संशयाने पछाडले होते. शहाजीराजे भोसलेंच्या चढत्या काळामागे नक्कीच काहीतरी काळेबेरे असल्याचा संशय त्याला आधीपासून आला होताच. त्याने आपल्या एका पट्टशिष्याला छेडले, "बेटा घनश्यामा! तुझ्या अकलेच्या कसोटीवर ह्या गोष्टी ताडून पाहता येतात का बघ तुला?"

"कोणत्या गुरूदेव?" आपल्या डोक्यावरची कानटोपी बावळटपणे खाली खेचत घनश्याम विचारू लागला.

"अरे गधड्या! त्या भातवडीचंच उदाहरण घे. निजामाचं आणि ह्या शहाजीचं एवढंसं सैन्य; पण त्यांनी लाखाच्या फौजेला सळो की पळो करून सोडलं होतं."

"ज्या शहाजीने विजापूरचे इतके स्वारसैनिक आणि घोडी मारली, त्या पाप्याला शासन करण्याऐवजी त्या मूर्ख आदिलशाहने शहाजीचा उलटा सन्मानच केला."

"सन्मानच नव्हे! त्यांना वाजतगाजत विजापुरी नेलं. 'सरलष्कर' बनवलं! म्हणजे सेनापतीच बरं!"

"गुरुदेव, छी: छी:! ज्याने नाक कापलं त्याच्याकडेच हिऱ्याची नथनी मागायची म्हणजे किती हा कोडगेपणा!"

मुरारी आपल्या शिबिरात गेला. त्याने सैफुद्दीनखानाला बाजूला घेत हळू आवाजात विचारले, "का रे सैफुद्दीनमियाँ, जळले एकदाचे ते पुणे; पण आपल्या हिशोबाप्रमाणे फक्त अर्धंच काम पार पडलं. खरं तर पलीकडे लोनावली ते पार त्या बाजूला जुन्नर-बेल्हेपर्यंतचा सारा मुलूख जळून खाक व्हायला हवा होता. असं अर्धवट काम झालंच कसं?"

"पंडितजी, या सवालाचा जबाब तुम्ही तुमच्या लाडक्या रणदुल्लाखानांकडूनच घ्या. त्यांची फौज अंग मुरवत होती. त्यांच्या पथकांनी हव्या तशा जाळपोळीच्या मशाली नाचवल्यात नाहीत."

"अस्सं? मग काय करत होते खानसाहेब?"

"मुठेकाठच्या बाजूला तंबू मारला होता त्यांनी. दाणे आळीतून नायकिणी बोलावून त्यांनी तर आपल्या शिबिरात अहोरात्र नाचगाण्याचीच मजा लुटली होती!"

"सैफुभाई! तू काय सांगतोयस त्याच्या मागचा आतला मतलब कळतो बरं मला," आपल्या भुवया ताणून, आपले डोळे गरगर फिरवत मुरारी बोलला, "एखाद्याला वाटेल ह्या रणदुल्लाला रांडबाजाराचा शौक आहे; पण आम्ही नाही फसणार त्याच्या वरपांगी नाटकाला!"

"मुरारभाई, तो आप जैसे मानते हो, वैसा इस बात का अंदरवाला राज क्या है?"

"अरे उघड आहे! रणदुल्लाखान काय आणि तो शहाजी भोसला काय, या दोघांमधल्या प्यारमुहोबतीचा आम्हाला अंदाज नाही काय? विजापुरात गेल्यावर आदिलशहा साहेबांकडे आम्ही उघड तक्रार गुदरणारच—शहाजीच्या दोस्तीसाठी रणदुल्लाखानाने दगाबाजीची मस्ती केली. नाहीतर पुण्याच्या आसपास दोनशे कोसावर ना मनुष्य उरले असते ना जनावर दिसले असते."

"या अल्लाह! क्या फर्माते हो जनाब?"

"सैफुमियाँ तू बघतच राहा—एक दिवस ह्याच रणदुल्लाखानाला शहाजीराजाची यारीदोस्ती किती महागात पडते ते."

कालच रणदुल्लाखानाबरोबर मुरारी जगदेवाने सैन्यासह विजापुराकडे परतायला हवे होते. विजापूरचे मुत्सद्दी खवासखान, मुस्तफाखान आणि या दोघांच्या आणि मोहम्मद आदिलशहांच्या हुकुमाप्रमाणे सारी कामे मार्गी लागली होती.

वास्तविक, मुरारीने आपल्यासोबत लगेचच विजापुराकडे परतावे असा आग्रह रणदुल्लासाहेब करत होते; पण मुरारी दोन हजाराच्या छोट्या फौजेसोबत मुद्दाम पाठीमागे राहिला होता. त्याचे लष्कर दुसऱ्या दिवशी इंदापूरच्या दिशेने वाटेला लागले. दुपारनंतर यवत गाव आले. भुलेश्वराचा डोंगर दिसला, तशी मुरारी जगदेवाने आपली अंबारी त्या डोंगराकडे वळवली. जेव्हा मुरारीने पुढे धावत जाऊन त्या डोंगरावरचे ते जुने हेमाडपंथी शिवमंदिर बघितले, आजूबाजूचे चाफ्याचे आणि बेलांचे वृक्ष पाहिले, तेव्हा तो काहीसा भारावून गेला.

फौजेचा जुलमाचा मुक्काम यवतच्या आजूबाजूलाच पडला होता. दुसऱ्या दिवशी सकाळी मुरारी जगदेवाने आपल्या सियासती कारकुनांना आणि इतर अंमलदारांना बोलावून घेतले. तिथे उपस्थित असलेल्या आपल्या उपसरदाराला, रायारावाला त्याने सांगून टाकले, "आता ह्या धार्मिक जागेचा कबजा आपण अजिबात सोडायचा नाही. यापुढे हे पवित्र स्थळ म्हणजे माझीच राजधानी राहील! चला! तत्काळ इथला अर्धवट राहिलेला किल्ला बांधायची तयारी करा. बोलवा ते सारे कारागीर, बेलदार, कामाठी."

रायारावसारखा वरिष्ठ लढवय्या मुरारी पंडिताच्या तोंडाकडे पाहतच राहिला. तसा मुरारी त्याच्यावर डाफरला, "अरे, असा मख्खासारखा काय बघतोस? चल कामाला लाग. आपल्याला राजधानी बांधायची आहे."

"कोणासाठी पंडितजी?"

"अरे शतमूर्खा माझ्यासाठी! ध्यानात ठेव, हा मुरारी जगदेव इथे राजा बनला

आहे. नुसता राजा नव्हे, 'राजाधिराज'!''

मुरारीपंतांनी सिंहासनाची पवित्र जागा म्हणून मध्येच एक कोरलेला पाषाण ठेवला आणि तिथे तांत्रिक पाद्यपूजेला प्रारंभ केला. त्याने स्वत:च्या पायातल्या चपला त्या पाषाणावर ठेवल्या. त्याच्या तांत्रिक-मांत्रिक शिष्यांनी कोणालाही न कळणाऱ्या कापालिक भाषेत मंत्रोच्चारांचा सपाटा सुरू केला. रायारावांसह बाकीचे कारभारी मुरारी पंडिताच्या चपलेकडे बघत होते.

लष्करात त्या विशिष्ट चपलेच्या सुबक बांधणीबद्दल आधीच खूप चर्चा रंगायच्या. ती महागडी चप्पल बनवण्यासाठी मुरारीने हुबळीच्या एका निष्णात चर्मकाराला विजापुरास बोलावून घेतले होते. त्या पादत्राणाचे चामडे खूपच महाग होते; कारण नदीकिनारी किंवा एखाद्या जंगलात सापडणाऱ्या उद जातीच्या मांजराचे ते चामडे होते. त्यामुळेच त्या चपलेच्या बांधणावळीस हत्तीच्या अर्ध्या किमतीएवढा खर्च आला होता, अशी फौजेत मोठी कुजबुज होती.

रायारावासह अनेक जण मुरारीपंतांच्या विक्षिप्तपणापुढे हैराण झाले होते; पण मुरारींना कोणाची पर्वा नव्हती. त्यांनी तिथेच आपला डेरा उभारला. शिवाय 'आम्ही आता आमच्या प्रशासकीय राजकारभाराचे बाकायदा कामकाज सुरू करत आहोत' असेही त्यांनी जाहीर करून तसे विजापुराकडे लेखीटाकी कळवून टाकले.

''लवकरच आमच्या राज्याभिषेकाची तयारी करा!'' असा त्याने अंमलदारांना हुकूमही दिला. कारकुनांना बोलावून काही पत्रांचा मजकूर सांगितला. त्यामध्ये स्वत:ची ओळख म्हणून 'धर्मावतारो राजाधिराज: महाराज: राजर्षी, पंडित मुरारी जगदेवप्रभु: सार्वभौम प्रतिनिधी:' असा लांबलचक मायना सांगून टाकला.

रायारावासह काही शहाणी माणसे पुढे होऊन मुरारीला सांगू लागली, ''पंडितजी, आपण खवासखानांचे परमस्नेही ही गोष्ट खरी; पण बुवा, हे राजाचं आणि राज्यकारभाराचं सोंग थोडं अतीच होतं आहे!''

''खामोश! तू आपली भाषा सुधार. मी स्वत: राजाधिराज आहे.''

''माफी असावी पंडितजी बारीकशा शंकेबद्दल.''

''हां, विचार!''

''त्या तिकडे विजापुरात मुसलमानांची स्वत:ची बडी आदिलशाही असताना ते तुम्हाला राजा कशासाठी बनवतील?''

''महामूर्ख आहेस रायाराव तू.''

''सांभाळा हो पंडितजी. अशा फालतू गुस्ताखीबद्दल इस्लामी राज्यात मिळणारी शिक्षाही मनुष्याचा जीव घेते बरं,'' रायारावाने इशारा दिला.

''अज्ञान बालका! तुला माझ्या पांडित्याच्या तेजाची काय रे कल्पना? फक्त चार-पाच दिवसांत चमत्कार होईल.''

“कसला?”

“तुझा तो मोहम्मद आदिलशहा आणि त्याची ती सुंदर तिलोत्तमा बडी बेगम— दोघंही झक्कत निघून इथं येतील.”

“कशासाठी?”

“आमच्या राज्याभिषेकात आम्हाला सलाम करण्यासाठी. आमच्याकडून भावी काळासाठी सुखशांतीचं फल प्राप्त करून घेण्यासाठी.”

विजापुरी लष्करात कुजबुज वाढली. मुरारी पंडितांची दिमागी हालत बिघडत चालली आहे; पण सत्तेपुढे कोणाचे शहाणपण चालणार? आजूबाजूच्या गावांत विजापुरी खासे घुसत होते. तिथल्या देशमुख, देशपांडे आणि पाटलांना फटके मारत भुलेश्वराच्या टेकडीवर आणले जात होते. नव्या राजाला मुजरे करायची सोंगे जुलमाने वठवली जात होती.

असे दोन दिवस गेले. दळवी नावाचा सरदार दरबाराने नेमून दिलेल्या कामगिरीसाठी कोकणात निघून गेला. तिकडे भटारखान्याकडे चिंता वाढली. आजूबाजूच्या परिसराला दुष्काळाचा तडाखा बसला होता. अशर्फीची नाणी उधळवूनही बाहेर पुरेसे अन्न आणि वैरणकडबाही मिळत नव्हता; पण खवासखानाच्या मस्तकावर जाऊन बैठक मारलेल्या मुरारीनामक मर्कटाला कोण धक्का लावणार?

चौथ्या दिवशी महाराजाधिराज मुरारी पंडित प्रभू अंमळ उशिराच जागे झाले आणि त्या शाही तंबूतून बाहेर आले. उन्हे खूप वाढली होती. मुरारपंताला अचानक पोटात कळ भरल्यासारखी झाली. त्यांनी डोळे चोळत इकडे-तिकडे घाबरून नजर टाकली. त्यांच्या खिदमतीसाठी अगदी जवळची अशी साठ-सत्तर माणसे आणि घोडी पाठीमागे उरली होती. अन्यथा बाकी सर्व फौज कधीतरी पहाटेच विजापूरच्या रस्त्याने निघून गेली होती.

महाराजाधिराज पंडित मुरारी जगदेव हताशपणे चौफेर नजर टाकत होता.

◆

कुकडीकाठचे अश्रू

१६३०

माथ्यावर आभाळाच्या कडा कोसळल्या तरी शहाजीराजांना आता थांबायचे नव्हते. मनाला एकच चिंता भेडसावीत होती, ती मावळातल्या त्यांच्यासाठी उभ्या राहिलेल्या बहाद्दर वीरांची. ते सारे सोबती वाट पाहत असतील आपल्या आगमनाची. शिवाय आज कोणी विक्षिप्तराव मुरारी पंडित उगवला, तर उद्या कोणी आणखी, अशीच नवी भुतावळ खडी राहील. त्यांच्याशी दोन हात करायलाच हवे होते.

राजांनी भल्या पहाटे स्नान आटोपले. शंकराच्या पिंडीवर बेलफुले वाहिली. गडाखालच्या हत्ती दरवाजाजवळ त्यांच्या सहकाऱ्यांची घोडी तयारच होती. सर्वांनी भरधाव वेगाने दौडत लेंडीचा ओढा पार केला. या परिसराने इतिहासाची किती उलटीसुलटी चक्रे पाहिली होती. त्यामुळे बाजूच्या त्या जुनाट क़बरिस्तानात कोणकोणत्या सियासतींची मढी पुरली गेली असतील कोणास दखल? अंधारातून घोडी बाणासारखी सणाणत अखंड धावत होती. आता फक्त त्यांच्या जोरकस टापांचा आणि नाकपुड्यांच्या फुरफुरण्याचा आवाज तेवढा ऐकू येत होता.

उजाडता उजाडता घोडी कुकडी नदीच्या पात्रात उतरली. झुंजरूक होती. आता अंधारातल्या आकृत्यांना हळूहळू नीटस आकार येऊ लागला होता. नदीपात्रात एका अंगाला पाण्याचा लहानसा ओघ होता. घामाघूम झालेली जनावरे आपल्या लांब जिभा काढून घाईने पाणी पिऊ लागली. तोवर राजांना समोरच्या काठावर काही घोड्यांच्या आकृत्या दिसल्या.

काठावरून एका स्वाराने आवाज दिला. त्याला इकडून पिलाजीपंत देशपांड्यांनी प्रतिसाद दिला. समोरच्या मंडळींना पाहून राजांचे मन भरून आले. मावळातल्या ज्या सहकाऱ्यांच्या भेटीसाठी राजे चालले होते, त्यांनीच आपली तरुण पोरे किंवा नातवंडे राजांसाठी निरोप घेऊन पुढे धाडली होती. त्यामध्ये काही बुजुर्ग वीरही होते. कोंडे-देशमुख, पायगुडे, पासलकर, मरळ-देशमुख, सिलीमकर, गायकवाड, मारणे; मावळच्या कितीतरी घराण्यांतले ते जवान लढवय्ये राजांसाठी पुढे धावून आले होते.

त्या तरुण पोरांच्या गर्दीत एक पासलकरबाबा होते. तर दुसरे एक प्रभू देशपांडे होते. नदीतीराच्या गच्च जांभुळझाडांच्या बनात ते सर्व जण राजांभोवती गोळा झाले होते. मावळातल्या पोरांनी मुद्दाम वानगीदाखल काही मोकळे लगाम आणि जीनसामानही आणले होते. राजांनी त्या वस्तूंकडे चक्रावून पाहिले, तेव्हा ते दोघे बुजुर्ग आपल्या

पोटातून दाटून येणारी दुःखाची भडास कशीबशी व्यक्त करत म्हणाले, "राजे ऽऽ खूप खूप नव्हे, जय्यत तय्यारी केली होती हो! तुमच्या स्वप्नातल्या 'म्हाराष्ट्राच्या' किंवा स्वराज्याच्या कल्पनेनं बारा मावळ नुसतं पेटून गेलं होतं. गेली तीन-चार महिने पोरं, म्हातारी कोणी नीट झोपलं नव्हतं. गावागावातले फाकडे जवान कमरेला शेले घट्ट बांधून खडे होते. एखाद्या पोलादाच्या डोंगरासारख्याच आम्ही केवढ्या फौजा गावोगाव खड्या केल्या होत्या हो!"

बोलताबोलता त्या बुजुर्गांना हुंदके फुटले. त्यांच्या मुखातून शब्द बाहेर पडेनात. तेव्हा तरणी पोरे पुढे सरसावत सांगू लागली, "राजे! लय भरवसा ठेवला आसंल नव्हं तुम्ही मावळावर?"

"पण काय करायचं वो राजे, घात झाला! छातीचा पिंजरा फोडून आत थेट काळजात जाऊन रुतलेल्या बाणांसारखी दुष्काळानं आमची दशा दशा केली हो ऽ"

"होय राजे, त्ये अवलगामी घुसलेले बाण उपसून बाहेर काढण्याइतकी ताकदबी नाय उरली बघा अंगात. पोटाच्या भुकेनं जनावरांची माती केली आणि माणसांची माकडं बनवलीत बघा—"

"होय राजे! दुष्काळाने आणि लाळेच्या रोगानं बड्याबड्या पागा उद्ध्वस्त केल्या. गावात रोगराई पसरूने म्हून फेसाटीवर घोड्यांची धुडं ठेवायची. रेड्यांच्या सांग्या लावून ते सांगाडे लांब गावाबाहेर नेऊन टाकायचे."

"होय वो राजे, तुमचा झेंडा चारी मुलखात घेऊन धावायची दांडगी इच्छा होती; पण हे बघा की घोड्यांचे लगाम, हे जीनसामान. रोज ह्या वस्तू पोटाजवळ धरून शेतकऱ्यांच्या बाया अन् लेकरंबाळं रडतात बघा."

"होय हो राजे, ह्या भयाण दुष्काळानं आमची जनावरं आणि जिद्द गिळली नसती, तर मावळच्या मातीनं नवा इत्यास रचला असता!"

राजांनी ओळखले, एकूणच स्थिती भयानक आणि महागंभीर होती. चालू वर्षी पुण्याच्या आजूबाजूच्या परिसरात मुळा-मुठा नद्यांच्या काठी जी छोटी गावे होती, जिथे थोडेफार पिकले होते, त्या साऱ्या गावांचा परिसर मुरारी जगदेवाने पेटवून टाकला होता. प्रत्येक गावच्या पांढरीतील घरांचा विध्वंस केला होता. मावळच्या डोंगरपट्टीतली जी उरलेली गावे होती, त्यांचे कंबरडे त्या महादुष्काळाने पूर्णपणे मोडून काढले होते. पाण्याच्या आणि अन्नाच्या शोधात जंगलरानांतून चांगल्या घरची स्त्रिया-पोरेसुद्धा उंदरा-मांजरांसारखी अन्नअन्न करत भटकत होती. काळाचा उलटा दांडा मस्तकावर पडला होता. अशी सुलतानी आणि अशी अस्मानी पुणे परिसराने कधीच बघितली नव्हती.

शहाजीराजांच्या आणि त्यांच्या मावळ खोऱ्यातील बहाद्दर मर्दमराठ्यांच्या

डोळ्यांतील गंगा-जमुना पाहवत नव्हत्या. ते हृदयस्पर्शी दृश्य बघताना कुकडीमाईचे डोळेही पाण्याने भरले होते.

कधी कधी सामान्य दासदासींनासुद्धा मोलाचे सल्ले सुचतात. एके दुपारी शिवनेरीच्या महालामध्ये जिजाऊंची दासी नर्मदा जिजाऊंना म्हणाली, "राणीसाब ऽ आम्हास्नी ठावं आहे. तुमच्या माहेरात इतकी पडझड झाली, तरीबी तुमच्या मातुश्री तुमची वाट बघत्यात, तिकडं सिंदखेडात."

"हो ऽ पण तुला कसं कळलं गं?"

"म्या तर तुमची सावलीच नव्हं का?" तिथेच थोडी घुटमळत नर्मदा बोलली, "हे पार आभाळाला टेकणारे डोंगूर, इथल्या आवतीभोवतीच्या दऱ्या, अन् इथला भन्नाट वारा. ह्या अशा हवापाण्यात कसं वाढवायला निघालात बाळराजाला? त्यापेक्षा सिंदखेड बरंच की."

"आम्हाला कुठं जायचं नाही. तसा निर्धारच केलाय मनानं."

"अवो, पण या डोंगूररानात —?"

"हे बघ नर्मदे, आम्हाला एखादा पोपट किंवा गरीब लाव्हा वाढवायचा नाही. आम्हाला गरुडाला जन्म द्यायचा आहे! तुला ठाऊक नाही का, गरुडाचं घरटं उंच पर्वतकड्यांच्या टोकाला असतं! आमच्या बाळराजानं ह्या जंगलरानात घडावं, वाऱ्या वादळाला भिडावं ऽ!"

जिजाऊ तशा जन्मत:च काटक. सिंदखेडला त्यांच्या बालपणी 'जिजा वाघीण' असाच त्यांचा नावलौकिक होता. आता शिवनेरीच्या विजयरावांच्या महालात त्या मुक्कामी होत्या. पोटात सात महिन्यांचे मूल होते. त्या आपल्यासोबत जाऊबाई दुर्गादेवींना किंवा होणाऱ्या चिमुकल्या सुनेला, जयंतीला घ्यायच्या. अंगातला जडपणा विसरून महालाबाहेर पडायच्या. किल्ल्यावरच्या जुन्या चिंचेच्या, पिंपळाच्या आणि चाफ्याच्या झाडांशी आता त्यांची मैत्रीच जमली होती. मध्येच कधी चालताना थकवा यायचा, तेव्हा त्या एखाद्या झाडाखाली कट्ट्यावर बसायच्या. पुन्हा पायांच्या पोटरीत बळ संचारायचे. पलीकडच्या शिवाईदेवीच्या पुरातन मंदिरापर्यंत दिवसातून किमान दोन खेपा व्हायच्याच.

पाऊसकाळ संपून गेला होता. दिवस हिवाळ्याचे होते. रात्रीचा वारा खूप झोंबायचा. तो आजूबाजूच्या दरीत, झाडापहाडांत, उलट्यासुलट्या उड्या घेत गडावर उतरून अनेकदा थैमान घालायचा. रात्री धुनी पेटवलेली असायची. गर्भवतीला पुरेशा उबेची गरज होती. जिजाऊंचे खानपान, काजळ, ओवा, साऱ्या बारीकसारीक गोष्टींकडे सरसादेवी जातीने लक्ष द्यायच्या.

गडावरच्या जुन्या बुद्धकालीन गुहा, बौद्ध भिक्षुकांच्या तपस्यापाठांच्या आडोशाच्या

त्या जागा किल्ल्याच्या प्राचीनतेची साक्ष द्यायच्या. इथल्या मारुती आणि गणपती ह्या देवतांच्या ऊन-पावसाने झिजलेल्या पाषाणमूर्ती एके काळी इथे देवगिरीकर यादवांचे राज्य असल्याची गोष्ट सांगायच्या. नंतर निजामशाहीच्या राजवटीची सुरुवात या किल्ल्यावरूनच झाली होती. दूर दर्याकडून कोकणघाटाची दरड चढून जी वाट नाणेघाटाकडे सरकायची, त्या व्यापारी मार्गाचे नियंत्रण आणि देखरेख ह्या प्राचीन किल्ल्यावरून केले जायचे. ही जागा जिंकायला खूप कठीण आणि बळकट. गडाखालचा लेंडीचा ओढा ओलांडून आले की सोमतवाडीनंतर पाच महादरवाजे लागायचे. दरवाजांचे लाकूड जुनाट सागवानी. त्यावर मुठीएवढ्या चोचीच्या आकाराचे तीक्ष्ण खिळे बसवले होते. किल्ला सर करायच्या इराद्याने हत्तीदळाने जरी ढुसण्या द्यायला सुरुवात केली, तरी हत्ती रक्तबंबाळ होतील; पण दरवाजे उघडणार नाहीत, अशी मजबूत व्यवस्था होती.

एकूणच, शिवनेरी किल्ल्याच्या अजिंक्य ताकदीवर आणि किल्लेदार विजयराव विश्वासराव ह्यांच्या भरवशावर शहाजीराजांनी अवघडलेल्या जिजाऊंना बाळंतपणासाठी इथे ठेवण्याचा प्रबंध केला होता.

जोरदार मोहिमा, झुंजीच्या लढाया-चढाया, राजकारणे आणि अखंड धावपळ हाच जणू जीवनाचा मंत्र बनला होता. अशा पळापळीत वाट्याला येणारे मरण टळत नाही; मात्र लग्नाचे मंगल तोरणही मर्यादेपेक्षा अधिक लांबवून भागत नाही. थोरले चिरंजीव संभाजीराजे आठ वर्षांचे झाले होते. प्रचलित जगरीतीप्रमाणे त्यांचे शुभमंगल वेळेत उरकायला हवे होते. दिवाळीच्या दरम्यान विजयरावांच्या सुकन्या जयंतीदेवी यांच्याशी संभाजीराजांचा विवाहसोहळा इथेच पार पडला. लग्नासाठी गडावर तशी मोजकीच मंडळी होती; पण तरीही लग्न मोठ्या थाटामाटात झाले. गेल्या काही महिन्यांपासून जिजाऊंसाठी आणि शहाजीराजांसाठी दुष्ट काळ उगवला होता. अशा पडत्या काळात विजयरावांनी त्यांना आपले मानले, हेच त्यांचे अनंत उपकार होते म्हणायचे.

राजकाजातली भागादौड कोणालाच स्वस्थ बसू देत नव्हती. संभाजीराजांच्या लग्नाच्या दुसऱ्या दिवशीच शहाजीराजांनी गडाखालच्या परवानगी दरवाजातून आपली घोडी बाहेर उधळली. तिकडे नाशिक, धुळे भागात शहाजहान पातशहाची पथके पोचली होती. कामगिरीवर जायचे होते.

खरे तर लग्नसोहळ्याच्या धामधुमीत आठ-दहा दिवस छान गेले. विजयरावांचे घराणे मोठे दिलदार. व्यवहारात बुडत्या जहाजाचा वास जसा उंदरांना लागतो, तशीच मनुष्याच्या अडचणीच्या काळाची जाणीव सर्वांत आधी जवळच्या आप्तांना होते. त्यामुळे ते बोटीतल्या उंदरांपेक्षा अधिक गतीने दूर पळतात. तशाच अडचणींचा आणि विवंचनांचा हा काळ होता.

त्या मूर्ख, बुद्धिभ्रष्ट बुऱ्हनशहाच्या हातून जिजाऊंच्या माहेरच्या लोकांच्या झालेल्या दुर्दैवी कत्तली, शहाजी-जिजाऊंचे स्वत:च्या राज्यउभारणीचे ते अपूर्व आणि सुंदर असे स्वप्न, त्यातच तो बडा दुष्काळ, मुरारीपंतासारख्या बुद्धिमान परंतु विक्षिप्त मर्कटाने पुण्यावर चालवलेले गाढवांचे नांगर, राज्य उभे राहण्याआधी जाळली गेलेली राजधानी, स्वप्नभंग आणि त्यात हे बाळंतपण! एका वेळी दु:ख-संकटांची न संपणारी ती मालिकाच.

मनुष्य कितीही पराक्रमी, सव्वाशेर अगर कोणी नरवीर असो; चिंतेच्या लाल मुंग्या त्याच्या सदसद्विवेकबुद्धीला न जुमानता जेव्हा मनुष्यदेहात घुसतात, तेव्हा हाडांच्या पेरातून आत उतरत त्या उभ्या देहाला आतल्या आत कुरतडून फस्त करतात. अनेकदा जिजाऊ शिवाईच्या मंदिराकडे जाता-येता बाजूच्या एखाद्या पाषाणाच्या दगडी टाक्यांच्या कट्ट्यावर बसत. तिथे बाजूला खोल रांजणासारखी पाषाणांची टाकी खोदून ठेवली होती. लढाईच्या काळात त्यात तूप साठवले जायचे. जखमी सैनिकांच्या अंगाला ते लावले जायचे. रोगातून शरीर बरे व्हावे यासाठीची ती व्यवस्था. तिथे बसल्याबसल्या जिजाऊ आजूबाजूच्या दऱ्याडोंगरांकडे नजर टाकायच्या. त्यांच्या हळव्या मनाला अनंत चिंता भंडावून सोडायच्या. असाच वनवास भोगला होता म्हणे रामायणातल्या सीतामाईने! पण, तेव्हा किमान त्यांना सोबत होती प्रभू रामचंद्रांसारख्या यजमानांची. त्यांना भविष्याचीही तितकीशी काळजी नव्हती; कारण दूर का होईना, अयोध्या नावाच्या नगरीची सत्ता आणि सिंहासन या दोन्ही गोष्टी सुरक्षित होत्या; पण ह्या वनवासी जिजाऊंकडे होते काय? मोठ्या उमेदीने जन्माला घातलेल्या स्वराज्याचा गळा जन्मत:च काळाने दाबून टाकला होता. राजधानीचा विध्वंस झाला होता. पुण्यातले राहते वाडेही जमीनदोस्त केले गेले होते, अगदी अंगावरच्या वस्त्रांच्या पेटाऱ्यांसकट.

त्या एकटेपणात जिजाऊंना आपल्या आठ वर्षांच्या शंभूबाळांचीही सोबत नव्हती. आदल्या रात्री त्यांनी कपाळावरचे बाशिंग काढले होते अन् लग्नाच्या दुसऱ्याच दिवशी ते घोड्यावर स्वार होऊन पित्यासह मोहिमेवर बाहेर पडले होते. तेव्हा खरे म्हटले तर बाकीच्या मंडळींचाही शंभूराजांनी मागे राहावे, असा आग्रह होता. जिजाऊसाहेबांनीही विनंती करून पाहिली होती; पण महालाचा उंबरठा ओलांडताना शहाजीराजांनी जिजाऊंना फटकारले, ''माशाच्या पिल्लांना समुद्राबाहेर आणि मर्दाच्या लेकराला लढाईमोहिमांना सोडून जगता यायचं नाही!''

गर्भारपणात स्त्रीदेहात कोवळेपण उतरते. हळवेपणा नांदतो. अशा वेळी पतीची सावली सोबत असणे खूप श्रेयस्कर मानले जाते; पण मुलखाच्या धावाधावीत शहाजीराजांकडे वेळ कुठे होता?

तरीही शहाजीराजांचे हृदय आपल्या राणीसाहेबांच्या काळजीने पोखरून जायचे.

त्यांनी जिजाऊंची काळजी वाहण्यासाठी आपली खास माणसे नेमली होती. बाळकृष्ण हनुमंते, श्यामराव निळकंठ आणि रघुनाथ बल्लाळ कोरड्यांसारखे कारकून आणि अंमलदार सोबतीला ठेवले होते. गोमाजीबाबा पानसंबळाकाका तर त्यांच्या निवासाबाहेर अहोरात्र पहारेकऱ्यासारखे जागत असायचे.

मात्र, प्रत्यही उगवणाऱ्या संकटांच्या मालिकेचे काय?

जिजाऊंना वाघासारखा पती लाभला होता; पण नागासारखा काळ अंगाभोवती विळखे घालत होता! श्वास कोंडवत होता, त्याचे काय?

महालाच्या आतल्या एका जाबत्यामध्ये विजयरावांचे खासगी शस्त्रागार होते. देवपूजेमध्ये मग्न असणाऱ्या सरसादेवींच्या कानावर पाठीमागच्या भिंतीकडून सपसप असे आवाज आले. त्या दिशेला कोकणाकडची खोल दरी होती. त्या चमकल्या. इकडे भलत्या दिशेला कोण खेळत आहे तलवारबाजी? त्या औत्सुक्याने बाहेर डोकावल्या. तेव्हा जिजाऊंच्या हाती एक तलवार आणि दुसरी नर्मदेच्या हाती दिसली. नर्मदा बिचारी गोंधळली होती. जिजाऊंच्या प्रकृतीकडे लक्ष देत ती कशीबशी घाबरूनच तलवार पेलत होती. तो देखावा बघून सरसादेवी लगबगीने पुढे झाल्या आणि विचारू लागल्या, "अहो - अहो जिजाऊसाहेब, काय चालवलंत हे?"

"बसल्याबसल्या अंमळ कंटाळा आला होता!"

"अगं बाई! पण त्यासाठी अशा स्थितीत हा रणखेळ!"

"काय करावं समजतच नाही. मनाचा गोंधळ उडतो बघा आक्कासाहेब," जिजाऊ तक्रारीने बोलल्या, "पोटातला बाळराजा आणि त्याची ती आतल्या आत चालू असलेली चळवळ आणि तळमळ स्वस्थच बसू देत नाही. तेव्हा म्हटलं थोडा हात साफ करून घ्यावा."

सरसादेवी मोठ्याने हसल्या आणि जिजाऊंना घेऊन आत महालात वळल्या.

दुपारी छोट्या जयंतीने भोजनाच्या पाटांभोवती छान रांगोळ्या काढल्या होत्या. जिजाऊ एका मोठ्या पाटावर पाय मुडपून अलकट घालून बसल्या होत्या. सकाळची आपली तलवारबाजी आठवून खुद्कन हसत जिजाऊ बोलल्या, "काय सांगावं विहीणबाई अंगातल्या ह्या सैरभैर अवस्थेला? कधी अंबारीतून फिरावं वाटतं. कधी वाघावर स्वार होऊन त्याचे कान पकडावेसे वाटतात. पिवळ्याधमक सुवर्णाच्या रत्नजडित सिंहासनावर बसावं, निळ्या आभाळात मोरणीसारखा मुक्त विहार करावा असंही वाटतं!"

"मोठे गमतीदारच दिसतात तुमचे डोहाळे!" सरसादेवी कुतूहलाने म्हणाल्या.

"हो ना! कधी वाटतं मोठमोठी मंदिरं बांधावीत. मुक्तहस्ते दानधर्म करावा. धर्मस्थापना करावी."

"काय? धर्माची स्थापना?"

"हो ऽ माणुसकीच्या धर्माची! नदीचं विशाल पात्र जसं असंख्य प्रवाहांना आपल्या कवेत घेऊन पुढे सरकतं, तसा सर्वसमावेशक धर्म. सर्व रंजल्यागांजल्या आणि पिचल्या जीवांचा तो विसावा असावा."

एकाएकी जिजाऊंचा कंठ दाटला. त्या म्हणाल्या, "विहीणबाई, एका जन्मात किती घाव सोसायचे? आता शरीराला आदतच पडल्यासारखी झालेय. अखंड परवड, फरपट, वनवास आणि विजनवास हे सारे शब्द जसे काही आमच्या सोबतीसाठीच जन्माला आलेत!"

बोलताबोलता नकळत जिजाऊंचे डोळे भरून आले. तशा सरसादेवी त्यांच्या डोळ्यांकडे एकटक पाहत राहिल्या, थोड्या वरमल्याही.

"माफ करा आक्कासाहेब. हे आमचे अश्रू नाहीत. आमच्या सर्वांगातून पाझरणारा हा कढत निखाऱ्यांचा द्रव आहे. चार-चार पातशाह्यांच्या छपरांवर सोन्याची कौलं अंथरणारे आमचे घरधनी! आज आम्हाला आमच्या हक्काचा महाल नव्हे पण एखादं दालन तरी आहे का? अशा पराक्रमी पुरुषाच्या स्त्रीला आपल्या बाळंतपणासाठी एका आडबाजूच्या किल्ल्यावर आश्रय घेणं भाग पडावं, हा तर पिल्लाच्या जन्मासाठी पक्षिणीने दुसऱ्या वृक्षावरचं घरटं शोधण्यासारखाच प्रकार झाला."

"जिजाऊसाहेब, आपण आम्हाला परक्या मानता का?"

"तसं नाही हो, आपल्या विशाल हृदयाची आम्हाला कल्पना आहेच. आम्ही तुमचे ऋणी आहोत; पण काय सांगावं, आता 'घाव'च आमचे देव झालेत होऽ!"

पाहुणे विजयराव विश्वासराव यांचे सक्त आदेश होते. किल्ल्यावर जिजाऊंना कोणतीही बाब कमी पडता कामा नये. त्यांच्या सुकर प्रसूतीसाठी गडावर दास-दासी, कारभारी, कारकून सर्व जणच धावपळ करत होते. विशेषत:, जाऊबाई दुर्गादेवी आणि छोट्या सूनबाई जयंती तर अहोरात्र राबत होत्या.

शहाजीराजांच्या नावाचा संपूर्ण दक्षिण हिंदुस्थानात मोठा बोलबाला होता. त्यामुळे त्यांची स्त्री बाळंतपणासाठी शिवनेरीवर आली आहे, हे वृत्त आजूबाजूच्या परिसरात सर्वांना ठाऊक झाले होते. केवढ्यातरी उत्साहाने गडावरच्या बायाबापड्यांनी बाळंतिणीची खोली सजवायला घेतली होती. भिंतीवर चुन्याचा रंग दिला होता. त्यावर मोरांची, पक्ष्यांची छानछान चित्रे काढून घेतली होती. महालांच्या दरवाजावर रंगीत काचमण्यांची तोरणे लावली होती. मध्येच मोत्यांच्या माळाही पेरल्या होत्या.

जिजाऊंच्या प्रसूतीचे दिवस जवळ येऊ लागले, तशा जुन्नर, उदापूर, नारायणगाव या परिसरातल्या अनेक कुलीन स्त्रिया गडावर गोळा होऊ लागल्या. त्यांत उत्तम हातगुण असलेल्या आणि अनेक पावसाळे बघितलेल्या जवळच्या घरंदाज सुईणी होत्या. पलीकडच्या महालात अनेक वैद्य आपल्या वनौषधी घेऊन हजर होते. भल्या

सकाळी दिवस उजाडायच्या आधीच आजूबाजूच्या खोऱ्यांतील हेलकरणी गड चढू लागायच्या. त्यात कोणी दूध घालायला आलेल्या गवळणी, तर कोणी गाईचे साजूक तूप विकणाऱ्या कुणबिणी तर कोणी तोरणे, अळू अशा रानमेव्याच्या दुरड्याच्या दुरड्या डोईवर पेलणाऱ्या धनगर, कोळी आणि आदिवासी अशा अनेक जमातींच्या बायाबापड्या असायच्या. उत्तमातला उत्तम रानमेवा घेऊन त्या महालात पोचायच्या. मोठ्या कौतुकाने राजसवाण्या गर्भवतीभोवती खळे करून बसायच्या. कौतुकाने गुजगोष्टी करायच्या.

त्या स्त्रियांमध्ये अनेक जख्ख पण काटक म्हाताऱ्या आजीबाईही असत. त्या उत्साहाने तरण्या पोरींसोबत डोईवरच्या चुंबळीवर बड्याबड्या करंड्या अगर पाट्या भरून ओझी घेऊन येत. सकाळी तांबडे फुटताना त्या साखळी दरवाजाने चढून वर येत. अंधारात एका हाताने आधारासाठी साखळी पकडायची आणि दुसऱ्या हाताच्या मदतीने डोक्यावरची ओझी पेलायची. त्याच कसरती वेळी आपल्या पायांची बोटे उभ्या पाषाणाच्या सांध्यात रुतवत तसाच अंधारात गड चढायचा. त्यांच्या त्या दिव्याचे जिजाऊंना खूप कौतुक वाटायचे. त्या वेळी त्या सातत्याने गोमाजीबाबांना जवळ बोलवायच्या आणि मुठीमुठीने त्या गरीब शेतकरी कष्टकरी महिलांना द्रव्य वाटायच्या.

अनेक जुन्या आजीबाई आपल्या तारुण्यातल्या तीस-पस्तीस वर्षांपूर्वीच्याही गोष्टी सांगत बसायच्या. तेव्हा म्हणे अहमदनगरची निजामशाही बरखास्त करण्यासाठी दिल्लीकर अकबर पातशाह चालून आला होता. तेव्हा छोट्या निजामशाही शहजाद्याला घेऊन सुलताना चांदबिबी इथे शिवनेरीवरच येऊन राहिल्या होत्या. तेव्हाचा त्यांचा या किल्ल्यावरचा आणि परिसरातला वावर, त्यांची जनप्रियता ह्या गोष्टी त्या सांगायच्या. एके दिवशी नगरच्या दरबारातील चांदबिबींचा सेवक असलेल्या एका खोज्यानेच घात केला. चांदबिबी शत्रूला फितूर झाल्याचे त्याने बाजारातल्या गर्दीला मुद्दाम खोटेच सांगितले. आपल्या माहेरच्या, अहमदनगरच्या भल्यासाठी आलेल्या त्या वीरस्त्रीचा तिथल्या भडकलेल्या बाजारगर्दीने खून कसा केला होता ते सांगायच्या. तो अत्यंत दुर्दैवी प्रसंग तेव्हा घडून गेला होता; परंतु आपल्या राणीवर जिवापाड प्रेम करणाऱ्या रयतेला ती मृत पावलीय असे वाटायचे नाही. उलट त्यानंतर चांदबिबी जुन्नर आणि शिवनेरीच्या परिसरात गुप्तपणे राहतात अशाच दंतकथा पसरल्या होत्या.

आंबेगाव अवसरीचे सुतार काष्ठाच्या कामात खूप हुशार होते. तिथून चांगदेव सुतार आला. त्याने चंदनाच्या लाकडाचा सुरेख नक्षीदार असा पाळणा बनवायला घेतला. ती खबर जुन्नरच्या शिवाप्पा सोनाराला लागली. तो आपल्या कारागिरांच्या चमूसह दुपारचा गड चढून आला. त्याने बाळाच्या पाळण्यासाठी सोन्याच्या कड्या

जडवायला घेतल्या. तीनचार वर्षांपूर्वीच खाली जुन्नर गावात आताचा हिंदुस्थानचा पातशहा शहाजहान अज्ञातवासात राहत होता. तेव्हा त्याच्यासोबत त्याचे दारा, सुजा आणि औरंगजेब हे शहजादेही जुन्नरच्या एका वाड्यात राहायचे. त्यांचे कमरदाब, गळ्यातले कंठे आणि नक्षीदार अंगठ्याही आपण बनवल्याचे शिवाप्पा मोठ्या अभिमानाने सांगत होता.

जिजाऊंसाठी जीवन म्हणजे सुख-दुःखाचा सततचा खेळच बनला होता. महालात बाळाच्या स्वागताची उत्तम तयारी चालली होती. दुपारपर्यंत तर स्त्रियांची, कारागिरांची खूप गर्दी असायची. सायंकाळी वर्दळ खूप कमी असायची. अन् रात्र तर जिजाऊंना जशी काही खायला उठायची. सततच्या विवंचना आणि चिंता त्यांची पाठ सोडायला तयार नव्हत्या. दक्षिणेतली बदलणारी राजकारणे, शहाजीराजांसारख्या पराक्रमी पतिराजांच्या वाट्याला येणारे अपयश, फसवणारा काळ आणि लुबाडणारी माणसे. त्या सततच्या घोराचा त्यांच्या प्रकृतीवर परिणाम होऊ लागला होता. त्या अतिशय कृश आणि खंगल्यासारख्या दिसू लागल्या. त्यांच्या डोळ्यांखाली गडद अर्धवर्तुळे दिसू लागली. नेमके काय होते ते? काजळ, काजळी की काळजी? नेमका मिलाफ तरी कशाचा समजायचा?

चंदनपुरीच्या माळावर पातशाही फौजेचा बडा तळ पडला होता. मोगलांचा दख्खनचा सुभेदार असफखान याच्या डेऱ्यामध्ये मोठी गडबड उडाली होती. त्या गोटाच्या भोवती एका बाजूस साठ-सत्तर हत्ती होते तर दुसरीकडे पंधरा हजार घोड्यांच्या अनेक पागा पसरलेल्या होत्या.

आज मुख्य डेऱ्यासमोर एक मोठा शामियाना उभारण्यात आला होता. शहाजीराजे भोसले आज पातशाही सेवेत दाखल होणार होते. त्यांचे दुपारच्या त्या जंगी सोहळ्यात असफखानाने जोरदार स्वागत केले. कालचा रात्रीचा मुक्काम राजांनी चांदवडच्या टेकाडाजवळ केला होता. भल्या पहाटे उठून प्राचीन रेणुकादेवी मंदिरात जाऊन पूजा आटोपली होती. देवीचे मंगल आशीर्वाद मागताना ते तळमळीने बोलले, "हे जगन्माते ऽऽ! मनुष्यदेहास कोणकोणत्या हालअपेष्टांना सामोरं जावं लागतं, त्या पीडा तुझ्याइतक्या दुसऱ्या कोणाही देवतेच्या वाट्याला येणं शक्य आहे का? बळकट आशीर्वाद दे. माते ऽ आमच्या पाठीमागे लागलेला भटकंतीचा हा फेरा तेवढा संपवून टाक!"

मोगलाईत सेवेची संधी मिळावी असा अर्ज शहाजीराजांनी खानाकडे या आधीच केला होता. ते प्रकरण आपल्या पातळीवरचे नसल्याने असफखानाने त्याबाबत जलदीच्या सांडण्या आग्र्याला धाडल्या होत्या. शहाजीराजांचा एकूण रुबाब, त्यांचे शौर्य आणि त्यापेक्षाही त्यांचे वादळी व्यक्तिमत्त्व यामुळे राजांची चाकरी शहाजहान

स्वीकारील किंवा नाही अशी सर्वांनाच शंका होती.

चार दिवसांपूर्वी आग्र्‍याहून तातडीची तवारीख पोचली. तेव्हा शहाजहान साहेबांकडचा सरंजाम आणि मजकूर पाहून चंदनपुरातील सर्व अंमलदार आश्चर्याने थक्क झाले. पातशहाने एक प्रकारे शहाजीराजांवर खुशीची खैरातच करून टाकली होती. आजच्या सोहळ्यात पातशहामार्फत खानाने राजांना पंचहजारी मनसब देत असल्याचे शाही फर्मान त्यांच्या हातावर ठेवले. त्याचबरोबर राजांचे चुलतबंधू मालोजी, मंबाजी आणि खेळोजी यांनाही प्रत्येकी तीन तीन हजारांची मनसब देण्यात आली होती. शिवाय पातशहाने स्वत:हून नऊ वर्षाच्या चिरंजीव संभाजीराजांच्या नावे एक हजाराची मनसबही पाठवून दिली होती, त्या गोष्टीचे खुद्द राजांना खूप आश्चर्य वाटले होते.

आग्र्‍याहून पातशहा शहाजहानकडून राजांसाठी एक अत्यंत महागडी, पातळ पण हिऱ्यामाणकांनी जडवलेली संदूक आली होती. ती अपूर्व भेट राजांना सादर करताना खान गलबलल्यासारखा झाला. आपल्या डोळ्यांतील आनंदाश्रू पुसत तो हर्षाने म्हणाला, ‘‘शहाजीराजे! आप जैसा खुशनसीब आदमी हमनें देखाही नही। या पेटीमध्ये काय लपलं आहे ते आहे का ठाऊक तुम्हास?’’ असे म्हणत त्याने ती संदूक खोलली. त्यातून अतिशय महागडा, खिलतीचा एक ‘चोगा’ बाहेर काढला. शहाजहानने हिंदुस्थानच्या तख्तावर बसताना जे अत्यंत महागडे वस्त्र अंगभर पहनले होते, ज्या चोग्याची बटणे दुर्मिळ अशा पाचूंची होती, ते वस्त्र शहाजहानने शहाजीराजांच्या सन्मानासाठी मुद्दाम पाठवून दिले होते. असे दुर्मिळ वस्त्र पातशहा आपल्या शहजाद्यांनाही देत नसे.

तो चोगा बघून सर्व मोगली स्वारराऊतांनी खुशीने गिल्ला केला, ‘वाह वाह क्या बात है!’

भारावलेला असफखान बोलला, ‘‘राजासाहब, पातशहाचा सासरा या नात्याने आम्ही तुम्हास मुद्दाम सांगतो, ह्या अमूल्य वस्त्रासोबत पातशहाने तुम्हास नगद दोन लाख मोहरा पाठवून दिल्या आहेत!’’

‘‘दोन लाख? बाप रे! एवढी बडी आमदनी?’’

‘‘जी हाँ। ती रक्कम आपल्या लष्करी खर्चाच्या तुरंत तरतुदीसाठी पाठवत असल्याचा खाविंदांचा संदेश आहे.’’

बोलताबोलता असफखानाने शहाजीराजांचा हात पकडला. तो हात तसाच धरून तो त्यांना बाजूला एकांतात घेऊन गेला. खानाने राजांना सांगितले, ‘‘राजासाहब, तुम्हावर तुमच्या साऱ्या देव-देवता फिदा आहेत असं समजा. वारा ज्या गतीने वाहतो आहे ते पाहता एक दिवस शहाजीराजे, आपण मोगल पातशाहीचे दखखनचे सुभेदार बनाल, तो दिवस फार दूर राहणार नाही.’’

"काय? दख्खनची सुभेदारी?'' शहाजीराजे स्तंभित झाले.

"हां हां राजासाहब. दख्खनची सुभेदारीच—जी हिंदुस्थानचा पातशहा फक्त आपल्या लाडक्या शहजाद्यांसाठी राखून ठेवतो. ज्याचं ख्वाब कोणा गैरइस्लामी मनुष्याला किंवा त्यांच्या देवी-देवतांनाही पडू शकत नाही.''

जिजाऊसाहेबांनी छोट्या शिवबांना मखमली घोणच्यामध्ये गुंडाळले होते. त्या आपल्या जाऊबाई दुर्गादेवींसोबत दासींच्या मेळाव्यात शिवाईच्या मंदिरात गेल्या होत्या. शिवाईदेवीच्या नावावरूनच त्यांनी बाळाचे नाव 'शिवाजी' असे ठेवले होते. तिथून माघारी फिरताना त्या अंबरखान्याजवळील एका जुनाट वृक्षाच्या कट्ट्यावर बराच वेळ बसल्या होत्या. तेव्हा त्यांना अचानक आपल्या माहेराची आणि लखोजीरावांची सय दाटून आली. शिवबासारखा असा तेजस्वी, देखणा, खेळकर नातू मांडीवर घेताना ते किती हरखून गेले असते. त्या कल्पनेच्या हँसीच्या आणि खुशीच्या हिंदोळ्यांवर त्यांचे मन कितीतरी वेळ झोके घेत होते.

चंदनपुरीच्या तळावरील पातशाही आदेशानुसार शहाजीराजांना बंडखोर दर्याखानाच्या मागावर पाठवण्यात आले. राजांनी ती मोहीम फत्ते केली. दर्याखानाला सैन्यासह नामशेष केले. त्यानंतर मात्र राजांचे मन शिवनेरीकडे जाण्यासाठी कासावीस बनले.

पंचमीच्या रात्री उशिराच राजे गडावर पोचले होते. त्यांच्या आगमनाची वार्ता आजूबाजूच्या दऱ्याडोंगरांना लागली होती की काय कोणास ठाऊक? अलीकडे रात्री लवकर झोपी जायचा जिजाऊंचा रिवाज होता. एकदा सायंकाळी कढत पाण्याची अंघोळ झाली, बाळराजाला गुटी आणि गाईचे पातळ दूध पाजून झाले की जिजाऊ त्याच्या गोबऱ्या गालावर आणि विशाल कपाळावर तीट लावायच्या. घट्ट टकुच्यामध्ये त्याचे कान बांधायच्या. मग त्याची मीठमोहऱ्यांनी दृष्ट काढायच्या. एकदा बाळाला पाळण्यात झोपवले आणि पाळण्याच्या सुवर्णकड्या आणि त्याच्यावरच्या बिंदल्या वाजायचे निमित्त झाले की त्याचे डोळे आपोआप मिटायचे.

त्या रात्री मात्र बाळराजा अखंड जागा होता. डोळे लख्ख उघडे ठेवून पाळण्यावर बांधलेल्या लाकडी चिमण्या, पोपट अशा रंगीत खेळण्यांकडे बघत होता. हातातल्या मनगट्या आणि पायातले वाळे वाजवत त्याच्या अखंड बाळलीला चालू होत्या. तेव्हा जिजाऊ गमतीने नर्मदेला बोलल्याही, "काय गं, आपले पिता येणार असल्याची या वेडोबाला चाहूल तर लागली नसावी?'' आणि खरोखरच अंगणात घोडी खिंकाळली. लगबग उडाली. तशी जिजाऊंच्या डोळ्यांची डावी पापणी फडफडली. अन् नकळत ओठांतून शब्द बाहेर पडले, "अगं बाई! राजांची स्वारी आली वाटतं.''

राजांनी पाळण्यातल्या गोबऱ्या शिवबांना डोळे भरून पाहिले. पुत्राचे एवढे सुंदर आणि देखणे रूप पाहून शहाजीराजांचे कविहृदय जागे झाले. ते म्हणाले, "राणीसाहेब,

परवाच्या पौर्णिमेला अस्मानात नेहमीसारखं दुधाळ चांदणं दिसलं नाही. आभाळही कसं ढगांनी गच्च भरून गेलं होतं. त्या मेघांच्या तरल पडद्यातून आम्ही चंदामामाला किती वेळ शोधत होतो.''

''मग सापडले नाहीत का ते?''

''कसा गवसणार तो चांदवा? तो तर आभाळ सोडून तुमच्या मांडीवर येऊन बाळरूपात खेळत बसला आहे नव्हे!''

ती रात्र शहाजीराजांसाठी इतकी खुशीची होती की, त्यांनी दास-दासींवर बक्षिसांची खैरात केली. विजयराव, सरसादेवी, दुर्गादेवी आणि जयंतीबाई यांसह सर्वांकरता त्यांनी सोबत उंची रेशमी वस्त्रे आणली होती. शिवाय सदरेवरचे सर्व कारकून, सरकारकून, हशम, सर्वांनाच नव्या वस्त्रांनी जसे काही मढवून सोडले होते. त्या रात्री खरी गंमत उडाली होती ती बाळराजांचीच. त्याला आवेगाने उचलून पोटाशी कवटाळण्याची स्पर्धाच जशी काही चिरंजीव संभाजीराजे आणि शहाजीराजांमध्ये लागली होती. गमतीची गोष्ट म्हणजे बाळराजाही थकला नव्हता. आपल्या बंधूशी आणि पित्याच्याही अंगाशी बिलगण्याची मौजमजा लुटण्यात त्याला आनंदच वाटत असावा.

उत्तररात्री बिछायतीवर जिजाऊंच्या आणि शहाजीराजांच्या गुजगोष्टी चालल्या होत्या. शहाजीराजे हर्षभरित मनाने सांगते होते, ''राणीसाहेब! तो शहाजहान पातशहा आम्हावर इतका फिदा आहे की, उद्या तो दख्खनची सुभेदारी आम्हास देईलच; परंतु त्याच्याशी थोडा अधिक स्नेह वाढवला तर तो आम्हावर काबूल-कंदाहारची जहागिरीही बहाल करू शकतो!''

''अगो बाई! आम्ही काय समजायचं?'' तल्लख बुद्धीच्या जिजाऊ हसता हसता गंभीर झाल्या.

''ही खैरात तुम्हास थोडी वाटली काय?'' राजांनी जिजाऊंच्या डोळ्यांत पाहिले.

''नाही ऽऽ बिलकूल नाही.'' तलवारीवर तलवार घासताच ठिणग्या उडाव्यात तसेच धारदार शब्द जिजाऊंच्या मुखातून बाहेर पडले, ''राजे! आपण दोघांनीही हे जिंदगी नावाचं जहर असं आणि इतकं पचवलं आहे की समझोता नाही! हवं तर त्यापेक्षा दु:खांच्या आणि संकटांच्या डोहात बुडून जाऊ. कोंड्याचा मांडा करू. त्या आभाळाला गवसणी घालायला लागली तरी बेहत्तर! पण राजे, आपलं नवराज्यनिर्मितीचं, 'म्हाराष्ट्रा'चं स्वप्न साक्षात उतरायलाच हवं! गुलामगिरीच्या त्या नादान शृंखला आम्हाला आमच्या पतीच्याच काय पुत्राच्याही मनगटात कधी पाहाव्या लागल्या, तर आम्हास तो आमच्या जीवनभराच्या कष्टांचा आणि तपश्चर्येचा घोर अपमानच वाटेल ऽ! तुम्ही-आम्ही जन्म घेतलाय तो फक्त आपल्या मातीच्या सन्मानासाठीच!''

एकशे तीस वर्षांची निजामशाही नष्ट झाली होती. निजामी सल्तनतीला बुडवून मारायचे दिल्लीकरांचे जुने स्वप्न होते. त्यांना आदिलशाहीने अलीकडे साथ दिली होती. विजापूरकर आणि दिल्लीकर यांच्यातील निजामशाहीचा मधला पट्टा एकदाचा नष्ट झाला होता.

मात्र, दक्षिणेतले जागोजागीचे प्रबळ सरदार आपापला मुलूख सांभाळून होते. रेहानखानाने सोलापूरचा किल्ला आणि परिसर आपल्या मुठीत दाबून ठेवला होता. किल्लेदार विजयराव विश्वासरावांनी शिवनेरीचा कबजा केला होता. तिकडे कोकणात चेऊल, निजामपूर आणि रोह्याकडे सिद्दी साबा आणि सैफखान मुजोर होते. तर दंडाराजपुरीजवळ सिद्दी हिलालने जंजिरा किल्ल्यावर नियंत्रण मिळवले होते. निजामशाही नष्ट झाल्यावर नवे राज्यपद मिळवायची कोणामध्येही धमक नव्हती. त्या पार्श्वभूमीवर पेमगिरीच्या किल्ल्यात सरदार पिलाजीपंत प्रभू देशपांडे आणि जिजाऊसाहेब यांच्यात बोलणी चालू होती.

शहाजीराजांकडे नजर टाकत जिजाऊ बोलल्या, "राजे, आता आपण गेली अनेक वर्षं उरात बाळगलेल्या 'म्हाराष्ट्र' नावाच्या कल्पनेला मूर्तरूप द्यावं. आपण स्वतः पातशहा बनावं."

"जिऊबाई, परिस्थिती अजून तेवढी परिपक्व झालीय असं वाटत नाही."

"बघा राजे, आपण जरूर धाडस करावं," पिलाजी देशपांडे बोलले.

कधी नव्हे ते शहाजीराजे नैराश्याच्या जंजाळात सापडल्यासारखे दिसले. ते पाहून जिजाऊ ताड्कन उभ्या राहिल्या, अगदी आभाळातून धडाडत भुईवर उतरणाऱ्या बिजलीच्या तोऱ्यात! तशीच ती लकाकी! त्यांच्या डोळ्यांतले तेजाचे ते उसळते पाणी बघून शहाजीराजेही हरखले. काही क्षणांतच त्यांच्याही मनातली नैराश्याची जळमटे जळून गेल्यासारखी झाली. तेवढ्यात जिजाऊसाहेबांच्या मुखातून ईर्ष्येची शब्दकळा बाहेर पडली, "राजे ऽ आज हिंदुस्थानभर शहाजीराजे भोसले या नावाने तुम्हाला ओळखलं जातं. इब्राहीम आदिलशहाच्या फौजेचा आपण पराभव केलात, तरी तोच इब्राहीमशहा आपणास 'सरलष्कर' पदावर नेमताना धन्यता मानतो. आपल्याशी सलोख्याचं सूत्र ही दिल्लीकर पातशहाला आपली अमूल्य मिळकत वाटते! अशा वाघासारख्या बाणेदार पुरुषानेच आपलं शस्त्र म्यान केलं, तर नगरातल्या बाकीच्या पळत्या सशांची काय मातब्बरी?"

त्यावरही शहाजीराजे बराच वेळ तसेच उसासे टाकत बसून राहिले. मग चौफेर नजर टाकत ते म्हणाले, "हो, तुम्हा मंडळींचं पटतं आम्हाला. दुसऱ्यांच्या मंडपामध्ये जाऊन फुलबाजे उडविण्याऐवजी स्वतःच्या बुरुजावरून तोफांना बत्ती देण्यातच असतो खरा पुरुषार्थ!"

"वा ऽ वा, राजे वा ऽ ऽ!" जिजाऊ उद्गारल्या.

नव्या संधीच्या कवडशाची जाणीव होताच राजांच्या चित्तवृत्ती उल्हसित झाल्या. आपल्या मुलखाचा नकाशा त्यांच्या मन:पटलावर पिंगा घालू लागला. ते खूप गांभीर्याने बोलले, "दौलताबादेवर जरी दिल्लीकरांनी कबजा केला असला, तरी आम्ही नाशिक, त्र्यंबक, संगमनेर, जुन्नरपासून ते खाली कोकणापर्यंतचा मुलूख आमच्या ताब्यात ठेवला आहे. पुण्याची आणि सुप्याची जहागिरी कायद्याने आणि वायद्यानेही आम्हाकडेच आहे. असे चोहीकडून जुळून येत असेल, तर नवा डाव खेळायला काय हरकत आहे? चला, बघू तरी आमच्या भाग्यात काय आहे?" राजांच्या मनाची ती तयारी पाहून जिजाऊंसह बाकीचे सगळेच खूश झाले.

मग बैठकांना, वाटाघाटींना आणि सखोल चर्चांना ऊत आला. मंबाजी भोसले, सर्जेराव घाटगे अशी मंडळी भोवती जमू लागली. रात्री बैठक संपल्यावर निरोप घेण्यासाठी मंबाजी भोसले राजांच्या शय्यागृहात गेले. अस्वस्थ मंबाजीने हळूच ठिणगी टाकली, "दादा ऽ कशासाठी हे निखारे स्वत:च्या हाताने आपल्या पदरात ओढून घेता?"

"मतलब?"

"दादा! मला माफ करा; पण मी स्पष्ट बोलतो. स्वतंत्र राजा होणं किंवा राज्यपदावर आरूढ होणं ही गोष्ट मराठ्यांच्या जातीला धार्जिण नाही."

"ते तर स्पष्टच दिसतंय. नाहीतर तुझ्या मुखातून हे असे डरपोक आणि अशुभ शब्द आलेच असते कशाला? यापेक्षा बाकी वेगळं काही सांगायचं आहे का तुला?"

"ते इस्लामी सरदार तरी कशी मदत करतील आपल्याला?"

"हे बघ मंबा, गेली जवळपास वीस वर्षं विजापूरचा दरबार, दौलताबादच्या माड्याहवेल्या आणि बुऱ्हाणपुरापासून मांडू-सागरपर्यंत मोगलाई मुलूख आम्ही आमच्या पायाखाली अनेकदा घातला आहे. ह्या तिन्ही प्रमुख राज्यसत्तांमध्ये आज जे नावारूपाला आलेले सरदार आहेत, ते बहुतांशी सारे त्यांच्या उभरत्या कारकिर्दीतले आमचे यारदोस्त आहेत. त्यांच्याशी खाणंपिणं आणि गाण्यापर्यंतही आम्ही दोस्ताना जमवलाय. स्वत:च्या तोंडाने स्वत:ची प्रशंसा करणं हे मूर्खपणाचं लक्षण खरं; परंतु बारकाईनं चौकशी करशील, तर हे सारे इस्लामी सरदार आमच्या तलवारीची तडफ जाणतातच; परंतु ते बहुतांशी घाबरतात आमच्या बौद्धिक तेजाला आणि मुत्सद्देगिरीला."

शहाजीराजांनी मंबाजीला फैलावर धरले होते. तोवर पलीकडच्या दालनातून जिजाऊ शय्यागृहात आल्या. त्यांना बघताच गोंधळलेला मंबाजी बोलला, "वैनीसाहेब! आपले दादा म्हणजे कोणी शाह नव्हेत, खान नाहीत की अंबरही नाहीत. ह्या इस्लामी सरदारांच्या गर्दीत 'राजा' म्हणून आपण टिकणार कसे?"

मंबाजीचे ते बोलणे ऐकून जिजाऊ हसत बोलल्या, "का काळजी करता भाऊजी? किती घाबरायचं जिवाला? तुम्ही सारे मिळून करा ना धाडस. ऊठसूठ परक्यांपुढे मुजरे घालून घालून तुम्हा सर्वांवर हुजऱ्यांची अवकळा ओढवलीय. घडू दे काही वेगळा पराक्रम तुमच्या सर्वांच्याच पोलादी मनगटांतून!"

एके दिवशी विजापुरात बड्या बेगमेने मोहम्मद सुलतानाला त्याच्या पराच्या गादीवर जवळ सरकत विचारले, "मेरे आका ऽ बस झालं, पायातली जुती ऽ मग ती कितीही मेहंगी असू दे. अगदी जंगली उद बिल्लीच्या चमडीपासून बनवलेली. ती उचलून डोक्यावर ठेवून घेण्यात काय मतलब?"

"क्या हुआ बेगम? आपण मुरारी पंडिताची बातें करता आहात का?"

"जी हाँ, इस पंडतका चालचलन हमें बिलकुल अच्छा नही लगता!" बड्या बेगमेने स्पष्ट इशारा दिला होता.

गेली चार-पाच वर्षे वजीर खवासखानाच्या आश्रयानेच मुरारी पंडित वाढत होता. त्याच्या विद्वत्तेबद्दल कोणाला शंका नव्हती; परंतु त्याच वेळी त्याच्या विक्षिप्त कारनाम्यांची भीती मात्र सर्वांनाच वाटायची. त्याच्या विचित्र वागण्याबद्दल आणि लहरीपणाबद्दल अनेकदा थेट मोहम्मदशहाकडेही तक्रारी व्हायच्या. इस्लामी राज्यात एका ब्राह्मण पंडिताची इतकी अरेरावी विजापूरच्या खासे मंडळींनाही खपायची नाही; परंतु ते वजीर खवासखानाच्या मर्जीतले पिल्लू असल्याने बाकी सर्वांना तोंड शिवून मुकाट्याने बसावे लागे.

दौलताबाद जिंकण्यासाठी मोगलांनी त्या किल्ल्याला वेढा घातला होता. तेव्हा निजामशाहीचा खरा मालक फत्तेखान होता. त्याची किल्ल्यातली निजामी फौज आणि मदतीस बाहेरून धावलेली आदिलशाहीची पथके, या दोन्ही सेना मोगलांनी किल्ल्याला दिलेल्या वेढ्याशी कट्टर प्रतिकार करत होत्या. तिकडे अन्नधान्याचे मोठे दुर्भिक्ष निर्माण झाले होते.

एके सकाळी खवासखनाने मुरारी जगदेवाला बोलावून आपल्या महालात खडसावून सांगितले, "तिकडे दौलताबादेत आपली माणसं, जनावरं टाचा घासताहेत. अन्नाविना ते बेचारे भूखे मरताहेत."

"खानसाहेब, फक्त हुकूम करा ह्या सेवकाला."

"हे पाहा पंडित! त्या किल्ल्यात आत अडकलेले हमारे आदमी और जानवर भूख और प्याससे तडप रहे हैं।"

"मग सांगा की, आम्ही काय करायचं?"

"तशी महत्त्वाची कामगिरी आम्ही आधीच पार पाडली आहे. आम्ही सर्व सरदारांनी आणि खुद्द सुलतानसाहेबांनी आमच्या अनेक परगण्यांतून खाण्याचे

जिन्नस, चावल, गेहू, घोड्यांचा चंदीचारा मोठ्या मेहनतीने आणि कमालीच्या तातडीने इकठ्ठा केला आहे. तोही फक्त दोन दिवसांत.''

''तर मग लगेच धावतो तिकडं दौलताबादेकडं, चढ्या घोड्यानिशी.''

''तेच सांगतो पंडित. जितक्या जल्दीने आपण तिकडे धावाल, तेवढी आमची माणसं आणि जनावरं बचावतील. इस बहुतही जोखीमभरे कामके वास्ते हमने आपकोही चुना है। किसी इस्लामीको नही।''

मुरारी जगदेव खूश झाला. हुकुमाच्या तामिलीसाठी विजापुराबाहेर पडला. त्याने खाद्यपदार्थांनी भरलेले बेहडे सोबत घेऊन पुढे धाव घेतली. वाटेत फक्त घोड्यांच्या आणि उंटांच्या चंदीचाऱ्यासाठी, घासासाठी आणि पाण्यासाठी जेवढे थांबावे लागले तेवढेच.

मुरारीने दौलताबादच्या किल्ल्याचा बाहेरचा अंबरकोट बघितला. पलीकडे युद्ध सुरू होते. आसमंतात तोफांचे आवाज आणि हवेत धुराचे लोट दिसत होते. माणसाजनावरांच्या किंकाळ्या आणि आरोळ्या कानावर पडत होत्या. तेव्हा मुरारीच्या सहकाऱ्याने त्याला सांगितले, ''एकदा रसद आत पोचली आणि फत्तेखानाने सभोवतीच्या मोगलांना पळवून लावलं की तो ठरल्याप्रमाणे किल्ला आपल्या ताब्यात देणार आहे.'' एकाएकी आपल्या अंतरात्म्यातून नव्या साक्षात्काराचे ध्वनी उमटल्याचा भास मुरारीला झाला. त्याच्या मेंदूत ठाण मांडून बसलेले विद्वान मुत्सद्द्याचे भूत जागे झाले. तो हवेत हात उंचावत ओरडला, ''छे! छे! ह्या लबाड कोल्ह्याचा-फत्तेखानाचा काय भरवसा? स्वत:च्या धन्याला, निजामाला जीवे ठार मारणारी ही अवलाद!''

तोवर एका गुप्त दरवाजातून फत्तेखानाचे कारभारी धावत किल्ल्याबाहेर आले आणि मुरारी पंडिताला पाहून विनवण्या करू लागले. आत अनेक विजापुरी आणि दौलताबादी माणसे, जनावरे उपाशीपोटी जागेवरच कोसळू लागली आहेत असे सांगू लागले. तेव्हा मुरारी त्यांच्यावर उखडला आणि म्हणाला, ''सांगा तुमच्या त्या मूर्ख फत्तेखानाला. म्हणावे, आधी किल्ल्याचा पूर्ण ताबा दे दे और फिर अनाज ले ले।''

दक्षिणेत दुसऱ्यांदा येऊन दौलताबादचा किल्ला जिंकायचा, पाठोपाठ बंडखोर शहाजीराजे भोसलेंना कायमचे जेरबंद करायचे हा इकडे येण्यामागचा पातशहा शहाजहानचा मकसद होता. काही करून दौलताबाद जिंकायचेच या इराद्याने आपला सरदार खान खनान याला पातशहाने आघाडीवर धाडले होते. खानखानानच्या झेंड्याखाली पेटलेल्या मोगली सैनिकांनी दौलताबादच्या कोटाभोवती आगीचे वर्तुळ निर्माण केले होते. त्यांनी महाकोटाच्या आणि अंबरकोटाच्या बाहेर तटाच्या बरोबर खाली मोठाले खंदक खोदले होते.

किल्ल्याच्या तटबंदीवरून विजापुरी सरदार खैरतखान लढत होता, तर आतून

किल्ल्यातून फत्तेखान मोगली फौजेशी खूपच चिवट मुकाबला करत होता; मात्र मोगलांनी काही करून किल्ला ताब्यात घ्यायचाच म्हणून एका वेळी साठ-सत्तर झुलत्या शिड्या तयार ठेवल्या होत्या. मध्येच दोरखंडाचा तिढा टाकून त्या पाच-पाच पुरुष उंचीच्या शिड्या तटाला धाडसाने बांधल्या जात होत्या आणि पट्कन त्या शिड्यांवरून चढून वरच्या तटबंदीमार्गे किल्ल्यात घुसण्यासाठी मोगल वीर प्राणाची बाजी लावत होते. त्याच वेळी किल्ल्यातली फत्तेखानची शिबंदी मोगलांचे ते धाडसी प्रयत्न हाणून पाडायचा कसोशीने यत्न करत होती. शिड्या तोडून वर सरकणाऱ्या मोगली फौजींना ते मध्येच हवेत ढकलून देत होते. त्यातच छोट्या-मोठ्या तोफांचा आगीचा खेळ चालू होता. परिणामी, दोन्ही बाजूंचे लढते वीर जिवाला मुकत होते. धडाडत्या तोफगोळ्यांच्या आगीने किंवा तलवारीच्या तडाख्याने जायबंदी होत होते.

मध्येच एका बाजूने एका वेळी दहा-बारा शिड्या लावण्यात मोगल यशस्वी झाले. आगीचा मारा चुकवत साठ-सत्तर जण अंबरकोटाची भिंत चढून वर गेले. त्या तटाची उंची चौदा गज आणि रुंदी दहा गज, अशी अवाढव्य होती. त्या अजस्त्र मजबूत भिंतीची डोळ्यांत न मावणारी रुंदी पाहून उत्तर हिंदुस्थानी खासे हैरानगीने बोलले, ‘‘अल्ला ऽ यह मलिक अंबर आदमी था या शैतान? ऐसे तट और ऐसी दीवारें हम लोगोंनें ख्वाबोमें भी कभी देखीं नहीं थी।’’

तिकडे फत्तेखानचे सहकारी आत जाऊन पुन्हा रडत-ओरडत बाहेर आले आणि मुरारीला परोपरीने समजावू लागले, ‘‘सियासती बातें बादमें होती रहेगी। पण आगीच्या माऱ्यात न्हाऊन निघणाऱ्या आमच्या भूख्या-प्यास्या फौजींना पहिले अन्न द्या!’’ मात्र त्या कळकळीपुढे मुरार पंडित अजिबात नमला नाही.

एकीकडे अन्न नाही, समोर चावा घेण्यासाठी सरसावलेले मोगल हटत नाहीत, त्यात किल्ल्यातली परिस्थिती क्षणाक्षणाने बिघडून हाताबाहेर जात होती. अशा परिस्थितीत हट्टी मुरारी जगदेवाच्या, आणलेले अन्नधान्य न देण्याच्या मूर्खपणामुळे आणि अडेलतट्टूपणामुळे फत्तेखानावर तर पागल व्हायची वेळ आली होती. तो तटभिंतीच्या चोरट्या झरोक्यातून खाली किल्ल्याच्या तळाचे निरीक्षण करत होता. मोगल सैनिक वेगाने तटबंदीच्या सभोवार खाली चरांमध्ये आणि बिळांमध्ये बारुदाने भरलेल्या गोणी रिकाम्या करत होते. आगीचा अखंड मारा तटावर करीत होते. भविष्य अंधारात बुडत चालले होते. त्याच वेळी फत्तेखानाच्या हाती मोगलांच्या सरदाराचा खलिता पडला, ‘‘कशासाठी सोन्यासारखी जिंदगी खतम करता? शरण या. अल्ला आणि पातशहा दयाळू आहेत. भुकेल्याला तत्काळ अन्न अन् तुम्हास चाळीस हजार मोहरा नजर करू. हवी ती बक्षिसी देऊन मालामाल करू.’’

परेशान फत्तेखानाने पुन्हा अखेरचा प्रयास म्हणून मुरारी पंडिताकडे पैगाम पाठवला, ‘‘चाहे तो येऊन तुमच्या पायावर गडाबडा लोळतो; पण पहिले अन्न

पाठवा. कुमक आली नाही, तर आम्हाला आमची उपाशी पोटे घेऊन मोगलांनाच जाऊन मिठी मारावी लागेल.'' अहंकारी मुरार पंडिताला त्या कडक पैगामाचे काहीच वाटले नाही. उलट त्याने त्या दूतांमार्फत फत्तेखानालाच उलटा दम भरला, ''बऱ्या बोलाने चाव्या तुरंत बाहेर पाठवून दे. नाहीतर मी तुझी गर्दन छाटून किल्ल्याच्या तटावरून खाली फेकून देईन.''

रिकाम्या पोटात पेटलेल्या भुकेचा अग्नी तोफेपेक्षा खूप जहरी असतो. त्यामुळेच जेव्हा किल्ल्याच्या तटबंदीवरच्या उपाशी सैनिकांना समोर शिड्या दिसल्या, तेव्हा शत्रू की मित्र या शंकेची पर्वा न करता भुकेने हैराण झालेले ते लढवय्ये पुढे धावले. अडीचशे-तीनशे सैनिक त्या शिड्यांवरून वेगाने खाली उतरले आणि शत्रूच्याच गोटामध्ये घुसले. समोरच्या लष्कराला गयावया करत त्यांच्यासमोर उभे राहिले आणि म्हणाले, ''पहले खाना दे दीजिये! बाद में चाहे तो तोफोंसे उडा देना।'' हुशार खानखानानने त्या बिचाऱ्यांना पोटभर खाऊ घातले.

त्या सायंकाळी अंधार पडेपर्यंत फत्तेखानाने विजापुरी रसदेची खूप वाट पाहिली. मग त्याने आपल्या डोळ्यांतले अश्रू पुसले. त्याला नजरेसमोर मृत्यूचा भयानक जबडा दिसू लागला, तेव्हा त्याने शेवटची खबरदारी म्हणून आपला जनाना, मुलेबाळे किल्ल्याच्या खूप पाठीमागे काळ्या कोटाकडे पाठवून दिली.

त्या रात्री फत्तेखानाला कसे ठेचले आहे, रडत ठेवले आहे या आनंदात मुरारी आरामात किल्ल्याबाहेर तंबूमध्ये झोपी गेला होता. पहाटे प्रचंड स्फोटांचे कानठळ्या बसवणारे आवाज आले, ''धुडूम धाम ऽ ऽ धुडूम धाम ऽ ऽ''. ते स्फोट इतके भयानक होते, की पागेत बांधलेली घोडी जागच्या जागी थयथय नाचू लागली. हत्ती चित्कारले. मुरारी पंडित झोपेतून जागा होऊन पलंगावरून खाली धाड्कन गोलटला. त्याला लवकर उठताही येईना. घाबरलेला मुरारी आवंढा गिळत कसाबसा उभा राहिला. त्याने कनातखिडकीतून किल्ल्याकडे बघितले, तर त्या प्रचंड स्फोटांनी समोरच्या किल्ल्याचे तोंड अक्षरश: फोडले होते. तटबंदीचा प्रचंड लांबीचा मोठा भाग उडून गेला होता. शेवटी भुकेपुढे, परिस्थितीसमोर आणि मुरारी पंडिताच्या विक्षिप्तपणापुढे फत्तेखानाने हात टेकले. जे मेले नव्हते, ते उरलेले तरी वाचवावेत असा विचार करून तो मोगलांना शरण गेला. त्या पहाटेच अश्रू गिळत त्याने रक्ताने बरबटलेले शरीर आणि किल्ल्याचा कबजा, मोगलांच्या ताब्यात देऊन टाकले.

त्या सकाळी दौलताबादेच्या किल्ल्याचा समोरचा दरवाजा उघडला गेला, तेव्हा अनेक बैलजोड्यांना पाठीमागे मोठ्या फेसाट्या बांधलेल्या दिसत होत्या. आत किल्ल्यात गेल्या दोन-तीन दिवसांत मृत्यूने कसा आणि केवढा नंगानाच घातला होता याची बाहेरच्या जगाला कल्पनाच नव्हती. त्या फेसाट्यांवर शेतात कापलेल्या पिकासारखी भुकेने मेलेल्या माणसांची आणि जनावरांची धुडे टाकली होती. एक

अत्यंत किळसवाणी दुर्गंधी परिसरात पसरली होती. त्या मानवी मुडद्यांची संख्या किमान तीन हजारांवर होती. मुडदेफरासीचे काम करणाऱ्या त्या फेसाटींची रांग काही संपत नव्हती. तो करुण देखावा मोठा भीतिदायक आणि भयावह होता.

तंबूच्या दारातून नाकावर रुमाल धरत मुरारी जगदेव आपल्या होयबांना शंका विचारत होता, "अरे भाईसाब, आमच्याकडून काही गलती तर नाही झाली ना?"

◆

पेमगिरी राज्यात

१६३२-३५

"अभी तो बुऱ्हाणपूरसे निकलनेवाले मुघल घुडसवार बिजापूरतक दौडतेही रहेंगे। उन्हे बीच रास्तेमें रोकनेवाला कोई बचाही नही।" विजापूरच्या दरबारात याच गंभीर मुद्द्यावर रोज खल सुरू होता.

अकबर, जहांगिर आणि आता शहाजहानही!

आपली घोडी दक्षिणेत जिंजी, रामेश्वर ते मदुराईच्या रानापर्यंत नाचवायची सर्व दिल्लीकर पातशहांची महत्त्वाकांक्षा होती.

विजापूरच्या दरबारात मात्र निजामशाही टिकावी अशा विचाराचा पहिल्यापासूनच एक गट होता. त्यांनाही दौलताबादेबद्दल फार जिव्हाळा आणि प्रेम होते, अशातला भाग नव्हता; परंतु मोगलांच्या महत्त्वाकांक्षेचे पंख छाटणारी एक मधली व्यवस्था या दृष्टीने ते निजामशाहीच्या अस्तित्वाकडे पाहत होते.

निजामशाही धुळीस मिळताच मोगली भस्मासुराने लगेचच आदिलशाही गिळायचीही तयारी सुरू केली. मोगलांच्या फौजा एका वेळी परांडा, धारूर आणि बीड अशा सर्वत्र छापे घालू लागल्या, तेव्हा विजापुरामध्ये एकच गडबड उडाली. येनकेन प्रकारेण मोगलांच्या हमल्यांना रोखायचे कसे, या चिंतेमध्ये सर्व मुत्सद्दी होते.

बदलत्या वेळेनुसार मनुष्याचे भविष्यही बदलू लागते. अशा वेळी आगीचीही उपयुक्तता लक्षात येते. दरबारात मोहम्मद आदिलशहा, बड्या बेगमसाहिबा, मुस्तफाखान, रणदुल्लाखान, अशा बुजुर्गांमध्ये मसलत चालू होती, तेव्हा वजीर खवासखानाला वाऱ्याचा बरोबर अंदाज आला होता. त्या दुःखाच्या गर्तेत खवासखानाने एक सुखाची गोष्ट सांगून टाकली, "सुना है, शहाजीराजा पेमगड-संगमनेरच्या बाजूला

एका नव्या सल्तनतीचा झंडा उभारण्याच्या नादात आहे.''

''बहोत खूब, बहोत खूब! शहाजीराजा तो हमारे पुराने साथी है।''

''त्या दिल्लीकर ताम्रांची अवखळ घोडी मध्येच रोखायची झाली, तर शहाजीराजासारख्या जंगबहादुराचीच गरज आहे.'' सर्व सरदार खुशीने गरजले.

शेवटी विजापुरी दरबारात निर्णय झाला. मोगलांचे स्वार्थी आक्रमण काय वाट्टेल ते करून थोपवले पाहिजे. त्यांची दक्षिणेची वाट रोखून धरणाऱ्या शहाजींच्या नव्या राज्यनिर्मितीला सहर्ष पाठिंबा द्यायचे एकमुखाने ठरले.

इकडे शहाजीराजांनी मोठ्या निष्ठेने आपल्या स्वप्नपूर्तीसाठी धडपड सुरू केली होती. संगमनेरच्या जवळपासच सह्याद्रीच्या रांगेत बाळेश्वरच्या डोंगराजवळ पेमगिरी नावाचा एक अतिशय जुनापुराणा किल्ला होता. कदाचित तो मौर्य किंवा बुद्धकाळातलाही असावा. तिथे पेमादेवीचे एक प्राचीन मंदिर होते. तिथे सातवाहन काळातील पाण्याच्या जीर्ण टाक्या आणि कुंडे होती. अलीकडच्या काळात तिथे फारसे कोणी फिरकायचे नाही; पण एकीकडे खानदेश, दौलताबाद, तसेच तिथल्या डोंगररांगाच्या पलीकडे असणारे कल्याण बंदर आणि उजवीकडे पुण्याचा परिसर, अशी एका अर्थी ती मोक्याची जागा होती. शहाजीराजांनी आणि जिजाऊसाहेबांनी जेव्हा एखाद्या भव्य मंदिराच्या घुमटासारखा तो टेकडीवजा सुंदर किल्ला पाहिला, त्याच्या पल्याडचे अर्धचंद्राकार आकाराचे सह्याद्रीचे कडे बघितले, तेव्हा त्या पार्श्वभूमीवर पेमगिरीचा तो छोटेखानी किल्ला मोठा टुमदार दिसत होता. गडावर जागा कमी होती. त्यामुळे त्याच्या पायथ्याच्या उतारावरच्या उघड्या माळावर मोकळे वाडे आणि घोड्यांच्या अनेक रिकाम्या पागा होत्या. तेव्हा तो परिसर त्यांना मोठा आकर्षक वाटला. दीर्घ काळ संगमनेर जिल्हा आणि छोटा नाशिक तालुका दिल्लीकर मोगलांचे दक्षिणेतले टोक होते. एकीकडून निजामशाहीचे आणि पलीकडचे मोगली मुलखातले पहाऱ्यावरचे शिपाई पेमगिरीवर अनेकदा एकत्र जमत. रिकाम्या पडव्यांमध्ये बसून एकत्र ताश खेळत वेळ काढत.

अंगावरच्या अडीच-तीन वर्षांच्या छोट्या शिवबांना घेऊन जिजाऊसाहेब त्या छोटेखानी पेमगडाच्या माथ्यावर राहायला आल्या. सोबत आलेल्या पिलाजीपंत देशपांडे, सर्जेराव घाटगे, माने, काळे अशा काही सरदारांनी बाजूच्या मोकळ्या वाड्यांत आपले बस्तान ठेवले. शहाजीराजांचे नेहमीचे खास पाच हजाराचे घोडदळ त्यांच्या सोबत होतेच. जिजाऊ राणीसाहेबांमुळे वाड्यातील, सदरेवरील कामकाज पाहण्यासाठी आजूबाजूच्या गावातील अनेक पोरे, बायामाणसे किल्ल्यावर आली. वर्दळ वाढली. कारभार सुरू झाला. अन् पाहतापाहता काही दिवसांच्या आतच त्या ओसाड पण हिरवाईने नटलेल्या परिसराचे एका चांगल्या नांदत्या किल्ल्यामध्ये रूपांतर झाले.

शहाजीराजांच्याही उरामध्ये नवी उमेद भरली. त्यांनी विजापूरच्या दरबारातील खवासखानासह आपल्या इतर मित्रांना आणि आदिलशहांनाही कळवून टाकले, "निजामशाहीत एकूण चौऱ्याऐंशी किल्ले होते. त्यातला एक दौलताबाद मोगलांनी पळवला म्हणून तोंडचं पाणी काही पळायला नको! बाजूला जुन्नरसारखी जुनी राजधानी आणि राजकाजाची परंपरा आणि संस्कृती अजून टिकून आहे. आमच्या सोबत हिमतीची माणसं आहेत आणि शक्तिमान पहाडांचा, दऱ्याखोऱ्यांचा वास आहे. आम्हाला निश्चित खात्री वाटते की आम्ही इथे नव्या राज्याची उभारणी करू आणि राज्यकारभाराचा गाडा हाकून दाखवू."

राजांनी नव्या राज्याची जुळवाजुळव सुरू केली. त्यांनी आपल्या जवळच्या मित्रांना, नातलगांना आणि भाऊबंदांना प्रथम निरोप धाडले. शिवनेरीवर व्याही विजयरावांना सांगावा दिला, "आमच्यासारख्या तुमच्या आप्तांच्या दरवाजात शृंगारलेल्या शाही अंबाऱ्या झुलणार असतील, तर आपणास आनंदच व्हायला हवा. सबब, नव्या दौलतीच्या मदतीसाठी पेमगडाकडे तत्काळ घोडी हाकारावीत."

पेमगडापासून जुन्नर किंवा शिवनेरी फ़ारशी दूर नव्हती. तिथे सांगावा पोचूनही दोन दिवस उलटले. तरी त्या दिशेने पेमगडाकडे येणारी घोड्यांची धूळ उडाल्याचे दिसले नाही. राजे मनातून खट्टू झाले.

पेमगडावर जोरकस तयारी चालली होती. किल्ला इतका प्राचीन, त्यात अनेक वर्षांच्या उन्हापावसाने इमारती आतून ठिसूळ झाल्या होत्या. राजवाड्यातल्या जुन्या लाकडी खांबांना भुंग्यांनी भोके पाडली होती. पाण्याच्या कुंडवजा टाक्या गाळमातीने भरल्या होत्या. जागोजाग फड्या निवडुंगांची आणि बोराटीची झुडपे उगवली होती. ती पडझड सांभाळून तिथल्या जीवनाला नवचैतन्य देण्यासाठी राजे आणि जिजाऊसाहेब अहोरात्र झटत होते.

शहाजीराजांसाठी भाऊबंदकीच्या पातळीवरचे सारेच काही आलबेल नव्हते. खेळोजी भोसलेसारखा आपला वाघासारखा चुलत बंधू अलीकडे तिथे फिरकताना दिसत नव्हता. असे पूर्वी घडले नव्हते. ह्याच खेळोजीरावांना आपल्यासोबतच मनसब आणि मानपान मिळावा, यासाठी राजांनी आदिलशाही दरबार असो की, पातशहाचा चंदनपुरीचा तळ, जिथे तिथे त्यांच्यासाठी प्रतिष्ठेचा प्रश्न बनवला होता.

राजे मनातून खूप खजील झाले होते. अंतरातली उबळ थांबेना. त्यांनी खेळोजींच्या मंबाजी आणि मालोजी या दोघा भावांना सदरेवर बोलावून घेतले आणि विचारले, "बंधूंनो, हे सारं खूप क्लेशकारक आहे असं नाही वाटत तुम्हाला? अरे, वेरूळच्या त्या मालोजीराजांनी आणि विठोजीबाबांनी आपल्या कीर्तीचा डंका चोहोमुलखी वाजवला. लक्षात ठेवा, आम्हाकडून दुजाभाव घडला नाही."

"दादा, आम्ही तरी कसं विसरू? मालोजीबाबा रणांगणात खर्ची पडल्यानंतर

आमचे पिता विठोजीबाबांनी तुम्हासकट आम्हा सर्वांनाच एका पंखाच्या उबेमध्ये वाढवलं. स्वत:च्या थोरल्या भावाची याद म्हणून त्यांनी माझंही नाव मालोजी ठेवलं आहे. ते सारे रक्तसंबंध कसे विसरता येतील?''

''अरे, पण खंडागळ्यांच्या हत्तीचं प्रकरण असो किंवा इतर कुठलं, अनेकदा आपण देशबंधूंनी ती सारी टोकाची ईर्ष्या केली होती कशासाठी? कोणासाठी? आपल्या घराण्याच्या एकोप्यासाठीच नव्हे? तर मग अशा नेमक्या वख्ताला खेळोजीरावांचा घोडा भलत्यासलत्या दिशेने का दौडतो आहे?''

दुसऱ्या दिवशी पेमगडावर वाऱ्याच्या वेगाने दोन सांडण्या येऊन पोचल्या. सांडणीस्वार रात्रीचा दिवस करत थेट विजापुराहून येऊन धडकले होते. मोहम्मदशहाचा वजीर खवासखान यांच्याकडून आलेले पत्र खूपच बोलके होते.

''राजमान्य शहाजीराजे हुजूर,
स्वामींचे सेवेसी.
किल्ले पेमगड, संगमनेर मुलखी कुठेतरी
आसपास —

सदरहू मजकूर आमचे मुख्य कारभारी मुरारी जगदेवराव यांचे सरकारकून राजमान्य बाळोबा पागनीस यांच्या हस्ते मुद्दाम लिहून घेऊन धाडत आहोत, ऐसाजे.

आपण पेमगड-संगमनेरच्या पहाडीत नव्या सल्तनतीचा झेंडा उभारत आहात. त्या घटनेची इकडे विजापुरात आम्हा सर्वांना खूप खुशी झाली आहे. नऊ-दहा वर्षांमागे आपण इकडे विजापुरी 'सरलष्कर' या नात्याने कार्य केले. त्या वक्ताला आम्ही स्वत:, खवासखान, रणदुल्लासाहेब, मुस्तफाखान हे सारे जण तसे पोर वयाचेच होतो. तेव्हा खाविंदांच्या हाताखालीच आम्हास मलबार तसेच रामेश्वराकडे दख्खनदेशी मोहिमेचा बडा अनुभव आला होता. त्यामुळेच आपल्यासारखा गुरू जेव्हा 'राजा' बनतो, तेव्हा आम्हासारख्या चेल्यांना संतोष होणे स्वभाविकच आहे.

आपल्या कामकाजास आम्ही बिसमिल्ला चिंतितो.

आपला गौरव आणि आपली फतेह हे आपल्या कष्टाचे आणि सेवेचे फळ आहे. अर्थात आपल्या यशात आमच्याही सल्तनतीचा मुनाफा आहेच. निजामशाहीला खिंडारे पडल्यावर त्या बाजूच्या वाऱ्याचा बंदोबस्त फक्त शहाजीराजे आपणच करू शकता, याची आम्हा सर्वांस खात्री आहे.

मात्र आपल्या ह्या फतेहची खुशी तुमच्या भाऊबंदांना कितपत होईल याची जरूर जाँच करावी.

हे मुद्दाम याच वेळी कळविण्यामागे तसेच एक कारण आहे. ते म्हणजे तुमचा चचेरा भाई खेळोजी भोसले गेले काही दिवस इथे येऊन आम्हा सर्वांच्याच खनपटीला

बसला आहे. त्याला स्वत:साठी आम्हाकडून अलग मनसब हवी आहे. त्याने काल सुलतानसाहेबांचीही भेट घेतली. तो साफ साफ काही सांगत नसला, तरी त्याला तुमच्या नव्या हुकूमतीचे काडीचेही कौतुक दिसून येत नाही.

सबब, जर मौका जुळून येत असेल तर आपण अवश्य मराठ्यांचे पातशहा बनावे! नपेक्षा, तूर्तास राजकीय हुशारीचा व्यवहार सांभाळावा. तुमच्या धाडसी प्रयत्नांना इस्लामी सरदारांचीही सोबत मिळणे भविष्याच्या दृष्टीने आवश्यक आहे. त्यामुळेच त्यांच्या समजुतीसाठी त्या निजामाच्या खानदानातील एखादा बच्चा शोधून काढावा. तूर्तास सोय म्हणून त्याला राजगादीवर बसवावे.

शेवटी तख्तावर कोणी बसले तरी खजाना आणि फौजेची सूत्रे आपल्याच घट्ट मुठीत राहणार आहेत. शहाजीराजे, ज्यांना शास्त्रांबरोबर शस्त्रेही वश आहेत, अशा तैलबुद्धीच्या आपल्यासारख्या श्रेष्ठ इसमास आम्ही अधिक सल्ला तो काय द्यावा?

कळावे,

खवासखान, वजीर-ए-आझम
आदिलशाही सल्तनत

मधल्या काही रात्री कमालीच्या बेचैनीत गेल्या. ना जिजाऊसाहेबांना झोप होती ना ती शहाजीराजांच्या डोळ्यांत उतरत होती. रात्ररात्रभर फक्त कुशी बदलत राहणे आणि उसासे टाकणे इतकाच आता परिपाठ बनला होता.

त्या निद्रानाशाच्या पर्वातच एका भल्या पहाटे शहाजीराजे म्हणाले, "राणीसाहेब, आपल्या स्वतंत्र म्हाराष्ट्र राज्याच्या कल्पनेसाठी आम्ही गेली तीन-चार वर्षं व्याकुळलो आहोत. ते अचाट स्वप्न सत्यात आणण्यासाठी आमच्या उरामध्ये हिंमत आणि मनगटामध्ये ताकद जरूर आहे; पण उपयोग काय? परिस्थितीच कौल द्यायला तयार नाही."

"असं कसं हो राजे?" निराशेने जिजाऊ उद्गारल्या.

"आपल्या राजमार्गात संकटाची अनेक मांजरं आडवी जातात. जळत्या, मत्सरी निखाऱ्यांची धुसफूस आडवी येते. त्यामुळेच तूर्तास आपल्या स्वप्नांना मुरड घालणं हेच शहाणपणाचं ठरेल."

शहाजीराजांनी सारासार विचार केला. त्यांना मराठ्यांच्या राजगादीचे राजेश्वर व्हायचे होते. एक व्यवहार म्हणून तूर्तास निजामाघरच्या कोणातरी बालकास नामधारी शासक म्हणून गादीवर बसवण्याची सूचना चांगलीच होती. त्या दिवसांपासून पेमगडच्या राजगादीसाठी नव्या निजामशहाचा शोध सुरू झाला; पण त्याकरता फारशी माथाफोडी किंवा भागादौडी करावी लागली नाही.

सह्याद्रीची उंच पर्वतरांग जिथे संपते, तिथल्याच एका पर्वताच्या टोकावर,

नाणेघाटाजवळच जिवधन नावाचा एक पुराना किल्ला होता. किल्ल्याच्या कातीव, अतिशय तुटक्या कड्याच्या खाली पायथ्यापासून कोकणतळाचा प्रदेश सुरू होत होता.

दुर्घट रानातला तो एकाकी किल्ला. जिथे प्रचंड पाऊस असे, अहोरात्र कड्यावरून कोसळणाऱ्या धबधब्यांचे आवाज ऐकू येत. हिवाळ्यात दाट धुक्याचे ढग हटायला तयार नसत. अन् उन्हाळ्यातल्या पाण्याच्या दुर्भिक्षामुळे माणसेच काय पण पाखरेही हा मुलूख सोडून दुसरीकडे पोबारा करत. अट्टल गुन्हेगारांना सजा देण्यासाठीसुद्धा असे भयानक ठिकाण दुसरे कुठे शोधून सापडले नसते. त्याच ठिकाणी निजामाच्या खानदानात जन्म झाल्याच्या गुन्ह्यापोटी एक दुर्दैवी शहजादा विजनवासाची सजा भोगत होता. कदाचित तो वारसाहक्काची ढाल पुढे करून दुसऱ्याच्या मार्गात आडवा येईल, केवळ या भीतीपोटी त्याला राजबंदी बनवून इथे फेकण्यात आले होते.

शहाजीराजांनी पिलाजीपंतांना एक पथक घेऊन जिवधनकडे लगेच पाठवून दिले.

राज्य चालवण्यासाठी शहाजीराजांना चांगल्या क्षमतेच्या, तगड्या, फुरफुरत्या दहा हजारांच्या घोडदळाची आणि किमान पाच हजारांच्या नव्या पायदळाची गरज होती. त्या दृष्टीने राजांनी पुण्याकडच्या बारा मावळात आणि जुन्नरकडच्या बारा मावळात, म्हणजेच एकूण चोवीस नद्यांच्या खोऱ्यात आपले अंमलदार धाडले. नव्या उत्तम पागा धुंडाळून आणि उसळत्या रक्ताच्या जवान पोरांना एकत्रित करून त्यांनी लष्कराची बडी बांधणी सुरू केली. मग शेताबांधातले आणि पहाडाझाडातले मर्द आपली जनावरे घेऊन पेमगडाच्या दिशेने दौडू लागले.

ज्या दिवशी जंगलझाडी पार करून पिलाजीरावांचे पथक जिवधनच्या पायथ्याला पोचले, तेव्हा पहारेकरी सोडून तीन वर्षांनंतर बंदिखान्याबाहेर अन्य कोणी माणसे प्रथमच बघायला मिळाली, ह्या अतीव आनंदापोटी त्या कोठडीतील शहजादा मुर्तुजा आणि त्याची आई दोघेही खुशीने मोठमोठ्याने किंचाळू लागले, ओरडू लागले.

सुरुवातीला जिवधनवरच्या राजबंद्यांच्या खानपानासाठी दौलताबादेहून नियमित तनखा येत असे. पुढे निजामशाही बुडली. राजधानीचा किल्ला मोगलांच्या ताब्यात गेला. एकाएकी तनखा बंद पडला. पोटाचे हाल सोसवेनात. बाहेरच्या पंधरा पहारेकऱ्यांनासुद्धा उपवास घडू लागले. जगणेच मोठे मुश्कील झाले. तेव्हा बेगमेला आपल्या अंगावरील दागिने काढून ते खर्चासाठी पहारेकऱ्यांकडे देण्याशिवाय पर्याय उरला नाही.

त्या दोघा माय-लेकरांकडे महालातले सगळे बघतच राहिले. बेगमसाहिबा उंच, सडपातळ बांध्याच्या आणि रंगाने पांढऱ्याफेक होत्या. बंदिवासातल्या अर्धवट

अंधारात त्यांची त्वचा पालीसारखीच पांढरी पडली होती. त्या दोघांच्या अंगावरची मखमली आणि रेशमी राजवस्त्रे धुऊन पुन:पुन्हा वापरलेली असल्यामुळे ती विटल्यासारखी मातकट दिसत होती.

मुर्तुजाचे वय फक्त अकरा वर्षांचे होते; मात्र बंदिवासामुळे त्याची लिखापढी वा अन्य शिक्षण फारसे झाले नव्हते. बेगमसाहेबांना तो राज्याभिषेकाचा प्रस्ताव एका स्वप्नाचाच भाग असल्यासारखे वाटले. राजांचा तो प्रस्ताव ऐकून बेगमसाहिबा बोलल्या, "राजाजी ऽ आप हमें सुलताना बनाईये या शैताना, मगर हमारे सारे गहने और जवाहरात कल्याण के सराफकट्टेसे छुडवाईये।"

एव्हाना शहाजीराजे भोसले हे 'राज्यनिर्माते' बनत असल्याची खबर सर्वत्र पसरली होती. त्यांच्या त्या संकल्पाला मुर्तुजा तख्तावर बसल्याशिवाय आणि त्याने रीतसर खुत्बा पढल्याशिवाय मूर्त स्वरूप येणार नव्हते. आपण स्वत: रोज प्रचंड अंगमेहनत घ्यायची आणि त्याच वेळी आपल्या सर्व अंमलदारांना आणि लष्करी अधिकाऱ्यांनाही कामास जुंपायचे, हा शहाजीराजांचा स्थायी स्वभाव होता. त्यामुळे एकीकडे पेमगडावर सैन्यभरती आणि लष्करी कवायती सुरू होत्या, त्याच वेळी राजांची दीड दीड हजारांची निवडक पथके खाली कोकणात उतरत होती, फिरंग्यांची बंदरे लुटत होती. त्याच वेळी नाशिकपासून ते पुण्यापर्यंत महसूल सक्तीने वसूल करण्याचे कामही झपाट्याने सुरू होते.

दरम्यान, परस्पर विजापुरात जाऊन धडकलेल्या खेळोजी भोसल्यांनी आपली सवत्या सुभ्याची महत्त्वाकांक्षा पूर्ण करून घेतली होती. आदिलशहाने त्यांना नाशिककडे मोठी मनसब दिली होती. खेळोजी तिकडून माघारा आले. आपल्या नव्या धन्याच्या नजरेत आपली कामगिरी भरावी म्हणून त्यांनी मोगलांच्या प्रांतात धडाकेबाज मोहिमा सुरू केल्या होत्या.

तख्तपोशीचा मुहूर्त काही दिवसांवरच येऊन ठेपला होता. गडावर मोठी धामधूम उडाली होती. या सोहळ्यासाठी खास उपस्थित राहण्यासाठी सुलतान मोहम्मदशहा येणार होते.

एक दिवस शहाजीराजांना पिलाजीपंतांनी बातमी सांगितली, "राजे, इरादतखान नावाचा तो दौलताबादचा पातशाही दांडगेश्वर पेमगडाकडे यायला बाहेर पडल्याची खबर आहे." त्या बातमीने मात्र सर्व जण काहीसे काळजीत पडले.

आजकाल सदरेवर राज्यकारभाराऐवजी नव्या निजामशहाच्या तख्तपोशीची म्हणजे राज्याभिषेकाच्या तयारीचीच गडबड अधिक उडाली होती. खाली कोकणातून कल्याणहून आणि पलीकडून नाशकातूनही मुर्तुजासाहेबांसाठी उंची पोषाख बनवण्याचे काम युद्धपातळीवर सुरू होते. बेगमसाहिबांभोवती तर जुन्नर, नाशिक आणि संगमनेरच्या सोनारांची गर्दी झाली होती. आजकाल बेगमसाहिबा भलत्याच खुशीत होत्या.

शहाजीराजांच्या निमित्ताने त्यांच्या तकदीरीचा दरवाजा उघडला गेल्याचा अनुभव त्या घेत होत्या.

त्या दिवशी ठरल्या वेळेच्या आधीच इरादतखानाचा बेहडा पेमगडावर पोचला. ते लगेच सदरेवर दाखल झाले. राजांनी आणि खानसाहेबांनी एकदुसऱ्याला आलिंगन दिले. इरादतने खुणावताच त्यांच्या सोबतच्या अंमलदाराने हातातले सुवर्णतबक पुढे केले. त्याच्यावरचा रेशमी बुट्टीदार रुमाल बाजूला केला. त्यात शाही फर्मानाची गोलाकार दांडी होती.

शहाजीराजे मनापासून हसले. हुक्क्याची गुडगुडी खानाकडे करत राजे बोलले, "खानसाहेब, सांगून तरी मोकळे व्हा. तुमचा मोगल पातशहा आम्हाकडून काय चाहतो?"

"राजाजी, 'निजामशाही सल्तनत' नावाची आजपर्यंतच्या सर्व मोगलांच्या कलेजात ठसठसणारी गाठ आताशी कुठे फुटली होती. तोवर नव्या निजामशाहीच्या निर्मितीचा हा तमाशा आपण कशासाठी आरंभलात? का अकारण आपण शहाजहानसारख्या हिंदुस्थानच्या पातशहाच्या गैरमर्जीचे धनी होताहात?"

"खानसाहेब, आमच्या भूमीमध्ये आम्ही आमच्या पसंतीचा राजा सिंहासनावर बसवू. तो आमचा अधिकार कोण हिसकावून घेऊ शकतो?"

इरादत खूपच नाराज दिसला. त्याने दुखऱ्या मनाने राजांना विचारले, "राजन, आपण दिल्लीकर पातशहाच्या यारीदोस्तीचा तोहफा पुन:पुन्हा का ठोकरून लावताहात? आता आमच्यासोबत जिल्हे सुबहानींनी आपले बडे शहजादे संभाजीराजे यांच्यासाठी बावीस हजारांची मनसब आणि खिलतीची वस्त्रं पाठवली आहेत. आपला तर मुँहमांगा सन्मान केला जाईल."

"आम्हाला तुमची ही बक्षिसी मंजूर नाही!" शहाजीराजे अचानक उद्‌गारले.

"हमें लगता है राजन, इस बातका बहुत बुरा अंजाम हो सकता है।" इरादतखानानी इशारा दिला.

खानाच्या त्या प्रतिक्रियेवर शहाजीराजे संतापलेच. आपला गुस्सा आवरायचा प्रयत्न करत ते बोलले, "मेहेरबान! आमच्याच महालात घुसून आम्हास धमकी देण्याची आपण कोशिश करताहात?"

इरादतखानाचे डोळे अचानक भरून आले. तो म्हणाला, "हुजूर, आपणास भूल पडली असेल. गेल्या वख्ताला शहाजहानसाहेबांनी स्वत:च्या तख्तपोशीवेळीचा अत्यंत मेहंगा 'चोगा' तुम्हास तोहफा म्हणून पाठवला होता. 'चोगा' या नावाची ती अजब चीज अशी असते, की जिला हासिल करण्यासाठी शहजादे एकमेकांचा गळाही दाबतात. खैर! राजासाब, इतने कोशिशोंके बावजूद भी मैं तो हार गया! हमें हमारी नाकामयाबीपर बडी शरम आती है।"

नाराज इरादतखान मेहमानखान्याकडे निघून गेला.

राजे भोजनास बसायच्या तयारीत होते. तोवर बंधू मंबाजी आले. जिजाऊंनी मंबाजीसाठीही पाटपाणी ठेवायचा दासीला इशारा केला. खेळोजींच्या त्या नऊ भावांमध्ये राजांसाठी मंबाजीच खूप जवळचा होता. भोजनोत्तर राजे झोपाळ्यावर बसून सुपारीचे खांड दाढेत धरून बसले, तेव्हा मंबाजीनेच हळूच विषय सुरू केला, ‘‘दादा! पोटी संभाजी आणि शिवबासारखी दोन तेजस्वी लेकरं आहेत. निदान त्या पोरांच्या भविष्याचा तरी विचार करा.’’

‘‘कशाबद्दल बोलता आहात भावजी?’’ जिजाऊसाहेबांनी विचारले.

जिजाऊंना कोणतेही उत्तर न देता मंबाजी राजांच्याच पाठी लागला, ‘‘ऐका दादासाहेब ऽ खूप गलती घडतेय तुमच्या हातून—’’

‘‘अरे, काय ते स्पष्ट सांग ना?’’

‘‘अहो दादा, अहो वहिनी, नशिबाचा वारू उधळणं म्हणजे अजून काय असू शकतं? एकीकडे संभाजीराजांसाठी बावीस हजारांची मनसब आणि तिकडे तुम्हासाठी देवदुर्लभ अशी दखखनची सुभेदारी! स्वत:हून दारात चालून आलेली ही दिल्लीची लक्ष्मी अशी लाथाडून परत करायचं पाप मनुष्याने करावं तरी कशासाठी?’’ मंबाजी भावनाविवश होत विचारू लागला.

‘‘मंबाजी, आम्हाला आमच्या स्वराज्याचं सूर्यबिंब अहोरात्र खुणावत आहे,’’ शहाजीराजांनी एकीकडे अभिमानाने सांगितले; पण त्याच वेळी त्यांना आपल्या चुलतबंधूची दया आली. ते मंबाजीला म्हणाले, ‘‘मंबाजी, किती पाघळून जातोस अरे तू त्या शहाजहान पातशहाला?’’

‘‘शेवटी दिल्लीचा मोगल पातशहा म्हणजे संगमनेरच्या सराफकट्ट्यावरचा सोनार वाटला की काय दादा तुम्हाला?’’ मंबाजी काळजीने म्हणाला.

‘‘हे पाहा भावजी, आम्हाला यापुढे अन्य कोणाच्या चाकरीमध्ये किंवा नोकरीमध्ये रस उरलेला नाही. एकदा ध्येयाची वाट तुडवायची म्हणजे नफानुकसानीचा हिसाब गैर ठरतो भावजी. आम्ही आहे त्यात तृप्त आहोत.’’ जिजाऊसाहेब म्हणाल्या.

‘‘अशा कोणत्या लंकेतल्या सोन्याच्या विटा गवसल्या आहेत हो तुमच्या हाती? अन् वहिनीसाहेब, याच शिवबांच्या वेळी कुठं झालं होतं तुमचं बाळंतपण? पाहुण्यांच्या घरी आणि मोगलांच्या मुलखात शिवनेरी किल्ल्यावर! कसल्या त्या स्वराज्याच्या अचाट, अफाट आणि न पचणाऱ्या महत्त्वाकांक्षा पोटाशी कवटाळून बसलात तुम्ही! त्या बदली पुण्यातले वाडेही जळाले तुमचे.’’

मंबाजीच्या मुखातून ताडताड बरसणारे ते गरम शिशाचे गोळे शहाजीराजे अत्यंत शांतपणे सहन करत होते. त्यांची नजर मात्र जिजाऊंच्या चर्येकडे होती.

‘‘वहिनी! उगाच भीती वाटते हो जिवाला!’’ मंबाजी हळहळत बोलला.

"कशाची भीती? अपयशाची? मृत्यूची? त्याला काय घाबरायचं एवढं भावजी? ह्या चार-पाच हात लांबीच्या मनुष्यदेहाचं शेवटी होतं काय? राखच नव्हे! राख तर साऱ्यांचीच होते; पण जे ध्येयासाठी आणि रंजल्यागांजल्यासाठी लढून मरतात, त्यांच्या रक्षेला मात्र चंदनासारखा कीर्तीचा जो सुगंध येतो तो कैक युगं टिकून राहतो!" जिजाऊ बोलून गेल्या.

शहाजीराजे भारावून त्यांच्याकडे मोठ्या अभिमानाने पाहत राहिले.

"भाई, मरगठ्ठ्यांनी नांगर जुंपावेत, चांगली खेतीबाडी करावी, फार तर गाय-म्हशींचं दूध पिळत बसावं. आपली अंगवळणाची कामं सोडून ही राजा बनायची खुमखुमी त्यांच्या बदनमध्ये घुसतेच कशी?" निजामाचा कोकणातला सरदार सैफखान आपल्या मित्रांना वैतागून विचारत होता.

ताम्हिणी घाटाच्या खालच्या अंगाला निजामपूर नावाची वस्ती अलीकडे वाढली होती. तिथे निजामशहाचा बडा पीलखाना होता. साधारण तीनशेहून अधिक हत्ती तिथे सांभाळले जायचे. जर कोकण किनाऱ्यावर चेऊलपासून ते राजापुरापर्यंत कोठे युद्ध पेटले, तर त्याच्या मुकाबल्यासाठी ह्या हत्तीदळाचा परस्पर उपयोग करता येत असे. हाच सारा निजामाचा मुलूख सैफखानाच्या कबजात होता. निजामशाहीच्या बुडीनंतर वजीर खवासखानाने विजापुराहून एक फर्मान जारी केले. 'सर्व सरदारांनी पेमगडला जाऊन नव्या मुर्तुजापुढे कुर्निसात घालावा. शहाजीराजांचाही आदर राखावा.'

पेमगड, संगमनेराकडे खूप धांदल उडाली होती. त्यासाठीच खवासखानाने मुरारी पंडिताला दहा हजारांच्या फौजेनिशी पेमगडाकडे धाडले असल्याची बातमी सर्वत्र पसरली. त्या उत्साहवर्धक घटनांचे सैफखानाला काहीच कौतुक नव्हते. एखाद्या गैरइस्लामी व्यक्तीला आणि तेही शहाजीसारख्या मराठा सरदाराला मुजरा घालायची कल्पना खानाला खूपच घृणास्पद वाटत होती. उगाच आदिलशाही कारभाऱ्यांशी वाकुडेपणा नको म्हणून त्याने पेमगडावरील नव्या राज्यात आपण सामील होत असल्याबाबतची कागदपत्रे बनवली आणि ती तातडीने पेमगडाकडे पाठवून दिली.

शहाजीराजांच्या आणि जिजाऊंच्या जीवनात अलीकडे सुख-दुःखाच्या ऊन-पावसाचा खेळ सुरू होता. अनेक मराठा सरदार, अंमलदार, तसेच अमीरउमराव शहाजीराजांना येऊन मिळत होते. अनेकांनी तशी योग्य वेळेत पोचण्याची वचनेही दिली होती; परंतु ज्यांचा बहुत भरवसा धरला होता, असे विजयरावांसारखे व्याही धड हलायला किंवा बोलायलाही तयार नव्हते. आप्तांचा हा असहकार मनाला खूप डाचणारा होता.

एके सकाळी बारा ज्योतिर्लिंगांची पूजा राजांनी आटोपली, तेव्हा एक नवी छेर

त्यांच्या डोक्यात भरली. त्यांनी पिलाजीपंतांसह आपल्या विश्वासातील खास माणसांचे एक पथक तत्काळ जुन्नरच्या दिशेने धाडले.

जुन्नर नगरात पूर्वीच्या मोगल आणि निजामशाहीतील खाशांचे जे बडे महाल होते, त्यातील काही महाल आणि वाडे रिक्त होते. त्या विशिष्ट भागातील तळघरे आणि पेवे खोदायला त्या पथकाने सुरुवात केली. दुसऱ्या दिवशी सायंकाळी सर्जेराव घाटगे धावतच माघारा आले. त्यांच्या चेहऱ्यावरची खुशी शहाजीराजांना, जिजाऊंना पृथ्वीमोलाची वाटली. ते सांगत होते, "जुन्नरला याआधी शहाजहान पातशहाचा जिथे मुक्काम होता, त्याच्या शेजारच्याच एका पेवामध्ये अक्षरश: घबाड सापडले. अनेक हिऱ्यामाणकांसह उंची द्रव्याचा बडा खजिनाच घेऊन आलो आहे."

नव्या दौलतीच्या उभारणीसाठी द्रव्याची खूप मोठी चणचण भासत होती. त्यामुळे ह्या गुप्तधनाचा आधार महत्त्वाचा होता. शहाजीराजे अत्यानंदाने जिजाऊंना म्हणाले, "बघितलंत! उगाच संकटांच्या सावल्यांपुढे दबून जायचं कारण नाही. राणीसाहेब, निश्चित काहीतरी ईश्वरी संकेत दिसतात सतत आपल्या पाठीशी."

तख्तपोशीचा मुहूर्त जवळ येत होता. नव्या निजामशाहीचा म्हणजे खऱ्या अर्थी शहाजीराजांचा अंमल सुरू होणार होता. त्या कल्पनेने गावकुसात, शेताबांधात सर्वत्र कमालीचा उत्साह वाढीला लागला होता.

आता कोणतीही विराट संकटे अंगावर आली तरी दख्खनचे राजकारण कोळून प्यायलेले शहाजीराजे अशीतशी हार मानायला तयार नव्हते. आपले राज्य सर्वधर्मीय आणि सर्वसमावेशक वाटावे यासाठी ते खूप जागरूकपणे पावले टाकत होते. काही मुस्लीम मंडळींच्या विनंतीनुसार नाशिकजवळील एका बड्या दर्ग्याला शहाजीराजांनी आपल्या खजिन्यातून मदत म्हणून मोठी अमानत पाठवून दिली. एका वेळी कितीतरी कामे उरकायची होती.

ज्या दिवशी पेमगडला विजापूरची दहा हजाराची फौज दाखल झाली, तेव्हा शेकडो स्वारराऊंतासह फडावरच्या अंमलदारांनाही हर्षाचे भरते आले. आता आपल्या धन्याचे राज्यनिर्मितीचे स्वप्न निश्चित मार्गी लागणार याची सर्वांना खात्री झाली. राजांसोबत सर्जेराव घाटगे, मोहिते, गायकवाड, महाडिक, काटे अशा अनेक मराठा सरदारांनी हिरिरीने भाग घेतला होता. जेव्हा गडाच्या मुख्य कमानीतून आदिलशाही अंमलदारांसह मुरारी पंडित येऊन पोचले, तेव्हा गडावरची ती तयारी बघून ते खूप खूश दिसले. तेव्हा राजांच्या लक्षात एक महत्त्वाची गोष्ट आली, ती म्हणजे मुरारी पंडितांच्या आगेमागे एक मुसलमान छोकरा पळत होता. त्याच्या हातामध्ये हातभर उंचीचा एक पर्शियन आरसा होता. मुरारी अनेक वेळा त्या आरशामध्ये मान डोकावून पाहायचे.

प्रवासाने थकलेल्या मुरारी पंडितांना इकडच्या डोंगरातले रानसशाचे रुचकर

मांस खूपच आवडल्याचे दिसले. भोजनाच्या वेळी मुरारी अगदी समोरच बसले होते. त्यामुळे राजांना एक गोष्ट प्रकर्षाने जाणवली. देखण्या आणि तांबूस वाणाच्या मुरारीच्या कानाखालची आणि गळ्याखालची त्वचा काळी पडू लागली होती. त्या चिंतेपोटीच आपला चेहरा पुन:पुन्हा आरशात बघायचा त्यांना नाद जडला होता.

कायदेशीररीत्या मुरारी जगदेव हे तख्तपोशीसाठी आलेले आदिलशाहीचे राजकीय वकील होते. त्यामुळेच त्यांचा मानपान जपणे, त्यांच्या निवासासाठी मोठ्या महालाची व्यवस्था पाहणे ह्या गोष्टी राजांसाठी क्रमप्राप्त होत्या.

जिजाऊंनी त्या दिवशी राजांना विचारले, "काय हो, आपल्या हातून पुण्याची नाहक नासधूस घडल्याचं काही आठवतं तरी का या महाभागांना?"

त्यावर शहाजीराजे हसत बोलले, "त्याबद्दल एक चकार शब्दसुद्धा त्यांनी काढला नाही आम्हाकडे; पण चला ऽ काय करायचं? पिंडीवर ठाण मांडून बसलेल्या विंचवाला तूर्त पवित्र मानण्याशिवाय आपल्या हाती उरतं काय?"

अकरा वर्षाच्या मुर्तुजा निजामशहाच्या तख्तपोशीचा सोहळा मात्र खूप दिमाखदारच झाला. त्यासाठी खडकी, भागानगर, सोलापूर, जमखंडी, मांडू, बुऱ्हाणपूर, सुरत, परांडा, औसा, बीड, बीदर, कंधार, चेऊल, जव्हार अशा अनेक नगरांतील अमीर-उमराव, जहागिरदार असे शेकडो खासे हजर होते; पण तो दिवस खऱ्या अर्थी गाजवला तो बेगमसाहिबांनी, म्हणजेच मुर्तुजाच्या राणीमाँनी. त्यांनी कल्याण, संगमनेर, खडकीपासून ते बुऱ्हाणपुरापर्यंत सारे नामचंद जवाहिरे आणि सोनार बोलावून घेतले होते. त्यांच्या सुवर्णखरेदीचा सोस हा सर्वत्र चर्चेचा विषय होता. जिजाऊसाहेबांनी दुर्गादेवींना बोलूनही दाखवले, "ह्या बाई किती गोणी गहने खरेदी करणार आहेत? हा सारा ऐवज याच जन्मासाठी खरेदी होतोय, की पुढच्या सात जन्मांसाठी?"

तख्तपोशीसाठी रीतसर खुतबा वाचला गेला. त्यासाठी अनेक नगरींचे मुस्लीम काझी, मौलवी अशी धर्मगुरू मंडळी तिथे उपस्थित होती. दिवसभर शाही खान्याची रेलचेल होती. सायंकाळी सोहळा संपला.

त्या दिवशी अंगणात अनेक लहान मुले खेळत होती. समोरच्या मुरारी पंडिताच्या महालात राजांची आणि त्यांची सायंकाळी मसलत सुरू होती, तेव्हा दालनाच्या बाहेरच्या सोफ्यात मोठी गडबड उडाली. पोरासोरांचे मोठ्याने आवाज ऐकू येऊ लागले. तेवढ्यात अकरा वर्षांचे संभाजीराजे झपाट्याने आत आले. त्यांच्यांसोबत साडेतीन वर्षांचे शिवबा होते.

शहाजीराजांनी समोर बघितले, तर संभाजीराजांच्या हातामध्ये एक अत्यंत महागडे असे भरजरी वस्त्र होते. शिवबांच्या हातामध्ये धारदार जांबियाचे आखूड पाते होते. शिवबांनी खेळताखेळता त्या वस्त्राला जांबियाने अनेक भोके पाडली होती.

चोगा जागोजागी फाटून त्याच्या दशाही उडाल्या होत्या.

शहाजीराजांनी शिवबांना जवळ ओढले आणि आपल्या मांडीवर बसवून घेतले. त्यांच्या गालावरून प्रेमाने हात फिरवला. हर्षभरित मुद्रेने चौफेर पाहत आणि मोठ्याने हसत शहाजीराजे सांगू लागले, "अरे, तुम्हा सर्वांना त्या गोष्टीचा विसर पडला की काय? शिवबा जेव्हा जन्मले होते, तेव्हाच एका बड्या ज्योतिषाने आपल्या पंचांगावर हात ठेवून शपथपूर्वक नव्हतं का सांगितलं—आमचे हे चिरंजीव एक दिवस इतके मोठे होतील की त्या दिल्लीपती पातशहांचा टेंभा विझवून त्यांच्या दशा दशा करतील!"

पेमगडावरील तख्तपोशीचा सोहळा उत्तमच झाला. शहाजीराजांनी रचलेल्या नव्या निजामशाहीच्या त्या प्रयोगाचा बार एक-दोन महिन्यांतच फुसका ठरेल अशी अनेकांना अपेक्षा होती; मात्र राजांची राज्यकारभारावर चांगली हुकूमत होती. बालाघाट, बागलाण, कोकण मिळून काही छोटे आणि काही अत्यंत प्रबळ असे मिळून चौसष्ठ किल्ले राजांच्या हुकुमतीखाली आले होते.

पूर्वी खेळोजी भोसले आणि त्यांचे भाऊ परसोजी, मालोजी, कक्काजी, नागोजी असे सर्व जण मोगलांच्या सेवाचाकरीत होते; पण पुढे राजकारणाच्या आणि वाऱ्याच्या बदलत्या दिशेचा अंदाज घेऊन ते सर्व जण पुन्हा विजापूरकरांच्या नोकरीत दाखल झाले होते.

एके दिवशी शहाजीराजे सदरेवरून महालात आले, तेव्हा त्यांचा आवाज चांगलाच चढला होता. ते जिजाऊंना म्हणाले, "राणीसाहेब, काहीही करा; पण आपल्या दिराला, खेळोजीला आवरा. गौराबाईंना कळवा, नाहीतर एखाद्या दिवशी जेव्हा चांदण्या मोजाव्या लागतील तेव्हाच कळेल तुम्हाला आणि त्यांना!"

"काही अधिक-उणं घडलं का त्यांच्याकडून?" जिजाऊंनी धास्तावून विचारले.

"अधिक-उणं? अहो, विजापूरकरांच्या चाकरीत गेल्याच्या खुशीसाठी मोगलांच्या मालमत्तेवर धाडसी छापे टाकायचा धडाकाच लावला आहे त्यांनी. बुऱ्हाणपुरापासून ते नाशकापर्यंत जागोजागी पसरलेल्या मोगलांच्या ठाण्यांवर, पथकांवर आणि त्यांच्या तळांवर त्यांनी नुसता उच्छाद मांडलाय. खेळोजीराव आणि त्यांचे बंधू रात्रीबेरात्री मोगलांची लूट काय करतात, त्यांच्या सामानाची बरबादी काय करतात! नव्हे, अनेक ठिकाणी त्यांनी मोगलांच्या सैनिकांची कत्तलही आरंभली आहे!"

"बाई गं ऽ"

"हे प्रकरण एखाद्या वेळी प्राणावरसुद्धा बेतेल बरं त्यांच्या!" शहाजीराजे काळजीने म्हणाले.

आदिलशाही सियासतीच्या सूचनांनुसार मुरारी जगदेवांनी काही दिवस त्या नव्या राजधानीत आपला मुक्काम वाढवला होता. एखाद्या नवतरुणीच्या उत्साहाने पर्शियन आयन्यामध्ये आपला चेहरा निरखून पाहायचा उद्योग मात्र मुरारीपंतांनी तशाच जागरूकतेने चालू ठेवला होता. ते पाहून राजे एकदा म्हणाले, "पंडितजी, अहो किती फिकीर कराल आपल्या अंगावरच्या त्या पांढऱ्या कोडाची?"

"कोडाचं फारसं काही वाटत नाही हो; पण हे अलीकडं बघा की, पिकल्या अळूसारखी काळपट पडत चाललीय आमची सुंदर चमडी. त्याचं काय करायचं? त्वचेवरच्या ह्या काळपट ठशांची आणि चकुंद्यांची उगाच भीती वाटते."

"आपण तर पुण्यवंत ज्ञानी मनुष्य—"

"सोडा हो त्या विद्वत्तेच्या झूट्या गोष्टी!" म्हणत एकाएकी मुरार पंडित भलतेच गंभीर झाले. आपल्या घोगऱ्या आणि किंचित अस्पष्ट आवाजात हळहळत सांगू लागले, "अनेकदा रातवारा पाणभवऱ्यासारखा सभोवती घोंगावतो. पिसाट कबंधासारखा नाचत राहतो. मग त्या भिरभिरीच्या काळोख्या अवकाशात ऐकू येतात त्या करुण किंकाळ्या, रक्त गोठवणारा तो आक्रोश! हो—कबुली देणं भागच पडतं—युद्धाच्या आगडोंबात दौलताबादच्या त्या किल्ल्यात भुकेनं बेजार होऊन टाचा घासणारे आणि माझ्याकडे अन्नाची याचना करणारे ते मरणासन्न सहस्र शिपाई! त्या दुर्दैवी जिवांचे सारे शापच भोवताहेत मला."

"जाऊ दे, थोड्या कालहरणानंतर होईल ठीक सारं!"

"अहो, आम्हाकडून पुण्याच्या परिसरात रचलेल्या त्या पापांच्या राशी तरी थोड्याथोडक्या होत्या का? आम्ही तेव्हा हकनाक माज केला. अहंकाराच्या कैफात गरीब रयतेच्या तोंडचं अन्नपाणी पळवताना आम्हाला तेव्हा ती छान करमणूक वाटली होती. इंदापूर, सुपं आणि पुणं. उभ्या पिकात सोडलेली ती गुरं, पेटवलेला अग्नी आणि धुराच्या आणि धुळीच्या कल्लोळात उद्ध्वस्त केलेली ती देवालयं. माझी अहंकारी मस्ती नडली हो मला!" मुरारीपंत हळहळले.

"कसली मस्ती?"

"यालाच टांगेतली मस्ती म्हणतात. मुठीत सत्ता आली की वारांगनांना आणि दलालांना आमंत्रण द्यावं लागत नाही. काही अमीरांनी गोव्याकडून आणलेल्या त्या कोवळ्या कटीच्या पोतुर्गीज पोरी. विजापुरातल्या त्या साऱ्या फंदानादात नेमकी कोण सटवी आम्हास डसली आणि आमच्या सुंदर कायेची ही अशी नासाडी करून गेली कोणास ठावे?"

आपल्या वाढत्या त्वचारोगाने मुरारी पंडित खूप भयभीत दिसू लागले होते. शेवटी राजांनी पिलाजीपंतांना सांगितले, "आपल्या शाही मेहमानांच्या रोगावर काही इलाज सापडल्यास उत्तम होईल."

काही दिवसांतच राजांना पत्ता लागला की भीमा आणि इंद्रायणीच्या संगमाजवळ पाबळ मुलखात एक रुद्रनाथ नावाचे स्वामी राहतात आणि त्यांच्या प्रसादाने आणि आशीर्वादाने त्वचारोगात खूप फरक पडू शकतो. केवळ ती खबर कानावर पडताच मुरारी जगदेव अतिशय खूश झाले. त्यातच विजापुराकडे तातडीने परतण्याचा खवासखानसाहेबांकडून तगादा आला. मुरारींची माघारा फिरायची तयारी सुरू झाली. ते आपल्या दहा हजाराच्या फौजेतील अर्धे सैन्य पेमगडावर ठेवणार होते.

पाबळ मुलखापर्यंत मुरारींना सोबत देण्यासाठी शहाजीराजेही निघाले. तिथेच संगमाजवळ नागरगावात रुद्रनाथ नावाच्या त्या योगी पुरुषाकडे वनौषधी देणारा शिष्यवर्ग होताच. शिवाय त्यांनी होमहवनेही अनेक केली. मुरारीपंतांच्या सभोवती फिरणाऱ्या अदृश्य, अभद्र काळ्या जादूंची वर्तुळे नष्ट करण्यासाठी नदीकाठी खास बगलामुखी देवीच्या नावे मिरची हवनाचे नियोजन करण्यात आले. हवनाच्या ज्वालेमध्ये जेव्हा लालेलाल तिखट मिरच्या स्वाहा केल्या जात होत्या, तेव्हा पंतांना खूप ठसके बसले, डोळ्यांतून अनेकदा पागोळ्या गळल्या.

रोजचे होमहवन, पूजा, मुरारीपंतांचे दिवसातून पाच वेळा खाली संगमावर उतरणे आणि पवित्र जलात डुबक्या मारणे, हे सर्व प्रकार चालूच होते. शेवटी एकदाचा २३ सप्टेंबर, १६३३ रोजी भाद्रपद वद्य अमावस्येचा सूर्यग्रहणाचा दिवस उजाडला. या दिवशी योगी रुद्रनाथ खूप गडबडीत होते. आपल्या सर्व गुप्त आणि सुप्त रोगपीडांपासून सुटका व्हावी म्हणून मुरारी जगदेवाने जय्यत तयारी केली होती. स्वामीजींच्या आदेशानुसार गोदान, सुवर्णदान, अश्वदान, गजदान अशी एकवीस तुलादाने तिथे केली जाणार होती. त्या अपूर्व तुलादानांची वार्ता आजूबाजूच्या पन्नास खेड्यांमध्ये पसरली होती. त्यामुळे अनेक गरीब भिक्षुक, ब्राह्मण, साधू आणि बैरागी मंडळींनी तिथे एकच गर्दी केली होती. नागरगावाजवळच्या संगमाला एका यात्रेचेच स्वरूप आले होते.

मुरारीपंतांच्या दानधर्मासाठी साहजिकच शहाजीराजांनी सर्व वस्तू आणि जिन्नस तयार ठेवले होते. रुद्रनाथ स्वामी तुलादानात मिळणाऱ्या सर्व वस्तूंचे जमलेल्या गरिबांना वाटप करत होते. वीस तुला पार पडल्या. गजदानासाठी शहाजीराजांनी एक चांगला हत्ती पेश केला, तेव्हा रुद्रनाथांसह सर्वांना हसू फुटले. पेच पडला. दानातला हत्ती कोणाच्या वाट्याला द्यायचा? बरे! हत्ती सांभाळणे ही गोरगरीब, दुबळ्या लाचारांसाठी अशक्यप्राय गोष्ट होती. तेव्हा हत्तीच्या वजनाचेच द्रव्य मुरारीपंतांनी म्हणजे शहाजीराजांनी द्यावे असे ठरले. त्या नियोजनातून आणखी मोठी समस्या उभी राहिली. हत्तीचे वजन करायचे कसे? नागरगावासारख्या त्या छोट्या खेड्यात एवढा मोठा तराजू नव्हता. सर्व जण चिंताग्रस्त झाले.

मुरारी पंडित शहाजीराजांच्या समीप येत बोलले, "राजे ऽ आपणच एक

पराक्रमी तलवारबहाद्दर आणि बुद्धीचे समशेर आहात, अशी आपली कीर्ती आहे! तेव्हा ह्या हत्तीचं नेमकं वजन कसं काढायचं याचा तोडगा आपणच सुचवलेला बरा.''

शहाजीराजे हसले. भीमा आणि इंद्रायणीच्या संगमाच्या दरडीवर उभ्या असलेल्या राजांनी समोरच्या नदीपात्राकडे एकदा नजर टाकली, अन् आपल्या सेवकांना नदीपल्याड नांगरलेली नाव अलीकडे आणावयास लावली. राजांनी मध्ये मोठ्या फळ्या अंथरून तिच्या आधारे तो हत्ती त्या बळकट नावेत घेतला. त्यांनी उपस्थितांचे लक्ष नदीच्या दरडीकडे वेधले. हत्तीच्या वजनाने नदीच्या पाण्याची पातळी नावेवर काही बोटे वाढलेली दिसली. तिथे मेकूस मारून खूण करण्यात आली. पुन्हा हत्ती खाली उतरवून त्याच्याच वजनाइतकी लाकडे नावेत रचण्यात आली. त्या लाकडाने उंचावलेल्या पाण्याच्या त्या पातळीवरूनच हत्तीचे वजन काढले गेले. मग लाकडांच्या वजनाएवढे द्रव्य सर्व गोरगरिबांना वाटले गेले.

संगमावरून दोन दिवसांतच डेरेदांडे हटले. मुरारीपंत सैफखानासह विजापुराकडे आणि शहाजीराजे पेमगडाकडे निघाले. संगमावरचे ते अपूर्व तुलादान मात्र आजूबाजूच्या परिसरातील लोक विसरले नाहीत. जिथे ती तुलादाने पार पडली, त्यावरून त्या नागरगावाचे नाव मात्र पुढे तुळापूर असेच पडले.

◆

इत् शहाजी उत् शहाजहान!

एका तिन्हीसांजेला तो घाला आलाच. साऱ्या पेमगडावर पसलेली ती भयंकर खबर महालात पोचायला वेळ लागला नाही. ती धक्कादायक बातमी ऐकताच जिजाऊंना भोवळ आल्यासारखे झाले. त्या पटकन बाजूच्या जोत्यावर बसल्या. तो घाला फक्त एखाद्या व्यक्तीवर नव्हता, तर तमाम मराठ्यांच्या इज्जतीवर आणि यश-कीर्तीवरही होता. समजलेली बातमी म्हणजे अंगावर घराचे छप्पर कोसळावे एवढी धक्कादायक होती.

त्याच वेळी वाड्यात नेमके पिलाजी देशपांड्यांचे कुटुंब सीताबाई जिजाऊंच्या भेटीसाठी आले होते. त्यांनी हळूच विचारले, ''आऊसाहेब, खेळोजीराव म्हणजे

आपल्या धन्यांचे सख्खे चुलत बंधूच नव्हेत का?''

"होय हो!''

"अहो, म्हणजे तर गौराबाई आपल्या जाऊबाईच की अन् अशा घरंदाज श्रेष्ठ कुलीन स्त्रीच्या अंगाला स्पर्श करायची त्या यवनांची छाती झालीच कशी म्हणते मी?''

ती शीतल संध्याकाळ जिजाऊंना वैशाखवणव्यासारखी भासू लागली. त्या कमालीच्या गोंधळल्या. अगदीच बेचैन झाल्या. नेमके शहाजीराजे आज सदरेवर नव्हते. सकाळीच महत्त्वाच्या एका कामगिरीसाठी त्यांनी आपल्या पथकासोबत बाहेर भरारी मारली होती. दोन दिवसांत परततील की आठ दिवसांत याचाही अंदाज नव्हता.

जिजाऊंची तहान-भूक हरपली. आपल्या सुस्वभावी जाऊबाईंचा तो तरुण, प्रसन्न चेहरा त्यांच्या नजरेसमोर उभा राहिला. गौराबाईंशी जिजाऊंचे गूळ-पीठ छान जमायचे. शिवबांच्या जन्मानंतर त्या शिवनेरीवर बरेच दिवस आऊसाहेबांच्या सहवासात राहून गेल्या होत्या. त्या स्वभावाने प्रेमळ आणि घरंदाज होत्या. दिसायला हळदीच्या वाणाच्या आणि सोन्याच्या गुणाच्या. देव तरी अकारण अशा चांगल्या व्यक्तीच्या मागे संकटे कशासाठी आणतो?

जिजाऊंनी नारोपंत दीक्षितांना तत्काळ बोलावले. ताबडतोब सगळीकडे हरकारे पाठवायला आणि राजांना बोलावून घ्यायला सांगितले. एखाद्यासाठी ऐकायलाही किती भयंकर आणि दुःखद गोष्ट होती ती. एका मर्दमराठा सरदाराची मानिनी, वेरूळच्या विठोजी भोसल्यांची सून आणि खेळोजीराजांची धर्मपत्नी. ती घरंदाज स्त्री गंगास्नानासाठी नाशकाजवळ गोदावरीच्या पाण्यात उतरते काय, दुष्ट मोगलांचा घाला येतो काय आणि गौराबाईंना बळजबरीने उचलून नेतो काय!

दुसऱ्या दिवशी सकाळीच त्या प्रकरणाचा खरा उलगडा झाला. मोगलांच्या दख्खनमधील तिथल्या सर्वोच्च सरदार महाबतखानाच्याच हुकमानुसार, त्याच्याच सांगण्यावरून तो सारा निंद्य प्रकार घडवला गेला होता. मोगल सल्तनतीमध्ये वजिरासारख्या उच्च पदावर काम करणाऱ्या व्यक्तीला हे कुकर्म मुळीच शोभणारे नव्हते.

तो संतापजनक दिवसही राजांच्या अखंड प्रतीक्षेमध्ये मावळून गेला.

तिसऱ्या दिवशी दुपारी महालाच्या बाहेर घोडी खिंकाळली. स्वारींच्या आगमनाची चाहूल लागताच जिजाऊ तशाच देवडीकडे धावल्या. तिथल्या पायऱ्यांवरच त्यांची आणि शहाजीराजांची नजरभेट घडली. शहाजीराजांकडे पाहत जिजाऊ सत्त्विक संतापाने गरजल्या, "राजे ऽ तसेच जाऊन त्या महाबतखानावर का नाही कोसळलात? लगेच त्याचे हात आणि पाय तिथल्या तिथे का कलम केले नाहीत आपण? अहो,

गौराबाई म्हणजे आमच्या जाऊसाहेब!''

"राणीसाहेब, शांत व्हा, प्रकरण थोडं समजून घ्या; कारण तुम्ही समजता तसा काही अश्लाघ्य प्रकार अजूनतरी घडून आलेला नाही.''

"म्हणजे तसं काही घडलेलंच नाही?''

"बाहेर लोकांत जशी समजूत पसरली असेल, तशी काही बिलामत अजून ओढवलेली नाही. त्यांना जुलमानं उचलून नेलं हे खरं; पण त्यांना चांदवडजवळच्या एका सराईमध्ये नेऊन ठेवलंय; पण तिथे पोचल्यावर पातशाही अंमलदारांनी थोडी अक्कल वापरल्याचं दिसतं. बाजूच्या गावातल्या काही घरंदाज मराठा स्त्रियांना त्यांनी वहिनीसाहेबांच्या सोबतीला आणून बसवलं आहे —''

हे ऐकून जिजाऊंनी समाधानाचा सुस्कारा सोडला. त्यांना थोडेसे हायसे वाटले. मग राजे सांगू लागले, "खानानं मोठा मार्मिक खलिता पाठवून दिलाय खेळोजीराजांना—'' त्या खलित्याचा मजकूर शहाजीराजांनी अनेकदा वाचला होता. तो त्यांच्या जिभेवरच होता—"तुमचं 'राजवस्त्र' आम्ही पळवून नेलंय; पण आपल्या वस्त्राला स्पर्श न करता ते जपून ठेवलंय; मात्र त्याच्या बदली चार लक्ष रुपयांची आमदनी फौरन आमच्याकडे धाडावी, तरच तुमच्या चारित्र्यसंपन्न धर्मपत्नीचा चेहरा तुम्हास बघायला मिळेल. गेले अनेक दिवस आपण आपल्या धाडसी कृत्यांनी आम्हा मोगलांची नींद खराब केलीय. सबब, हा जुर्माना तत्काळ आमच्याकडे जमा न कराल, तर मात्र आपकी नींद हमेशा हमेशा के लिये उड जायेगी! आपकी गुणवती औरत बेआबरू भी हो सकती है!''

तो चिंताजनक मजकूर राजांनी जिजाऊंना जसाच्या तसा ऐकवला. जिजाऊ संतापाने लालबुंद झाल्या. त्यांनी राजांना ऐकवले, "असं महाभयंकर संकट आमच्या जाऊबाईंवर ओढवलं असताना, त्याच पावली माघारा फिरून त्याचं समूळ उच्चाटन करण्याऐवजी आपली पावलं पेमगडाकडे वळलीच कशी?''

"स्वत:च्याच इभ्रतीची एखाद्याला चाड नसेल, तर त्याच्या मदतीला धावायचं तरी कसं?''

"म्हणजे काय?''

"जिजाबाई, कसं समजावू तुम्हाला? त्या महाबतखानाची खांडोळी करण्याच्या इराद्यानं आमची घोडी त्याच मार्गाला लागली होती; परंतु वाटेतच खेळोजीरावांकडून कडक सांगावा आला– उगाच घाई करू नका म्हणून!''

"अगं बाई!'' आश्चर्याने जिजाऊसाहेब उद्‌गारल्या.

"तर सांगा, अशा वेळी करणार काय? म्हणतात नव्हे, नावडतीचं मीठ अळणी आणि भाऊबंदकीची खीर आंबट! खरं तर आजवर खेळोजींच्या स्वभावाचा आम्हाला कधीच नीट अंदाज आलेला नाही. त्यात उद्‌भवलेली बाब नाजूक, तेव्हा

विचार केला की तुम्हास सोबत घ्यावं आणि मगच तिकडच्या वाटेला लागावं.''

''हो हो! बरं केलंत आपण!'' जिजाऊ म्हणाल्या.

भल्या पहाटे पागेतून शहाजीराजांची घोडी बाहेर पडली. नाशकाकडे गोदावरीच्या काठावरच बुऱ्हाणपुराकडे जाणाऱ्या राजरस्त्यावर एक सराई होती. तिथेच खेळोजी आणि त्यांचे बंधू डेरेदाखल झाले होते. महाबतखान त्र्यंबकगड ते दिंडोरीच्या मध्ये कुठेतरी होता म्हणे.

स्वत: शहाजीराजे आणि जिजाऊ उभयता तिथे पोचले. तसे खेळोजीराव आणि त्यांचे पाच-सहा भाऊ त्यांच्याभोवती गोल करून बसले. घडलेल्या प्रकाराने सारे खानदान मनाने अगदी मोडून गेल्यासारखे दिसत होते. खेळोजीरावांच्या कुर्रेबाज मिश्यांचे आकडे विस्कटले होते. चेहरा काळजीने अतिशय आकसला होता. त्यांचे आपल्या धर्मपत्नीवरचे प्रेम, त्यातला जिव्हाळा, गहिरेपण जगजाहीर होते. त्यामुळेच गुदरलेल्या प्रसंगाने खेळोजी मनातूनही हबकल्यासारखे दिसत होते. ते सराईमध्ये जाजमावर दोन्ही पाय पोटाशी आकसून बसले होते. त्यांच्या हाताचा पंजा शहाजीराजांनी आपल्या हाती पकडला आणि आपल्या बंधूला दिलासा देत राजे बोलले, ''ऐका खेळोजी ऽ! तो महाबतखान कितीही जहांबाज असला, तरी तो म्हणजे कोणी पुरू किंवा अलेक्झांडराचा बाप लागून गेला नाही. चला ऽ उठा. अवघे भोसलेबंधू एक होऊ. त्या नराधमाला हिसका दाखवू!''

''म्हणजे काय करायचं?'' खेळोजीने कोरड्या आवाजात विचारले.

''सारे मिळून नगारे वाजवत त्याच्या छावणीवर छापा घालू. त्या बदमाश अवलादीला आपल्या घोड्याच्या पायांना बांधू आणि कुत्र्यासारखं फरपटत त्याची धिंड काढू.''

शहाजीराजांचे ते आवेशपूर्ण शब्द ऐकून खेळोजीचे सारे भाऊ मोठ्या आशेने आपल्या दादाकडे बघू लागले. आपला मुद्दा लावून धरत शहाजीराजे बोलले, ''गड्या खेळोजी, ऐका ऽऽ आपण फक्त मम म्हणा. बाकीच्या करामती आमच्या हातातल्या तलवारीच घडवून दाखवतील.''

खेळोजी आपले चिडीचूप. हूं नाही की चूं नाही. जिजाऊंना आणि शहाजीराजांना त्यांचा थंडपणा खूपच विस्मयकारक वाटला. अब्रू वाचवायचा दुसरा मार्ग होता तो म्हणजे चार लाखाची डोंगरासारखी बडी रक्कम उभी करायचा. त्या जोडणीसाठी मात्र खेळोजींना आपले किती महाल आणि जमीनजुमले बाजारात फुंकावे लागले असते, त्या केवळ कल्पनेनेच शहाजीराजांना धक्का बसला; पण ती आमदानी उभी करण्यात काही अडचण आल्यास जरूर सांगावे, असा भरवसाही शहाजींनी खेळोजींना दिला.

शहाजीराजे एवढ्या कळवळ्याने आणि इरसरीने बोलत होते; परंतु खेळोजींचा प्रतिसाद अगदीच थंड होता. एवढेच नव्हे, तर शहाजीराजांचे तिथे येणेही त्यांना फारसे आवडल्याचे दिसत नव्हते. आज पेमगडसारख्या ठिकाणी नव्या निजामशाहीची आपण स्थापना करतो, हवी तितकी प्रचंड फौज आपल्या हाती आहे. तरीही घराण्याच्या इभ्रतीला हात घालणाऱ्या एका जुलमी सरदाराच्या दाढीला आपण मनात असूनही धक्का लावू शकत नाही. त्या साऱ्या विचित्र प्रसंगामुळे राजे मनातून खूप दुखावले गेले होते. राजे आणि जिजाऊ माघारी जायला उठले, तेव्हा खेळोजीराव निर्जीव शब्दांत इतकेच बोलले, ''दादा-वहिनी, आपल्या आस्थेवाईक चौकशीबद्दल धन्यवाद. जीवनात संकटं येतात आणि जातातही; पण ते निस्तरायला आमचे आम्ही समर्थ आहोत. तुम्ही उगाच मनाला अधिक लावून घेऊ नये.''

''शहाजीराजा' नावाच्या बेबाक कहाणीचा बडा विस्तार होण्यापूर्वीच त्या वृक्षाच्या फांद्या मला लागलीच छाटून टाकायच्या आहेत!'' दौलताबादच्या मसलतखान्यात पातशहा शहाजहान आपल्या साथीदारांना निश्चयपूर्वक सांगत होता.

''जहाँपन्हाँ, आप छोड दीजिये शहाजीको, शेवटी तो एक साधारण इन्सान.''

''खानसाहब, गेली चार वर्षं नासिक आणि बागलाणच्या भागामध्ये आमची दोन लाखांची शाही फौज मुक्काम ठोकून आहे. या मुलखात आम्ही इरादतखान, असफखान, असदखान आणि आता महाबतखानांसारखे एकापेक्षा एक बडे सिपाहसालार फौजेसह ठेवूनसुद्धा शेवटी नतीजा काय भेटला?'' भयंकर चिडलेल्या शहाजहानने खडा सवाल केला.

समोर खान दुरान, खान झमान आणि शहाजहानचा मेहुणा शाहिस्तेखान असे मोगलाईतले एकाहून एक वरचढ असे सेनानी बसून होते. पातशहाची लाडकी बेगम मुमताज महल हिचे तारुण्यातच ७ जुलै, १६३१ या दिवशी दुर्दैवी निधन झाले होते, त्यामुळे तेव्हा बुऱ्हाणपुरात मुक्कामी असलेला पातशहा शोकाने वेडा बनला होता. त्याने तात्पुरते काही महिने मुमताजचे प्रेत बुऱ्हाणपुरातच जैनाबादच्या स्मशानात पेटीबंद ठेवले होते.

शहाजहानला आणखी दोन-तीन बेगमा होत्या; मात्र मुमताज अहोरात्र त्याच्या सोबत अंगावरच्या लिबासासारखी असायची. तिची तैलबुद्धी आणि राजकारभारातील तिचे सल्ले म्हणजे पातशहाला आपल्या सामर्थ्याचाच एक भाग वाटायचा. त्यामुळेच मुमताजच्या बुऱ्हानपुरातील चौदाव्या बाळंतपणाच्या दरम्यान तिच्यावर ओढवलेल्या मृत्यूने शहाजहान अगदीच वेडापिसा झाला होता. मध्येच तो दुःखाने उन्मळून जायचा. तिच्या नावे शोक करत बसून राहायचा.

शेवटी मनामध्ये तिच्या अमर स्मारकाचे ख्वाब घेऊन पातशहा त्या शवपेटीसोबत

आग्र्याकडे चालला होता; मात्र राज्यकारभारातील अन्य साऱ्या गोष्टींचा त्याला विसर पडला असला, तरी दोन बंडखोरांना तो अजिबात विसरला नव्हता. पहिला म्हणजे त्याचाच एक सेनापती खान जहान लोदी आणि दुसरे शहाजीराजे!

मधल्या चार वर्षांत चार पावसाळे-उन्हाळे आले आणि गेले. वातावरणात बरेच बदल झाले होते. शहाजहानच्या सहकाऱ्यांनी बंडखोर लोदीला त्याच्या फौजेसकट संपवून टाकले होते. पातशहा आग्र्यास पोचल्यावर त्याला त्याचा सासरा असदखानाकडून तातडीची तवारीख मिळाली होती. त्यानुसार शहाजीराजांचा आणि त्यांच्या चुलत भांवडांचा सर्वतोपरी मानसन्मान राखून त्यांना पातशाही मनसबदारही बनवले गेले होते; पण शहाजीराजांनी लगेचच आदिलशाहीशी संगनमत करून पेमगडावर नव्या राज्यव्यवस्थेची तुतारी फुंकली होती. पातशहाला आरंभी तो चारदोन दिवसांचा वरवरचा पोरखेळ वाटला होता; परंतु शहाजीराजांनी सलग तीन वर्षे उत्तमरीत्या राज्य चालवले असल्याच्या आणि सैन्य बांधणी केल्याच्या आणि ते राज्य दिसामासाने अधिकच प्रबळ बनत चालल्याच्या खबरा जशा आग्र्यामध्ये पोचू लागल्या, तसा पातशहा अधिकच चिडला होता.

एकीकडे विजापूरची आदिलशाही निमूटपणे नमते घेत नव्हती. त्याच वेळी दुसरीकडे शहाजी भोसला पर्वतासारखा वाढत चालला होता, त्यामुळेच शहाजहान भडकला होता. यमुना नदीच्या काठावर पातशहाने आपल्या बीबीच्या स्मरणार्थ ताजमहालच्या स्मारकाचे बांधकाम हाती घेतले होते. ते सुराला लागले होते. दक्षिणेतला शहाजीराजांचा आणि आदिलशाहीचा दंगा मिटवण्यासाठी महाबतखानाची मुद्दाम नेमणूक केली होती; परंतु दिवस सरत होते, काळ सरत होता; पण पातशहाला हवी तशी फतेह मिळत नव्हती. म्हणूनच तिकडे शहाजीराजांनी पेटवलेली आग वेळेत बुझविणे आवश्यक होते. अन्यथा हिंदुस्थानचा पातशहा असूनही शहाजहानला उत्तरेत सुखाची नींद लाभत नव्हती. त्यामुळेच या प्रकरणाचा कायमचा निकाल लावण्यासाठी आता दस्तुरखुद्द शहाजहान बागलाण नाशिकमार्गे दौलताबादेत येऊन दाखल झाला होता.

"लानत है ऐसी जिंदगी पर! एका मराठा सरदाराच्या मुकाबल्यासाठी हिंदुस्थानच्या पातशहाला एवढ्या दूर दख्खनमध्ये दुसऱ्यांदा जातीनं यावं लागतं? वह भी दो दो बार?" शहाजहान संतापून म्हणाला.

"खाविंद, आम्हाला वाटतं, शहाजीराजा नावाचा तो आदमी बहाद्दूर आहे. फक्त त्याचं मन जिंकण्यामध्ये आपण कुठेतरी कमी पडलो का?"

"नहीं, हरगिज नहीं," रागाने लालबुंद होत शहाजहान म्हणाला, "त्यांचा सन्मान आणि शान वाढविण्यासाठी आम्ही कोणती कसूर बाकी ठेवली होती? इरादतखान साहेबांनी त्यांच्या संभाजी नावाच्या गुडघ्याएवढ्या लहान पोराला बावीस

हजारांची मनसब कबूल केली. ते अजून चाहतील तेवढी मनसब त्यांना द्यायची आमची तयारी होती. त्यांनी आमच्या वजिरांशी त्यांच्या झालेल्या पहिल्या मुलाखतीवेळी एक छदामसुद्धा मागितला नव्हता. तरीही त्यांच्या फौजी तयारीसाठी आम्ही नगद दोन लाख होन त्यांना बहाल करून टाकले होते. हमारा दिल साफ था। इतनी मेहरबानियाँ करनेके बावजूदभी इन सब परेशानियोंकी वजह क्या है?''

''हुजूर?''

''वहाँ हमारे आग्राके महलोंमे हमने अच्छी नींद भी कभी न पाई थी। रात-दिन फक्त दोन गोष्टींचीच परेशानी तिकडे आम्हाला हैराण करून सोडत होती.''

''जी आलमपन्हाँ?'' महाबतखान.

''एक म्हणजे तो दौलताबादचा अजिंक्य किल्ला आणि हा मक्कार शहाजी भोसला ऽ! खुदाची खैर म्हणून आपल्या फौजा दौलताबाद हासिल करण्यात कामयाब झाल्या आहेत. आता उरली फक्त एकच गोष्ट, ती म्हणजे शहाजी भोसला.'' बोलताबोलता शहाजहान थबकला आणि मोठे उसासे देत बोलला, ''लेकिन समझमें नहीं आता, आखिर ये आदमी चाहता क्या है? दक्षिणेतल्या कोणाही हिंदूने अपने ख्वाबोमें भी ऐसा ख्वाब नहीं देखा होगा—ते म्हणजे 'दख्खनची सुभेदारी'! तीही त्यांना बहाल करण्याची आमची तयारी होती! फिर भी नही?''

पातशहाच्या नाराजगीने सारे सरदार कमालीचे हवालदिल बनले होते.

शहाजहानने आता रंगलेल्या मसलतीला कुशल राजकीय मुत्सद्देगिरीचे वळण दिले होते. त्यामुळे मोगलांचे सर्व वरिष्ठ सेनानी आणि मुत्सद्दी थोडे मोकळे झाले होते. पातशहाच्या मनातील वाहत्या वाऱ्याचा त्यांना अंदाज आला होता. परिणामी, देखणे, नितळ, तुर्की मुखाचे असफखान हसरी नजर टाकत बोलले, ''पातशहा सलामत, आपली मंजुरी असेल तर मी स्वत: यारीदोस्तीचा पैगाम आणि दख्खनच्या सुभेदारीचा प्रस्ताव घेऊन शहाजीराजांकडे केव्हाही जाऊ शकतो. मी त्यामध्ये निश्चितच कामयाब होईन.''

त्या प्रस्तावाच्या कल्पनेवर मसलतीमधले सर्व अंमलदार खूश दिसले. अनेकांनी सुटकेचे सुस्कारे सोडले. तेव्हा शहाजहानची नजर महाबतखानाकडे गेली. त्याने कमालीच्या गंभीर नव्हे, तर दु:खी दिसणाऱ्या त्या खानास विचारले, ''क्यूँ महाबतसाहब, आखिर बात क्या है?''

''खाविंद, आपली अंबारी बुऱ्हाणपुरला पोचायच्या आधीच हाच मकसद हासिल करण्यासाठी दोस्तीचा पैगाम घेऊन शहाजीराजाकडे पेमगडावर दूत धाडले होते.''

''फिर?''

"नाकामयाबी!"

"ओ हो ऽऽ आखिर ये पागल मराठा चाहता क्या है?" शहाजहान किंचाळल्यासारखाच ओरडला.

"जहाँपन्हा, त्यांच्या दिलामध्ये आणि त्यांच्या दिमाखामध्ये बस 'अपनी हुकूमत', 'मराठोंकी हुकूमत' हेच तडपतं ख्वाब आहे! शहाजीला फक्त राजा नव्हे- तर 'मराठ्यांचा महाराजा' बनायचं आहे."

"चलिये—तो बात खतम, अशा पागलपणावर हिंदुस्थानच्या पातशहाकडे-सुद्धा कोणतीही दवा नाही!"

शहाजहान पातशहाने शहाजींसोबत आदिलशाही फौजांचेही खच्चीकरण करण्यासाठी मजबूत तिहेरी पेच टाकला. त्या खास मोहिमेसाठी त्याने खान दुरान, खान झमान आणि आपला मेहुणा शाहिस्तेखान या तिघा दमदार तरुण सेनानींची निवड केली. पैकी खान दुरानकडे वीस हजाराची फौज देण्याचे निश्चित झाले. त्याने कंधार, नांदेड या भागांसह पुढे आक्रमण करीत औसा आणि उदगिरी हे दोन्ही बळकट किल्ले आपल्या कबजात घ्यायचे होते. खान झमानच्या झेंड्याखाली वीस हजाराची फौज देण्यात आली. त्याने प्रथम अहमदनगर, नंतर भोसल्यांची चांभारगोंद्याची (श्रीगोंदा) जहागिरी जिंकून आष्टीमार्गे विजापुराकडे किंवा जरूर पडली तर मध्येच वळसा घेऊन पुन्हा कोकण प्रदेशात उतरायचे होते. शाहिस्तेखानाच्या हाती आठ हजाराचे अत्यंत प्रबळ असे घोडदळ देण्यात आले. त्याने शहाजीराजांचा जोरकस प्रभाव असलेला मुलूख आणि किल्ले म्हणजेच त्र्यंबक, नासिक, संगमनेर आणि जुन्नर, शिवनेरी, गाळणा, जिवधन असे करत माहुलीच्या बाजूने कोकणात उतरायचे होते.

बैठक संपवतासंपवता पातशहा दुपारच्या नमाजासाठी उठला. महालातून बाहेर पडताना त्याने सर्वांना निक्षून सांगितले, "किसी भी हालतमें मराठोंकी वजहसे तीसरी बार आग्रा-जमना छोडके हम दख्खनमें नही उतरेंगे। खुदानें हमें दौलताबाद निछावर किया है! अभी मैं शहाजी भोसला नामकी यह बेबाक हकीकत हमेशा के लिये मिटाना चाहता हूँ!"

विजापुरी दरबारातील सर्व महत्त्वाच्या सरदारांनी बड्या बेगमेभोवती कोंडाळे केले होते. सर्वांचे म्हणणे अंकुशखानाने मांडले, "माफ करीयेगा बेगमसाहिबा, आजकल आपला दरबार एका मांत्रिकाच्या आणि भानगडखोर दांभिकाच्या मुठीत कोंडला गेलाय."

"अच्छा ऽ आपण ही जी मुरारी पंडिताबाबत शिकायत पेश करताहात, तेवढा तो आम्हाला तकलिफीचा वाटत नाही." बड्या बेगम हसत बोलल्या.

"पण बेगमसाहेबा ऐका, आमची एकच तक्रार. दौलताबादच्या त्या भुताटकीने झपाटलेल्या किल्ल्यात अन्य कोणाच्या नादानगीमुळे असे आपले तीन हजार फौजी अन्नपाण्याविना अल्लाला प्यारे झाले असते, तर त्या ठिकाणी असणारा सरदार, मग भले तो इस्लामचा बंदा का असेना, त्याला आपण जिंदा ठेवला असता का?—"

"उलट त्याला तर आपण विजापूरच्या तटाच्या भिंतीत जिंदा दफन केल्याशिवाय सोडला नसता ऽ!" दुसरा अंमलदार बेगमसाहिबांना म्हणाला.

बहुतांशी सर्व सरदारांच्या मुरारी आणि खवासखानाबद्दलच्या त्या वाढत्या शिकायती खूप धक्कादायक होत्या. त्या सर्वांचे ते प्रक्षुब्ध चेहरे बघून बेगमसाहेबा वरमल्या. त्यांनी समोरच्या अंमलदारांच्या जमावालाच प्रतिसवाल केला, "आपण एखादा सुझाव देऊ शकाल का? आपही बताईये क्या करना है?"

"हमें लगता है, इस बडे ग्यानीको उनके पवित्र कांशी क्षेत्रमें और बडा ग्यान हासिल करने के वास्ते भेजा दिया जाय!"

त्या अफलातून कल्पनेवर बेगम छान हसल्या. तरीही त्यांनी जाताजाता सर्वांना खवासखानाची भेट घ्यायचा सल्ला दिला. ते सारे मिळून खवासखानाला भेटले. त्या लंब्या तक्रारीवरून नजर फिरवत खानाने प्रतिप्रश्न केला, "आप सब लोग हमारे पंडत को काशी भिजवाना चाहते हो। तो हम कहाँ जाये?—मक्का-मदीना?" एकूणच वजिरांचे ते खवचट बोलणे कोणाला फारसे आवडले नाही. तेव्हा सरदारवर्गाने आपले बुजुर्ग मुस्तफाखान जमखंडी-बेळगावच्या दौऱ्यावरून परत आल्यावर त्यांना पुन्हा भेटायचे असे ठरवले.

एके सायंकाळी शहरात एक बडी खबर वाऱ्यासारखी पसरली– सरदार मुस्तफाखान यांना काल बेळगावच्या फौजदाराने कैद केले आहे. एवढ्या उच्च पदावरील अंमलदारावरची कारवाई मोहम्मदशहांच्या स्वाक्षरी आणि शिक्क्याशिवाय होऊच शकत नव्हती. त्यांनी तसे फर्मान काढलेच असावे याची बेगमसाहिबांना खात्री होती. प्रत्यक्षात मुस्तफाखानांच्या कैदेसाठी सुलतानांची पूर्वमंजुरी घेतली नव्हतीच, नव्हे; तशी त्यांना साधी कल्पनाही दिली गेली नसल्याचे उघड झाले. संतापाने थरथरणाऱ्या बेगमसाहिबांनी आदिलशहाला प्रश्न केला, "ये सल्तनत हमारी है या और किसी गैरोंकी?"

त्या दिवशी विजापुरातले वातावरण अत्यंत स्फोटक आणि भीतिदायक बनले होते. अल्ताफच्या गर्जना सुरू झाल्या. प्रत्यक्ष दरबाराला सुरुवात झाली. सहसा दरबाराकडे न फिरकणारा जनानावर्ग आज मोठ्या उत्सुकतेने तिथे उपस्थित होता. भालदार-चोपदारांच्या ललकाऱ्यांआधीच काही पळे दरबारात पोचायची वजीर खवासखानांची आदत होती. त्यानुसार ते नेहमीच्या वेळेत आत आले. तसे शेकडो

डोळे त्यांच्यावरच खिळले. खवासखान काहीच घडलेले नाही असा देखावा निर्माण करायचा प्रयत्न करत होते; परंतु त्यांची किंचित सुजल्यासारखी दिसणारी चर्या, जागरणाने लालसर झालेले डोळे आणि न लपणारी बेचैनी सर्वांना चांगलीच जाणवत होती.

दरबारी कामास एकदाची सुरुवात झाली.

सुलतान मोहम्मदशहांच्या हुकुमानुसार शहामतखानाने खवासखानाकडे थेट पाहत सवाल केला, ''क्यूँ वजीरजी—तुमचे खासे कारभारी पंडित मुरार जगदेव आज कुठे लापता झालेत?''

''ते एका खास कामगिरीवर रवाना झालेत खाविंद!'' आदराने मान झुकवत खवासखान बोलले. तो रुबाब, सारी पेशकश नित्यासारखीच होती.

''कोणत्या कामगिरीवर गेलेत पंडित?'' स्वत: मोहम्मदशहानेच थेट सवाल केला.

''येतागिरीकडे रवाना झालेत.''

''ऐसा जरूरी क्या काम था और उनके साथ कितना लष्कर है?''

''हुजूर, तिथल्या इमामखानाच्या पारिपत्यासाठी रवाना झालेत ते. सोबत दहा हजार शिपाई धाडलेत.''

''दस हजार? हमारे अपने बंदे के खिलाफ?''

''खाविंद, येतागिरीचा तो इमामखान आमचे हुकूम मानत नाही. और आप तो जानतेही हैं, वजिराचा अपमान म्हणजे जिल्हे सुबहानी आपला अपमान!''

''लेकिन मुरारके साथ दस हजार?''

''परवाह नही खाविंद, सल्तनतकी इज्जत आसमान जैसी होती है।''

''अल्लाह ऽ कितनी उँची उँची बाते ऽ! और कितने बडे खयालात!'' मोहम्मद आदिलशहाने एक जळजळीत कटाक्ष वजिराकडे फेकला.

सुलतानाने इशारा करताच शहामतखान काही कागदपत्रे घेऊन सामोरा आला. त्याने सियासती कारभारातील पाच अंमलदारांना आणि कारकुनांना समोर बोलावले. त्यांच्या डोळ्यांपुढे तो विशिष्ट कागद नाचवत शहामतने पट्कन सवाल केला, ''बोलिये, बताईये, किसका है यह दस्तखत?''

''वजीर खवासखान साहबका!'' एकमुखाने सर्व जण बोलले.

सुलतानाने संपूर्ण दरबारावर आपली थंडी नजर फिरवली. बोलताना त्यांचा श्वास कोंडल्यासारखा झाला. मध्येच सुस्कारे सोडत सुलतान मोहम्मदशहा म्हणाले, ''हा एक अत्यंत जरूरी कागद दिल्लीच्या पातशहाकडे चालला होता. जो आमच्या हुशार डाग दरोग्याने आपल्या पथकासह वाटेत छापा मारून हासिल केला. आमचे बहुत इमानदार, खुद्दार वजीरजी खवासखान यांचे हे प्यारे लब्ज दरबाराने ऐकून

घ्यावेत—पढिये आगे शहामतखान —''

''मालिक-ए-हिंदुस्थान! आपल्यासारख्या श्रेष्ठ दिल्लीपती पातशहास तकलीफ द्यायचं कारण, आमच्या आदिलशाही दरबारातले सारे सरदार आणि अंमलदार स्वार्थाने बरबटलेले आहेत. सुलतान पागल आणि सरदारलोक मीठमाजोरी अशी हालत आहे हुजूर! ह्या शैतानांच्या जाचातून आम्हाला रिहा करा; तुरंत या आणि दक्षिणेवर हल्लाबोल करा. विजापुराच्या पोलादी बुरुजांना सुरुंग लावून आमच्या अजिंक्य दीवारांना फक्त तुमचीच फौज खिंडार पाडू शकते. आपण फक्त बाहेरून धडाका देऊन आम्हास इशारा करावा. आत मुरारी पंडितसारखे जे माझे सच्चे साथीदार आहेत, ते सर्व जण मिळून आतून दरवाजांच्या कड्याकोयंड्या तोडतील. हुजुरांच्या हाती विजापूरचा खजाना आणि लष्करही तत्काळ देण्याची तजवीज हा खवासखान खुशीखुशी करेल.''

त्या भयंकर स्फोटक खलित्याचे दरबारात वाचन सुरू असतानाच सर्व कोपऱ्यातून 'गद्दार ऽऽ' 'गद्दार ऽऽ' अशा संतापजनक हाका कानावर पडू लागल्या. सर्वत्र एकच गदारोळ उठला. आपल्या जीवितास निर्माण झालेला गंभीर धोका पाहून खवासखानाने तिथून काढता पाय घेतला. तो दरबार सोडून बाहेर पडू लागला. त्याच वेळी करीम परजा नावाच्या उमरावाने पाठीमागून त्याच्या दंडामध्ये कट्यार खुपसली, तसे रक्त भळभळ खाली सांडू लागले. वजीर खवासखान झपाट्याने पायऱ्या उतरून समोर घोडा घेऊन उभ्या असलेल्या त्याच्या हशमाकडे धावला, तोवर दुसऱ्या एकाने जांबियाचा वार त्याच्या पाठीत केला. तरीही त्याने कशीबशी घोड्यावर मांड ठोकली. तेव्हा एका वेळी शे-दोनशे लोकांनी त्याला दगडगोटे मारायला सुरुवात केली होती.

जखमी अवस्थेत खवासखान आपल्या वाड्यात घुसला. त्याने आतून दरवाजे बंद केले. वाड्याबाहेर गिल्ला वाढू लागला. घामेजल्या आणि रक्ताने माखलेल्या स्थितीत खवासखान गुडघ्यांवर बसून अल्लाचा धावा करू लागला, तोवर बाहेरच्या गर्दीने मोठ्याने धक्के देऊन वाड्याचे दरवाजे मोडून काढले. त्या गर्दीत पातशाही फौजेतील अंमलदारांचा मोठा भरणा होता. सिद्दी रेहान नावाच्या सरदाराने सरळ पुढे झेप घेतली अन् कुर्बानीच्या बकऱ्यासारखी वजीर खवासखानाची मुंडी तलवारीने तोडून टाकली.

त्या राती विजापूरच्या शाही बागेजवळ गहजब माजला. कपड्यात गुंडाळलेली एक लाश रस्त्याशेजारी बराच वेळ बेवारस स्थितीत पडली होती. त्यावरच्या ताज्या रक्ताकडे सर्वांचे लक्ष गेले. अधिक चौकशी करता त्या गुंडाळीतील रक्तमांसाचे तुकडे खवासखानाचेच असल्याचे आढळून आले होते. ज्याने वजीर या नात्याने विजापुरात आपल्या कारकिर्दीची सहा वर्षे गाजवली होती, तोच इसम आता बेवारस कुत्र्याच्या मौतीने गेल्याचे बघून काही जणांना हळहळ मात्र वाटली.

खवासखानाची मुंडी छाटल्याची खबर मुरारी पंडिताला धारवाडात समजली. तेव्हा त्याने घाबरून आपल्या लष्करी पथकासह भररात्रीचेच धारवाड सोडले. तिकडून तो हल्याळकडे मार्गक्रमण करू लागला.

खवासखानाने आणि मुरारी पंडिताने आपल्या आदिलशाही वतनाशी गद्दारी केली आहे, विजापूर नगरी मोगलांच्या ताब्यात द्यायचा ह्या दोघांनी घिनौना कट रचला आहे, अशी वार्ता आदिलशाही मुलखात सर्वत्र वाऱ्यासारखी पसरली. त्या दोघांच्याही नावे 'गद्दार', 'बगावतखोर', 'मात्रागमनी ऽऽ' अशा आरोळ्या सर्वत्र गुंजू लागल्या. आता माथ्यावर कोसळलेले आभाळ परतवण्याएवढी कोणतीही काळी जादू मुरारीकडे उरली नव्हती. त्यातच त्याचे सर्व वफादार सैनिक त्याला सोडून निघून जाऊ लागले. त्यामुळे हताश मन:स्थितीत त्याला काही सुचेनासे झाले.

अत्यंत घाबरलेल्या स्थितीत मुरारी पंडित हल्याळला पोचला. वेशीजवळच तिथल्या मामलेदाराने त्याला कैद केले आणि खास बंदोबस्तात विजापुराकडे तत्काळ रवाना केले.

गेली सहा वर्षे मुरारी पंडिताने आपल्या गुणांच्या आणि दुर्गुणांच्या बळावर एक प्रकारे विजापुरात उडदंग माजवला होता. एरवी विजापूरच्या वेशीतून आत जाताना त्याचे किती हँसीखुशीमध्ये स्वागत व्हायचे. जेव्हा परांड्याहून अनेक बैलांची माळ जोडून त्याने २२ ऑगस्ट, १६३२ रोजी मुलूखमैदान तोफ विजापुरात आणली होती, तेव्हा तर एखादे युद्ध जिंकल्याच्या आविर्भावात त्याचे नगरात जोरदार स्वागत झाले होते. आता मात्र वेशीतून आत जाताना त्याच्यावर शेणगोळ्यांचा आणि तुटक्या पायताणांचा वर्षाव सुरू होता.

शेवटी मुरारीला मोहम्मदशहासमोर दरबारात दाखल करण्यात आले, तेव्हा त्याची अवस्था फासेपारध्यांनी जंगलातून पकडून आणलेल्या एखाद्या रानमांजरासारखी झाली होती. त्याचा तांबूस, भयभीत चेहरा, डोईचे आणि दाढीचे वाढलेले केस! त्याच्या भेसूर तोंडाकडे पाहवत नव्हते. नरकातही मुरारीची कुशाग्र बुद्धी त्याला स्वस्थ बसू देत नव्हती. त्याने गुपचूपपणे सुलतानाला काही लाख रुपयांची रिश्वत आपल्या हस्तकांमार्फत पोचवण्याची कोशिश करून पाहिली. प्रत्यक्ष दरबारात गेल्यावर मात्र मुरारी पंडिताचे सारे अवसान गळून पडले. त्याच्या विरोधातील जहरी वातावरण त्याला कच्चे गिळू पाहत होते; परंतु मुरारीच्या अंगात जीवन जगण्याची, भोगण्याची प्रबळ लालसा अद्यापि भरून राहिली होती. आपणास मरणापासून सूट मिळण्याची बिलकूल शक्यता नसल्याचे त्याला जाणवले. त्यामुळे तो अधिकच बिथरून गेला.

बेफाम मुरारी अंगाला जखडलेल्या दोरखंडांच्या बेड्या तोडायचा प्रयत्न करू

लागला. चिडून सरळ तो सुलतान आदिलशहा साहेबांनाच उघड शिव्या देऊ लागला. मोहम्मदशहाने त्याला चूप राहण्याचा इशारा देताच तो बेपर्वाईने गुरगुरला, ''देख! सुलतान इब्राहीमसाहेब तुझा बाप असला, तरी तू त्याच्या रखेलीचा—एक रांड का छोरा है!''

सहनशक्तीची कमाल झाली. एका वेळी अनेक दरबारी, शिपाई तलवारी आणि कट्यारी घेऊन पुढे धावले. पहिल्यांदा मुरारीचा जबडा फासण्यात आला. कोणीतरी धटिंगणाने त्याच्या तोंडात हात घालून त्याची जीभ खेचून बाहेर काढली. जिभेचा तुकडा कट्यारीने कापला गेला. दरबारातून त्याला तशाच रक्ताळलेल्या स्थितीत बाहेर रस्त्यावर फरपटत ओढून आणले गेले. मुरारीला गाढवाच्या पाठीवर बांधून त्याची बाजारातून धिंड सुरू झाली. त्याच्यावर चपलांची आणि पत्थरांची बरसात करणारे हात कंटाळले. मग त्या बाजारगर्दीने एखादे कोंबडे फासटावे तसे मुरारी पंडिताचे हात-पाय पिरगळून उपसून बाजूला इकडे- तिकडे फेकून दिले.

मुरारीच्या अंगाखालच्या त्या रक्ताने माखलेल्या, घाबरलेल्या गाढवाला मात्र जीवदान मिळाले.

''आपल्या दारात बांधलेला मारकुटा बैल काबूत येत नाही, म्हणून एकदा एका हुशार किसानाने बेवकूफी केली. त्याने जंगलातून वाघाला बोलावून आणलं. वाघाने झडप घालून बैल हजम केला; पण त्यानंतर वाघ जंगलाकडे कशासाठी फिरकेल? त्याने त्या किसानाचीच नरडी पकडली.''

आजच्या मसलतीस मोहम्मदशहांनी प्राणिमात्रांचे दाखले देत संभाषणाची सुंदर सुरुवात केली होती. त्यामुळे अंमलदार एकदुसऱ्याकडे खुशीचे चोरटे कटाक्ष टाकत होते. त्यावर मध्येच सुलतान मोहम्मदशहाच्या आवाजाची पातळी वाढली. काहीशा गुश्शामध्येच ते बोलले, ''त्या बेवकूफ निजामाचा वचपा काढण्यासाठी आम्हाला दूर जमनाकाठच्या वाघाला पैगाम भेजायची काहीच जरूरत नव्हती. आता तोंडाला खुनाची चटक लागलेला तोच दिल्लीवाला शेर विजापूरची नरडी घोटण्यासाठी बेताब झालाय.''

''लेकिन खाविंद, अभी क्या करना होगा?'' मुस्ताफाखानाने विचारले.

''एकही गलती बार बार करायची नाही. दख्खन कमजोर बनता कामा नये. म्हणूनच जिथे जिथे शक्य होईल, वहाँ शहाजी भोसलेंके पक्षमें डटके खडे रहना।''

शहाजहान पातशहाने दक्षिणेतल्या लढाईची सूत्रे स्वत: जातीने आपल्या मुठीत घेतली होती. देवगिरीजवळ मुक्काम ठोकून तो आपल्या मोगलाई फौजांची झुंड शहाजीराजांच्या पाठीशी लावत होता.

एका वेळी खान जहानच्या फौजा सोलापुराकडून, खान झमानची पथके

इंदापूरच्या दिशेने तर खान दुराण बिदरच्या बाजूने विजापुराकडे वेगाने सरकू लागले होते. मोगलांनी औसा आणि परांड्यासारखे अत्यंत प्रबळ असे भुईकोट किल्ले पादाक्रांत केले. वाटेतली सुलतानपूर आणि हिरापूर यांसारखी शहरे लुटली. बघताबघता मोगलांच्या फौजा विजापूरच्या वेशीपासून फक्त बारा कोसांवर जाऊन धडकल्या.

तिकडे विजापुरी लष्कराने मोगलांशी कडवा प्रतिहमला चढवायची जोरदार तयारी चालवली होती. त्यांच्या हत्ती-घोड्यांना पाणी मिळू नये म्हणून विजापूरच्या जवळच्याच शहापूर गावातला पाण्याचा बडा तलाव फोडला. विजापूरच्या तटबंदीबाहेरची छोटी-मोठी गावे आणि तिथली रयत आत घेतली. अन् तटाच्या बाहेर प्रचंड जाळपोळ सुरू केली.

शहाजहान पातशहाच्या पाठीशी रसद, दारूगोळा आणि हव्या तितक्या प्रचंड युद्धसामग्रीचे बळ होते. काबूल-कंदाहारच्या हद्दीपासून ते तिकडे हिमालयाच्या पायथ्याने आसामपर्यंत, तिकडून बंगालपासून ते माळवा आणि गुजरातेतल्या सुरत-अहमदाबादेपर्यंत प्रचंड उत्पन्न देणारा मुलूख त्याच्या टाचेखाली होता. एखाद्या प्रदेशात अकाल पडला, तरी तत्काळ दुसरीकडून भरपाई करून देण्याची ताकद होती. मुत्सद्द्यांच्या अंदाजानुसार अनेक मुलखांतली फौज मिळून मोगलांचे एकूण लष्कर सात ते आठ लाखांपर्यंत पोचत होते. त्यामुळेच उत्तरेतील काही ठिकाणच्या बंडाळ्या आणि ताजमहालच्या निर्मितीचे बांधकाम अन्य अंमलदारांवर सोडून दक्षिणेत आलेला शहाजहान वैतागला होता. काहीही करून शहाजींचे आणि विजापुराचे कंबरडे मोडायचा त्याने निश्चयच केला होता.

स्वत:च्या तटबंदीभोवती तोफा पेरल्यामुळे, आपल्याच नगरामध्ये अडकून पडलेल्या विजापूरकरांनाच अन्नधान्याचे आणि चारा-वैरणीचे दुर्भिक्ष जाणवू लागले. धोक्याची घंटा वाजू लागली.

शहाजहान पातशहाचा आणि त्याच्या विराट लष्कराचा दक्षिणेवरील दबाव वाढू लागला होता. पातशहा वेरूळ-दौलताबादच्या परिसरात देरेदांडे ठोकून रुतून बसला होता. तिथून संगमनेर आणि पेमगड किंवा जुन्नरही फारसे दूर नव्हते. शहाजहानचे मस्तक फिरले तर तो कोणतेही धाडसी पाऊल टाकू शकत होता. अवघ्या दीड-दोन दिवसांत दौलताबादेहून त्याच्या फौजा पेमगडावर झडप घालू शकत होत्या. तिथली परिस्थिती मोठी विचित्र बनली होती. दिवसेंदिवस मोगली फौजा खाऊ की गिळू करत होत्या.

पाहतापाहता पेमगडावर तीन पावसाळे बरसून गेले होते; परंतु काळवेळेने आणि दैवगतीनेही राजांवर हवी तशी मेहेरनजर दाखवली नव्हती. शहाजीराजांनी रयतेच्या कल्याणाची अनेक ध्येये गाठली होती. सरदार घाटगे, काटे, गायकवाड,

कंक, ठोमरे, चव्हाण, मोहिते, महाडिक, खराटे, पांढरे, वाघ आणि घोरपडे आणि मावळातली दहा हजारांहून अधिक घोडी पाठीशी होती; परंतु दुर्दैवाने इस्लामधर्मीय सर्व निजामी सरदार मात्र मुर्तुजा निजामशहाला, म्हणजेच राज्यनिर्मात्या शहाजीराजांना मनापासून हवी तशी मदत करायला पुढे येत नव्हते.

जिजाऊंनाही एक गोष्ट पहिल्यापासून जाणवली होती. एकूणच, पेमगडावरच्या टाक्यांतले पाणी पचवायला तसे जडच होते. हा अतिप्राचीन किल्ला. तख्तपोशीच्या वेळी अनेक जुन्या इमारती दुरुस्त केल्या गेल्या. नव्या माड्या-हवेल्याही उभ्या राहिल्या; परंतु आता हळूहळू त्या जुनाट भिंतींच्या पोटातून वाळवी अंग बाहेर काढू लागली होती. त्यातच जनावरांना गोमाश्यांचा त्रास होणे, अशा उपद्रवी गोष्टी होत्याच. एक तर किल्ल्याचा परीघ छोटा होता. त्यामुळे किल्ल्याच्या माथ्यावर संपूर्ण लष्कर ठाणबंद करून ठेवता येत नव्हते. त्यांच्या हत्तीदलाची आणि घोडदळाची व्यवस्था किल्ल्याखालच्या पेमगिरी आणि निमगाव या गावांत करावी लागत होती. जनावरांना पाण्यासाठी थोडेसे दूर प्रवरा नदीच्या पात्राकडे न्यावे लागत होते.

परिस्थितीच्या पेचात अडकत जाणाऱ्या शहाजीराजांनी आपले पेमगडावरचे वास्तव्य बदलले. त्यांनी आपली सदर आणि आपला निजामशाही कारभार, दोन्ही जुन्नरलाच हलवले.

शहाजीराजांच्या सोबतचे जिजाऊसाहेबांचे राहणे म्हणजे त्यांच्यासाठी नित्य सुखाचा स्वर्ग होता. राजे कमालीचे गंभीर आणि मोठ्या धीराचे. त्यांचे व्यक्तिमत्त्व जिजाऊंना एखाद्या भरल्या नदीपात्रासारखे परिपूर्ण वाटायचे. इतर वेळी दिवसभरातील सर्व कामे ओटापून राजे निवांतपणे एखाद्या योग्यासारखे झोपेच्या अधीन व्हायचे. त्या पार्श्वभूमीवर अलीकडची त्यांची बेचैनी, झोपमोड आणि श्वासोच्छ्वासाचे वाढते कंप पाहून जिजाऊसाहेबांच्या दिलाची खूप घालमेल व्हायची.

एकदा रात्रीचे राजे असेच जागेच तळमळत पडून राहिले होते. त्यांच्या पाठीवरून आपला मायाळू हात फिरवत जिजाऊ म्हणाल्या, "राजे ऽ आपणच असे काळजीने आतल्या आत खंगत राहिलात, तर आम्ही बापड्यांनी कोणाकडे पाहायचं?"

जिजाऊंचे ते शब्द कानावर पडताच राजे झट्कन बिछायतीवर उठून बसले आणि कळवळून बोलले, "राणीसाहेब, अहो एखाद्याने लढायचं तरी किती आणि धडपडायचं तरी किती? ते पुण्याकडचे बारा मावळ आणि इथले जुन्नरकडचे बारा, अशी चोवीस नद्यांची खोरी गेल्या तीन वर्षांत पालथी घातली. सह्याद्री पर्वतातली, बागलाण प्रांतातली किंवा पलीकडे बालाघाटासह लातूर, बीड, नांदेड या मुलखातली एखादी तरी दरी, नदीचं खोरं किंवा डोंगराचा माथा रिकामा दिसेल का जिथे राज्यबांधणीच्या कामासाठी तुमच्या घरधन्याची घोडी नाचली नाहीत? अहो, डोंगरखिंडी

आणि आडवाटा तुडवताना मार्गातली झाडंसुद्धा आता आमच्या परिचयाची झालीत. त्या बिचाऱ्यांना मनुष्यमात्रासारखी वाचा असती, तर त्यांनीसुद्धा ह्या वेड्या शहाजीची दर्दभरी कैफियत तुम्हाला ऐकवली असती!''

जिजाऊसाहेबांनी भावनाविवश होत आपले डोके राजांच्या खांद्यावर ठेवले. त्या कळकळीने बोलल्या, ''राजे ऽ आपण खूप खूप लढलात, झुंजलात. आपला हा संघर्ष कोणाही मनुष्यमात्राच्या शक्तीपल्याडचा होता.''

''पण हाती काय लागलं?'' खंतावून राजे उद्गारले.

''काहीच नाही असं तरी कसं म्हणता येईल राजे? आपण तीन वर्षं उत्तम आणि आदर्श राज्यव्यवस्था करून दाखवलीत. पडीक जमिनी गरीब शेतकऱ्यांना कसायला दिल्यात. त्यांच्या नावचे पट्टे केलेत. रानावनातल्या आदिवासी ठाकरांना, हेटकरी धनगरांना, धरतीच्या लेकरांना जंगलाचे अधिकार दिलेत, खूप काही केलंत.''

''म्हणजे थोडीफार यशसिद्धी लाभली म्हणायची हातांना?''

''का नाही राजे ऽ! आम्हाला अभिमान वाटतो आपला! अहो, ह्या मुलखात देवगिरीच्या यादवांचं राज्य संपल्यावर इथे पंच पातशाहीच्या ह्या भुतावळीत स्वसामर्थ्याच्या बळावर दुसरा असा कोण हिंदू राजा तुमच्याशिवाय उभा राहिला आहे, ज्याच्या कर्तबगारीची धडक दिल्लीपती पातशहाला बसावी आणि त्याने एकदा नव्हे तर दोनदा यमुनाकाठ सोडून वेरूळ-दौलताबादच्या रानात येऊन डेरेदांडे टाकावेत?''

हिशोबी जगाच्या परिभाषेत तशी यशसिद्धी हाताशी लागली नसली, तरी नवकाळाची बीजे अपल्या हातून रुजवली गेल्याचे राजांना समाधान वाटले.

रात्र वाढली होती. बाहेरून रातकिड्यांचा आवाज कानावर पडत होता. मध्येच राजांना आठवण झाली. ''राणीसाहेब, आमचे शंभूराजे अद्यापि महालात माघारा परतल्याचे दिसत नाहीत.''

''काय करणार? आपली दोन्ही लेकरं म्हणजे बापसे बेटे सवाई! शंभूबाळ तिकडे घोडदळाच्या मैदानावर उद्याची तयारी करत बसले आहेत.''

इतक्यात एक हरकारा तातडीची खबर घेऊन शय्यागृहाच्या तोंडाशी येऊन पोचला. राजे झट्कन उठून त्याला सामोरे गेले. हरकारा सांगू लागला, ''तिकडं शत्रूच्या गोटात खूप गडबड उडालीय सरकार. एक-दोन दिवसांत मोगलांची पथकं इकडं संगमनेरच्या भागात आणि त्या चांभारगोंद्याकडेही घुसण्याच्या तयारीत आहेत.''

हरकाऱ्यापाठोपाठ पिलाजीपंत, हणमंते आणि गोमाजीबाबा तातडीने राजांच्या भेटीसाठी आले होते. गोमाजीबाबांकडे नजर टाकत शहाजीराजे घाईने बोलले, ''पंत, आम्ही जाणून आहोत. पातशहाचा लाडका मेहुणा शाहिस्तेखान पंधरा ते वीस हजारांची फौज घेऊन संगमनेर, अकोले भाग जाळून काढायच्या इराद्यात आहे; पण

ह्या वेळी वैऱ्याला झुकांडी देत पट्टा किल्ल्याच्या बाजूने आम्ही नाशकावर जाऊन उतरू. तिकडच्या मोगली लष्कराला कापून काढू.''

"अन् इकडे संगमनेर इलाख्यात?''

"इकडची बाजू बाळराजे सांभाळतील.''

"काय ऽ ऽ स्वत: संभाजीराजे?''

"हो ऽ का नाही? अहो, ते आता लहान आहेत का? पुरी तेरा वर्षांची उमर आहे त्यांची. गेली तीन वर्षं पेमगडावर फक्त निजामाच्या पोराच्या नावे आम्ही दुंदुभी वाजवत फिरत नव्हतो. दरम्यानच्या काळात आमच्या संभाजीला आणि शिवबाला आम्ही स्वत: आगीशी फुगड्या कशा खेळायच्या हे आमच्याच तालमीत शिकवलं आहे! अहो पंत, डोंबाऱ्याचं लेकरू कमरेला लंगोट बांधायला शिकायच्या आधी दोरीवरच्या कसरती शिकतं. तसं मर्दांच्या आणि मराठ्यांच्या पोरांनी ढाली-तलवारीशी झंगडपक्कड खेळायला शिकलंच पाहिजे! तो धर्मच नव्हे का त्यांचा?''

रात्रभर राजवसा जागाच होता. पहाटे महालाच्या दारात घोडी खिंकाळली. भल्या पहाटे संभाजीराजांनी स्नान उरकले होते. त्यांनी देव्हाऱ्यावर जाऊन आई भवानी आणि श्री शंकरांना वंदन केले. भटजींनी त्यांच्या हातावर तीर्थ-प्रसाद ठेवला. शंभूराजांनी आपल्या मातोश्रींच्या आणि पिताजींच्या पायावर मस्तक ठेवले. दोघांनीही त्यांना पोटाशी पकडून त्यांच्या मस्तकावर अवघ्राण केले. शहाजीराजांनी शंभूराजांचा कमरदाब सोडून तो पुन्हा बांधला. राजे शंभूबाळ निरोपासाठी महालाच्या दारात उभे होते, तोवर दुसरा एक हरकारा पोचला. पिलाजीपंतांची मदत घेत पुढे सरकला. ते पाहून राजे बोलले, "हं, सांगा सांगा, कोणती खबर आणलीत?''

"सरकार, सय्यद जहाग नावाचा दुसरा मोगली सरदार पातशहाने मैदानात उतरवलाय. तो शाहिस्त्याच्या पाठोपाठ रिंगण टाकत, डाव्या-उजव्या बाजूने झुकांड्या देत पुढं इकडं पेमगड जुन्नरकडेच सरकत येणार आहे.''

"सोबतचा फौजफाटा?''

"बारा हजार बुलंदी घोडा राहणार आहे त्याच्यासोबत.''

कोवळे संभाजीराजे घोड्यावर स्वार झाले. जिजाऊसाहेबांसह दासींनी त्यांचे औक्षण केले. पाठोपाठ तारस्वरातल्या गर्जना घुमल्या, "हर हर महादेव!'' शंभूराजे घोड्याला टाच मारणार, तेवढ्यात महालातून मोठ्याने हाका ऐकू आल्या, "दादा ऽ दादासाहेब! थांबा कसे!'' अर्धवट झोपेतून उठून आपली छोटीशी तलवार घेऊन पाच वर्षांचे शिवबा धावत बाहेर आले. त्यांनी शंभूराजांचा पाय पकडत त्यांना गडबडीने विचारले, "दादा, असे एकटेच कुठे चाललात आम्हाला मागे टाकून?''

शहाजीराजांनी शिवबाला झट्कन उचलले. छातीशी पकडून धरले. तेव्हा त्यांचा गाल पकडत जिजाऊ बोलल्या, "बाळराजे, तुम्ही अजून थोडे मोठे बनलात

की रणांगण तुमचंच.''

"असं कसं आऊसाहेब? दादांसोबत आम्हीही तलवार चालवायला शिकलोय बरं! मग हे एकटेच कसे निघालेत?''

शहाजीराजांनी झट्कन शिवबांना पुढे केले. शंभूराजांनी घोड्यावरूनच त्यांना मिठीत ओढून घेतले. त्यांचा मुका घेतला, अन् जोरदार टाच मारत घोडा अंगणातून बाहेर फेकला. तेव्हा ते भारावलेले माता-पिता मोठ्या कौतुकाने आणि अश्रूभरल्या नेत्रांनी वाऱ्यासारख्या निघून गेलेल्या शंभूराजांच्या कोवळ्या प्रतिमेकडे नजर लावून पाहत राहिले होते.

◆

आमचा सूर्य, आमची माती आणि आमचा निर्धार

१६३४-३५

महालात प्रात:काळीच सर्जेराव घाटगे खिन्न चेहऱ्याने शहाजीराजांसमोर दाखल झाले होते. ते गंभीरपूर्वक सांगू लागले, "दौलताबादकडच्या खबरा फारशा चांगल्या नाहीत राजे.''

"सर्जेराव, आम्ही पुरे ओळखून आहोत. हा शहाजीराजा हाताशी लागत नाही म्हणून पातशहा शहाजहान जाणूनबुजून मोहम्मदशहाच्या नरडीवर पाय ठेवून त्यांची मुस्कटदाबी करतो आहे. काही तपशील लागला हाती?''

"रात्रीपर्यंत उलगडा होईल सारा. आदिलशहाचा गणेश पंडित नावाचा खास वकील आहे. त्याची सांडणी आपल्या भेटीसाठीच इकडे यायला निघाल्याची खबर आहे.''

त्या सायंकाळी जुन्नरच्या वेशीवर दमलाभागला सांडणीस्वार पोचला. पहारेकऱ्यांनी त्याला परस्पर बाहेरूनच पकडून तत्काळ शहाजीराजांच्या महालाकडे आणले. त्याने महालात आल्याआल्या थोडे तूप-भाताचे सेवन केले. मग पुढच्या वाटाघाटींना लगेचच सुरुवात झाली. सुरुवातीलाच गणेशपंतांनी साफ साफ सांगून टाकले, "आधी तंटे, युद्धं, जी भडकली ती भडकली. आता धूळ खाली बसली आहे. दिल्लीकर पातशहा आणि विजापुरी आदिलशहा या दोघांत आपसात खेळीमेळीच्या

कराराचा तर्जुमा तयार झाला आहे. त्याची सारी कलमंसुद्धा निश्चित ठरली आहेत.''

''गणेशपंत! कराराचं नेमकं स्वरूप काय?'' शहाजीराजांनी विचारले.

''पहिलं महत्त्वाचं कलम म्हणजे निजामशाही कायमची बरखास्त करायची, दिल्लीकरांनी आणि विजापूरकरांनी ती परस्परांत वाटून घ्यायची.''

''दोघांच्या मधली साधारण हद्द कोणती?''

''भीमा नदीचं पात्र! भीमेच्या उत्तरेचा मुलूख मोघल दडपणार आणि दक्षिण दिशेची पुरी मिळकत आदिलशाहीच्या वाट्याला जाणार.''

''त्याशिवाय आणखी एखादं महत्त्वाचं कलम?''

दीर्घ श्वास टाकत गणेशपंत बोलले, ''राजे! या कराराची कलमं फक्त दोन केंद्रबिंदूंभोवती फिरताहेत. एक म्हणजे निजामशाहीची वाटणी आणि दुसरं म्हणजे राजे, आपलं भवितव्य!''

''अस्सं! पातशहाला आमचा विषय खूपच झोंबल्यासारखा दिसतो.''

''हो सरकार. तिकडचे तर्जुमे आम्ही साक्षात डोळ्यांखाली घातले आहेत. त्यातला शब्द न् शब्द आठवतो—शहाजीराजे भोसले नामक सरदाराने आपल्या कबजात घेतलेले किल्ले—''

''हां, बोला बोला!''

''शिवनेरी, त्र्यंबक, राजधेर, त्रिंगलवाडी, पेमगड तथा भीमगड असे महत्त्वाचे जे सर्व किल्ले असतील, ते त्यांच्याकडून तत्पर खाली करावेत. रीतसर त्यांचा ताबा चावी सहवर्तमान मोगलशाही अंमलदारांच्या हाती देऊन त्यांनी मोकळं व्हावं.''

बैठकीतले वातावरण खूपच गरमागरमीचे बनत चालले होते. दडपशाहीच्या या साऱ्या प्रकाराला वरून कराराचा मुलामा दिला जात होता; मात्र त्याआडचा परचक्राचा तो काटेरी बडगा जिव्हारी लागणारा होता. त्या करणीने आजवरच्या कष्टाघामावरून आणि अश्रूंवरून बोळा फिरवला जाणार होता.

राजांच्या चेहऱ्यावरच्या काटेरी रेषा अधिकच फुगीर दिसू लागल्या. त्यांच्या डोळ्यांतली भडकती आगही लपणारी नव्हती. ते त्वेषाने आपल्या डाव्या पंजावर उजव्या हाताची मूठ आपटत गरजले, ''कोण हा दिल्लीपती पातशहा आणि कोण हे आदिलशाही टिकोजीराव! सांगा ना, कोण हे? आमच्या डोंगरपट्ट्यातले आमच्या बापजाद्यांच्या मालकीचे हे गडकिल्ले असताना, त्यांच्याशी ह्या बाहेरच्या सोयऱ्यांचा काय संबंध? शहाजहान असो नाहीतर त्यांचे पिता जहांगिर. आमच्या एकाही गडाच्या कडीकोयंड्याला ह्या परक्या अवलादींना आम्ही स्पर्श करू देणार नाही.''

एकूण बैठकीचा नूरच पालटला. राजांचे शरीर संतापाने थरथरत होते.

दौलताबादेहून शहाजहानने आपल्या आणि विजापुरी सरदारांचीही भुतासारखी पाठ धरली होती. तो मोहम्मदशहांनाही धमकीचे खलिते धाडत होता, ''देर मत

करना! सुलुकाच्या कलमाने त्या शहाजी भोसलेचे हात करकचून बांधल्याशिवाय त्या कागदांची किंमत ती काय?''

शहाजीराजे आणि त्यांच्या पेमगडच्या प्रयोगाची पाळेमुळे खणून काढायचा मोगलांनी जसा काही विडाच उचलला होता. पेडगाव आणि चांभारगोंद्यासारखी भोसल्यांची वतनी गावे मोगलांनी दोनदोन वेळा जाळून काढली. तरीही रात्रीबेरात्री शहाजीराजे अविश्रांत घोडदौड करत होते. आपल्या प्रजेला अभय देण्याचा प्रयत्नही करत होते. नाशिक, जुन्नर ते अहमदनगर या शहरांदरम्यान वेगवेगळ्या मोर्चांवर पातशहाची चाळीस हजार फौज अहोरात्र राजांच्या पाठीशी लागली होती.

स्वाभिमानाने शहाजीराजे पेटले होते. ''पातशहाच्या करारात विजापूरकरांचे हात जखडले असतील, आमचे नव्हेत!'' अशी राजांनी उघड भूमिका घेतली होती. चारचार दिवस त्यांची पाठ जमिनीवर टेकली नव्हती. राजधानीच्या जुन्नर नगरीवर प्रचंड दबाव आला होता. मोगलांच्या सय्यद जहागच्या पथकांनी जुन्नरच्या कोटाभोवती अविरत झुंज चालू ठेवली होती. पातशहाच्या अंगात सुडाचा कैफ वाढूनच राहिला होता. त्याने आपल्या निष्ठावंत सरदारांबरोबरच मलिक रेहमान, सिद्दी मरजान आणि रणदुल्लाखान हे आदिलशाही योद्धेही राजांच्या विरोधात उतरवले होते. एके काळचे राजांचे ते मित्र आता दुष्मन बनून त्यांच्या पाठीशी लागले होते. ढोल-तुताऱ्या वाजवून रानातून वाघ उठवावा आणि शिकारीसाठी त्याची पाठ धरावी, तसेच मोगली सरदार शहाजीराजांवर चालून येत होते.

जुन्नरगाव म्हणजे एक जळते अग्निकंकणच बनले होते. मोगलांनी जुन्नर भोवतीच्या बलदंड कोटावरून आत आगीचा भडिमार सुरू केला होता. युद्धाच्या बेचक्यात सापडलेली तिथली जनता रात्रीबेरात्री आपल्या गाईगुरांना, लेकरांना घेऊन मिळेल त्या वाटेने आजूबाजूच्या परिसरात पसार झाली होती. आता जुन्नरची फळी लढवण्याची कामगिरी तेरा वर्षांच्या संभाजीराजांनी आपल्या स्वत:च्या हाती घेतली होती. त्यांचा राहता वाडाही तोफांच्या माऱ्यामध्ये ढासळला होता. संभाजीराजांनी रणांगणातला आपला नाचता घोडा आपल्या पायांच्या मगरमिठीतून सोडला नव्हता. त्यांच्यासोबत चार हजाराची फौज होती. आपले पथक घेऊन मोघलांची रसदरेषा तोडणे आणि गनिमी काव्याच्या जोरावर त्यांना सळो की पळो करून सोडणे हाच त्यांचा मकसद बनला होता.

अलिवर्दीखानाने शिवनेरी किल्ला बळकावायचा आटापिटा चालवला होता. अनेकदा मोगलांच्या फौजा त्या किल्ल्यावर धावून आल्या होत्या; मात्र संभाजीराजांनी चढ्या घोड्यानिशी खाली हत्ती दरवाजाच्या आणि परवाना दरवाजाच्या बाजूला शेकडो मोघली सैनिकांना कापून काढले होते. तिथे मोगलांना भयंकर धुमश्चक्रीस

तोंड द्यावे लागले. मोगली फौजांनी युवराजांची दहशत खाल्ली होती. रात्रीच्या वेळी तर लेंडीच्या ओढ्यापलीकडे जायला त्यांच्या अंगाचा थरकाप उडत होता.

दिवाळीतल्या भुईचक्रासारखी संभाजीराजांची पथके जुन्नर गावच्या भोवती गरगरा फिरत होती. या रोजच्या संघर्षामध्ये चार महिने कसे लोटले हेसुद्धा लक्षात आले नाही. उन्हाळा संपला. मृगाच्या धारा सुरू झाल्या तरी शहाजीराजांनी आणि संभाजीराजांनी जंग चालूच ठेवला होता. जिजाऊ रात्रंदिवस राजांच्या सोबत तितक्याच ताकदीने घोडा फेकत धावत होत्या. छोट्या शिवबांना त्या आपल्या घोड्यावर समोर पोटाजवळ बसवत, आपल्या पदराच्या तिढ्यात बांधून ठेवत. तर कधी शिवबा शहाजीराजांच्या पाठीशी चिकटून नेटाने बसत. त्यांना राजांच्या अंगाशी शेल्याने घट्ट बांधले जाई.

त्या दाम्पत्याचा आगीच्या वर्षावातला मुलखावेगळा संसार घोड्यांच्या पाठींवरच सुरू होता. आपल्या लष्कराची हानी टाळण्यासाठी ते शक्यतो अचानक छापा घालत. ''जो शहाजीला जिंदा गिरफदार करेल, त्याच्यावर हिऱ्यांची आणि जवाहरातची बरसात करू. त्या वीरास मालामाल करून सोडू.'' अशी शहाजहानने उघडउघड बक्षिसीच्या खैरातीची घोषणा केली होती; मात्र राजांच्या सोबत गेली तीस वर्षे धावणारी घोडी आणि घोडेस्वार सागराच्या लाटांसारखे त्यांच्या भोवतीने भराऱ्या मारत राहायचे. किमान सहा-सात हजार घोडा नेहमीच राजांसमवेत दौडत असायचा. त्यामुळे त्यांना जिवंत पकडायचे आपले स्वप्नही शहाजहानला पूर्ण करता येत नव्हते.

तेवढ्यात अचानक कराल काळाने त्यांना एक दुर्दैवी तडाखा दिला. बाबाजी काटे आणि आदिकराव महाडिक यांच्या झेंड्याखालचे त्यांचे तीन हजार घोडेस्वारांचे पथक रात्रीचे घोडनदीच्या दिशेने चालले होते. मध्येच वळसा घेऊन त्यांना दुसऱ्या दिवशी प्रात:काळी शहाजीराजांना जाऊन मिळायचे होते; परंतु त्या सायंकाळी एकाएकी निसर्गाने रौद्र रूप धारण केले. आभाळात ढगांची दाटी झाली आणि सभोवती वावटळी सुरू झाल्या. नेहमीपेक्षा एक घटका आधीच अंधार पडला. त्यातच प्रचंड पाऊसधारा सुरू झाल्या.

तरीही निसर्गाशी दोन हात करत काट्यांची आणि महाडिकांची भिजून ओलीचिंब झालेली पथके निर्धाराने चिखल तुडवत पुढे निघाली होती. प्रचंड पाऊस सुरू होता. अंधार गहिरा झालेला. भुकेल्या स्थितीत पुढे सरकू पाहणाऱ्या त्या पथकाला काळाने आणखी एक जोरकस टोला दिला. अकस्मात वाटेतल्या नदीला मोठा पूर आला. त्यामुळे नाईलाजास्तव तिथेच बाजूला नदीकिनारी थांबण्याशिवाय पर्यायच नव्हता.

बाजूच्या काठावर वडापिंपळांच्या झाडाआड जशी मिळेल तशी जागा पकडून पथके थांबली. त्या जागेत चुली पेटल्या होत्या; पण पुरेसा शिधा सोबत नव्हता.

त्यामुळेच डाळीचे पाणी मिठासोबत पिऊन, अतिशय थकले भागलेले सैनिक अर्धउपाशी स्थितीत तसेच खाली कलंडून पडले. शागीर्दांनी आणि प्याद्यांनी घोड्यांसाठी आणलेला वाळला चारा ओल्या जमिनीवर अंथरला होता. त्याच्या उबेमध्ये दिवसभराच्या श्रमाने त्रासलेल्या त्या जीवांना लगेच डाराडूर झोपासुद्धा लागल्या होत्या.

अन् त्या तीन हजार जीवांसाठी दुर्दैवच अंधाराचा पदर धरून तिथे चोरट्या पावलाने येऊन टपकले. पाठीमागून आलेल्या दहा हजार मोगली सैनिकांचा त्या तळाभोवती वेढा पडला. झोपेच्या गुंगीत थंडीवाऱ्यात पडलेल्या शहाजीराजांच्या त्या बहाद्दर सैनिकांना दुश्मनाने नव्हे तर त्यांच्या दुर्दैवी घटिकेनेच जेरबंद केले.

ऐन वेळी कपाळ फुटल्यासारखीच साऱ्यांची अवस्था झाली.

ती दुर्दैवी वार्ता दुसऱ्या दिवशी सायंकाळी राजांना समजली, तेव्हा ते रांजणगावच्या हद्दीत होते. आपण जिद्दीने चालविलेल्या मोहिमेच्या दरम्यान दैवाकडून असा तडाखा बसेल याची त्यांना कल्पनाच नव्हती. वाटेतच आपले तीन हजार बहाद्दर सहकारी काळाच्या तोंडात अडकून जावेत ही वार्ताच इतकी भयानक होती की, शहाजीराजांच्या डोळ्यांतून अश्रू बाहेर पडेनात. मुखातून शब्द फुटेनात. त्यांना चालावेसेही वाटेना.

जिजाऊंनी कसाबसा राजांना आधार दिला. त्या त्यांना तिथल्या प्राचीन गणेश मंदिराच्या गाभाऱ्यात घेऊन गेल्या. मानसिक धक्का बसलेले राजे तिथे जवळपास दोन तास समाधी अवस्थेत तसेच बसून होते. जिजाऊ कळकळीने बोलल्या, ''राजे ऽ ह्या इथल्या गणेशाच्या मूर्तीची प्रतिष्ठापना खुद्द भगवान शंकराने केलेली आहे. पिता-पुत्राच्या अमर गहिऱ्या नात्याचं हे पवित्र स्थळ. ह्या गाभाऱ्यातच काही ना काही मार्ग गवसेल तुम्हाला.'' जिजाऊंनी गणेशाची पूजा केली. शिवबांनी स्वहस्ते पंचनारळाचे तोरण आऊसाहेबांच्या इशाऱ्यानुसार देवाला वाहिले.

अन्नाचा कणही मुखात घ्यायची राजांची इच्छा नव्हती. तेव्हा छोटे शिवबा हट्टाला पेटले. ते आपल्या पित्याच्या अंगाशी झोंबले. मोठ्या जिद्दीने त्यांनी राजांना प्रसाद भरवला. गलितगात्र झालेल्या आपल्या पित्यास आपल्या बाळलीलांनी सावरण्याची शिवबांची ती चतुराई पाहून राजे भानावर आले. त्या संधीचा फायदा घेऊन जिजाऊंनी राजांना समजावले, ''जाऊ द्या राजे! अहो, जीवनात यापेक्षाही अनेक मोठे दुर्दैवी प्रसंग भोगून आणि जगून ही भयाण वाट तुडवत आपण इथवर आलो आहोत.''

''राणीसाहेब, आमचे सोन्यासारखे तीन हजार वीर न लढता, केवळ अपघाताने वैऱ्यांचे कैदी व्हावेत यासारखा दुर्भागी फटका तो कोणता असू शकतो? केवढी भयानक हानी हो ही?''

''पण राजे, इलाज तरी काय? असं खोळंबून तरी कसं चालेल?''

''मतलब?''

''अहो, डोंगरकड्यावर वाघ जखमी झाला, तरी वाघाला वाघासारखीच डरकाळी फोडावी लागेल. अन् आमच्या शहाजीराजांना ढगासारखंच गर्जावं लागेल.''

''पण कुठवर चालणार हे?''

''दैवगतीच्या या काटेरी कुंपणावर स्वराज्याची हसरी फुलं बघायची असतील, तर असं थांबून कसं चालेल? उठा राजे, उठा!!''

आपल्या माता-पित्यांत सुरू असलेला तो मुलखावेगळा संवाद, ती मातेच्या तोंडची जंगाची भाषा शिवबांना समजली असावी. त्यांनी बाजूला पडलेली तलवार उचलली. म्यानातून बाहेर काढलेले ते तळपते पाते शहाजीराजांच्या हाती दिले. ते दृश्य बघून राजे चमकले. त्यांनी आवेगाने शिवबांना आपल्या पोटाशी घट्ट पकडले. राजांना भडभडून आले. ते शिवबांना म्हणाले, ''लेकरा ऽ ह्या वणव्यात आमचं काही बरंवाईट झालं, तर ह्या दगडाच्या देशासाठी आम्ही उपसलेली तलवार मात्र तू कधीही म्यान करू नकोस!''

दुसऱ्या दिवशी सकाळपासून राजांनी नव्या उमेदीने आपला संघर्ष सुरू केला. ''घृष्णेश्वर असो की भुलेश्वर वा शिंगणापूरचा महादेव, आपल्या भोसले कुळावर श्री भगवान शंकराची कृपा आहे असं सारेच म्हणतात. त्याची पुन:पुन्हा प्रचिती येते!'' जिजाऊ बोलल्या.

''खरं आहे तुमचं. त्या दयाघनाच्या कृपेची जाणीव म्हणून तर भातवडीच्या लढाईपासून दुश्मनावर कोसळून पडताना 'हर हर महादेव' म्हणजेच जयजयकार त्या शिवशंकराचा! जयघोष सत्याचा!' अशी त्याच्या नावे रणगर्जना आम्ही सुरू केली आहे.''

''तेच सांगते. काल रांजणगावच्या गाभाऱ्यात देवाच्या बाळाने, श्री गणेशाने आणि आमच्या शिवबाळाने, दोघांनीही तुम्हास पुन्हा जागवलं.''

''खरं आहे राणीसाहेब. ह्या सानुल्या शिवबाची एकेक लक्षणं बघितली की आम्हाला भविष्यकाळाची चिंताच वाटत नाही.''

''खरं आहे हो राजे!''

''मात्र, आजकाल कधी नव्हे अशी दाही दिशांनी कोंडी केली आहे. एका वेळी काळ, आभाळ आणि दुश्मन अंगावर कोसळले आहेत.''

''पण म्हणून काय थांबायचं, राजे? आपण दोघांनी जीवनभर छेडलेली लढाई, ती स्वप्नं सारं सोडून द्यायचं?''

''थांबणं, ध्येयाची पाठ सोडणं स्वप्नातही शक्य नाही राणीसाहेब; पण कराल काळाचा रेटा बघून थोडा धोरणात बदल करावा लागेल, तोरणामध्ये नव्हे!'' निश्चयी

स्वरात राजे म्हणाले.

एकीकडून पावसाळा हटत नव्हता. संघर्षही मिटत नव्हता. भीमा नदीच्या खोऱ्यात वावरणाऱ्या राजांच्या पाठीवर खान झमान चालून येत असल्याची खबर मिळाली. तिकडे संगमनेर पडले होते. नासिक आणि दिंडोरीही मोगली फौजांच्या ताब्यात गेली होती. युवराज संभाजीराजे यांनी जुन्नरजवळचा जळता संघर्ष नेटाने चालू ठेवल्याची खबर होती; मात्र अलीकडच्या पाच दिवसांत तिकडून कोणतीच नवी वार्ता समजली नव्हती. आभाळात काळेशार ढग उठत होते. संकटांच्या सावल्या पाठ सोडायला तयार नव्हत्या.

पातशाही फौज प्रचंड होती. अन् राजांच्या मर्यादित बारा हजार घोड्यांपैकी तीन हजार कैद झाले होते. आधीच संकटाने ग्रस्त झालेल्या लष्कराला हा फटका मानवणारा नव्हता. खान झमानचा पाठलाग चुकविण्यासाठी राजांनी पुन्हा एकदा पुण्याच्या दिशेने मुसंडी मारली. सुदैवाने वाटेत भीमानदीचे पात्र हवे तसे फुगले नव्हते. सोबत तराफे होते. अन् नदीत जागोजाग उतारही मिळत होता. राजांनी नेटाने पावसात भीमा ओलांडली. भररात्रीचे ते लोहगावात पोचले.

गावच्या पाटलाने आणि इतर अंमलदारांनी राजांचे स्वागत केलेच; परंतु लोहगावातल्या घराघरातल्या मायमाउल्यांनी चुली पेटवल्या. कितीतरी महिन्यांनी लष्कराला असे पोटभर, ताजे, गरम अन्न उभ्या गावाने खाऊ घातले होते. भल्या पहाटे फौज येरवड्याच्या वाडीजवळ नदी उतरू लागली, तेव्हा राजांच्या मनाला थोडा दिलासा वाटला; कारण हरकाऱ्यांनी खबर आणली होती. काही कोसांवर मागे खान झमानने राजांचा पाठलाग थांबवला होता. मोगलांची फौज कुठेतरी दुसरीकडे वळण्याच्या बेतात होती.

येरवडा वाडीजवळ मुळा-मुठा नदीच्या पाण्याची धार थोडी जास्तच होती. शिवाय प्रवाहातले उतार-गचके होते. राजांची निम्मीअर्धी फौज पल्याडच्या काठाला निघून गेली. सोबत तीनशे घोडी आणि खेचरे भरून राजांचे सामान होते. त्यामुळे नदी सावकाश पार केली जात होती. पल्याडच्या तीरावर वटवृक्षांचे बन होते. मध्ये थोडी पडीक जागा होती. राजांच्या मनात काहीतरी खदखदत होते. ते झिरझिरत्या पाऊसधारांत उभे होते.

आपापल्या जनावरांचे लगाम पकडून किंवा घोडी आजूबाजूला उभी करून सारे मावळी वीर कान देऊन ऐकू लागले. भारावलेले शहाजीराजे बोलले, ‘‘गेली चार वर्षं पायांना काटेरी पानं बांधून रक्तबंबाळ स्थितीत आमच्या सोबत चालणाऱ्या मावळी मर्दांनो ऽ आम्हाला माफ करा! केवळ काळाचा आघात म्हणून आम्हाला एक कठोर निर्णय आज घ्यावा लागतो आहे.’’

राजांच्या त्या निर्वाणीच्या बोलाने समोरचे सैनिक चक्रावले. उन्हापावसात, थंडीवाऱ्यात आपल्या शहाजीबाबांसोबत सतत लढायचे, दुश्मनाला भिडायचे, एवढीच आदत आता त्यांच्या हाडापेरांना आणि दोन्ही टांगांखालच्या उसळत्या घोड्यांना माहीत होती. त्यामुळेच राजांचा थोडासा वेगळा सूर कानी पडताच ते सारे बावरले. राजे म्हणाले, "तुम्हापैकी फक्त निम्मीच फौज आमच्या सोबत येईल. उरलेल्यांनी पाऊसकाळ आपापल्या गावीच जाऊन काढायचा आहे. नव्या जंगासाठी घोडी तंदुरुस्त ठेवायची आहेत."

"नाही ऽऽ नाही राजे. दैवात असेल तर आम्ही तुमच्यासाठी मरून जाऊ; पण तुमची साथ सोडणार नाही," एका वेळी अनेकांनी हंबरडे फोडले. कोलाहल माजला.

सर्वांना शांत राहण्याबद्दल हातवारे करत राजे बोलले, "सबूर मर्दांनो, सबूर! एका वेळी संकटांच्या हजार ढगांनी आम्हाला घेरलं आहे. सुलतान आदिलशहा हतबल बनलेत. दिल्लीकर शहाजहान पातशहा तर आमच्या नष्टाव्यासाठी वेडा झाला आहे. एवढं मोठं त्याचं ते ताजमहालच्या बांधणीचं काम निम्म्यात सोडून तो दक्षिणेत येऊन आमच्या पाठीशी लागला आहे. फुटलेल्या मधाच्या पोळ्यातल्या हिंस्र मधमाश्यांनी पाठ धरावी तसे त्याचे स्वारसैनिक आमच्या मागे लागले आहेत. बरं हा पाऊसकाळ! बडी फौज सांभाळायला पुरेशा चंदीचाऱ्याचं पाठबळ नाही. त्यातच परवाचा पुराने दिलेला तो चकवा आणि दुर्दैवाने गिरफ्तार झालेले आपले तीन हजार घोडेस्वार. दाही दिशांनी जसं काही संकटांच्या मुसळधार पावसाने आम्हाला जागीच घेरलं आहे. सबब, प्राप्त परिस्थितीत तूर्तास कुठेतरी एखाद्या गुप्त जागेचा आसरा घेण्याशिवाय आमच्यापुढे पर्याय उरलेला नाही."

राजांची ती अवस्था पाहून अनेक जण हेलावून गेले; परंतु त्यापैकी निम्म्या जणांसाठी राजांना सोडून जाण्याचे दुःख डोंगराएवढे होते. त्यांच्या मनाची तयारीच होत नव्हती. त्यांची ती अवस्था पाहून शहाजीराजे म्हणाले, "माझ्या मावळातल्या मर्दमराठ्यांनो ऽ आमची ही तात्पुरती माघार म्हणजे पराभव नव्हे. लाचारीही नव्हे. आम्ही लढलो पण झुकलो नाही, भिडलो पण थकलो नाही. जेव्हा आपण उंच तटावरून घोडा पल्याडच्या अंगाला फेकू इच्छितो, तेव्हा आपण आपल्या जनावरासह पाच-दहा पावलं माघारा वळून रिंगण काढतो आणि लगाम सैल सोडून घोडा पुन्हा पुढे उडवतो. तसंच फक्त पावसाळ्यापुरतं जुलमाचं रिंगण काढायचं आहे. दोन पावलं मागं सरून पुन्हा लढायचं आहे!"

समोर झिरझिर पावसात उभ्या असलेल्या मावळ्यांच्या डोळ्यांतून अश्रू ओघळत होते. निरोपापूर्वी शहाजीबाबा लष्कराचे कर्ताकरविता या नात्याने सर्वांना धीर देत होते, "दुर्दैवानं, गेल्या साडेतीन वर्षांपासून आरंभलेल्या आपल्या स्वतःच्या राज्याच्या—

'स्वराज्या'च्या प्रयत्नाला दुष्काळाचं आणि वैऱ्यांचं गालबोट लागलं. आता पेमगिरीवरच्या स्वराज्याच्या संरक्षणासाठी आम्ही दिल्लीचा पातशहा शहाजहान याच्याविरुद्ध अविश्रांत जंग करत आहोत. त्याच्यासारख्या मग्रूर पातशहाला आग्रा सोडून इथं आमच्या समाचारासाठी रुतून बसावं लागलं, हेच तर आपलं खरं यश आहे; मात्र यापुढच्या झेपेमध्ये आपण आभाळाला नक्कीच गवसणी घालू याची खात्री बाळगा. तुम्हा सर्व बहाद्दुरांचा हा पाठिंबा, तुमचे उपकार आम्ही सात जन्मांत विसरू शकणार नाही.''

बोलताबोलता भावनावेगाने राजांचा आवाज घोगरा झाला. ते म्हणाले, ''माफ करा गड्यांनो, अनेकदा माणूस स्वप्नं पाहतो. भलं चिंततो; पण कराल काळ त्याच्या मार्गात कोलदांडा घालतो! काहीही घडू शकतं. मधल्या काळात दुर्दैवानं आमचं काही बरंवाईट झालं, तर ह्या आमच्या धर्मपत्नी जिजाऊसाहेब तुमच्या सोबत राहून ह्या मुलखाच्या आझादीचा झेंडा फडकवतील. लेकरं मोठी होईपर्यंत त्याच झुंजारपणे तुमच्या सोबतीने लढत राहतील.''

आता झिरझिर पाऊस पूर्ण थांबला होता. बाजूच्या नदीतील जलधारांच्या खळखळाटाचा आवाज वाढला होता. समोरच्या मर्दमावळ्यांच्या डोळ्यांतून अखंड धारा वाहत होत्या. राजे त्यांना भरोसा देत बोलले, ''गेली अनेक वर्षं ह्या मातीशी, इथल्या काट्याकुट्यांशी, पत्थरपाषाणांशी आम्ही स्वराज्यासाठी झटा घेतल्या. 'म्हाराष्ट्र' ही कल्पना मांडली. त्या बहुतेक सर्व क्षणांच्या साक्षीदार जिजाऊसाहेबच आहेत. एक गोष्ट मात्र कदापिही विसरू नका. एखाद्या स्त्रीच्या हाती तलवार दिली म्हणून तुम्हा कोणाच्या मिशीचा पीळ खाली पडायचं कारण नाही. पहिली गोष्ट म्हणजे—'' मध्येच थांबत अन् त्या भारावल्या स्थितीतही हास्याची लकेर देत राजे बोलले, ''स्वत:च्या अस्तुरीचं कौतुक करणं शहाणपणाचं मानलं जात नाही; पण आमच्या जिजाऊसाहेब म्हणजे सिंदखेडच्या जाधवरावांच्या लाडक्या कन्या. तुम्हास ठाऊक नसेल कदाचित. अनेकांनी त्यांची दमदार घोडाफेक बघितली आहेच; पण त्यांच्या तलवारबाजीचा धारदार तिखटपणा किती आहे हे आम्हास ठावे! म्हणूनच सांगतो, बाईच्या हातात शस्त्र गेलं म्हणून आपल्या वस्त्राला आग लागल्यासारखा त्रागा आम्ही पुरुषांनी करण्यात मतलब नाही. आपल्या सोबत आपल्या लेकीबाळींनाही मानापानाचे दिवस यायला हवेत. शिवाय अडचणींच्या काळी आपल्या सर्व देवता – मग ती भवानीमाता असो, कालीमाता किंवा पार्वतीमाता! संकटाच्या पर्वतांना थोपवण्यासाठी ह्याच माता हातामध्ये तलवारी किंवा त्रिशूल घेऊन उभ्या ठाकतात. तात्पर्य, तसाच प्रसंग ओढवला, तर आपला हा संघर्षाचा यज्ञ पुढे नेण्यासाठी जिजाऊसाहेब धैर्यबाज आहेत.

दुसरी महत्त्वाची गोष्ट म्हणजे ह्या तात्पुरत्या संकटाने खचून जायचं किंवा दबून राहायचं काहीच कारण नाही. दोस्तांनो ऽऽ पहाटेचा काळाकभिन्न काळोख सरणार

आहे. अन् आमच्याच कोंबड्याच्या बांगेने ह्या मावळ खोऱ्यात सुखाचा आणि स्वराज्याचा दिवस लवकरच उगवणार आहे याची पूर्ण खात्री बाळगा.''

कोंडाणा किल्ला सह्याद्रीच्या मुसळधार पर्जन्यपट्ट्यात येत होता. त्यामुळे तिथला पाऊस धुवाधारच असायचा. तसा भौगोलिकदृष्ट्या हा गड पुणे जहागिरीतच मोडत होता; परंतु दक्षिणेतील सर्वच पातशहा आपल्या सरदारांना जहागिऱ्या बहाल करताना गडकिल्ल्यांचे ताबे मात्र स्वत:कडेच ठेवत असत. त्यामुळे कोंडाणा सद्य:स्थितीत आदिलशाही सियासतीच्या ताब्यात होता. तिथले सर्वच कारकून दरकदार शहाजीराजांच्या ओळखीतलेच होते. त्यामुळे दिल्लीकर आणि विजापूरकर त्यांच्या पाठीशी लागले असले, तरी राजांना कोंडाणा किल्ल्यावर तूर्तास राहणे फारसे धोक्याचे वाटले नाही. त्यात सद्य:स्थितीत कोसळणारा पाऊस इतका प्रचंड होता की, कोणाच्या फौजा तिथवर पाठलाग करत येणे हे त्या फौजांना तसे जिकिरीचेच होते.

किल्ल्याचे महालकरी दादोजी कोंडदेव होते. त्यांच्यामार्फतच महसुली साऱ्याची रक्कम विजापुराकडे जायची. दादोजींचे राजांशी चांगले सख्य होते; कारण हिंगणी, बुरडी आणि देऊळगाव परगण्याचे भोसले मंडळींचे पाटीलकीचे आणि देशमुखीचे परंपरागत अधिकार होते, त्याचे कुलकर्णीपदही अनेक वर्षे दादोजींकडेच होते. दादोजींचे वय पासष्टीच्या पुढे सरकले होते. ते प्रकृतीने स्थूल परंतु बळकट पिंडाचे होते. त्यांचा स्वभाव चटपटीत, त्यांचा आज्ञाधारकपणा आणि धन्याच्या सेवेसाठी धडपडण्याची त्यांची वृत्ती, या गुणांमुळे राजांची त्यांच्यावर मेहेरनजर होती. गडावर पानसंबळकाकांची आणि दादोजींची चांगली मैत्री जुळली. त्या दोघांचाही ओढा छोट्या शिवबांकडे असायचा.

राजांच्या पाठीशी लागलेला खान झमान सालपा घाटाने पुढे निघून गेला होता. त्याने विजापुरी मुलखातली कोल्हापूर आणि मिरज ही जुनी, समृद्ध गावे लुटली होती. तिथून तो खाली रायबागेकडे सरकत असल्याच्या बातम्या होत्या. राजे जवळपास आल्याचे कळताच त्या भर पावसातही खेडबेहऱ्याचे कोंडे-देशमुख, तशीच बारा मावळातील आणखी काही बुजुर्ग देशमुख मंडळी राजांच्या भेटीस येत होती.

कोंडाण्यावरचे दिवस मात्र वादळापूर्वीच्या शांततेसारखेच अस्वस्थ करणारे होते. काही दिवसांमागे जुन्नर हातचे निघून गेले होते. त्या फळीवरची चिंता जिजाऊंना खूप काळजीत टाकत होती. एक दिवस राजांनीच त्यांना सांगून टाकले, ''राणीसाहेब, आपण शंभूराजांची चिंता करू नये. त्यांच्या फौजेची मोठी हानी

झाल्याचं कळतं; पण बाळराजे सुखरूप आहेत.''

''केव्हा? केव्हा भेटेल हो आमचा पोर?'' काळजीने आईचे आतडे त्यांना स्वस्थ बसू देत नव्हते.

एके रात्री रणदुल्लाखानाकडूनच गुप्त खलिता आला. त्यानुसार शहाजहानला तिकडे नाशिक-दौलताबाद भागातील युद्ध परिस्थिती काबूत येत असल्याची खात्री झाली होती. तेव्हाच त्याने दौलताबादचा तळ सोडला होता. तो मध्य हिंदुस्थानात मांडूच्या किल्ल्यावर जाऊन राहिला होता. त्याला पाऊसकाळ तिथेच काढायचा होता. तिथूनही त्याने आदिलशहाकडे सातत्याने दट्ट्या सुरूच ठेवला होता, ''शहाजी भोसलेंच्या ताब्यातील किल्ले तत्काळ जिंका. कबज्यात घ्या. आमच्या हवाली करा. अन्यथा मांडू गडावरून आमचे हत्ती-घोडे आग्र्याऐवजी पुन्हा विजापूरची वाट चालू लागतील.'' हट्टी शहाजहान आपला मुद्दा सोडायला तयार नव्हता. त्याने सोबत स्वत:च्या हुजुरातीचे लष्कर नेले होते; परंतु बाकी पन्नास हजाराचे लष्कर बागलाण, बालाघाट आणि सह्याद्रीच्या आजूबाजूला तसेच लढते ठेवले होते. काहीही करून त्याला शहाजींना नेस्तनाबूत करायचे होते.

कोंडाणा किल्ल्यावर राजांचा मुक्काम असल्याची खबर पातशाही गोटापर्यंत पोचली होती. पुढचे धोके ध्यानात घेऊन रणदुल्लाने राजांना कळविले, ''राजाजी, आजपर्यंत आपली यारीदोस्ती जपली; पण आता नाईलाज आहे. पातशहा आमच्या सुलतानसाहेबांची मुंडी सोडायला तयार नाही. 'किसी भी हालातमें शहाजी मरगट्ठेको कैद कीजिए, नहीं तो हमारे हाथी-घोडे आग्रेकी राह भूलकर फिर दख्खनकी तरफ दौड करेंगे,' असा कडक पैगामच त्याने आमच्या विजापुरी सुलतानसाहेबांना पाठवला आहे. आमच्या तळावरही तुम्हास जेरबंद करण्यासाठी केव्हाही छापा पडू शकतो. मेरे दोस्त! आखरी दम तक होशियार रहना!''

कठीण काळ पाठ सोडायला तयार नव्हता. खर्चाची कलमे वाढत होती. द्रव्य कोठून येण्यासारखी परिस्थिती आता राहिली नव्हती. राजांना नाईलाजाने आणखी दोन हजारांचे घोडदळ कमी करावे लागले. त्यांनी स्वारांची कशीबशी समजूत काढून त्यांना तात्पुरते आपआपल्या मुलखात पाठवून दिले. अखेर फक्त साडेतीन हजारांची फौज सोबत ठेवली. घाटमाथ्यावरचा आणि कोकण उतारावरचा तो प्रचंड पाऊस अंगावर घेत राजे कोकणात उतरू लागले. सोबतचे लष्कर सततच्या पर्जन्याने हैराण झाले होते. अन्नधान्याची आणि विशेषत:, वैरणकाडीची चणचण होती. त्यातच शिवबा खूप आजारी पडले होते. जीवनात पहिल्यांदाच सोबतची आपली फौज म्हणजे राजांना पर्वतप्राय बोजा वाटू लागला होता.

राजांनी अर्ध्या वाटेत पुन्हा आपल्या दीड हजार घोडेस्वारांना पनवेली (पनवेल)

जवळ प्रबळगडाकडे पाठवले. राजांची पथके चिखल तुडवत आणि अंगावरच्या पाऊसधारा झेलत एकदाची कशीबशी दंडाराजापुरीच्या उंच टेकावर आली. पर्जन्यवाऱ्यात समोरचा सागर खवळलेला दिसत होता. चारी बाजूंनी अंगावर कोसळणाऱ्या पाण्याच्या भल्यादांडग्या लाटा झेलत जंजिरा किल्ला दर्याच्या पोटात ठाण मांडून बसला होता. त्या प्रचंड पाऊसकाळात सिद्दी सरदाराची शिबंदीही गडावर नव्हती. त्यामुळे एकाकी, पाण्यात ओस पडलेल्या त्या भयाण किल्ल्यावर जाणे आणि राहणेही मोठे धोक्याचे होते. राजांचा तळ बाजूच्या टेकाडावरच पडला.

इनायत बाराबंदी नावाच्या आपल्या एका जुन्या आणि धडपड्या दोस्ताला राजांनी सांगावा दिला. चौल आणि कार्लाइलच्या भागात इनायतखानाचा मोठा वचक होता. एक नामचंद सौदागर या नात्याने इंग्रज आणि पोर्तुगीज लष्करातही त्याची ऊठबस होती. राजे इनायतची वाट पाहत बसले. त्या रात्री शिवबांचे सर्वांग तीव्र ज्वराने फणफणत होते. अंगातून घामाच्या धारा सतत वाहत होत्या.

आपल्या बाळराजाच्या कपाळावर रात्रभर थंड पाण्याच्या पट्ट्या ठेवत राजे आणि जिजाऊ बसून होते. शिवबांचा आजार हा मोठा चिंतेचा विषय होताच; परंतु त्यांच्या काळजीने हडबडून गेलेल्या आपल्या घरधन्याकडे जिजाऊंना पाहवत नव्हते. एरवी समोरून कडाडत्या तोफांचे गोळे अंगावर आल्याचे पाहूनही न डगमगणारे राजे आपल्या बाळराजांच्या दुखण्याने इतके कासावीस झाल्याचे पाहून जिजाऊंना त्यांचीही खूप काळजी वाटू लागली होती.

चौलच्या पोर्तुगीजांकडून राजांना खूप उमेद होती. अलीकडे बड्या देशी-विदेशी व्यापारामुळे चौल हा बंदराचा गाव बडा नावारूपास आला होता. जवळपास पुण्याइतकी तिथे लोकवस्ती होती, दोन किल्ले, अनेक बुरूज होते. दुसऱ्या दिवशी चौलहून इनायतचा घोडा जोराची रपेट करत राजांच्या भेटीस आला. राजांनी आपल्या कारकुनाला बोलावून रात्रभर खलित्याचा मजकूर तयारच करून ठेवला होता. काहीही करून पडत्या काळात बाहेर निसटायची एखादी चिंचोळी वाट शोधणे आवश्यक होते. म्हणूनच पोर्तुगीजांच्या किल्ल्यात राजाश्रय घ्यावा असे त्यांना वाटत होते. अन्यथा पाठीशी लागलेली फौज, पावसाच्या जंजाळात स्वत:सह आपल्या लष्कराचे चाललेले हाल आणि छोट्या शिवबांची काळजीत टाकणारी प्रकृती, ह्या चक्रात राजे पहिल्यांदाच इतके हळवे बनले होते.

राजांनी पोर्तुगीजांच्या चेऊलच्या किल्ल्यावरील कॅप्टन ॲमतोनिओ कानेरईबो दी आरगवो यांच्यासाठी २६ सप्टेंबर, १६३६चा तो खलिता इनायतकडे सुपूर्द केला —

कप्तानसाहेब,

एखाद्या मनुष्याच्या जीवनात असे धांदलीचे आणि अनंत अडचणीचे दिवस येऊ नयेत, तैशा दिसांतून आमचे जीवन चालले आहे. याआधी आम्ही निजामाच्या किंवा आदिलशाही मुलखात सेवाचाकरी करताना, जिथे तिथे तुम्हा पोर्तुगीजांचे हितसंबंध जपलेले होते. त्याची याद देऊनच मुद्दाम मी आपणास हे पत्र लिहीत आहे. जेव्हा काळ आणि वेळ दोन्ही गोष्टी वक्री चालू लागतात, तेव्हा पोलादी हाडापेराची माणसेही पिचून जातात.

आम्ही आजही अजिबात हिंमत हरलेलो नाही. मुर्तुजा निजामशहा यांच्या नावे आम्ही तीन वर्षे पेमगडावर उत्तम कारभार पाहिला. ते आणि त्यांची अम्मीजान यांना आता आमच्याच संरक्षणात तिकडे बालाघाटाकडे त्रिमलच्या किल्ल्यात सुरक्षित ठेवले आहे.

सद्य:स्थितीतही साताठ हजाराचे दमदार घोडदळ आमच्या नियंत्रणाखाली आहेच. पैकी काही जणांना तूर्तास आपापल्या मुलखात पाऊसकाळासाठी धाडले आहे. सध्याची आमची लष्करी ताकद आणि त्याची यादी सोबत जोडली आहे.

तूर्तास वखत बाका आणि अडचणीचा आहे. तरीही आपल्या पोर्तुगीज राजवटीशी असलेले आमचे पूर्वापार स्नेहसंबंध लक्षात घ्यावेत. आपण आमच्या अडचणीस कृपया उभे राहावे. आपल्या कोकणातील चेऊलच्या समुद्रकाठीच्या किल्ल्यामध्ये आमच्या स्त्री आणि मुलांना राजाश्रय देण्याची कृपा करावी. सध्याचा पाऊसकाळ आणि खराब हवामान यामुळे आम्हास आमच्या लेकरांची खूप काळजी वाटते. आमच्या परिवाराच्या तेथील होणाऱ्या खर्चासाठी आम्ही आपणास तोशीश पडू देणार नाही. त्या खर्चाप्रीत्यर्थ आमच्या ताब्यातील काही महसुली गावे लिहून देण्यास आमची तयारी आहे.

हा तातडीचा खलिता पाठवण्याचेही एक महत्त्वाचे कारण आहे. आमच्या शिवाजी नावाच्या सानुल्या सोनहिऱ्याची आम्हास खूप चिंता लागून राहिली आहे. कृपा करावी. राजाश्रय देण्यासाठी पोर्तुगीजांनी दरवाजा उघडावा. पुढील जिंदगीत एक वेळ आम्ही आमच्या सावलीला सोडू; पण तुमच्या दोस्तीस अंतर न देऊ! कृपया ह्या कठीण वेळप्रसंगी उभे राहावे, ही हात जोडून कळकळीची विनंती.

दुसऱ्या दिवशी रात्री उशिरा इनायत बाराबंदी स्वत: चेऊलास जाऊन टाकोटाक माघारीही आले. त्यांची आणि पोर्तुगीज कप्तान साहेबांची भेटही झाली होती. विवंचनाग्रस्त राजांनी त्यांना उत्सुकतेने विचारले, “काय झालं इनायत? काय म्हणाले कप्तानसाहेब? ते ओळखतात का नावानिशी आम्हाला?”

“राजे ऽ आपणास कौन नहीं पहचानता?” इनायत सांगू लागले, “कप्तान

ॲमतोनिओ हुजुरांनी आपली खूब बारीकीसे चौकशी केली. माझ्या हाजिरीमध्येच आपण पाठवलेला खलिता तीन बार वाचून काढला. उद्या सकाळी गोव्यास जाणाऱ्या पत्रांच्या थैलीतूनच ते आपल्याबाबत तिकडे मजकूर कळवणार आहेत.''

''गोव्यास?''

''हो. त्यांचं म्हणणं, बड्या पातळीवरचा हुकुमती मामला आहे. याबाबत कोणतं धोरण स्वीकारायचं त्याचा कौल वरिष्ठांकडून मिळणं आवश्यक आहे. त्याचसाठी गोव्याहून पोर्तुगीज गव्हर्नर हुजुरांची जरूर ती आगाऊ परवानगी घ्यावीच लागेल.''

शहाजीराजे मनातून खूप नाराज झाले. त्याच बेचैनीत राजांनी इनायतलाच सल्ला विचारला, ''काय वाटतं आपणाला? दिसते का उमेद एखाद्या झरोक्याची?''

''थोडा मुश्कीलही लगता है राजे।''

''ते का?''

''पहले तो, ज्या जल्दीनं आपणास त्यांच्याकडून मंजुरी हवी तेवढ्या गतीनं समोरचे फिरंगी हलतील असं वाटत नाही. शिवाय ते फिरंगी पोर्तुगीज आपल्यासाठी दिल्लीकरांसारख्या आणि विजापूरकरांसारख्या बड्या हुकुमतींचा रोष स्वत:च्या अंगावर कितपत ओढून घेतील याचीही शंका आहेच.''

कठीण काळाने ह्या राजपरिवाराला चांगलेच चिरडून काढायचे ठरविले होते.

राजांनी नाराजीने भर पावसात दंडाराजापुरीच्या माळावरचा तळ सोडला. वाटेत नागोठण्याजवळ दोन व्यापारी मित्रांना गाठले. आपल्या सोबतच्या पन्नास घोड्यांच्या आणि खेचरांच्या पाठीवरच्या पेट्या आणि बोचकी उतरवली. तूर्तास काही काळ म्हणून त्यातले सामान त्या मित्रांच्या वखारीत ठेवले. ज्यात जिजाऊंची उंची रेशमी लुगडी, राजांचे अव्वल पोषाख, सुवर्णाच्या समया, चांदीच्या उत्तम दागिन्यांनी खचाखच भरलेल्या पेट्या, शिवाय विजापूर, पुणे, सिंदखेड, फलटण अशी कोठून कोठून लग्नकार्यासारख्या मंगल प्रसंगी भेटीदाखल आलेली सोन्याची भांडी होती — जन्मभर साठवलेला तो अमूल्य ठेवा आणि आठवणींचा गुंता वाटेत कोणाच्यातरी हवाली करताना जिजाऊंचे काळीज तुटत होते; पण वेळकाळापुढे इलाज नव्हता.

पुन्हा पावसातून पनवेलीकडे प्रवास सुरू झाला. तिथल्या मुरंजन तथा प्रबळगडावर आश्रय घ्यायचे ठरले. चिखलाचा आणि खडकांचा रस्ता पार करत ठाकरवाडीच्या जंगलातून राजे आपल्या परिवारासह प्रबळगडावर पोचले. तो गड पावसात आणि धुक्यात चिंब भिजून गेलेला दिसत होता. बाजूचा कलावंतिणीचा भव्य सुळका आणि पल्याडचा माथेरान असे आजूबाजूचे सारेच डोंगर धुक्याच्या घट्ट चादरीत लपेटून गेले होते.

ह्या मुलखात कारवी, करवंदी अशा गच्च झाडझाडोऱ्याची दाटी होती. सततच्या पावसाने खडकांचेच नव्हे तर झाडांचे बुंधेही शेवाळून गेले होते. तिथे आधी

पोचलेली सैनिकांची पथके कामास आली. त्या भर चिखलपावसातही जिजाऊसाहेब गडावरच्या गणेशाच्या झिजल्या मूर्तीला आणि शेंदराने सजवलेल्या हनुमंताला साकडे घालत होत्या. आपल्या लेकराच्या प्रकृतीला आराम पडावा यासाठी सर्व देवदेवतांना आर्जवे करत होत्या. शिवबांची प्रकृती अगदीच तोळामासा झाली होती. कोकणातल्या प्रचंड पावसाची झड इथेही सर्वांना अनुभवायला मिळत होती. बाळराजे मध्येच जागे व्हायचे. तिथल्या वाड्याच्या खिडकीतून बाहेरच्या जंगली जाळ्यांकडे एकटक पाहत राहायचे. गडावरच्या मंदिरातून, वाड्यातून सर्वत्र ओल पाझरली होती. भिंतीवर हिरवट बुरशी चढत होती.

एकदा दुपारी पाऊस उघडला होता. बाजूच्या हिरव्या झाडाझुडपांत रानवारा खेळू लागला होता. तेवढ्यात बाळराजांनी आपल्या मातोश्रींना हाक मारली आणि खिडकीतून हात बाहेर काढत ते बोलले, "आऊ आऊ! इकडे या —"

"का हो, काय झालं बाळराजे?"

"तिथे खाली बघा ना—काय दिसतं बघा त्या हिरव्या जाळीत."

"कुठे? आम्हास तर काहीच दिसत नाही."

"नाही कसं आऊसाहेब? बघा ना, तिथला तांबूस जाळासारखा सोन्याचा प्रकाश."

जिजाऊंनी बराच वेळ त्या झाडीत निरखून पाहिले, तरी त्यांना तिथे काहीच दिसत नव्हते. त्यांच्या काळजात धस्स झाले. कदाचित दीर्घ आजारामुळे बाळराजांना भ्रम तर होत नसावा?

अद्यापि पाऊसही थांबला नव्हता. शहाजहान पातशहाही थकला नव्हता. दूर मांडूच्या किल्ल्यावर राहूनही तो सह्याद्रीच्या आणि बालाघाटातील आपल्या स्वारसैनिकांना स्वस्थ बसू देत नव्हता. त्या सर्वांना शहाजीराजांविरुद्ध नाचवत होता.

मुरंजन किल्लाही म्हणावा असा सुरक्षित नव्हता. त्यातच मध्यरात्रीचे हरकारे गडावर पोचले. त्यांनी शहाजीराजांना स्पष्ट सांगितले, "राजे, जमेल तेवढ्या लवकर इथून बाहेर पडा."

"का रे? काय खबर आणलीत?"

"काल दुपारीच कर्जतकडच्या डोंगरातल्या कातोड्याच्या पोरांनी एक अजब प्रकार बघितला."

"कसला?"

"त्या अरण्यातल्या सिडी घाटाने कोणीतरी बडा मुसलमान सरदार खाली उतरत होता. बडा फौजफाटा आहे त्याच्या सोबत."

ते ऐकल्याबरोबर राजे विचारमग्न दिसले.

"उगवत्या सूर्याबरोबर ती भुतं केव्हाही इथपर्यंतचा पल्ला मारू शकतात."

पुन्हा एकदा पहाटे स्वारसैनिकांसह राजांनी तो किल्ला उतरायला सुरुवात केली. सोबत वैद्यांचा आणि हकिमांचा तांडा होताच. तरीही शिवबांची प्रकृती हा खूपच मोठा चिंतेचा विषय बनत चालला होता. ते कमालीचे दुबळे बनले होते. त्यांना पालखीत बसवेना. घोड्यावर बसणेही त्यांना जिकिरीचे होते. तेव्हा शहाजीराजांनी त्यांना आपल्या पोटाशी बांधले. राजे घोड्यावर बसले. पित्याच्या छातीची ऊब लागली म्हणून की काय बाळराजांना बऱ्याच दिवसांनी छान गाढ झोप लागली होती. बाळ घोरू लागल्याचे पाहून शहाजीराजांच्या मनाचा घोरही थोडा कमी झाला.

वाटेत कल्याण बंदरात पोचतापोचता कडुसे पडले होते. अंधार वाढत चालला होता. तिथला दुर्गाडीचा किल्ला म्हणजे प्रत्यक्षात एखाद्या टेहळणीच्या बुरुजासारखाच होता. त्यामुळे तिथे उघड्यावर ससैन्य थांबणे धोक्याचे होते. राजांची वाटचाल झपाट्याची आणि गुप्त होती. त्यामुळे बिनीचे लोक पुढे पाठवले नव्हते. दुर्गाडीजवळ अंधारात नावा आणि होडकी नांगरून आंबेकरी आणि कोळी निघून गेले होते. राजांची पथके आजूबाजूच्या गावांत फिरून नावकऱ्यांना शोधू लागली.

राजे सहज उठले आणि बाजूच्या झाडांपलीकडे गेले. ते लवकर माघारा येईनात, तशी जिजाऊंना शंका आली. त्यांनी मांडीवरच्या बाळराजांना दासींच्या हवाली केले आणि त्या पट्कन पुढे झाल्या, तर राजे झाडांच्या आड तोंड लपवून अश्रू गाळत होते. जिजाऊंचे काळीज हलले. सैनिकांच्या समोर राजाने अश्रू गाळणे हे पाप ठरते! शहाजीराजांची ती अवस्था पाहून गडबडून गेलेल्या जिजाऊंनी आवेगाने राजांना मिठी मारली. मग त्या दोघांनीही बाजूच्या जांभूळ वृक्षाला आपल्या मिठीत घेतले. वारा वाहत होता. जांभळीच्या जाड पानांवरून पावसाचे थेंब खाली पडत होते. जणू शहाजीराजांची आणि जिजाऊंची ती जीवन कसोटी पाहून वृक्षही अश्रू गाळत होते.

राजांना धीर देत आणि हळूच रागाने जाबसाल करत जिजाऊंनी विचारले, "स्वारींच्या डोळ्यांत आसवं? अहो, आपण हे काय चालवलंत?"

"राणीसाहेब, अहो प्रसंगच तसा आलाय."

"आम्हाला नाही पटत हे. अहो आपल्यासारख्या अर्धा हिंदुस्थान पायाखाली तुडवलेल्या धीरगंभीर, श्रेष्ठ पुरुषास मी बापडीने समजवावं तरी कसं? सांभाळा हो स्वत:ला ऽऽ"

"जिजाबाई हा शहाजी आपल्या पुऱ्या जिंदगीमध्ये कधीही कोणा महाभूतांना किंवा महासत्तांना घाबरला नाही. बरं कोणा अस्मानी किंवा सुलतानी संकटांनीही आमच्या धैर्यसमुद्राचा कधी बाल बाका केला नाही; पण आमच्या या बाळराजाच्या, शिवबाच्या प्रकृतीची ही हेळसांड पाहून आम्ही आतून खूप हादरून गेलो आहोत राणीसाहेब."

"राजे ऽ!"

"होय हो, आपल्या साताजन्माची पुण्याई म्हणून देवाने शिवबा नावाचा हा सोन्याचा कुंभ आपल्या पोटी दिला आहे. त्याच्यासाठीच आमचं काळीज कणाकणानं तुटत चाललं आहे. स्पष्टच सांगायचं, तर ह्या वेड्या बापाचं मन दाही दिशांना मिठ्या मारत टाहो फोडतंय. देवा ऽ हा सोन्याचा ठेवा आमच्या जवळच राहायला हवा!"

"राजे! नका चिंता करू. ह्या अशा भयाण संकटांच्या आणि चढ-उतारांच्या चरकात सापडलेली तुमची-आमची जिंदगी, तिकडे चार हजाराची फौज घेऊन झाडापहाडांत लढणारे आपले ज्येष्ठ चिरंजीव शंभूबाळ काय, हा शिवबा काय— आपलं जगणं, लढणं, पडणं, पुन्हा घडणं हा सारा भाग म्हणजे कसल्यातरी दैवी शक्तीच्या वरदानाचंच स्तोत्र नसेल का?"

"राणीसाहेबऽऽ?"

"राजेऽऽ 'म्हाराष्ट्र' भूमीची, तिच्या स्वराज्याची मंगल स्वप्नं अजून अपुरी आहेत. आमचं ज्ञान तोकडं. आमच्या माहेरात, सिंदखेडात आम्ही जे काही ज्ञान बड्या पंडितांच्या मुखातून ऐकलं आहे, पित्याकडून मिळवलं आहे, त्याचं सार म्हणून मी बापडी इतकंच म्हणेन की अशा अपूर्व स्वप्नांचे कवडसे क्वचितच एखाद्याच्या वाट्याला येत असतील."

"होय राणीसाहेब! स्वप्नं, फक्त स्वप्नंच ती! त्यांना वास्तवाची माती चिकटली नाही, तर वृक्षांची पतझड काय नि ही स्वप्नं काय, काय अर्थ उरतो या सर्व पोकळ गोष्टींना?"

◆

माहुलीच्या दंडाबेड्या आणि हद्दपारी

दिवसभराची दौड केल्यावर समोरचा बसका टप्पा संपला. पुढे उथळ दरीच्या खोबणीला शहापूर गाव दिसू लागला. तिथेच डाव्या हाताला माहुलीगडाची ती प्रचंड लांबचलांब पर्वतरांग नजरेत भरली. गड साधारण तीन हजार हात उंच, बेलाग, अनेक भव्य कड्यांनी आणि खोलगट दऱ्यांनी नटलेला होता. त्याच्या

उजव्या बाजूच्या पर्वतरांगेतले काही डोंगरकडे कोसळून, तुटून त्यांना उंच सुळक्यांचा आकार प्राप्त झाला होता. ते मोहरमच्या जुलुसातील निमुळत्या मीनारांसारखे दिसत होते.

सायंकाळच्या सोनेरी उन्हात तिथले दृश्य मोठे विलोभनीय भासत होते. अनेक दऱ्यांनी, पर्वतमाथ्यावरून काटकोनात सरळ खाली कोसळणाऱ्या ओढ्यांनी आणि जलप्रपातांनी तो मुलूख नटला होता. माहुलीच्या तटबंदीजवळ राजांची पथके पोचण्याआधीच अलीकडच्या एका ओढ्याजवळ काही लष्करी बेहडे उतरलेले दिसले. तिथली भगव्या झेंड्याची फरफरती निशाणी राजांच्या दृष्टीस पडली. त्यावरून तो शंभुराजांचाच तळ असल्याचे शहाजीराजांनी तत्काळ ओळखले.

संभाजीराजे नाणेघाटातून मुरबाडवरून मधला डोंगर पार करत सकाळीच तिथे पोचले होते. आपल्या जीवनातील पहिल्या मोहिमेवरून सुखरूप परत आलेल्या आपल्या तेरा वर्षाच्या कुमार संभाजीराजांना बघताना शहाजीराजांना आणि जिजाऊंना अतीव आनंद झाला. बऱ्याच दिवसांनी माता-पित्यांचे दर्शन घडल्याने संभाजीराजांनाही आनंदाचे भरते आले. त्यांनी धाव घेतली. त्या तिघांनी एकमेकांना कडकडून आलिंगन दिले.

त्या तिघांच्याही एक गोष्ट ध्यानात आली, कोणीतरी त्यांच्या पायांजवळ बिलगले आहे. संभाजीराजांचे लक्ष आपल्या धाकट्या भावाकडे जाताच त्यांनी 'शिवबा ऽऽ' अशी आनंदाने हाक मारली. दुसऱ्याच क्षणी त्यांनी शिवबांना झट्कन उचलले आणि आपल्या पोटाशी धरले. छोट्या शिवबांच्या प्रकृतीला आज बऱ्यापैकी आराम वाटत होता. संभाजीराजांच्या चर्येवरच्या कोवळेपणावर मोहिमेच्या भागादौडीने रापलेपणाची पुटे चढली होती.

तिथे वाहत्या ओढ्याकाठीच सप्पय पाषाण बघून राजांचे कुटुंब काही क्षणांसाठी बसले. दिवस मावळतीकडे झुकत होता. पावसाने बऱ्यापैकी उघडीप दिली होती. तोवर कारभारी आणि बिनीवाल्यांचे पथक पुढच्या तजविजीसाठी किल्ल्याकडे रवाना झाले होते. शंभूराजांनी दबक्या आवाजात विचारले, "आबासाहेब, आता पुढची पावलं कशी टाकायची?"

"बाळराजे, आम्हाला जेरबंद करण्यासाठी शहाजहान पातशहा हट्टास पेटला आहे. काळ कठीण आहे. वेळा बिकट आहेत. अन् शेवटी गाठ दिल्लीपतीशी आहे."

तेवढ्यात राजांचे अंमलदार निळकंठपंत, पिलाजीपंत आणि इतर जण सामोरे आले. तेव्हा शहाजीराजे सर्वांवर करारी नजर फेकत बोलले, "लक्षात ठेवा. आज रात्रीचाच गड चढून वर जाऊ. गडाचा एकदा ताबा घेऊन तो विजापूरकरांच्या आणि दिल्लीकरांच्या विरोधात किमान सहा महिने भांडता, झगडता ठेवला पाहिजे."

"पण—पण राजे इथला किल्लेदार लगेच दरवाजा उघडेल का?" पिलाजीपंतांनी घाबरत विचारलं.

"आपणास म्यानातून तलवारी बाहेर उपसायचीही इथं जरूरत लागणार नाही. चिंता नको."

"ते कसं राजे?" जिजाऊंनी पट्कन विचारले.

"कारण ह्या किल्ल्याचा ठाणेदार माझा भाऊ मंबाजी आहे. सारं काही ठीक होईल." राजे आत्मविश्वासाने म्हणाले.

गडाच्या तळवाटीलाच गस्तीची पथके फिरत होती. अंधार पडला होता. पलिते पेटले. त्या नीरव शांततेत दऱ्या-डोंगरांतून कोसळणाऱ्या श्रावणातल्या त्या जलधारांचे आवाज कानावर स्पष्ट ऐकू येत होते. गस्तीच्या पथकांनी शहाजीराजांची दले तत्काळ ओळखली. तशी त्यांची पळापळ उडाली. गडाचा माथा बराच उंचावर आणि पल्लेदार होता. त्यामुळे तळावरचे सामान पाठीवरून नेताना गाढवांची पथके, खेचरे आणि ओझ्यांचे बैलही खूप मेटाकुटीस आले.

त्या अवचित रात्री पलित्यांच्या प्रकाशात शहाजीदादा, जिजावहिनी आणि आपले पुतणे बघताच मंबाजीचा अहंकार गळून पडला. त्याने आपल्या मोठ्या चुलतबंधूंना, राजांना मिठी मारली. माथ्यावरच्या राजवाड्यात पोचायला पहाट झाली. त्याआधीच मंबाजीने पळत्या हरकाऱ्यांना पुढे पाठवून वाड्यात भोजनाची चोख व्यवस्था केली होती. भोजने उरकताउरकता बाहेर उजाडले. काळोख संपून श्रावणातली गडावरची हिरवी, कोवळी सकाळ दिसू लागली.

सकाळी अंथरुणाला पाठ न लावता आपल्या रोजच्या उत्साहानुसार शहाजीराजांनी घोड्यावर मांड ठोकली. मंबाजी सोबतीला होताच. किल्ल्यावरून त्या दोघा बंधूंचा फेरफटका सुरू झाला. कोकणातला माहुलीचा तो पुराणा आणि ढालगज किल्ला. अहमदनगरची निजामशाही स्थापन करणारा महम्मद बाटगा इथेच काही काळ राहिला होता. निजामशाहीच्या आरंभीच्या किल्ल्यांपैकी तो गड होता. त्याचा घेर अर्धा मैल लांब आणि रुंदीही तशीच भव्य होती, वास्तवात एकाऐवजी तिथे तीन किल्ले होते. दक्षिणेचा भंडारगड आणि उत्तर टोकाचा पळसगड. पाण्याची व्यवस्था उत्तम होती; मात्र चोहीबाजूचे प्राचीन, दाट अरण्य भीतिदायकच होते. घोड्यावरच्या दौडीत राजांनी भविष्याची जुळणी केली. इथली निसर्गसंपत्ती त्यांनी लक्षात घेतली. ते जिजाऊसाहेबांसह आपल्या जवळच्या सहकाऱ्यांना खात्रीने म्हणाले, "आपण थोड्या लष्करानिशीसुद्धा हा गड किमान सात-आठ महिने लढवू शकतो!"

दुसऱ्या दिवशीच हेजीब खबर घेऊन आले– कल्याणची खाडी ओलांडून रणदुल्लाखान वेगाने माहुलीकडे सरकतो आहे. त्याच दिवशी सायंकाळी दुसऱ्या खबरा आल्या. खान झमान नाणेघाट उतरून इकडेच यायला निघाला आहे, दोन

दिवसांत त्याची घोडी किल्ल्याच्या तटाला भिडतील.

चारच दिवसांच्या आत एकीकडून मोगलाई पथके घेऊन खान झमान आणि दुसरीकडून आदिलशाही फौज घेऊन वृद्ध, अनुभवी रणदुल्लाखान माहुली गडाच्या पायथ्याला भिडले. लढाईच्या नमनाआधी रणक्षेत्राचा अभ्यास होणे गरजेचे असते.

आदिलशाही आणि मोगलाई फौजेतील बिनीची पथके तत्काळ त्या भव्य गडाच्या अवतीभोवती प्रदक्षिणा घालू लागली; पण गडाची एक प्रदक्षिणा पूर्ण करण्यास त्यांना वेगाच्या गतीनेही दीड दिवसाचा देर लागला. शत्रूंचे सेनानायक रणदुल्लाखान आणि खान झमान दिवसाउजेडी त्या अवाढव्य गडाच्या विस्ताराकडे तास न् तास बघत राहिले. किल्ल्याचा विस्तार आणि उंची यांचा साधारण हिशोब समजताच त्यांच्या पोटात भीतीचा गोळा उठला; कारण माहुलीचा विस्तार इतका प्रचंड होता की, त्या किल्ल्यावरून खालच्या दरडीने चौऱ्याऐंशी नाली म्हणजेच लहान पाणवाटा आणि पायवाटा फुटल्या होत्या. त्यामुळेच एका ओढ्याचे पाणी ओघळीतून दुसऱ्या ओढ्यात जाणे, पुन्हा उंचवट्यावरून परत नाल्यात घुसणे, अशा चौऱ्याऐंशी नाली पार करणे हा साराच प्रकार खूपच कठीण आणि जिकिरीचा बनला होता. कधी नव्हे ते दोन्ही फौजांतील घोडी आणि घोडेस्वार बीमार पडून आपापल्या जागी कोलमडल्यासारखे झाले होते.

किल्ल्याच्या खालच्या तळवटीने रणदुल्ला आणि खान झमान उसासे टाकत माहुली गडाकडे पुन:पुन्हा बावरून बघत होते.

तेव्हा त्या भव्य किल्ल्याकडे नजर टाकत खान झमान म्हणाला, ''पातशहा सलामतच्या हुकुमानुसार अजिबात वखत न दवडता मला या किल्ल्याच्या माथ्याकडे धाव घ्यायची आहे. एखादा बंदर पकडावा तशा शहाजीच्या अंगात दंडाबेड्या ठोकून त्यांना लगेच नेऊन मांडूच्या गडावर पातशहापुढे पेश करायचं आहे.''

''मग लगेच पथक पाठवून शहाजहान साहेबांची मंजुरी मिळवलेली बरी.''

''ती कशासाठी?''

''किल्ल्याच्या माथ्यावर छापा मारून शहाजीराजांना पकडायचं, तर तुमची ख्वाईश पुरी करण्यासाठी माहुली किल्ल्याभोवतीच्या दरडी चढून वर जाताना किमान बारा हजार मोगली शिपायांच्या मुडद्यांचा तुम्हाला सडा घालावा लागेल. बस् एवढं केलंत की शहाजीची मुंडीच तुमच्या मुठीत येईल.''

रणदुल्लाखानचे ते वास्तव भाष्य ऐकून खान झमानचे अंग थरारून गेले.

दोन्ही फौजांनी आवश्यक तेवढी पाच हजाराची फौज किल्ल्याभोवती पेरली होती. साधारण तेवढेच सैनिक त्यांच्याकडे युद्धासाठी बाकी होते. किल्ल्याच्या खालच्या बाजूने जागोजाग अनेक बांधीव चौक्या होत्या. पावसाळ्यात तर जवळपासचे काही दिसायचे नाही. सायंकाळपासूनच अंधार इतका कभिन्न पडायचा की डाव्या

हाताची उजव्या हाताला ओळख पटायची नाही.

शहाजहानकडून खान झमानवर खूप दबाव वाढत होता; मात्र वाढीव सैनिकांच्या आणि शस्त्रास्त्रांच्या त्याच्या मागणीकडे पातशहा अजिबात लक्ष देत नव्हता. माहुली किल्ल्याची प्रचंड ढाल आणि सह्याद्रीची पर्वतराजी शहाजीराजांच्या मदतीला धावून आली होती. आता दुश्मनांच्या दोन्ही फौजांना इंतजार करत बसण्याशिवाय अन्य उद्योग उरला नव्हता. त्यांना एकच भाबडी आशा होती. ती म्हणजे एक ना एक दिवस किल्ल्यावरची रसद संपणार होती. त्याचाच इंतजार बाकी होता.

बघताबघता तीन महिने लोटले. राजांच्या सोबत गडावर खाणारी तीन हजार तोंडे होती. लढाऊ आणि ओझ्याची धरून जवळपास चार हजार जनावरे होती. हळूहळू गडावरचे धनधान्य आणि वैरणचारा संपत चालले होते. त्याची शहाजीराजांना पुरती जाणीव होती. गडाखालचे पाहुणे वेढा देऊन कोणत्या कारणासाठी बसून आहेत, कसला इंतजार करताहेत हेही त्यांना ठाऊक होते. त्यामुळेच रित्या पडणाऱ्या धान्याच्या कणग्या आणि सपाट होत चाललेल्या गवताच्या गंज्या बघूनच राजांना तडजोड करणे भाग पडले. त्यांनी तिसऱ्या महिन्यापासून वाटाघाटींसाठी मान डोलावली.

प्रथम मोगलांचा अंमलदार खान झमान भेटीस येणार असल्याचा सांगावा पोचला. मात्र राजांनी उलटा निरोप पाठवून आपण आदिलशाही सरदाराचीच पहिली भेट घेऊ अशी अट टाकली. शेवटी एके दिवशी दुपारी आपल्या अंमलदारांबरोबर रणदुल्लाखान वाड्यातल्या चौकात उगवला. राजांनी आणि रणदुल्लाने एकमेकांकडे फक्त बघितले, अन् दोघेही 'मेरे दोस्त, मेरे भाई ऽ' अशा आरोळ्या ठोकत एकदुसऱ्यास सामोरे गेले. त्या दोघांनी एकमेकांस कडाडून मारलेले आलिंगन बघून बाकी सर्वांचीच दातखिळी बसल्यासारखे झाले. बैठक सुरू होताच रणदुल्लाने आपल्या वडीलकीच्या अधिकाराने राजांना ललकारले, "शहाजी मेरे भाई—हे असे जिंदगीभर किती काळ दौडणार आहात तुम्ही?"

"हा गुन्हा तुमचा आहे, आमचा नव्हे."

"तो कसा?"

"खानसाहेब, मुलूख आमचा आणि राज्य तुमचं. मरणारे सैनिक आमचे आणि फतेहचे झेंडे तुमचे. हे दुर्दैव आहे आम्हा भूमिपुत्रांचं. बाकी काही नाही."

दरम्यानच्या काळात रणदुल्लाच्या फौजेत असलेले कान्होजी जेधे आणि दादाजी लोहकरे राजांना येऊन भेटले. समवयस्क कान्होजीबाबा मूळचे मावळातले एक बडे वतनदार देशमुख होते. जेव्हा रणदुल्लाखान कृष्णेकाठच्या रहिमतपूरचा सुभेदार होता, तेव्हापासूनच जेधे त्यांच्या सेवेत दाखल झाले होते. आता तर विजापुरी फौजेत मानाच्या जागेपर्यंत जाऊन पोचले होते. कान्होजींनी राजांना भेटून

त्यांचे कौतुक गात सांगितले, "सुलतानांच्या आणि पातशहांच्या फौजांत सरदार म्हणून अनेक मराठा घराणी आजवर सामील झाली असतील. अनेकांनी धनदौलती कमावल्या असतील; पण शहाजीबाबा तुमची रीतच न्यारी."

"अरे कान्होजी, फक्त माझं कौतुक गाण्यापुरता हा विषय अधुरा ठेवू नकोस."

"म्हणजे?"

"तू आपल्या मुलामाणसांच्या, ह्या मावळमातीच्या भल्यासाठी काय करशील ते पहिलं सांग."

"राजे, आपण फक्त एकच करावं. एकदा वाटाघाटी सुराला लागल्या की रणदुल्लाकडून मला आणि ह्या दादाजीला आपल्या सेवेत आणि सावलीत दाखल करून घ्यावं. उरलेली पुरी जिंदगी आम्ही तुमच्याच पायी वाहू."

खान झमान, रणदुल्लाखान आणि शहाजीराजे ह्या त्रिवर्गात नित्यनियमित वाटाघाटी सुरू झाल्या. पेमगडावरच्या निजामशाहीचा शहाजीराजांचा प्रयोग शहाजहानला बिलकूल आवडला नव्हता. दक्षिणेत आधीच कार्यरत असणाऱ्या तीनतीन, चारचार इस्लामी राजवटी ही दिल्लीसाठी डोकेदुखी होती. त्यात उग्र मराठ्यांनी स्वत:चेही राज्य बांधणे त्याला अजिबात खपणारे कृत्य नव्हते. मोगलांची दक्षिणेतली सरहद्द शांत ठेवायची म्हणूनच त्याने निजामशाहीचा नष्टावा घडवून आणला होता. दौलताबादच्या चिलखती तटबंदीला खिंडारे पाडली होती. खऱ्या अर्थी त्याला निजामशाहीचा मागमूसही शिल्लक ठेवायचा नव्हता. त्यासाठी शहाजींकडे असलेल्या मुर्तुजाचा आणि बेगमेचा त्याला ताबा हवा होता. त्रिमलच्या किल्ल्यातील आपल्या त्या आश्रितांना पातशहाकडे सुपूर्द करायचे शहाजीराजांनी मान्य केले; पण त्याआधी त्यांना समोरच्या पक्षाकडून आपल्या पदरात काही गोष्टी पाडून घ्यायच्या होत्या. त्यांनी आरंभीच सांगून टाकले, "हे बघा, आपला हा तहाचा गाडा मार्गी लावायचा असेल, तर आम्हाला आमचे पूर्वापारचे अधिकार द्यावे लागतील, मग राजकारण कसंही आकार घेऊ दे."

"आपले कोणते अधिकार?"

"नीरा नदीच्या पात्रापासून ते भीमेच्या काठापर्यंतचा मधला भूभाग, म्हणजेच आमची पुण्याच्या आणि सुप्याच्या प्रांताची दौलत. ती आमच्याकडेच राहायला हवी."

राजांच्या त्या प्रस्तावाला आपापल्या हुजुरांची मान्यता जरूर मिळवू, असा शब्द खान झमानने आणि रणदुल्लाने देऊन टाकला.

एके दिवशी राजांनी एकट्या खान झमानलाच पाचारण केले. त्यांनी स्वत:जवळचा मुद्रांकित खलिता त्याच्याकडे सुपूर्द करत सांगितले, "आमचा हा अतिशय महत्त्वाचा संदेश पातशहा शहाजहान साहेबांकडे ते असतील त्या ठिकाणी तत्काळ पाठवून द्यावा."

"इतनी जल्दी? आखिर बात क्या है?"

"हे बघा, खोल विचार करून आम्ही आता ह्या नतिजाला पोचलो आहोत की परिस्थितीमुळे या वयात आम्हाला कोणाची तरी नोकरीचाकरी करावीच लागणार आहे. तर ती आदिलशाहीची कशाला? सरळ दिल्लीकर पातशहाचेच ताबेदार बनू की आम्ही!"

"सुभानअल्ला ऽ! क्या सोच है!"

त्यानंतर काही दिवसांनी शहाजीराजांची आणि रणदुल्लाची भेट झाली. त्याने राजांना आपण तातडीने मसुदा विजापूरला पाठवल्याचे सांगून टाकले. आता रणदुल्लाची तबियत खूप वाढली होती. त्याचा शरीरातला पूर्वीचा फौजी चपळपणा जाऊन तो आता बऱ्यापैकी फोफसा दिसू लागला होता. तो राजांना सांगू लागला, "शहाजी, मेरे दोस्त! अल्लाच्या द्वारी जाण्यापूर्वी तुमच्या हिताच्या काही गोष्टी मार्गी लागाव्यात असं मला वाटतं."

"धन्यवाद खानसाहेब, आपल्या यारीदोस्तीबद्दल."

"पण राजा, सुन ले आमच्या विजापुराकडचा एक मुहावरा—मेरा प्यार तुझपर और तेरा दिल उँटनीपर!"

"असं कोड्यात कशाला बोलता? खुल्लं सांगा की खानसाहेब!" शहाजीराजांनी विचारले.

"तुमचं कायमचं बस्तान बसावं म्हणून मी इकडे झटतोय; परंतु तुमचा जीव मात्र त्या मोगलांकडे धावतोय!"

खानसाहेबांच्या या बोलावर शहाजीराजांनी उत्तर देणे टाळले. असेच काही दिवस गेले. शहाजहानला लवकरात लवकर दख्खनचा गुंता मिटवायचा होता. त्यासाठी बनवलेला मसुद्याचा खर्डा सहा-सात महिन्यांपासून तयारही होता. पातशहाने त्या कराराचे एवढे मनावर घेतले होते की, त्याने आपल्या अंमलदारांना लेखी आदेशच दिला होता की, माझ्या जिंदगीतील ह्या अत्यंत महत्त्वाच्या सुलूखाचा तर्जुमा मला सोन्याच्या पत्र्यावर कायमस्वरूपी कोरून ठेवायचा आहे.

माहुलीवर शहाजीराजांची खूप कोंडी झाली होती. दक्षिणेतला सर्वांत पोलादी बाण्याचा, कर्तृत्ववान आणि कुशाग्र बुद्धीचा सरदार अशी त्यांची हिंदुस्थानभर कीर्ती पसरली होती. असे असूनही त्यांचे भविष्य अंधारात होते. पुण्यातले वाडे जाळल्यानंतर राहायला स्वत:चे घर नाही, डोक्यावर छप्पर नाही. नुकतेच काही महिन्यांपूर्वी संगमनेरच्या लढाईत पातशहाच्या मेहुण्याला, शाहिस्तेखानाला दोन महिने जेरीस आणणारे संभाजी नावाचे थोरले चिरंजीवही तसेच पित्यासोबत अडकून, खोळंबून पडले होते. उभ्या घरादाराची ती विचित्र अवस्था पाहून जिजाऊंचे काळीज तीळतीळ

तुटत होते.

एके दिवशी खान झमान किल्ल्याची दरड चढत उत्साहाने भेटीला आला. त्याच्या एकूण आविर्भावावरून राजांनी ताडले की निश्चितच शहाजहानकडून आपल्या खलित्याचा जबाब आला आहे. राजांनी तत्काळ तो खलिता उघडून डोळ्यांसमोर धरला. पातशहाने लिहिले होते, "शहाजीराजे—आपल्यासारख्या मानी, धुरंधर आणि कीर्तिवान सरदाराने आम्हा मोगलांची ताबेदारी आणि अंमलदारी मान्य करण्याचं कळविलं आहे. हमारे मुघल सुभेदार बननेमें आपको खुशी जरूर मिलेगी। लेकिन एक पातशहा रहनेके बावजूद भी आपका मालिक बनना इस शहाजहानके बसकी बात नहीं ऽ! आम्हाला ते परवडणारंही नाही."

पातशहाच्या त्या स्पष्ट खलित्यानंतर शहाजीराजांची काळजी अधिकच वाढली. नेमके ह्या दोन्ही सत्तांच्या मनामध्ये आपल्याबाबत कोणते विचार आहेत याचा त्यांना बोध होईना; मात्र अशाच एका दुपारी रणदुल्लाखान भेटीस आले आणि अत्यंत खुशीने सांगू लागले, "मुबारक हो राजासाहब, आपने जैसा सोचा था, जितना मांगा, वे सारी मांगे मंजूर करवा दी गयी है। आपल्या चाहतीनुसार पुण्याची आणि सुप्याची जहागिरी तुम्हाला बिनशर्त मंजूर झाली आहे."

"अरे वा ऽ" राजांच्या ओठातून पट्‌कन शब्द बाहेर पडला. कितीतरी दिवसांच्या प्रतीक्षेनंतर काहीतरी चांगले ऐकायला मिळाले होते.

"लेकिन हुजूर, एक बात है," मध्येच तोंड घालत पातशाही सरदार खान झमान सांगू लागला, "जागीर जरूर मिलेगी, लेकिन जागीरदार अपनी जागीरमें नहीं रहेगा।"

"ही कोणती मुसीबत घेऊन आलात?"

"सुनो राजाजी—तुमचं नुकसान काहीच नाही. इथली तुमची धनदौलत, जायदाद सारं काही तुमच्याच घराकडे राहील. याउलट मुनाफेकी बात म्हणजे आदिलशहा सोबत आपको बिजापूर लेके जायेंगे और वहाँ बडे सरदार बनायेंगे।"

राजे प्रचंड तणावाखाली आले. या कौलकरारामध्ये राजांना पोटात न घुसता जीवघेण्या जखमांची, कळावेदनांची प्रचिती देणारा एक जादुई खंजर दिसत होता. त्या साऱ्यात काही गमावल्याचे दुःख नव्हते; परंतु काही कमावल्याचा आनंदही अजिबात नव्हता. थोड्या वेळाने खान झमान गडाखाली आपल्या डेऱ्यात निघून गेला. रणदुल्लाखान पाठीमागे रेंगाळला. मग ते दोघे दोस्त वाड्यात आले. खाणेपिणे सुरू झाले. त्या दोघांच्या थंड्या हालचाली पाहून जिजाऊसाहेबांचेही काळीज हलले.

राजांच्या सर्वांगातून जाणवणाऱ्या दुःखाच्या, संतापाच्या आणि विवंचनेच्या रंगाचा अंदाज रणदुल्लाखानाला आला. भोजनावेळी अचानक राजांच्या हातातला

घास खाली थाळ्यात गळून पडला, तेव्हा त्यांच्या पाठीवर ममतेचा हात ठेवत रणदुल्लाखान बोलला, "दोस्त ऽ फिकीर काय करतोस? ते आमचे उलट्या काळजाचे इस्लामी वीर तुला जागीर देताहेत."

"पण खानसाब, मी माझ्या जहागिरीचा जहागीरदार बनायचं नाही म्हणतात त्याचं काय?"

"इसमें डरने की बात क्या? एवढी धैर्यवान जिजाभाभी जैसी 'जागिरदारीण' देवाने तुझ्या वाट्याला दिली आहे. मला खात्री आहे, तू इकडे नसलास तरी तुझ्या जागिरीमध्ये हमारी जिजाभाभी कर्तृत्वाची कसर कधीच पडू देणार नाही."

आपल्या परधर्मीय मित्राने आपल्या सुख-दुःखाच्या उमाळ्यावर नेमके बोट ठेवावे याचे शहाजींना आणि जिजाऊंना मोठे समाधान वाटले. त्या दोघांचे डोळे अश्रूंनी भरले. न राहवून शहाजीराजांनी रणदुल्लाखानाला विचारले, "रणदुल्लामियाँ, अरे बाबा, तू त्यांच्या गोटातला बडा माणूस आहेस. तू तरी सांगशील? माझ्या-भोवती कुबुद्धीने रचल्या गेलेल्या ह्या, ह्या भयानक चक्रव्यूहामागची नेमकी वजह काय आहे?"

"साफ साफ बता दूँ , तो शहाजहान पातशहा अगदी जिद्दीला पेटला होता. त्याने आमच्या आदिलशहा साहेबांना सक्त शब्दांत फर्मावलं—शहाजी भोसला नावाच्या ह्या अफाट मराठ्याने ह्या बादशहाच्या जिंदगीतली सात वर्षं कुरतडली आहेत. ये सुलूख जैसे हम चाहते है, वैसा अगर नहीं बनेगा, तो मैं आपकी गर्दन नहीं छोडूंगा। अगर उस शहाजीको पुणे की जागीर इतनी प्यारी है, तो खुशीसे दे दीजिए। लेकिन उसे आप अपने साथ आपके बिजापूर नगरीमें ले जाईए। चाहें तो उसे बडेसे बडा सिपासालार बनाईये—लेकिन बिजापूरमें!"

"पण रणदुल्ला, का? असं का?"

"शहाजहान पातशहाका साफ साफ हुक्म था—किसीभी हालातमें इस शहाजी मरगठ्ठेको सह्याद्रीके पहाडोंमे रहने नहीं देंगे। क्योंकि जहाँ शहाजी मराठा खडा रहता है वहाँके पत्थर उसीके मुहोब्बतमें पिघल जाते हैं। बारूदखानेके बगलमे आग जलाना जितना खतरनाक होता है, उतनाही शहाजी जैसे मरगठ्ठे पहाडोंमें रखनेमें धोखा है।"

राजपरिवार माहुली किल्ला सोडून बाहेर पडायच्या तयारीला लागला होता. सेवकांची, शागीर्दांची, खिदमदगारांची आणि कुणबिणींची गडबड उडाली. तिथून बाहेर पडण्यापूर्वीच राजांनी आपल्या मनाशी काही आडाखे बांधले होते. पुण्याजवळच्या खेडेबेहरे गावच्या आपल्या वाड्यात तूर्तास जिजाऊंची आणि शिवबांची व्यवस्था करण्याचे नक्की झाले होते. तिथली डागडुजी आणि बाकी इंतजाम करण्यासाठी काही कारकुनांना आणि अंमलदारांना आधीच तिकडे धाडण्यात आले होते. मुरारी पंडिताने

पुण्याच्या केलेल्या राखरांगोळीत भोसल्यांचे 'म्हाळसा' आणि 'मल्हार' हे दोन्ही वाडे उद्ध्वस्त होऊन गेले होते. पुण्यात नवा वाडा बांधायला सुरुवात करायच्या सूचना राजांनी दादोजी कोंडदेवांना आधीच पाठवल्या होत्या.

दुपारी माहुलीच्या राजवाड्याच्या जोत्यावरून राजे आतल्या चौकात आले. तेव्हा त्यांच्याकडे पाहत जिजाऊ म्हणाल्या, ''राजे, मिळाली नव्हे आदिलशहाकडून पुण्याची आणि सुप्याची जहागिरी? स्वारींना हवी तशी सारी फर्मानं आणि मंजुऱ्या लाभल्या; पण तरीही आपल्या चेहऱ्यावरचं चिंतेचं जाळं अजून मिटल्यासारखं दिसत नाही ते?''

शहाजीराजे उदासवाणे हसत बोलले, ''राणीसाहेब, कडेकपारीतला एखादा महावृक्ष जेव्हा जमिनीवर कोसळतो, आपल्या सोटमुळांपासून तुटून अलग होतो, तेव्हाच्या त्याच्या त्या असह्य जालीम वेदनांची फक्त त्यालाच बिचाऱ्याला कल्पना असते!''

''राजे ऽऽ''

''हो राणीसाहेब, आमचा देह भीमा-गोदावरी, कुकडी आणि इंद्रायणीसारख्या नद्यांच्या पवित्र पाण्यावर पोसलाय. इथल्या मृत्तिकेचे आणि पाषाणांचे कण आमच्या रक्तमांसाचा हिस्सा बनले आहेत. असं असताना ह्या मुलखातली आमची मुळं उखडून कोणी आम्हाला परमुलखात जुलमाच्या मुसक्या बांधून घेऊन चाललं असेल, तर या वेड्या जिवाला काय वाटावं?''

राजे बोलून गेले, आणि त्या चिरंतन समस्येचे दुःख किती गंभीर आणि कसे जीवघेणे आहे याची जिजाऊसाहेबांना जाणीव झाली. त्या चपापल्या. आरंभी माहुलीच्या तहाची कलमे खूप साधीसुधी वाटली होती; पण एखाद्याने समोरच्या व्यक्तीशी गोडगोड बोलण्याचे सोंग करत झट्कन समोरच्याचे पाय गुडघ्यांतून करवतीने छाटावेत, तसाच तो घातकी प्रकार होता.

शहाजीराजांच्या मुखातून तो सात्त्विक संताप बाहेर पडत होता, ''राणीसाहेब, अहो हा कुठल्या देवाचा न्याय आणि कुठल्या न्यायव्यवस्थेचा हा कौल? कोण कुठला हा दिल्लीचा इस्लामी पातशहा, दक्षिणेतल्या दुसऱ्या एका विजापुरी आदिलशहाशी तह करतो. अन् ह्याच मातीचा पुत्र म्हणून जन्मलेल्या ह्या शहाजीराजाला– त्याने आपल्या बापजाद्यांच्या सह्याद्रीच्या पर्वतरांगांत राहायचं नाही अशा जुलमी अटी घालतो, तर आम्ही ते मान्य करायचं? अन् पाठीवर आपला काजाबोजा गुंडाळून पेंढाऱ्यासारखं जायचं निघून आपल्या पुण्यवंत पूर्वजांच्या भूमीतून?''

''आपल्या बापजाद्यांच्या भूमीतून असं परागंदा होणं कसं शक्य आहे?'' जिजाऊ म्हणाल्या.

माहुली तहाच्या अटींच्या त्या विचित्र ओझ्याखाली राजे आणि जिजाऊ दोघेही

हताश, बेचैन झाले होते. मध्ये थोडा वेळ तसाच गेला. जिजाऊसाहेबांना अचानक स्मरण झाले. त्यांनी विचारले, "एक अत्यंत महत्त्वाची गोष्ट स्वारींना विचारायचीच राहून गेली. आपण काय करणार आहात भविष्यात आपल्या शिवबाचं?"

"थोरले शंभूबाळ आमच्यासंगे आहेतच. शिवबा राहतील तुमच्यासोबत. परवा आमच्या बाजी पालसकरांशी तशा गोष्टी झाल्या आहेत. तुम्ही दोघे राहा खेडेबेहऱ्यात किंवा पुण्यात. तुम्हीच समर्थपणे सांभाळू शकाल आमची पुण्याची जहागिरदारी."

जिजाऊंचा कंठ दाटून आला. तरीही त्या स्पष्टपणे बोलल्या, "हे पाहा राजे, आपणास आम्हाला आपल्यासवे दक्षिणेत न्यायचं नसेल तर नका नेऊ एक वेळ; पण माझ्या तेजस्वी लेकराचं—शिवबाचं नुकसान कशासाठी करता? स्वारींनी त्यांना सोबतच घेऊन जावं." भावनावेगाने जिजाऊंनी राजांचा हात आपल्या हाती पकडला. त्यांच्या डोळ्यांच्या कडा ओलसर झाल्या. दीर्घ श्वास घेत जिजाऊ थबकल्या; मात्र दुसऱ्याच क्षणी दुःखाचे आभाळ आपल्या पोटात जिरवत बोलल्या, "मी एक आर्यकन्या आहे. जिथे पती तिथेच पत्नीचं वास्तव्य! प्रभू रामांच्या समर्थ पावलांसोबत सीतामाईची सावलीही चालतच राहणार."

राजांचाही श्वास कोंडल्यासारखा झाला. तरीही ते बोलले, "जिजाबाई, आम्हाला रामायणाच्या कथा आणि उपकथा ठाव्या नाहीत का? आम्ही नव्हे तर बाहेरचं जगच कबुली देत असतं—शहाजीराजांच्या जिभेवर संस्कृत काव्यभांडाराच्या सुगंधी फुलांचे घोसच्या घोस लहडत असतात!—पण राणीसाहेब..."

"काय?"

"आम्हाला जगातलं असं दुसरं एखादं रामायण दाखवून द्याल, ज्यात लंकापती रावण अयोध्यावासी प्रजाजनांच्या छाताडावर येऊन बसतो. त्यांना कायद्याची कलमं शिकवतो की रामाने चौदा वर्षांचा वनवास संपला तरी आपल्या अयोध्या नगरीत परतायचं नाही? कसा, कसा निघून जाऊ आणि कायमचा हद्दपार होऊ आमच्या सह्याद्री नावाच्या ह्या अयोध्येतून?"

राजे अतिशय गंभीर बनले होते. जिजाऊ थोडा वेळ थांबल्या. पोटातले दुःख गिळायचा प्रयत्न करत बोलल्या, "हे पाहा, आपल्या देवतासुद्धा त्यांच्या पतिदेवांचा उल्लेख 'प्राणपती' असा करतात. वाटतं, तुमच्यासंगे विजापूरला यावंच; कारण तुमच्याविना इथे आमचा श्वास कोंडून जाईल हो."

"राणीसाहेबऽ ही वेळ तुमच्या आणि आमच्या कोंडणाऱ्या श्वासाची फिकीर करायची नव्हेच. अहो, इथं म्हाराष्ट्रदेशी आपल्या गरीब रयतेचा, पशुपक्ष्यांसह सर्वांचाच गुलामगिरीने श्वास दाबून टाकलाय. ती घुसमट जाणणं खूप महत्त्वाचं," शहाजीराजे जिजाऊंच्या चेहऱ्याकडे निरखून बघत बोलले, "जिजाबाई, आजच हा असा आग्रह आपण का करावा?"

"हे बघा राजे, आमच्या वाट्याला ऐशोआरामी जीवन यावं अशी आमची बिलकूल इच्छा नाही; पण माझं आईचं आतडं रडतं आहे. चिरंजीव शिवबा तुमच्यासंगे तिकडे येतील तर बाकी सरदारांच्या पोरासोरांत त्यांचा विद्याभ्यास उत्तम घडेल. तिरंदाजी, तलवारबाजी, घोडेस्वारी अशा सहस्त्रावधी विद्यांमध्ये पारंगत होतील ते."

जिजाऊंच्या बोलावर शहाजीराजे अगदी मनापासून हसत बोलले, "तुमचं एक खरं आहे—शिवबा विजापुरी येतील तर बड्या वजिरांचे, सरदारांचे ते बडे बडे आरसेमहाल, सुखाच्या शय्येवर स्वर्गीय आनंद लुटणाऱ्या त्या तिथल्या शहजाद्यांचा सहवास, तिकडच्या बड्या अश्वशाळा, बडे सुख, बडे ग्यानी प्रकांड पंडित भाषावीर हे सर्व त्यांना लाभेल. तुमचं खरंच आहे. तिकडच्या विद्याभ्यासात पारंगत झाल्यावर आपले चिरंजीवही खूप बडे होतील; पण म्हणजे काय?"

जिजाऊंना काय बोलावे ते समजेना. त्या स्तब्ध राहिल्या; परंतु उसळी घेत शहाजीराजे बोलले, "शिवबा विजापूरचं पाणी पिऊन बडे होतील म्हणजे काय हो? आपल्या बापासारखेच बडे. भीमासारखाच एक शक्तिवान सरदार; पण दुसऱ्याच्या गाड्याला जुंपला गेलेला. ते आम्हाला अमान्य आहे. शिवबांची प्रारंभिक जडणघडण इथेच सह्याद्रीच्या मातीतच घडायला हवी. मध्ये फार तर बंगरूळास आवश्यक तेव्हा बोलावून शस्त्रागारासंबंधीचे धडे त्यांना देता येतील."

राजांच्या मुखातून रसरसत्या लाव्ह्यासारखा तो नवा विचार बाहेर पडताना पाहून जिजाऊसाहेब दिपून गेल्या. राजे पुढे म्हणाले, "राणीसाहेब, विजापूरच्या सरदारी महालांतून अशा अतीव संपत्तीच्या नादाने बिघडलेले रंगेल, स्वच्छंदी अनेक शहजादे तिकडे आहेत. त्यामध्ये आपण आणखी एकाची भर घालायची का? जिऊराणी, कसा विसर कसा पडतो तुम्हाला एका गोष्टीचा? प्रत्येक सल्तनतीची इमानेइतबारे सेवा करणाऱ्या अनेक सरदारांची नव्हे गुलामांची प्रत्यही पैदास होतच असते तिकडे; पण सह्याद्रीच्या ह्या दुर्भागी रानाने आपला स्वतंत्र, स्वयंभू राजा कसा असतो हे गेल्या कित्येक शतकांत देखलेलंच नाही. उद्याचा तो राजेश्वर ह्याच भूमीच्या गर्भातून वाढावा. इथल्या झऱ्यांत, वाऱ्यात, इथल्या गरीब कष्टकरी रयतेच्या सोबतीनं चिखलपाण्यात वावरतच आमच्या चिरंजीवाने मोठं व्हावं. आपल्या मराठ्यांच्या, कुणब्यांच्या शेताबांधात, वनवासी कोळ्याठाकरांच्या पोरांत, महारामांगांच्या अंगणांत, निसर्गाच्या रिंगणात, इथल्या लाल मातीच्या लाल रंगावरच त्याचा देह पोसून मोठा व्हावा. त्याने गगन चुंबावं ऽ!"

शहाजीराजांच्या मुखातली ती अमृतवाणी ऐकताना जिजाऊसाहेब सद्गदित झाल्या. त्यांच्याही डोळ्यांत तेजाचे पाणी चमकू लागले. राजांच्या मिठीत शिरत त्या कळकळीने बोलल्या, "राजे ऽ! केवढं हे अचाट स्वप्न! स्वप्न साक्षात उतरवणाऱ्या

नरवीराइतकाच स्वप्नांची ती वाट दाखवणारा द्रष्टा देवदूतही महत्त्वाचा असतो!''

"राणीसाहेब!''

"हो राजे, आज आपण बोलत नसून आपल्या मुखातून ही इथली मातीच बोलत आहे. जी परक्यांच्या घोड्यांच्या टापांखाली कैक शतकं दाबली गेली. तिचंच हे आक्रंदन आहे; पण एक विचारू राजे—'' जिजाऊ मध्येच थांबल्या. आपल्या गालांवरून ओघळणारे अश्रू पुसत त्यांनी विचारले, "आपल्या स्वप्नवृक्षाला येतील का हो एक दिवस साफल्याची फुलं?''

"का नाही? अहो, आपल्या मावळच्या दऱ्याखोऱ्यातले उंच वृक्ष पाहिले आहेत ना? रानवाऱ्यात दीर्घ काळ झाडांच्या फांद्या एकमेकांवर आपटत राहिल्या की त्यातूनही आपसूक ठिणग्यांची बरसात होते. आगी पेटतात. तसं ह्या मराठमातीच्या पायातल्या गुलामीच्या बेड्या तोडण्यासाठी आपल्या शिवबाच्या रूपानं नव्या ध्येयस्वप्नांची मशाल पेटू दे. त्याला याच मातीच्या कुशीत आभाळासारखा मोठा होऊ दे.''

मांडू गडावरचा मुक्काम सोडून शहाजहान पातशहाचे लष्कर आग्र्याची वाट चालू लागले होते. सुवर्णखांबांनी जडवलेल्या अंबारीत शहाजहान दिमाखात बसला होता. समोर आणि आजूबाजूने चालणाऱ्या सहस्त्रावधी घोड्यांकडे, हत्तीदलांकडे किंवा सांडणीस्वारांकडे त्याचे बिलकूल लक्ष नव्हते.

शहाजहानच्या मांडीवर सोन्याच्या पत्र्यात कोरलेला माहुलीच्या कराराच्या मूळ फर्मानाचा, २४ झिलजी १०४४ (३१ मे, १६३५) या तारखेचा तो नक्षीदार तर्जुमा होता. तो करार म्हणजे आपल्यावर झालेली शक्तिमान अल्लाची खैरात आहे असेच त्याला वाटत होते. 'हा सुलूख अलेक्झँडरच्या प्रबळ आणि अचेतन भिंतीप्रमाणे शाश्वत राहील,' हे वाक्य शहाजहानने मुद्दाम त्या तर्जुम्यामध्ये कोरून ठेवले होते. त्या सुवर्णांकित करारावरची ती कोरलेली पातशाहीची आणि सुलतानी राजचिन्हं आणि शहाजहानच्या आणि मोहम्मदशहाच्या पंजांच्या निशाण्यांकडे शहाजहान पातशहा पुन:पुन्हा निरखून पाहत होता.

विशेषत:, त्या करारातील सहाव्या कलमाकडे त्याचे एकसारखे लक्ष जात होते. शहाजी भोसलेंना आपण आपणास हवे तसे त्यांच्या सह्याद्रीच्या पहाडातून अलगद बाजूला काढले आणि कायमचे जुलमाच्या हद्दपारीवर विजापूरला धाडले. त्याची कठोर अमंलबजावणी करण्याची वचने आदिलशाही सुलतानाकडून हुशारीने लिहून घेतली. शहाजी नावाची आग आणि आपल्या दख्खनच्या मोघलाई सरहद्दीवरची धग कमी करण्यात आपण अतीव यशस्वी झाल्याची बडी खुशी पातशहाला मोठी पुलकित करत होती.

◆

बंगरूळात, पित्याच्या राजतालमीत

१६४०-४२

"आपण शिवबांच्या लग्नास उपस्थित राहता, तर सोन्याहून पिवळं वाटलं नसतं का आम्हाला?" जिजाऊ अनेकदा स्वत:शीच बोलत राहायच्या. तशी लटक्या रागाने आणि रुसव्याने भरलेली अनेक पत्रेही त्यांनी शहाजीराजांकडे बंगरूळला धाडली होती.

ज्या दिवशी लाल महालावर वास्तुशांती समारंभाची तोरणे चढली, त्या दिवसापासूनच जिजाऊंना आपल्या धाकट्या चिरंजीवांच्या विवाहाचे वेध लागले होते. "आजकाल आमच्या नेत्रांसमोर बाशिंग बांधलेला शिवबांचा गोरागोमटा तजेलदार चेहरा पुन:पुन्हा उभा राहतो. मराठी धर्म आणि चालीरीतींनुसार चिरंजीवांचं लग्न दहाव्या-अकराव्या वर्षापर्यंत वेळेत पार पडलेलंच बरं बाई." असा विचार त्या आप्तांकडे बोलून दाखवू लागल्या. त्यामुळे शिवरायांना जसे दहावे वर्ष लागले, तसे त्यांचे हात पिवळे व्हावेत म्हणून जिजाऊ कमालीच्या उत्सुक बनल्या.

जिजाऊंना फलटणच्या मुधोजी निंबाळकरांची लेक सईबाई भारी पसंत पडली. त्यांची नऊ वर्षांची उमर, गोड, समाधानी चर्या, बोलके डोळे, गव्हाळ रंग आणि उंच मान अशा चित्रासारख्या दिसणाऱ्या निंबाळकरांच्या लेकीवर आऊसाहेबांचे मनच जडले. पोटी कन्यारत्न नसल्याने आपल्या महालात लक्ष्मीच्या पावलांची त्यांना केव्हापासूनच गरज वाटत होती.

फलटणकर निंबाळकरांशी वेरूळकर भोसल्यांचे जुने नातेसंबंध होते. शहाजीराजांच्या मातोश्री दीपाबाई ह्या त्याच घराण्यातल्या, वणंगपाळ निंबाळकरांच्या भगिनी होत्या. मंगलवाद्यांच्या गलबल्यात जिजाऊ आपल्या पुत्राच्या शुभकार्यासाठी पदर खोचून उभ्या होत्या. शहाजीराजांच्या अनुपस्थितीत त्यांच्या नावे त्यांनी आपल्या कमरेला सुपारी बांधली होती.

तो १६ एप्रिल, १६४०चा दिवस. शिवबांच्या लग्नासाठी सर्व पुणे नटले होते. झालरीच्या अनेक मंडपांनी आणि कमानींनी अर्धा गाव सजला होता. फलटणहून काही हत्तींवरून वऱ्हाड पुण्यनगरीत पोचले होते. मावळ खोऱ्यातले अनेक देशमुख, जुन्या निजामशाहीतील कैक सरदार, दरकदार अशा पाहुणे मंडळींनी पेठा गजबजून गेल्या होत्या. जणू दिवाळी असल्यासारखा पुण्यात अवघा आनंदीआनंद पसरला

होता. मंगल घटिका समीप येऊ लागली, तशी जिजाऊंची बावरी नजर सारखी लग्नमंडपाच्या बाहेर धाव घेऊ लागली. आपले पतिराज कठोर प्रशासक आणि जागृत सेनापती असले, तरी हळव्या मनाचे, कवी हृदयाचे संस्कृत पंडित आहेत. त्यामुळे अगदी शेवटच्या अक्षतेपर्यंत तरी स्वारी इथे पोहोचणारच, आम्हाला खुशीचे लाडू खाऊ घालणारच, अशी जिजाऊंना खात्री वाटत होती.

हुरहुरत्या मनाने जिजाऊंनी खूप वाट पाहिली; मात्र कार्यबाहुल्यामुळे राजांना येणे जमलेच नाही. तरी त्यांचे कारभारी नारोपंत दीक्षित, त्यांची दोन्ही मुले रघुनाथपंत, जनार्दनपंत, तसेच कविराज जयराम पिंडे आणि त्यांच्या सोबत शंभरभर मंडळी बंगरुळातून मुद्दाम विवाहासाठी आली होती. त्यांच्या हातांत अनेक रंगीत दुरड्या आणि सुवर्ण पराती आणि रेशमी वस्त्रांचे तागे, तसेच अलंकारांनी भरलेल्या पेट्या होत्या.

त्या भेटवस्तूंसोबतच शहाजीराजांनी जिजाऊंसाठी एक खास खलिता पाठवून दिला होता. त्याच्या रेशीमगाठी उघडत, धडधडत्या हृदयाने जिजाऊंनी मंडपातच तो मजकूर वाचून काढला,

"नाराज होऊ नका राणीसाहेब. केवळ कर्तव्य आड आले. अन्यथा अगदी शेवटच्या क्षणी तिथे भरारी मारायची या तयारीने आम्ही सिद्ध होऊन बसलो होतो; परंतु अत्यंत महत्त्वाच्या राजकाजामुळे तिकडे येणे जुळले नाही; मात्र आमच्या नवपरिणित सौभाग्यवती सूनबाईंचे मुख पाहण्यास आम्ही खूप उत्सुक झालो आहोत. तरी लग्नकार्य यथासांग पार पडताच तिकडे फलटणास जाण्याची घाई मात्र केली जाऊ नये.

चिरंजीव शिवबा आणि सूनबाईंसह आपण प्रथम लवकरात लवकर बंगरूळास येण्याचे करावे. आमच्यापेक्षाही तुम्हा सर्वांनाच भेटण्यासाठी शिवबांच्या द्वितीय माता तुकाबाईसाहेब, चिरंजीव संभाजीराजे आणि जयंतीदेवी, तसेच चिरंजीव व्यंकोजीराजे, सारा राजपरिवारच कमालीचा उतावीळ झाला आहे. तरी अधिक वखत न दवडता इकडे येण्यासाठी बांधाबांधीच्या तयारीस लागावे आणि आमचा आनंद शतगुणित करावा."

त्या सायंकाळी बंगरूळच्या वेशीतच शहाजीराजे सहकुटुंब नव्या सूनबाईंच्या आणि चिरंजीव शिवबांच्या स्वागतासाठी उभे होते. राजांच्या त्या आनंदात बंगरूळचे अनेक प्रजाजन स्वयंस्फूर्तीने सामील झाले होते. सर्वांत पुढच्या बाजूला उंच शेलाटा सोळा-सतरा वर्षांचा एक चपळ तरुण – ज्याला 'कोयाजीराजे' या नावाने सारे हाका मारत होते– तो तर सर्वत्र पुढाकार घेऊन वाघासारखा वावरताना दिसत होता.

सोबत नारोपंत, जनार्दनपंत, शायर अल्लीखान, विदूषक कृष्णभट्ट आणि तुकदेव अशी बरीच मंडळी होती. त्या नवपरिणित जोडप्याची वाट पाहत शृंगारलेल्या पाच अंबाऱ्या वेशीत ताटकळत होत्या. सोबत छबिना आणि देखाव्यासाठी आणलेले शृंगारलेले छोटे घोडदळ आणि रेशमी गोंड्यांच्या झुलींनी सजलेल्या सांडण्याही उभ्या होत्या. पीळदार आणि झोकदार फेट्यापगड्यांतील आणि तलम झुळझुळत्या वस्त्रांतील मंडळींचा उत्साह अपूर्व होता.

शहाजीराजे आणि तुकाबाई या दोघांनी नवरानवरीच्या अंगावरून लिंबलोण आणि शिजवल्या भाताचे मुटके ओवाळून टाकले. चिमुरड्या नवरीचे मुख पाहताना सारे आनंदित झाले. सईबाईंचा तो बोलका, लाजाळू आणि उभट नाकदार चेहरा, सुकुमार हातातले हिरवे चुडे, लालभडक मिरचीसारखी कुंकवाची उभट चिरी, मोठे कपाळ, भांगातून भाळावर उतरलेली ती पाचूची बिंदी, दोन्ही कानातले हिऱ्यामोत्यांचे झुबे, दंडातल्या सुवर्णाच्या नक्षीदार वाक्या आणि पायातल्या छुमछुमत्या पैंजणांचा तो तोरा! सारेच लोभसवाणे!

वस्त्रांच्या आणि दागिन्यांच्या ओझ्यामध्ये ती चिमुरडी नवरी दबून गेल्यासारखी दिसत होती. तुकाबाईंनी सईबाईंना उराशी पकडून त्यांचे गोड मुके घेतले. आपल्या तरतरीत नाकसरीमुळे आणि आकर्षक नेत्रांनी उठून दिसणारा चिमुकला नवरा शिवबा खूपच साजरा दिसत होता. मशालींच्या आणि हिलालांच्या तांबूस प्रकाशात शिवबांचा मोत्यांच्या लडीने विणलेला जिरेटोप आणि त्यांच्या गळ्यातल्या रत्नमाळांचा झगमगाट चांगलाच चमकत होता. सुवर्णाच्या अंबारीत बसलेल्या त्या नवपरिणित दांपत्याला झुलत्या हत्तीवरून मिरवणुकीने किल्ल्यावरच्या राजवाड्याकडे आणले गेले.

अंधार पडला होता, तरी मशालींच्या आणि पलित्यांच्या दिमाखात सारा आसमंत उजळून गेल्यासारखा वाटत होता. तो छबिना तंबुरताश्यांच्या, पिपाण्यांच्या आणि दक्षिण देशच्या आडव्या ढोलकांच्या कडाडत्या बाजात त्या भव्य किल्ल्याच्या उंच महादरवाजातून आत निघाला, तेव्हा बुरुजांच्या भिंतींवर केलेली सहस्र पणत्यांची आरास विलक्षण सुंदर दिसत होती. किल्ल्याच्या आत शहाजीराजांचा मुख्य राजवाडा होता. तिथे महालात प्रवेश करण्यापूर्वी नवरा-नवरीला गडावरच्या प्राचीन गणेश मंदिरात दर्शनासाठी नेले गेले. ते अपूर्व, उत्साही स्वागत पाहून भारावलेले शिवबा जिजाऊंना बोलले, "माँसाहेब, हा बारातीसारखा थाट बघून आम्हाला तर लग्नमंडपात दुसऱ्यांदा उभं राहिल्यासारखं वाटतं हो!"

"तुमचं खरं आहे शिवबा," मध्येच शहाजीराजे हसत बोलले, "आम्ही आधीच ठरविलं होतं, पुण्यातल्या आमच्या त्या गैरहजेरीचं चांगलं उट्टं काढायचं."

बंगरूळच्या वेशीत घोडी पोचण्यापूर्वी जिजाऊसाहेबांचे काळीज धाकधूक करत

होते. आपल्या प्राणपतीला स्वत:चा देश आणि माती सोडून जुलमाच्या हद्दपारीला तोंड द्यावे लागले होते. त्यामुळेच स्वारींचे इकडे कसे चालले असावे, ह्या काळजीचा डंख त्यांना आत्तापर्यंत बेचैन करत होता; परंतु बंगरूळच्या त्या भव्य किल्ल्याच्या प्रवेशद्वारातून आत सरकणाऱ्या त्यांच्या अंबाऱ्या, दिव्यांच्या आरासीने उजळून गेलेला समोरचा राजमहल आणि त्या सर्व गोष्टींपेक्षाही शहाजीराजांच्या आनंदात सहभागी झालेली इकडची दख्खनी रयत! राजांची ती जनप्रियता पाहून जिजाऊ नुसत्या खूशच नव्हे तर अवाक् झाल्या होत्या.

गणेशाच्या मंदिरात आत जाताना जिजाऊंनी प्रेमाने तुकाबाईंच्या खांद्यावर हात ठेवला. तशा त्याही बावरल्यासारख्या झाल्या. त्या दोघी सवतींची ही पहिलीच भेट होती. तुकाबाई जिजाऊंपेक्षा साताठ वर्षांनी लहान होत्या. बांधा उभट, तरतरीत, अगदी शेवग्याच्या शेंगेसारखा. बंगरूळच्या भूमीत जिजाऊंनी पहिले पाऊल टाकल्यापासून तुकाबाई त्यांच्या कडेने हलल्या नव्हत्या. सतत 'आक्कासाहेब ऽ' किंवा 'थोरल्या आक्का' असे कौतुकाने संबोधित त्या जिजाऊंच्या आसपास राहणे पसंत करत होत्या.

रात्री किल्ल्यामधील राजवाड्यात पोचायला खूपच उशीर झाला. जिजाऊ आणि शिवबा थकून गेले होते. त्यांच्या सोबत आलेले दादोजी कोंडदेव पलीकडच्या सराईमध्ये उतरले होते. पुण्यापासूनचा तीन आठवड्यांचा तो घोड्यावरचा प्रवास मोठा जिकिरीचा होता. सोबत अनेक पालख्याही होत्या. कित्येक दिवसांच्या दगदगीमुळे शिवबांच्या अंगात थकवा अगदी ज्वरासारखा चढला होता. त्यामुळे पलंगावर पडल्यापडल्या त्यांनी डोळे कधी मिटले ते समजलेच नाही. शय्यागृहात राजांनी जिजाऊंना हळूच विचारले, "राणीसाहेब, कशा वाटल्या तुम्हाला आमच्या तुकाबाई?"

त्यावर जिजाऊंनी लाजेने डोळे मोडले, "छानच! इथे येईपर्यंत आम्ही घाबरूनच होतो."

"नवऱ्यानं डोक्यावर कसली सवत आणून ठेवली ह्या भीतीने?"

"छे हो! ही कसली सवत!" जिजाऊ गुलजार हसत बोलल्या, "गेल्या जन्मीची माझी बहीणच शोधून आणलीत आपण आम्हासाठी."

शहाजीराजांना आणि जिजाऊंना किती बोलू आणि किती नको असे झाले होते. साडेतीन ते चार वर्षांच्या दीर्घ ताटातुटीनंतर ते दोघे एकमेकांना भेटत होते. त्यामुळेच सक्तीच्या दुराव्यानंतरचा तो ओलावा काही औरच होता. राजांनी घाईने जिजाऊंकडे सुप्याच्या आणि पुण्याच्या जहागिरीबद्दलची काही तांत्रिक मुद्द्यांवर विचारपूस केली. तो स्निग्ध संवाद सुरू असतानाच जिजाऊसाहेब भावनाविवश होत बोलल्या, "राजे, तुमच्या सोबत इकडे बंगरूळी सुखाच्या मृगामागे धावत येणं आमच्यासाठी किती सोपं होतं!"

"राणीसाहेब, तुमच्या त्यागामुळेच पुण्याकडे आज भोसल्यांचं पिढीजात वतन शाबूत आहे! आधीच परकीय आणि स्वकीय गाढवांनी पुणे परिसरावरून गाढवाचा नांगर फिरवला होता. तिथे हिमतीचा पदर खोचून तुम्ही खड्या राहिला नसता, तर आजपर्यंत आमच्या त्या पुण्यभूमीची पार स्मशानमाती झाली असती. शिवाय शिवबा नावाचं आमचं स्वप्न आमच्याच पुण्यभूमीत वाढवणं ही खूप महत्त्वाची कामगिरी आपण पार पाडलीत—"

"हो, आता तर ते चांगले कुमार वयाच्या उंबरठ्यावर आहेत."

"बाळराजांना वाढविण्यासाठी आपण ज्या खस्ता खाल्ल्या, जे श्रम घेतलेत, त्याबद्दल आम्ही कृतज्ञ आहोत. आता आपण इथे आलाच आहात. पाहा, सोन्याच्या चिपेला आम्ही झळझळत्या अलंकाराचा आकार कसा देऊ ते!" राजे कौतुकाने उद्गारले.

मघापासून एक गोष्ट जिजाऊंना कधी बोलू असे झाले होते. त्यामुळे आपसूकच त्यांच्या ओठांतून शब्द घरंगळले, "राजेऽ! या नगरीच्या वेशीत पाऊल टाकल्यापासून आम्ही पाहतोच आहोत. आपली इथली रहनसहन, हे ऐश्वर्याने नटलेले महाल, केवढा हा बुलंद किल्ला आणि स्वारींच्या निवासासाठी बांधलेला हा चंदनी महाल— पण, ह्या साऱ्या वैभवापेक्षाही तुमच्यावर जिवापाड प्रेम करणारी इकडची रयत बघून आम्हाला आनंदाचं भरतं येतंय हो—"

"मतलब?"

"खूप अभिमान वाटतो—आमचे राजे ज्या मुलखात जातील तिथे राजासारखेच नव्हे, तर एखाद्या महाराजासारखे राहताहेत! हे आपलं कर्तृत्व, आपला दरारा आणि आपली धडाडी पाहून का होणार नाही कोणाला आनंद?"

शहाजीराजे काही क्षण विचारमग्न दिसले. मग ते हसतच बोलले, "राणीसाहेब, इथे खूप जागरूकतेने राहावं लागतं; कारण आदिलशाही सुलतान

जेवढे मोठ्या हृदयाचे असतात, तेवढेच ते हलक्या कानाचेही असतात. सबब, या मुलखातला वारा आणि लहर कोणत्या क्षणी फिरेल आणि कसा गळा घोटेल याची शाश्वती देता येत नाही.'' राजे गंभीरपणे बोलले.

रात्री उशिरापर्यंत कोयाजीराजे तिन्ही युवराजांच्या आगेमागे फिरत होते, त्यांना हवे-नको पाहत होते. कोयाजींचा सर्वत्र हुकमी संचार सुरू होता. खरे तर रात्री बिछायतीजवळ सावत्र माता तुकाबाईसाहेब, बंधू व्यंकोजी राजे आणि ज्येष्ठ बंधू संभाजीराजे सारे एकत्र गोळा झाले होते. त्या सर्वांना खूप गप्पागोष्टी करायच्या होत्या खऱ्या; मात्र निद्रादेवीने शिवबांना तत्काळ आपल्या पदराखाली ओढून घेतले.

सरत्या पहाटेला अचानक शिवरायांचे डोळे उघडले. बाहेरून ताज्या फुलांचा मोहक सुगंध शय्यागृहात येत होता. अन् त्याच वेळी त्या ताटव्यांमधून मोरांच्या केकाही कानावर पडू लागल्या. तितक्यात बाहेरून 'वासुदेव आला रे वासुदेव आला' असे किनऱ्या आवाजातील पिंगळ्या जोशीचे बोल ऐकू आले आणि त्याच्या हातातल्या चिपळ्यांचा आवाज कानावर पडला.

शिवरायांनी खिडकीवरचा रेशमी पडदा बाजूला सरकवला, तेव्हा प्रात:काळचे बाहेरचे वैभव बघून ते आश्चर्यचकित झाले. ते गुलाबाचे ताटवे, अनेक लतावेलींचे आणि अंगुरांचे मंडप, तो साराच नजारा नेत्रांना मोठे सुख देणारा होता.

सहा-सात ब्राह्मणबटूंचा मेळा भूपाळीचे स्वर गात प्रासादाभोवती फिरत असल्याचे त्यांनी पाहिले. अंधाराचा पडदा झिरझिरीत होऊ लागला, तशी काही अंतरावरची एका महादरवाजाची भव्य कमान, त्यावर गस्त घालणारे शस्त्रबद्ध पहारेकरी दिसू लागले. तेवढ्यात त्या कमानीच्या देवडीकडूनच प्रात:कालच्या नगाऱ्याचा तुडुमतुडुम ध्वनी कानावर पडू लागला. नेमक्या त्याच क्षणी पलीकडे राजप्रासादाच्या एका दालनातून झांजा, तुताऱ्या आणि शंखध्वनी अशा मंगलवाद्यांचे आवाज कानी पडू लागले.

रात्रीच्या जाम्यानिम्यावरच शिवबा मधल्या मार्गिकेकडून काही पावले पल्याड गेले. तेव्हा समोर त्यांना एक पुरुष उंचीचा भव्य देव्हारा दिसला. तिथे पहाटे केव्हाचीच पूजा सुरू झाली होती. आता तिच्या सांगतेसाठी वाद्यांचा गजर सुरू होता. शिवबांना विस्मय वाटला. मातोश्री जिजाऊ भल्या पहाटेच्या केव्हा त्या नित्यपूजेमध्ये जाऊन सहभागी झाल्या हे त्यांना समजलेही नव्हते. समोरून विश्वनाथ भट तीर्थ-प्रसाद घेऊन आले. राजांनी त्याचे प्राशन केले.

एका बड्या शय्यागृहात संभाजीराजे, शिवबा आणि व्यंकोजी असे तिघांचे पलंग मांडले होते. ते दोघेही निद्रेच्या चांगले अधीन होते, तेव्हा जिजाऊंनी त्यांना हाक दिली, ''उठा बाळराजे, प्रात:काळ झाला!'' तेवढ्यात राजवाड्याच्या समोरच्या ओसरीकडून ब्रह्मवृंदाच्या मंत्रोच्चारांचे आवाज कानी पडले. ते नित्याचे पुण्यहवन

होते. शहाजीराजांच्या जीवनात आज उगवलेला दिवस शुभ, मंगलमय आणि फलदायी ठरावा यासाठीची ती आराधना होती.

शिवबांकडे पाहून हसत जिजाऊ म्हणाल्या, "घोड्यावरून सहज बाहेर रपेट तरी मारून या!" शिवबा हसले. भल्या सकाळीच तयार होऊन कोयाजीराजे समोर येऊन उभे ठाकले होते. त्यांना शिवबांनी सहज विचारले, "कोयाजीदादा, हा किल्ला भलताच अवाढव्य दिसतो नाही?"

"तर हो, किल्ल्याचा घेरच म्हणाल तर चांगला एक मैलाचा आहे. शिवाय नऊ महादरवाजे आहेत. सभोवतीच्या तटावर बळकट असे सव्वीस बुरूज आहेत."

त्या औरसचौरस राजप्रासादात आता प्रातःकाळची सोनेरी किरणे दुडूदुडू धावू लागली होती. बाहेर किल्ल्यात शिवबांचा कोयाजींसोबत फेरफटका सुरू झाला, तेव्हा कोयाजी उत्साहाने सांगत होते, "तिकडून माहुलीच्या किल्ल्यावरून आपले आबासाहेब इकडे आले, त्याच दरम्यान हा गड आणि भोवतालीच्या जहागिरीचा मुलूख त्यांच्या ताब्यात मिळाला."

"म्हणजे मूळचा हा किल्ला आदिलशहांचाच ना?"

"छे छे! केंपे गौडा नावाच्या एका प्रबळ हिंदू राजाचा हा मुलूख. आबासाहेब इकडे पोचले त्यादरम्यानच सरदार रणदुल्लाखान आणि रुस्तुमेजमा ह्या बाप-लेकांनी ह्या किल्ल्याला प्रदीर्घ वेढा टाकला होता. किल्ला पादाक्रांत करण्यासाठी तीस हजार आदिलशाही फौजेने सहा महिने मोठ्या धुमश्चक्रीला तोंड दिलं. भयंकर रक्तपात घडून आला होता."

"अस्सं?"

"हो ऽ मात्र जसा किल्ला विजापूरकरांच्या ताब्यात आला, तसा आदिलशहा मोहम्मदशहा साहेबांनी तो लागलीच शहाजीराजांच्या हवाली केला. केळीच्या पानावर प्रसाद घेऊन अलगद एखाद्याच्या हवाली करावा तसा."

"कमालच आहे!" किल्ल्याच्या सभोवतीची ती कुसाची प्रचंड भिंत, ते महादरवाजे आणि आतला राजमहल या सर्वांवरून डोळे फिरवत शिवबा म्हणाले, "पण हे हस्तांतरण विजापूरच्या बाकी सरदारांना रुचलं होतं का?"

"छे छे! कसं शक्य आहे ते? उलट तेव्हा इकडचे अनेक इस्लामी अमीरउमराव खूप आडवेतिडवे भांडले होते. परक्या भूमीतल्या एका हिंदू सरदाराच्या हवाली अशी प्रचंड मिळकत जातेय म्हणून बिचारे कमालीचे कासावीस बनले होते. तेव्हा मुस्तफाखान आणि अफझलखानासारखे काही सरदार तर आदिलशहांना बोलले, 'हा किल्ला कोण्या गैरइस्लामी शहाजीराजांच्या हवाली करण्यापूर्वी आपण त्यांचा 'इम्तिहान' तरी घ्या."

"बरं मग?" शिवराय दचकून म्हणाले.

“तेव्हा मोहम्मदसाहेबांनी सांगितलं की, शहाजींची मी कसली ‘इम्तिहान’ घेणार? आमच्या आधी आमच्या अब्बूंनी, सुलतान इब्राहीमसाहेबांनीच तो त्यांच्या हयातीत तेरा वर्षामागे घेतला होता आणि विजापूरचे हितैषी या नात्याने शहाजीराजे तेव्हाच कामयाबही झालेले आहेत.”

“कमालच आहे. आमच्या मावळाकडे आबासाहेबांना एक विजापुरी सरदार याच नजरेने बघितलं जातं—”

“छे छे! शिवबा, तसं अजिबात नाही बरं. इकडची सारी प्रजा आणि दरबार, इतकंच नव्हे तर दस्तुरखुद्द सुलतान मोहम्मदशहासाहेबसुद्धा आपल्या आबासाहेबांचा उल्लेख कागदोपत्रीही ‘महाराजसाब’, ‘राजासाब’ असाच करतात—”

“कागदोपत्रीसुद्धा?”

“हो ऽ हो ऽ काय सांगावं शिवबा? सुलतान मोहम्मदसाहेब त्यांना कोणताही मजकूर किंवा खलिता लिहिताना त्यात ‘आप हमारे सल्तनतके खंबा हो—बुनियाद हो’ असा करतात.”

“कमालच आहे!”

“असा उल्लेख फक्त राजांनाच लिहिलेल्या खलित्यात असतो असं नव्हे, तर सुलतान जेव्हा एखाद्या त्रयस्थाशी पत्रव्यवहार करतात, तिथे जर आपल्या आबासाहेबांचा संदर्भ द्यायचा असेल, तरीही त्रयस्थाच्या खलित्यातसुद्धा ते ‘हमारे फर्जंद जैसे, हमारे सल्तनतके खंबा राजा शहाजी’ असा करतात.”

“वा ऽ वा ऽ”

“शिवबा, इकडे बंगरूळ, विजापुराकडे वावरताना पावलोपावली तुम्हाला जाणवेलच की आमच्या आबासाहेबांचा दरारा म्हणजे काय!”

किल्ल्यामधून एक धावती रपेट घेऊन कोयाजी आणि शिवबा महालात परतले. तोवर पलीकडच्या भव्य दालनातून मंगलध्वनीचे सूर पुन्हा उमटले. गुरवांची शिंगे, तुताऱ्या, पडघम आणि तंबुरताशे यांचा जोरकस आवाज उमटला. तशा जिजाऊसाहेब लगबगीने बाहेर निघत म्हणाल्या, “इकडची स्वारी बाहेर पडतेय वाटतं.”

तेवढ्यात मार्गिकेतून शुभ्र वस्त्रे आणि खांद्याभोवती सोनेरी शेला परिधान करून समोरून येत असलेले प्रसन्न चर्येचे शहाजीराजे दिसले. तसे दास-दासी, सेवक, ब्राह्मण, वादक, सर्वांचे राजांना मुजरे झडू लागले.

राजवैद्य झट्‌कन पुढे झाले. त्यांनी राजांचे मनगट धरून नाडीपरीक्षा केली. लगेचच दोन भडक रंगाची मुंडाशी घातलेले, उघड्याबंब काळ्या शरीराचे दख्खनी ब्राह्मण आपल्या कासेची शुभ्र धोतरे सावरत सामोरे आले. एकाच्या हातात तुपाने भरलेली सोन्याची परात होती. तर दुसऱ्याच्या हाती रुप्याची. राजांनी परातीतल्या तुपामध्ये मुखदर्शन घेतले. अन् लगेचच शिवरायांच्या हाताला धरून पुढे ओढले.

शिवरायांनीही रुप्याच्या परातीत डोकावत मुखदर्शनाची राजेशाही गंमत अनुभवली.

राजप्रासादाच्या समोरचे हिरव्या गवताचे मखमली कुरण मागे पडले. शिवरायांनी पुढे नजर टाकली, तर तिथे दहा-बारा बिघ्यांचे भव्य मैदान दिसले. त्याच्या आजूबाजूने झुलणाऱ्या हत्तींच्या गळ्यातल्या घंटा वाजत होत्या. काही उंट झाडांच्या फांदीसारख्या आपल्या लवलवत्या माना उंचावत त्या मैदानाच्या कडेने फिरत होते. त्याच वेळी तंबुरताशे आणि पडघम यांसारख्या रणवाद्यांचा ध्वनी कानावर पडला. अन् बाजूच्या म्हैसूर दरवाजाच्या भव्य कमानीतून हवेत उठलेला मातीचा धुरळा दिसला. त्या बाजूने घोड्यांची अनेक पथके जोरदार वेगाने आत घुसली.

समोरच्या बाजूला राजपरिवारासाठी आसनांची व्यवस्था होतीच. शहाजीराजांसमवेत त्यांचे तिन्ही राजपुत्र, दोन्ही सुना, जिजाऊसाहेब आणि इतर अंमलदार बाजूला बसले. कोणी काही न सांगताच शिवरायांच्या ध्यानी तो सारा प्रकार आला. आता तिथे लष्करी कवायतींना आणि सरावांना आरंभ होत होता. शिंगांचा कर्कश ध्वनी उमटायचा अन् पाठोपाठ पन्नासपन्नास घोड्यांच्या झुंडी मैदानात उतरायच्या. सुरुवातीला त्या जनावरांच्या जोरदार रपेटी पार पडायच्या. मग घोडेस्वार रणसरावासाठी सिद्ध व्हायचे. घोड्यांना घोडी भिडायची. तलवारीला तलवार खणखणायची. फक्त एकदुसऱ्याला इजा न करता रणांगणाच्या आवेशातच जोरजोराने आरोळ्या ठोकल्या जायच्या. लढवय्ये बहाद्दर भलतेच चेकाळायचे.

शहाजीराजे कवायतीच्या मैदानावर उतरलेल्या आपल्या स्वारशिपायांकडे मोठ्या कौतुकाने बघत आपल्या राजपुत्रांना सांगू लागले, "ओळखलंत का ह्या बहादूर पोरांना?"

"राजे, ही तर बहुतांशी सगळी आपल्या मावळ खोऱ्यातली लेकरं दिसतात," जिजाऊ बोलल्या.

"आपल्या मावळखोऱ्यातली?" शिवराय यांनी कुतूहलाने विचारले.

"होय बाळराजे, आमच्या स्वतःच्या खासगीकडच्या फौजेत सर्वसाधारणपणे दहा हजार स्वारसैनिक असतात. पैकी त्यातली सात ते आठ हजार बहादूर पोरं आपल्याच मातीतली असतात; कारण त्यांच्या सोबत आपल्या मुलखाचा राकटपणा आणि चिवटपणा आपोआप येतात. आमचं सैन्य हे आमचं सर्वांत चिवट शस्त्र! जसा कालिमातेच्या हाती त्रिशूळ असतो, तशीच ही आमची फौज—"

"अन् या अशा कवायती?"

"मोहीम नसते तेव्हा एका हफ्त्यात किमान पाच वेळा आम्ही ह्या जवाँ मर्दांना ही तालीम देतो. तलवारी कानसेवर घासल्याशिवाय त्यांची धार तिखट राहत नाही. तसंच ह्या बहाद्दरांच्या अंगातली फुरफुर टिकवण्यासाठी अशा कड्या मेहनतीची आणि कवायतीची गरज असते." राजे उद्गारले.

त्या मैदानावर शौर्य, साहस आणि मर्दानगी या गुणांची जशी काही चढाओढच सुरू होती. घोड्यांच्या पाठोपाठच दुसऱ्या बाजूला बैलांचे गाडे आले. युद्धात छोट्या-मोठ्या तोफा, बारूदाच्या पेट्या आणि दगडी तोफगोळे वाहण्यासाठी बैलांचा उपयोग व्हायचा. बैलगाड्यांच्या आणि छकड्यांच्या जोरकस शर्यती रंगू लागल्या; पण मनुष्यासारखा कृत्रिम सराव बैलांना जमायचा नाही. त्यामुळे ईर्ष्येने झुंजा खेळताना अनेक बैल जखमीही व्हायचे. त्याच वेळी मैदानाच्या अलीकडच्या बाजूला दोन चारचार हात उंचीचे लकडकोट उभे केले गेले होते. लांबून भरधाव वेगाने येऊन घोडी त्या लकडकोटावरून पलीकडे उड्या घेत होती. त्या लकडकोटांच्या भिंती पार करण्यासाठी जनावरांच्या अंगात चपळता आणि रग आवश्यक असायची.

"उठा चिरंजीव उठा. उठा युवराज, प्रात:काळ झाला ऽऽ," दरीतल्या सिंहाने हळूच गुरगुरावे तसा शहाजीबाबांचा आवाज शय्यागृहात दुमदुमायचा. त्या आवाजाआधीच शिवरायांना जाग आलेली असायची. थोरल्या महाराजांच्या आधीच स्नानादी सर्व कर्मे उरकून कोयाजीराजे महाराजांच्या सोबत खडेच असल्याचे दिसायचे. ते झोपतात कधी, उठतात कधी असा प्रश्न सर्वांना पडायचा. राजांच्या आवाजाबरोबर संभाजीराजे, व्यंकोजीबाबा आणि शिवरायही झट्‌कन उठायचे. सकाळची नित्यकर्मे उरकून ते तालीमबाजीसाठी तयार व्हायचे.

प्रात:काळच्या हलक्या अंधारात शहाजीराजे आपल्या महालातून बाहेर पडायचे. सोबत शिवराय, संभाजीराजे, व्यंकोजी असे तीन युवराज आणि कोयाजीराजे त्यांच्या आगेमागे तालीमखान्याकडे हिरवळीवरून चालत जायचे. तेव्हा अनेकदा जिजाऊसाहेब उठायच्या. धपापत्या आनंदी काळजाने गवाक्षातून खालचे मनोहर दृश्य बघत राहायच्या. युवराजांसवे तालमीकडे जाताना शहाजीबाबांच्या अंगात एक वेगळाच डौल भरलेला असायचा. क्षणभर रानातला जाणता, अनुभवी वनराज आपल्या छाव्यांसवे पुढे दिमाखात चालतो आहे, असे विहंगम दृश्य पाहताना जिजाऊंचे मन भरून यायचे.

किल्ल्यावर राजवाड्याच्या मागच्या अंगासच शहाजीराजांचा तालीमखाना होता. ज्या दिवशी किल्ल्याच्या भव्य आवारात सामुदायिक कसरती, हत्ती-घोड्यांचे खेळ वा कवायती नसतील, त्या दिवशी राजे आपल्या युवराजांसवे तालीमखान्यात अगदी अंग रगडून व्यायाम करायचे.

आपल्या युवराजांना रणबाजीचे असे शास्त्रशुद्ध शिक्षण मिळावे की हर संकटाच्या आगीतून त्यांनी तावूनसुलाखून बाहेर पडायला हवे; मुसीबतींच्या जंजाळातून लढत घडत जीवनामध्ये धाडसाने खडे राहायला हवे, असा शहाजीबाबांचा दृष्टीकोन असायचा.

सभोवती आपल्या युवराजांचा मेळा घेऊन ते रणबाजीतल्या घोड्यांच्या, उंटांच्या आणि हत्तींच्या सामर्थ्याचा उपयोग, तसेच त्यांच्या खोड्यांबाबतसुद्धा आपल्या अनुभवाचे दाखले द्यायचे. उत्तम घोडाफेक करण्यासाठी प्रथम बिना जीनसामानाच्या उघड्यावाघड्या घोड्याच्या पाठीवर ठाण कसे मांडावे, पायांच्या मिठीमध्ये अंगाखालच्या अश्वाला कसे दाबून धरावे, मोकळ्याचाकळ्या घोड्यावरून सर्वदूर भराऱ्या कशा माराव्या, हे सांगतानाच ते मध्येच बजावून सांगत, "घोड्यावर ठाण मांडणं महत्त्वाचं. एकदा तुम्ही मजबूत बैठक घालून ठाण मांडायची कला शिकलात की मग तुम्ही कशाही, कुठेही अस्मानभराऱ्या घ्यायला मुक्त राहता."

कधी कधी गायखान्यातील मस्तवाल बैलांच्या झुंडी आणल्या जायच्या. त्यांच्या नाकात ना वेसण असायची ना गळ्यामध्ये दोरखंड. त्या मुक्त मारकुट्या बैलाला चिखलात सोडले जायचे. मग भाल्याच्या काठीचा आणि त्यानंतर सराव झाल्यावर साध्या वेताच्या काठीचा वापर करून उधळलेले बैल वठणीवर कसे आणायचे, अफूसारखी रानऔषधी पाजून घोड्याला बेताल कसे बनवायचे, मग त्याच्या पाठीवर छलांग मारून कसे बसायचे, याचे शिक्षण स्वत: शहाजीराजे द्यायचे. पन्नाशीच्या उंबरठ्यावरचा त्यांचा पीळदार देह जेव्हा भाल्याच्या वेगाने पुढे धावत जायचा आणि खवळलेल्या जनावरांचा ताबा मिळवायचा, तेव्हा स्तंभित झालेले सर्व राजकुमार ईर्ष्येला पेटायचे.

एकदा खवळलेल्या हत्तीलाच मैदानात उतरवले गेले होते. त्याला आटोक्यात आणण्यासाठी शहाजीबाबांनी मुद्दाम शिवरायांना आणि कोयाजीराजांना पुढे ढकलले. तेव्हा त्या एखाद्या भिंताडासारख्या उंच मलबारी हत्तीला वठणीवर आणण्यासाठी शिवबा आणि कोयाजी या दोघांमध्ये जोरदार स्पर्धा जुंपली होती. आठवड्यातून किमान दोन दिवस शहाजीबाबा स्वत: मैदानात उतरून आपल्या राजकुमारांना रणधुमाळीची दीक्षाच द्यायचे.

कधी त्या राजकुमारांसाठी बंगरूळच्या किल्ल्याच्या उंच बुरुजांवरून वडाच्या पारंब्यांसारखे दोरखंड खाली सोडले जायचे. तिचे पीळ हाती पकडून त्या दोरखंडांमध्ये आपल्या पायाचा अंगठा आणि शेजारच्या बोटाचे बेचके रुतवून दोरीवरून सर्वांना एखाद्या खवळल्या सर्पाच्या उत्साहाने सरसर चढत वर यावे लागे. तर कधी बंगरूळजवळच्या एखाद्या किर्र जंगलातील दरीची सहल घडायची, तेव्हा कड्यासारख्याच उंच अशा जुनाट वडापिंपळांच्या शेंड्यांवर चढून युवराजांना मधाची पोळी काढावी लागत.

प्रात:काळी आपल्या पूज्य पिताजींसोबत काही हजार जोरबैठका काढणे आणि हजारांच्या आकड्यातच सूर्यनमस्कार घालणे ही तर नित्याची बाब होती. शहाजीबाबांना आपल्या ऐन तारुण्यात मलिक अंबरचा सहवास लाभला होता. तेव्हा मलिक मोठ्या

ताकदीचे तालीमवीर होते. पुढे अचानक त्यांचा व्यायाम सुटला. त्यामुळे त्यांच्या अंगावर मेद चढून लवकरच त्यांच्या शरीराचा आकार बेडौल दिसू लागला. त्यामुळेच त्या साऱ्या आठवणी जागवताना शहाजीराजे आपल्या युवराजांना निक्षून ताकीद देत होते, "जीवनातल्या असामान्य दुश्मनांना आणि रणांगणांना भिडायची तुमची अभिलाषा असेल, तर योद्ध्याने योग्य प्रमाणातच भोजन करावं. आपलं शरीर प्रमाणबद्ध ठेवून अंगात सतत हरणासारखी चपळता संपादित करावी. हत्तीसारखी मुसंडी मारावी. चपळ अश्वासारख्या पल्लेदार भराऱ्या माराव्यात."

त्या अश्वखेळांचे निरीक्षण करत शहाजीराजे आपल्या पुत्रांना म्हणाले, "बाळांनो ऽ भातवडीची लढाई म्हणजे आमच्यासाठी गुरूस्थानीच होती. ज्या जंगानं मारझोडीचं तंत्र आणि मंत्र बदलला. योद्ध्यांनी अखंड सावधान राहायला हवं असं शिकवलं."

त्या आठवणी जागवताना शहाजीराजे भावुक झाले. भातवडीला जाऊन शरीफजींच्या स्मृतीसाठी एक चबुतरा बांधायची आपली इच्छाही त्यांनी बोलून दाखवली. ते राजपुत्रांना म्हणाले, "सरावाशिवाय रण नाही आणि रणांगणाशिवाय राज्य नाही, हे तत्त्व तुम्ही सर्वांनी आपल्या अंगी बाणवलं पाहिजे."

मैदानावर कसरती चालू असतानाच भटारखान्याकडील काही सेवक घाईने तिथे आले. त्यांनी फिरंगी लोकांसारखे एक मोठे मेज बाजूच्या आम्रवृक्षाखाली लावले. त्यावर मैदानाचे निरीक्षण करताकरता राजे आपल्या परिवारासोबत न्याहरीचा आनंद घेऊ लागले. मघाच्या टकरीत एका बैलाचे शिंग दुसऱ्याच्या पोटात घुसले होते. त्यामुळे ते जनावर जखमी होऊन धापा टाकत होते. राजवैद्यांचे पथक तिकडे उपचारासाठी तत्काळ धावले. तिकडे पाहत शहाजीराजे बोलले, "जेव्हा रणांगणात तोफांचे गोळे बरसतात, तेव्हा शत्रूने पेटवलेल्या आगीतून घोडी फेकावी लागतात. युद्धभूमी नावाचा रग आणि मस्तीचा खेळ तशाच बहादुरीने खेळावा लागतो."

मैदानावरची जखमी जनावरे आणि माणसे पाहून व्यंकोजीरावांनी नाराजीने नाक मुरडले, तेव्हा शहाजीराजांची मुद्रा कठोर बनली. ते म्हणाले, " 'राजधर्म' हा अव्वल शब्दच खूप महत्त्वाचा असतो. कोळ्याच्या पोराला माशाच्या वासाचा तिटकारा करून चालणार नाही. शेतकऱ्याच्या लेकराने मातीचा वास जपायचा असतो. त्याच न्यायाने रक्ताचा गंध आणि भडकत्या आगीचा जळता सुगंध राजपुत्रांना हवाहवासा वाटायलाच हवा!"

"आबासाहेब खरंच, असं राजवैभव आणि 'भाग्य' अन्य कोण्या मराठा नव्हे तर कर्नाटकातल्या एखाद्या इस्लामी सरदाराच्याही वाट्याला आलेलं नाही," शिवबा बोलले.

"बेटा, भाग्य म्हणजे मनुष्यापासून दूर पळणारं सोन्याचं मुंगूस असतं! आपल्या प्रचंड मेहनतीच्या बळावर झडप घालून मनुष्याला त्या मुंगसाची मानगूट पकडावी

लागते! अन्यथा गोष्टी वाटतात तितक्या सोप्या आणि सहज प्राप्यही नसतात.''

आपल्या चिरंजीवांशी बोलताबोलता शहाजीराजे जिजाऊंना म्हणाले, ''आम्ही ना इथल्या मातीचे वा इथल्या इस्लामी राजकर्त्यांच्या धर्मजातीचे. तरीही इथल्या पातशहांना, सुलतानांना शहाजीराजेच का हवे असतात?''

शिवरायांनी मघापासून आपल्या पित्याची शिस्त, त्यांचे लष्कर या साऱ्या गोष्टींचे निरीक्षण मनामध्ये घट्ट जपून ठेवले होते. त्याचे सार आठवून शिवराय सहजपणे बोलून गेले, ''इतर सरदारांच्या अंगावर जरीची आणि मखमलीची वस्त्रं असतात. आम्हाला वाटतं, आपण आबासाहेब तथा शहाजीराजे हे एकच इथे असे आहात, जे सतत आगीचा अंगरखा घालून हिमतीने वावरत असतात.''

शिवबांच्या मुखातून ते तेजस्वी बोल सहज बाहेर पडले, तशा तुकाईमाता चमकल्या. जिजाऊ कमालीच्या प्रसन्न दिसल्या. तेव्हा शहाजीराजे बोलले, ''खरंच आहे शिवबाचं. हे इस्लामी राज्यकर्ते म्हणजे आमचेही कोणी सोयरेधायरे नव्हेत; मात्र आम्ही आमचं कानूनी फर्ज म्हणून आमची लढाऊ माणसं आणि भिडाऊ जनावरं अशा रोजच्या जोरकस कवायतीने आणि सरावाने कायम तेजतर्रार ठेवतो. आमच्या ह्या रणजागृतीमुळेच आदिलशहासाहेब आम्हावर नेहमी खूश राहतात.''

शिवबांचे बंगरूळचे दिवस मोठे धावपळीचे, कसरतीचे आणि मौजमजेचेही चालले होते. त्याचा सर्वांत मोठा फायदा म्हणजे शहाजीराजांसारख्या शूर, धुरंधर, प्रजाहितकारक पित्याचा त्यांना पहिल्यांदाच इतका जवळून सहवास लाभत होता. त्याशिवाय कोयाजीदादांमुळे घोड्याच्या जोरदार रपेटीचा अनुभव घेता येत होता. कुस्ती, दांडपट्टा, भालाफेक या सर्व गोष्टींत कोयाजी निष्णात होते. ते शिवबांपेक्षा किमान सहा वर्षांनी मोठे होते. सकाळी कवायतीच्या मैदानावर वाघासारखे उड्या घेणारे कोयाजी सायंकाळी 'नवगजी' दरबारात वेगळेच दिसायचे. संस्कृतमध्ये आणि भाषाशास्त्रात ते निष्णात होते. अनेक पंडितांच्या बरोबर त्यांच्या चर्चा चालत.

बंगरूळात पाऊल पडल्यावर पहिल्याच आठवड्यात प्रबळ आदिलशाही सरदार रणदुल्लाखान यांनी राजपरिवाराला आपल्या वाड्यावर आमंत्रित केले होते आणि सर्वांना उत्तम खाना दिला होता. रणदुल्लाखान हे शहाजीराजांचे जीवश्चकंठश्च मित्र असल्याचे उघड गुपित संपूर्ण कर्नाटकात अनेकांना ठाऊक होते. याआधी रणदुल्लासाहेब कृष्णाकाठी रहिमतपुरात काही वर्षे आदिलशाही सुभेदार म्हणून राहिले होते. त्या गावाला आपल्याच नावावरून त्यांनी 'रहिमतपूर' असे सुंदर नाव दिले होते.

रहिमतपुरातील मुक्कामाच्या आठवणी निघाल्या की खानसाहेब गहिवरून जात. रहिमतपूरचा उल्लेख ते 'वह कसबा तो मेरे जिंदगीकी जन्नत थी' असा करत. त्या मेजवानीवेळी रणदुल्लाखान यांचा मुलगा रुस्तुमेजमा द्वितीय हजर होता. रणदुल्लांना आदिलशहाने 'रुस्तुमेजमा' असा किताब बहाल केला होता. तेच

नामाभिधान त्यांच्या चिरंजीवाने उचलले होते. तरुण रुस्तुमेजमाचे वय शिवबांएवढेच होते. त्यामुळे बंगरूळच्या त्या मुक्कामात त्या दोघांतली मैत्री वाढतच गेली.

भोसले घराण्याच्या दृष्टीने बंगरूळच्या वास्तव्याचा मोठा फायदा म्हणजे तिन्ही भावंडे एकत्र जमली होती. संभाजीराजे, शिवबा आणि व्यंकोजींपेक्षा साधारण सात वर्षांनी मोठे होते. राजवाड्यात तिन्ही राजपुत्रांची गट्टी छान जमायची. व्यंकोजी आणि शिवबा तर समवयस्क. संभाजीराजे त्या दोघांचीही वडीलकीच्या नात्याने काळजी घ्यायचे. शिवाय आदिलशाही दरबाराकडून दोन हजार घोड्यांची मनसब शंभूराजांनाही मिळालेली होती. त्यामुळेच अधिकाराबरोबर आपोआप प्राप्त झालेला रुबाब त्यांच्या कोवळ्या व्यक्तिमत्त्वाला शोभून दिसायचा.

शिवबांच्या वाढत्या वयाकडे आणि झपाट्याने विकसित होणाऱ्या व्यक्तिमत्त्वाकडे जिजाऊ विशेष लक्ष ठेवून होत्या. बंगरूळात घोडदळ असो, तोफांचा कारखाना असो अगर त्याची बांधणी असो, प्रत्येक बाबतीत शिवबांनी जातीने लक्ष दिले होते. ते लोहारमेटावर आणि घिसाडगल्लीतसुद्धा जात असत. पीलखान्यातील नाना जातींचे हत्ती त्यांनी कोयजीदादांसमवेत बघून घेतले होते. हस्तिरोगांची आणि अश्वरोगांचीही जाणकारी करून घेतली होती.

एके दिवशी शहाजीराजांनी विजापुराहून सिद्दी हिलाल नावाच्या गुलाम जातीच्या तगड्या बहाद्दराला बोलावले. त्याच्याइतके अश्वविद्येचे ज्ञान अन्य कोणास नाही, असे बोलले जायचे. त्यामुळेच सिद्दी हिलाल यांच्यासारखा गुरू भेटल्यावर शिवबांचे तर भानच हरपले. त्यांच्या अहोरात्र रपेटी चालायच्या. ते थोडा विसावा घ्यायचे आणि पुन्हा घोड्यावरून तलवारबाजीचा किंवा भालाफेकीचा सराव चालू राहायचा.

एकदा वाड्यात रात्रीच्या भोजनोत्तर गप्पा चालल्या होत्या. तेव्हा शिवबांचा घोडेस्वारीचा पराकाष्ठेचा नाद बघून शहाजीराजे भारावून बोलले, "बाळराजे, तुमचा हा अश्वलळा पाहून आम्हाला आमच्या शरीफजींची याद येते!" मालोजीबाबांचे इंदापूरच्या लढाईत झालेले निधन, राजांनीच शरीफजींवर धरलेले पितृछत्र आणि भातवडीच्या युद्धात त्यांचे अचानक निघून जाणे, हा सारा कालपट शहाजीराजांना आठवला. जिजाऊंनाही शरीफजींच्या सुवर्णमुठीच्या तलवारीची याद आली. शिवनेरीवर ती तलवार सहाणेवर घासून शिवबांसाठी गुटी तयार करून, जिजाऊसाहेबांनी त्यांना पाजली होती.

तिन्ही राजपुत्र पीलखाने, शस्त्रागार इत्यादी ठिकाणी फिरून दरबाराकडे वळायचे. शिवबांना दरबारी कामातही कमालीचा रस होता. शहाजीराजे दरबारात दाखल होण्यापूर्वी अनेक जहागीरदार, संस्थानिक, परदेशी वकील तिथे हजर असायचे. तिथे शास्त्री, पंडित, कवी आणि वैद्यक इत्यादींची जशी काही मांदियाळी असायची. राजांच्या आगमनापूर्वी कारभारी नारोपंत दीक्षितांची तिथे चांगलीच धांदल उडायची.

सायंकाळी त्या प्रसिद्ध नवगजी दरबारात शहाजीराजांचा प्रवेश हा पुराणकथेतील एखाद्या राजामहाराजाला वरताण असाच होता. नवगजी सभामंडपाचे लखलखते रूप अगदी डोळे भरून पाहण्यासारखे होते. छतावरची मत्स्यांची आणि कासवांची वेधक चित्रे, पायाखाली अंथरलेले गुबगुबीत रुजामे, राजांच्या मस्तकावर धरलेली चांदव्याची अब्दागिरी, दोन्हीकडून चवऱ्या ढाळणाऱ्या दास-दासी, त्यातच तलवारीची रत्नजडित मूठ हाती धरून रुबाबात प्रवेश करणारे शहाजीराजे, हे दृश्य मोठे विहंगम होते. त्यांच्या स्वागतासाठी कवी, पंडित आणि विद्वानांचा मेळा उभा होता. राजांना झटझट मुजरे झडले. ते सिंहाच्या भुजा असणाऱ्या राजसिंहासनावर झोकात विराजमान झाले.

राजकुमारांची व्यवस्था राजपीठाच्या पुढच्या बाजूलाच केली गेली होती. संभाजी, व्यंकोजी आणि शिवबांच्या शेजारच्या आसनावरच कोयाजीराजे बसले होते. दरबारात कोयाजींचा भारी वट दिसत होता. बहुतांशी सर्व विद्वान त्यांना चाहत होते. कोयाजींनी विचारले, "काय शिवबा ऽऽ कसा वाटला तुम्हाला आबासाहेबांचा दरबार?"

"आम्ही काय बोलावं? एवढ्या दूरदेशीही सह्याद्रीच्या मावळमातीतलं इथे कोणी येतं काय, असं राजवैभवाचं सुख घेतं काय! हे स्वप्नवत् दृश्य एखाद्याला खरंही वाटायचं नाही," शिवबा भारावून बोलले.

कोयाजी मध्येच उठायचे आणि विद्वानांच्या पंक्तीत हवे-नको ते बघून यायचे. त्या नवगजी दरबारात विविध भाषा आणि संस्कृती जाणणारे एकोणऐंशी दरबारी कवी आणि पंडित होते. त्यांना सरकारातून दरमहा पगार दिला जायचा.

विजापूरच्या दरबारात उर्दू, अरबी आणि हिंदी कवी-शायरांची गर्दी असायची. इकडे बंगरूळच्या शहाजीराजांच्या नवगजीत सर्व दख्खनी भाषांची मांदियाळी होती. मुख्यत: म्हाराष्ट्र देशातून आलेल्या अनेक विद्वानांचा दरबारात भरणा होता. जादुराय, दुर्ग ठाकूर, द्वारकादास, शाम गुस्साई हे उत्तर हिंदुस्थानी कवी काव्यगोष्टीत मजा आणायचे. विश्वनाथभट ढोकेकर, तुकदेव, शेष पंडित, वीरेश्वर वैद्य, जयराम पिंडे, जनार्दन पंडित असे अनेक विद्वान कवी मराठीचा साज सजवायचे. कानडी काव्याची मजा सुबुद्धीराव आणि त्रिमल व्यंकट नाईक दाखवायचे. मध्येच आपल्या व्यंगकाव्य गायनाने कृष्णभट विदूषक हास्याची खसखस पिकवायचे. अल्लीखान साहेबांना तर आठ-दहा भाषा येत. उर्दूइतकीच त्यांची संस्कृतवरही उस्तादी होती.

शिवबांना कौतुक वाटले व्यंकोजीराजांचे. नवगजीत येण्यापूर्वी तो त्यांना आपला एक बडबडा भाऊ वाटला होता; परंतु इथे दरबारात संस्कृत आणि प्राकृतावरची त्यांची हुकुमत, त्या भाषांतली गती आणि पाठांतरे विस्मयचकित करणारी होती. मध्येच शहाजीराजांना शब्दमाधुर्याची नशा चढायची. ते विद्वज्जनांना

'संस्कृत समस्या' घालायचे. मग त्याची उत्तरे शोधताना अनेकांना घाम सुटायचा.

शहाजीराजांकडे अनेक कवि-कलावंतांना आणि विद्वानांना मोठा राजाश्रय होता. ते अनेकांना अरबी आणि तुर्की जातीची महागडी घोडी बक्षीस म्हणून द्यायचे. एकदा तर खूश होऊन त्यांनी एका कवीला एक हत्तीच भेट दिला होता!

शिवबा बंगरूळभोवतीच्या शहाजीराजांच्या जहागिरीतल्या अनेक कानडी गावांना आणि नगरांना भेटी द्यायचे. खुद्द त्या नगरीमध्ये आपल्या पित्याबद्दल आणि त्यांच्या कारभाराबद्दल जे गौरवोद्गार रयतेकडून ऐकायला मिळायचे, त्याचा शिवबांना खूप अभिमान वाटायचा. आदिलशहाने राजांना बंगरूळच्या जहागिरीचा पाच लाख होनांचा मुलूख दिला होता. केंपे गौडाच्या काळात बंगरूळ शहराभोवती बांधलेली तटबंदीची भिंत दगडमातीची होती. जागोजाग ती ढिसाळ झाली असल्याने तिच्या दुरुस्तीचे मोठे काम शहाजीराजांनी हाती घेतले होते. बंगरूळातले अनेक नवे विस्तीर्ण बगीचे, तलावांच्या भोवती फुलांचे ताटवे अशा कामातही ते जातीने लक्ष द्यायचे. राजांचे भव्य व्यक्तिमत्त्व, त्यांची दिलदारी, कलादृष्टी, त्यांचे विविध भाषांचे ज्ञान, त्यांचा अखंड ओसंडता उत्साह या साऱ्यांमुळे ते सैनिकांपासून ते किसानापर्यंत आणि दरबारी सेवकांसह नगरवासीयांमध्ये- सुद्धा खूप लोकप्रिय होते.

शिवबांचे बंगरूळात आगमन होऊन आणि त्यांच्या खडतर प्रशिक्षणाला सुरुवात होऊन जवळपास दहा महिने लोटले होते. मध्ये आणखी एकदा पुण्याहून दादोजी कोंडदेव महसुली साऱ्याच्या रकमा विजापूरला घेऊन आले होते आणि त्याचा भरणा सरकारात जमा करून पुन्हा पुण्याकडे रवाना झाले होते. रात्रीच्या भोजनावेळी शहाजीराजे म्हणाले, "आम्हाला वाटतं, आमच्या राजपुत्रांना अधिक काळ बंगरूळात राहायची संधी मिळणार नाही."

"म्हणजे काय झालं? बाळराजांचं काही चुकलं का?" जिजाऊसाहेबांनी काळजीने विचारले.

राजांच्या बोलाबरोबर त्यांचे राजपुत्र चमकले. शिवबांनी चिंतातुर नजरेने जिजाऊंकडे बघितले; पण तोवर शहाजीराजांनीच मोठ्याने हसत खुलासा केला, "तुम्हा मंडळीस इथे येऊन आठ-दहा महिने लोटल्याची खबर तिकडे विजापुरात पोचली आहे ना! आता खुद्द आदिलशहा साहेबांना मेहमाननवाजीचा मौका हवा आहे."

राजपरिवाराचा मुक्काम विजापुरात ताजबावडीजवळच्या मेहमानपुऱ्यात होता. तिथे हवेल्यांची एक रांग होती. त्या प्रत्येक हवेलीच्या दर्शनी बाजूला विशाल जलाशय पसरलेला होता. त्याचे नाव 'बावडी' असले तरी त्या जलाशयातून संपूर्ण विजापूर नगरीला आणि तिथल्या प्रचंड लष्कराला पाण्याची सोय केली गेली होती. ते फुलांच्या ताटव्यांनी नटलेले बगीचे, जलाशयावरून येणारा गार वारा, तिथला

दरवळता फुलांचा सुगंध, असा तो मोठा रमणीय परिसर होता.

सुलतान इब्राहीम आदिलशहाने आपल्या बेगम ताज सुलतानाच्या स्मृतीसाठीच हा प्रचंड जलाशय बांधून काढला होता.

शहाजीराजांच्या भेटीसाठी त्या विस्तीर्ण हवेलीत आलेली एक बडी असामी बाहेरच्याच अंगाला उभी होती. घोळदार तांबडी कफनी, केसांच्या खांद्यावरून खाली उतरलेल्या जटा, लंबी दाढी. त्या बाबांचे दोन शागिर्द त्यांच्या सेवेसाठी बाजूलाच खडे होते. पैकी एकाने पेटती चिलीम बाबांच्या हाती दिली होती. बाबांची चर्या मोठी गूढरम्य भासत होती. त्यांच्याशी आपल्या पुत्रांचा परिचय करून देत राजे बोलले, "हे आमचे महान तपस्वी गौरीकांचनबाबा. हिमालयापासून ते रामेश्वरापर्यंत अखंड भटकंती चालते यांची."

गौरीकांचनांचे राजांकडे काहीतरी तातडीचे काम होते. त्यासाठी राजे उठले. त्यांनी पाठीमागच्या आगाशीत जाऊन बाबांच्या समवेत काही गोष्टी केल्या. राजांचा निरोप घेऊन गौरीकांचन आणि त्यांच्या सहा शिष्यांची घोडी तिथून लगेच बाहेर पडली.

विजापुरात आल्यावर आदिलशाहीची ती सामर्थ्यवान राजधानी आपण कधी एकदा पाहून घेऊ असे शिवबांना झाले होते. रणदुल्लाखान यांचा मुख्य महाल विजापुरातच होता. त्यामुळे शहाजीराजांनी त्यांचे चिरंजीव रुस्तुमेजमा यांना खास बोलावून घेतले. मग त्यांच्या सोबतच ती भव्य नगरी पाहण्यासाठी शिवराय बाहेर पडले. विजापूरचे सामर्थ्य, सौंदर्य आणि प्रगतीचे मीनार बघताना शिवरायांचे डोळे दिपून गेले. ते विस्मयचकितही झाले. त्या नगरीच्या मुख्य किल्ल्याभोवती वीस ते पंचवीस फूट उंचीची आणि दहा ते पंधरा फूट रुंदीची अशी बळकट तटबंदी होती. अशी तटबंदी शिवबांनी अन्य कुठे बघितली नव्हती. तटबंदीवरील शंभराहून अधिक प्रचंड बुरुजांची ती अभेद्य साखळी, तटाबाहेरचा तो प्रचंड मोठा खंदक, त्यामध्ये वाहते स्वच्छ, झुळझुळते पाणी. त्यात अनेक ठिकाणी हत्तींनाही स्नान घातले जात होते. आत किल्ल्यात प्रवेश करण्यासाठी भव्य कमानीची दहा प्रवेशद्वारे होती.

एका प्रचंड बुरुजावर रुस्तुमेजमा शिवबांना घेऊन गेले. त्या बुरुजाच्या माथ्यावर नऊ हात लांबीची, पंचधातूंची ती अजस्त्र तोफ शिवबा अचंबित होत बघू लागले. त्या तोफेचा जबडा एखाद्या व्याघ्राच्या पसरलेल्या तोंडासारखा भयकारी भासत होता. त्या मुखाचा परिघच नऊ हात होता. त्या अमोघ शस्त्राचे निरीक्षण करताना शिवबांच्या मुखातून आपोआप शब्द बाहेर पडला, "मुलूखमैदान तोफ!"

"बहोत खूब शिवबा! आपल्या निरीक्षणाची ताकद लाखात एक! कशी झट्कन याद आली तुम्हाला?"

"रुस्तुमेजी! ही तोफ म्हणजे आमच्या परांड्याच्या किल्ल्यावरची वाघीण, ते

तर आमच्या मर्दुमकीचं नाकच ठरलं होतं.''

''पण तुमच्या त्या मुरारी जगदेवाने ही तोफ एवढ्या लांबून इथे ओढून आणायचा प्रताप गाजवलाच की!''

''हो, ही अजस्त्र तोफ इथवर खेचून आणताना प्रवासात बड्याबड्या नद्यांची पात्रं आणि डोंगर-रानं ओलांडावी लागली. लोक सांगतात, त्या कोशिशमध्ये सहा-सातशे बैल आणि काही हत्ती मेटाकुटीला आले, आखिर वह सब बेचारे बरबाद हुए!''

त्या आठवणी ऐकताना शिवरायांचा चेहरा गाजरासारखा लालेलाल झाला. त्यांच्या नासिकेतून संतापाच्या श्वासलहरी वाहू लागल्या. दांतओठ खात शिवराय गुरगुरले, ''आमच्या शौर्याची ही अमूल्य निशाणी इतक्या दूर आणून त्या मुरारी नावाच्या पढतमूर्खाने अखेर कमावलं तरी काय? या साऱ्या चापलुशीची शेवटी बक्षिसी तरी काय पडली त्याच्या फाटक्या पदरात? विजापूरच्या बोळात त्याचं बेवारस स्थितीत पडलेलं प्रेत उचलून न्यायला मुडदेफरासही तयार नव्हते म्हणे!''

त्या नगरात गोलघुमट, जामा मस्जिद अशा प्रचंड दिसणाऱ्या इमारती होत्याच; पण जागोजाग अनेक आदिलशाही सरदारांचे बडे महाल आणि भव्य प्रासादही होते. विस्तीर्ण बागा, पुष्करणी, फुलवेलींच्या कमानी असलेली अशी ती प्रेक्षणीय नगरी. आदिलशाही सुलतानाने आपल्या शहराच्या संरक्षणाला प्रचंड महत्त्व दिल्याचे दिसत होते. त्यामुळेच नगराच्या मध्ये आणखी एक बालेकिल्ल्यासारख्या संरक्षित भव्य इमारतींचा समूह होता. जिथे सुलतानांचा राजप्रासाद, दरबार अशा महत्त्वाच्या इमारती होत्या. त्या अंतर्वर्तुळाभोवतीसुद्धा आणखी एक खंदक होता. मध्यभागातील ह्या आनंदमहल, गगनमहल, सात मंजिल, शिवाय अनेक मस्जिदी अशा इमारतींकडे आणि दर्ग्याकडेही खासकरून लक्ष दिले जायचे.

''यह है हमारा दुनियामें मशहूर गोल गुंबज ऽ!'' रुस्तुमेजमांनी त्या घुमटाकडे निर्देश करताच त्या प्रचंड महाकाय इमारतीकडे शिवबा पाहतच राहिले. ते चार-दोन दिवसांचे नव्हे तर पंधरा-सतरा वर्षांचे कामकाज असावे. ते घडविताना सहस्त्रावधी कारागीर आणि मजूर आपल्या जवानीतच बुड्ढे होऊन गेले असतील. गोल घुमटाची पाहणी करताना शिवबा एकाग्रचित्त झाले होते. तेव्हा त्यांचा तरुण मित्र रुस्तुमेजमा त्यांना सांगू लागला, ''हमारे अब्बू रणदुल्लासाहब हमें हमेशा बताते आये हैं, इस गोल गुंबजके निर्माणके वास्ते आपके पिता शहाजी महाराजने कितनी मेहनत उठाई थी!''

''क्या कहते हो रुस्तुमेजी?''

''हाँ भाई, शहाजी महाराजने दखखन देशमें रामेश्वर, मदुरा, तंजोर, जिंजी जाने

कहाँ कहाँ तक अपनी फौज दौडाई है। कहाँ कहाँ से लूट जमाके इस जन्नत जैसी मंजिलका निर्माण किया है!''

''वा ऽ''

''हमारे अब्बू तो कहतें हैं, इस मंजिलके दरोदीवार तो क्या, हमारे बिजापूरके बडे बडे हाथी और घोडे भी राजा शहाजीका एहसान कभी नहीं भूल सकते.''

मधल्या किल्ल्याच्या कोटाच्या आतसुद्धा काही हिंदूंचीही मंदिरे होती. तिथे शहाजी महाराजांनी स्वत: पुढाकार घेऊन एक दत्त मंदिरही बांधले होते. विजापुरात एक ब्राह्मण आळीही वसल्याचे पाहून शिवरायांना मोठी गंमत वाटली. शहाजीराजांनी सांगितल्याप्रमाणे तिथे संगीत, भाषा आणि कला साधनेसाठी विजापुराशेजारीच इब्राहीमशहाने नवरसपूर नावाची नगरी तयार केली होती. विजापूरकरांनी राक्षसतागडीच्या युद्धात विजयनगर साम्राज्याचा नाश केला, तिथून हजारो बैलांच्या पाठींवरून सोनेनाणे, जडजवाहीर अशी प्रचंड लूट विजापुरात आणली होती, त्या नगरीची आजची आर्थिक व्यवस्था उत्तम होती. दूरच्या चीन देशाशीसुद्धा त्यांचा व्यापारउदीम चालू होता. तिकडचा कच्चा माल आणून विजापुराच्या आसपास रेशमी वस्त्रांचे अनेक कारखाने सुरू केले होते. त्या कारखान्यांनाही शिवबा, संभाजीराजे आणि व्यंकोजींनी भेटी दिल्या.

एके दिवशी सकाळी शहाजीराजांचे मित्र रणदुल्लाखान हाजिर झाले, तेव्हा राजे आपल्या तिन्ही राजपुत्रांसह समोरच्या छोट्या बगिच्यात न्याहरीसाठी बसले होते. राजांशी बोलताबोलता रणदुल्लांनी शिवबांकडे पुन्हा एकदा आपादमस्तक पाहिले. ते खुशीने म्हणाले, ''मौका चांगला आहे. दरखास्त करा.''

''कशाची?''

''तुमच्या बड्या पुत्राला, संभाजींना याआधीच दोन हजारांची मनसब मिळाली आहे. आदिलशहाकडे हटूनच बसा, शिवबांसाठी किमान सप्त हजारी तरी मनसब मागून घ्या.''

रणदुल्लांच्या त्या सल्ल्यावर शहाजीराजांनी कोणतेच मतप्रदर्शन केले नाही; मात्र पाठीमागे उभ्या असलेल्या जिजाऊसाहेब वावटळीसारख्या झट्‌कन पुढे झाल्या आणि त्वेषाने बोलल्या, ''मनसबींचं काय घेऊन बसला आहात? कोणाच्या सेवाचाकरीत मशगूल राहणं हा आमच्या शिवबाचा पिंडच नव्हे!''

जिजाऊसाहेबांनी मोठ्या अभिमानाने शहाजीराजांकडे नजर टाकली, तेव्हा त्यांच्या अभिमानी कथनाची रेशमी पताका उंचावत शहाजीराजे बोलले, ''जन्मत:च सूर्य गिळायची जिगर घेऊन पैदा झालेल्या हनुमंतांसारखा आमच्या युवराजांचा बाणा आहे.''

अंगात एकाएकी भरलेल्या शिवकळेसारखे जिजाऊ आणि शहाजीराजे बोलून गेले. आगीतल्या ठिणग्यांसारखे काहीतरी अचाट, अलौकिक असे ते दोघेही बोलून गेल्याची सर्व उपस्थितांना जाणीव झाली. रणदुल्ला तर थोडे हादरलेच. आपल्या हातून भलतेच काही घडले नाही ना, अशा अर्थी जिजाऊंकडे ते अध्येमध्ये नजर टाकत होते. थोड्या वेळाने खानसाहेब निघून गेले.

राजांसाठी मुक्रर केलेल्या हवेलीच्या बाजूच्या एका टुमदार घरात आधीच एक टोपीकरांचे शिष्टमंडळ येऊन उतरले होते. त्यात अनेक बडे परदेशी सौदागर आणि विशेष करून डच आणि पोर्तुगाल या दोन देशांतील मंडळी होती. तेव्हा जिजाऊसाहेबांनीही शिवाजीराजांना मुद्दाम सांगितले, "अनेक देश, प्रदेश ओलांडत आलेली ती अनुभवी माणसं. बाळराजे, त्यांच्याशी घसट वाढवा. जग समजून घ्या."

राजांना त्या फिरंग्यांबाबत मोठे कौतुक होते. त्यांच्या डोक्यावरच्या सांबराच्या चामड्याने बनवलेल्या, एका बाजूला निमुळत्या होत जाणाऱ्या लांब टोप्या, त्यावरचे आकर्षक पिसाचे तुरे, गुडघ्यापर्यंत वर सरकत येणारी पादत्राणे आणि अंगावरचे दुहेरी जाड सदरे. हिंदुस्थानी लोकांच्या मानाने तो फिरंगी पोषाख रंगाने आकर्षक आणि सहज डोळ्यांत भरणारा होता.

त्या शिष्टमंडळाबरोबर शेणवी नावाचे दोन तरुण ब्राह्मण होते. ते दोघेही डच आणि पोर्तुगीज भाषा उत्तमरीत्या जाणत होते. त्यामुळे कोणत्याही दरबारात, सरकारात ते दुभाषी या नात्याने उत्तम कामगिरी पार पाडत.

त्या फिरंगी मंडळींचा शेजारच्या बंगलीत अनेक दिवस मुक्काम होता. त्यांच्याकडून शिवबांना युरोपातल्या बऱ्याच हालचाली, नवी नवी माहिती कळत असे. त्यांच्याशी मैत्री वाढल्यावर त्यातल्या एकाने युरोप खंडाचा आणि हिंदुस्थानचा नकाशा शिवबांना भेट दिला. त्यांनी नव्या घडणीच्या चपळ पण कमी वजनाच्या तोफांची काही चित्रे दाखवली. त्यात गुराबा, तरांडी अशा अनेक जहाजांची चित्रेही होती. शिवबांनी त्या पाहुण्यांना विचारले, "अशा बाजाची जहाजं आमच्या मुलखात कधी तयार होतील?"

"होतील नव्हे, अशाच नव्या बनावटींच्या जहाजांचे कारखाने पोर्तुगीजांनी गोव्यात काढलेसुद्धा आहेत." पाहुणे बोलले.

"कमाल आहे!" शिवराय अचंबित झाले.

"एवढंच नव्हे," ते फिरंगी पाहुणे सांगू लागले, "अलीकडेच कोकणात डच लोकांनी वेंगुर्ल्याच्या किनाऱ्यावर एक गढी बांधली आहे. तिथूनच विदेशात, आयात-निर्यात व्यापारही सुरू केला आहे."

एके दिवशी शिवबा जिजाऊंना स्वतःच म्हणाले, "आऊसाहेब, आपला कयास बरोबर आहे. शत्रूच्या गोटात घुसल्याशिवाय त्याचे मर्मबिंदू समजायचे नाहीत.

नदीपल्याड व्हायचं तर पाण्यात उतरावंच लागेल.''

''म्हणजे हो?''

''ही इथली आदिलशाही सियासत, एकीकडे नर्मदेच्या तीरापर्यंत आपला राज्यविस्तार करणारी, दुसरीकडे रेशमाच्या उद्योगासाठी दूर चीनहून कच्चं रेशीम आणणारी एक बलाढ्य नगरी. तिच्या यशाची गुप्त रहस्यं, तसंच तिची बलस्थानं समजून घ्यायची आमची इच्छा आता अनावर बनली आहे.''

शिवबांचा तो प्रचंड उत्साह आणि त्यांची जिज्ञासा पाहून जिजाऊ कौतुकाने गोड हसल्या.

विजापूरच्या बड्या शाही दरबारात जायचे होते, तो दिवस शिवबांसाठी खूप हर्षाचा आणि महत्त्वाचाही होता. प्रात:काळी ज्येष्ठ बंधू संभाजीराजांनी शिवबांना आपल्या दालनात बोलावून घेतले. त्यांच्या खांद्यावर मायेचा हात ठेवत ते म्हणाले, ''आदिलशाही दरबार म्हणजे निरंकुश सत्तेचं मोठं पीठच. या दरबारातली एखाद्याची अदब, चालचलणूक आणि इथल्या दरबारी भाषेत सांगायचंच झालं तर 'बर्ताव' खूप महत्त्वाचा.''

''जी दादासाहेब.''

तिन्ही राजपुत्र आणि शहाजीराजे जेव्हा दरबाराकडे निघाले, त्या क्षणी जिजाऊसाहेबांनी आणि तुकाबाईंनीही सर्वांचे औक्षण केले. जिजाऊंचे मन खूप कातर बनले होते. त्यांना चिंता होती आजच्या दिवसाची आणि त्यापेक्षाही शिवबांच्या भवितव्याची.

समोरच्या बगिच्यातल्या पुष्करणी, जवळ झुळझुळ वाहणारे पाण्याचे प्रवाह, नाचती कारंजी, यांच्या बगलेने राजे सात मंजिलकडे चालले. तिच्या तळमजल्यावरच मध्यभागी शाही दरबार भरला होता. शिवबांनी जेव्हा त्या दरबार महलमध्ये प्रवेश केला, तेव्हा तिथे त्यांना सर्वत्र वैभव ओसंडून वाहत असल्यासारखे वाटले. छतावरची ती रंगीबेरंगी हंड्याझुंबरे, ते चमकदार भरजरी पोषाख, सुमारे दोनशेहून अधिक अमीरउमराव आदिलशहांच्या उंच तख्तापुढे नम्रपणे उभे होते. तख्त सोन्याचे होते. सर्वत्र चंदनासारखा खुशबूदार सुवास दरवळत होता.

इतक्यात गुर्झबदारांच्या ललकाऱ्या कानावर पडू लागल्या, ''होशियार ऽऽ बाअदब बामुलाहिजा, जहापन्हाँ, आफताबे दख्खन, सुलतान मोहम्मद आदिलशहा साहब पधार रहे हैं ऽ ऽ ऽ!'' तुताऱ्या, शहाजणे अशा मंगलवाद्यांचा एकच गजर झाला. दरबारी कामकाजाला रीतसर सुरुवात झाली. आदिलशहांची नजर समोर शहाजीराजांकडे गेली. राजांनी आदराने खाली मान झुकवून सुलतानाला मुजरा केला, तेव्हा अत्यंत प्रसन्न आणि समाधानी चर्येने आदिलशहाने शहाजीराजांकडे बघितले. तेवढ्यात त्यांचे लक्ष बाजूला उभ्या असलेल्या चिरंजीव शिवबांकडे गेले. तसे आपल्या खर्जातल्या आवाजात मोहम्मद आदिलशहाने विचारले, ''क्या यही है

आपका शहजादा?''

"हां जी सरकार ।''

"खूप उमदा आणि बाणेदार दिसतो,'' आदिलशहा शुद्ध मराठीत बोलले, तेव्हा त्यांचे वडील इब्राहीम आदिलशहा मराठी भाषेचे व्यासंगी पंडित कसे होते, ही शहाजीराजांनी सांगितलेली गोष्ट शिवबांना आठवली.

काही क्षण मोहम्मद आदिलशहांनी शिवबांकडे नजर लावली. तसे आजूबाजूला उभे असलेले सरदार अंमलदार दबक्या आवाजात 'सुलतानसाबको ताजीम दे दे बेटे' असे कुजबुजत शिवबांना सांगू लागले. हळू खाणाखुणाही करू लागले. शहाजीराजांनीही हळूच 'चिरंजीव, मुजरा करा!' असे इशारे केले; परंतु शिवबा तसेच जागेवर स्थिर उभे. तेवढ्यात रणदुल्लाखानाने दुसराच कोणतातरी विषय काढला, अन् हुशारीने आदिलशहांचे लक्ष अन्य विषयाकडे वळवले.

तिथे झिरझिरीत पारदर्शक पडद्याआड शाही खानदानातल्या काही स्त्रिया बसल्या होत्या. शिरोभागी एक उंचेल्या, निमुळत्या चेहऱ्याच्या, लांब पण पातळ नाकसरीच्या बेगम दिसत होत्या. त्या वटारलेल्या निळ्याजर्द डोळ्यांनी आपणाकडेच पाहत असल्याचा शिवबांना भास झाला.

तासाभराने दरबाराचे काम आटोपले. दरबार मंडप रिता होऊ लागला. आदिलशहासाहेब कसल्यातरी जरूरीच्या कामानिमित्त लगेच बाहेर निघून गेले. तोवर त्या झिरझिऱ्या पडद्याआड हालचाल झाली. शहाजीराजांना बड्या बेगम साहेबांनी बोलावल्याचे एका हुजऱ्याने धावत येऊन सांगितले. तसे शहाजीराजे शिवबांना सोबत घेऊनच उलया जनाब तथा बड्या बेगमेला सामोरे गेले. बंगरूळमधील एका जरूरीच्या कामाबाबत बेगमसाहेबांनी राजांना काही सूचना दिल्या. राजांशी बोलताना बेगमसाहेबांची नजर शिवबांकडे होती. ते शहाजीराजांच्याही लक्षात आले. आपली मेहंदीने रंगवलेली आणि रत्नालंकारांनी भरलेली बोटे शिवबांकडे दाखवत बेगमसाहेबांनी विचारले, "तो यही है आपके शहजादे?''

"हां-होय बेगमसाहिबा,'' राजांनी शिवबांना लगेच हटकले, "राजे मुजरा करा.''

आपण पूर्ण गोंधळून गेल्याचे दाखवत शिवबा तसेच पुतळ्यासारखे उभे राहिले, तेव्हा त्यांच्याकडे बघत आणि आपले बडे निळे डोळे उडवत बेगमसाहिबा फणकारल्या, "जो घमंडी बच्चा सुलतान-ए-आझम को सलाम करना नहीं जानता, उसे हमारी परवाह क्या रहेगी?''

◆

ध्यास आणि अभ्यास

दरबारातून शिवबा हवेलीकडे परतले, तेव्हा समोरच्या फुलवाटिकेमध्ये, झोपाळ्यावर जिजाऊ बसल्या होत्या. तितक्यात व्यंकोजींनी जिजाऊसाहेबांशी काहीतरी कानगोष्ट केल्याचे स्पष्ट दिसत होते.

शिवबा मनातून हसले. व्यंकोजींच्या बालसुलभ स्वभावानुसार त्यांनी जिजाऊंकडे काहीतरी चुगली केली असणार. शिवबा तसेच आत आले आणि त्याच वेळी जिजाऊंची हाक त्यांच्या कानावर पडली, "या चिरंजीव, आज दरबारातला दिवस तुम्ही गाजवला म्हणे!'' त्या बोलाने शिवबांचा गोंधळ अधिकच वाढला. मातोश्रींचा तो सूर संतापाचा आहे की उपहासाचा याचाच त्यांना लवकर उलगडा झाला नाही.

व्यंकोजीराजे मध्येच म्हणाले, "आऊसाहेब, एखाद्याने अकारण इतका ताठा कशासाठी हो दाखवायचा?''

"का हो, झालं काय चिरंजीव?''

"आज दरबारात शिवबाने ना सुलतानसाहेबांना मुजरा केला, नाही बेगमसाहिबांना ताजीम दिली.''

तोवर हवेलीतील इतर स्त्रीवर्ग आणि पाठोपाठ दासींचीही तिथे दाटीवाटी झाली. आपल्या पतीकडून दरबारात काहीतरी चूक घडल्याची कुणकुण सईबाईंना लागली होती. त्यामुळे त्या घाबरूनच गेल्या होत्या. तेवढ्यात जिजाऊसाहेबांनी शंभूराजांनाच प्रश्न केला, "बोला शंभूबाळ ऽ कसा वाटला दरबार आमच्या शिवबांना?''

"मातोश्री, आम्हास इतकंच वाटतं, शेवटी सुलतान सलामत म्हणजे इकडची सर्वंकष सत्ता. त्यांच्याबाबत इतकं बेपर्वा राहून कसं चालेल?''

"असंभव! असंभव!!'' एखाद्या उच्च न्यायासनासमोर आपल्यावरील अन्यायाचा पाढा वाचणाऱ्या कवीच्या थाटात शिवराय बोलून गेले, "कशाला हवी कोणाची सेवाचाकरी? कोणा पातशहाच्या किंवा सुलतानाच्या मढवलेल्या मंडपाची झालर बनण्यासाठी आम्ही जन्मास आलेलो नाही!''

शिवबांचे ते अचानक बदललेले रूप आणि त्यांच्या मुखातून बाहेर पडलेले ते बाणेदार उद्गार ऐकून सारे जागीच सर्द झाले. सईबाईंच्या मनावरचा तणाव हलका झाला.

तोवर तुकाबाईंचे बंधुद्वय संभाजीमामा मोहिते आणि धारोजीमामा आपल्या कुटुंबकबिल्यासह तिथे येऊन दाखल झाले. पाठोपाठ आणखी एक मराठा सरदार राजेशिर्केही तिथे पोहोचले.

हवेलीत भोसल्यांचा बडा गोतावळा गोळा झाला होता. वडीलधाऱ्यांच्या गर्दीत ज्येष्ठ मंडळी आणि मुले असे दोन गट तिथे पडले. थोड्या वेळाने खेळ, गप्पागाणी आणि शाहिरी गीतांनाही ऊत आला.

शहाजीराजे थोड्या उशिराने परतले. ते अत्यंत खुशीने सर्वांना सांगू लागले, "आज तिकडे दरबारात काय मौज झाली, आहे का ठाऊक? आमच्या सुलतानसाहेबांनी एक गोड फर्मानच आमच्यावर जारी करून टाकलंय."

"गोड फर्मान?" नातलगांच्या त्या मेळ्यात कुजबुज वाढली.

"हो ऽ ते म्हणाले, राजे, तुम्हास शिवबांच्या लग्नाला पुण्याला जाणं जमलं नाही. हमें भी आप लोगोंकी रस्में, शादीब्याह देखनेका मौका नहीं मिला है। तेव्हा तुमच्या शिवबांच्या आणखी एका शादीचा बार उडवाच इथे विजापुरात."

ती गमतीदार गोष्ट ऐकून तिथे उपस्थित असलेल्या भोसले-मोहिते घराण्यासह सर्व नातलग स्त्री-पुरुषांनी आनंदाने जल्लोष केला आणि सगळे म्हणू लागले, "चला राजे, शिवबांचा आणखी एक मंगल सोहळा इथे होऊनच जाऊ द्या."

"अरे, पण त्यासाठी शिवबांच्या धर्मपत्नीची परवानगी तरी घ्या. शोधा रे कुठं आहेत त्या सईबाई?" काही जण ओरडले.

पुन्हा एकदा हास्याचे फवारे उडाले. समाजात बहुपत्नीत्वाची रीतच होती, तरीही शिवबा थोडे लाजले. नव्या लग्नाचा निर्णय झाला. त्यासाठी नव्या नवरीचे संशोधनही सुरू झाले. तेवढ्यात काहींचे लक्ष बाहेरच्या ओसरीकडे गेले. तिथे झोपाळ्यावर सईबाई आपल्या सगुणा नावाच्या मैत्रिणीशी छान गप्पागोष्टी करत बसल्या होत्या. सारे जण त्या दोघींकडे बघू लागले. मध्येच कोणीतरी गमतीने बोलले, "बघा रे, त्या दोघी मैत्रिणींची जोडी सवती म्हणूनसुद्धा कशी छान दिसेल!"

पुन्हा एकदा हास्य पिकले. त्याच बैठकीत उपस्थित असलेले सरदार राजेशिर्के पुढे आले. शहाजीराजांचा हात आपल्या हाती पकडत बोलले, "राजेसाहेब, ते सईबाईंसोबतचं सगुणा नावाचं कन्यारत्न आमचंच बरं!"

"बोला शिर्केमामा, तुमचा विचार काय आहे?" अनेकांनी एका सुरात आवाज दिला.

"भोसल्यांशी रेशीमगाठी मारायला आम्ही एका पायावर तयार आहोत!" शिर्केमामांच्या जबाबावर सर्वांनी टाळ्यांचा गजर करत प्रतिसाद दिला.

काही दिवसांच्या आतच त्या मंगल सोहळ्याचा योग विजापुरात जुळून आला. सुलतान मोहम्मद आदिलशहा स्वत: जातीने लग्नमंडपात बराच वेळ उपस्थित होते.

बड्या बेगमही हमखास हजेरी लावणार असा निरोप होता; मात्र बिमारीच्या कारणामुळे त्या ऐनवेळी उपस्थित राहू शकल्या नाहीत. विजापुरातील सर्व अकरा मराठा सरदार आपल्या कुटुंबकबिल्यासह चार दिवस लग्नकार्यात राबत होते. त्या नगरीतील संपूर्ण ब्राह्मण आळी घरचेच कार्य समजून चारी दिवस सोहळ्यास उपस्थित होती.

ज्या रात्री ह्या लग्नसोहळ्याची सुपारी फुटली होती, त्या रात्री शिवबांचा नाराज चेहरा पाहून जिजाऊसाहेबांनी विचारले, "बाळराजे, काही अडचण?"

"मातोश्री, एका वेळी खंडीभर स्त्रियांशी लग्नगाठी बांधण्याची ही यवनी चाल आम्हाला मंजूर नाही."

त्यावर जिजाऊ साहेब थबकल्या; पण लगेच शिवबांची समजूत काढत त्या बोलल्या, "बाळराजे, क्षत्रिय धर्माचं पालन करताना आमच्यावर रोज नव्या लढायांचे आणि आक्रमणांचे प्रसंग चालून येतात, आपलं जीवन निसरड्या वाटेवरूनच नव्हे तर तलवारीच्या धारदार टोकावरून पुढे सरकत असतं. जंग-ए-मैदानातून समशेरीची मूठ सांभाळणारा प्रत्येक मर्दानी हात आपल्या महालाकडे जिवंत माघारा परततोच असं नाही. त्याशिवाय रोगराईचाही उदंड खेळ सतत चालू असतो."

"अगदी खरं, माँसाहेब!"

"तेच सांगते बाळराजे, जन्म-मृत्यूच्या मांडीवरची आपल्यासारख्या भावी राज्यकर्त्यांची संघर्षाची जिंदगी लक्षात घेता राज्यव्यवहारासाठी अधिक सोयरसंबंध खूप फायद्याचे ठरतात. तिकडे यमुनाकाठी बघा, स्वत:ला श्रेष्ठ पातशाही समजणाऱ्या अकबर जहांगिरापासून अनेक मोगलांनी फक्त तलवारीच्या जोरावर आपल्या दौलती वाढवल्या नाहीत. उलट सोयरसबंधांच्या, अन् लग्नगाठींच्या बळावर त्या विस्तारल्या आहेत. त्यामुळेच आजची देशकालाची एकूण परिस्थिती आजमावता, आपल्या भविष्यासाठीच अशा बहुपत्नीत्वाला राजांनी सामोरं जाण्यामध्ये काही गैर नाही."

एके रात्री हवेलीत परतायला शहाजीराजांना मध्यरात्र झाली. नेहमी घोड्यावरून खाली घाईने उतरून वाऱ्यासारखी महालात घुसायची राजांची रीत. आजही तसेच ते वेगाने आत आले, तेव्हा शहाजीराजांचा चेहरा साफ उतरलेला दिसला. जिजाऊ आणि तुकाबाई एकमेकींकडे काळजीने बघू लागल्या.

राजे लगेचच शय्यागृहाकडे निघाले. पान वाढणाऱ्या जिजाऊंना त्यांनी जाता जाता सांगून टाकले, "आम्हाला आज भूक नाही. थोडंसं दूध घेऊ इतकंच."

जिजाऊ शय्यागृहाकडे दबकत्या पावलांनी येऊन पोचल्या. राजांच्या त्या घोर नैराश्याचे कारण कळायलाच हवे होते. राजे तसेच थकल्यासारखे पलंगावर कलंडले. त्यांनी एका सेवकाकडे आपल्या डोईचा रत्नजडित मंदील काढून दिला. तो शय्यागृहाबाहेर गेल्याची खात्री होताच राजांना आपला हुंदका आवरता आला नाही.

"काय, काय झालं राजे?" राजांच्या त्या अवस्थेने सारेच भयभीत झाले.

"आपले बंधू खेळोजीराव गेले, फार फार वाईट घडलं हो!"

"गेले म्हणजे? या वयात?" तुकाबाई म्हणाल्या.

"बाई गं ऽ ते कसं काय?" जिजाऊ उद्गारल्या.

"गेले म्हणजे त्यांना दौलताबादेजवळच्या एका खेड्यात दवंडी पिटून गावपारावर सुळावर चढवलं गेलं! म्हणजे जाहीर फाशीच."

"बाई गं ऽऽ अरेरे!" जिजाऊ कळवळून म्हणाल्या.

"हे कृत्य कोणा गावगुंडाच्या हातूनही घडलेलं नाही." राजांचा कोंडलेला आवाज फुटेना.

"तर मग हे कसं झालं हो?"

"दिल्लीकर पातशहा शहाजहानच्या पोराच्या, औरंगजेबाच्या हुकमानेच घडला तो दुर्दैवी प्रकार —"

"पण आबा, असा काय गुन्हा घडला होता आमच्या काकासाहेबांच्या हातून?" शिवबांनी चिडून विचारले.

"काय करायचं चिरंजीव? तशी खरी चूक त्या औरंग्याचीही नव्हे. जन्माची फजिती करून घेतली ती तुमच्या खेळोजीकाकांनीच. नैराश्याने त्यांचं मस्तक आधीच फिरलं होतं. गौराबाई वहिनींना त्या महाबतखानाकडून सोडवून आणण्यासाठी भरलेला तो भुर्दंड, चार लाखाची ती अमानत तशी छोटी नव्हतीच. अगोदर मोगलांचा पक्ष सोडून आदिलशाहीत आले होते. तोवर त्या बिचाऱ्यांचं दुर्दैव ओढवलं. निजामशाहीच्या पाडावानंतर विजापूरकरांची दिल्लीकरांशी दोस्ती जुळून आली. दिल्लीकरांनी दबाव टाकून आदिलशहाकडून त्यांच्या अंगावरचा सरदारकीचा अंगरखाही काढून घेतला. हाबी गेले, हूबी गेले आणि हाती धुपाटणे आले, असा सारा दुर्दैवी प्रकार घडला. संपले बिचारे."

"त्यात भावजी पडले भारी हट्टी स्वभावाचे!" तुकाबाई बोलल्या.

"आम्ही खूप मनधरणी केली होती. खेळोबा ऽ जिंदगी आहे म्हणजे संकटाचे काळेशार ढग येतात. यथावकाश जिरूनही जातात. तुमचा दर्द आम्हालाही थोडा वाटून द्या; पण नाही ऐकलं. त्यात आम्ही प्रगतीच्या शिड्या चढत गेलो. ते मात्र अधोगतीच्या निसरड्या पायऱ्यांवरून कोलांट्या खात राहिले. त्याच नैराश्यात त्यांनी स्वत:ची टोळी बांधली. एखाद्या गावठी गुंडासारखं गावोगाव सावकारांच्या घरांवर त्यांचं दरोड्यांचं सत्र सुरू झालं—"

"भोसल्यांच्या कुळातल्या एखाद्याची ही अशी अधोगती ऐकायलाही खूप क्लेशकारक आहे हो!" जिजाऊ म्हणाल्या.

"पुढे लूटमार, डाकेदरवडे, वाटमारी अशा त्यांच्याबद्दलच्या शिकायती रोज

वाढू लागल्या. खरं तर औरंगजेबानेसुद्धा त्यांना सक्त कारवाईचा इशाराही दिला होता; पण जेव्हा त्यांच्या गुंडागिरीचे प्रकार थांबेनात, तेव्हा औरंगजेबाने मलिक हुसेन नावाच्या अंमलदाराला त्यांच्या मागावर पाठवला. त्या शेवटच्या दरोड्यात मुद्देमालासह खेळोजींना पकडलं गेलं, अन् गळ्याला दोरी बांधून जाहीरपणे झाडाच्या फांदीवर चढवून फासावर लटकावलं गेलं.''

तो संपूर्ण दुःखद घटनापट ऐकून राजपरिवारातील सर्वांचीच झोप उडाली. शहाजीराजे दुःखाने हळहळत बोलले, ''एखाद्या मानी मराठ्याचं रक्त असं अकारण वाया गेलं की आमचं काळीज पिळवटून निघतं. निदान ही अशी दुर्दैवी मौत विठोजी भोसल्यांच्या सुपुत्राच्या तरी नशिबात यायला नको होती!''

एका भल्या पहाटे शहाजीराजांच्या परिवाराने विजापूर सोडले. त्यांच्या समवेत स्वार आणि शिपाई मिळून सहाशे लोकांचा जमाव होता. वाटेत येणारी कृष्णा, घटप्रभा, मलप्रभा आणि तुंगभद्रा अशी नद्यांची अनेक पात्रे, शिवाय डोंगरदऱ्या पार करत बंगरूळपर्यंतचा प्रवास मोठा जिकिरीचाच होता.

पहिल्या दिवशीच कृष्णा नदीचे पात्र लागले. वाळूतून पलीकडची दरड चढताना ऐनेदार भिंगाच्या पाखरा घातलेले चार हत्ती वरच्या टेकडावर झुलताना दिसले. कारभारी नारोपंतांनी आणि कोयाजीराजांनी राजकुटुंबाचा प्रवास सुखकर व्हावा म्हणून केलेला तो बंदोबस्त होता.

विजापुरात अंबारीत बसून सुलतान आदिलशहांसमोर अन्य कोणासही प्रवास करायचा अधिकार नाही, त्याची पात्रता नाही, हे फक्त आदिलशाही सुलतानासाठीच अल्लाने निर्माण केलेले वैभव आहे, असे जनांच्या मनावर बिंबवले गेले होते. त्याची तशी कडक अमंलबजावणीही व्हायची.

कोयाजीराजे सामोरे आले, तेव्हा त्यांची गोंधळलेली आणि काळजीयुक्त चर्या राजांनी बघितली. शहाजीराजांनी त्यांना तसेच बाजूला झाडाबुडी हटकले, ''काय बाळराजेऽ तुम्हास तर बल्लाळरायन नावाच्या दुर्गावर बोलावलं होतं, त्याआधीच —?''

''हो ऽऽ तशीच तातडीची एक खबर कानावर आली, तेव्हा राहवलं नाही. दोन रात्री झोपलेलो नाही —''

''अहो पण एवढं काय?''

''आपल्या राजपरिवाराला प्रवासात खूप मोठा धोका संभवतो.''

''काय सांगता?''

''प्रवासात लुटालूट आणि मारझोड करून आपल्या कुटुंबावर आफत ओढवावी,

आपलं नुकसान घडावं यासाठी कोणीतरी बडी अमानत चारली आहे गुंड पाळेगारांच्या टोळ्यांना—''

"चालायचंच, जगातल्या सर्व रोगांवर दवा मिळेल; पण मत्सरावर नाही,'' राजे थोडेसे गंभीर होत बोलले, "ठीक आहे. बघू या, तुमचा साखळी पहारा मात्र आमच्या सभोवतीनं तसाच फिरता ठेवा.''

"त्या कारणासाठी तर एवढ्या दूर दौडत आलोय आबा,'' कोयाजीराजे म्हणाले.

लष्करातील आणि एकूणच आदिलशाही कारभारातील आपल्या वाढत्या वर्चस्वामुळे इथे अनेक मत्सरी जीवांचा प्रत्यही जळफळाट चालू असतो याची कल्पना शहाजीराजांना होतीच. त्यामुळेच ते राजधानीत हत्ती वापरणे टाळत.

पुढच्या प्रवासात कोयाजीराजांनी डोळ्यांत तेल घालून खडा पहारा ठेवला होता. काही दिवसांच्या प्रवासानंतर वाटेत कठीण असा चरमाडी घाट लागला. त्या घाटाची ती उभी चढण चढताना हत्ती-घोड्यांचीही दमछाक झाली. जेव्हा चरमाडी घाटाची निम्मी वाट सरली, तेवढ्यात वरच्या झाडीतून घोड्यांच्या टापांचे आवाज कानावर पडले. तसे राजपरिवाराच्या संरक्षणासाठी पुढच्या आणि मागच्या अंगाने चाललेले धारकरी सावध झाले. त्यांनी आपले श्वास आणि आपली शस्त्रे रोखून धरली.

प्रत्यक्षात त्या गर्द झाडीतून राजांचे इमानी अंमलदार सिद्दी हिलाल सामोरे आले. त्यांच्या सोबत रणझुंजीचा अनुभव असलेली अव्वल सव्वाशे घोडी उभी होती. त्यामध्ये निम्मे घोडेस्वार मूळचे मावळ प्रांतातून आलेले मराठा वीर होते. तर निम्मे काळ्याशार रंगाचे दख्खनी आणि काही उंचेले असे मलबार प्रांतातील स्वारही होते. सिद्दी हिलालना पाहून शिवबांना खूपच आनंद झाला. ते तर त्यांचे आवडते अश्वशिक्षक होते.

त्याच रात्री जवळपासच्या बल्लाळरायन दुर्गावर राजे विश्रांतीसाठी थांबले. काही दिवसांच्या प्रवासाच्या दगदगीनंतर सर्वांनाच गाढ झोप मिळाली; मात्र भल्या पहाटे शहाजीराजांनीच आपल्या तिन्ही राजपुत्रांना जागे केले. व्यंकोजींना आणि शिवबांना इथूनच कुठेतरी अन्य मार्गाने प्रवासाला निघायचे आहे, असे राजांनी सांगून टाकले. त्यांचा मनसुबा निश्चित कळत नव्हता. त्यामुळे तुकाबाई, सईबाई, सगुणाबाई आणि जिजाऊही गोंधळून गेल्या.

बल्लाळरायनच्या जंगलपट्टीत अनेक दऱ्या आणि ओढे होते. रानवारा रात्रीचा सूं सूं असा जोरदार आवाज काढायचा. वृक्षांच्या फांद्या एकमेकींवर आपटून खट्‌खट्‌ असे आवाज व्हायचे. त्यामुळे शिवबांची निद्रा भंगली. ते किल्ल्याच्या त्या महालातील आगाशीत आले. त्यांनी समोर नजर टाकली, तर त्यांना पहारेकऱ्यांचे अनेक जळते

पलिते दिसले. पलीकडच्या बाजूने कोयाजीराजांचा घोडा सावकाशीने पावले टाकत पुढे येत होता. कोयाजी घोड्यावरून सावधपणे इकडे-तिकडे नजर टाकत होते.

शिवबांना कोयाजींच्या त्या एकनिष्ठतेचे आणि जागरूकपणाचे खूप आश्चर्य वाटले. कोयाजी म्हणजे त्यांच्यासाठी एक मोठे कोडे होते. त्यांचा एक सावळा रंग सोडता ते हुबेहूब शहाजीराजांसारखे दिसायचे. दोघांमधले ते कमालीचे सख्य, साम्य आणि कोयाजींचा सर्व ठिकाणचा दबदबा पाहता शिवबांना अकारण शंकांनी घेरले होते. त्यांची ती उंची, ती रुंदाड छाती, ते अगदी शहाजीराजांचे प्रतिबिंबच भासत होते.

आगाशीतून शिवबा जेव्हा माघारा फिरले, तेव्हा समोरून खांद्यावर शाल टाकून पडवीत उभ्या असलेल्या जिजाऊ दिसल्या. त्यांनाही त्या प्रकाराची चाहूल लागून त्या जाग्या झाल्या असाव्यात. त्यांनी काळजीने विचारले, ''बाळराजे ऽ अजून झोप आली नाही का तुम्हाला?''

''माँसाहेब, एक प्रश्न विचारू?''

''हां ऽ''

''कोयाजींसारखा एखादा मनुष्य आपल्या धन्यासाठी इतका राबतो? आणि इतका एकनिष्ठ?''

''थांबा, पुढचं नका बोलू—''

''पण?''

''हे पाहा, ते तुमच्या पिताजींचे रक्षापुत्र आहेत! म्हणजे नात्याने तुमचे भाऊच; पण मनाने किती उमदे आणि वृत्तीने किती गोड! चला ऽ या विषयावर आपण आम्हास अधिक काही विचारू नये आणि आम्हीही सांगू नये.''

शिवबांच्या मनातला गोंधळ नाहीसा झाला. कोयाजीसारख्या उमद्या वीराच्या अंगात शहाजीराजांचे रक्त उसळते आहे, हे ऐकल्यावर त्यांचा ऊर अभिमानानेच भरून आला.

झुंजमुंजू व्हायला आले. सेवकांनी दोघा राजपुत्रांचा काही दिवसांचा प्रवास ध्यानी धरून त्यांचे सामान बाजूला काढले होते. त्या दोघांचाही खासगीकडचा सेवकवर्ग त्यांच्या समवेत निघणार होता. किल्ल्यात समोर घोडी खिंकाळू लागली. सिद्दी हिलालांचे ताजे पथक आणि कोयाजीराजे पुऱ्या तयारीनिशी समोरच्या चौकात खडे दिसले, तसा संपूर्ण राजपरिवाराला नव्या मुशाफिरीचा सुगावा लागला. गंमत म्हणजे त्या पथकाच्या समोरच्याच बाजूला बाबा गौरीकांचन आणि त्यांच्या पाच-सात शिष्यांची घोडी जेव्हा येऊन उभी राहिली, तेव्हा जयंतीबाई, सईबाई आणि सगुणाबाई ह्या शहाजीराजांच्या सुना चांगल्याच गोंधळात पडल्या. आपले पती नेमके कोणत्या दिशेने आणि एवढ्या कसल्या गुप्त मोहिमेवर चाललेत याचा त्यांना काही

केल्या अंदाज येईना.

शहाजीराजे समोर येताच गौरीकांचनांनी त्यांना झुकून मुजरा घातलाच, शिवाय अगत्याने पुढे होऊन राजांना चरणस्पर्शही केला. मग आघाडीला गौरीकांचन, सिद्दी हिलाल, कोयाजीराजे, शिवबा, व्यंकोजी आणि पाठोपाठ दीडशे घोडेस्वारांचा आणि सेवकांचा तो शेपटा मार्गी लागला. थोड्याच वेळात हिरव्या झाडीत ती मंडळी दिसेनाशी झाली.

शहाजीराजे वरच्या दालनात पोचले, तेव्हा अचंबित झालेल्या तुकाबाई आणि जिजाऊ आणि राजांच्या तिन्ही सुनाही गोंधळून उभ्या असल्याचे दिसले. जिजाऊंनी आणि तुकाबाईंनी घाबरूनच राजांवर प्रश्नांची सरबत्ती केली, "हा काय अजब प्रकार चालू आहे? कसल्या ह्या खेळी आणि कोण ही पळापळ? काल तो मेला हिलाल घोडदळाची ताजी तुकडी घेऊन काय येतो, आज मधूनच ह्या ऐन जंगलात हे बाबा गौरीकांचन कोठून आणि कसे उगवतात? निदान मुलांच्या बिचाऱ्या जन्मदात्या आयांना कळू दे तरी—आपले राजपुत्र निघालेत कुठे आणि कोणत्या साहसावर?"

आपल्या दोन्ही राण्यांच्या त्या शंकाकुशंका ऐकून शहाजीराजे गुलजार हसले. ते म्हणाले, "अरे हो—आम्हाला माफ करावं. गडबडीत आम्हाला परिचय करून द्यायचा विसर पडला. तो गौरीकांचन म्हणजे कोणी तपस्वी किंवा बाबाबुवा नव्हेत. तो आमच्याच गुप्त यंत्रणेवरचा नाईक आहे."

"म्हणजे खरं सांगा कोण?"

"ते आमच्या हेरखात्याचे मुखिया भीमराया! बाबा कांचनसुद्धा हेच. इकडच्या जिंजी प्रांतीचेच मूळ ब्राह्मण—अत्यंत हुशार, धाडसी आणि अर्थातच निष्ठावान!"

"पण हा सारा फौजी गोतावळा चाललाय कुठल्या आघाडीवर?"

"आपले दोन्ही राजपुत्र – शिवबा काय, व्यंकोबा काय – उद्या प्रत्यक्ष राज्यकारभारात उतरण्यापूर्वी त्यांनी दहा प्रांतीचं पाणी प्यायला हवं. त्यासाठीच मी भीमरायांवर आणि आमच्या कोयाजीवर जोखीम सोपवली आहे. आता आधी ते हसनहून म्हैसुराकडे उतरतील. पुढे आडवातिडवा प्रवास करत तंजावर, जिंजी, त्रिचनापल्ली, मदुराई, कन्याकुमारी आणखी जमेल तसे येताना किंवा जाताना आपल्या बाळापूर आणि कोल्हारच्या जहागिरीपर्यंत धडक मारून येतील. तमिळ प्रदेश, मलबार प्रांत, इकडचे बडेबडे पहाड, नद्या, तीर्थक्षेत्रं, वाटेत लागणाऱ्या छोट्या-मोठ्या जहागिऱ्या, असा किमान चार-पाच महिन्यांचा उद्योग आहेच हा."

तो सारा प्रकार कानी पडताच त्या दोन्ही राजमाता आणि त्यांच्या सुनाही सर्द झाल्या. शहाजीराजांकडे डोळे मोठे करून बघू लागल्या. तेव्हा राजे जिजाऊंची आणि तुकाबाईंची मस्करी करत बोलले, "अरेरे! थोड्या भानावर या. तुमच्या मुठीतून तुमची लाडकी पाखरं कायमची उडून गेल्यासारख्या किती घाबरला आहात तुम्ही?"

राजांच्या ह्या बोलांवर तिथे हास्याचे धुमारे फुटले.

"राजे, बंगरूळात येऊन झालीत की आता जवळपास दोन वर्षं. किती राहायचं अजून?"

"राणीसाहेब, आम्हाला विचाराल तर आम्ही खूप खूश आहोत."

"ते कसं काय?"

"शिवबांसारख्या आमच्या तेज:पुंज पुत्राला ज्या कडव्या शिस्तीचं, तसंच मैदानी आणि बौद्धिक शिक्षण द्यायला हवं असं आमचं स्वप्न होतं, ते या मुक्कामात बऱ्यापैकी मार्गी लागल्याचा आनंद वाटतोय आम्हाला."

बंगरूळच्या राजप्रासादाला पुण्याच्या प्रयाणाचे वेध लागले. एकदाची बांधाबांधीला सुरुवात झाली. रात्री खासगीकडे भविष्यातील आडाख्यांबाबत आणि ध्येयधोरणांबाबत मसलती सुरूच राहिल्या होत्या. सरते शेवटी एकदाचे शहाजीराजांनी आपल्या परिवारासमोर मन खुले केले, "इकडचं कर्नाटकी राज्य सांभाळायला आमच्या सोबत संभाजीराजे आहेतच."

"तर मग आमच्या व्यंकोजीराजांचं काय हो?" तुकाबाईंनी पट्कन प्रश्न केला.

"व्यंकोबांना अजून थोडीशी वाट बघावी लागेल. यथावकाश त्यांच्यासाठी-सुद्धा नवं अस्मान तयार करू."

"कोकिळा कूजन करते. कावळ्याची कर्कश कावकाव सुरूच राहते; मात्र गरुडाच्या पिलांना शेताबांधातल्या सामान्य कुंपणावर उडत राहण्यात स्वारस्य ते कसलं? त्यांचा खरा धर्म उंच-उंच पहाडांच्या शिखरांवरून भराऱ्या घेण्याचा. अस्मानाच्या वाटेवर घरटी बांधायचा."

"आता कुठं थोडी समजली बाई स्वारींची आलंकारिक भाषा."

"अगदी मनकवड्या आहात आपण."

"चला ऽ काहीतरीच!"

"जिजाराणीसाहेब, आता शिवबा नावाचा प्रबळ पंखांचा आणि उंच कड्याकपारींचा वेध घेणारा गरुडराज आपण खुशाल घेऊन जा आपल्या मावळात. दहा अस्मानं पादाक्रांत करण्याइतका तो सामर्थ्यवान बनला आहे."

पुण्याकडे लवकर निघायचे होते. त्यामुळे बांधाबांधीची, काही राहिले-साहिले बघायची एकच घाई उडाली होती. गेल्या काही महिन्यांत शिवबा, व्यंकोजी आणि संभाजीराजे या सर्व राजपुत्रांनी नवगजीतील पंडितांना जणू भुरळ घातली होती, आपलेसे केले होते. त्यामुळेच शिवबांनी पुण्याकडे परतण्यासाठी घोडा हाकारण्यापूर्वी त्यांना नवगजी दरबारात बोलवावे, त्यांच्यासह सर्व युवराजांचा सन्मान सोहळा आयोजित करावा असे विद्वज्जनांचे ठरले होते. हा सन्मान टाळता येण्यासारखाच नव्हताच.

दरबाराला आरंभ झाल्यावर सुरुवातीलाच सहज बोलताबोलता शहाजीराजांनी सांगून टाकले, "एखादा नरेश आपल्या राजपुत्रांना खुशीने कोणकोणत्या देणग्या देतो? सोन्यामोत्यांच्या पाखरांनी सजविलेले हत्ती, घोडे अगर उंट. किंवा एखादा मुलूख, राजवाडे किंवा हिऱ्यामोत्यांनी लबालब भरलेले खजिने? बाळराजेऽ या व्यवहारी दुनियेच्या हिसाबाने तुमच्या पित्याने अद्याप तुम्हास कसलीही धनदौलत देऊ केलेली नाही. ते वास्तव सर्वांनाच ठाऊक आहे."

दरबारात समोरच्या बाजूला उजवीकडे झिरझिरीत पडद्यांपल्याड बसलेल्या राजमाता, राजस्त्रियांसह तिथे उपस्थित असलेले सारे शायर, पंडित, अमीर-उमराव बुचकळ्यात पडले. शहाजीराजांना नेमके काय सांगायचे आहे? थोरले राजे पुढे म्हणाले, "आपली पुणे आणि सुप्याच्या जहागिरीची दौलत ही काही आमची स्वतःची आपकमाईही नव्हे. ती आमची वडलोपार्जित दौलत होती."

मध्येच शहाजीराजे थबकले. काहीसे भावनाविवश आणि बरेच हळवे होत ते म्हणाले, "आमच्या आधी या जागी अनेक साम्राज्यं होऊन गेली असतील. अनेक सम्राट, राजे-महाराजे कुबेरासारखे धनवंत होऊन आपला अंमल गाजवूनही गेले असतील. त्यांनी आपल्या राजपुत्रांना आपल्या घराण्याचा वारसा म्हणून प्रचंड धनदौलत, भूप्रदेश आणि विस्तीर्ण भूखंड, तसेच हिऱ्यामाणकांच्या खाणीसुद्धा बहाल केल्या असतील. आम्ही मात्र आमच्या शिवबांना समंजस पिता या नात्याने फक्त एकच छोटीशी गोष्ट भेटीदाखल द्यायची ठरवलं आहे. ती अशी अद्‌भुत चीज असेल की तिच्या आराधनेतून आमच्या भोसले कुळाचा उद्धार तर होईलच; पण गेली कित्येक शतकं गुलामीच्या कर्दमात दबून गेलेल्या आमच्या बारा मावळातल्या रंजल्यागांजल्या प्रजेचे कायमचे पांग फिटतील, ज्यातून सुराज्याच्या, स्वराज्याच्या मंगल मार्गाचा रस्ता प्रशस्त होईल. या अपूर्व दानावेळी आमचं मन इतकं भरून गेलं आहे की, आम्हास आता यापुढे बोलणं मुश्कील होऊन गेलं आहे. तद्वत पुढचा खुलासा आमचे चिरंजीव कोयाजीबाबाच करतील."

कोयाजीराजांनी मध्येच थोडा अर्धविराम घेतला. मग भारावलेल्या शब्दांत ते म्हणाले, "आत्ताच आमच्या प्रियतम आबासाहेबांनी, म्हणजेच शहाजीराजांनी शिवबांना जमीनजायदाद काहीच कसं दिलं नाही, हे स्वमुखी सांगून टाकलं; मात्र आमचं भाग्य थोर म्हणून की काय, या दरबारात आमचे आबासाहेब शिवबांना आता स्वहस्ते एक अत्यंत अमूल्य अशी देणगी नजर करणार आहेत."

कोयाजीने उजवीकडे नजर टाकली, तेव्हा एक शागिर्द आपल्या हातामध्ये एक सुवर्ण तबक घेऊन उभा होता. त्याला खुणावताच तो समोर आला. त्या तबकातील रेशमी वस्त्रांत बांधलेली एक चीज कोयाजींनी उचलली. ती आदरपूर्वक शहाजीराजांच्या हाती दिली. शहाजीराजांनी त्या वस्त्रातील एक चमचमती सुवर्ण तालिका बाहेर

काढली आणि ती शिवबांच्या हाती दिली. तेव्हा त्यांनी ती उंचावून सर्व दरबारास तिचे दर्शन घडविले. त्या चमकदार अशा सुवर्ण तालिकेवर काही अक्षरे कोरल्याचे दिसत होते.

शिवबांनी दरबारातील सर्व वरिष्ठांना वंदन केले. जिजाऊंच्या आणि तुकाबाईंच्या चरणांवर आपला माथा टेकवला. ते आसनस्थ झाले, तेव्हा कोयाजीराजे मोठ्या भारावलेल्या स्थितीत दरबाराला सांगू लागले, "आमचे पिताश्री शहाजीराजे आपल्या शिवबांसाठी अशा काही अपूर्व मजकुराच्या शोधात होते, जो पुढे शिवबांच्या श्वासाचा आणि ध्यासाचा नव्हे, तर त्यांच्या जीवनरहस्याचा भाग होऊन जाईल; मात्र अनेक विद्वानांनी कैक दिवस बैठका मारल्या, खूप शब्दच्छल केला. शेवटी कोणाचाच मजकूर त्यांना पसंत पडेना. मग अखेर शहाजीराजांच्याच हृदयातील कविराजाने स्वत:च शब्दसुमनांची पखरण केली. तेच अलौकिक शब्द जे एव्हाना आम्हालाही मुखोद्गत झाले आहेत, ते असे –

प्रतिपच्चंद्रलेखेव वर्धिष्णुर्विश्ववंदिता ।
शाहसूनो: शिवस्यैषा मुद्रा भद्राय राजते ।

जन हो! शिवपुत्रासाठी आमच्या आबासाहेबांनी ही जी राजमुद्रा स्वये रचिली आहे, तिचा भावार्थ असा की, प्रतिपदेच्या रात्री अवकाशात दिसणाऱ्या चंद्रकलेप्रमाणे शहाजीपुत्र शिवरायांची कीर्ती, सत्ता, महत्ता कलेकलेने वाढतच राहो. जी विश्ववंदिता ठरेल. जी सर्वसामान्यांचं जिणं, जगणं भलं आणि फलद्रूप करण्यासाठी विलसितच राहील."

त्या सोहळ्याच्या अखेरीस शिवबांनी आपले मनोगत व्यक्त करावे असा सर्व दरबारी मंडळींनी आणि पंडितांनी आग्रह धरला, तेव्हा शिवबा पुन्हा सर्वांच्या समोर मोठ्या नम्रतेने उभे राहिले. राजमुद्रेची ती तालिका आपल्या हृदयाजवळ धरत ते मोठ्या कृतज्ञ भावाने बोलते झाले, "केवढी ही सुंदर आणि अद्वितीय अशी देणगी आमच्या कवी राज्यकर्त्या पिताजींच्या असामान्य प्रतिभेतून आमच्या वाट्याला आली आहे. त्या निमित्ताने मी आमच्या लाडक्या आबासाहेबांना इतकंच वचन देतो की, आबासाहेब, आम्ही यापुढे स्फूर्तीसाठी या राजमुद्रेचं वारंवार अध्ययन करू. या सुवर्ण तालिकेवर आपण कोरलेले सुंदर समर्पक शब्द एक प्रकारे सदोदित निरीक्षण करत राहतील की, आपल्या अपेक्षेबरहुकूम आमची पावलं ध्येयसाधनेच्या दिशेने पडताहेत किंवा नाही?"

"अलौकिक प्रतिभेचा कोणी शिल्पकार वा चित्रकार आपली कलाकृती तयार करतो. एखाद्या भिंतीवर तो केवळ मोराचं चित्र रेखाटून थांबत नाही, तर त्या चित्रात तो असे काही प्राण फुंकतो की, एक दिवस भिंतीवरचा तो मोर खाली उतरतो अन् राजरस्त्यात नर्तन करू लागतो, अशा दंतकथा सांगितल्या जातात. तर कुणी गायक

असं काही अवीट गातो की, त्याने स्वर्गीय दीपराग आळवताच नगरातले सारे बुझले दीप आपोआप प्रज्वलित होतात. त्याच तळमळीने आणि कळवळ्याने प्रतिभेच्या पंखांना फुंकर देऊन आमच्या पूज्य पिताजींनी ही राजमुद्रा आम्हासाठी बनवली आहे. ह्या भर दरबाराच्या साक्षीने आम्ही असं जरूर प्रकटन करू की, या राजमुद्रेच्या अंत:स्वरांना फुंकर देऊन हा शिवाजी आपल्या मात्या-पित्यांच्या आशीर्वादाने आणि त्यांनीच दिलेल्या स्फूर्तीनुसार एक दिवस नभांगणावर कर्तृत्वाचं तोरण उभारल्याशिवाय राहणार नाही! आमच्या पिताजींनी, शहाजीराजांनी आम्हाला बहाल केलेली ही राजमुद्रा रंजल्यागांजल्या, गरजू जीवांसाठी, त्यांच्या उत्थानासाठी मायेची पासोडी आणि जगण्याचं सूत्र बनेल ऽ!''

राजप्रासादात वावरताना शहाजीराजांच्या डोक्यात पुण्याकडचे प्रश्न आता गर्दी करत होते. तिकडच्या जहागिरींची देखभाल, शिवाय मुख्यत: मुरारी जगदेवाच्या अत्याचारांमुळे त्या मुलखाचा झालेला ऱ्हास, अशा चिंता त्यांना सतावत होत्या, त्यामुळे रयतेच्या खचल्या-पिचल्या मनावर आशेची नवी फुंकर घालणे, तसेच पडझड होऊन धुरकटलेल्या मुळा-मुठांच्या काठांवर नवचैतन्य नांदणे महत्त्वाचे होते. त्याबाबत शहाजीराजे जिजाऊसाहेबांना म्हणाले, ''आता शिवबांना राज्यकारभाराची सूत्रं आपल्या हाती घ्यावी लागतील. पुणे परिसराच्या पुनर्बांधणीचं काम त्यांना लगेच सुरू करावं लागेल. त्या कामांचा आवाका लक्षात घेऊन आम्ही पुढची पावलं टाकतोय. त्यासाठीच काही मोजकेच पण निवडक भले कारभारी आणि सेवक तुमच्या सोबतीला द्यायचं ठरवलं आहे आम्ही.''

''आपली आज्ञा शिरसावंद्य!'' जिजाऊ म्हणाल्या.

''आपले दादोजीपंत कोंडदेव हे एक कष्टाळू आणि प्रामाणिक अंमलदार आहेत. याआधीच आदिलशहामार्फत कोंडाणा किल्ल्याची सुभेदारी त्यांच्याकडे आहेच. शिवाय आम्हा भोसल्यांच्या वतनी गावांचं कुलकर्णीपद त्यांनी उत्तम सांभाळलं आहे. म्हणूनच यापुढे पुण्याच्या लाल महालात कारभारी या नात्यानं दादाजीपंत काम पाहतील. शिवाय त्यांच्या सोबत आमच्या खजिन्यातली आणखी काही अन्य निवडक रत्नं आम्ही तिकडे धाडणार आहोत.''

''आपली निवड योग्यच असणार.''

''आमचे सिद्दी हलाल, जातीचा हबसी गुलाम, धर्माने मुसलमान. अत्यंत प्रामाणिक मनुष्य. इकडे बंगरूळात त्यांच्याकडून घोडदळाची शिकवणूक शिवबाने स्वत: अनुभवली आहे. त्या सिद्दींच्या हाताखाली आमचं एक हजाराचं घोडदळ राहील. काय शिवबा?''

''जी आबासाहेब!'' शिवबा तत्परतेने म्हणाले.

त्याच बैठकीत शहाजीराजांनी सर्वांना सांगून टाकले, "फडावरचे पेशवा या नात्याने तिथलं दफ्तरी कामकाज आमचे श्यामराज निळकंठ रांझेकर सांभाळतील. हिशोबाच्या कटकटीचा भाग मुजुमदार या नात्याने बाळकृष्णपंत बघतील. राजकीय सचिव तथा डबीर म्हणून सोनोपंत शिवबांसाठी उपयोगी ठरतील. मासिक पगाराच्या किचकट कामाकडे रघुनाथ बल्लाळ सबनीस या नात्याने ध्यान देतील. या शिवाय कारकुनीसाठी नारायण पंतांसारखी माणसं सोबत राहतीलच."

आपल्या परिवाराला निरोप देण्यासाठी शहाजीराजे त्यांच्या सोबत काही दिवसांचा प्रवास करणार होते. वाटेतल्या तुंगभद्रा नदीच्या तीरापर्यंत ज्येष्ठ चिरंजीव संभाजीराजे, समवयस्क व्यंकोजीराजे, सावत्र माता तुकाबाईही सरंजामासोबत चालल्या होत्या. सिद्दी हिलालांच्या सोबतीने कोयाजींचा घोडाही झपाट्याने पुढे निघाला होता. शिवबांना निरोप देण्याच्या कल्पनेने कोयाजीराजांचे मन खूप कासावीस बनले होते.

रात्री तुंगभद्रा नदीकाठच्या सराईत पोचायला तसा उशीरच झाला. नदीतल्या पाण्याचा प्रवाह प्रचंड होता. त्या बड्या सराईमध्ये एक छोटा विश्रांतीगृहवजा महालही होता. रात्री राजपरिवाराचे खानपान संपले. बड्या दालनात आपसूक मसलत सुरू झाली.

तिथल्या गाद्यागिरद्यांवर तिन्ही चिरंजीव रेलून बसले होते. समोरच्या बाजूला लोडाला टेकून शहाजीराजांनी ऐसपैस बैठक मारली होती. कुटुंबातले त्यांचे स्थान अनेक फांद्यापारंब्यांचा पसारा असणाऱ्या, वाऱ्यावादळाशी झुंज देणाऱ्या वटवृक्षासारखे होते.

आपल्या कुटुंबाशी हितगुज करत राजे बोलले, "आजवर एक प्रश्न अनेकदा तुम्हा सर्वांच्याच मनाला चाटून जायचा ना? काही विशिष्ट मुद्द्यांवर आम्ही स्पष्ट का बोलत नाही?"

"होय, झालंय खरं तसं अनेकदा," जिजाबाई हसत बोलल्या.

"राणीसाहेब, बऱ्याचदा जीवनात तोंड दाबून बुक्क्यांचा मार सहन करणंच भाग पडतं. आमच्या दुश्मनांच्या गुप्तहेर यंत्रणेचं जाळं खूप ज़ालिम आणि पोलादी आहे. त्यामुळेच आपल्या भावी योजनांची वाच्यता कुठे होऊ न देण्याची काळजी घेणं आम्हाला आवश्यकच होतं. अन्यथा आदिलशाही कारभाऱ्यांना बगावतीचा वास लागला असता."

शहाजीराजांनी कथन केल्याप्रमाणे ते आता धोक्याच्या रेषेच्या पल्याड येऊन पोचले होते. त्यामुळेच भविष्यात मार्गदर्शक ठरतील अशा महत्त्वपूर्ण गोष्टींबाबत त्यांना आपल्या पुत्रांशी बोलायचे होते. त्यांनी आपल्या सर्व राजकुमारांना फक्त एकच प्रश्न केला, "सांगा ऽ हे दक्षिणेतले पंच सुलतान असोत वा दिल्लीचा मोघल पातशहा, ते आम्हा मराठ्यांना किंवा एतद्देशीय सरदार-जहागिरदारांना

कोणकोणत्या वस्तू इनाम वा भेटी म्हणून देऊ शकतात?''

''जडजवाहिर, सुवर्ण असर्फी—''

''खिलतीची वस्त्रं किंवा उंची पोषाख—''

''रत्नजडित तलवारी—''

''हां, आम्ही सांगतो, महागडी अरबी किंवा पर्शियन जातीची घोडी—''

बहुतांश जनांनी आपल्या बुद्धीप्रमाणे वस्तूंची यादी सांगून टाकली.

''बरं आता सांगा, अशी एकच चीज आहे, जी हे इस्लामी राज्यकर्ते कदापिही देऊ शकणार नाहीत.'' शहाजीराजे म्हणाले. यावर सर्व जण गोंधळले. ह्या कोड्याचे उत्तर मात्र कोणालाच सुचेना. मध्येच राजांनी शिवबांकडे बघितले. मघापासून ते फक्त मूकपणे श्रवणभक्ती करत होते, ''हं ऽ बोला चिरंजीव शिवराय!''

''कि—ल्ले ऽ!''

त्या उत्तराने सर्व जण दचकले. ते उत्तर इतके अचूक आणि समर्पक होते की, अनेकांना अंबारी तुटून हत्तीवरून खाली कोसळल्यासारखे वाटले! शहाजीराजे शिवबांवर अत्यंत प्रसन्न झाले. त्याच वेळी इतरांसाठी इशारा देत बोलले, ''थोडा सखोल विचार कराल तर समजेल की किल्ला हीच अशी एक अत्यंत अप्राप्य चीज असते. एकवेळ हे इस्लामी राज्यकर्ते हवी तर आपल्या डोळ्यांच्या खोबणीतली बुबुळं काढून ती तुमच्या हातावर अलगद ठेवतील. अगदीच हटून बसाल तर आपल्या गुडघ्यांच्या वाट्याही कुऱ्हाडीने खोदून देतील; पण आपल्या गड-दुर्गांना कुणाला स्पर्श करू द्यायचे नाहीत.''

''वा ऽ अगदी खरं आहे आबासाहेब!'' संभाजीराजे म्हणाले.

''कारण किल्ले हेच गेल्या एक हजार वर्षांपासून प्रत्येक राज्यशक्तीचं आणि राज्यव्यवस्थेचं खऱ्या अर्थी गंडस्थळ बनलं आहे.''

राजांची नजर भूतकाळाच्या खोल दऱ्यांचा शोध घेऊ लागली. ते हळहळत बोलले, ''आमच्या हद्दीचं दु:ख काय सांगू? आम्ही पहिल्यांदा स्वराज्याचा जयघोष केला होता, तेव्हाच मुळा-मुठेच्या काठी एखादा माहुलीसारखा किंवा रायरीसारखा बलाढ्य किल्ला आमच्या कबजात असता तर? आमचं स्वत:च्या हुकुमतीचं 'म्हाराष्ट्र' राज्याचं ते स्वप्न आम्ही केव्हाच साकारलं असतं! त्या बलाढ्य किल्ल्याच्या जोरावर लाखांच्या फौजा कैक दिवस रोखून धरल्या असत्या.''

''आमचा मावळी मुलूख तर अनेक बेलाग किल्ल्यांनी भरलेला आहे!'' न राहवून शिवबा उद्गारले.

''तेच तर सांगतोय तुम्हाला शिवबा, किल्ले हीच तुमच्या भविष्याची गुरुकिल्ली ठरणार आहे.''

त्या पिता-पुत्रांसाठी ती अवीट गोडीची अशी रात्र होती. प्रियजनांच्या ताटातुटीचा

दिवस लवकरच उगवणार होता. त्यामुळे त्यापैकी अनेकांची झोपच हरवली होती.

पहाट झाली. बिनीवाल्यांचे आवाज आणि नदीकडून नावाड्यांच्या हाका कानावर पडू लागल्या.

राजांनी गडबडीने जामानिमा केला. नदीच्या त्या दरडीवरून खालचे दृश्य दिसू लागले. नदीपात्रात अनेक तराफे आणि नावा नांगरल्या होत्या. तिकडे निधड्या छातीचे कोयाजीराजे आणि गुप्तहेरप्रमुख भीमराय जातीने लक्ष देत होते. पहाटे तुंगभद्रेचे विशाल पात्र ओलांडून नावाड्यांनी काही खेपा पार पाडल्या होत्या. कोयाजीने त्यातून पलीकडे तीनशे घोडी हलविल्याचे समजले. पल्याडच्या काठावर अजून दाट अंधार होता. त्यामध्ये आपले घोडेस्वार दबा धरून बसल्याचे राजांना जाणवले; कारण कारणापुरत्याच त्या समोरच्या झाडीतल्या मशाली गप्‌कन उजळायच्या. आवश्यकता संपताच लगेच विझवल्या जायच्या.

कोयाजी आणि भीमराय तयारी पूर्ण झाल्याचा वृत्तान्त देण्यासाठी राजांपुढे दाखल झाले. कोयाजी आदराने मुजरा करत बोलला, ''पल्याड तीनशे घोडेस्वार उतरवलेत, शिवाय नावा आणि तराफे दुरुस्त असल्याची आम्ही जातीने खात्री करून घेतलीय.''

ती नदी पार होताना त्या जलपृष्ठावर अंथरलेली अंधाराची काळी चादर निसर्गाने हळूच बाजूला ओढून घेतली. आता चांगले उजाडले होते. माथ्यावरच्या निळ्या आभाळाचे आणि अवकाशात भटकणाऱ्या पांढुरक्या ढगांचे प्रतिबिंब नदीच्या पात्रात उतरले होते. मधूनच कोठूनतरी पल्याडच्या काठावरच्या झाडातून रानपाखरांच्या हलक्या शिळा आणि कुजबुज कानी पडे. राजांच्या नौका पल्याडच्या काठाकडे सरकू लागल्या. समोरचा अंधारात बुडालेला वृक्षांचा तट जवळ येऊ लागला. तेवढ्यात सूं सूं ऽ ऽ थड थड असे आवाज झाले. अन् तिकडच्या झाडीतून नावांच्या काफिल्यावर बाणांचा वर्षाव सुरू झाला. शहाजीराजांच्या बाजूलाच डोलकाठी घेऊन उभ्या असलेल्या एका नावाड्याच्या दंडात एक बाण घुसला तसा 'मर गया ऽऽ' असा त्याने हंबरडा फोडला. राजे तलवार घेऊन सावधपणे उभे ठाकले.

समोरून झालेल्या त्या धाडसी हल्ल्याने राजपरिवाराची तारांबळ उडाली. ''चला हाणा ऽ कोण रे तो?'' अशा आरोळ्या ठोकत कोयाजी आणि भीमराय यांनी पाण्यात उड्या घेतल्या. त्यांच्यापाठोपाठ संभाजीराजे आणि शिवराय आणि सोबत व्यंकोजीही तलवार घेऊन पुढे धावण्यास सरसावले. तेवढ्यात त्यांना 'थांबा' अशी खूण राजांनी केली. तेव्हाच समोरच्या झाडोऱ्यातून झटापटीचा आणि तलवारींच्या खणखणाटांचा आवाज कानी पडला. पलीकडून 'मारो ऽऽ काटो' असा गिल्ला ऐकू आला. राजांनी आपल्या पुत्रांना आणि साऱ्या परिवाराला नावेतच खाली अंगे मुरवून बसायचा इशारा केला; कारण अजून काही बाण पलीकडून येतच होते.

समोरच्या झाडोऱ्यात "हाणा ऽऽ तोडा ऽऽ" असा गिल्ला झाला. पाठोपाठ काही जणांना ठार मारल्याचे आवाज कानावर आले. झाडीतील धुमश्चक्री थांबली. शहाजीराजांचा कोयाजीच्या आणि भीमरायाच्या दंडशक्तीवर भरवसा होता; पण पुरेशी शस्त्रसज्जता असताना आपल्या कबिल्यावर कोणी असा भ्याड हल्ला करायचे धाडस करावे, याचेच त्यांना मोठे आश्चर्य वाटत होते. त्या साऱ्या गडबडीत राजपरिवाराची नाव काठावर पोचता-पोचता समोर गाळात घुसली. तसे संभाजीराजे आणि त्यांचे साथीदार झट्कन बाहेर उतरले. सोबतच्या नावांमध्ये पहारेकरी आणि सेवकवर्ग होताच. त्यांनी पाण्यात पटापट उड्या ठोकल्या. त्यामुळे गाळमातीतून स्त्रीवर्गाला काठावर नेणे सोपे झाले.

आता लख्ख उजाडले होते. शहाजीराजे विचारचक्रात अडकले. काही महिन्यांमागे विजापूर सोडताना कोयाजी असाच वाऱ्यासारखा जंगलात भेटला होता. त्याने अशा उपद्रवाची शक्यता तेव्हा बोलून दाखवली होती. पल्याडच्या दरडीवर चार हल्लेखोरांचे मुडदे पडले होते. कोयाजीच्या पथकाने त्या सर्वांना ठेचून असे छिन्नविच्छिन्न केले होते की त्यांचे रक्तात बरबटलेले चेहरेही धड ओळखू येत नव्हते. बाकीच्या हल्लेखोरांचा पाठलाग करत कोयाजी आणि भीमराय पुढे निघून गेले होते.

वाटेत जागोजाग दुतर्फा असलेल्या झाडांच्या फांद्यांना ताजी मुंडकी टांगल्याचे दिसून आले. कट्यारीने वा कुऱ्हाडीने चिरलेले त्यांचे गळे, लांब केसांच्या साहाय्याने फांद्यावर लटकवली गेलेली ती भेसूर मुंडकी, त्यांच्या तुटल्या मानेच्या लगद्यातून खाली टिप टिप गळणारे ताजे रक्त! राजांनी त्या विद्रूप, काळ्या तोंडाच्या मुंड्यांचे बारीक निरीक्षण केले. ते दक्षिणेच्या जंगलातून वाटमारी करणारे गुंड पाळेगार होते. पाळेगारांना अशाच कठोर शिक्षा द्यायची कर्नाटकाकडे रीत होती.

थोड्याच वेळात पाळेगारांच्या त्या टोळक्याचा सफा करून विजयी मुद्रेने समोरून आलेले कोयाजीचे पथक दिसले. राजांनी घोड्यावरूनच विचारले, "कोया ऽऽ कोण होते रे ते?"

"इकडचेच चिकमंगळूरकडचे काही वाह्यात पाळेगार."

दुपारी एका आमराईत हलके भोजन झाले. पोरसवदा सईबाईंच्या आणि सगुणाबाईंच्या डोक्यावर आशीर्वादाचा हात ठेवत राजे जिजाऊंना म्हणाले, "राणीसाहेब! पुण्याच्या महालात आमच्या लेकींची चांगली काळजी घ्या बरं."

जिजाऊ काही बोलल्या नाहीत. शिवबा कोयाजींसह आपल्या सर्व बंधूंना कडकडून भेटले. त्यांनी तुकाईंच्या आणि शहाजीराजांच्या पायांवर आपला माथा टेकवला. राजांनी शिवबांना मोठ्या लडिवाळाने मिठीत घेतले. बाकी सारे घोड्यावर स्वार झाले. सईबाई आणि सगुणाबाई आपआपल्या मेण्यात बसल्या.

जिजाऊंनी शहाजीराजांच्या पावलावर आपले मस्तक टेकवले. आशीर्वाद

घेतला. त्या दोन पावले पुढे झाल्या आणि लगेच मागे वळल्या. घोगऱ्या आवाजात बोलल्या, "इकडच्या स्वारींनी चिंता करू नये. आम्ही आपल्या शिवबांना मराठमोळ्या मावळदेशात घेऊन चाललो आहोत. या समयी आम्ही स्वारींना इतकाच शब्द देऊ की, आमच्या शिवबांच्या व्यक्तिमत्त्वाचं आम्ही असं उत्तुंग आणि भव्य शिल्प निर्माण करू की, त्याच्या झळाळीसमोर तुमच्या त्या शहाजहानचे असे दहा ताजमहाल फिके पडतील!"

◆

गुलामगिरीविरुद्ध एल्गार

मनुष्याच्या जीवनामध्ये असे काही दिवस येतात, असे काही क्षण येतात, ज्यांना खऱ्या अर्थी सुवर्णाचा वर्ख असतो, चंदनाचा सुगंध असतो.

१६४३च्या आरंभी शिवबा बंगरूळ-विजापुराकडून पुण्यात आले, तेव्हा लाल महालाच्या पायऱ्या चढण्यापूर्वी त्यांचे सर्वांग एका साक्षात्काराच्या जाणिवेने झंकारले होते. जसे काही दोन वर्षांमागे तिकडे कर्नाटकात गेलेले शिवबा आणि आता तिकडून परतून आलेले शिवराय हे कोणी वेगळेच होते.

लाल महालात परतल्यानंतरच्या पहिल्याच प्रात:काळी जिजाऊसाहेबांनी शिवरायांना देव्हाऱ्याजवळ बोलावले. त्यांच्या हातावर ताज्या मोगऱ्याच्या फुलांची ओंजळ देत त्या बोलल्या, "शिवबा, तुमच्या मनाला नक्कीच पटलं असेल. तुमचा दक्षिणेचा दौरा ही आम्हा सर्वांसाठीच मोठी इष्टापत्ती होती!"

"बिलकूल मातोश्री! हजारो कोसांचा प्रवास आणि शेकडो निबिड अरण्यं किंवा सप्तसागर पार केल्यावरही जे ज्ञान मनुष्याच्या गाठीला गोळा होणार नाही, त्यापेक्षा भव्य-दिव्य, अलौकिक आणि आमच्या भविष्यासाठी श्रेयस्कर अशी काही अगाध कमाई करून आलो आहोत आम्ही तिकडून."

"अन् आपल्या पिताजींची याद?"

"काय विचारता माँसाहेब? हा काय सवाल झाला? गेली पावणेदोन-दोन वर्षं आम्ही आमच्या पित्याच्या नव्हे एका प्रेषिताच्या, एका फरिश्त्याच्याच अखंड सहवासात जागून काढली. दिल्लीकर शहाजहान पातशहाची सात-सात वर्षं नींद

उडविणारे शहाजीराजांसारखे पर्वतप्राय पिता आणि जीवघेण्या संकटांच्या लाटा सोसत आमची जीवननौका तारणाऱ्या सागरासारख्या जिजाऊमाता! या सामर्थ्यावर बघा ऽ आता आम्ही कळीकाळालाच दाखवून देऊ, सह्याद्रीच्या विक्रमवैराग्यापुढे हिमालयाची शिखरं किती ठेंगणी आहेत ऽ!''

अलीकडे शिवबांच्या अंगामध्ये एका नव्या हुरूपाचे चैतन्य भरले होते. वास्तवात वादळ घोंघावू लागले की ते आपल्या मार्गातील दुतर्फाच्या झाडावेलींना मोडत रेटत पुढे घेऊन जाते, तसाच शिवबांच्या अंगात अलीकडे उधाणलेला तो उत्साह बघून त्यांचे मावळातले मित्रही वेडे झाले होते. पायांना भिंगरी बांधल्यासारखे शिवबा त्यांच्या सोबत अहोरात्र गरगरा फिरू लागले होते.

त्या काळचे पुणे होते एक मोठे सुखवस्तू कसब्याचे गाव; पण मुरारी जगदेव नावाच्या त्या काळसर्पाने पुण्याचे होत्याचे नव्हते केले. गावाभोवतीचा बलदंड भिंतीचा कोट त्याने तोडून टाकला होता. मोठाले वाडे पाडले. मुळा-मुठेच्या काठाने वसलेला गाव उद्ध्वस्त केला, ओसाड बनवला. पुण्याला लागूनच हडपसरच्या बाजूला एक मलिकपूर वसले होते. मलिक अंबराच्या काळात पुण्यात येऊन राहिलेल्या त्याच्या मोजणीवाल्या अंमलदारांची आणि मजुरांची त्या बाजूला मोठी वस्ती बनली होती. त्या छोटेखानी गावाचे नामकरण हळूहळू मलकापूर झाले होते.

पुण्यात नव्याने राहायला आल्यावर जिजाऊंनी हिमतीचा पदर खोचला होता. रयतेच्या न्याय-हक्कासाठी आणि कष्टकऱ्यांच्या तनामनांच्या जखमा बांधण्यासाठी लाल महालात सदर आणि अदालत सुरू झाल्या.

विशेषत: शेतकऱ्यांच्या आणि कुणब्यांच्या मनांच्या ढासळलेल्या भिंती पुन्हा उभ्या करणे आवश्यक होते. कोल्ह्यांचा आणि लांडग्यांचा तर नुसता सुळसुळाट झाला होता. त्यावर उपाय म्हणून दादोजीपंतांनी लांडगे मारणाऱ्यांना बक्षिसे देऊ केली होती. नांगरांना आणि चावरांना गाढवे जुंपून मातीत जो अशुभाचा पेरा केला होता, त्यावर मातोश्री जिजाऊसाहेबांनी शुभइलाज काढला. सोनाराकडून त्यांनी एक सोन्याचा फाळ बनवला आणि वावरातून फिरवला. शेताभातातून सोन्याचा नांगर फिरत असल्याचे परिसराने बघितले. त्या प्रयोगामुळे तर सामान्य माणसांच्या मनात खोल घुसलेली भीती कुठल्याकुठे पळून गेली.

माणसांबरोबर देवांनाही चांगले दिवस आले. मंदिरांच्या भिंती उभ्या राहू लागल्या. पांढरी म्हणजे गाववस्तीखालची जागा नांदताना दिसू लागली. घरे उभी राहिली. काळी म्हणजे शेताबांधाकडची नवी हिरवाई उगवून चैतन्य बहरू लागले.

भल्या पहाटे लाल महालाच्या पाठीमागेच नदीपात्रातील मोकळे वाळवंट घोड्यांच्या टापांनी दणाणून जायचे. सिद्दी हिलालांच्या नेतृत्वाखालचे एक हजाराचे घोडदळ सरावासाठी सिद्ध व्हायचे. तिथे पहाटेपासून चालणारी घोडाफेक, घोड्यांच्या

शर्यती या साऱ्यांमध्ये शिवबा हिरिरीने भाग घ्यायचे. आता बारा मावळातील तरुण पोरासोरांत त्यांच्या मित्रांची संख्या वाढत होती. मावळातल्या शेतकऱ्यांची अनेक तरुण मुले रात्री लाल महालाच्या ओसरीवर अगर पडवीत गटागटाने झोपायची. ते सारे पहाटे उठून शिवबांसोबत नदीकाठावर उतरायचे. तोवर कसब्यातली ब्राह्मणांची पोरेही धोतरे आखडून घोड्यावर बसायला सिद्ध असायची. महार, मांग, चांभार, कुंभार, कोळी, आदिवासी, भटके, अशा अठरापगड जातींशी तर शिवबांचा मोठा जिव्हाळा होता. त्या सर्व जातिधर्मांच्या पोरांना शिवबांमुळे घोडाफेकीचा सराव करायला मिळायचा.

आजवर या मुलखातील पोराबाळांना भीमथडीची तट्टे आणि हौसेने पाळलेली गावठी घोडी परिचयाची होती; परंतु आता त्यांना अरबी, तुर्की आणि काठेवाडी यांसारख्या मजबूत, रुंद पाठीच्या फुरफुरत्या घोड्यांचा सहवास मिळू लागला. इतर वेळी मोठ्या बहाद्दुरीने वाघाच्या पाठीवर बसायची खुमखुमी अंगात बाळगणारी ती मावळी पोरे. आता त्यांना शाही चंदीचाऱ्याचा खुराक खाणारी घोडी रानामाळांतून दौडवून त्यांना घाम फोडण्यात खूप गंमत वाटू लागली होती.

बंगरूळकडे जाण्यापूर्वी चार वर्षांत शिवबा पुणे आणि कात्रज घाटापल्याडच्या खेडेबेहऱ्यात वावरले होते. आता खेडेबेहऱ्यात हळूहळू शिवापूर नावाची पेठ वसली होती. तिथे कोंडे-देशमुखांच्या सोबतच शिवरायांच्याही आंब्याच्या बागा होत्या. बंगरूळकडे जाण्यापूर्वी शिवबा लहानच होते; मात्र दक्षिणेतून जसे ते त्यांच्या तेराव्या वर्षात पुन्हा पुणे परिसरात पोचले, तेव्हा त्यांना अंगाला गरुडाचे पंखच फुटल्यासारखे झाले होते. त्यांनी मुळा-मुठेचा काठ आणि खेडेबेहऱ्याची गावकूस केव्हाच ओलांडली होती. आता शिवबांचा घोडा सह्याद्रीच्या बारा मावळांत आपल्या साथीदारांसह चौखूर उधळू लागला होता.

शिवबा आणि त्यांच्या साथीदारांनी आज दरीडोंगराकडे फिरकायचे नाही असे ठरवले होते. आपल्या सोबतच्या साठ-सत्तर घोडेस्वार मित्रांना घेऊन ते पुण्यातून फेरफटका मारत होते. बघता बघता ते सारे जण समोरच्या नदीपात्रात उतरले. उन्हाळ्यात पात्र चांगले कोरडे असल्याने तिथेच उघड्यावर बाजार भरायचा. त्या बाजारासाठी आजूबाजूच्या खोऱ्यातील शेकडो बाजारकरी तिथे गोळा व्हायचे. घुटमळायचे.

शिवबांचे पथक पुढे पुढे सरकत होते. छोट्या, मोठ्या आणि आकर्षक अशा चीजवस्तूंनी बाजार मोडून गेला होता. रस्त्यातले शेकडो बैल, तितक्याच म्हशी, घोडी, बकऱ्या यांच्या बाजारात तर मुंडाशे आणि पागोटेवाल्या खेडुतांची चिक्कार गर्दी उडाली होती. त्यांच्या सोबत पाठीवर वेण्यांचे लांब पट्टे सोडलेल्या परकरी आणि झबल्यातल्या लेकीबाळी होत्या. बकऱ्याकोंबड्यांसारखीच तिथे पोरासोरांचीही

मोठी कलकल वाढली होती.

घोड्यावरच्या शिवरायांना नदीच्या एका काठावर जुनाट वड आणि पिंपळवृक्षांची मोठी दाटी दिसली. त्या वृक्षांच्या डहाळ्या-पारंब्यांवरून शिवबांची नजर खाली उतरली. तसा त्यांनी आपल्या घोड्याचा लगाम खेचला. सारे थबकून उभे राहिले. शिबवा समोर पाहत होते, तर तिथे विक्रीसाठी आणलेल्या गाडग्यामडक्यांसारखीच अनेक चिमुकली मुले-मुली हारीने मांडली गेली होती. ती सारी किडकिड्या अंगाची, पिंजारल्या केसांची गरिबाघरची अश्राप मुले. तशाच बाजूला उदास चेहऱ्याने गुडघ्यात मुंडी घालून बसलेल्या मुली. त्यांच्या पायाकडे शिवबांची नजर जाताच त्यांच्या पोटात ढवळून आले. पलीकडे गुरांच्या बाजारात गाय-वासरे, म्हशी पळून जाऊ नयेत म्हणून त्यांना दोरखंडाला बांधले जायचे, तसेच इथे मुलामुलींच्या पायांना दोऱ्या आणि काथ्यांच्या पेंडी बांधलेल्या होत्या. अनेक कोंबड्यांचे पाय एके जागी बांधावेत तसाच तो घृणास्पद आणि ओंगळवाणा प्रकार दिसत होता.

राजांनी तिथेच वैतागून उजवीकडे नजर टाकली. तर तिथे त्याहीपेक्षा भयानक चित्र होते. अनेक तरुण आणि धडधाकट पोरी आणि गरीब स्त्रिया बाजारात बसवल्या गेल्या होत्या. सर्वच थरांतल्या. काही डोंगरी आदिवासी तर कोणी गरीब कुणबाऊ. तिथे दख्खनच्या शेतामाळातल्या सावळ्या पोरीच नव्हेत तर हैदराबादी गोऱ्याचिट्ट्या मुसलमानी तसेच चेऊल-वसई आणि गोव्याकडच्या किरिस्ताव भुऱ्या केसांच्या, पिठासारख्या पांढऱ्या पोरीसुद्धा विक्रीसाठी आणल्या गेल्या होत्या.

शिवबांच्या घशाला कोरड पडल्यासारखे झाले. त्यांनी आपल्या एका सोबत्याला विचारले, "अरे चिंतोबा, हा काय प्रकार आहे?"

"ह्यालाच म्हणतात 'बटकींचा बाजार.'"

"बटकींचा म्हणजे?"

"गुरांच्या बाजारात जशा गाई-म्हशी विकल्या जातात, तसाच पोरा-पोरींच्या विक्रीचा बाजार—हा तर रोजच भरतो."

त्या अभागी मुलीबाळींकडे आणि त्यांच्या सोबतच पल्याडच्या बाजूला बसवलेल्या तरुण कोवळ्या पोरांकडेही बघताना शिवरायांचे काळीज ढवळून निघाले. तेवढ्यात त्यांचे लक्ष हातात चांदीच्या मुठीचे लंबे चाबूक घेऊन फिरणाऱ्या इराणी आणि तुरानी सौदागरांकडे गेले. भरपेट खाऊन खाऊन सुटलेली त्यांची चरबीदार गबदुल शरीरे, त्यांच्या मेंदीभरल्या आखूड दाढ्या, डोईवरच्या पीळदार इस्लामी टोप्या, घोट्यापर्यंतचे लांब ढगळ हिरवे झगे आणि घोळदार लेहेंगे!

बटकीच्या बाजारात रेंगाळणाऱ्या गिऱ्हाइकांना आपल्या किनऱ्या आवाजात ते सौदागर आकृष्ट करत होते, बोलीचा हेल काढत मोठमोठ्याने किंचाळत होते, "ले लो भाई ले लो—"

"अभी अभी भागानगरसे आया हुवा कडक माल। पाच होनमें पाच खूबसूरत लौंडियाँ।"

"ले लो, ले लो—मकान के लिए ले लो, दुकान के लिए ले लो। शादीबारातमें तोहफा देने के लिए! अगर एक साथ जादा छोकरीयाँ या छोकरे लेंगे तो सस्तेमें दे देंगे!"

"खाना पकाने के लिए ले लो, आराम या बिस्तर के लिए ले लो! पक्का माल, अभी अभी आया हुवा नया कडक माल ऽऽ"

बटकी बाजारातले ते ओंगळवाणे दृश्य बघताना शिवबांना भडभडून आले. तो गुलामीचा माल खरेदी करायला आलेली गुलछबू मंडळी वृत्तीने बदमाष आणि बेकार होती. तरुण पोरीबाळींच्या अंगाखांद्यावर नव्हे तर त्यांच्या कमरानितंबांवर ते बिनधास्त टपल्या मारत होते. चिमटे काढत होते.

ते दृश्य बघताना शिवबांच्या अंगातले रक्त उसळले. त्यांनी पट्कन आपला घोडा पुढे घातला. अन् हातातल्या चाबकाचे चार तडाखे समोरच्या सौदागरांच्या पाठीत हाणले. शिवबांबरोबरच त्यांचे इतर घोडेस्वार मित्रही बाजारात घुसले. त्या सर्वांनी त्या व्यापाऱ्यांना आणि सौदागरांना झोडपून काढायला सुरुवात केली. तसे त्या व्यापाऱ्यांनी आपल्या झग्यात लपवलेले धारदार सुरे बाहेर काढले. समोरून आवेशात उलटा हल्ला चढवण्याचा प्रयत्न केला; परंतु शिवबांसोबतचे साठ-सत्तर घोडेस्वार म्हणजे मावळातली धाडसी आणि कडाची पोरे होती. त्यांनी त्या व्यापाऱ्यांना झोडझोड झोडले. त्यांचे हात-पाय बेदम सडकून काढले.

बाजूच्या बाजारातील गिऱ्हाइके, दलाल आणि व्यापारीही तिथे धावले. त्यातले अनेक जण शहाजीराजांचा आणि जिजाऊंचा पुत्र म्हणून शिवबांना ओळखत होते. जहागिरी त्यांची होती. मालक तेच होते. त्या सर्व धाडसी पोरांचा ठावठिकाणा त्या सौदागरांना कळला. तशी त्यांनी माघार घेतली. तोवर शिवबांच्या साथीदारांनी गुलामांच्या पायातले दोर कापायला सुरुवात केली. त्यांना मोकळे सोडले. त्यामध्ये कोणी मारून मुटकून पळवून आणलेली, कोणी विकलेली, कोणाला सावत्र म्हणून जड झालेली, अशा अनेक दुर्दैवी जाती होत्या. आपल्या पायातले गुलामीचे दोरखंड तुटल्याने अनेक जण आनंदी झाले; परंतु त्यातले मोकळे झालेले काही भाबडे, "भैया, आज रातका खाना कहाँ मिलेगा?" असे करुण आवाजात आपसात चौकशी करू लागले.

सौदागरांचे ते लटांबर घेऊन शिवराय आणि त्यांचे दोस्त लाल महालावर गेले. वाड्याच्या अंगणात आलेली ती अनोखी जत्रा पाहून जिजाऊसाहेबही स्तंभित झाल्या. शिवबांच्या अंगातील उसळलेले रक्त काही शांत व्हायला तयार नव्हते. दंडाबेड्या घातलेल्या त्या उन्मत्त सौदागरांना शिवबांच्या घोड्यासमोर त्यांच्या साथीदारांनी

आणून फेकले. संतप्त शिवबा त्यांच्यावर उसळले, "अरे दुष्टांनो! माणसाच्या पोटी जन्म घेऊन माणसं कसली विकता? कसला हा धंदा?"

"हुजूर, हमारे भी बालबच्चे है, ये तो हमारा भी धंदा है सालोंसे!"

"लक्षात ठेवा! यापुढे आमच्या जहागिरीत हा असा बटकींचा बेछूट बाजार म्हणजेच स्त्रिया-पोरांची विक्री आम्ही अजिबात कोणालाही करू देणार नाही!"

त्या बाजाराचे बेछूट दर्शन घडल्यापासून शिवबांची झोप उडाली होती. गुरांसारखी जिवंत हाडामांसाची स्त्रियापोरे विकलीच कशी जाऊ शकतात? त्यांनी कारभारी कारकुनांना फैलावर घेतले, "असा घृणास्पद बाजार आमच्या पुण्यात भरता कामा नये. कायद्यानेही तो कायमचा बंद पाडला पाहिजे!" असा त्यांनी आग्रह धरला; परंतु त्यांच्या अंमलदारांनी त्यांना समजावण्याचा प्रयत्न चालवला. गुलामांच्या खरेदी-विक्रीची पद्धत ही काबूल, कंदाहार, पेशावर, ढाका अशी अवघ्या जगभरातली रीत आहे. आपल्या एका जहागिरीत ती बंद पाडली तरी बाहेरचे बाजार आणि सौदे आपल्या मुठीत नाहीत.

शिवरायांनी मात्र आपल्या जहागिरीपुरता कठोर निर्णय घेतला होता. गुलामांच्या खरेदी-विक्रीवर इतका भयंकर दंड वाढवला होता की लवकरच ती बेछूट खरेदी-विक्री जवळपास बंदच पडली होती.

सुरुवातीला दूर डोंगरमाथ्यावरच्या एखाद्या धनगराच्या छोट्याशा वाड्यात किंवा आदिवासी पाड्यात जेव्हा शिवबांची ती तरुण सेना अचानक घुसायची, तेव्हा तिथली पोरेसोरेच काय पण म्हातारी माणसेही घाबरून धूम पळायची. बाजूच्या जंगलझाडीच्या आडोशाने त्या पथकाकडे टकमक बघायची.

मात्र जेव्हा शिवबांच्या चेहऱ्यावरचे ते मिठास हास्य आणि डोळ्यांतले चमकदार भरवशाचे पाणी दिसायचे, तसा सर्वांना मोठा आधार वाटायचा. त्यामुळे 'शहाजीराजांचा आन जिजाऊंचा ल्योक त्यो हाच शिवबा' ही ओळख बारा मावळाच्या काळजात घुसायला वेळ लागला नाही.

बांबूच्या बनात घुसलेली वावटळ मोठाच धुडगूस घालते, तसेच शिवबांच्या मस्तकात विचारांचे पलिते पेटत होते. आतून एक बेचैनी त्यांना हैराण करून सोडत होती. इथल्या रानातल्या, रंजल्यागांजल्या, पिचलेल्या, भोळ्याभाबड्या माणसांचे दास्य संपायला हवे. देवादिकांच्या नावावर गोरगरिबांना लुबाडणाऱ्या धर्ममार्तंडांना रोखायला हवे अन् गावावर अचानक टोळधाडीसारखी येणारी जुलमी इस्लामी राजकर्त्यांची अत्याचारी फौज जिथल्या तिथे रोखायला हवी.

कर्नाटकातून परतताना शहाजीराजांनी सांगितलेली एक लहानशी गोष्ट त्यांना खूप महत्त्वाची वाटत होती; कारण तिचा आशय खूप मोठा होता, "हे इस्लामी

राज्यकर्ते एक वेळ आपल्या जवळचे हत्तीघोडेच काय पण स्वत:च्या डोळ्यांतल्या बाहुल्यासुद्धा आम्हाला काढून देतील; पण कोणत्याही परिस्थितीत किल्ल्यांचं दान किंवा बक्षीस देणार नाहीत. किल्ले हेच त्यांच्या सामर्थ्याचं खरं गंडस्थळ असतं.'' त्याची आठवण काढून शिवराय माँसाहेबांना म्हणायचे, ''आबासाहेबांनी सांगितल्याप्रमाणे आमच्या मुलखातले सारे गड आणि किल्ले मिळत नसतील, तर हल्ले चढवून, आक्रमण करून वा लढाई छेडून ते प्राप्त करायलाच हवेत.''

शिवबांचा घोडा सह्याद्रीच्या रानावनातून जेव्हा चकरा काढायचा, तेव्हा त्यांची पारखी नजर मुख्यत: ह्या दऱ्याडोंगरांच्या अंगाखांद्यांवरच्या गडकिल्ल्यांवर खेळायची. कोणता किल्ला किती मोठा आहे? त्याच्या तटबंद्या आणि महादरवाजे किती चिवट आणि बळकट आहेत? सद्य:स्थितीत कोणत्या गडावर किती फिरस्ती शिबंदी आहे? सामान किती आहे? दारूगोळ्यांच्या कोठारांची आणि धान्याच्या अंबरखान्याची नेमकी परिस्थिती काय आहे? पडझडीस लागलेले किल्ले किती? नव्या तटभिंतींचा, डागडुजीचा आधार देऊन त्यातील पुन्हा किती मजबूत करता येतील? एक अलौकिक असा ध्यासच शिवबांना अहोरात्र बेचैन करून सोडत होता.

लाल महालात जिजाऊंचा दरारा मोठा होता. काही दिवसांच्या आतच सर्वांना कळून चुकले, या माउलीच्या महालाच्या ओसरीवर आंधळ्या-पांगळ्यांची, दुर्दैवी स्त्रियापोरांची, नव्हे एकूणच सर्व दुर्बलांची बाजू मोठ्या हिरिरीने उचलून धरली जाते. तिथे न्यायदानास उशीर लावणे म्हणजे बहाद्दुरी नव्हे तर अन्याय मानला जातो. तातडीचे न्यायदान म्हणजे पुण्याईचा प्रसाद ठरतो. लाल महालात स्वत: जिजाऊ न्यायदानास बसत. शिवाय दादोजी कोंडदेव आणि काझी अब्दुल्ला या दोघांचेही तिथे दोन वेगळे न्यायकक्ष होते. प्रकरणे अकारण तुंबून राहता कामा नयेत असेच सूत्र प्रमाण मानले गेले होते. काझीसाहेबांच्या आणि दादोजींच्या न्यायासनासमोर रयतेचे पुरेसे समाधान झाले नाही, तर त्या इसमाला फिर्यादीचा अधिकार होता. संबंधितांची फिर्याद स्वत: जिजाऊसाहेब ऐकायच्या.

मग काही दिवसांच्या अनुभवाने, श्रवणभक्तीने, निरीक्षणशक्तीने, अभ्यासाने शिवबा स्वत:च न्यायदानात चांगले तरबेज होऊ लागले. अनेकदा मावळात फिरताना ते सर्व जण आपली फिरती न्यायालयेही चालवत. गावपारावर नव्हे तर एखाद्या डेरेदार आम्रवृक्षाखालीसुद्धा न्यायदान पार पडत असे. न्यायाची गंगा आपल्या घरात आल्याने गोरगरीब सुखावत होते.

मावळखोऱ्यांतून शिवबा सातत्याने दौड करायचे, तेव्हा अनेकदा अनुभवी दादोजी कोंडदेव सोबत असायचे. ते स्वत:ही न्याय करत; मात्र ज्या तडफेने, धाडसाने आणि गतीने मावळ खोऱ्यातील तरुणाई शिवबांच्या सोबत उभी राहत होती, ते पाहून आणि स्वराज्याच्या दिशेने त्यांची चाललेली ती आक्रमक आराधना,

किंवा वेळेपरत्वे दिसणारा दांडगावा बघून दादोजीपंत काळजीत पडत. शिवबांना थोडे सावकाशीने, सबुरीने घ्या असा सल्ला देत.

आता मावळ खोऱ्यातील लहान-थोरांना पोरगेल्या दिसणाऱ्या ह्या आपल्या शिवबा नावाच्या राजाचे मोठे कौतुक वाटू लागले होते. हा राजपुत्र गरिबांच्या एकपाखी घरात, केंबळांच्या भिंतीआड आणि शेणकाल्याने सारवलेल्या जमिनीवरही येऊन हक्काने बसतो. वरी, नाचणीची भाकर कांद्यासोबत खातो! सर्वांनाच सहज जिंकीत जाणारे ते नितळ, कोवळ्या चर्येवरचे मोहक हास्य, त्यांचे ते भव्य कपाळ, त्यावरचा तो अष्टगंधाचा टिळा तर कधी तिथे रेखलेली ती चंद्रकोर, ते तेजाळ आणि भेदक डोळे. एकूणच शिवबांचे रूप हे दिलखेचक आणि आबालवृद्धांनाही हवेहवेसे वाटणारे होते.

"शिवबा, थोडे इथं महालातही थांबायला शिका. ऊठसूठ त्या मावळ खोऱ्यात किती घ्याल भराऱ्या?" जिजाऊंनी एकदा विचारले.

"आऊसाहेब, अगदी मनापासून सांगायचं, तर आमच्या जिवाला खूप ओढ लागते हो त्या मावळी लालमातीची! तिथे जिवाला जीव देणारे ते कोंडाजी आणि येसाजी कंक, आमचा सूर्यभान काकडे, बाजी जेधे, भिकाजी चोर, ते त्र्यंबक सोनदेव, नरसप्रभू गुप्त्यांचा दादजी शिवाय चिमणाजी, नारायण आणि बाळाजी सारखी मुद्‌गल देशपांड्यांची मुलं, हे सारे आमच्या जिवाचे जिवलग आहेत. त्या सर्वांचे दारिद्र्यात आणि शेतीवाडीच्या कामाधामात गांजलेले, पण न्यायनीतीवर आणि माणुसकीवर असीम श्रद्धा ठेवणारे गरीब माता-पिता. त्यांच्या घरातली ती पोक्त, प्रेमळ, वडीलधारी माणसं. खरंच, एखाद्या गायीला जशी वासरांनी भरलेल्या गोठ्याची ओढ असते ना, तसंच ऊठसूठ आमचं मन धावतं हो बारा मावळात हुंदडायला."

"अहो पण शिवबा, एवढं काय बघितलंत तिकडं?"

"माँसाहेब, किती सांगू आणि कसं सांगू? मावळ मुलखाच्या माथ्यावरचं ते निळं आभाळ आमच्या मनाला उंच भराऱ्या घ्यायला शिकवतं. कडेकपारीत मोकाट हिंडणारी गाई-वासरं—शेळीची कोकरं, चपळतेची आणि काटकपणाची शिकवण देतात. ती तिकडची घनदाट हिरवी झाडी म्हणजे तपस्येसाठी गंगेकाठी बसलेल्या विद्वानांचा ध्यानमग्न मेळाच वाटतो. कुठल्याही ज्ञानशाखेच्या मुळापर्यंत पोचण्याची दिशा देतात ती घनदाट अरण्यं. ते तिकडचे उंच डोंगरमाथे, अवघड घाट, तिकडे झाडाफांद्यांवरून वर सरकणारी ती लाल मुंग्यांची रांग. पाषाणांच्या भिंतींना चिकटून सतत वर सरकायची, जिद्दीची धडपड शिकवणारे ते रानसरडे—आम्ही खरं सांगू, चैतन्याच्या जादूनं झपाटलेलं ते अवघं रान आम्हाला सतत जिद्दीची, चिकाटीची

आणि संघर्षाची शिकवण देत राहतं.''

तसा शिवबांसाठी मावळ मुलूख परका नव्हताच. पूर्वी तो निरा नदीपर्यंत निजामशाहीचा भाग होता. त्यांचे आजोबा मालोजीराजांना पहिल्यांदा पुणे आणि सुप्याची मिळालेली ती जहागिरी. आता दादोजी कोंडदेवांनीही मलिकबाबांचीच वसूल पद्धती पुढे चालू ठेवली होती.

शहाजीराजांच्या जीवनात उद्‌भवलेले नानाविध प्रसंग आणि कडू-गोड घटना. विचित्र परिस्थितीमुळेच त्यांना अनेक चाकऱ्या बदलाव्या लागल्या. मोगल, निजाम, विजापूरकर असे अनेक दरबार झाले; पण ते आपल्या मावळ मुलखाला कधीही विसरले नाहीत. त्यांनी मलिक अंबरच्या निजामशाही काळात मावळातल्या भूमिपुत्रांना नोकऱ्या लावल्या, सनदा दिल्या. देशमुख-देशपांडे, पाटील-कुलकर्णी असे महसुली अंमलदार नियुक्त केले. त्यामुळेच परंपरागत सर्व देशमुखांना आणि देशपांड्यांना शिवबा आपल्या घरचेच वाटायचे. त्यामुळेच त्यांच्याकडून शिवबांच्या हाकेला जोरकस प्रतिसाद मिळत होता.

अर्थात सर्वच वतनदार एका सुरात चालणारे नव्हते. काही जण मुद्दाम नडायचे. हिरडस मावळ खोऱ्यातल्या कृष्णाजी बांदलाने तर मर्यादा ओलांडली. एकदा शिवापुरात शिवबा आपल्या मित्रांसमवेत उभे होते, तेव्हा जंगल पट्ट्यातून धावत येणारी जखमी घोडी त्यांनी बघितली. ती सारी जनावरे ओळखीची नव्हे तर दादोजी कोंडदेवांच्या बेहेड्यातील होती. मूर्खपणाने नव्हे तर अमानुष पद्धतीने त्या घोड्यांच्या चक्क शेपट्या कापून टाकल्या होत्या. तिकडचा वतनदार कृष्णाजी बांदल याच्या आगाऊपणाचाच तो सारा खेळ होता. त्या संतापजनक प्रकारामुळे लाल महालातही खूप चिडचिड झाली. शिवबा तर कमालीचे संतापले.

आऊसाहेबांच्या आदेशानुसार दुसऱ्याच दिवशी चक्रे फिरली. दादोजीपंत, कान्होजी जेध्यांना शिवापूरच्या पेठेत भेटले, तेव्हा कान्होजींनी कृष्णाजी बांदलांना बोलावून घेतले. तेवढ्यापुरती शांतता झाली; मात्र कृष्णाजी बांदलाच्या अंगातला सरंजामी वरचढपणा काही केल्या कमी होईना. शेवटी पुन्हा त्याला पुरंदरावर बोलावून घेण्यात आले. खूप समजावले. तरीही मानेनात म्हणून गोणीमध्ये बांधून टाकले. हाल केले. शेवटी त्याचे हात-पाय तोडून त्याचा चौरंग बनवला, तेव्हा कुठे त्याच्या उर्मटपणाचा रंग उतरला. अशा कडक प्रसादानंतर मात्र कोणाही देशमुख किंवा देशपांड्याकडून अश्लाघ्य प्रकार घडून आला नाही.

एके दिवशी लाल महालातील न्यायकक्षात मंत्रध्वनीसारखा गंभीर स्वर दुमदुमला!

''बाबाजी भिकाजी गुजर! आपण रांझे गावचे, खेडेबेहऱ्याचे पाटील, आपण गुन्हेगार आहात. एका गरीब, असहाय, माहेरवाशीण, लेकुरवाळ्या स्त्रीवर, तिच्या

अब्रूवर आणि मिळकतीवर गैरवर्तन करण्याचं आपणाकडून पाप घडलं आहे. आता आमच्यासमोर नोंदवलेल्या साक्षीची आणि संबंधित सर्व पुराव्याची आम्ही स्वत: जातीने छाननी केलेली आहे. संबंधित तक्रारीच्या चौकशीत आपल्यासारख्या एका सरकारी अंमलदाराकडून एका दुबळ्या महिलेवर घडून आलेला नीच गैरवर्तनाचा प्रकार सिद्ध झाला आहे. सदरहू गुन्ह्याबद्दल श्रीमान बाबाजी बिन भिकाजी गुजर पाटील, तुमचे दोन्ही हात आणि तुमचे दोन्ही पाय तत्काळ वृक्षाच्या फांदीसारखे छाटले जावेत! तुमच्या देहाचा विनाविलंब चौरंग बनवण्याची आम्ही सजा फर्मावितो आहोत!''

त्या दिवशी लाल महालातील त्या शब्दांना कठोर मंत्रघोषाची धार चढली होती. त्या अपूर्व निकालपत्राची तत्काळ झालेली ती अंमलबजावणी, खेकड्याच्या नांग्या मोडाव्यात तसे रांझ्याच्या पाटलाचे छाटलेले ते अवयव, रक्ताच्या पुरात तडफडत पडलेले ते त्याचे असहाय धूड, तो सारा प्रकारच सर्वांना सुन्न करून सोडणारा होता.

त्या छोट्याशा न्यायमंदिरातील कठोर निकालपत्राचे कंप आणि निनाद मात्र फक्त बारा मावळांत थांबून राहिले नाहीत. तर त्याचे प्रतिध्वनी दोन दिवसांच्या आत सर्वांच्या कानोकानी, अगदी वृक्षांच्या पानोपानी, सर्व दऱ्याखोऱ्यांत वाऱ्यासारखे पसरले.

असाही एखादा अभूतपूर्व न्यायनिवाडा होऊ शकतो तर!

अशा अभूतपूर्व आणि क्रांतिकारी निवाड्याचा पडघम शिवबा नावाचा एक पोरसवदा राजा वाजवू शकतो! पुरुषसत्ताक व्यवस्थेत अबलांच्या न्यायाची तुतारी फुंकू शकतो, ही गोष्ट दसमुलखी झाली.

एरवी एका अशिक्षित, खेडूत, असहाय कुणबाऊ स्त्रीला समाजाच्या लेखी अशी किंमत ती काय असते? अशा कित्येक गरीब, वंचित बायाबापड्यांना असे जुलमी रेडे भातखाचरातला ओला चिखल तुडवावा तसे पिढ्या न् पिढ्या चिरडतच आले होते; मात्र तशा अन्यायी, बेछूट कारवायांना न्यायसदनावरून पायबंद घालणारा याआधी कोणी मायेचा पूत निपजलाच नव्हता.

एकूणच जनामनाच्या दृष्टीने न देखिले, न ऐकिले असे घडले होते. त्या एका निवाड्याने शिवबा नावाच्या राजपुत्राला 'शिवराय' ही उपाधी मिळाली होती. गोरगरीब कष्टकऱ्यांना तर आपला त्राता भेटल्याचा अवघा आनंद झाला होता. कितीतरी वर्षांनी ह्या जुलमी सुलतानशाहीच्या पाषाणी भिंतींना भेदून एका दुर्दैवी स्त्रीची चीखपुकार पुढे निघून गेली होती.

एरवी, अशी भयंकर शिक्षा सरकारी अंमलदारास कोणी फर्मावली असती, तर एखादी स्त्री घाबरून तिथेच भीतीने गळून पडली असती; पण त्या सजेचे शब्द जेव्हा

कानावर पडत होते, तेव्हा जिजाऊंची चर्या कठोर आणि निर्धारी होत गेली. महालातील इतर कारकून अंमलदार आणि तिथे मौजूद असलेले शिवबांचे सर्व सहकारीही अगदी गोठून गेल्यासारखे दिसत होते. त्या न्यायसदरेवरून शिवराय जेव्हा पायऱ्या उतरून खाली आले, आपल्या खासगी महालाकडे चालले, तेव्हा आपल्या मुखातील मंत्रघोषाला एवढी तेजस्वी ताकद कोणी दिली, याचा ते स्वत: विचार करू लागले.

शिवरायांना मग आठवू लागल्या जिजाऊसाहेबांच्या सोबतच्या त्या अविरत चर्चा. विजापूरच्या रस्त्यात चाललेली ती एका उमरावाची बारात. त्या बेगमेसोबत बापाने दिलेले ते दहेज. समोरच्या घोड्यांच्या रथावर ठेवलेल्या हिऱ्यामाणकांनी भरलेल्या पराती. अन् त्या वरातीच्या सोबतच चाललेला तो गुलामांचा मेळा. एकूण एक हजार दास-दासी. पैकी सातशे अबला. त्या साऱ्या अकरा वर्षांपासून पंचविशीतल्या दुर्भागी स्त्रिया. अनेक जणींचे अतिशय देखणे, गोरेपान इराणी किंवा तुराणी चेहरे. त्यातल्या अनेक दक्षिणी, ब्राह्मण, मुसलमान आणि काही बंगाली स्त्रियाही. त्यांची नावे कोणती, गावे कोणती, जातधर्म कोणता याचे कोणाला कसलेच सोयर नव्हते. विचारायचे कारण नव्हते. फक्त घरकामाला, बागकामाला, पाणी खेचायला, दळण दळायला उपयोगी पडणारे त्यांचे कष्टाळू शरीर. बाकी त्यांचा तरुण देह कोणीही भोगला तरी तो कायद्याने गुन्हा नव्हता. कारण दुःखाने, दारिद्र्याने थरथरणाऱ्या त्या गरीब जिवांना साधे मनुष्य या अर्थाने जगायचे कोणतेही अधिकार नव्हते. अशा अभागी जिवांना 'गुलाम' म्हटले जायचे.

ह्या सुसंस्कृत दुनियेत सर्वत्र अशा गुलामांचे बाजार भरत होते.

एखाद्या फौजेने एखादा नवा मुलूख जिंकला की पहिली कुऱ्हाड बसायची ती त्या मुलखातल्या कोवळ्या मुला-मुलींवर. हजारोंच्या संख्येने अशा गुलामांना पकडून आणायला लष्करासोबत खास वेगळी पथके असायची. एखादे युद्ध जिंकले की बटकींच्या बाजारात नवा माल आला म्हणून सौदागर, व्यापारी आणि खरेदीदारही खूश व्हायचे. थोरामोठ्यांच्या लग्नकार्यात तर हा माल खूप खपायचा. दहेज म्हणून लग्नात असे शेकडो गुलाम बहाल केले जायचे. त्या पोरीबाळींच्या किंवा मुलांच्या भावभावनांशी कोणाला देणे-घेणे नव्हते. बाजारात जशा बकऱ्यांच्या किंवा कोंबड्यांच्या जोड्या मोजून देतात, तसाच इथे आकडा महत्त्वाचा असायचा. या साऱ्या प्रकाराला मोठी राजमान्यता होती. जहांगिर बादशहाने तर काही लाख मुली प्रशियाच्या राजाला गुलाम म्हणून विकल्या होत्या.

आताचा हिंदुस्थानचा बादशहा शहाजहान जो आपल्या बेगमेच्या, मुमताजच्या मरणाने वेडापिसा झाला होता, तिच्या प्रीतीची अमर निशाणी म्हणून ज्याने नुकताच ताजमहाल बनवला होता, त्याचा जनानखाना शेकडो गरीब, सुंदर, दुर्दैवी स्त्रियांनी

खचाखच भरला होता. एवढेच नव्हे तर आग्र्याच्या आपल्या महालातून वावरताना त्याने स्वत:साठी पुरुष रखवालदार कामावर ठेवलेच नव्हते. जळीस्थळी सुंदर चेहऱ्यांचे दर्शन घडावे म्हणून त्याने तार्तार जातीच्या रखवालदार स्त्रियांना शस्त्रास्त्रांचे शिक्षण दिले होते. त्यांची खास नेमणूक स्वत:च्या तैनातीत केली होती. महालातून जिथे-तिथे दिसणाऱ्या त्या उंचेल्या, मजबूत आणि आकर्षक बांध्याच्या तार्तार स्त्रिया म्हणजे शहाजहानला आपल्या जिंदगीतला सुगंधी विरंगुळा वाटायचा.

बऱ्याचदा शिवरायांची जिजाऊसाहेबांसोबत गुलामांच्या बाजारासह अनेक विषयांवर मसलत चालायची. एकदा शिवराय बोलले, "माँसाहेब, निजामशाही काय, मोगलाई काय, या सर्व इस्लामी राजवटीत बायाबापड्यांना शेळ्यामेंढ्यांएवढीही किंमत नाही, जशा काही त्या किड्यामुंग्याच!"

"थांबा बाळराजे, अशा नीच कृत्याचा विचार करताना कोणी आपल्या हिंदुत्वाचाही गर्व बाळगण्याचं कारण नाही." जिजाऊ सांगू लागल्या, "आजही या मितीला दक्षिणेत जिंजी नावाच्या राज्यात विजय राघव नावाचा हिंदू राजा राज्य करतो आहे. त्या महाभागाने किती स्त्रियांशी अगदी देवाब्राह्मणांच्या साक्षीने लग्नं करावीत? सांगा बरं."

"असतील पंचवीस-तीस."

"अहो, पाचशेहून अधिक स्त्रियांशी त्या विजयरावाने अगदी कायदेशीर लग्नं केली आहेत हो! सत्तेच्या आणि संपत्तीच्या जोरावर मुजोरी दाखवणाऱ्या ह्या अशा सर्वधर्मीय नीच महाभागांना पोरीबाळी म्हणजे काय वाटतात? माळावरच्या गवताच्या काड्या?"

राजांचे बालमित्र विश्वासराव दिघे यांनी लाल महालाच्या पायरीवर एके सकाळी राजांना गाठले. ते कौतुकाने सांगू लागले, "शिवराय ऽ रांझाच्या दुष्ट पाटलाला आपण फर्मावलेली सजा आणि त्याची तिथेच तत्काळ केलेली अंमलबजावणी या प्रकारामुळे बाहेर चोहो दिशांना कसला दंगा उडाला आहे, त्याची कल्पना आहे तुम्हाला ?"

"दंगा म्हणजे?"

हळव्या मनाचे दिघे शांत, धिम्या सुरात घडल्या प्रसंगाचे सार सांगू लागले, "बाहेर दुनियेतले सारे खानदानी राजे, महाराजे, पंडित, ब्राह्मण, धर्माधिकारी, बलवान दांडगेश्वर, अगदी गाठीला पैसा असणारे व्यापारी दलालसुद्धा पोरीबाळींच्या वस्त्राला हात घालणं हा पराक्रम समजतात. एरवी, त्यांचा आकांत आणि आक्रोश ऐकतो कोण? आक्रोशाच्या कितीही घंटा बडवल्या, तरी गाभाऱ्यातले देव काही जागे होत नाहीतच. उलट डोळ्यांवर कातडी ओढून ते चिडीचूप बसतात; पण आता

ह्या रांझेकर पाटलाच्या प्रसंगानंतर आजूबाजूंच्या जहागिरीमध्ये आणि दौलतीमध्ये पडघम वाजतोय. पुण्याच्या जहागिरीत शिवबा नावाचा असा एक पुत्र एका महामातेच्या पोटी जन्मला आहे, ज्याने एका गरीब अबलेवर अत्याचार करणाऱ्या आपल्याच सरकारी अंमलदाराचा कायद्याच्या करवतीने चौरंग केला. आपल्या अंमलदाराचे दोन्ही हात आणि दोन्ही पाय तोडून चारी दिशांना भिरकावून दिलेत!''

"दिघे ऽ एवढा बोलबोला झाला आहे ह्या प्रकाराचा?''

"बोलबाला कसला घेऊन बसलात शिवबा? चोहो बाजूंना आपल्या पराक्रमाचा पवाडा गाण्यासाठीच वावटळी उठताहेत. दुनियेतल्या सर्व धर्म-जातीतल्या लेकीबाळी धर्माचा भाऊ मिळाला म्हणून तुमच्याच आरत्या ओवाळत सुटल्या आहेत—''

"जय जगदंब ऽ! जय घृष्णेश्वरा ऽ!'' शिवरायांनी मोठ्या समाधानाने आपले नेत्र मिटले.

"होय शिवबा, एखादं महायुद्ध जिंकून जेवढी कीर्ती तुम्हाला लाभली नसती, त्याच्या कैकपटीने तुमच्या ह्या एका कृत्याने पहाडासारखी कमाई करून ठेवली आहे ऽ!''

◆

स्वराज्याचा सुवर्णकुंभ

सह्याद्रीचे ते घनदाट जंगल आणि त्या ओलसर दऱ्या. गेले दोन-अडीच महिने बदबदा पाऊस पडत होता. मध्येच कोसळत्या जलधारा थांबायच्या. मग दऱ्यादऱ्यांमध्ये धुक्याचे पुंजके तयार व्हायचे. ते साऱ्या परिसराला पांढऱ्याधोट रंगात बुजवून टाकायचे. अनेक दिवस पडणारा पाऊस आता हळूहळू थांबला होता.

समोर सुमारे चार हजार फूट प्रचंड असे डोंगरकडे दिसत होते. तिथले ते उभे खडक आणि आभाळाकडे झेपावणारे सुळके. त्यातूनच कधी कधी ऐसपैस धुके खेळायचे. एखाद्या कोल्हापुरी मर्दाने पांढरा फेटा बांधावा तसे धुक्याचे लोट त्या सुळक्यांना मिठ्या मारायचे.

बाजूच्याच दरीतून उंच कड्यावरून कोसळणाऱ्या धबधब्याचा आवाज येत होता. झुडुपांवर बसलेले पक्षी पाण्याने भिजलेले आपले पंख झाडत होते. हळूहळू

धुकेही नाहीसे झाले. सह्याद्रीतल्या एका जुनाट किल्ल्याचा बुरूज दिसू लागला. नितळ ओला. त्या दर्शनी ओलसर बुरुजावर पावसाने आणि थंडीवाऱ्याने कुडकुडलेली आदिलशाही सैनिकांची छोटी-छोटी पथके दिसू लागली. फक्त जाड्याभरड्या अंगरख्यांवरून आणि लष्करी टोप्यांवरून ते तिकडचे सैनिक असल्याचे दिसत होते. अन्यथा त्या परिसरातील सतत कोसळणाऱ्या पावसाने, पायाखालच्या लाल चिखलाने सर्वांच्याच वस्त्रांवर चढवलेली ती तांबूसराड. त्यामुळे ते गांजलेले आदिलशाही फौजी रापलेल्या, लालसर माकडांसारखे दिसत होते. एकूणच त्या सर्वांना थंडीपावसाने आणि वाऱ्याने बेजार करून सोडले होते. आताही अनेक जण पेटवलेल्या शेकोट्यांभोवती गोलाई करून बसले होते. त्या शेकाटीतल्या झाडांच्या ढलप्या भिजल्या होत्या. त्या पेट घेत नव्हत्या.

शिबंदीचा अंमलदार ताजुद्दीनने खुशीने एक जोरदार शीळ घातली. बुरुजावर आणि पलीकडेही शेकोट्या करून बसलेल्या आपल्या सहकाऱ्यांना खुणावले. त्याने बुरुजांच्या दगडावरून खाली गवताच्या हिरव्या चरमाटात उडी घेतली. तो खूपच खूश दिसला. त्याला पूर्ण खात्री होती. या झिम्माड भिजलेल्या मावळी दऱ्याखोऱ्यात, तेही या दिवसांत ना कोणी येणारे होते, ना कोणी जाणारे होते.

तसे त्या सर्वांचे अन्नपाण्याचेही हाल होते. नव्हे, अनेकदा त्यांना अर्धपोटी दिवस काढावे लागले होते. गाठीला द्रव्य असले तरी त्या आडवाटेच्या एकाकी, निर्जन किल्ल्यावर मिळणार तरी काय? मृगारंभी त्यांनी हिशोबी वृत्तीने तीन-चार हरणांची वाळवलेली चमडी दास्तानी ठेवली होती. त्याचे छोटे-छोटे तुकडे गरम पाण्यात उकडून तिखट आमटीची सोय झाली होती. बाकी रानातली नालेची भाजी उकळत्या पाण्यात टाकून त्यावरच त्यांनी कसेबसे ते दोन-तीन महिने काढले होते. ते भिजलेले, गांजलेले पथक आता त्या किल्ल्याची रुंद, अवघड आणि सततच्या पावसापाण्यामुळे शेवाळलेली वाट उतरू लागले होते.

किल्ल्याची मुख्य उतरण संपली. बाजूच्या गर्द झाडीत लपलेली छोटीशी कानंदगाव नावाची वाडीही पाठीमागे पडली. समोरची थंडगार पाण्याची नदीही त्यांनी पार केली. मग अनेक जणांनी पाठीमागे मान वळवली. उंचावरच्या धुक्यात हरवलेल्या त्या किल्ल्याकडे खुशीने बघून घेतले. ताजुद्दीन मोठ्या उत्साहाने बोलला, "अब जब पुरी बारीश खतम होगी, तब दशहरेके बादही लौटेंगे वापीस । वैसे तो बीचमे यहाँ आदमी क्या कुत्ता भी नहीं आ सकता ।"

असेच आणखी चार दिवस गेले. शिरवळच्या सुभानमंगळ किल्ल्यावरून आठ-दहा घोड्यांचे एक पथक अचानक कानंद नदीच्या हिरव्या खोऱ्यात घुसले. ते सर्व जण वाटेत ताजुद्दीनला आणि त्याच्या पथकाला शोधत होते. किल्लेदाराकडे कानप खोऱ्यातील खोपडे नावाच्या कोणीतरी इसमाने चुगली केली होती. आपल्या

तोरणा किल्ल्याकडे काहीतरी गडबड चालू आहे, याचा वास ताजुद्दीनला लागला. वाटेतल्या कुठल्याशा गावात त्याचे पथक आराम करत होते. वरिष्ठांच्या तोरण्याकडच्या आकस्मिक आगमनाने ताजुद्दीनचे पथक सैरभैर झाले. ते आपल्या चाकऱ्या टिकवायच्या उद्देशाने तोरणा किल्ल्याकडे माघारा धावून आले.

मध्ये कानंद नदीच्या पात्रातले निवळशंख पाणी वाहत होते. ताजुद्दीनने आणि त्याच्या तीनशेच्या पथकाने नदीच्या खळाळत्या उथळ, पसरट पात्रात घाईने प्रवेश केला. ताजुद्दीनला त्या निवळशंख पात्रात समोरच काही आकृत्यांच्या पडछाया दिसू लागल्या. त्याने पलीकडच्या नदीकाठाकडे बघितले. सत्तर ते ऐंशी तरुण मावळ्यांची भिंत तिथे उभी होती. प्रत्येकाच्या मुठीत ईर्ष्येने पकडलेली तलवार किंवा त्वेषाने उंचावलेल्या भाल्याच्या काठ्या होत्या.

समोरचा दुश्मनांचा घाला बघताच ताजुद्दीनने 'अल्ला हो अकबर ऽऽ' असा पुकारा केला. त्याबरोबर पुढच्या काठावरून 'हर हर महादेव'ची रणगर्जना घुमली. मराठ्यांचा समाचार घेण्यासाठी विजापुरी सैनिक आवेशाने पुढे धावू लागले. तितक्यात पुन्हा 'हर हर महादेव'चा गजर करत त्या ओलसर किनाऱ्यावर उभ्या असलेल्या मराठा बहाद्दरांनी धडाधडा नदीत उड्या घेतल्या. दोन्ही फौजा एकमेकांना भिडल्या. पाण्यातच रणांगण रंगले. हातघाईची जोरदार चिवट झुंज सुरू झाली.

तितक्यात पलीकडच्या काठाने समोरून झाडाझुडपात लपलेले आणखी तीस जणांचे टोळके 'हर हर महादेव'चा जयघोष करत पाण्यात उतरले. दोन्ही बाजूच्या चारशे-पाचशेचा जमाव एकमेकांच्या नरडीचा घोट घेण्यासाठी चवताळून हमले करत होता. त्या जलद वर्दळीमुळे पाण्याचे असंख्य तुषार उठत होते. शस्त्रास्त्रांची तुंबळ टिपीरघाई उडाली. त्यातच काठावरचे धुके मध्येच येऊन गडबडा लोळू लागले.

शिवराय आणि त्यांच्या बहाद्दर सहकाऱ्यांची गनिमाशी ही पहिलीच कडवी झुंज होती. निकराची टक्कर देता देता ते सारेजण 'हाणा ऽऽ हाणा ऽऽ' 'मारा ऽऽ मारा ऽऽ' असे एका वेळी इतक्या मोठ्याने ओरडू लागले होते की, त्यामुळेच दुश्मनांची भंबेरी उडाली. त्या धुक्याच्या लोटात आणि दाट हिरव्या गवती कुरणात मराठे आहेत तरी किती याचा आदिलशाही पथकाला बोध होईना. त्या जोरकस घोषणांवरून किमान दोन-तीन हजारांची फौज अंगावर अचानक कोसळली असावी असाच त्यांचा समज झाला. त्यामुळे साहजिकच त्यांच्या अंगात भीतीने हुडहुडी भरली.

नदीपात्रात ती विलक्षण दाटी आणि रेटारेटी सुरू होती. तोच वरच्या बाजूला कानंदेश्वर महादेवाच्या ओसरीवर स्वत: गस्त घालत थांबलेले शिवबा अन् त्यांच्या समवेत तानाजी मालुसरे, येसाजी कंक, विश्वासराव दिघे, भिकाजी चोर, दादजी देशपांडे असे बहाद्दर लढवय्ये वाघासारख्या डरकाळ्या फोडत नदीच्या अंगाला

धावले. त्यांनी वाहत्या पात्रात पटपट उड्या घेतल्या. जोरकस कापाकापीला सुरुवात केली.

कडाडत्या बिजलीसारखी शिवबांच्या हातातली तलवार समोरच्या दुश्मनांवर आदळत होती. शत्रूच्या खांद्यावर, पाठीवर, तर मुख्यत: डोक्यात घुसत होती. आता नदीचे हिरवे निवळशंख पात्र रक्ताच्या लोटांनी लालेलाल दिसू लागले होते. अनेक विजापुरी सैनिकांचे मुडदे पाण्यात कोसळले, धारेला लागून वाहू लागले. असंख्य जखमांनी लालेलाल झालेला ताजुद्दीन खूप मोठ्याने किंचाळला, "चलो ऽऽ भागो" अन् काही क्षणांतच पलीकडच्या काठाने उरलेले सर्व विजापुरी सैनिक धुक्याच्या जबड्यात गुडूप झाले.

थोड्या वेळाने कानंदेश्वर मंदिराजवळ विजयाचे ढोल वाजू लागले. 'जय भवानी', 'हर हर महादेव' असा विजयी घोष करत शिवरायांच्या त्या पथकाने तोरणा किल्ल्याची दरड चढायला सुरुवात केली. धुके थोडेसे हटले होते. मावळतीच्या सूर्यकिरणांत शिवरायांची चर्या कमालीची तेजस्वी दिसत होती. सोनाराच्या भट्टीत आगीच्या संगाने सोने पिवळेधमक दिसावे, तसाच त्यांचा चेहरा झळाळत होता. डोळ्यांत निश्चयाचे पाणी झळकत होते. अजून एका गालावर तलवारीच्या निसटत्या पात्याची ओली खूण ताजी होती. त्यांच्या अंगावरचा घोळदार झगा रक्ताने भरला होता.

त्याच सायंकाळी तोरणा किल्ल्याच्या बुरुजावरचे चाँदताऱ्याचे हिरवे निशाण बाजूला काढले गेले. तिथे भगवा झेंडा डौलाने फडकू लागला!

कानंद खोऱ्याच्या परिसरात अवघा आनंदीआनंद दाटला होता. शिवरायांनी सकाळी तोरणा किल्ल्याच्या बुरुजांच्या पडझडीचे बांधकाम हाती घेतले. बेलदार, कामाठी, कारागीर आणि मजूर कामाला लागले. मजुरांची संख्या कमी असल्याने सैनिकच हातामध्ये लोखंडी पहारी आणि बुट्ट्यापाट्या घेऊन कष्टाची कामे आनंदाने पार पाडू लागले.

राजांचा सलग मुक्काम गडावरच होता. त्यांच्याच देखरेखीखाली बांधकामे आणि खोदकामे चालली होती.

एके दिवशी सकाळी खुदाई सुरू झाली. आता पाऊस बऱ्यापैकी हटला होता. धुकेही पातळ होऊ लागले होते. सकाळी आठच्या दरम्यान एका मजुराच्या हातचा लोखंडी टिकाव कशात तरी अडकला. मोठा खण्कन आवाज झाला. मजुरांनी पुढे धावून वरची चिखलमाती बाजूला केली. आत तांब्याचा मोठा हंडा होता. त्याच्या गळ्याजवळचे ठोकून बसवलेले लोखंडी झाकण पहार आटणी लावून उघडले गेले, अन् आत पिवळ्याधमक सोन्याच्या चिपा दिसल्या. जिंकून घेतलेल्या पहिल्याच किल्ल्यावर असे सुवर्णांनी भरलेले सहा-सात हंडे मिळाले. त्या गुप्तधनाचे घबाड

म्हणजे सर्वांना शंभू महादेवाचाच प्रसाद वाटला. सर्वांनाच आनंदाचे भरत आले.

त्याच दिवशी चार घोडी पुण्याच्या दिशेला धावली. दुसऱ्या दिवशी न्याहरीलाच पुण्याहून घाईने आलेल्या पालख्या नदीजवळ पोचल्या. पहिल्या पालखीतून हर्षभरित मुखाने जिजाऊसाहेब उतरल्या. त्या जवळच्या कानंदेश्वर महादेवाच्या मंदिरात गेल्या. त्यांनी महादेवाला जलाभिषेक घालून श्रीफळांचे तोरण वाहिले. पालख्या जेव्हा कानंद गावात पोचल्या, तेव्हा घराघरातील स्त्रिया-पोरे धावत सामोरी आली. "आईसाब आल्या, आईसाब आल्या ऽऽ" असे हरखून गेलेला गाव कौतुकाने एकदुसऱ्याला सांगत होता. घरोघरीच्या सुवासिनींनी आऊसाहेबांच्या पायावर पाण्याच्या घागरी ओतल्या. मावळ मुलखाच्या खऱ्याखुऱ्या लक्ष्मीचे तिथे जोरकस स्वागत झाले.

पालख्या आणि गावकरी ती जिकिरीची चढण चढून वर तोरणा किल्ल्यावर पोचले, तेव्हा तिथे आऊसाहेबांनी मेंगाई देवीच्या जुन्या पाषाणमूर्तीची पूजा केली. बाजूच्या लाकडी खोक्यांमधून बयाजवार ठेवलेले ते गुप्तधन जिजाऊंनी डोळे भरून पाहिले. त्या लक्ष्मीची पूजा बांधली. शिवरायांना पोटाशी धरून त्यांना मंगल आशीर्वाद दिले.

त्या दुपारी जिजाऊंनी शिवरायांसमवेत स्वत: किल्ल्यावरून फेरफटका मारायला सुरुवात केली, तेव्हा त्या एका वाड्याजवळ थांबल्या. समोरच्या दरीपल्याड त्यांना थोड्याशा दूर अंतरावर एक बळकट डोंगरमाथा दिसला. त्या जागेकडे त्यांनी बारकाईने नजर लावली. जिजाऊ तिथे थबकल्याचे बघून शिवराय पुढे झाले. मातोश्रींनी त्यांना विचारले, "शिवबा ऽ त्या समोरच्या डोंगराचं नाव काय?"

"मुरुंबदेवाचा डोंगर. का बरं?"

जिजाऊंनी निळ्या आभाळाकडे आणि आजूबाजूच्या विशाल दऱ्यांकडे नजर टाकली. पुन्हा त्यांचे डोळे मुरुंबदेवाच्याच डोंगरावर स्थिरावले. अभावितपणे त्या बोलून गेल्या, "एखाद्या राजाच्या राजधानीसाठी किल्ल्याची अशी सुंदर जागा अन्यत्र नाही गवसायची, होय ना शिवबा?"

त्यावर शिवराय अगदी मनापासून हसले.

"करा तर लवकरात लवकर कार्याला प्रारंभ," जिजाऊ बोलल्या.

"हो ऽ का नाही?" शिवराय बोलले, "तत्काळ चिऱ्यावर चिरे चढतील. बुरूज आणि माच्याही उभ्या राहतील; पण एक विचारावं का?"

"बोला."

"ह्या राजधानीच्या नव्या किल्ल्यासाठी 'राजगड' हे नाव आमच्या माँसाहेबांना कसं वाटेल?"

"अतिसुंदर! खूपच छान!"

बंगरूळमधून आल्यानंतर लाल महालात सदरेवरच्या कारकून आणि अंमलदारांत हळू आवाजात कुजबुज सुरू झाली होती, ‘‘दादोजी कोंडदेवांकडे एका वेळी अनेक जबाबदाऱ्या आहेत!’’

‘‘खरंय, इकडे कोंडाणा किल्ल्याचे महालदार आणि त्याच वेळी आता लाल महालाचे कारभारी. थकल्या वयामध्ये एक मनुष्य किती ठिकाणी पळापळ करणार?’’

‘‘व्यक्ती प्रामाणिक पण तबियत मात्र चांगली स्थूल. त्यामुळे मर्यादा पडतातच.’’

त्या सकाळी लाल महालामध्ये विजापूरच्या दरबारातून कसलीतरी महत्त्वाची खलित्याची थैली पोचल्याचे समजले. त्याबरोबर सर्वांनी कान टवकारले. कारभारी या नात्याने दादोजींनी त्या थैलीची रेशीमगाठ सोडली. आतला खलिता आपल्या जाडजूड बोटांमध्ये पकडून तो डोळ्यांखाली घातला, तेव्हा ते कमालीचे प्रसन्न दिसले. त्यांनी माळ्याकडून लगेच बाहेरच्या बागेतली सोनचाफ्याची ताजी फुले मागवली. नियोजनाप्रमाणे हलवायाची चार पोरे गतीने धावत आली. त्यांनी खांद्यावरच्या कावडी उतरवल्या. त्या भरून मिठाईच्या पराती आणि परड्या आणल्या गेल्या होत्या.

दादोजीपंत खांद्यावरचे रेशमी उपरणे सावरत, एकेक पाऊल टाकत खुशीने झुलत खासगीकडे आले. त्यांनी जिजाऊसाहेबांना मुजरा करून, ‘‘आऊसाहेब, पहिली मिठाई घ्या!’’ असे कौतुकाने बोलत मिष्टान्नाची ती परडी जिजाऊंकडे सुपूर्द केली. तो खलिताही पुढे सरकावत, ती खुशीची बातमी एकदाची सांगून टाकली, ‘‘बाळराजांना थेट कोंडाणा किल्ल्याची सुभेदारी मिळावी! वय किती, अन् बढती तरी केवढी!’’

‘‘पंत, तुम्हास तर भारी खुशी झाल्याचे दिसते.’’ जिजाऊ बोलल्या.

‘‘हो ऽ खरंच आहे. एकदा राज्यसेवेची अदब युवराजांच्या अंगामध्ये भिनली की पुढे पावलंसुद्धा कशी अगदी वक्तशीर, दमाधिरानं पडतील!’’

पंतांच्या खुशीच्या बोलावर जिजाऊसाहेबांनी बळेच प्रतिक्रिया व्यक्त केली नाही. काहीतरी बिनसले असल्याचा दादोजींना अंदाज आला. ते गुपचूप सदरेवरून निघाले. तोवर महालाच्या दारात घोड्यांच्या टापांचे आवाज ऐकू आले. आपल्या दोस्तांसवे शिवबा कोठूनतरी रपेट मारून आले होते. त्यांच्यासोबत नेहमीसारखी दहा-बारा मंडळी भोजनास बसली. जिजाऊंच्या इशाऱ्यानुसार स्वयंपाकी आणि महाराज मंडळी पाट-पाणी मांडू लागली. जिजाऊंनी हळूच आठवण करून दिली, ‘‘बाळराजे, आलाय बरं विजापुराहून खलिता.’’

‘‘हो ऽ आम्हाला कळलंय. एव्हाना निम्म्या पुण्यात त्याची दुंदुभी पोचली असावी.’’

भोजने उरकली. मित्रांसवे तिथून बाहेर पडू पाहणाऱ्या शिवबांना जिजाऊसाहेबांनी हटकले, "मग काय चिरंजीव ऽ लखोटा बघणार नाही का?"

"कसला? कोणता?"

"आपल्या शाही नियुक्तीचं थेट विजापुरातून आलेलं सन्मानपत्र हो."

"राहू द्या. नाही जमायचं ते."

"अहो असं कसं? ह्या एवढ्या कोवळ्या वयात थेट कोंडाणा किल्ल्याच्या सुभेदारीपदी!" शिवराय जागीच थंडपणे उभे राहिल्याचे पाहून जिजाऊसाहेब म्हणाल्या, "सुलतानांच्या सरंजामाकडे ढुंकून पाहायची इच्छा दिसत नाही का बाळराजांची? शाही सन्मानाचा केवढा हो हा अपमान!"

शिवरायांचा चेहरा भडकलेल्या आगीसारखा लालेलाल झाला. अत्यंत संतप्त होत ते चढ्या सुरात बोलले, "मातोश्री, आपण कदाचित उपहासाने आमच्या मनोवस्थेची परीक्षा पाहत असाल; पण आम्हाला आश्चर्य वाटतं ते तिकडे विजापूरच्या सदरेवर काम करणाऱ्या पढतमूर्ख अंमलदारांचं, त्यांच्या भ्रष्ट मेंदूंचं! कळत कसं नाही त्यांना? हा देह तुम्ही फेकलेले गुलामगिरीचे शिळे तुकडे चघळण्यासाठी जन्मास आलेला नाही."

बोलता बोलता रागाने उफाळलेले शिवराय तडक त्याच तिरीमिरीत फडावर आले. त्यांच्या देहात खुशीच्या झंकाराऐवजी संतापाचे फणकार पाहून कारकून मंडळींची गडबड उडाली. दादोजीपंतही थोडे बाजूला सरकून बसले. शिवबांनी घोडदळप्रमुख सिद्दी हिलालांना तत्काळ तिथे पाचारण केले. पलीकडे पागेमध्येच कार्यरत असलेले सिद्दी घाईने तिथे दाखल झाले. त्यांची ती ढगळपगळ लुंगी आणि गुडघ्यापर्यंतचा लंबा काबुली सदरा, सर्वांगात भिनलेली ती गुलामगिरीची लाचारी, त्यामुळे ते तिथे झुकल्यासारखे खडे होते. शिवबांनी त्यांना विचारले, "का हो, कालपासून आपल्या महालाच्या दाराशी नीरा आणि मुळशी खोऱ्यातले चारशे नवजवान खोळंबून उभे आहेत. बघितलंत त्यांना?"

"जी हुजूर!"

"अशा तगड्या पोरांचा आपल्या स्वराज्याच्या फौजेत भरणा होत नसेल तर त्यांनी जायचं कुठं?"

"गुस्ताखी माफ हुजूर! पण आता अधिक स्वारशिपायांची जरूरत वाटत नाही."

"हे पहा सिद्दीमियाँ, जरूरत असणं किंवा नसणं हे ठरवणारे आपण कोण?" शिवरायांची चर्या खूप कठोर झाली. त्यांनी कणखर सुरात हुकूम सोडला, "आज सायंकाळच्या आत त्या सर्वांना फौजेमध्ये बाइज्जत समाविष्ट करून घेण्याची व्यवस्था व्हावी!"

"लेकिन, राजाजी! ज्यादा भरतीसाठी पहिली मंजुरी घ्यावी लागेल."

"कोणाची?"

"थोरल्या राजांची, शहाजीसाहेबांची!"

"खानसाहेब ऽ आमची ही भरती हिंदवी स्वराज्यासाठी सुरू आहे, बंगरूळच्या किंवा कर्नाटकाच्या दौलतीसाठी नाही."

"लेकिन हुजूर..."

"यापुढे स्वराज्यहितार्थ आम्ही जसा कौल देऊ तसंच इथे घडायला हवं!"

शिवरायांनी तिथेच डोळे मिटले. थोडे चिंतन केले. समस्या सुटत नव्हत्या. पदोपदी काटेरी रस्त्याची जाणीव होत होती. काही वेळाने त्यांनी नेत्र उघडले. अचंबित मनाने समोर बघितले, तर अजून सिद्दी हिलाल त्याच जागी उभे होते. ते सांगू लागले, "थोडी हमारी भी बात मान लीजिये। खासकरून फौजेच्या बाबतीत बंगरूळहून आगाऊ मंजुरी प्राप्त झाल्याशिवाय एक छदामही अधिक खर्च करायचा आम्हाला अधिकार नाही."

"बाकी बाहेर काहीही असलं, तरी आमच्या स्वराज्यहट्टासाठी आम्ही सांगू तसा निर्णय घ्यावा लागेल."

"ह्याआधी आपल्या आग्रहानुसार दुपटीने रक्कम केली नव्हे खर्च?"

"आताही करावी खर्च—आमच्या स्वराज्यासाठीच."

"छे छे!! युवराज, खूप डर वाटतो आम्हाला."

सिद्दी हिलालांच्या त्या उघड नकाराने शिवराय आतून उसळले. तरीही निःश्वास टाकत ते धीरगंभीर सुरात बोलले, "शुक्रिया खानसाहेब! आजवर आपण केलेल्या उत्तम सेवेबद्दल धन्यवाद; मात्र आमच्या हिंदवी स्वराज्याच्या स्वप्नानुसार आम्ही झपाटलो आहोत. त्यावर आपली आम्हावर श्रद्धा नसेल तर—"

"राजे..."

"तर उद्या सकाळीच बंगरूळचाच रस्ता धरणं तुम्हासाठी खूप सोयीचं ठरेल."

सिद्दी हिलालांनी एकही दिवस पुण्यात वाया घालवला नाही. दुसऱ्याच दिवशी पहाटे त्यांनी बंगरूळचा रस्ता आपलासा केला.

"राजाजी, आपले फर्जंद शिवबांना आपण बंगरूळातून पुण्याकडे भेजताना नेमकी कोणती गुटी किंवा जंगलपत्तीचे शरबत पाजले होते? ते तिकडे जातात, अन् मावळात दीड-दोन महिन्यांच्या आतच आमच्या आदिलशाहीतल्या डोंगरी किल्ल्यांचा एकापाठोपाठ एक कबजा करायची धाडसी सुरुवात करतातच कशी? बरं, ही बगावत म्हणजे एक बालबच्चेवाली मस्तीमजाकही म्हणता येणार नाही.

आम्ही शरमिंदे होऊन जाऊ अशा हत्यारबंद फौजी तुकड्या जागोजागी सिवाने पेरल्या आहेत. ह्या साऱ्या नादानियाँचा आणि नाफर्मानियाँचा मतलब तरी आम्ही काय समजायचा? आपलं आमच्या विजापुरी तख्ताशी इतकं इमान असेल तर आपला शहजादा असा बेईमान कसा बनू शकतो?

"आपल्या कालपरवाच्या पोरामार्फत आमच्या सल्तनतीची ही अशीच हँसीमजाक उडवण्यात आपणास कदाचित खुशी वाटत असेल. हा घिनौना प्रकार असाच चालू ठेवाल, तर विजापूरच्या पागांमधून बांधलेली घोडी आपले दोरखंड तोडतील, अन् तुमच्या मुलखाकडे सुडाची चूड घेऊन धावत सुटतील. तेव्हा आपली बारा मावळ नावाची लंका कशी बेचिराख होईल ते बघायला तुमच्या मुलखात चिटपाखरूही शिल्लक उरणार नाही, हे आपण जरूर ध्यानात ठेवावं."

सुलतान मोहम्मदशहाने शहाजीराजांकडे पाठविलेल्या त्या खरमरीत पत्राने गहजब माजवला होता. धमकीने भरलेल्या त्या खलित्याची एक सही सही नक्कल तयार करून शहाजीराजांनी ती ताबडतोब पुण्याकडे पाठवली होती. माँसाहेबांनी ते पत्र पुनःपुन्हा वाचले होते. त्यातल्या प्रत्येक शब्दामागची दाहकता आणि तिखटपणा समजून घेतला होता. नव्हे, त्याआडच्या संतापलहरी आणि भविष्यकालीन धोक्याचा वारा या साऱ्याचा त्यांच्या अंतर्मनाला बरोबर सुगावा लागला होता.

आज जिजाऊसाहेब शिवरायांच्या सोबतच मावळखोऱ्यात आल्या होत्या. गुंजण मावळच्या पहाडी प्रदेशात नव्या राजगडाचे बांधकाम सुरू होते. एका वेळी बेलदार, सुतार, अन्य कामगार, कामाठी असे हजारो मजूर तिथे राबत होते. त्या मुरुंबदेवाच्या डोंगराच्या उंच माथ्यावर बालेकिल्ल्याचे काम सुरू होते. किल्ल्याच्या खालच्या खांद्यावर मंदिराचे, तलावाचे आणि सदरेचे काम शेवटच्या टप्प्यावर होते. मुख्य पहाडाला उठलेल्या तीन डोंगरांच्या प्रत्येकी दीड-दोन कोसांच्या त्या रांगांना 'सोंड' म्हटले जात होते.

आता त्या सोंडांवरही तटबंदीची आणि बुरूजबांधणीची कामे झपाट्याने सुरू होती. तो साधारण चौदाशे मीटरचा उंच खडा पहाडी किल्ला आता चांगलाच भरभक्कम दिसू लागला होता. तोरणा किल्ल्यावरून मेंगाई देवीच्या पूजेच्या वेळी जिजाऊंनी ही जागा अचूक हेरली होती. एकदा एखाद्या कामाचे तोरण बांधले की धोरण पक्के करायचे. मग ध्येयसाधनेच्या मार्गात मरण ओढवले तरी माघार घ्यायची नाही, हा शिवबांचा आता बाणाच बनला होता.

लढाईमध्ये रक्त सांडून किल्ल्यांचा कबजा मिळवणे, किल्ला कमावणे आणि गमावणे हा तर राज्यव्यवस्थेतला रोजचा खेळ होता; मात्र दक्षिण हिंदुस्थानातल्या एखाद्या राजाने 'नवीन किल्ला बांधायला घेतला आहे' असे इकडच्या दऱ्याखोऱ्यांत गेल्या दीडदोनशे वर्षांत कुणी ऐकलेही नव्हते.

सह्याद्री आणि बागलाणातील अनेक किल्ले मौर्य आणि बौद्धकालीन असे जुने गड होते. नंतर काही शतकांमागे भोजराजाने पन्हाळ्यासारखे काही मजबूत किल्ले बांधले. तीनचारशे वर्षामागे देवगिरीकर यादवांनीही काही किल्ल्यांची त्यात भर घातली होती. त्यामुळेच राजांच्या कार्याचे कौतुक करत दादोजी कोंडदेव बोलले, "आऊसाहेब, नव्या किल्ल्यांची बांधकामं हाती घेणं म्हणजे हत्तींचा कळप सांभाळण्यासारखं अवघड काम आहे. खूप त्रास पडतो आमच्या राजांना."

"पंत ऽ बलदंड बळकट अशा स्वराज्याच्या उभारणीचं आम्ही स्वप्न बाळगू तर तशाच मजबुतीचे त्याचे खांबही असावे लागतील." जिजाऊ बोलल्या.

दादोजी एकाएकी बोलायचे थांबले. त्यांच्या मनात दुसरा एखादा वेगळा विचार असावा; पण जिजाऊंनी त्यांना छेडलेच, "बोला पंत, असे बोलता बोलता मध्येच का थबकलात?"

"आऊसाहेब, अडचणीची बाब म्हणजे आपल्या मुलखातले कारागीर आणि गवंडी किल्लाबांधणीचं तंत्रच विसरून गेले होते."

"वा ऽ हे तर फारच झालं म्हणायचं," जिजाऊसाहेब उपहासाने बोलल्या.

"पण आपल्या शिवरायांचा तगादा आणि पाठराखण दांडगी. त्यामुळेच आम्हाला काही कारागीर आणण्यासाठी तिकडे भागानगर, हैदराबादकडे पळापळ करावी लागली. तर काही कारागीर थेट राजस्थानच्या मारवाड आणि मेवाडाकडून आणावे लागले."

दुपारच्या भर उन्हात जिजाऊसाहेब बांधकामाची तपासणी करत चालल्या होत्या. एका बुरुजाच्या टोकावर त्यांना थोडासा आडोसा दिसला. तिथे केंबळांच्या डहाळ्यांनी निरीक्षणासाठी एक छोटे छप्पर उभारले गेले होते. तिथून मंडळी तिन्ही बाजूंनी चाललेले कामकाज बघत होती. कऱ्हाडचा अर्जोजी यादव नावाचा एक फाकडा तरुण. तो आजकाल राजस्थानी कुशल मजुरांच्या हाताखाली किल्लाबांधणीच्या कलेत बराच तरबेज झाला होता. त्याने समोर येऊन राजांना मुजरा घातला. मग डोंगराच्या एका धारेकडे बोट दाखवत तो बोलला, "राजे ऽ त्या तिकडं पद्मावतीच्या सोंडेचं काम जोरात सुरू हाय."

"अर्जोजी ऽ सोंड कशाला, 'माची' म्हणा."

"माची?" अर्जोजीसह सर्वांच्याच भुवया ताणल्या गेल्या.

त्यावर जिजाऊ मनापासून हसल्या. तसे शिवबा बोलले, "बघा, मातोश्रींना समजला खरा मतलब! जसा पट्टीचा शिकारी मचाणावर बसून बाणाने किंवा भाल्याने वाघाला जेरबंद करतो, तसंच या माचीवर ठाण मांडून वैऱ्यांच्या पाठी आम्हाला सोलून काढायच्या आहेत."

"आताशी एकेक गोष्ट बरी ध्यानात येऊ लागली आहे आमच्याही," गोड हसत सईबाई बोलल्या, "एखाद्या बुरुडास जिव्हाळीची फोक सापडली की त्यापासून गोड पावा कधी बनवू असं त्याला होऊन जातं; चांगला काळाभोर टणक पाषाण दृष्टीस पडला की त्यातून सुबक मूर्ती घडविण्यासाठी शिल्पकारांची बोटं जशी शिवशिवतात, तसंच एखादा बलदंड, कातीव पहाड बघितला, की त्याला किल्ल्याचा आकार कधी देऊ ह्या कल्पनेनं इकडची स्वारी अगदी वेडी होऊन जाते."

सईबाईंच्या त्या वाक्यावर राजांसह सर्व जणच मनापासून हसले.

शिवरायांनी चालवलेल्या सह्याद्रीतल्या बंडाळीमुळे विजापूरकर फारच बिथरून गेले होते. एके दिवशी रघुनाथपंत कोरड्यांनी शिवरायांना कल्पना दिली, "शिरवळचा किल्लेदार अमीनसाहेब अलीकडे भलताच बिघडून गेलाय."

"कारण?"

"विजापूरसाठी त्या गढीवर शेतसारा भरणं नरसप्रभू देशपांड्यांनी बंद केलं आहे. त्यामुळे त्यांच्यावर विजापुरी अंमलदारांनी खूप दात धरला आहे."

"पण पंत, नरसप्रभू हे आपल्या हिंदवी स्वराज्याच्या लढाईतले आघाडीचे शिलेदार आहेत."

"त्याचसाठी तर विजापुराहून आलेलं कडक फर्मान त्यांच्या वाड्याच्या भिंतीला चिकटवण्यात आलं आहे."

"म्हणजे म्हणणं तरी काय आहे त्यांचं?"

"त्या दरडावणीच्या फर्मानातला मजकूर असा की—नरसप्रभू, अरे, तुझ्या खोऱ्यात शिवाजी भोसला पुंडावा करून रोहिडेश्वराच्या किल्ल्यात घुसला आहे. मुरुंबदेव डोंगराच्या माथ्यावर तो नवा किल्ला बांधतो आहे. एकामागे एक असे आमचे किल्ले कबजात घेतो आहे. अशा वेळी आपण काय झोपा काढता आहात? या फर्मानाद्वारे तुम्हास अशी सक्त ताकीद करण्यात येते की, आपण आमचा पूर्वापार शेतसाऱ्याचा भरणा सुरू न ठेवाल तर तुम्हास जित्ते पकडले जाईल. मग घोड्याच्या पायांना बांधून तेथून विजापुरापर्यंत फरपटत घेऊन जाऊ. चौकात जाहीरपणे तुझी गर्दन उडवू."

सुलतानी फर्मानातील ते दमबाजीचे फूत्कार ऐकून शिवराय खूपच गंभीर झाले. उष्ण श्वास टाकत त्यांनी विचारले, "त्यावर दादजींची प्रतिक्रिया काय?"

"ते तर सर्वांना उघडपणे सांगताहेत. शिवबांसाठी जरूर तर आम्ही मरणाला मिठी मारू! होऊन असं काय होणार आहे? परवाचं मरण उद्यावर येईल, बाकी काय?"

आदिलशाही अंमलदारांनी साम-दाम-दंड आणि भेद नीतीने शिवरायांचे खच्चीकरण करायचा विडाच उचलल्याची जाणीव आता मावळात सर्वांना होऊ लागली होती.

त्यासाठी आदिलशाहीने आपल्या हाती गंजकी, घातकी शस्त्रे आणि भेदबुद्धीच्या कटारी उचलल्या होत्या. त्याद्वारे बारा मावळातल्या रयतेवर असे शारीरिक आणि मानसिक आघात करून त्यांना जिणे नकोसे करून सोडले होते. कोणीही शिवबांच्या पाठीशी उभे न राहता त्यांना एकाकी पाडण्यासाठी आदिलशाही अंमलदारांनी जिवाचा नुसता आटापिटा चालवला होता. गावोगाव आदिलशाही दूत आणि दलाल घिरट्या घालत होते. काही करून शिवरायांना यश मिळू नये यासाठी अहोरात्र झटत होते.

शिवराय काही वेळा संभ्रमित होत. आपल्या पाठीशी उभ्या राहणाऱ्या आणि स्वराज्याच्या बांधणीसाठी खस्ता खाणाऱ्या जनसामान्यांची त्यांना खूप काळजी वाटे. राजांची उमर आता ऐन पंधरा-सोळाच्या उंबरठ्यावर होती. डोळ्यांपुढचे ध्येय हिमालयासारखे होते. स्वराज्याचे देवालय अजून खूप उंचावर राहिले होते. आपले स्वराज्याचे स्वप्न सत्यात आणण्यासाठी मावळातील सान-थोर, तारुण्याच्या उंबरठ्यावरची बाळे आणि सत्तर-ऐंशीतले बुजुर्गही जिवाचे रान करत आहेत हे पाहून ह्या दीनदुबळ्या गरिबांच्या अचाट पाठिंब्याने शिवराय अनेकदा भावुक होत. मावळातील आपली पाठराखण करणाऱ्या बहाद्दरांना पोटाशी धरून त्यांना आपलेसे करणे त्यांना जरुरीचे वाटत होते. त्या भावनेनेच शिवरायांनी दादजी नरसप्रभूंना १७ एप्रिल, १६४५ रोजी एक भरवसा देणारे पत्र लिहिले–

"रोहिडेश्वर महादेव आपले कुलदैवत स्वयंभू आहे. त्याने आम्हास यश दिले आहेच आणि पुढील आणखी मनोरथे पूर्ण करून तोच आम्हास स्वराज्य पुरविणार आहे. हे राज्य व्हावे हे श्रींचे मनात फार आहे!"

अलीकडे लाल महालातील वातावरण खूपच गंभीर बनले होते. पुण्याच्या बाजारात, गवतमंडीतल्या घासबाजारात, इतकेच नव्हे तर नदीपल्याड जिजापूरपर्यंत खबर पोचली होती. जे अधिकारी आदिलशाही व्यवस्थेचे प्रेमी आणि पित्ते होते, त्यांनी सर्वत्र हाकाट्या सुरू केल्या होत्या– शिवबांची शिरजोरी अशीच वाढत राहिली तर एक दिवस पुण्यावर पुन्हा विजापूरकरांची आफत येईल. एकूण दिसामासाने इथली परिस्थिती खूपच स्फोटक बनत चालली आहे.

नदीपल्याड जिजाऊसाहेबांनी काही माळ्यांना आपली पडीक जमीन विहितीसाठी दिली होती. त्या माळी मंडळींनी फुलांचे मळे सजवले होते. मोठ्या कौतुकाने आपल्या नव्या वस्तीला जिजापूर असे नाव दिले होते. तिकडूनच लाल महालातील देवपूजेसाठी भल्या सकाळी फुलांचे हारेबुट्ट्या येत. तिकडच्या माळणीसुद्धा आता दासदासींशी येणाऱ्या संकटांबाबत जेव्हा कुजबुजू लागल्या, तेव्हा शिवराय अधिकच

सावध झाले.

अलीकडे शिवबांची उत्साही, फुरफुरती घोडी पागेत थांबायचे नावच घ्यायची नाहीत. ते आपल्या सवंगड्यांसह बारा मावळ उभा-आडवा पिंजून काढायचे. मुख्यत:, डोंगरमाथ्यावरचे किल्ले किंवा किल्ल्याच्या नव्या बांधणीसाठीच्या मोकळ्या जागा हेरायचा त्यांना जसा काही ध्यासच लागला होता. त्याच वेळी गावागावांतले मर्द जवान, ती रानामाळातली फाकडी पोरे त्यांच्याभोवती गोळा व्हायची. त्यांची भिरभिरती नजर वेगवेगळ्या दऱ्याखोऱ्यांतल्या धाडसी आणि उत्साही पोरांना शोधून काढायची.

अलीकडे एक धाडसी वीर म्हणून स्वराज्यात तानाजी मालुसरे नावारूपाला आला होता. राजांशी झालेली त्याची पहिली भेटही अशीच मोठी मनोरंजक होती.

एकदा एका लग्नाच्या निमित्ताने राजे वरंध घाट उतरून महाडला गेले होते. तिथे रात्री नवरदेवाची जोरदार वरात निघाली होती. त्यामध्ये दांडपट्ट्याचे लवलवते पाते हवेत नाचवत एक धाडसी, बाजिंदा पोर खूप जोराने खेळत होता. आपल्या हातातल्या पट्ट्याने एका वेळी पाच-पाच पोरांना लोळवत होता. त्याच्या चमकदार करामतीची शिवरायांना भुरळ पडली. त्यांनी आपल्या सोबत्यांना विचारले, "हा बिजलीसारखा नाचणारा मर्द फाकडा कोण रे?"

"उमरठच्या मालुसऱ्यांचा तानाजी."

राजांनी तानाजीला पुढे बोलावून घेतले. तानाजीच्या घामाने भिजलेल्या दोन्ही हातांचे पंजे पकडून शिवरायांनी त्याच्याकडे मोठ्या गर्वाने बघितले. त्याच्या पाठीवर शाबासकीची थाप मारली. आपल्या मनगटातले सोन्याचे कडे काढून त्याच्या हातात चढवत ते मोठ्या कौतुकाने बोलले, "ताना ऽ अरे, तुझे हे हात म्हणजे आम्हाला ठासलेल्या सुरुंगाची वात वाटते! इकडे आडबाजूला राहून तू काय करशील?"

"हुकूम सरकार!"

"आठ दिवसांच्या आत आमच्या लाल महालावर ये. स्वराज्याच्या सैन्यात दाखल हो!"

तानाजीचे कौतुक करताना शिवराय आपल्या बाकीच्या सोबत्यांना म्हणाले, "दांडपट्टे आणि लेझीम अनेक पोरं खेळतात; पण या तानबाच्या अंगात जी सळसळती झिंग आणि उसळती रग आहे, तशी नजाकत आम्ही अन्य कोणात देखिली नाही. तुम्ही बघत राहा! हा वीर एक दिवस एखाद्या किल्ल्याचा बुरूज ठरू शकतो. हिंमतबाज राजाचा बलदंड बाहू बनू शकतो."

मावळातल्या गावागावांत रोज सायंकाळी जवाँमर्द पोरे गोळा होत होती. गावपाराजवळ हलगीच्या छडीवर लेझमाचा खेळ रंगत होता. त्यांना घुमकी आणि खैताळी साथ देत होती. हे खेळ पाहत पाहत गाव झोपायचा. एकदा वडीलधाऱ्यांना

गाढ झोपा लागल्याची खात्री झाली की पोरे गवताच्या गंजींकडे धाव घ्यायची. तिथे लपवलेल्या तलवारींची पाती बाहेर उपसली जायची. मग अगदी भल्या पहाटेपर्यंत तलवारबाजीचा खणखणाट चालायचा. भालाफेकीचे सराव घडायचे. गावागावात शस्त्रे परजली जात होती. लोहारांचे भाते रात्रभर जळत राहायचे. हत्यारांना धार चढवताना फुललेल्या निखाऱ्यांवर पाण्याचे शिंतोडे चरचर आवाज काढायचे.

एकटे शिवरायच नव्हे तर माळामुरडाची पोरेसुद्धा 'आपले राज्य', 'आपले हिंदवी स्वराज्य' अशा उघडउघड गोष्टी करू लागली होती. बघताबघता साताठ हजार पोरांची भरती पूर्ण झाली होती. लष्करात घेतलेली पोरे किल्ल्यांच्या तटबंदीवरील चौक्यापहाऱ्यांत, तसेच मावळातल्या मोक्याच्या वाटांवर आणि घाटांवर नेमली जात होती.

हा नवा धडाकेबाज सैन्य जमाव, पायदळाचा खर्च, दारूगोळा, घोड्यांची जुळवाजुळव, नव्या पागांची निर्मिती असा खर्चाचा आकडा दिसागणिक वाढतच चालला होता. तो वाचताना लाल महालातील दादोजींच्या आणि इतर अंमलदारांच्याही छात्या धडधडू लागल्या होत्या. पैशाचे सोंग कसे उभे करावे?

शिरवळच्या ठाण्यावर गेल्या चार-पाच महिन्यांत महसुली भरणा जमा झाला नव्हता. त्याबाबतच्या तक्रारी आणि कागाळ्या थेट विजापुरापर्यंत पोचल्या होत्या म्हणे. अजून अध्येमध्ये लाल महालातील भरणा थोडाफार का होईना विजापुराकडे पाठवला जायचा. पिता-पुत्रांमधला उघड संघर्ष टाळण्याचा तो कारकुनी चतुराईचा कौशल्यपूर्ण भाग होता. शिवरायांच्या काही गोष्टी लक्षात आल्या. त्याबरोबर त्यांनी फडावर सर्वांना सक्त ताकीद केली, "यापुढे विजापूरकडे एक छदामही जाता कामा नये."

फडावरचा तो मामला दादोजीपंतांच्या कानी गेला. त्यांनी रघुनाथांकडून त्याची खात्री करून घेतली. मग घाबऱ्याघुबऱ्या झालेल्या दादोजींनी तो विषय हळूच जिजाऊंच्या कानी घातला, "कोणत्याही कारणाने बंगरूळाकडे रक्कम पाठवायला चालढकल करणं बरं नाही."

"हां, बघू," जिजाऊ म्हणाल्या.

"आऊसाहेब, आधीच तिकडचं दरबारी वातावरण योग्य नाही. थोरल्या महाराजांवर खार खाणारी, मत्सरी मंडळी तिथे खूप आहेत."

जिजाऊसाहेबांनी शांतपणे दादोजी कोंडदेवांना सांगितले, "आपण आता आमच्याशी ज्या मुद्द्यांवर खल करू पाहता, त्या गोष्टी शिवबांच्याही कानी घाला."

दादोजींची अवस्था अडकित्त्यात सापडलेल्या सुपारीसारखी झाली होती. मावळातला शेतसारा अजिबात बंद पडल्याची तक्रार शिरवळच्या अमीनाने विजापूरकडे लेखी स्वरूपात गुदरली होती. दादोजींनी शिवबांची भेट घेऊन त्यांच्याकडे नम्र सुरात

विषय काढला, ''थोडीफारच रक्कम बंगरूळास थोरल्या राजांकडे जाते. अलीकडे तीही रवाना झालेली नाही. त्यांच्याकडून एकसारखे तगादे येताहेत बाळराजे!''

शिवबा त्यावर दादोजींना तडक बोलले, ''अहो, त्यांना पटणाऱ्या भाषेत कळवून व्हा ना रिकामे!''

''म्हणजे, म्हणजे थोरल्या महाराजांना काय कळवायचं?''

''इतकं कळवा आमच्या आबासाहेबांना—म्हणावं, तुमच्या त्या विजापुरी सुलतानांना एकदा स्पष्टच सांगा, म्हणावं इकडच्या मुलखातल्या अल्प द्रव्यावर कशासाठी मन दाखवता? तिकडे तुंगभद्रेच्या आणि घटप्रभेच्या काठावर पिकाऊ जमिनी भरपेट आहेत. तिकडचा खर्च तिकडेच वारावा.''

दिवसेंदिवस लाल महालातील वातावरण अधिकच संघर्षमय बनत चालले होते. राजपरिवारामध्ये अंतर्गत दुफळी माजली आहे की काय अशी अनेकांना शंका येत होती. अलीकडेच बंगरूळहून थोरल्या राजांकडून कसलातरी खरमरीत खलिता प्राप्त झाल्याची महालात चर्चा वाढली होती. असा काहीतरी भयंकर मजकूर होता म्हणे जो दादोजी कोंडदेवांनाही वाचावासा वाटला नाही; परंतु त्या मजकुराच्या वाचनानंतर शिवराय आणि मातोश्रींचे बिनसल्यासारखे झाले होते.

सईबाई, सगुणाबाई आणि सोयराबाई ह्या घरातल्या तशा नव्या सुना; परंतु त्या सर्वांना शहाजीबाबा आणि शिवराय ह्या दोघा पिता-पुत्रांतील त्या संघर्षाची धग चांगलीच जाणवू लागली होती. त्या मनातून तशा घाबरल्याच होत्या. थोरामोठ्यांच्या घरी अशा अंतर्गत कुरबुरी आणि बंडाळ्या वाढल्या की दास-दासींसारख्या सेवकवर्गाची ज्ञानेंद्रियेही भलतीच जागृत होतात असे म्हणतात. आपणाकडे महालाच्या द्वारपालापासून ते आपल्या पुण्याच्या फौजदारापर्यंत सारे साशंक नजरेने बघत असल्याची जाणीव शिवरायांना होत होती.

रात्री जिजाऊसाहेबांपाशी शिवबांनी तो खलिता उघडला. ते आपल्या पित्याने लिहिलेला मजकूर मातोश्रींना वाचून दाखवू लागले, ''बालके शिवबा, जगरीत काय सांगते? आपल्या धन्याशी बेईमानी म्हणजेच खाल्ल्या मिठाशी बेईमानी! आमच्या सुलतान आदिलशहासाहेबांच्या विरोधात आपण तिकडे मावळ इलाख्यात जो बंडावा माजवला आहे, तो आपला राजद्रोही उद्योग आपण तत्काळ थांबवणे सर्वांच्याच हिताचे राहील, याची कृपया सख्त जाणीव ठेवावी.''

तो मजकूर ऐकताना जिजाऊसाहेब चांगल्याच अस्वस्थ झाल्या. त्यांनी आपल्या सुनांकडे हळूच डोळ्यांच्या कोनातून बघितले. त्यांचे काळीज धडधडले. ह्या पत्र वाचनावेळी त्यांना हजर ठेवायचा आग्रह शिवबांनी उगाच कशासाठी धरला असे त्यांना होऊन गेले. पत्रातील शब्दांमुळे सईबाई मात्र चांगल्याच टरकून गेल्यासारख्या दिसल्या. न राहवून त्यांनी थेट राजांकडेच मोहरा वळवला आणि आवंढा गिळत

त्यांना विचारले, “खरंच का हो ह्या खलित्यातले हे शब्द आमच्या मामंजीसाहेबांचे आहेत?”

ती भलती शंका शिवरायांना आवडली नसावी. आपल्या धर्मपत्नीकडे थोडासा कठोर कटाक्ष टाकत ते जिजाऊसाहेबांना बोलले, “बघा ना, बघा हा खलिता नीट. हा मजकूर कोणा कारकुनाच्या हातचा नव्हे, हे शब्द खुद्द राजांनी स्वहस्ते लिहिलेले स्पष्ट दिसते.”

“ठीक आहे, पुढे वाचा.” जिजाऊसाहेब म्हणाल्या.

“ऐका—शिवबा, मावळ खोऱ्यात ठिकठिकाणी आपण पोरंसोरं सोबत घेऊन जो व्रात्य उद्योग आरंभलेला आहे, त्याचे खूप वाईट पडसाद इकडे विजापुरी दरबारात पडताहेत. तूर्तास आम्ही इतकंच सांगू की, आपण आपल्या ह्या बेताल उद्योगांना वेळेत पायबंद घालणं आपणा सर्वांच्याच हिताचं ठरेल. त्यासाठी सोईचा आणि सर्वोत्तम असा मध्यम मार्ग म्हणजे आपल्या अपराधाची खुल्या मनाने कबुली देणं.

तारुण्यातील आपल्या अपरिपक्व मन:स्थितीमुळेच असे प्रमाद आपल्या हातून घडल्याचं खाविंद सुलतानसाहेबांकडे कबूल करणं, अन्यथा वेळेत दवापट्टी न करता जखम तशीच वाहती ठेवाल, तर ती चिघळून जाण्याचा आणि एकूण प्रकार जिव्हारी लागण्याचा धोकाच आम्हाला अधिक संभवतो. सबब ‘सुलतान आदिलशहा’ आणि ‘त्यांची दयाबुद्धी’ हे दोनच शब्द यापुढे आपण जपमाळेसारखे अहोरात्र जपावेत. अन् अकारण स्वयंप्रमादे कोंडलेला श्वास मुक्त करावा. अंती त्यातच तुमचं-आमचं नव्हे, सर्वांचंच कल्याण साधलं जाणार आहे.”

जिजाऊ शिवबांजवळ आल्या. त्यांच्या खांद्यावर आपला धीराचा हात ठेवत त्या बोलल्या, “बाळराजे ऽ! अहो, ज्या भूमीमध्ये परक्या शासनकर्त्यांपुढे ‘जी हुजूर’ असं म्हणत कुर्निसात करण्यासाठी कर्त्या पुरुषांमध्ये रोज स्पर्धा रंगते, जिथे दुष्ट गुलामीचा गंज प्रत्येकाच्या रोमारोमात जाऊन घट्ट चिकटून बसला आहे—त्याच भूमीत एखादा उमदा तरुण आपल्या स्वराज्याचा झेंडा घेऊन उभा राहणार म्हणजे तकलीफ होणारच. कसोटी लागणारच.”

“माफ करा माँसाहेब! आपण आबासाहेबांच्या पत्रातली ती क्रूर आणि कठोर भाषा नीट वाचल्याचं दिसत नाही.”

“बाळराजे! आम्हाला खलिते नीट वाचता येतात आणि समजतातही. इकडचे आणि तिकडचेही.”

“तिकडचे म्हणजे काय?”

“हे पाहा, जेव्हा आपलं माणूस परक्या राजवटीमध्ये नोकरीचाकरी करत असतं, तेव्हा तिथल्या राजकर्त्यांकडून गुप्तपणे सर्व पत्रव्यवहार तपासलाही जातो.

त्यामुळे परक्यांच्या डोळ्यांत धूळ टाकण्यासाठी काही वेळा अशी पत्रं लिहावीसुद्धा लागतात—''

"हा मुद्दा खूपच मोलाचा आहे, माँसाहेब."

"होय शिवबा! आपल्या राजांनी मोहम्मदशहाची मनधरणी करत मोठ्या खुबीने मुख्य विषयाला बगल देण्याचंच कौशल्य दाखवलं आहे."

"ते कसं?"

"बाळराजांनी सह्याद्रीतले किल्ले बळकावले, ह्या विरोधकांच्या कोल्हेकुईला इकडच्या स्वारींनी सुलतानाकडे खुलासा केला—आमच्या चिरंजीवांनी जुन्या आणि पडगळीस आलेल्या किल्यांचीच फक्त दुरुस्ती चालवली आहे. एखादी नवी तटबंदी बांधायला घेतली असली तरी सरकारात योग्य तो अर्ज करून यथावकाश मंजुरी घ्यायची तजवीजसुद्धा ठेवली आहे."

"कधी कधी आमच्या आबासाहेबांच्या खऱ्या हृद्‌गताचा अंदाजच लागत नाही. वा माँसाहेब! या खलित्यामागचा उद्देश आपण अचूक पकडलात!"

"शिवबा! आपल्यासारख्या प्रज्ञावंताने ओळखायला हवं की आपल्या जन्मदात्याला कशाचा सोस आहे?—स्वातंत्र्याचा की पारतंत्र्याचा?"

"अर्थातच फक्त स्वातंत्र्याचा."

"ते उजेडाचे पुजारी आहेत की अंधकाराचे सोबती?"

"माँसाहेब, जुन्नर आणि पेमगडच्या आमच्या शैशवातल्या त्या धूसर आठवणी आम्हाला अजून याद आहेत."

"त्या दिवसांत तुमच्या तेरा वर्ष वयाच्या वडीलबंधूंच्या हाती साताठ हजार फौजेच्या नेतृत्वाची समशेर दिली होती कोणी? त्या वक्ताला तुमची उमर पाच-सहा वर्षांची असेल नसेल. तेव्हा रात्री झोपेतून उठत अचानक धावलं होतं कोण? आपल्या शंभूदादांच्या सोबत लढायला जायचं म्हणून तुम्हीच तर हटून बसला होतात."

"हो—पण माँसाहेब?"

"थोडं आठवून तरी पाहा. दिल्लीकर शहाजहान पातशहाने बार बार मैत्रीचा हात पुढे केला असताना केवळ स्वातंत्र्याच्या अमृतकुंभासाठी सारी सुखं लाथाडली कोणी? सलग तीन वर्षं सह्याद्री, बागलाण आणि बालाघाटाची अरण्यं पालथी घातली कोणी? दंडाराजपुरीच्या टेकडीवर वादळवाऱ्यात उभे राहून पोटचा चाँद बीमार आहे म्हणून आभाळातल्या भरल्या मेघांकडे आणि खवळलेल्या सागरलाटांकडे 'आम्हाला पोटात घ्या', 'काही दिवसांचा आश्रय द्या' अशा याचना करणाऱ्या त्या सळसळत्या महावृक्षाचं दर्शन आम्ही स्वत: डोळ्यांनी घेतलं आहे. ज्वराने आपलं जाळासारखं भाजणारं सर्वांग स्वत:च्या पोटाशी बांधून भर पावसात पोर्तुगीजांच्या

किल्ल्याच्या दरवाजात राजाश्रयासाठी उभ्या राहिलेल्या तुमच्या महान पितृदेवतेला आम्हीच बघितलं होतं हो राजे!''

"माँसाहेब, खरंच राम-सीतेसारखा तुमच्या वाट्याला आलेला तो भयंकर वनवास—''

"बाळराजे, तेव्हाच्या पेक्षा आमच्या वाट्याला आलेलं रामायण आणि वनवास खूप महाभयंकर आहे. 'म्हाराष्ट्र' नावाची आपली ही अयोध्या दुष्मनांच्या रौरवात गटांगळ्या खात होती. तिच्या बचावासाठीच आम्ही उन्हाचा तडाखा आणि पाऊसवाऱ्याचा मारा जन्मभर सोसलाच; पण त्याच एका ध्येयासाठी बिचारा राम कर्नाटक आणि तमिळ देशातून वन वन भटकत होता. अन् सीतामाई सह्याद्रीच्या या उन्हापावसात आपल्या रघुनंदनापासून फारकत घेण्याची सजा वर्षानुवर्षं भोगत होती.''

जिजाऊंच्या डोळ्यांतून आपसूक अश्रू ओघळले. पदराच्या टोकाने आपले डोळे अलगद टिपत त्या बोलल्या, "अनेकदा आमचे राजे स्वप्नात दिसतात. त्यांच्या कंठातले ते भावभरे शब्द कानी पडतात—जिऊ ऽऽ आमच्या प्राणप्याऱ्या दऱ्याडोंगरांचा मुलूख सोडून इकडे दुसऱ्याच्या मुलखात जीवन कंठताना मन रमत नाही. रानात बागडणारा एखादा कस्तुरीमृग कोणी पकडावा आणि त्याला जुलमाच्या दोरीने उपाशी पोटाने एखाद्या मंडीच्या कोपऱ्यावर सक्तीने बांधून टाकावा, तशीच आमची अवस्था झाली आहे.''

◆

जिंजीच्या आघाडीवर

१६४८

"कहाँ विजापूर और कहाँ तेरे कानंद नदीका मुल्क? कौनसी बकवास शिकायत लायी है आपने?''

"हुजूर, असं नका करू. सुलतान आदिलशहासाहेब बीमार असतील, तर आम्हाला आयसाहेबांना—आपल्या बड्या बेगमसायबांना तरी भेटू द्या!'' खंडोजी खोपडे त्वेषाने बोलला. त्याने आपल्यासोबत आलेल्या शिरवळच्या किल्लेदाराकडे, अमीन मियाँ रहिमानकडे बघितले.

मुस्तफाखान मोठे विचारात दिसले. अलीकडे मोहम्मद आदिलशहांच्या तब्येतीच्या

तक्रारी खूप वाढत होत्या. त्यामुळे दरबाराकडे जाणे ते टाळत होते. फक्त 'सात मंजिल'मध्ये विश्रांती घेणे चालू होते. अगदीच घाईचे काम असेल तर बड्या बेगमसाहिबा त्यामध्ये लक्ष घालत. अन्यथा पहिल्या मजल्यावर बसलेले मुस्तफाखानच वजीर या नात्याने कारभाराकडे लक्ष द्यायचे.

खंडोजी खोपडे तिथे जातानाच आपल्यासोबत सरदार बाजी घोरपड्यांनाही मुद्दाम घेऊन गेले होते. आपल्या हुकमी आवाजात त्यांनी मुस्तफाखानाला टरकावले, "मत भूलिये खानसाब, उपर उपर जेवढं वाटतं तेवढं प्रकरण सोपं नाही."

"लेकिन बाजीसाहब —?"

"हे बघा, तुम्ही आम्हाला असं बाहेरच्या बाहेर उडवून लावणार असाल, अन् उद्या त्या शिवाने आमच्या हाताची बोटं जाळली, तर विजापुरात कोणी आमच्या नावानं बोंबा ठोकू नयेत. बघा पटलं तर, नायतर द्या सोडून."

आलेल्या तक्रारींकडे उगाच दुर्लक्ष करून हे प्रकरण पुढे-मागे अधिकच चिघळले तर आपणावर आफत ओढवायला नको, ही गोष्ट मुस्तफाखानांना जाणवली. त्यामुळेच मंडळींना तिथेच इंतजार करायला सांगून ते आत आपल्या कचेरीत गेले.

बऱ्याच वेळाने खानसाहेब हाशहुश करत माघारा आले, तेव्हा त्यांच्या सोबत आदिलशहांचा नरसिंहराव या नावाचा तेलगू ब्राह्मण असलेला एक खासगी कारभारीही लगबगीने बाहेर आला.

एकदाची मंडळी तिसऱ्या मजल्यावरील त्या दालनात पोचली. तिथे छपरी पलंगावर मोहम्मद आदिलशहा विश्रांती घेत पडले होते. त्यांनी पिसाची तिहेरी उशी एकत्र करून त्यावर आपली मान रेलली होती. तिथे हकीम आणि वैद्यांसारखी दिसणारी किडकिड्या अंगाची, अनुभवी माणसे दिसत होती. उंच छतावरची लक्षवेधी झुंबरे, त्या पर्शियन काचेच्या भिंती, खरे तर ती अमिरी डोळे भरून पाहतच राहावी अशी होती. तितक्यात एका राजस्त्रीचा कणखर आवाज त्यांच्या कानी पडला, "बताईये—फर्माईये।" त्या तिघांसमोरील पलीकडच्या एका उंची आसनावरून आवाज आला.

तिथे उंच, शेलाट्या अंगाची एक करारी मुसलमान स्त्री बसून होती. झिरझिरीत घुंगटातून दिसणारे तिचे चाळिशीतले व्यक्तिमत्त्व मोठे आक्रमक होते.

त्या बड्या बेगमेच्या निळ्या धारदार नेत्रांशी नजर भिडवणे एवढे सोपे नव्हते. त्या दोन तक्रारखोर मराठा वीरांच्या बडबडीकडे दुर्लक्ष करत बेगमेने आपल्या किल्लेदाराचीच थेट गचोरी पकडली, "शिरवलसे आनेवाली हमारी शाही आमदनीकी हालत क्या है?"

"गुस्ताखी माफ बेगमसाहिबा, गये चार महिनोमें हमारे ठाणेसे यहाँ एक भी

सांडणीस्वार निकला नही है।'' कबुली देताना अमीनला दरदरून घाम फुटला.

''कितने बेशरम हो आप अमीनसाहब!''

''अल्ला कसम हजरत, वहाँ शिरवलकी पुंजी उस सिवाके कारणही जमा नहीं हो पाती।''

''लेकिन क्यूँ?''

''वह बागी सिवा सब जगह चिल्लाता है, मुल्क मराठोंका है—आमदनीभी हमारीही रहेगी!

''बेगमसाहिबा ऽऽ काय सांगावं? आजकाल तो शहाजीचा लेक तिकडे स्वत:चेच दरबार भरवायला लागलाय! स्वत: पालख्या घेऊन काय नाचतो, तुताऱ्या वाजवत लोकांकडून मुजरे स्वीकारायचं सोंग काय सजवतो—आईसाहेब ऽऽ डोळ्यांना सहन होत नाहीत हो ते भलते देखावे!'' बाजी घोरपडे नाटकी सुरात म्हणाला.

बड्या बेगमेने अमीनसाहेबांकडून मावळातला घटनाक्रम थोडक्यात जाणून घेतला. मग त्या राजस्त्रीने आदिलशहासाहेबांकडे नजर टाकली. त्यांनीही मान डोलावल्यासारखे केले. मोठ्या गांभीर्याने एक लंबा सुस्कारा सोडत बडी बेगम बोलली, ''पूरा मामला हमें इतना सही और ठीक भी महसूस नहीं होता। त्या सिवाने आपल्या एखाद्या किल्ल्यावरचा बारूदखाना और मानो खजानाही लुटला असता, तर त्याला आम्ही एक बेवकूफ डकैत किंवा बागी, बगावतखोर समजलो असतो. लेकिन यहाँ कुछ अलगही खिचडी पक रही है। अभी अभी क्या बताया आपने, मुरुंबदेवाच्या डोंगरावर? क्यूँ घोरपडे?''

''हां हां आईसाहेब, त्या डोंगरावर शिवाजीने एक बडा किल्ला बांधायला घेतलाय.''

''याचा मतलब याआधी जुलमाने कबजात घेतलेले आमचे ते रोहिडा, तोरणा यासारखे पहाडी किल्ले छोड दिये — ?''

''अहो छोड दिये कैसा आईसाब? त्या दोन्ही किल्ल्यांवर या पोराने स्वत:चे किल्लेदार नेमलेत. प्रत्येक बुरुजावर स्वत:चेच पहारे आणि चौक्या लावल्यात.''

आता मात्र बड्या बेगम पुरत्या परेशान झाल्यासारख्या दिसल्या. त्यांनी मुस्तफाखानासह सर्वांना धारेवर धरले, ''देखा ऽ इसमें ना कोई बचपना है, नाही नासमझी—पहले किलेपे हुकुमत जमाना, वही बडे बडे बुरुजोंको बनाना—''

''अब्बुजी ऽऽ इस बच्चेकी चाल और मजाल हमें कुछ अलग ढंगकीही नजर आती है। जल्द से जल्द उस सिवाको उसके बडे बडे इरादो और मुरादोंके साथ जिंदा दफनानेकी तैयारी की जाय, वह भी फौरन!'' बड्या बेगमेने मुस्तफाखानाला हुकूम सोडला.

एके दिवशी गोमाजीकाका पानसंबळ सांगू लागले, "ताईसाहेब, विजापुराकडून आजकाल आम्हाला धक्क्यावर धक्के बसताहेत. काही दिवसांमागेच आमच्या राजांचे जिवलग यार रणदुल्लासाहेब पैगंबरवासी झाले."

ती धक्कादायक वार्ता कानावर पडताच जिजाऊसाहेबांना गोठून गेल्यासारखे झाले. थोड्याच वेळात त्यांच्या डोळ्यांतून खळ्कन अश्रू गळाले. पोटातले हुंदके पोटातच कसोशीने आवरायचा प्रयत्न करत त्या म्हणाल्या, "आमच्या थोरल्या महाराजांची—कुंकवाच्या धन्याची अशी आणि इतकी चिंता वाहणारे इस्लाम धर्मीयांत कोणी माणूस आम्ही बघितलेलं नाही. पातशहा शहाजहानने माहुलीच्या वाटाघाटीनंतर आमच्या राजांना ह्या भूमीतून जुलमाने हद्दपार करायचं ठरवलं. तेव्हा 'भाभीजी आप पुणे और सुपे सम्हालीये' असं आमच्या काकाच्या मायेनं आम्हाला समजावून सांगणारे हे रणदुल्लासाहेब, किती आठवणी काढायच्या त्यांच्या."

मराठ्यांच्या इतिहासावरील रणदुल्ला आणि त्यांचा पुत्र रुस्तुमेजमा या दोघांचे उपकार जिजाऊसाहेबांना लख्ख आठवत होते. बंगरूळचा जिंकलेला महाकिल्ला त्या पिता-पुत्रांनीच शहाजीराजांना बेशक नजर करून डोंगरासारखे उपकार केले होते.

दिवस तर खूप कठीण आणि धामधुमीचे उगवले होते. एकीकडून आदिलशाही आणि दुसरीकडून उत्तरेतली मुघलशाही नुकत्याच जन्मलेल्या स्वराज्य नावाच्या चिमुकल्याला गिळंकृत करण्यासाठी अहोरात्र टपल्या होत्या. अशा पार्श्वभूमीवर रणदुल्लासाहेबांचे अचानक निघून जाणे खूप वेदनादायक ठरले होते.

रणदुल्लांच्या त्या दुःखद वार्तेतून राजपरिवार अजून सावरला नव्हता. तेवढ्यात आणखी एक विलक्षण धक्कादायक गोष्ट जिजाऊंच्या कानावर आली, "मोहम्मदशहा साहेबांनी तिकडं एक नवं फर्मान जारी केलंय."

"कसलं?"

"त्या फर्मानानुसार शहाजीराजांनी आपलं सोबत ठेवलेलं सर्व मावळी लष्कर बरखास्त केल्याचा हुकूम झाला आहे. आहे त्या स्थितीत ती सर्व पथकं आदिलशाही फौजेत विलीन केल्याचंही जाहीर करण्यात आलं आहे."

हा आघात तर मोठाच होता. शहाजीराजांनी भातवडीच्या युद्धानंतरही गेली तीस-पस्तीस वर्षे स्वत:सोबत किमान आठ-नऊ हजारांची मावळ मुलखातली सेना कायम सोबत ठेवली होती. जी एक प्रकारे त्यांची कवचकुंडलेच होती; पण राजांना पूर्णत: दुबळे बनविण्याचे कटकारस्थान विजापूरच्या राजमहालात शिजले होते. आपल्या खासगी फौजेवर बरखास्तीची कुऱ्हाड उगारली गेल्यामुळे शहाजीराजांचा संताप अगदी टोकाला जाऊन पोचला होता.

परिस्थिती दिवसेंदिवस बिकट होत चालली होती. त्यातच विजापूरकरांनी खंडोजी खोपडे आणि बाजी घोरपडे कापशीकर यांच्या नेतृत्वाखाली दबाव आणण्यासाठी

पुण्याकडे फौजा धाडल्या होत्या. सोबत "त्या दादोजी कोंडदेवास आणि आमच्या डोंगरी किल्ल्यांची नासधूस करणाऱ्या त्या पोरकट बंडखोरास नेस्तनाबूत करा!" असे स्पष्ट आदेशही दिले गेले होते.

जिंजीच्या आघाडीवर शहाजीराजांचा तळ मुस्तफाखानाच्या तळापासून थोड्याशाच अंतरावर होता. सल्लामसलतीसाठी दोघांच्या वरचेवर भेटीगाठी व्हायच्या; मात्र दोघांमध्ये म्हणावा तसा सूर जुळताना दिसत नव्हता.

दुपारचे शहाजीराजे विश्रांतीचे अंमळ सुख घेत होते, तेव्हा त्यांच्या गोटामध्ये कान्होजी जेधे आले.

कान्होजींनी राजांकडे निरखून बघितले. आज त्यांच्या चर्येवरचा तणाव अधिकच जाणवत होता. कसल्यातरी विचारचक्रात गुंतून गेलेले राजे बोलले, "कान्होबा! गेली अनेक वर्षं आम्ही अनुभव घेतोय विजापुरी दरबाराचा. इकडची काही मत्सरी शुक्लकाष्ठं आमची पाठ सोडायला तयारच नाहीत."

"चालायचंच राजे! आपणच नव्हतं का एकदा आम्हाला सांगितलं? चंदनाच्या झाडाभोवती विळखा घालायला सापटुळांच्या अवलादी धावतातच! तसाच कर्तृत्ववान पुरुषांच्या पाठीशी मत्सराचा भुंगा लावणं हा चिलटांचा जन्मगुणच असतो!"

"तसं नाही रे कान्होजी. कधी कधी मत्सराची मात्रा खूप वाढून तिचं विषामध्ये रूपांतर होतं. अन्यथा आम्हाला सांगा ना, हेच सुलतान मोहम्मदशहा साहेब एवढे शांत डोक्याचे, धोरणी आणि हुशार गृहस्थ! पण ह्याच सुलतानसाहेबांनी संतापाची सीमा ओलांडली. त्यांनी भर दरबारात आमच्या वकिलाचे हात कलम करावेत? स्वत:ला राजकीयदृष्ट्या परिपक्व मानणाऱ्या त्या दरबारात याआधी कधी असा निंद्य प्रकार घडला होता का?"

एकूण परिस्थिती पाहून कान्होजी चिडीचूप झाले. ते शहाजीबाबांना म्हणाले, "या अर्धवटरावांनी तुमची स्वत:ची फौज बरखास्त करण्याचा आतताईपणाचा निर्णय घेतलाच की!"

"अशा फर्मानांना आम्ही अजून फारशी किंमत दिली नाही. आम्ही विचारतो, कोणाच्या धमन्यांत धमक आहे सिंहाची आयाळ आणि शहाजीराजांचं घोडदळ त्यांच्यापासून हिरावून घ्यायची?"

थोडा वेळ राजांच्या कान्होजींशी दु:खासुखाच्या गोष्टी चालल्या होत्या. राजे काहीशा खिन्न स्वरात बोलले, "त्यातच गेले दोन दिवस आम्ही आमच्या मंबाजी बंधूंना भेटीसाठी बोलावतोय; पण ह्याच लष्करी तळावर मौजूद असूनही ते आमचं तोंडही पाहायला तयार नाहीत."

"रुसला म्हणावं की काय मंबाजी?"

"तीन-तीन वेळा सांगावा धाडूनसुद्धा ते इकडे फिरकत नाहीत. याचा अर्थ दिलामध्ये खोट निश्चित आहे!"

"कारण?"

"मराठ्यांचे भाऊबंद म्हणजे तनाने आपल्या छपराखाली आणि मनाने कायम दुश्मनांच्या महाली मुक्कामास! किती आणि कोठवर सोसायचं आणि पोसायचं अशा दगलबाज भाऊबंदांना?"

त्याच दिवशी दुपारी युद्धमोर्च्यावरच्या एका तात्पुरत्या उभारलेल्या मुस्तफाखानाच्या गोटात खाशा सरदारांची बैठक सुरू होती. तिथे पोचायला शहाजीराजांना आणि कान्होजींना थोडा देर झाला. राजांना समोर बघून अगडबंब देहाचा मुस्तफाखान कुरकुरला,

"क्यूँ राजे? आपली आँखे खूप लाल दिसतात. रात्री खूप जागरण झालं का? मैफलीला चांगला रंग चढला होता वाटतं?"

"युद्धाच्या धामधुमीत उशाला जळत्या तोफा ठेवून रात्र जाळणारी आम्हा मराठ्यांची ही अवलाद आहे खानसाहेब!"

"महफिल म्हणजे तुमचे ते जातबांधवांचे आणि धर्मबांधवांचे मेळावे!"

"खानसाहेब, उगाच नथीतून तीर कशाला मारायला जाता? हिंमत असेल तर बोला उघड. आमनेसामने करा वार."

आता मात्र मुस्तफाखानाचा चेहरा रागाने लालेलाल झाला. आपल्या डोळ्यांतली तपकिरी बुबुळे नाचवत तो गुश्शात बोलला, "मेहेरबान शहाजीराजे! ह्या जिंजीच्या जंग-ए-मैदानमध्येसुद्धा तुमची काय काय नौटंकी चालते ते आम्हास माहीत नाही का? कोण ते पेनुगोंडाचे श्रीरंगराज, तो मदुराईचा त्रिमलनायक, म्हैसूरचा चामराज वोडियार आणि बदनूरचा वीरभद्र! अशा हिंदू राजांचे छुपे मेळावे तुमच्या शिबिरात भरत नाहीत अशी कसम खाल का आपण?"

"खानसाहेब, छुपे कशाला? त्यांच्यातल्या कैकांशी आमचे उघड मैत्रीचे संबंध आहेत. जरूर आहेत. अनेक वर्षांचे आहेत!" बोलताबोलता शहाजीराजांच्या आवाजाची पट्टी चढली, "पण लक्षात असू द्या, मैत्रीच्या हव्यासासाठी आम्ही आमचं ईमान कधीच विकलेलं नाही."

त्या दिवशीची आघाडीवरच्या शिबिरातली शहाजीराजे आणि मुस्तफाखानाची गरमागरमी अनेकांच्या नजरेतून सुटली नाही. तिथे मौजूद असलेले अनेक इस्लामी आणि हिंदू सरदारही चांगलेच टरकून गेले.

त्या बैठकीनंतर मात्र मुस्तफाखान कमालीचा सावध झाला. त्यामुळेच त्याने चलाखी केली. अचानक नरमाईचे धोरण स्वीकारले. ऊठसूठ प्रत्येक बाबीमध्ये तो

राजांकडे सल्ल्यासाठी येण्याचा बहाणा करू लागला. आज्ञाधारकपणाचे मोठे नाटक रचू लागला.

मुस्तफाखानाचे दिवसाचे दोस्तीचे सोंग आणि रात्रीची काळी कारस्थाने या दोन्हीमध्ये खूप अंतर होते.

चाणाक्ष मुस्तफाखानाने हळूच सरदार बाजी घोरपड्यांनाही आपल्या मर्जीत ठेवायचे कौशल्य प्राप्त केले होते. एखाद्या पराक्रमी वा यशस्वी मराठ्याला त्याचे महत्त्वाकांक्षेने, मत्सराने पेटलेले भाऊबंदच जन्माचे नुकसान पोचवू शकतात हे रूढ गणित खानाला ठाऊक होते.

दिवस असेच सरत होते; मात्र विजापुरातून मुस्तफाखानाला हवा तसा कौल मिळत नव्हता; मात्र एके सायंकाळी मुस्तफाखानाच्या बड्या गोटासमोर घामाघूम झालेल्या दोन सांडण्या थांबल्या. खिदमदगार उंटाचे लगाम पकडून बाजूला गेले. अन् त्यावरचे स्वार मुस्तफाच्या बिछव्यात घुसले. त्याच रात्रीच्या किर्र काळोखात खानाने बाजी घोरपड्याला तातडीने बोलावून घेतले. ''चल बाजी ऽऽ हमारा दुश्मन जल्दही डूब मरेगा!'' खान खुशीने ओरडला.

मुस्तफाखान हळूहळू आपल्या नामी योजनेचे पदर उघडत बाजी घोरपडेला समजावून सांगू लागला, ''देख बाजी, हमारे आदिलशहासाहब हमें एक जरूरी बात सिखाते आये हैं। आमची ही विजापुरी सल्तनत खडी करण्यासाठी आम्हाला सर्वांचीच गरज लागते, घोड्यांची, गध्यांची आणि मराठ्यांचीसुद्धा!''

''बिल्कुल हुजूर,'' खानाला प्रतिसाद देत बाजी खोखो करून लाचारीने हसला. खानाचे बोलणे म्हणजे आपला सन्मान की अपमान हे काही त्याच्या लक्षात आले नाही.

आदिलशाही राजवटीने आपल्यावर मोठी अलौकिक कामगिरी सोपवल्याची खुशी बाजी घोरपडे लपवू शकला नाही, ''हम तो तिरछी खोपडीवाले मरगट्ठे आहोत हुजूर. मी एक 'दिल की बात' बोलू का?''

''हाँ जरूर भाई, बताईये।''

''अरे बाबा, हमें तो हमेशा लगता है—अपना भाईबंद मरावा; पण दुश्मन उरावा! ह्या शहाजीला लागलीच दंडाबेड्या ठोकू या. नाहीतर हा तिकडे गुपचूप जाऊन कुतुबशहाला मिळायचा.''

सुलतान मोहम्मदशहा जन्मभर सोन्याच्या अंबारीत झुलत जायचा; पण त्याला अर्धांगवायूचा तीव्र झटका आला. त्या झटक्याने त्या राजपुरुषाला जसे काही अर्धमेलेच करून सोडले.

पलंगाला पाठ लावायची आणि वरच्या छतावरच्या झुंबराकडे फक्त उदासवाण्या नजरेने अहोरात्र पाहत राहायचे. या दुर्दैवी नशिबाला काय नशीब म्हणायचे? सारे उपाय झाले. उदी, भस्म, चूर्ण, जल, फल, दवा, काय काय करायचे? कशाचाच काही उपयोग होत नव्हता. अशा विचित्र अवस्थेतच सह्याद्रीच्या घाटीतून त्या शिवाजीच्या नादानगीबद्दल रोज नव्या शिकायती पोचत होत्या. नेमक्या ह्याच वेळेला विजापूरच्या प्रचंड फौजेने दक्षिणेत जिंजीच्या अतिशय प्रसिद्ध अशा बळकट किल्ल्याला वेढा टाकला होता. त्याही गोष्टीला आता अनेक दिवस झाले होते.

बड्या बेगमेने तीन-चार दीर्घ उसासे टाकले. तिने पुढे सरकत हळूच एक खलिता सुलतान मोहम्मद आदिलशहाच्या हाती दिला. बिछायतीवरून कण्हतच सुलतानाने विचारले, "क्या है? आप पढिए —"

"आपले ससुरजी आणि ह्या जिंजीच्या मोहिमेचे सिपाहसालार मुस्तफाखान साहेबांची तातडीची तवारीख आहे. त्यांची एक गुजारीश आहे."

"कशाबद्दल?"

"तिकडे जिंजीच्या आघाडीवरच शहाजीच्या दंडापायात बेड्या ठोकण्याबद्दल."

हकीम सुलतानाला दवापाणी देऊन गेले. मग आपल्या शोहरच्या बिछायतीच्या टोकावर बेगम हळुवारपणे टेकल्या. त्यांनी अफजलखानांना खास पैगाम पाठवून पाचारण केल्याची सुलतानाला खबर दिली.

एकीकडे मोहम्मदशहाची बिमारी रोज वाढतच होती. काळाची गरज म्हणून निपुत्रिक बड्या बेगमेला आपल्या सवतीच्या शहजाद्याला म्हणजेच अली आदिलशहाला वारसदार बनवणे, त्याला प्रबळ करणे गरजेचे वाटत होते. त्यामुळेच मोहम्मदशहाचे काही बरे-वाईट व्हायच्या आधी तिला आपल्या विजापुरी हुकुमतीतल्या कटकटी आणि बेबनाव संपवायचे होते. शहजाद्याला कारभारामध्ये शहाणे करून तख्तावर बसवायचे होते.

शहाजी भोसले आणि त्यांच्या दोन्ही राजपुत्रांच्या नावे तक्रारींचा उडदंगच माजला होता. मावळ खोऱ्यात शिवाजी काही चूप बसत नव्हते. अन् इकडे बंगरूळात त्यांच्या वडील बंधूची, संभाजीराजांची लक्षणेही ठीक दिसत नव्हती. मोहम्मदशहाला खोकल्याची मोठी ढास लागली. बेगमेने त्याला सुरईतले पाणी पाजले.

दालनात ताडमाड उंचीचा आणि रुंद चौड्या छातीचा तरुण अफजलखान येऊन उभा राहिला, तेव्हा बड्या बेगमेचे डोळे त्याच्या डोळ्यांवर स्थिरावले.

बड्या बेगमेने थेट विषयालाच तोंड फोडले. दुखऱ्या सुरात ती बोलली, "पागेतला एखादा घोडा बदमाश किंवा चावरा आढळला, तर त्याला तुरंत मारपीट करून वठणीवर आणावं. अगदीच ऐकेना झाला तर त्याला बेधडक गोळी घालून

ठार करावं. तरच पागेतली बाकीची जनावरं सही बर्ताव करतात.''

''अम्मीजान ऽ आपणास बेंगरूळजवळचा शेऱ्याचा प्रसिद्ध किल्ला ठाऊक आहेच—'' अफजलने मुद्दाम जुन्या जखमेवरची खपली काढली.

''हाँ, — अभी पुरी याददाश्त नहीं। लेकिन आपने उस राजा के पेटमें खंजर डाला था। ऐसा कुछ—''

''बराबर अम्मीजान। त्या एका प्रसंगाने चारोतरफ हा अफझलखान दगाबाज आणि निकम्मा असल्याची आवई उठली होती. लेकिन परवाह नही। तेव्हा एखादं जंगली हिरन फाडावं तशी मी त्या कस्तुरीरंगाची आतडी—पेट खेचून बाहेर काढलं होतं. एक तरफ मेरी वह बहादुरी, और बराबर उसी वक्त आमच्या बड्या फौजेने आपल्या पडोसवाल्या बंगरूळच्या महाकिल्ल्याचं काय केलं? शहाजी भोसला नावाच्या एका काफिर, गैरइस्लामी मरगठ्याला तो बलाढ्य किल्ला देऊन टाकला. जैसे वह कोई किला नही, बल्की फुलमंडीमें मिला हुआ एक गुलदस्ता था!''

''बेटा अफजलखाँ! वही तो सब गलतीओंकी जड है!'' बिछायतीवरच्या मोहम्मदशहाकडे एक ठंडी नजर टाकत बडी बेगम बोलली.

अफझलखान हमरीतुमरीवर आल्यासारखा सुलतानांशी वाद करू लागला, ''जहाँपन्हा ऽ मै हैरान हूँ!''

''क्या हुआ बेटे?''

''तारीख गवाह है, आपण अल्लातालाचे वफादार बंदे या नात्याने मलनाड, येलवाड यांसारखे एकापेक्षा एक, नव्हे कैक हिंदू राजे आणि सियासती बेचिराख केल्या. हिंदूंची अनेक देवळं पाडून त्यांच्या जागी मदरसा बांधल्या; पण ह्या कोण कुठल्या शहाजी भोसला नावाच्या एका हिंदू सरदाराला मात्र नाकापेक्षा मोती जड या नात्याने आपण डोक्यावरून खाली कधी उतरवलंच नाही. या साऱ्याचा मतलब काय?''

मोहम्मदशहा कसनुसा हसला. त्याने बेगमेकडून आणखी एक पराची उशी मागून घेतली. मानेसाठी उंचवटा बनवून तो अफझलखानाकडे पाहत हसून बोलला, ''अफझलखाँ, आपण तलवारबाजीचे शेर असाल; पण अक्कलबाजीमध्ये अजून आम्हाला कच्चेच दिसता! शहाजीराजाको हमने नही, हमारे बापने—इब्राहीमशहा साहबने ढूँढ निकाला था, उस भातवडी जंगके बाद—''

''भातवडी ऽ! यह भातवडीही बहुत बडी बला थी,'' भातवडी या शब्दाच्या फक्त नामोच्चाराने अफझलखान लालेलाल झाला. त्या कैफात काही क्षण तो आपले पद, समोरच्या मोहम्मदशहाची प्रतिष्ठा आणि त्यांचे सर्वोच्च अधिकार विसरला. तो मोठ्याने तणतणत बोलला, ''लेकिन हमारे मुल्कमें शहाजीकी इतनी बडी बडौती?''

"आप अंधे हो! भातवडीनंतर फक्त तीन साल शहाजीने तमिल, मदुराई आणि मलबार प्रदेशात जी बडी लूट केली, शेकडो हाथींच्या आणि उंटांच्या पाठींवरून रत्नांच्या संदुका आणि पेट्या लबालब भरून बिजापुरी खजिन्याची इज्जत आणि शान वाढवली. त्याची पुरी लिखापढी एकदा बघून घ्या—"

"हाँ, अफझलखाँ, यह बातें तो हम नजरअंदाज नहीं कर सकते!" बड्या बेगम कौतुकाने बोलल्या.

"बेटे, वाकई यह बात तो सही है। कुठल्याही इस्लामी सरदारापेक्षा विजापूरच्या खजिन्याला अलीकडे सर्वांत जास्त बरकत कोणी आणली असेल तर ती ह्याच गैरइस्लामी शहाजीराजाने," मोहम्मदशहाच्या त्या उद्‌गारांना कृतज्ञतेचा कंप होता.

"क्या यह सच है?" अफझलखानाने मोठ्या अविश्वासाने बेगमेकडे पाहत विचारले. तेव्हा तिनेही आपली उंच मान होकारार्थी हलवली. खुशीने डोळे मिटले.

"अफझल बेटे, गेल्या काही सालात इथे सुरू असलेलं गोलगुंबजसारख्या प्रचंड इमारतीचं बांधकाम किंवा ह्या मोहम्मदसाहेबांच्या अंमलमध्ये बांधलेल्या अनेक शाही महलमाड्या, बागा, इमारती तुम्ही बघून घ्या. त्यांच्या त्या दरवाजांना तुम्ही बारीक कान देऊन ऐकाल, तर तेसुद्धा खुल्या दिलाने शहाजीराजाच्या एहसानमंदीची कबुलीच देतील."

मोहम्मदशहाच्या कथनावर अफझलखान थोडासा वरमला. तो खालच्या सुरात बोलला, "थोडीफार आपली बात जरूर सही आहे; पण आमच्या सियासतीबरोबर शहाजीचाही भारी नफा झाला असेलच की खाविंद!" चेहऱ्यावर लटके हास्य जमा करत अफझलखान धाडसाने बोलला, "मेरे आका ऽ विजापुरात आजसुद्धा शायर आणि मुसाफिर आपल्या कडक कानूनची आणि सियासतीची खूप तारीफ गातातऽ! अब कुछ दिनोंमे शहाजी मरगठ्ठा और उसके दो नादान बच्चे वह संभा और शिवा सुलतानसाहबके लिबासका निलाम कर देंगे।—"

"खामोश ऽऽ," मोहम्मदशहाच्या तोंडातून जळत्या तोफगोळ्यासारखा शब्द बाहेर पडला, "खामोश अफझलखाँ ऽ और बेगमसाहेबा, आप भी सुनिये! हमारी बीमारी कतई भी हमारी कमजोरी नहीं बन सकती।"

मुळात अत्यंत गोऱ्यापान असलेल्या पातशहाचा चेहरा रागाने लालजर्द झाला होता. त्याच्या डोळ्यांतून ठिणग्या बरसत होत्या. त्याने उच्चारलेल्या 'खामोश' या आरोळीचा परिणाम म्हणून की काय छतावरची झुंबरे डोक्यावर आपटणार तर नाहीत ना अशी भीती बेगमेला वाटली.

बऱ्याच उशिराने मोहम्मद आदिलशहांचा गुस्सा निवळल्यासारखा दिसला. शेवटी गवयाला गळा, बागबानाला मळा आणि सुलतानालाही आपली सियासत सांभाळायची असते! एक मोठा सुस्कारा सोडत मोहम्मदशहा बोलला, "हाँ, फिक्र

मत करना। किसीके भी एहसानसे हमें हमारा वतन और उसका मुस्तकबिल ज्यादा प्यारा है।''

"हुजूर!''

"अफझलखाँ! आपण जिंजीकडे फौरन निघायची तयारी करा. आमच्याकडून जरूर ते सियासती हुक्म तुम्हाला तिकडे जंग-ए-मैदानातच मिळतील. शुक्रिया!''

ती रात्र शहाजीराजांसाठी जशी काही वैरीणच ठरली होती. काही केल्या जडावलेल्या पापण्या मिटत नव्हत्या. बऱ्याच उशिराने एकदाचे ते झोपेच्या स्वाधीन झाले; मात्र झोपेच्या काळ्याकुट्ट बेटात त्यांना अजब दृश्ये दिसू लागली. घोड्यावर स्वार झालेल्या तीस-चाळीस काळ्या आकृत्या त्यांचा पाठलाग करत असल्याचे त्यांनी पाहिले. मध्येच कोणीतरी आपले मनगट धरून निद्रेच्या तंद्रीतून बाहेर खेचून काढण्याचा प्रयत्न करत आहे, असे त्यांना जाणवले. ते मोठ्या कष्टाने कसेबसे डोळे उघडून पाहतात, तर त्यांच्यासमोर त्यांचा धाकटा भाऊ शरीफजी उभा होता. भातवडीच्या रणातून तो जसा धावत होता, तशीच रक्ताने भिजलेली तलवार घेऊन तो समोरच खडा होता. 'दादा ऽऽ दादा' असे वारंवार ओरडत कसलासा भीतिदायक इशारा देत होता.

दुसऱ्याच क्षणी शहाजीराजे झट्कन आपल्या बिछायतीवर उठून बसले. त्यांचे अंग घामाने भिजून गेले होते. कसल्याशा अनामिक भीतीने त्यांच्या घशाला कोरड पडल्यासारखी झाली होती. मध्ये चोवीस वर्षं गेली की उलटून शरीफजीला जाऊन! परंतु मधल्या इतक्या वर्षांत तो असा कधीच स्वप्नात पुसटसाही दिसला नव्हता. राजांचे काळीज हलल्यासारखे झाले. त्यांनी आपले हशीम आणि शागिर्द अंधारातच पिटाळले. सहकाऱ्यांना सज्ज व्हायचा इशारा दिला.

थोड्याच वेळात शस्त्रसिद्ध होऊन ज्येष्ठ अनुभवी कान्होजी जेधे, दादाजी लोहकरे आणि त्यांचा पुत्र रत्नाजीपंत घाईने तिथे येऊन पोचले. निरोप दिल्याप्रमाणे प्रत्येकाने आपला घोडा सोबत आणला होता.

तितक्यात शहाजीराजांचा सेवेकरी स्वामीभक्त खंडोजी पाटील धावत आला. त्याने धापा टाकत येऊन राजांच्या कानी सांगितले, "राजं नक्कीच धोकाधडीसारखं काहीतरी घडतंय. तिकडे मुस्तफाच्या तळावर जल्दीच्या वेगवान हालचाली चालू झाल्यात.'' राजे अधिकच काळजीत पडले. तेवढ्यात त्यांचे उरलेले सारे सहकारी तिथे पटपट गोळा झाले.

"राजे ऽ द्या, पुढचा हुकूम द्या!'' कान्होजीबाबा लगबगीने बोलले.

"वाऱ्याचा आणि वेळेचा विचित्र वास येतो आहे आम्हाला. त्यावरून बहुतेक

आज रात्रीचाच आमच्यावर कधीही हमला होऊ शकतो. तेव्हा मागे पळा. असेच आपापल्या पागेत जाऊन जनावरांच्या पाठाणावर जीनसामान कसून बांधा, तलवारीच्या मुठी हातात पकडून सज्ज राहा—''

''पुढं कसं राजे?''

''आमच्या सोबत इथं आपल्या पुऱ्या लष्कराचाही कोंडवाडा होऊ नये यासाठीच आपली पथकं अलगअलग ठेवा. फारकत करून लांब पळत सुटा, शक्यतो सह्याद्रीच्या दिशेने. आदिलशाही फौजेची संख्याही आपल्यापेक्षा भारी असेल; पण ध्यानात ठेवा, हा प्रसंगच असा भयंकर आहे की मौत टाळायची, इज्जतही जपायची, आपल्या कपाळाला पराभवाचा कलंकसुद्धा लागू द्यायचा नाही.''

''म्हणजे राजं नेमकं काय करायचं?'' बाकीच्या साथीदारांनी विचारले.

''पांगून पांगून धावणं आणि फौज बचावणं एवढंच आपल्या हातात उरतंय रे मर्दानो!''

राजांनी अंधारात आपला घोडा हळूच बाहेर काढला. ते बाजूच्या एका सपाट टेकाडावर जाऊन उभे राहिले. अन् कोण आश्चर्य! तिकडे दूर अंधारात, पलित्यांच्या भगभगत्या प्रकाशात मुस्तफाखानाचे एकेक सहकारी छाप्यासाठी उभे ठाकल्याचे दिसत होते. त्यातच ती श्रावणी पौर्णिमेची रात्र होती.

तिकडच्या माणसा-जनावरांचे आकार स्पष्ट दिसत होते. एके जागी मुस्तफाखानसभोवती उभ्या ठाकलेल्या सरदारांची तोंडे पलित्यांच्या प्रकाशात ओळखू येत होती. मुस्तफाखान, अंबरखान, खैरियतखान, दिलावरखान. त्यांच्या सोबतच बाळाजी हैबतराव, मालोजी पवार, तुकाजी भोसले आणि सर्वांत समोरच्या अंगाला सख्खा चुलत, राजांनी आजवर लाडाकोडात वाढवलेला भाऊ मंबाजी भोसले दिसत होता.

आभाळातल्या चांदण्या निवत चालल्या होत्या.

मंबाजीकडे पाहताना राजांच्या पोटात दुःखाची कळ दाटून आली.

शहाजीराजांनी आपल्या साथीदारांना इशारा केला. तसे सर्व जण मागच्या मागे आपापली जनावरे घेऊन पांगले.

समोरच्या अर्धवट चंद्रप्रकाशात जिंजीचे तिन्ही बाजूंचे तीन भव्य किल्ले अंगावर घोंगडीची खोळ घेऊन बसलेल्या म्हाताऱ्यांसारखे दिसत होते. सर्व स्वारांनी आपापले चेहरे धोतरांनी किंवा पासोड्यांनी झाकले होते. जनावरेसुद्धा हुशार होती. आपल्या टापांचा आवाज होऊ न देता ती सावकाशीने तळावरून बाहेर पडू लागली. पुन्हा एकदा राजे गंभीर सुरात बोलले, ''चला रे लवकर, सह्याद्री गाठायला, आपल्या शिवबाला भेटायला.''

एकदाचा घोडा लपतछपत तळावरून बाहेर पडला. वयाची पन्नाशी ओलांडलेल्या

राजांची घोड्यावरची मांड पक्की होती. बाहेरची गार हवा लागली, अन् घोड्याला टाच मारत शहाजीराजे दबक्या आवाजात आपल्या जनावराला बोलले, "चल फाकड्या ऽऽ भिंगरी हो, आता थांबायचं नाही!" अन् मग ते वाघासारखे चपळ जनावर शेताबांधांतून, ओढ्याओघळींतून धावतच राहिले. अगदी सुसाट वेगाने.

अशी कशीबशी एका घटकेची वाट सरली असेल, तोच राजांच्या कानावर पाठीमागून हाका ऐकू येऊ लागल्या. त्यांच्या घोड्याचा पाठलाग करत एका वेळी वीस-पंचवीस घोड्यांचे एक पथक प्रचंड गतीने पुढे सरकत होते. ती चिवट जनावरे अनेकदा राजांच्या घोड्याच्या शेपटीजवळ आपले मुस्कट घासायचा प्रयत्न करीत होती; पण आपल्या अडचणीतल्या धन्याला बचावण्यासाठी राजांचा अश्व क्षणाचीही उसंत घ्यायला तयार नव्हता.

त्या भयानक भीषण पाठलागात एक मोठा माळ मागे पडला. वाटेत एक रानटी नदी लागली. तिच्या वाळूतून आणि उथळ पाण्यातून ती जनावरे मोठ्या ईर्ष्येने पुढे झेपावत होती. अजून पुरते उजाडले नव्हते. पाठलाग करणाऱ्या घोडेस्वारांचे आवाज आणि आरोळ्या कानावर पडू लागल्या. त्यामध्ये जोराने दंगायोट करणाऱ्या बाजी घोरपडेचा आवाज राजांनी बरोबर ओळखला. तसा त्यांना भारी चेव चढला होता.

नदीच्या पाण्यातून, अर्धवट अंधारातून ती जनावरे पल्याडच्या दरडीला लागली. तितक्यात राजांच्या घोड्याला पायाखालचा अंदाज आला नाही. कोणीतरी रानवटाने एक वृक्ष विचित्रपणे तोडला होता. खोड तोडताना त्याचा फाळीसारखा एक लांबट अणकुचीदार बुंध्याचा तुकडा तसाच उघडा राहिला होता. शेवटच्या क्षणी घोड्याने अंगाला मुरडा देत स्वत:ला वाचवायचा प्रयत्न केला, अन् समोरच्या पाषाणी चिपऱ्यात तो अडखळला. तसे ते जनावर पाठीमागच्या बगलेवर कोसळले. त्या वृक्षाचे ते अणकुचीदार टोक घोड्याच्या मांडीत आरपार घुसले. त्याबरोबर जनावर जिवाच्या आकांताने खूप जोरात खिंकाळले.

वृक्षात अडकून फसलेल्या घोड्याने रक्ताच्या थारोळ्यातच आपले प्राण सोडले. त्या गडबडीत राजांनी कशीबशी खालच्या तांबूस वाळूत उडी घेतली खरी; पण तेव्हा त्यांच्या पायाला दुखापत होऊन लचक भरली. त्यातूनही ते उठले. त्यांनी धावायचा प्रयत्न केला; परंतु तोवर पाठीमागच्या घोडेस्वारांनी त्यांना गराडा घातला. बाजी घोरपडेचा आवाज ऐकताच कमरेची तलवार उपसून राजे त्वेषाने पुढे धावले, थोडी खणाखणीही झाली.

घोड्यावरून पडल्याने वेदनेच्या जाळाने राजांचा खुबा पकडला होता. त्यांना त्यामुळे पुरेशी हालचाल करता येत नव्हती. शिवाय एका तलवारीच्या विरोधात काळासारखी अंगावर कोसळलेली पंचवीसभर तलवारींची पाती. हे प्रमाणाच व्यस्त होते.

बाजूच्या आंब्याच्या झाडावर टिटव्यांचा कर्कश आवाज ऐकू येत होता. बाजी घोरपडे खुशीने खदखदा हसत होता. अन् पकडल्या स्थितीतही त्याच्याकडे उसळी घेत शहाजीराजे ओरडत होते, "अरे बाजी घोरपड्या, दगाबाज कुळबुडव्या, पाताळात पोचलास तरी तिथे घुसून तुझ्या झिंज्या खेचून तुला चेचल्याशिवाय सोडणार नाही. जाऊन जाऊन कुठे जाशील तू?"

◆

पुरंदरचा जंग

१६४९

शहाजीराजांच्या गिरफ्तारीच्या वार्तेने बारा मावळांत खळबळ उडाली होती. एखाद्या वाघाला पिंजऱ्यात बंद केला की त्या बाजूच्या जंगलउतारावरच्या वस्त्यांमध्ये जशी खळबळ उडते, तसाच अवघा महाराष्ट्र देश हादरून गेला होता.

मुरुंबदेवाच्या त्या महाकाय डोंगरावर आषाढाचा पाऊस सुपाने कोसळत होता. अहोरात्र तिथे आभाळाचा माथा फुटल्यासारखे वरून धो धो पाणी वाहत होते. बालेकिल्ल्यावर अंगात चळ भरल्यासारखा वारा रातदिवस नाचत राहायचा. रात्री तर त्याचे घोंगावणे असे टिपेला पोचायचे की, एका वेळी त्या धुवाधार पावसातून हजारो घोडी दौडत धावून येत असल्याचा भास व्हायचा.

किल्ल्याचे बांधकाम अजून सुरूच होते. खालच्या अंगाला रामेश्वराचे प्राचीन मंदिर, तिथेच बाजूला राजवाड्याची आणि सदर-कचेरीची कामे अर्ध्यावर आली होती; परंतु मृगापासून पावसाने उघडलेला डोळा काही मिटला नव्हता. पाऊसकाळापुरते बांधकाम गुंडाळून ठेवावे लागले होते.

दक्षिणेकडून जासुदांची आणि हरकाऱ्यांची सारखी जा-ये असायची. जिजाऊंच्या परिवाराने आपला मुक्काम राजगडाच्या पायथ्याशी हलवला होता. गडावरची कामे अद्यापि पूर्ण मार्गी लागली नव्हती. ते काम अजून काही वर्षे चालणार होते. त्यामुळेच किल्ल्याच्या तळाला जवळपासच काही महालवजा इमारती बांधल्या गेल्या होत्या. पाऊसकाळात गडावर प्रचंड वारा, पाऊसधारा यांचे नर्तन सुरूच असायचे. सतत ओलीची चिकचिक मुख्यत: स्त्रिया-मुलांसाठी बाधक ठरायची. त्यामुळेच खाली निवासासाठी काही इमारती उभ्या केल्या गेल्या होत्या. छोटी पेठही

वसवली होती. त्या भागाचे नाव शिवापट्टण असे पडले होते.

राजगडावरची कामे वाढल्याने आहे त्या स्थितीत त्या परिसरात वास्तव्यास जाण्याचा निर्णय राजांनी घेतला होता. शिवाय बेभरवशाच्या शत्रूमुळे पुण्यात राहणे तसे धोक्याचेच बनले होते.

राजगडावर काळीज पोखरणारी ती खबर येऊन धडकली. माणसेच नव्हे तर देव्हाऱ्यातले देवसुद्धा त्या बातमीने काळवंडून गेले. तिकडे कर्नाटकात शहाजीराजांना कैद केले आहे, ही बातमी आल्यापासून गडावरचे ऋतुमानच बदलल्यासारखे झाले होते. घरांच्या, वाड्यांच्या छपरावरून खाली बरसणाऱ्या त्या पागोळ्या मनाला अधिकच दुःखी बनवत होत्या. ती भीतिदायक वार्ता पोचल्यावरसुद्धा जिजाऊसाहेबांच्या करारी मुद्रेत फरक पडला नव्हता. रोज ओघळणाऱ्या त्या पागोळ्या म्हणजे सईबाईंना जिजाऊंनी लपवलेला अश्रूंचा पूर वाटत होता.

पितृदेवतेच्या हातात बेड्या पडल्याची दुःखद वार्ता राजगडावर पोचून दहा दिवससुद्धा झाले नव्हते. तोवर नीरा नदीच्या काठावर आग पेटली. 'शहाजीराजांच्या शिवबाने शिरवळचा आदिलशाही भुईकोट किल्ला जिंकला. विजापुरी फौजेच्या अंगावरचे हिरवे झगे काढून त्यांची बेअब्रू केली!' ही खबर पुणे आणि सुपे जहागिरीत तत्काळ पसरली. शिवरायांच्या त्या कडव्या धिटाईने माणसे बावरली. अनेकांच्या काळजात धुगधुगी वाढली. आता विजापुराकडून कोणते नवे संकट येईल? संपूर्ण राजकुटुंबावर अगोदरच शहाजीराजांच्या कैदेचे गंभीर सावट होते.

अंगावर पाऊस घेतच बाहेरून शिवराय आत आले. त्यांच्या डोक्यावर सेवकांनी मखमली आभ्राच्या छत्र्या धरल्या होत्या. बाकी सेवकांनी त्यावर पुन्हा गवती इरल्यासारखा पडदा पकडला होता; पण राजगडाच्या परिसरात धो धो कोसळणाऱ्या पावसाचा जोर इतका प्रचंड होता की, बाजूने येणाऱ्या झडीनेही राजांची निम्मी वस्त्रे ओली झाली होती. एका सेवकाने त्यांच्या अंगरख्यावरची आंबटओली मखमली बंडी मागच्या बाजूने काढून घेतली.

हुजऱ्याने दिलेल्या श्वेतवस्त्राने आपले मुख पुसत राजे उपहासाने हसत जिजाऊंना सांगू लागले, "माँसाहेब, तिकडे विजापूरकरांनी आक्रमणाचं घंगाळ वाजवलं आहे. फत्तेखान नावाचा तो मुस्तफाखानाचा चेला. तो उलट्या काळजाचा उतावळा नवरदेव तर ह्या पावसातच इकडे नाचत यायला निघाला होता."

"मग पुढं काय झालं?" सईबाईंनी विचारले.

"तिथल्या बजुर्ग मंडळींनी रोखलं त्याला अन् सांगितलं, सह्याद्रीच्या अशा धुवाधार पावसात आताच जाशील, तर तिथल्या ओढ्याओघळीत लेंडीसारखा वाहून मरशील. तेव्हा कुठे त्याने आपली नाचती घोडी ठाणबंद केली म्हणे."

"पण बाळराजे, आपल्या तयारीचं काय?" जिजाऊंनी विचारले.

“आमची जय्यत तयारी केव्हाच सुरू झाली आहे. लोहारमेटावर, घिसाडगल्ल्यांत, शिकलगारांच्या ओसरीवर अहोरात्र भाते सुरू आहेत. तलवारींची पाती, भाले, बर्च्या, कुऱ्हाडी अशी नवी हत्यारं बनवायचं, जुनी परजायचं काम रातदिन सुरू आहे.”

दिवस सरत होते; परंतु बळावलेला पाऊसकाळ लवकर थांबायला तयार नव्हता. चिंतेची मुळे जिजाऊसाहेबांच्या मस्तकात खोलवर रुतत होती. दक्षिणेतून कोणी हरकारा आला की त्या फडावरच्या मुन्शीला विचारायच्या, “विजापुरी मुलखाची काही वार्ता?”

“दसऱ्याच्या आधीच दुश्मनांची पथकं किमान पंढरपूर किंवा रहिमतपूरपर्यंत मजल मारतील अशी खबर आहे.”

“आम्ही तर ऐकतो की भर पावसात आदिलशहाचे जासूस निरोपथैल्या घेऊन आपल्या मावळात घुसलेसुद्धा आहेत.”

“होय! गावोगावच्या पाटील-देशमुखांच्या गढ्यांमध्ये आणि वाड्यांमध्ये घुसताहेत हरकारे.”

“पण मजकूर काय आहे?”

“आदिलशहाचा मजकूर खूपच स्पष्ट आणि उघड आहे—आमच्या सरदार फत्तेखानचं लष्कर लवकरच कोंडाणा किल्ला काबीज करण्यासाठी तिकडे धावून येत आहे. शिवाजी भोसल्यांची बगावत तोडूनमोडून काढायची आहे. आदिलशाहीचे पूर्वापार नमक खाणाऱ्या अंमलदारांनो! सेवाचाकरी इमानेइतबारे पार पाडा. आमच्याशी पूर्वीसारखी निष्ठा दाखवाल तरच तुमचा उत्कर्ष साधाल. अन्यथा हकनाक मातीशी मिळाल.”

भयंकर चिडलेल्या जिजाऊ तप्त सुरात बोलल्या, “हे कसले खलिते? हे तर धमक्यांचे पलिते!”

गौरी-गणपतीचा सण यथास्थित पार पडला. पाऊसकाळ सरला. अन् झिम्मा-फुगड्या खेळायला माहेरी आलेल्या पोरी सासरी पोचायच्या आधी चमत्कार घडला. इंदापूर-पंढरपूरच्या रानातून आदिलशाही पथके वेगाने पुण्याच्या दिशेने सरकताना दिसू लागली. जे गावगन्ना, दगलबाज आणि स्वराज्याचे मत्सरी होते, त्यांचे उफराटे बोलणे सुरू झाले, “बापाला तिकडे कर्नाटकात कैदेत फेकून दोन महिने झाले. संभाजी तिथेच आहे. त्यालाही पकडायला सुलतानसाहेबांना किती वेळ लागतोय?”

“बंगरूळातल्या त्या दोघांच्या सोबतीला मावळातल्या ह्या तिसऱ्याला आता दंडाबेड्या घालून घेऊन जातील.”

“अरे शिमग्यातल्या सोंगासारख्या नुसत्या अबदागिऱ्या आणि झेंडे नाचवले

म्हणून का कोणी राजा होतो?''

राजगडावर वाईटसाईट बातम्या कमी पोचत नव्हत्या. दुष्ट जिभांच्या खमंग चर्चा रंगत होत्या, ''अरेरे! बिचाऱ्यांची बंगरूळची जहागिरी सरकारजमा झाली.''

''एवढंच कशाला? त्या शहाजीबाबांच्या बगावतीची शिक्षा झालीय म्हणे! त्यांना विजापूरच्या पाषाणाच्या भिंतीत जिवंत गाडलं जाणार आहे म्हणतात.''

दिवसेंदिवस शिवापट्टणातील वातावरण अधिकच गंभीर बनू लागले. काही झाले तरी शहाजीबाबा म्हणजे आऊसाहेबांच्या कुंकवाचे धनी होते. अन् नुकतेच जन्माला घातलेले हिंदवी स्वराज्य हे तरुण शिवरायांचे खरे काळीज बनले होते. ती कर्ती माणसे बोलून काहीच दाखवत नव्हती; मात्र झाडापहाडासारखे दुःख आतल्या आत सोसत होती.

याआधी जहांगिर, शहाजहान अशा दिल्लीकर बड्या बड्या पातशहांच्या फौजा आदिलशाहीला गिळंकृत करायला धावल्या होत्या. त्या थकल्या; पण कोणीही विजापूरच्या भोवतीची चार-चार पदरी बुरुजांची भक्कम भिंत भेदून आत घुसण्यात यशस्वी झाले नव्हते. तिथे शहाजीबाबांच्या या दोन्ही पोरांचा बंडावा तो कितीसा टिकणार होता?

एकदा जिजाऊसाहेब थोडा सबुरीचा मार्ग सुचवत बोलल्या, ''शिवबा, दहा पावलांची पुढे उडी ठोकण्यासाठी दोन पावलांची माघार घेतली तर?''

''म्हणजे घोर अपमानाची गुटी प्यायची का माँसाहेब?'' शिवरायांच्या चर्येवर चिंतेचे काटेरी बन उगवले होते, ''कोंडाण्याच्या बुरुजावर आतासं कुठं फडकू लागलेलं आपलं निशाण उतरवायचं खाली? द्यायचा परत कष्टानं कमावलेला शिरवळचा सुभानमंगळ वैऱ्याच्या हाती? सांगायचं तोरणा किल्ल्यावरच्या आपल्या शिबंदीला, की बाबांनो, तूर्तास बुरूज सोडून खाली या?''

''अहो, पण बाळराजे — ?''

''आऊसाहेब, बस्! आपला फक्त मंगल आशीर्वाद पाठीशी राहू द्या, उरलेल्या गोष्टी आम्ही कळीकाळाच्या मानगुटीवर बसून पैदा करू.''

पाऊस थांबायच्या आधीच राजगडच्या पायथ्याला, आजूबाजूच्या दरीत धांदल उडाली. वाऱ्यावादळाची पर्वा न करता सह्याद्रीच्या खोऱ्यातले मावळे गडाच्या पायथ्याशी गोळा होऊ लागले. स्वराज्यावर आलेल्या संकटाची खबर सर्वांनाच लागली होती. एक दिवस रुंदाड छातीचे, भरगच्च कल्ले असलेले आणि फताड्या मिश्यांचे गोदाजी जगताप राजांना बोलले, ''राजे, तो विजापुरी फत्तेखान आणि मुसेखान झपाट्यानं कोंडाणा किल्ल्याच्या दिशेने सरकताहेत.''

''असं? सध्या खानाचं दल नेमकं कुठवर पोचलंय?''

''जेजुरीच्या आसपास.''

त्याच दिवशी दुपारी शिवरायांनी आपल्या मातेच्या पुढ्यात नारळ फोडला. मातोश्रींचे आशीर्वाद घेण्यासाठी ते खाली वाकले, तेव्हा त्यांच्या तळहातावर दही-साखर ठेवत जिजाऊ म्हणाल्या, "राजे ऽ कसल्याही मोहमायेत अडकू नका. अगदी तुमच्या जन्मदात्रीच्या कपाळावरच्या कुंकवाचीही पर्वा नको ऽ! जा बाळ ऽऽ यशवंत व्हा!"

पावसाने बरी उघडीप दिली होती. खालच्या तळवटीचे भाताचे पीक गुडघ्याच्या वर आले होते. समोरच्या वाटेने दोन ते अडीच हजार मावळ्यांचा जमाव शिवरायांच्या सोबत झपाट्याने पुढची वाट चालत होता. तरणेबांड मावळे एकमेकांच्या ईर्ष्येने घोडी पुढे काढून पळवत होते. पोरासोरांत उत्साह दांडगा होता. बलिदानाचीही तयारी होती; परंतु कुणालाच युद्धाचा पूर्वानुभव नव्हता.

स्वराज्यावर चालून आलेल्या त्या संकटाची मेखच राजांच्या मेंदूत रपकन बसली होती. फत्तेखान आणि मुसेखान अशा अनुभवी योद्ध्यांशी कशी टक्कर द्यायची याचा आराखडा राजांच्या मस्तकात स्पष्ट आकार घेत होता. जेव्हा जंगलामध्ये एखाद्या बड्या जनावराची शिकार साधायची असते, तेव्हा आपल्या हातातल्या झांजा, पितळ्या आणि डफडी वाजवून हाकारे त्याला भुरळ घालून दुसऱ्याच दरीत भुलवून आणतात. अन् झटकन त्याला सापळ्यात जेरबंद करतात. तसा फत्तेखान कोंडाण्याकडे धावतो आहे, म्हणजे तो कऱ्हेपठारावरूनच पुढे सरकणार याचा अंदाज राजांना होता. त्यामुळे याच मार्गावर घोडी आडवी घालावीत, आणि विजापूरकरांना रोखून ठोकून काढावे असे राजांनी ठरवले. त्याच लष्कर पेरणीचा भाग म्हणून राजे बाजूच्या पुरंदर किल्ल्यावर जाऊन मुक्कामी राहिले. शिवाय शिरवळच्या सापळ्याचे मनात पक्के नियोजन होतेच.

शिवाजीचे बंड म्हणजे असून काय असणार, फक्त पोरासोरांची बाजारगर्दी, एवढेच फत्तेखानाला वाटत असल्याचे अनेक जणांनी सांगितले होते. तरीही अनुभवी फत्तेखानास शिवरायांच्या खऱ्या ताकदीचा अंदाज घ्यायचा होता. इथल्या रानाचे पाणी चाखायचे होते. म्हणूनच त्याने एक मराठा सरदार बाळाजी हैबतराव याला हिकमतीच्या आणि युक्तीच्या काही गोष्टी सांगितल्या. फौजेच्या काही तुकड्या देऊन त्याला एका कामगिरीवर पिटाळले.

दुसऱ्याच दिवशी जासूद फत्तेहखानाकडे खुशीने कोकलत आले, "खानसाब शुक्रिया ऽ वाटा! मिठाई वाटा!"

"क्यूँ?"

"आपल्या फौजेनं शिरवळचा किल्ला सुभानमंगळ जिंकला—अगदी सहजच."

"सहजच म्हणजे?"

"त्या शिवाच्या फौजेच्या अंगात कसला तो दमच उरला नव्हता. आपल्या

फौजेचा त्यांनी लांबून फक्त रेटा बघितला, आन् घाबरून भित्र्या भागूबाईसारखे पळत सुटले.''

''खानसाब मिठाई ऽ?''

''खामोश! एवढे उतावळे होऊ नका. हमें तो इस मोहजालमें उस शैतान सिवाकी कुछ अलगही चाल नजर आती है।'' फत्तेखान दातओठ चावत बोलला.

शिरवळच्या आदिलशाही शिबंदीने जल्लोषाच्या दोन रात्री कशाबशा घालवल्या असतील. तिसऱ्या दिवशी पहाटे पुरंदर गडाच्या खोल डगरीवरून भिमाजी वाघ, संताजी काटे, शिवबा इंगळे आणि गोदाजी जगतापांसारखे पंचविशी-तिशीतले वीर आपली घोडी दामटवीत खाली उतरले. पहाटे तांबडे फुटताना त्यांनी नीरा नदीत घोडी घातली. सरता पाऊसकाळ असल्याने पाण्याचा ओत दांडगा होता; पण त्याची पर्वा न करता चिखलपाणी तुडवत घोडी नदीत घुसली. दिवसाचा गोंडा फुटण्याआधी त्या उत्साहाने फुरफुरत्या माणसाजनावरांनी सुभानमंगळ किल्ल्याच्या दरवाजावर धडक मारली.

सर्वांत आघाडीवर संभाजी कावजी होता. दरवाजाला छोटीशी फट दिसताच त्याने दरवाजावर घोडी आदळवून आतला आडणा मोडून काढला आणि कावजीचा घोडा आत वेगाने घुसला. कावजी म्हणजे आडव्या हाडाचा आणि पीळदार बांध्याचा सागाच्या कोंबासारखा उंचेला, ईर्ष्येबाज गडी. त्याला बाळाजी हैबतराव हिमतीने आडवा झाला; मात्र शूर संभाजीने आपल्या समशेरीचे पाते सरळ घुसवून बाळाजीची छाती फोडली. पाठोपाठ आतडी कोथळी बाहेर पडली. उगवत्या सूर्याच्या साक्षीने शिरवळच्या किल्ल्यावर भगवा झेंडा फडकला. वैऱ्याची उरलीसुरली शिबंदी शरण आली.

त्या दुपारी पुरंदरच्या पल्याड बेलसरच्या रानातील आंब्याच्या बड्या बागेत फत्तेखानाचा तळ पडला होता. सकाळची रपेट दांडगी झाल्याने दुपारच्या उन्हात स्वारसैनिक विसावा घेत होते. कऱ्हा नदीत पाणीही मुबलक होते. दुपारचा खाना खाऊन माणसे-जनावरे पेंगुळली होती.

तितक्यात बाजूच्या ओढ्यापलीकडे धुळीचे मोठे लोट उडाले. कदाचित घोंगावते वादळ असावे म्हणून विजापुरी लष्कराने तिकडे नजर टाकली; पण तिकडे नेमके काय आहे हे स्पष्ट व्हायच्या आधी त्या धुळीच्या पोटातून 'हर हर महादेव'चा पुकारा करत चारशे घोडी कडाडत्या पाऊसधारांसारखी अंगावर धावून आली. त्या पथकाचा म्होरक्या पासष्टीचा, गोळीबंद शरीराचा बुजुर्ग बाजी पासलकर होता.

त्या मराठा वीरांच्या त्या टोळधाडीचा वेग इतका जबरदस्त होता की, खानाच्या फौजेला शस्त्राला हात घालण्याचीही सवड मिळाली नाही. अतिशय वेगाने धावून आलेली घोडी थेट खानाच्या तळावर घुसली. अर्धवट झोपेतला फत्तेखान किंचाळत

उठला आणि उडी मारून बांधाच्या आडोशाला पळाला. गहजब माजला. खानाचा तळ चार-पाच हजार सैन्याचा होता. ते सारे सावध झाले. तलवारीला तलवारी भिडल्या. बाजी पासलकराच्या सोबत दुश्मनाच्या तळावर आदळलेल्या मराठा वीरांची संख्या त्या मानाने अगदीच तोकडी होती; पण होते ते सर्व जण जिवावर उदार होऊन समोर घुसले होते. त्यांना फत्तेखानाला धडा शिकवायचा होता.

सर्जा मोकाशी नावाच्या बहाद्दराच्या घोड्यावर भगवे निशाण होते. त्या निशाणाचा रंग पाहून चिडलेल्या आदिलशाही फौजेने सर्जाभोवती एकच दाटी केली. अचानक अंगावर बसलेल्या चौफेर माऱ्यामुळे तो वीर तलवारीच्या पात्याने टक्कर देतादेता घोड्याखाली आला, तसा दुश्मनांच्या तलवारींनी कचाकच हमला चढवला. रक्ताची कारंजी उडाली. ते बघून दुसऱ्या बाजुला झुंजणाऱ्या वृद्ध, अनुभवी बाजी पासलकराने मोठ्या हिमतीने आपला घोडा मध्येच दामटवला. तो तारस्वरात ओरडला, "अरे मर्दांनो! आपलं निशाण म्हणजे आपलं नाकच की ऽऽ" बाजीने वैऱ्यांच्या दाटीत वाघासारखी झेप घेतली. रक्ताने न्हालेल्या सर्जाला त्याने स्वत:च्या घोड्यावर घातले. बाजींच्या फुरफुरत्या घोड्याने झेंड्यासह तिथेच झट्‌कन अर्धवर्तुळ काढले. मग बाजी आणि त्याचे टोळधाडीवाले पथक पुरंदरच्या किल्ल्याची चढण झपाट्याने चढू लागले.

संध्याकाळ झाली. माणसाजनावरांच्या अंगावर पडलेल्या तलवारींच्या निसटत्या पात्यांनी, ओरखड्यांनी खानाच्या फौजेची भगभग वाढवली होती. शरीरे अपमानाच्या तडाख्याने फुणफुणत होती. फत्तेखान आणि मुसेखान दोघेही सुडाने चवताळले होते. आता त्यांना फक्त डोळ्यांसमोरून पुढे जाणारा कोंडाण्याकडचा राजमार्ग दिसत होता. मुसेखान फत्तेखानाला समजावत बोलला, "फत्तेखान, छोड दीजिये यह बीच रास्तेवाली मराठोंकी छुटूरफुटूर हरकतें। पहिला हमला कोंडाण्यावर घालू. कोंडाणा जिंकून पुन्हा पुणे बेचिराख करू —"

"लेकिन सिवा तर समोरच्या पुरंदर किल्ल्यावर चोरासारखा लपून बसलाय."

"पहिले कोंडाणा आणि पुणे जाळू—"

"मुसेखान साहब ऽ अरे, तुम्ही जर एका पंधरा-सोळा वर्षांच्या नादान छोऱ्यासारखं असं घाबरू लागला, तर दुनियेत आपल्या बेइज्जतीचा कीचड उडेल. पहले सिवा, बादमें कोंडाणेपे धावा ऽ!"

"पण — ?"

"नहीं खानसाहब, जिस ढंगसे सिवा आमची हंसीमजाक उडवतो आहे, तो अपमान आणि बेइज्जत बरदाश्त करणं नामुमकीन आहे." मुसेखान बोलला.

तितक्यात समोरच्या झाडीतून चार घोडेस्वार धावत तिथे येऊन आदळले. त्यांच्या अंगावरचे हिरवे झगे जागोजाग फाटले होते. त्यावर वाळलेल्या तांबूस-

काळपट रक्ताचे डाग पडले होते. आणखी दोघांनी आपल्या जखमेवर चिंध्या बांधल्या होत्या. काही वेळा पूर्वीचे युद्धातले घाव अंगावर झेलून ते कसेबसे तिथे येऊन पोचल्याचे दिसत होते. त्यांच्याकडे पाहताना फत्तेखान चक्रावला. त्याने घाईने विचारले, ''आप आये हो कहाँसे?''

''शिरवल से।''

''लेकिन वहाँ का ठाणेदार हमारा बाळाजी हैबतराव है कहाँ?''

''मरगठ्ठयांनी त्याला समशेरीच्या तडाख्याने जिंदा तोडला. शिरवळचा किल्ला पडला— त्याच्या दरवाजाची लाकडं समोरच्या नीरा नदीत फेकली. पूरी तबाही— सिवाके फौजीयोंने हमारा खजानाभी लूट लिया।''

आता फत्तेखानच्या घुश्शाची मर्यादा संपली होती. त्याने तत्काळ बिनीचे पथक, फौजी तळावरचा दरकदार, शाही बावर्ची, सर्वांना बोलावून घेतले. आता तो संतापाने तिरमिरून गेला होता. त्याने आपल्या सर्व सरदारांना आणि मताजी घाटगे, फलटणकर निंबाळकर ह्या आपल्या मराठा सरदारांनाही साफ सांगून टाकले, ''बस्, तुम्हा सर्वांना एक प्रहराची छुट्टी देतोय. त्यामध्ये खाना खा. आराम करा. फिर आगेकूच करेंगे। आज हम तो नींद नही लेंगे, लेकिन सामनेवाले घाटीमें सिवाके साथ उसके सब साथीयोंको हमेशा के लिए सुलायेंगे।''

सायंकाळी शिवराय पुरंदरच्या बुरुजावरून टेहळणी करत होते. समोरच्या पायथ्याकडे आणि कऱ्हा नदीच्या खोऱ्याकडे सावधपणे बघत होते. त्यांच्या चाणाक्ष नजरेला गडाच्या पायथ्याकडेच तिन्हीसांजेची लपतछपत पुढे सरकणारी काही विजापुरी पथके दिसली. राजांनी शेजारी खड्या असलेल्या गोदाजीच्या खांद्यावर हात ठेवला.

आपणाला हव्या त्या रणक्षेत्रात दुश्मनाला खेचून आणायचा आपला इरादा मार्गी लागत असल्याचे बघून शिवराय खुशीने हसले.

शिवापट्टणच्या वाड्यात जिजाऊसाहेब, सईबाई, सगुणाबाई, कारभारी, नव्हे सारा राजपरिवारच जागसूद होता. पुरंदरावरून लढाईच्या बातम्या पोचू लागल्या होत्या. हरकारे सांगत होते, ''आऊसाहेब, अशी जबरी लढाई पुरंदरच्या तटबंदीनं याआधी कधी बघितली नसेल. त्या रात्रीच उशिरा फत्तेखानाच्या पाच हजाराच्या फौजेनं किल्ल्याची चढण चढायला सुरुवात केली. त्याला आपल्या राजांनी चांगला टप्प्यामध्ये येऊ दिलं. अन् मग जो त्यांच्यावर दगडगोट्यांचा, बड्या बड्या पाषाणांचा असा जोरदार मारा केला की, वरून खाली गोलटत गोलटत येणाऱ्या दगडांच्या तडाख्याखाली विजापुरी घोडी कोसळली. माणसांचा दगडधोंड्यांच्या

खाली चेंदामेंदा झाला. आधी त्यांना किल्ल्याच्या डोंगरकडेवर चांगलं अर्धमेलं केलं. त्यानंतरच आपल्या किल्ल्यातल्या शिबंदीनं दरवाजा उघडला. त्यातून चवताळलेल्या आग्यामोहळासारखी आपली पथकं बाहेर धावली. पुरंदरच्या बगलाटीवर मोठी खैंदळ माजली. तो मुसेखान तर किती मस्तवाल, एखाद्या हत्तीच्या पिलासारखा. त्याच्यात आणि आपल्या गोदाजी जगतापात भयंकर चक्कर जुंपली—''

"झालं तरी काय?''

"काय व्हनार? गोदाजी पडला जातीचा रगेल आणि धैर्यवान. त्यानं आपल्या हातचा भाला सरळ मुसेखानाच्या छाताडात घुसवला. तो मुसेखानही बडा दाढील—त्यानं आपल्या छातीतला भाला बाहेर उपसेना म्हणून त्याचं दांडकं मोडलं; पण बहाद्दर गोदाजीनं पुन्हा त्याच्यावर आपल्या तलवारीचा असा तिखट घाव घातला की खानाचा खांद्यापासून ते कमरेपर्यंतचा भाग तुटला. कोयत्याने ओल्या झाडाची फांदी तुटावी तसा! मग काय कोण ते रत्नशहा, मीनादखान, घाटगे सारे पाठीला पाय लावून विजापूरच्या दिशेने पळत सुटले. आपले बाजीकाका पासलकर तर भारी इरेला पेटले होते. पिकात घुसलेली कोल्ही दांडक्याने पळवून लावावी, तशी त्यांनी त्या पळणाऱ्या फौजेची पाठ धरली होती बघा. त्या साऱ्या गडबडीत तो फत्तेखान अंधारात कुठल्या दिशेला लापता झाला, ते फक्त त्याच्या अल्लालाच मालूम.''

पुरंदराकडून तासा दोन तासांनी एकापाठोपाठ एक अशा विजयी वार्ता राजगडावर पोचत होत्या. हर्षभरित जिजाऊसाहेबांनी देवीची खणानारळाने ओटी भरली. देव्हाऱ्यावर तुपाचा दिवा लावला. वर किल्ल्यावर चौघडा वाजू लागला. मिठाईचे वाटप सुरू झाले. वाजंत्री जोराजोराने चर्मवाद्ये वाजवित होते. 'हर हर महादेव'च्या आरोळ्यांनी वरचा बालेकिल्ला गर्जत होता. खालच्या बगलेवर चंद्रतलावाच्या बाजूनेही विजयी घोष सुरूच होता.

थोड्या वेळाने अचानक सनई-चौघडा बंद पडला. एकाएकी 'हर हर महादेव'चा जयघोष थांबला. सन्नाटा पसरला. गडावरची वाऱ्याची भिरभिर थोडी भीतिदायकच वाटू लागली. जिजाऊंनी पलीकडे नजर टाकली. तिकडून भातखाचरांतून चार मराठा सैनिक वेगाने येताना दिसले. त्यांचे दुर्मुखलेले चेहरे बघून जिजाऊंनी विचारले, "का रे सुभाना ऽ का-काय झालं? बाळ, बोलत का नाहीस?''

"आऊसाब ऽ आपल्या पुरंदरच्या एवढ्या बड्या बहादुरीला दु:खाचं गालबोट लागलं हो.''

"अरे, काय झालं काय?''

"सासवडच्या वेशीपर्यंत धूम पळणाऱ्या विजापुरी फौजेचा पाठलाग करत धावून गेलेले आपले बाजी पासलकरकाका ऽऽ एकाएकी वैऱ्याचा जमाव उलटून त्यांच्या अंगावर धावला. त्यांनीबी मोठी बहादुरी गाजवली. लय खणाखणी झाली.

पर काय करायचं? पासलकरांसारखा झाडासारखा गडी. ते आणि त्यांच्या अंगाखालचा घोडाबी रक्ताच्या उमाळ्यांनी न्हालेला. भारी जिगर दाखवली त्यांनी; पण शेवटी लढतालढता पावन झाले ते.''

एवढ्या धीराच्या जिजाऊसाहेब; पण त्यांनाही अश्रूंचा बांध आवरता येत नव्हता. शिवबांना बारा मावळातल्या खोऱ्यांतून आणि नेरांतून, अगदी उंच कडेकपारींतून फिरवून आणणारा राजांचा पित्याच्या वयाचा सोबती म्हणजे बाजीकाका होते. पुरंदरच्या एवढ्या मोठ्या विजयी सलामीला हे दु:खाचे लागलेले गालबोट सहन होत नव्हते. जिजाऊंनी आपले अश्रू कसेबसे पुसत मावळ्यांना विचारले, ''शिवबा कुठं आहेत?''

''पासलकरांचा देह फुलांनी सजवलेल्या पालखीत ठेवलाय. राजे पालखीसंगं चालतचालत मोसेखोऱ्यात काकांच्या गावाकडे गेलेत.''

जिजाऊंनी पंतांना बोलावले. दुसऱ्या पालखीची मागणी केली. पर्जन्यकाळाने निसरड्या झालेल्या रानवाटांवरून भोई पालखी घेऊन रातोरात पुढे धावत होते. जिजाऊ स्वत: लगेचच पासलकरांच्या कुटुंबाचे सांत्वन करण्यासाठी मोसे गावाला निघाल्या होत्या.

मावळातल्या ज्या धनगर, हेटकरी, कोळी, मांग, महार, ब्राह्मण, कुणबी, मराठा, अशा अठरापगड जातींनी स्वराज्य स्थापनेचा उद्योग सुरू केला होता, त्यातल्या आपल्या एका वडीलबंधूंना शेवटचा मुजरा करण्यासाठी गरिबांचा राजा खाचखळगे तुडवत रात्री मोसेखोऱ्याची वाट चालत होता. त्याच रस्त्याने म्हाराष्ट्रमाउली जिजाऊही आपल्या पुत्राच्या पाठोपाठ झपाट्याने चालल्या होत्या. दोघांनाही मावळी मुलखातील गरीब रयतेच्या रक्ताचे आणि आसवांचे मोल ठाऊक होते!

पुरंदरच्या लढाईत शिवरायांनी ज्या प्रकारे विजापूरच्या शिस्तबद्ध, कडव्या फौजेची दाणादाण उडवली, मुसेखानसारख्या बड्या सरदाराला मातीस मिळवले, फत्तेखानावर विजापुरापर्यंत पाठीला पाय लावून पळत जायची आफत ओढवली, त्या साऱ्या बहादुरीच्या घटनाक्रमामुळे राजांची बारा मावळात आणि छत्तीस नेरांमध्ये खूप वाहवा झाली होती. दुश्मनांसाठी दहशतही वाढली होती. आपल्या त्या लज्जास्पद पराभवाने तिकडे विजापूरचा दरबार मात्र अंतर्बाह्य हादरून गेला होता.

पराभवाचा कलंक कपाळावर गोंदून येणाऱ्या फत्तेखानाची विजापुरात पुरती छी:थु झाली. त्या नामुष्कीच्या प्रसंगाने बड्या बेगम तर बिथरून गेल्या होत्या. त्यांनी एक फर्मानच जारी केले, ''हमारे दरबारमें बिल्ली, कुत्ता या चूहोंकाभी इस्तकबाल है। लेकिन फत्तेखान नामके नामर्द के वास्ते हमारे महल और राजदरबारके दरवाजे हमेशा बंद रहेंगे। अगर फत्तेहखानने यहाँ अपनी सूरत दिखानेकी कोशिश भी की तो

उसे जिंदा दफनाया जाएगा।''

त्याच वेळी आदिलशहाने मात्र आपल्या खास जासुदामार्फत राजगडाकडे एक गुप्त संदेश धाडला, ''सिवाजी, आपण चालवलेली आमच्या मुलखाची बरबादी आणि आदिलशाही किल्ल्यांचं नुकसान तुरंत थांबवावं. न पेक्षा आमचे विजापुरी जवाँमर्द सह्याद्रीमध्ये घुसून सुडाचा आगडोंब माजवून तुमचा मुल्क बेचिराख करतीलच. सिवाजी, आपण उगाच अस्मानात उड्डाण घेण्याआधी असलियतचा पता करा, मत भूलिए-आपके वालिद-बाप राजा शहाजी हमारे कैदखानेमें बंदी है ऽ!''

पैगाम घेऊन येणाऱ्या त्याच जासुदामार्फत शिवरायांनी उलटा जबाब धाडला, ''एवढ्या मोठ्या आदिलशाहीला असे धमक्यांचे पोकळ मीनार बांधणे शोभा देत नाही.''

शिवरायांनी पुरंदरावर खुल्या मैदानात आदिलशाही पथकांना पाणी पाजले होते; मात्र त्या विजयाचे राजगडावर कोणास कसलेच कौतुक वाटत नव्हते. शहाजीराजांना विजापुरात झालेली ती कैद राजकुटुंबातील कोणी म्हणता कोणी विसरायला तयार नव्हते. सईबाई अनेकदा शिवरायांना आठवण करून द्यायच्या, ''राजे ऽ आमचे मामंजीसाहेब तिकडे बंदिवासात खितपत पडलेत. त्या उद्वेगाने इकडे महालांच्या जळत्या मशाली बनल्यात. गडावर सर्वांचीच तहान, भूक, झोप सारं काही नाहीसं झालंय.''

''राणीसाहेब, आपण फक्त आमच्या मातोश्रींची काळजी घ्या. बाकीच्या गोष्टी पाहतो आम्ही!'' राजांनी सईबाईंना सांगून टाकले.

दिवस सरत होते. उगवणारा प्रत्येक दिवस लवकर मावळायचा नाही, तो युगासारखा लांब वाटायचा.

थोरले महाराज तिकडे वैऱ्याच्या कैदखान्यात अडकलेले. तर इकडे जगण्यात कसले आले आहे सुख?

राजधानी राजगडावर सुतकी कळा पसरली होती.

त्यातच एके दिवशी कनकदुर्गाकडून एक दूत आला. एका चित्रकाराने वास्तवाच्या रखरखीत पार्श्वभूमीवर रेखाटलेले एक चित्र त्याच्याकडे होते–

जंगली रस्त्याने चाललेला नव्वद-पंच्याण्णव हत्तींचा तो तांडा. त्या सर्वांच्या पाठीवर मुबलक लुटीचा माल लादला होता. पाठोपाठ सामानाने वाकलेली शेकडो घोडी होती. हत्तीच्या कळपाच्या डावी-उजवीकडे आणि समोरही रापल्या, उग्र चेहऱ्याचे, हातातली शस्त्रे नाचवत पुढे येणारे ते आदिलशाहीतील दैत्य दिसत होते.

त्या तांड्यातून प्रचंड कायेचा एक उघडावाघडा हत्ती चालला होता. त्यावर राजबंदी म्हणून शहाजीराजांना बसवले होते. त्यांच्या अंगाखाली टेकायला साधी गादी किंवा अंबारीच्या डोक्यावर छप्परही दिसत नव्हते. उलट रखरखीत उन्हातान्हातून

जास्तीत जास्त तकलीफ देत, राजबंद्याची प्रकृती बिघडावी, यासाठी राजांना उघड्या हत्तीवरून मुद्दाम मिरवत आणले जात आहे हे दिसत होते. शिवराय, जिजाऊ आणि सईबाई डोळे फाडून त्या चित्राकडे पुन:पुन्हा बघत होते. थोरल्या राजांवर, भोसले कुळाच्या त्या वडीलधाऱ्या खांबावरच दुश्मनाने आघात केला होता. त्या अत्याचारांच्या दर्शनाने सारेच शोकाकुल झाले. रात्री राजवाड्यात कोणाला नीट भोजन गेले नाही.

दुसऱ्या दिवशी दक्षिणेतून दोन व्यापारी शिवरायांच्या भेटीस आले. त्यांच्याकडून शहाजीराजांच्या त्या बेछूट मिरवणुकीची समजलेली खबर तर अधिकच चिंताजनक होती. दूर कनकगिरीवरून गेल्या काही महिन्यांपासून तो एकोणनव्वद हत्तींचा कळप मजल दरमजल करत विजापुराकडे यायला निघाला होता. हत्तींची चाल मंद असल्याने प्रवासाला अजून काही महिने लागणार होते. याआधी सुमारे दोनशे वर्षांपासून जिंजीच्या राजा-महाराजांनी कमावलेली ती अफाट दौलत. त्या राजबंद्यासोबतच त्या खजिन्याने भरलेले पेटारेच्या पेटारे लुटून विजापुराकडे आणले जात होते. ते वाहतुकीचे हत्ती त्या ओझ्याने मेटाकुटीस येत होते.

खऱ्या अर्थी जिंजीच्या त्या तिन्ही किल्ल्यांवरच्या लष्कराचे कंबरडे मोडून युद्ध जिंकणारे आणि लूट प्राप्त करणारे शहाजीराजेच होते! पण, अखेरच्या काही दिवसांत त्यांच्याच विरुद्ध कपटनाट्याचे सूत्रबद्ध कारस्थान रचले गेले. शहाजीराजांवरच ते कुतुबशाही राजवटीला फितूर असल्याचा वहीम ठेवून त्यांना बदनाम केले गेले. राजबंदी बनवले गेले. जंग जिंकणाऱ्या रणवीराच्या कपाळावरच अपराधाचा मळवट फासण्यात आला.

राजांना नामुष्कीच्या मिरवणुकीने विजापुराकडे आणले जात होते. त्या अपमानास्पद मिरवणुकीची जबाबदारी अफझलखानावर सोपवली गेल्याचे समजले, तेव्हा मात्र भीतीने सर्वांच्याच काळजात धडकी भरली. कोणाचाही घातापाताने मृत्यू घडवणे, सुपीक प्रदेशाची जाळपोळ करून त्याला बंजर बनवणे आणि प्रसंगी स्त्रिया-मुलांच्या कत्तली घडवून नांदत्या घरात मातम माजवणे, अशा साऱ्या क्रूर कृत्यांसाठी अफझलखान कुप्रसिद्ध होता.

सईबाई नांदायला येऊन आठ वर्षे उलटली होती; परंतु भोसल्यांच्या महालात त्यांनी स्वत:सह अशा प्रचंड तणावाखाली वावरताना कोणालाच पाहिले नव्हते. एकूणच राजवाड्यातील त्या तिघांचे कोंडलेले श्वास, वाढणारी तगमग आणि तडफड खूप चिंताजनक होती.

रात्री जिजाऊसाहेब सईबाईंना बोलल्या, "करायचं काय सूनबाई? बाळराजांच्या मस्तकावर तर चिंतेचा पहाड कोसळल्याचं दिसतं आम्हाला."

"आऊसाहेब, स्वराज्याच्या स्वप्नाचं आता काय होणार हो?"

"काय करावं? लेकराच्या समोर पेचच पेच. प्रत्येक श्वासागणिक ठेच!

पित्याला वाचवायला निघावं, तर आतासं बाळसं धरू लागलेल्या स्वराज्य नावाच्या बाळाला उकिरड्यावर फेकल्यासारखा प्रकार होणार. अन् ध्येयाचा झेंडा पोटाशी बांधावा, तर आपल्या जन्मदात्याला कायमचं मुकायची भीती!''

परिस्थितीच्या पेचामुळे सर्वांचीच झोप उडून गेली होती.

शहाजीराजांच्या आठवणीने शिवरायांचेही काळीज जड व्हायचे. अंत:पुरात आपल्या डोळ्यांच्या ओलावलेल्या कडा पुसताना जिजाऊंनी त्यांना अनेकदा पाहिले होते. त्यांच्या पाठीवर आपला स्निग्ध, उबदार हात फिरवत आऊसाहेब म्हणाल्या, ''हे काय शिवराय? तुमच्या अंतरीचा धैर्यसमुद्र असा एवढ्यात ढवळून कसं चालेल?''

''करणार तरी काय माँसाहेब? शेवटी आपलं पडलं मराठ्याचं भाबडं मन. आपल्या गोठ्यातलं एखादं वासरू बीमार असेल तरी रात्रभर जागणारे आम्ही लोक. तिकडे पर्वतासारखा जन्मदाता दुश्मनांच्या बंदीखान्यात गंजत पडल्यावर आम्हाला तरी कशी येणार हो सुखाची झोप?''

''खरं आहे बाळराजे!''

एकूणच अलीकडे शहाजीराजांची झालेली परवड आणि त्यांची कैद, तसेच भविष्यात विजापुराहून घोंगावत येणारा संभाव्य आक्रमणाचा धोका या गोष्टींची परेशानी होतीच. भोसले खानदानाचे अडचणीचे दिवस बघून अस्तनीतले निखारे फुलत होते. नव्हे, त्यांच्या कारस्थानांचा जोर वाढतच होता.

सकाळी शिवापट्टणच्या शेजारच्या ओढ्यावर आयामाया धुणी धूत बसायच्या. ज्यामध्ये भाऊबंदांच्या लेकी-सुनाही असायच्या. जिजाऊसाहेबांच्या घराण्याचा पडता काळ आला. इकडे चिरंजीवांचे प्रताप बघून तिकडे अतिशय संतापलेल्या आदिलशहाने सुडाचे पाऊल उचलले आहे. थोरल्या महाराजांना कैद केले असून विजापुरात जिवंत स्थितीत त्यांना भिंतीमध्ये गाडून ठार मारण्याची सजा फर्मावण्यात आली आहे, अशाही भीतिदायक बाजारगप्पा काही जणांनी सोडल्या होत्या. एकूणच, मानसिकदृष्ट्याही थोरल्या महाराजांची कैद सर्वांचेच होश उडवून गेली होती.

स्वराज्याच्या झेंड्यासाठी आपल्या घरादारावर निखारे ठेवून बाहेर पडलेल्या मावळ्यांचे मानसिक धैर्य टिकवणे महत्त्वाचे होते. जिजाऊ कायम धीरगंभीर दिसायच्या. थोरल्या राजांवरची त्यांची खोल प्रीती शिवराय जाणून होते. त्या दोघांनी जीवनातील किती वादळांचे आणि संकटांचे तडाखे सोसले होते. सध्या वडिलांवर प्राणसंकट ओढवण्यास आपला स्वराज्य उभारणीचा उद्योगच कारणीभूत असल्याची राजांची भावना झाली होती.

थोरल्या महाराजांच्या बंदिवासाचे दिवस वाढू लागले तसा शिवराय आणि आदिलशाही अंमलदार यांतील बेबनाव दिसागणिक वाढत चालला. काही केल्या

पेच सुटायची लक्षणे दिसेनात. तशा जिजाऊसाहेब कमालीच्या हादरून गेल्या. विजापुरातील मुस्तफाखान, बड्या बेगमसाहेबा आणि खुद्द अली आदिलशहाने शिवरायांना आता धडा शिकवायचाच असा जणू निर्धार केला होता.

दोन्ही पक्षांत सलोख्याची बोलणी होत नव्हती, असे नाही. दोन्ही बाजूंचे दूत एकमेकांकडे जा-ये करत होते; मात्र संघर्ष मिटत नव्हता. त्यातच विजापूरकरांनी पुण्याजवळचा कोंडाणा किल्ला आणि कर्नाटकातील कंदरपीचा किल्ला या दोन किल्ल्यांचा प्रथम ताबा मागितला. त्यानंतरच खऱ्या अर्थी वाटाघाटी मार्गी लागतील, असे निरोप आले. त्याच वेळी 'आम्हा विजापूरकरांची भूक फक्त या दोन किल्ल्यांवरच थांबेल असं नाही,' असेही दमबाजीचे सांगावे धाडले गेले. त्यामुळे शिवराय अत्यंत प्रक्षुब्ध झाले. 'हवे तर प्रसंगी प्राण देऊ; पण आमच्या किल्ल्यावरची निशाणं गुंडाळून किल्ले नावाची दौलत कोणाच्याही पित्याला मिळणार नाही!' अशी भूमिका राजांनी घेतली होती.

पण, जसे दिवस वाढत चालले, तशा कैदेत खितपत पडलेल्या शहाजीबाबांच्या आठवणींनी जिजाऊसाहेब खूप व्याकूळ होऊ लागल्या. धीरगंभीरतेचा वरचा आव टिकवता येईना. त्याचा परिणाम म्हणून त्यांचे अन्न-पाणी जवळजवळ सुटलेच. त्या कमालीच्या कृश दिसू लागल्या. महालांच्या भिंती भयचकित झाल्या. राजमहालातले हुजरे, पाणके, सेवक, कुणबिणी सारेच हादरून गेले.

एके दिवशी सदरेवरचे काम आटोपून जेव्हा शिवराय आपल्या शय्यागृहात आले, तेव्हा पावसाच्या झडीमध्ये चिंबओल्या झालेल्या वेलीसारख्या सईबाई त्यांना दिसल्या. तसे राजांनी चिंतेने विचारले, "राणीसाहेब, असं गळून जायला काय झालं?"

"राजे ऽ गेल्या चार दिवसांत आईसाहेबांच्या मुखातून अन्नाचा कण उतरलेला नाही. अगदी उपाशी आहेत हो त्या."

"काय सांगताहात राणीसाहेब?"

"हवं तर मुदपाकखान्यात कुणाकडेही चौकशी करावी. दिवसभरात फक्त अर्ध्या चंबू दुधावर कशाबशा तग धरून बसतात त्या."

"हे पाहा सई, कुटुंबावर, मनुष्यावर संकटं येतात. हमले होतात—ते पचविण्याशिवाय मनुष्याच्या हातात काय राहतं?"

"म्हणजे काय हो राजे?"

"अगदी स्पष्टच विचाराल, तर—नाही नाही सई—काय वाटेल ते झालं तरी तडजोड नाही. कोंडाणा आणि कंदरपीसारखे महाकिल्ले देऊन आम्ही कसलाही समझोता करू शकत नाही."

"पण राजे, माफी असावी, स्पष्ट विचारते, आऊसाहेबांच्या प्राणांचं काही

मोलच नाही का?''

"राणीसाहेब, एक गोष्ट आपण कशी विसरता?''

"कोणती राजे?''

"आमच्या आबासाहेबांनी—शहाजीराजांनीच – आमची अवघी दहा-अकराची उमर होती तेव्हा मावळाकडे निघताना, तिकडे तुंगभद्रेच्या काठी आम्हाला कोणती दीक्षा दिली होती—? तेव्हा आबासाहेब म्हणाले होते, 'अरे, त्या इस्लामी पातशहांकडून, आदिलशहांकडून शिकून घ्या—ते एक वेळ आपल्या गुडघ्यांच्या वाट्या आणि डोळ्यांच्या खोबणीतली बुबुळं काढून तुमच्या हाती देतील—पण कोणास कोणत्याही परिस्थितीत किल्ले देणार नाहीत.''

"असो. राजे! जे काही असेल ते असो. दैवानेच कोंडी केल्यावर आमच्यासारखी अबला तरी काय करणार?''

"ठीक आहे—''

"पण राजे, बिछायतीवर अत्यंत दुबळ्या होऊन जागीच खिळून पडलेल्या राजमातेची आपण एकदा भेट घ्यावी—गेल्या चार दिवसांत तिकडे फिरकण्याची आपणास उसंत मिळाली नाही म्हणायची, की त्यांना उत्तर काय द्यावं अशी भीती वाटली?''

सईबाईंचे बोलणे राजांना वर्मी लागले. ते धीरगंभीर सुरात म्हणाले, "चला, चिंता नसावी. आम्ही मातोश्रींच्या दर्शनास निघालो आहोत. आपणही सोबत असावं.''

राजांची पावले जेव्हा मातोश्रींच्या महाली पोचली, तेव्हा उंबरठ्यावरच ते अडखळले. त्यांनी स्वप्नातही चिंतले नव्हते असे काहीतरी घडले होते. सततच्या उपासांनी आणि विवंचनांनी कृश बनलेल्या जिजाऊसाहेबांकडे राजांना पाहवेना. त्यांच्या टपोऱ्या नेत्रांच्या खाली जमलेली ती काळी वर्तुळे, भव्य भालावर उमटलेल्या त्या चिंतेच्या रेषा आणि सुरकुत्या. आजवरच्या जीवनात अशी अनेक वादळे आणि चक्रीवादळे आली आणि गेली; पण मातोश्रींची ही अशी दशा राजांनी कधीच पाहिली नव्हती.

शिवराय झट्कन पुढे धावले. जिजाऊसाहेबांच्या पलंगाशेजारीच त्यांनी खालच्या जाजमावर गुडघे टेकवले. राजे ओणवे झाले. त्यांनी जिजाऊंचे सुकले हात हाती पकडले. जिजाऊसाहेबांनी नेहमीच्या वात्सल्याने राजांच्या मुखावरून हात फिरवला. त्यांच्या कानशिलांवर ममतेने बोटे मोडली. मातोश्रींची ती अवस्था पाहून शिवरायांना उन्मळून आले. त्यांच्या हाताचा पंजा डोळ्यांस लावत राजांनी विचारले, "आऊसाहेब, काही चुकलं का आमचं?''

"नाही हो बाळराजे, तशी गलती कोणाचीच नाही. तुम्ही विचारण्याआधीच आम्ही आपणास स्पष्ट सांगू, आमचा कोणावर रागही नाही. उलट आम्ही तुम्हास

हेच फर्मावू की, आपण आपल्या ध्येयापासून तसूभरही मागे फिरू नका. कोणतीही तडजोड करू नका.''

"हे काय बोलताहात मातोश्री?—आपण खरं सांगावं—दैवगतीच तर आमचा इम्तिहान घेत नाही ना?''

"नाही हो बाळराजे ऽ तसं काही नाही. आमची कसलीही तक्रार नाही. आपणही स्वतःस अपराधी समजण्याचं कोणतंही कारण नाही; पण—''

"पण काय आऊसाहेब?''

"आम्हाला पुनःपुन्हा सय होते, देवगिरी किल्ल्याच्या पायथ्याच्या त्या कराल काळरात्रीची! जीवनात वादळं येतात. संकटांच्या वावटळीसुद्धा सभोवती फेर धरतात; मात्र एखाद्या भिरभिरत्या चक्रीवादळासारखे आमच्या माथ्यावर दुःखाचे पहाड कोसळवणारी ती काळरात्र! आम्हास नाही वाटत—या दुनियेच्या इतिहासात एखाद्या स्त्रीवर असं भयंकर संकट यावं! आमच्या माहेरच्या साऱ्या नातेसंबंधांचे ते काळाने तटतटा तोडलेले दोरखंड—वादळाने गलबताचं शिड टराटरा फाडावं तसा दशा झालेला तो जाधवांचा गोट—एखाद्या जुनाट पिंपळवृक्षासारखा सावली देणारा तो लखोजीराव जाधवराव नावाचा पराक्रमी वृद्ध पिता—एकाएकी त्यांच्या माथ्यावर येऊन कोसळलेली ती दुष्ट कारस्थानी विद्युल्लता—त्या निर्घृण तडाख्यामुळे धडापासून बाजूला तुटून पडलेलं त्यांचे ते शिर, रानातलं उभं पीक कापावं, तसे आमच्या कुटुंबातले कत्तल झालेले ते आमचे रक्तानात्याचे जिवलग—अशी दुःखगंगा आणि ओलसर भीतीचे कंप—हे कळीकाळा जाऊ कुठे? दुष्ट वेताळांनो! धावू कुठे? अशी आमची अवस्था झालेली. एकीकडे माथ्यावरचं आभाळ फाटलेलं—अन् दुसरीकडे धरणी पोटात घ्यायला तयार नाही. त्यात पोटाच्या पाळण्यात वाढणारा फक्त दोन महिन्यांचा मांसाचा गोळा—आप्तस्वकीयांच्या मृत्यूच्या अशा जीवघेण्या ठेचा सोसत खरंच एका गर्भारशी स्त्रीनं जायचं होतं तरी कोणत्या दिशाकोनात? शेवटी मीही एक स्त्रीच होते—आमच्या अंगातला सारा धीर, श्वास, नव्हे तर रक्तमांसही असं वितळून चाललं होतं—कायेतली हाडं—पासोळ्या तुटून चालल्या होत्या—तेव्हा दुःखाच्या लाटेवरून जगबुडीचा अनुभव घेत या दुनियेचा निरोप घेण्याच्या बेतातच होतो आम्ही—मात्र, अखेरच्या क्षणी आमच्या पाठीवरून फिरणारे ते मायेचे हात—ओळख पटली त्या उबदार स्पर्शाची. लक्षात आलं—आमचे दोन्ही बंधुराज आमच्या पाठीवरून मायेचा, धीराचा हात फिरवताहेत. जिऊ ऽऽ तू ह्या काळदरीच्या पोटात बुडून न जाता जीवनाचा काठ पकड. दुःखाच्या गंगेला बांध घालून स्वतःसोबत पोटातल्या बाळराजाला जपायची हिंमत दाखव. तेव्हा आमचं सर्वांग थरारलं. केवळ त्या स्पर्शानेच आम्हाला शिवबा, तुमच्यासह तारलं हो! खूप उशिरानं आमच्या लक्षात आलं—आमच्या कपाळीचं कुंकूच हळूच पाठीवरून हात फिरवित होतं.

भावांचं रूप घेऊन आम्हाला सावरून गेलं होतं.''

''वा ऽ आऊसाहेब, आपल्या मुखातून आमच्या युगप्रवर्तक आबासाहेबांची आपण नव्याने ओळख करून दिलीत. धन्य वाटलं आज आम्हाला.''

''बाळराजे ऽ आम्ही इतकंच सांगू, शहाजीराजे हे फक्त जिजाऊंचे पती नसून ते आमच्या वाट्याला आलेले परमेश्वराचे अंशच आहेत. त्यांची योग्यता आणि त्यांचा त्याग ह्याची पूर्ण जाणीव आमच्या सर्वस्वाला आहे. मूळ रामायणातल्या राम-सीतेने वनवासात जरूर चौदा वर्षं कंठली होती; पण सुख-दुःखात रोज एकत्र नांदण्याचं भाग्य तेव्हा त्यांना लाभलं होतं. आमच्या बाबतीत विचाराल तर मावळातली बुडती अयोध्या सांभाळण्यासाठी ह्या सीतेला आपल्या घरधन्याला सोडून जन्मभर दुराव्याच्या वनवासाची भयंकर शिक्षा भोगावी लागली. आमच्या तकदीरामध्ये जे काही भोग वाट्याला यायचे ते आले. आम्ही सोसले. तरीही ह्या जीवघेण्या ताटातुटीच्या पार्श्वभूमीवर आम्ही मात्र एक साक्ष जरूर देऊ. पुराणातल्या एखाद्या देवतेच्या वाट्यालासुद्धा असा प्राणपती लाभला नसेल, या गोष्टीचा आम्हाला सार्थ आभिमान वाटतो.''

''आऊसाहेब, चिंता नसावी. तुमच्या मुखातल्या शब्दांनी आम्हाला आता जगण्याची संजीवनी दिली; पण हे महामाते, आता आमच्यावर एकच कृपा करावी, आपण अन्नप्राशन करावं.''

''पण राजे?''

''आम्ही या क्षणी इतकंच सांगू, आमच्या माता-पित्यांच्या पुण्याईचा पूर इतका मोठा आहे की—आपण चिंताच बाळगू नये—नफा-नुकसान, दंड किंवा भुर्दंड जे असेल ते पुढे बघता येईल; मात्र आमच्या मातोश्रींच्या कपाळीच्या कुंकवाचा दिमाख कणभरही कमी होता कामा नये!''

शेवटी शिवरायांच्या संत्रस्त विचारांनी त्यांच्या धैर्यावर मात केली. काय वाटेल ते करून पितृदेवतेचे रक्षण करायलाच हवे होते. त्यापुढे अशा चार-सहा किल्ल्यांची त्यांना पर्वा राहिली नव्हती.

त्या दिवशी सायंकाळच्या पूजेला उशीर झाला होता. मोठ्या देवघरात उपाध्याय आणि शागिर्द, सेवक सईबाईंची बराच वेळ प्रतीक्षा करत होते. महामाता आणि श्रेष्ठ पुत्र यांच्यातील संवादाला सौख्याची धार आल्याचे सईबाईंनी समक्ष अनुभवले. जिजाऊसाहेबांच्या मुखातून आपले राजघराणे आणि शिवरायांसारखे पतिदेव कोणत्या भयसंकटातून, त्यागातून, भोगातून कसे पार झाले, एखाद्या तोफेतून सुटलेल्या जळत्या गोळ्याच्या तडाख्याने एखादे हरीण भाजून निघावे त्याप्रमाणे देवाने आणि दैवाने आपल्या राजकुटुंबाची पुनःपुन्हा कशी परीक्षा बघितली आहे, याचाही त्यांना

पडताळा आला.

आपण स्वत: आज रात्रीची पूजा पार पाडणार असल्याचा निरोप देवघराकडे सईबाई राणीसाहेबांनी पाठवला. त्या झपाट्याने आपल्या राजमंदिरातील देवघरात पोचल्या. भोसलेकुळास आधार देणाऱ्या श्री शंकराची आणि तुळजाभवानीची यथासांग पूजा सईबाईंनी पार पाडली.

बऱ्याच उशिराने सईबाई देवघरातून बाहेर पडल्या, तेव्हा एका नवचैतन्याचा वारा आपल्या सभोवती घोंगावतो आहे, कसला तरी सुगंधी, श्रेयस्कर कृपाप्रसादच देवघरात लाभल्याचे त्यांना आतून वाटू लागले.

तसा निर्णय आधीच झाला होता. उद्या पहाटे समझोत्याचे निशाण घेऊन घोडी विजापूरच्या दिशेने उधळणार होती. भोसल्यांच्या ताब्यातील दोन्ही किल्ल्यांच्या चाव्या सुलतान आदिलशहाच्या दरबारात दोन-तीन दिवसांतच पोचणार होत्या.

शयनगृहाकडे गडबडीने चालत येणाऱ्या सईबाईंकडे राजांनी चमकून पाहिले. सईबाईंच्या मुखावरचे हास्य तबकातल्या जास्वंदीच्या ताज्या फुलांपेक्षा अधिक टवटवीत आणि चमकदार होते. सईबाईंनी राजांकडे हसून पाहत विचारले, "का हो राजे, म्हटलं जगामध्ये काय तो आदिलशहाच दांडगेश्वर आहे का?"

"म्हणजे?"

"जरूर शोध घ्यावा स्वारींनी. त्या आदिलशहाची घबराहट उडवणारी एखादी 'महादांडगेश्वर' अशी सत्ता किंवा शक्ती असेलच की कुठेतरी ह्या पृथ्वीच्या पोटात?"

"म्हणजे कशी?"

"समजा राजे, उद्या दिल्लीकरांच्याच चढ्या फौजा विजापूरच्या वेशीवर नेऊन आपण खड्या करू शकलो तर? मोगलांच्या त्या महामुरापुढे तो कुठं जाणार आहे?"

सईबाई राणीसाहेबांच्या मुखातला तो अपूर्व सल्ला ऐकताच जिजाऊ आणि शिवराय दोघेही चमकले. त्या दोघांनीही एकदुसऱ्यांच्या डोळ्यांत औत्सुक्याने पाहिले. एक अजब राजकीय हत्यार सापडल्याची त्यांना खात्री झाली. मसलतीच्या डेऱ्यात बसणाऱ्या राजकीय पंडितांनाही जे सुचणार नाही त्यापेक्षा खूप काही सईबाई सहजपणे सुचवून गेल्या. राजे हसून बोलले, "माँसाहेब, आपल्या सूनबाई भलत्याच कुशाग्र बुद्धीच्या निघाल्या."

"आमच्या सूनबाईंनी दाखवलेला मार्ग इतका बिनचूक आहे म्हणून सांगू!" जिजाऊ उत्साहाने बोलल्या, "खरंच बाळराजे, उद्या त्या दिल्लीकरामध्ये आणि आमच्यामध्ये काहीतरी राजकारण शिजतं आहे अशा बाजारगप्पा जरी बाहेर उठल्या, तरी तिकडे विजापूरकरांची बोबडी वळेल."

रात्री राजगडाभोवती फिरूनफिरून घोंगावणारे चक्रीवादळ आता शांत झाले होते. भोसल्यांच्या ताब्यातले दोन्ही किल्ले वैऱ्याच्या हाती लगेच सुपूर्द करावेत असे ठरले होते; पण आता लाडक्या सूनबाईंच्या सहज सल्ल्याने वाऱ्याची दिशाच बदलून टाकली होती.

शिवरायांचे पाणीदार नेत्र विलक्षण चमकले. राजांचे हरखून गेलेले मुख बघून सईबाईंचे हृदय सुखाने भरून आले. शिवराय तसेच तिथून घाईने सदरेवर निघून गेले.

त्याच उत्तररात्री रघुनाथपंत पंडित आपल्या कारकुनी लव्याजम्यासह गडावरून बाहेर पडले होते. त्यांच्या दिमतीला चपळ आणि मोठ्या मजला मारणाऱ्या रांगड्या घोड्यांचे पथक होते. त्या सर्वांना टाकोटाक गुजरात गाठायचे होते. त्या ठिकाणी दिल्लीकर शहाजहानचा शहजादा मुरादबक्ष सुभेदार म्हणून काम करत होता. त्याच्याकडे पातशहाला देण्यासाठी राजांनी तातडीचा खलिता पाठवला होता. शिवाय दुसरे एक पथक दुपारी थेट त्याच खलित्याची दुसरी प्रत घेऊन आग्राकडे रवाना होणार होते.

लाडक्या सूनबाईंनी सुचवलेली रानऔषधी जालीमच ठरणार होती. स्वराज्यावर उद्‌भवलेला दुर्धर आजार समूळ नष्ट करण्याची ताकद त्यात असल्याची शिवरायांना खात्री झाली. शिवाय 'आवश्यकता भासल्यास आदिलशहाच्या विरोधात आपण मोगलांची मनसबदारी स्वीकारायला तयार असल्याचे' मधाचे बोट शिवरायांनी मोगली सत्तेला लावले होतेच. तशा अर्थाचा गुप्त खलिताही आग्र्याच्या महालाकडे रवाना झाला होता.

त्याच दरम्यान एके दिवशी शहाजहान पातशहाचा एक मोहरबंद खलिता विजापूरच्या सात मंजिलमध्ये पोचला. बड्या बेगमेने लगेचच त्याचे वजिरांसमवेत वाचन करून घेतले. मजकूर जाणून घेतला. पुन्हा बड्या बेगम त्याच पावली बीमार मोहम्मदशहाच्या दालनात जाऊन दाखल झाल्या. पातशहाचा तो मजकूर आदिलशहाला वाचून दाखवला गेला– ''माहुली सुलूख के नुसार हमनें राजा शहाजीको बिजापूरके हाथोंमें एक दोस्त के भांती सौंप दिया था। सुना है आजकल आप दोनोमें कुछ बेबनाव पैदा हुवा है। शहाजीराजाला आपण एक राजबंदी बनवून गजाआड डांबल्याच्या खबराही आम्हाकडे पोचल्या आहेत. तुम्हा दोघांच्या आपसी झगड्यामध्ये आम्हाला काही दिलचस्पी नाही. लेकिन करार के मुताबिक शहाजीके सेहतका खयाल रखनेकी और उनके जानकी कानूनी जिम्मेदारी आपकीही बनती है। खैर, आमच्या दखखनमधील दोन्ही दोस्तांच्या तबियतीसाठी आम्ही रोज अल्लातालाकडे दुवा माँगतो.''

दिल्लीकर पातशहाच्या त्या राजकीय घुसखोरीमुळे बडी बेगम मनातून खूप चरफडत होती. आपल्या शोहरसमोर तो कागद पेश करण्यापूर्वी तिने ते शब्द

अनेकदा वाचले होते, ऐकले होते. त्या शब्दांच्या पोटातला तिखट दाह बेगमसाहेबांना खूप बेचैन करून सोडत होता; मात्र आता त्यांचे संपूर्ण लक्ष आदिलशहाच्या प्रतिक्रियेकडे लागले होते. खोकल्याची एक मोठी ढास येऊन गेल्यावर मोहम्मदशहा बोलला, "ऐसा करें, हमारे साथीयों और सरदारोंको एक खास बात बता देना। अभी आबोहवा ठीक नही। ठंडे दिमागसे आगे चलना। उस शहाजीराजाकी तकदीर और ताकदभी बडी है।"

आग्रा-दिल्लीपासून राजगड ते विजापूर ते पुन्हा गुजरातमध्ये ठाणबंद असलेल्या शहजादा मुरादबक्षपर्यंत जलदीच्या हालचाली घडत होत्या. मुत्सद्देगिरीचे वारू चौखूर उधळत होते. त्या साऱ्या प्रकारात आदिलशाही मुत्सद्द्यांचे तोंड फुटले होते; मात्र हाबी गेले, हूबी गेले किमान धुपाटणे तरी वाचावे यासाठी त्यांनी खटपट चालवली होती.

प्राप्त परिस्थितीत समझोता करावाच लागला.

शहाजीराजांच्या सुटकेच्या बदल्यात आदिलशहाने शिवरायांकडे बंगरूळजवळच्या कंदरपीच्या किल्ल्याची आणि पुण्याजवळच्या कोंडाण्याची मागणी केली. ते दोन्ही किल्ले जड अंत:करणाने तूर्तास वैऱ्याच्या ताब्यात देण्याइतका समझोता दाखवणे भाग पडले. ज्यामुळे अंती शहाजीराजांच्या माथ्यावर कोसळलेला संकटांचा पहाड दूर झाला; परंतु जिजाऊंच्या लाडक्या सूनबाई सईबाई राणीसाहेबांच्या कुशाग्र बुद्धीमुळे पुढचा प्रसंग टळला होता. फक्त दोन किल्ल्यांच्या बदली चरफडत राहणे आणि मूग गिळून चूप बसणे विजापुरी मुत्सद्द्यांच्या नशिबी आले होते.

◆

जावळीवर हमला

१६५५

अलीकडे जिजाऊसाहेब खूप हळव्या बनल्या होत्या. त्यांनी शिवरायांना सक्त ताकीदच केली होती, "गडावरून कुठेही बाहेर पडताना आम्हाला सांगितल्याशिवाय शिवबा आपण अजिबात बाहेर जाऊ नये."

"माँसाहेब, आपल्यासारख्या पोलादी स्त्रीनं असा मनाचा दुर्बलपणा दाखवून कसं चालेल?"

"बाळराजे, चिंतेची कसर आम्हाला हैराण करून सोडतेय. शिवबा, किती एकटे पडला आहात तुम्ही! आता ना तुमच्या आगे कोणी राहिलं, ना कोणी पाठीमागे उरलं. आमचा शंभूबाळांसारखा सोन्याचा तुकडा दक्षिणेत हकनाक गेला होऽऽ"

थोरले बंधू संभाजीराजांच्या मृत्यूची ती अतिशय धक्कादायक खबर गडावर आली आणि त्या परिसरातले चैतन्यच लोपल्यासारखे झाले. तिकडे दक्षिणेत कनकगिरीचा पाळेगार आप्पाखानाने बंडावा माजवला होता. त्याचे बंड शमविण्यासाठी आदिलशाही दरबारामार्फत शहाजीराजांनी चिरंजीव संभाजींना तिकडे धाडले होते. तिथल्या किल्ल्याभोवती वेढा पडला होता, तेव्हा अचानक एके दिवशी किल्ल्याच्या तटावरून एक तोफगोळा आला आणि युवराज संभाजीराजांचा प्राण घेऊन गेला.

त्या बातमीने जिजाऊ अतिशय दुःखीकष्टी बनल्या होत्या. एक तर खूपच कोवळ्या वयात शंभूबाळांना मोहिमेचे धडे गिरवण्यासाठी पित्याबरोबर बाहेर पडावे लागले. त्यामुळे म्हणावा असा त्यांचा सहवास कधीच न लाभल्याचे दुःख जिजाऊंना होतेच. अन् आता अवघ्या बत्तिसाव्या वर्षी त्यांनी हे जग सोडून जाण्याचे दुःख खूपच कातिल होते. जिजाऊंसारख्या राजस्त्रीसाठी दुःखाच्या दऱ्या आणि संकटांच्या सावल्या ह्या तर जीवनभरासाठी त्यांच्या जवळच्या मैत्रिणीच बनल्या होत्या.

त्यांची ती शोचनीय अवस्था बघून सईबाई त्यांना अनेकदा सांगायच्या, "माँसाहेब, आवरा हो स्वतःला. किती दुःख कराल?"

"सूनबाई, कसं विसरू हो मी आमच्या तेजस्वी युवराजाला? पोराची उमर फक्त तेरा होती, तेव्हा त्याने जुन्नरचा कोट लढवताना दुश्मनाचे तीनतेरा वाजवले होते. त्या दिल्लीकर शाहिस्तेखानाशी आमच्या कोवळ्या लेकराने चिवट झुंज दिली होती. शाहिस्त्याला काही महिने संगमनेरात घुसू दिला नव्हता."

संभाजीराजांचे निधन केवळ अपघाताने झाले, असे अनेक जण सांगत; मात्र त्याच वेळी शंभूराजांनी अलीकडेच बंगरूळच्या बचावासाठी कसे जंग जंग पछाडले होते, विजापूरच्या फरहादखानाचे दात पाडून त्याला पुन्हा विजापुराकडे पळायला भाग पाडले होते ह्या खबराही सर्वांना माहीत होत्या. असा आपला शूर आणि अखंड सावध पुत्र अपघातात मृत्युमुखी कसा पडू शकतो, असा जिजाऊंना वारंवार प्रश्न पडत होता.

शेवटी त्या घटनेवर प्रकाश पडला. शहाजीराजांच्या दरबारातले मोठे पंडित जयराम पिंडे नुकतेच कर्नाटकातून पुण्यास येऊन गेले होते. त्यांच्याकडून खरीखुरी खबर जिजाऊंना ऐकायला मिळाली– "युवराज जेव्हा कनकगिरीवर चालून गेले, तेव्हा त्यांच्या सोबत अफझलखानाचीही फौज होती. त्यानेच कनकगिरीच्या कोटाच्या बाहेरच्या पायथ्याला शंभूराजांना चक्री सुरुंगाच्या वाती पेरायला भाग पाडलं होतं;

परंतु दुर्दैवानं आधी नियोजन केल्याप्रमाणे अफझुल्याची कुमक काही वेळेत त्यांच्या मदतीला धावली नाही.''

"म्हणजे त्यांनीच जाणूनबुजून घात केला तर?''

"यापेक्षाही खूप गंभीर गोष्टी आमच्या कानावर आल्या आहेत.''

"कोणत्या हो?'' जिजाऊंनी विचारले.

"त्या पाताळयंत्री अफझलखानाने डाव खेळला होता. त्या पाळेगार गुंड आप्पाखानाला असा गुप्त पैगाम धाडला होता की, मी तुझी शिकार तुझ्या किल्ल्याच्या तटाच्या तोंडाशी अचूक आणून सोडतोय. ताबडतोब तिचा घास घेऊन रिकामा हो.''

त्या साऱ्या गोष्टीचा उलगडा झाल्यावर जिजाऊसाहेबांचे आईचे काळीज खूप रडले. आपल्या वडीलबंधूंच्या आठवणीने शिवरायांचेही मन गलबलायचे. त्यांची संभाजीराजांशी तुंगभद्रेच्या काठी त्या ओल्या सकाळी झालेली शेवटची भेट त्यांना आठवायची. किती जीव होता त्यांचा शिवबावर. त्या नदीत निरोप देताना संभाजीराजांनी आपल्या धाकट्या बंधूला सांगून टाकले होते, "शिवबा, तुला कोणत्याही संकटाचा फक्त सुगावा लागला तरी आमच्याकडे नुसता सांगावा पाठवून दे. मग पाहा आख्खी दख्खन घेऊन आम्ही धावून येऊ सह्याद्रीत तुमच्या मदतीला.''

आपल्या वडीलबंधूचा तो लळा आणि जिव्हाळा फक्त आठवला तरी शिवरायांचे मन कातर होऊन जायचे.

ज्याच्या खांद्याला खांदा लावून काही योजने प्रवास करायची अपेक्षा केली होती, तोच इसम आपल्या उपकारकर्त्यावर उलटला आणि त्याने जाणीवपूर्वक आपल्या वाटेत सराटे पेरायला सुरुवात केली, तर काय म्हणायचे?

मुसे खोऱ्यातील एक गरीब विधवा केव्हाची सदरेवर येऊन कोपऱ्यात बसली होती. आठ दिवसांमागे जेव्हा ती प्रथम इकडे आली होती, तेव्हाच राजांनी हा विषय नेताजी पालकरांकडे सोपवला होता. विषय तसा नाजूक होता. एकीकडे एका दुर्बळ स्त्रीचे रक्षण केले म्हणून रांझ्याच्या पाटलाचे प्रकरण सर्वत्र गाजले होते. शिवरायांचे अपार कौतुक झाले होते. याच्या उलट आज आपल्या राज्यातील एका गावकुलकर्ण्याने आपली पातळी सोडावी, व्यसनाधीन बनून एका गरीब विधवेशी शिंदळकी करावी, तिची अब्रू लुटून पसार व्हावे, हा सारा घृणास्पद प्रकार ऐकून राजांच्या अंगाचा नुसता तिळपापड झाला होता. त्यांनी संतापाने नेताजींना विचारले, "आपल्या सरकारात नोकरी करणारा भ्रष्ट महाभाग आहे तरी कोण?''

"रंगो त्रिमल वाकडे असं त्या मूर्खाचं नाव.''

"आमचे चाकर, मंत्री आणि राज्यसेवक अशा निंद्य शिंदळकीत अडकत राहिले, तर रयतेनं पाहायचं तरी कोणाच्या तोंडाकडं?''

"राजे, आम्ही तर त्याला पकडायचे जंग जंग प्रयत्न केले; पण राजे ऽ दुर्दैवानं तो हाताशी लागत नाही!" नेताजींनी मान खाली घातली.

"जाईलच कुठे तो? जमिनीत लपेल की आभाळात घुसेल?"

"माफी करावी राजे. तो भ्याड जावळीच्या मुलखात पळून गेलाय. त्याला धरून आणण्यासाठी आमचे स्वारसुद्धा तिकडे जाऊन धडकले होते; पण ते गेले तसे हात हलवत माघारा वळले."

"कारण?"

"ते जावळीकर मोरे त्याला आपल्या ताब्यात द्यायला अजिबात तयार नाहीत."

"म्हणजे?" राजांनी संतापून विचारले.

एकूणच आज सदरेवर गडबड उडाली होती. दिसागणिक जावळीकर नवे चंद्रराव तथा यशवंतराव मोरे यांच्याबद्दल तक्रारीच तक्रारी येत होत्या. तो माजल्या उंदरासारखा कोणाला जुमानत नव्हता.

मोऱ्यांच्या त्या बेबनावामुळे राजे आधीच बेचैन होते. मावळातल्या अनेक देशमुखांना आणि देशपांड्यांना शिवरायांच्या विरोधात चिथावणी द्यायचा उद्योग त्यांनी मोठ्या प्रमाणावर सुरू ठेवला होता. थोड्याच वेळात जिजाऊसाहेब सदरेवर आल्या. सर्वांनी त्यांना मुजरा घातला. राजे वैतागाने बोलले, "बघितलंत माँसाहेब, हेच ते यशवंतराव! आता आपल्या हिंदवी स्वराज्याविरुद्ध बंडाळीची भाषा करताहेत."

"कोण, मोरे का?"

"हो तेच. सहा-सात वर्षांमागे जावळीची जहागीर मिळावी म्हणून माणकुबाईंचा पदर धरत, मुजरा घालत, याच सदरेवर गरीब गाईसारखे किती दिवस खडे होते; पण एवढ्यात त्या गाईला उर्मट बैलांसारखी ही अशी शिंगं का फुटावीत?"

"राजे, वेळेत ताकीद द्या त्यांना!" जिजाऊ गंभीरपणे म्हणाल्या.

"ताकीद कसली आऊसाहेब, दोन-तीन फर्मानंही धाडली त्यांना; पण त्यांची ती भाषा किती दर्पोक्तीची, बेमुर्वतखोरीची. परवाच आपल्या नेताजींच्या पत्राला त्यांनी कोणता नमुनेदार जबाब दिला, नेताजी आपणच सांगा!"

"ते यशवंतराव मोरे जीभ टाळ्याला लावल्यासारखेच अद्वातद्वा बोलत होते," नेताजी सांगू लागले, "म्हणे —सांगा त्या शहाजी भोसल्यांच्या चिरंजीवाला ऽ जावळीच्या राजगादीवर मोऱ्यांची आठवी पिढी राज्य करत आहे. आमचे सोयरसंबंध थेट चंद्रगुप्त मौर्य यांच्याशी लागतात."

जिजाऊंची चर्या उद्वेगाने माखली. त्या सात्त्विक संतापाने गरजल्या, "विसरलेत का ते दिवस यशवंतराव, जेव्हा माणकुबाई मोरेंना घेऊन राजगडावर येऊन ते अक्षरश: रडायचे? तेव्हा त्यांचं दत्तकविधान पार पाडावं, म्हणून आम्ही स्वारशिपाई धाडले. संरक्षणात जावळीच्या गादीवर बसवलं आणि आज ते आमच्यावरच

सापासारखे उलटतात? हा तर कृतघ्नपणाचा कळस आहे.''

"पण माँसाहेब, आजकाल ह्या जुलमी मोरे बंधूंची मजल कुठवर गेली आहे, आहे माहीत?''

"सांगा!''

"हे मोरे अलीकडे थेट विजापूरच्या आदिलशाही दरबारात जाऊन कागाळ्या करतात! 'शिवाजीने बळकावलेले आदिलशाही किल्ले झडप घालून पुन्हा आपल्या ताब्यात घ्यावेत. स्वराज्याच्या मुलखावर जप्त्या आणाव्यात. धाडी घालाव्यात.' अशा फूत्कार टाकू लागल्या आहेत त्यांच्या दुष्ट जिभा.''

"त्या वाईच्या सुभेदाराचा तबादला झाल्याची खबर खरी आहे का हो?''सईबाईंनी विचारले.

"हो, तो अफझलखान नव्हे? त्याला विजापूरकरांनी वाईहून दक्षिणेत कनकगिरीला पाठवलंय.'' शिवराय सांगू लागले, "वस्तुत: हा यशवंतराव मोरे तितका वाईट मनुष्य नव्हता; पण तो ह्याच अफझलखानाच्या नादाला लागला आणि जावळीचं हे सोंग आता अर्ध्या हळकुंडाने पिवळं झाल्यासारखं नाचू लागलंय.''

"त्या अफझलखानाची पीडा दक्षिणेत गेलीय, तोवर राजे डाव साधा!''

"कोणता?''

"जावळीचं हे दुखणं कायमचं मिटवायचा!'' सईबाईंनी शांत धिम्या स्वरात राजांना नेमका सल्ला दिला.

"बघितलंत का माँसाहेब! तुमच्या सूनबाई किती हुशार आहेत ते?'' कान्होजी जेधे झकास हसत बोलले, "चुलीवरच्या कोरड्यासाला हळूच फोडणी कशी द्यावी, हे बरोबर कळतं बरं तुमच्या सुनेला.''

जेधेंच्या त्या बोलावर बैठकीतील सर्वांनाच हसू फुटले.

रोहिडे खोऱ्यातील पळसुलीचे गावकरी तक्रार घेऊन सदरेवर आले होते. पाचगणीजवळील चिखली गावचा रामाजी वाडकर हा घरंदाज शेतकरी. त्याचे आणि यशवंतराव मोरेंचे पूर्वी कशावरून तरी बिनसले होते. त्याचा वचपा म्हणून एक दिवस यशवंतराव आपल्या सोबत धारकऱ्यांचे पथक घेऊन चिखलीत घुसला. त्या दिवशी गावच्या ग्रामदैवताची यात्रा होती. गावात पैपाहुणे, कुस्तिगीर अशी यात्रेकरूंची मोठी गर्दी होती; पण तिथे जमलेल्या गावकऱ्यांची पर्वा न करता मोरेंचे लोक रामाजी वाडकरावर तुटून पडले. गावासमोरच त्यांनी तलवारीच्या आणि कुऱ्हाडीच्या घावांनी त्याच्या शरीराची खांडोळी केली गेली. वाटमारीच्या बोकडाचे रस्त्यात वाटे घालावेत तसाच तो घृणास्पद प्रकार घडला.

यशवंतरावचे वाडकरावरील सूडचक्र तेवढ्यावरच थांबले नव्हते.

एके दिवशी भयभीत झालेले वाडकरांचे सारे नातेवाईक आणि गावकरी राजगडच्या सदरेवर पोचले. "राजे, न्याव करा हो! आम्हा गरिबांना जगू दे तरी नाय तर मरू द्या होऽऽ" असा हंबरडा त्या सर्वांनी राजांकडे फोडला होता.

"काय झालं काय मंडळी?"

"रामाजीला मोऱ्यांनी त्यांच्याच गावच्या भरजत्रेत घुसून खापललाच होता. आता त्याच्या एकुलत्या एका लेकराचीबी वाट लावली हो राजे!"

"का? घडलं तरी काय?"

"रामाजीचं ते गरीब लेकरू जिवाला घाबरून लांब तिकडं रोहिडा खोऱ्यात पळसुलीला जाऊन राहिलं होतं."

"बरं मग?"

"हे जावळीचे दुष्ट राक्षस तिकडंबी पोचले. तिथं जाऊन त्या रामाजीच्या मुलाला त्यांनी चिखलात तुडवूनतुडवून ठार मारला. आता त्याच्या लेकरांनी कुठं जावं?" नातेवाइकांनी एकच आकांत मांडला.

"अहो, पण रोहिडा खोरा कुठे येतो मोऱ्यांच्या हद्दीमध्ये?"

"तीच तर तक्रार आहे राजं. मोऱ्यांच्या जुलमाला आता हद्दच राहिली नाय बघा. राजं ऽऽ आपल्या गरीब प्रजेला तुमाशिवाय कोणाचा आसरा हाय?"

सदरेवर गावकऱ्यांनी चालवलेला आकांत खूप हृदयद्रावक होता. शिवराय खूप व्यथित झाले होते. पुरंदरावर मुसेखान आणि फत्तेखान चालून आले होते. तेव्हा त्या विजापुरी दैत्यांशी झुंज देताना राजांना काही वाटले नव्हते; परंतु आपल्याच दौलतीच्या शेजारी आणि आपल्याच सह्याद्रीच्या कुशीत आपसात कट्यारी चालविण्याचा प्रसंग निर्माण व्हावा, याची त्यांना खूप टोचणी लागली होती. माँसाहेब जिजाऊ गंभीर सुरात बोलल्या, "मोऱ्यांना निसर्गाने दिलेला हात आणि सह्याद्रीच्या दऱ्याखोऱ्यांची साथ यामुळेच त्यांचं माजुर्डेपण वाढलंय ना राजे?"

"हो, आणि त्यापेक्षाही त्यांच्याकडे दहा-बारा हजारांचं उत्तम घोडदळ आहे. शस्त्रं आहेत. हणुमंतरावसारखा हुशार भाऊ आणि दोन उमदे चिरंजीवसुद्धा आहेत."

"बरा विषय काढलात राजे." जिजाऊ गंभीर होत बोलल्या, "कोणा त्रयस्थामार्फत आपण हणुमंतरावांनाच का भेटत नाही?"

"हणुमंतराव वेगळे राहतात. वर जावळीत नव्हे, पलीकडे चतुर्बेटात; पण जावळीचे दिवाण तेच. मोठा हुशार मनुष्य. तगडा विचारवंत. म्हणून तर त्यांना 'विचारे' असंही नाव पडलंय."

"आम्ही तेच तर सांगतो, त्यांना एकट्याला गाठून आपल्या स्वराज्य उभारणीच्या नादी लावता आलं तर?"

जिजाऊसाहेबांकडे पाहत कसनुसं हसत राजे बोलले, "हे यशवंतराव, हणुमंतराव

आणि प्रतापराव एकमेकांना खूप जीव लावतात. दिवाण हणुमंतराव तर यशवंतरावांचे पक्के अंधभक्त आहेत. त्यामुळे इथं भाऊबंदकीच्या भेदनीतीचं शस्त्र पूर्ण कुचकामी ठरेल.''

''पाहा बाई, सांगतात नव्हे, शेजार मत्सराचा नसावा.''

''मोऱ्यांसारखा जुलमी पडोसी म्हणजे भूसुरुंगच! कधी अचानक त्याचा स्फोट होऊन सर्वांच्या जन्माचं नुकसान करतील ते समजायचंही नाही.'' कारभारी रघुनाथ सबनीस बोलले.

जावळीच्या चढाईसाठी वेळ नामी होती. गेले काही महिने विजापुरात मोहम्मद आदिलशाह खूप बीमार होता. बड्या बेगमेसह सारे जण त्यांच्या व्यवस्थेत बुडले होते. अशा वेळी आपण जावळीवर चालून गेलो, तर मोऱ्यांना विजापूरची मदत मिळणे तूर्तास तरी शक्य नव्हते. आक्रमणाची हीच वेळ होती.

जावळीच्या आपल्या हशमगडावरील महालात चंद्रराव तथा यशवंतराव मोरे दुपारी सदरेवर लोडाला टेकून बसले होते. आपल्या लिंबासारख्या पिवळ्या दिसणाऱ्या चेहऱ्यावर झुपकेदार मिशीला पीळ भरत होते. महालाच्या खिडकीतून दूरवरचा निसणीच्या घाटाचा खोल उतार दिसत होता. दुपारी काही शेतकरी आणि सैनिक समोर फडावर येऊन बसले होते.

आपल्याच मस्तीत लोळणाऱ्या यशवंतरावांच्या कानावर कुठूनतरी 'शिवाजी' हा शब्द पडला. तसे त्यांचे डोळे एकदम वटारले गेले. समोर मधले बंधू आणि जावळीचे दिवाण हणुमंतराव उभे होते. त्यांच्या हातातला खलित्याचा कागद थरथरत होता. मजकूर उद्रेकी होता. न वाचून चालणारही नव्हते. तरीही हणुमंतराव आपल्या बंधूकडे पाहत थोडे चिरक्या आवाजातच बोलले, ''दादाराजे, दादाराजे— खरं तर शिवाजींना असा कडू मजकूर लिहायचं काही कारण नव्हतं.''

''अरे कोण शिवाजी? तो भोसले?''

''हो.''

''ते काय शिकवायला निघाले आम्हाला? अन् हणुमंता, तू असा थरथरतोयस रे कशाला? जे लिहिलं असेल ते वाचून रिकामा हो.''

''ते—ते कळवतात—यशवंतराव, याआधी आपण आमच्या सदरेवर दत्तकाच्या नडी वेळी नाक घासत आला होतात. त्या समयी झालेल्या गोष्टींप्रमाणे आपण आपल्या मुलुखाचा जरूर उपभोग घ्यावा; पण दिल्या शब्दाप्रमाणे आमच्या चाकरीस सिद्ध राहावं. अलीकडच्या तुमच्याबद्दलच्या वाढत्या तक्रारी आणि आपली बेमुर्वतखोरी यापुढे आम्हाकडून सहन केली जाणार नाही.''

''अरे वा रे वा! असं तो शिवा लिहितोय काय? बरं, पुढचा मजकूर वाचा,''

त्या पत्राची खिल्ली उडवत यशवंतरावांनी बैठीकीतल्या सर्वांकडे नजर टाकली. तसे बाकीचेही खुदूखुदू हसू लागले.

"निष्ठेने राहावे. असाच बदफैल चालू ठेवाल तर तुमच्या जावळीची धूळधाण करून, दंडाबेड्या घालून कैदी बनवून ओढून नेऊ तुम्हास!"

शिवरायांच्या पत्रातल्या त्या पुढच्या ओळी ऐकून यशवंतराव खूप मोठ्याने हसत सुटले. एखादा ढग गडगडावा तसे, अगदी यथेच्छ. तेव्हा तिथल्या बाकीच्या खुशमस्कऱ्यांनी आणि भोजनभाऊंनीही हास्याच्या फुलबाज्या उडवल्या. मध्येच दरडावून त्या सर्वांना शांत राहण्याचा इशारा देत यशवंतराव आपल्या दिवाण बंधूला सांगू लागले, "घे—तत्काळ कळव त्या शिवाजीला—तुम्ही आजकाल स्वत:ला राजे म्हणू लागलात; पण आपण खरेच कुठले राजे? दरबारातले की दशावताराच्या सोंगातले? बंद करा तुमच्या या वायफळ झांजा. अरे, तुम्ही कुठे राजे व्हायला निघालात? श्री महाबळेश्वराच्या कृपाछत्राने ह्या संपूर्ण कोकण प्रदेशाचे श्रेष्ठ नृप, आम्ही मोरेच आहोत."

तो पत्राचार वाढतच राहिला. चार दिवसांत शिवाजीराजांचा नवा खलिता आला, "असाच फंद चालू ठेवाल तर आम्ही स्वत: ससैन्य जावळीत घुसून तुम्हास कैद करू. ठार मारू." त्यावर यशवंतरावांनी त्यांना लगेच आपल्या नव्या खलित्याने ललकारले, "तुम्हाला आमच्याकडे यायचंच असेल तर मुहूर्त कसला पाहता? उद्या तरी कशाला येता? आजच या निघून. बघा म्हणावं, आमच्या जावळीच्या जंगलात घुसणाऱ्यांच्या अंगावरची चमडी कशी सोलटून निघते. अहो, ह्या अजिंक्य जावळीच्या जंगलातून तुमचा एकही मनुष्य माघारा जिवंत परतायचा नाही."

राजगडावरही मोठा गहजब माजला होता. शिवरायांचे सैन्य मोऱ्यांच्या सैन्याएवढेच मोठे होते; मात्र एकदा वैराची आग धडाधडा पेटू लागली की त्याच्या ज्वाळा कोणत्या दिशेने पेटत, पसरत राहतील याचा भरवसा नव्हता. उगाच एखाद्याने गाव जाळला म्हणून दुसऱ्याने बड्या नगराला आगी लावून देण्यात शहाणपण नव्हते. त्यामुळेच साम, दाम, दंड आणि भेद या सर्व नीतींचा वापर करणे महत्त्वाचे होते. शिवरायांसमोर वेगवेगळे मुद्दे मांडले जात होते. मसलती झडत होत्या. चर्चेवेळी जिजाऊसाहेब हळूच बोलल्या, "शिवबा, अहो त्या हणुमंतराव मोऱ्यांकडे दोन चांगल्या उपवर मुली आहेत म्हणे! देखण्या आणि हुशार!"

"हो, थोरली कन्या जयश्री म्हणजे लक्ष्मीबाई आणि धाकटी रूपमती."

"अगं बाई, त्यांची नावंही चांगली जिभेवर दिसतात राजांच्या," जिजाऊंनी हसून पाहिले. तशा बाजूला उभ्या असलेल्या सईबाईही लाजल्यासारख्या झाल्या.

"माँसाहेब, त्या मुली खूप रूपवान, गोड, गुणी आहेत हे खरं; पण त्या हणुमंतरावांच्या लेकी नव्हेत."

"तर मग?"

"थोरल्या चंद्ररावांच्याच म्हणजेच यशवंतरावांच्या. हणुमंतरावांना पोटी संतान नसल्याने त्या मुली त्यांच्या बालपणीच त्यांनी हट्टाने स्वत:कडे घेतल्या आहेत. वाढवल्या आहेत. आता त्यांचे थाटानं विवाह पार पाडण्याच्या खटपटीत आहेत हणुमंतराव."

"पाहावं—शिवबा, आपणही पंचविशीतच आहात. रेशमाचा धागा जुळला तर चांगलंच होईल. —दोन्हीही घराण्यांच्या हिताची गाठ पडेल. प्रगतीची वाट गवसेल." सोयरिकीचा चांगला मुद्दा जिजाऊसाहेबांनी सुचविला होता.

राजांनी जावळीच्या प्रदेशाची, तिथल्या माणसांची आणि साधनसामग्रीचीही बारकाईने चौकशी सुरू केली होती. रघुनाथ बल्लाळ सबनीस आणि संभाजी कावजी तिकडून गुप्तपणे फिरून आले होते. राजांचे अनेक हेरही पाखराने एकेक दाणा टिपावा तशी जावळी, महाबळेश्वर आणि पल्याडच्या कोकणपट्टी उताराची मिळेल ती माहिती जमवत होते. तसाच प्रसंग ओढवला तर झुंजण्यास उभे राहावे लागेल. त्या दृष्टीने त्यांनी लढाईचा कच्चा आराखडाही कागदावर तयार ठेवला होता. मोऱ्यांचे महाबळेश्वराजवळचे जोहरबेट, चतुर्बेट, शिवथर खोरे आणि मुख्यत: जावळीच्या खोऱ्यावर आक्रमण करायचे झाले तर काय करता येईल याचीही मसलत झडत होती.

राजगडावरून मोऱ्यांकडे सोयरिकीचा सांगावा गेला. एके दिवशी दुपारी लग्नसंबंधाच्या निमित्ताने संभाजी कावजींनी आणि रघुनाथ बल्लाळांनी जावळीच्या खोऱ्यात प्रवेश केला. संभाजींनी आणि रघुनाथांनी पंचवीस घोडेस्वार आणि शंभर सड्या मावळ्यांच्या जमाव सोबत ठेवला होता.

मोऱ्यांच्या राजवाड्याशेजारीच कचेरीचा महाल होता. तिथे बसून हणुमंतराव बहुतांश वेळा कारभार बघायचे. अनेकदा ते पलीकडच्या डोंगररांगांच्या पायथ्याला चतुर्बेटातही राहायचे. मुख्यत: त्यांच्या घोड्यांच्या बड्या पागा तिथेच होत्या. त्यांच्यासोबत त्यांच्या लाडक्या लेकी जयश्री आणि रूपमतीही असायच्या. राजवाड्यात यशवंतराव, त्यांच्या मातोश्री आणि वृद्ध माणकुआजी राहायच्या. शिवाय धाकटे काका प्रतापरावांचे वास्तव्यही तिथेच असायचे.

कन्या दाखवण्याचा रीतसर सोहळा नंतर पार पाडता येईल, त्याआधी सोयरिकीची दार्शनिक बोलणी पार पाडू, असे ठरले होते. हणुमंतराव शहाजीपुत्र शिवबांचा वकूब जाणून होते. मुलगा मोठा कर्तृत्ववान, चळवळ्या आणि दिसायला राजबिंडा असल्याचे त्यांना ठाऊक होते; पण त्याहीपेक्षा महत्त्वाची गोष्ट म्हणजे पाच-सात वर्षांमागे चंद्ररावांना जावळी मिळाली ती याच तरुण शिवाजी राजांमुळे, ही गोष्ट हणुमंतरावांना पक्की स्मरत होती. जिचा सोयीस्कर विसर चंद्ररावांना पडला होता.

संभाजी कावजी आणि रघुनाथराव या दोघांनी सदरेवर आताशी कुठे बोलणी करायला आरंभ केला असेल नसेल, तेवढ्यात कोणत्यातरी निमित्ताने तरुण जयश्री बैठकीत आली. तिचे आरसपानी सौंदर्य कोणालाही लुभावणारेच होते. बैठकीत पाहुणे मंडळी पाहून ती गोंधळली. तेव्हा हणुमंतरावांनी 'ही आमची जयश्री' असा तिचा परिचय करून दिला. तिला पाहुण्यांसाठी गूळ-पाणी आणायला सांगितले. लगेचच जयश्रीच्या देखरेखेखाली दोन सेवक गुळाचे खडे आणि चांदीच्या नक्षीदार प्याल्यातून पाणी घेऊन आले. तेव्हा, "मुली, ही राजगडावरून आलेली मंडळी बरं."

"अय्या! म्हणजे शिवाजीराजांकडून का?" जयश्रीने अचंबित होत विचारले.

"हो गं. ते तुझ्यासाठी सोयरिकीचा प्रस्ताव घेऊन आलेत." ते वाक्य जयश्रीच्या कानावर पडताच ती लाजून चूर झाली. अन् झटकन बाजूचे मखमली पडदे सरकवून वाऱ्याच्या झुळकीसारखी तिथून अदृश्य झाली.

बोलणी सुरू झाली त्यानंतर काही क्षणांपासूनच हणुमंतरावांची चर्या नाखूश दिसली. थोरले चंद्रराव तथा यशवंतराव हा आपला बंधू म्हणजे हणुमंतांचे एक बडे श्रद्धास्थानच. त्यांच्याबद्दल कोणी एखादा वाकडा शब्द उच्चारलेले त्यांना आवडायचे नाही. अन् इथे तर भोसल्यांकडून आलेल्या मंडळींनी त्यांचे उघड वाभाडे काढायला सुरुवात केली होती. रघुनाथराव बेधडकपणे बोलत होते, "आमच्या राजांना तुमचं वर्तन अजिबात पसंत नाही. जेव्हा जरूर पडली होती तेव्हा तुमचे यशवंतराव कसे नम्रपणाचा आव आणत आमच्या राजांसमोर रांगत आले होते. गोगलगाईचं सोंग काढून."

"अहो, काय बोलता?"

"खरं तेच सांगतोय. केल्या उपकाराची जाणीव मोऱ्यांच्या रक्तात राहिली नाहीच. उलट सत्ता मिळताच सदाचारावर बोळा फिरवता? थेट दुश्मनाला सामील होता?"

"तोंडाला येईल ते बोलू नका. काय पुरावा आहे तुमच्याकडे?" हणुमंतराव म्हणाले.

"विसरलात? काही महिन्यांमागं विजापूरकरांची दहा हजारांची फौज घेऊन त्यांचा सरदार बाजी श्यामराज चालून आला होता. त्याला आपले बंधू चंद्रराव साथ देत होते. इकडं पार घाटाजवळ जंगलात ते दोघे घुबडासारखे दबा धरून बसले होते. आमच्या शिवरायांशी दगाबाजी करून त्यांना संपविण्यासाठी—" रघुनाथ बल्लाळ म्हणाले.

"तेव्हा शिवाजीराजांनी रात्रीचाच छापा मारून तुम्हाला मोडून काढलं. असे तुम्ही मीठमाजोरी अन परधार्जिणे गद्दार!" संभाजी कावजी बोलले.

"खामोश ऽ कावजी, आपण आमच्या वडीलबंधूंबाबत एक अक्षरही अधिक उच्चारता कामा नये. आमच्या वाड्यात सोयरिकीसाठी आलात की साठमारीसाठी? चला, चालते व्हा इथून."

"हे बघा हणुमंतराव! तुम्हाला जगायची शेवटची संधी देतो—गरीब रयतेकडून जुलमाने केलेले दस्त, बनवलेली खोटी कागदपत्रं घेऊन तुम्हास तत्काळ दाखल व्हावं लागेल आमच्या राजांसमोर."

"तुम्हा भिकाऱ्यांच्या सदरेबिदरेवर यायला कोणाला आहे सवड?"

"तर मग व्हा मरणाला तयार," बोलत रघुनाथराव बैठकीतून रागाने उठले.

तोवर संभाजी कावजींनी म्यानातून आपल्या तलवारीचे पाते खसकन बाहेर काढले. आपल्याच महाली येऊन आपणावर कोणी शस्त्र उपसत आहे, ही कल्पनाच हणुमंतरावांना सहन झाली नाही. तेवढ्यात कावजी आतल्या बाजूस मोऱ्यांच्या दफ्तरखान्याकडे सरकताना दिसले, तशी हणुमंतरावांनी भिंतीवर अडकवलेली तलवार हाती घेतली. हणुमंत मोरे उत्तम तलवारबाज होते. संभाजी कावजींचे पाते त्यांना भिडले. संभाजी मात्र तलवारबाजीतला जादूगार होता. महालात जोरदार खणाखणी सुरू झाली. तसे बाहेरच्या पहाऱ्यावरचे मोऱ्यांचे काही तलवारबाज आत धावून आले.

अचानक तिथे संघर्षाचा भडका उडाला. रघुनाथराव आणि संभाजींबरोबरचे पंचवीस तलवारबाज तुटून पडले. बाकीच्या मोकळ्या मावळ्यांनी आपल्या हातच्या लाठ्या, काठ्या आणि भाल्यांनी दंगल माजवली. त्याबरोबर पलीकडच्या राजवाड्यात धोक्याची आवई गेली. तसा बुरुजावरचा चौघडा तिडीम तिडीम वाजू लागला.

आक्रमणाचा इशारा दिला गेला, तेव्हा हाकेच्या अंतरावरची मोऱ्यांच्या पागेतली घोडी सोडली गेली. मोऱ्यांचे स्वार धावत्या घोड्यांच्या पाठाणावर बसू लागले. संभाजी कावजींना अंदाज आला. बाजूच्या झाडीतून एका वेळी शेकडो घोड्यांच्या खुरांचा आवाज येऊ लागला. लढाईला तोंड फुटले.

बाजूच्या झाडापल्याडून पाण्याच्या लोंढ्यासारखे मोऱ्यांचे घोडदळ अंगावर कोसळत आहे याची त्या दोघांना जशी जाणीव झाली, तसे त्यांनी चालू चढाईतून अंग काढले. राजगडचे पंचवीसभर घोडेस्वार आपल्या जनावरांसह चोही बाजूंना उधळले. बाजूच्या जंगलात अदृश्य झाले. त्यांच्यापाठोपाठ सडे मावळेही दिसेनासे झाले.

जेव्हा राजवाड्यातील मंडळी तिथे धावत आली, तेव्हा त्यांना भोसल्यांकडचे दोन स्वार आणि एक सैनिक गतप्राण होऊन रक्ताच्या लोंढ्यात कोसळल्याचे दिसले. ते आणखी थोडे नजर पुढे टाकतात, तर मोऱ्यांचे बारा स्वार मृत्युमुखी पडले होते. अनेक जण रक्ताच्या थारोळ्यात असह्य वेदनांनी गडाबडा लोळत होते.

त्या रक्तगुलालाकडे यशवंतराव मोरे अवाक् होऊन पाहत होते. तेवढ्यात कोणत्यातरी जालीम शस्त्राच्या तीक्ष्ण घावाने धडापासून वेगळे झालेले हणुमंतरावांचे मुंडके जयश्रीने आणि रूपमतीने बघितले. संभाजी कावजीच्या तलवारीचाच तो जोरकस तडाखा होता. आपल्या लाडक्या दत्तक पित्याचे ते मुख पाहताच जयश्रीचे सर्वांग थरथरले. अन् बेशुद्ध होत, "बाबा ऽऽ" अशी करुण किंकाळी ठोकत ती तिथेच खाली कोसळली.

मोऱ्यांच्या वाड्यात ती चढाई करून संभाजी कावजी आणि रघुनाथराव वाऱ्यासारखे तिथून बाहेर पडले. बाजूच्या कोयना नदीच्या छोट्या आणि अरुंद पात्रातील दुतर्फा दाट झाडीचा त्यांनी आडोसा घेतला. ते तसेच निसणीच्या घाटाने नेटाने वर चढले आणि रात्रीच्या भोजनवेळेस माथ्यावरच्या महाबळेश्वराच्या पुरातन मंदिरात पोचले.

कोणीतरी राजे पुरंदर किल्ल्यावर मुक्कामी असल्याचे सांगितले, तेव्हा त्याच्याकडे पाहत संभाजी कावजीने "खुळा आहेस तू!" असा उद्‌गार काढला. मधल्या जंगलझाडीतून, दरीखोऱ्यातून थेट रेषेत घोडी सुसाट वेगाने माघारी धावत होती.

राजे नेमके राजगड की पुरंदर यापैकी कोणत्या किल्ल्यावर असावेत, याचा त्यांना संभ्रम पडला होता. ते धावते पथक रात्रभर एकसारखे दौड करून जेव्हा पहाटे नसरापूर गावाजवळ पोचले, तेव्हा समोरचे दृश्य बघून सारे अचंबित झाले. तिथल्या मोठ्या ओढ्याच्या ओघळीत शिवराय आपल्या फौजेसह कटिबद्ध होते. त्यांनी तीन हजार मावळे राजगडाकडून तर तेवढेच पुरंदर आणि कऱ्हे पठारावरून आणले होते. संघर्षासाठी सारे केव्हापासून आतुर होते. कान्होजी जेध्यांच्या उत्साहाला तर नुसते उधाणच चढले होते.

हरकाऱ्यांसोबत दूरची रपेट मारून आलेल्या संभाजी कावजींचा बैलासारखा मस्त देह शिवरायांनी झुंजुरकातही ओळखला. तसे राजे तातडीने पुढे धावले. त्यांनी विचारले, "काय हो कावजी, हणुमंत मोऱ्यांकडून मिळालीत कबुलियातींची कागदपत्रं, गोरगरिबांच्या जमिनीच्या लुबाडणुकीचे दस्तऐवज, करार —?"

"राजे ऽ आम्ही खूप मिनतवाऱ्या केल्या. तरी पण मोरे बधले नाहीत. सुंभ जळाला तरी पीळ जळत नाय या म्हणीप्रमाणं मोऱ्यांचा ताठा, मस्ती आणि अहंकार काही कमी व्हायला तयार नाय."

"तर मग?"

"उलट हणुमंतराव तलवार उपसून आडवे आले. मग तिथे सदरेवर खणाखणी सुरू झाली. त्यात हणुमंत मोरे खस्त पावले."

शिवरायांचा चेहरा काळजीने माखून गेला. जीवनात कोणतीच गणिते सहजासहजी सुटायला तयार नव्हती. रक्तपाताविना ध्येय गाठायचे स्वप्न भंगले. ते जागीच ध्यानमग्न झाले. त्यांची चर्या एखाद्या योग्यासारखी दिसू लागली. थोड्या वेळाने तंद्री

भंग पावली. नव्या निर्धाराचे पाणी त्यांच्या चर्येवर चमकले. पुन्हा सर्वांना इशारा देत राजे गरजले, "चला ऽ लगेचच हमला चढवू. ते चंद्रराव सैन्याचा समुद्र गोळा करतील. त्याच्या आधी भेद घडवून आणायला हवा!"

नसरापूरच्या गावंदरीला गोळा झालेले सैनिक आणि जनावरेही खैंदळीला आली होती. सायंकाळचा दिवस बुडण्याआधीच त्यांनी धोमजवळ कृष्णा नदी गाठली. जनावरांना वैरणकडबा घातला. घोड्यांच्या नाकाडाजवळ हरभऱ्याच्या पिशव्या बांधल्या. माणसे-जनावरे तरतरीत झाली. पुन्हा रात्रीचीच महाबळेश्वरची ती डोंगररांग चढायला त्यांनी सुरुवात केली. राजांना घाई होती. मोऱ्यांची फौजही पंधरा हजाराच्या घरात होती. मोऱ्यांच्या विखुरलेल्या फौजांना एकत्र गोळा व्हायची फुरसत न देता त्यांना जेरीस आणणे आवश्यक होते.

तिसऱ्या दिवशी भल्या सकाळी माथ्यावरच्या महाबळेश्वराचे पहाटेच दर्शन घेऊन शिवराय तिथून बाहेर पडले. त्यांच्यासोबत जवळपास सहा हजाराची फौज निसणीचा घाट उतरत होती. त्याच वेळी मधल्या हिरव्या डोंगररांगेच्या पलीकडे रडतोंडीच्या घाटातून तेवढेच लष्कर खाली जावळी खोऱ्यात उतरत होते. त्याचे नेतृत्व रघुनाथ बल्लाळ आणि भिमाजी दहातोंडे करत होते.

त्या दिवशी जावळीच्या खोऱ्यात रणचंडी नाचली. यशवंतराव मोऱ्यांकडे पंधरा-सतरा हजारांची फौज होती; मात्र शिवरायांच्या लष्कराचा जोर, झपाटा आणि ईर्ष्या, सारेच प्रचंड होते. मोऱ्यांच्या फौजेला त्या अरण्यातील झाडे, पहाड आणि ओढ्याओघळीचे आडोसे रोजच्या परिचयाचे होते. रण आणि दैव फिरते आहे, हे ध्यानात येताच त्यांनी शिकस्त खाल्ली. तरीही सात हजार सैनिकांचा आणि तितक्याच अश्वांचा आजूबाजूला खच पडला. लढाईचा रागरंग बघून मोठ्या बहादुरीने लढणाऱ्या यशवंतराव आणि प्रतापरावांनी दुपारनंतर तिथून पळ काढला. ते झाडझाडोऱ्यांच्या हिरव्या बनात कुठेतरी लुप्त झाले; पण त्या दोघांचा जीवघेणा पाठलाग करीत तानाजी मालुसरे तिकडे सुसाटासारखे धावून गेले.

जावळीच्या राजवाड्यावर भगव्या झेंड्याचे निशाण फडकू लागले. त्या फडकत्या झेंड्याकडे शिवरायांचे फारसे लक्ष नव्हते. कान्होजी जेधेंच्या ती गोष्ट लक्षात आली. त्यांनी पुसले, "राजे ऽ मघापासनं बघतोय, कोणाला शोधतेय हो आपली नजर?"

"तो ताना मालुसरे कुठे आहे?"

बोलाला आणि फुलाला गाठ पडावी, तशी मालुसऱ्यांची घोडी समोरच्या झाडीतून झेपावत बाहेर आली. त्याबरोबर राजांनी जोराने विचारले, "अरे तानबा, कुठे आहेत मोरे?"

"मी मोऱ्यांच्या घोड्याचीच शेपटी धरली होती. त्यांच्यापाठोपाठ धावत गेलो होतो तीरासारखा."

"पण, तरीही रिकाम्या हातानं कसा माघारा फिरला तुझ्यासारखा मर्द?"

"अपयश पदरी पडलं राजे!" तानाजीने मान खाली घातली.

"असंभव! केवळ असंभव!! आमचा फाकडा तानाजी जाणार म्हणजे यशसिद्धी घेऊन माघारा येणार अशी केव्हाची आस लावून बसलो होतो रे!" राजे हळहळत बोलले.

"काय करणार राजे? माझ्यापेक्षा कोणी भारी बहाद्दर आडवा आला तर करणार तरी काय?"

"कसं शक्य आहे? तुझ्यापेक्षा कोणी झुंजार वीर उपजेलच कसा?"

"राजे, मला भेटलेल्या मर्दाचं नाव होतं मुरारबाजी देशपांडे! आमच्या महाड देशातलाच किंजळोलीचा कायस्थ प्रभू जातीचा गडी, खैराच्या झाडापेक्षा कठीण— भारी जंग केला त्यानं आपल्या धन्यासाठी, यशवंतराव मोऱ्यासाठी."

"एवढी कसली बहादुरी गाजवली त्यानं?"

"जशी यशवंतरावची फौज नाश पावली अन् जीव वाचविण्यासाठी थोडी माणसं घेऊन यशवंतराव पळून जायची अखेरची धडपड करू लागला, निसणीच्या घाटाच्या खालच्या धारेनं कड्यांच्या बाजूला तो खाली सरकला, तेव्हा तिथंच रानातल्या उनाड पक्ष्यासारखे मी त्या मोऱ्यांचे पंख पिरगळून टाकणार होतो; कारण त्या बाजूला जो पर्वतकड्याचा उतार आहे, त्या मरणाच्या खोल कड्यावरून खाली उतरायची हिंमत मोरे करूच शकणार नाहीत, ह्याची मला खात्रीच होती; पण एखाद्या टणक घोड्यासारखा चपळ मुरारबाजी मध्ये घुसला. त्यानं जिवावर उदार होऊन दोरखंड आणि वाली खालच्या खोल दरीत फेकले, आपल्या पाठीचा घोरपडीसारखा उपयोग केला. कड्यावरच्या झाडांच्या मुळांचा आधार पकडत त्यानं आपल्या पाठीवरनं मोरे बंधूंना धाडसानं खाली उतरवलं."

राजे विचारमग्न दिसले. संघर्षाच्या परिस्थितीने त्यांना एक नवा पाठ शिकविला होता. एखादा नवा बेलाग किल्ला बघितला किंवा झुंजार छातीचा नवा फाकडा वीर कुठे आढळला, तर त्याला मिठी कधी मारू अशी विलक्षण तहान त्यांना लागायची. राजे पुन्हा भानावर आले. त्यांनी तानाजीकडे चौकशी केली, "पण तो मुराबाजी आहे कुठं?"

"रानातल्या धनगरांच्या पोरांकडं तलाश केला तेव्हा कळलं शेवटच्या टप्प्यात आपल्या धन्याला वाचवताना मुरारबाजी त्या काळदरीत कोसळला."

"म्हणजे मृत्युबित्यू?" राजे गांगरले.

"वाचलाय बिचारा; पण सपाटून निबार जखमी झालाय. कुठंतरी रानावनात कुडपणच्या बाजूला तो आपल्या जखमा बऱ्या करण्यासाठी गुप्त जागी बेपत्ता झालाय म्हणतात."

शिवरायांनी जावळीच्याच राजवाड्यात आपली कचेरी उघडली होती. तिथे राहूनच त्यांनी तातडीची पावले टाकायला सुरुवात केली. चार-पाच दिवसांतच लष्कराची एक खास तुकडी रवाना झाली. त्यांनी सह्याद्रीच्या रांगेतला मोऱ्यांच्या ताब्यातला वासोटा किल्ला जिंकला. राजांनी आपल्या विजयी वीरांची वाहवा करून त्यांना बक्षिसे वाटली. मोऱ्यांच्या मोडलेल्या फौजेतील जे उरलेले सैनिक होते, त्यातून धट्ट्याकट्ट्या लढवय्यांची निवड केली. त्यातून नवी सात हजार सैनिकांची भरती स्वराज्याच्या लष्करात झाली. हजारो फुरफुरती घोडी स्वराज्याच्या अश्वदळात दाखल झाली.

मोऱ्यांच्या राजमहालात अगणित संपत्ती होती. तिचा राजांनी ताबा घेतला. मोऱ्यांच्या स्त्रिया, मुली अगदी वृद्ध माणकुबाईंसह सर्व राजस्त्रियांना एकत्रित केले. त्यांची बंदोबस्तामध्ये पालख्या-मेण्यांतून पुरंदर किल्ल्याकडे रवानगी केली. तिथे त्या पोचण्यापूर्वीच आऊसाहेबांनी त्यांच्या निवासाची व्यवस्था जातीने पाहिली होती.

जावळीचे खोरे पूर्णत: आपल्या मुठीत आल्याची राजांची खात्री झाली. मग त्यांनी नेताजी पालकर आणि राघोपंत या दोघांना घाट उतरून कोकणाकडे नव्या कामगिरीसाठी धाडले; मात्र त्यांच्या त्या हालचालींचा नेमका अंदाज येत नव्हता. हळूहळू उलगडा होऊ लागला.

राजांनी जावळी जिंकली. आपल्या स्वराज्याला जोडली. त्याचा प्रचंड फायदा झाला होता. सुपे, जेजुरी, कऱ्हेपठारपासून स्वराज्याची पश्चिम सीमा पार कोकणातल्या सागराला जाऊन भिडली होती. राजांनी मोऱ्यांच्या महाड आणि पोलादपूरमधील पागांचा ताबा घेतलाच; परंतु महाडच्या पुढे बाणकोटच्या खाडीच्या काठाने राजांची घोडी-माणसे चकरा काढू लागली होती. तिथेच राजांनी नावांचा आणि जहाजबांधणीचा नवा कारखाना सुरू करायची तयारी चालवली होती.

मोऱ्यांच्या मुलखात आणि पाहुण्यारावळ्यांत सन्नाटा पसरला होता. नेमके यशवंतराव, प्रतापराव आणि त्यांच्या घरातील दोन कर्ते राजकुमार कुठे पळून गेले ते समजत नव्हते; पण महिन्याभरातच सुगावा लागला. कोकणातील प्रचंड दऱ्याखोऱ्यांच्या पहाऱ्यातील रायरीचा किल्ला मोऱ्यांनी गाठला होता. अजून अडीच ते तीन हजाराचे लष्कर त्यांच्यासोबत होते. त्याचा पेरा सभोवती करून मोरे गडावर बिळातल्या सापासारखे लपून बसले होते.

राजांनी स्वत: जाऊन रायरी किल्ल्याला वेढा दिला. किल्ला प्रचंड ताकदीचा. फक्त एकाच बाजूने वर जाणारी निबिड वाट. अन्यथा त्याच्या सड्या भिंती अशा काटकोनात खड्या होत्या की त्या फक्त वाऱ्याच्या आणि पर्जन्यधारांच्या कवेत यायच्या. माणसांच्या नव्हे. त्यामुळे मोऱ्यांवर झट्कन झडप मारणे शक्य होत नव्हते.

अनेकदा पांढरेशुभ्र धुके गरगर फिरत त्या किल्ल्याला मिठी मारताना दिसायचे.

सकाळ-संध्याकाळ आभाळातले ढग थोडे खाली उतरायचे. अन् त्या प्रचंड किल्ल्याला लांबूनच मुजरा करून निघून जायचे. तिथल्या खड्या पाषाणांच्या प्रेमात बुडलेले राजे एक दिवस खूपच भावनाविवश झाले. स्वप्नात हरवले. बाजूला उभ्या असलेल्या वृद्ध गोमाजी पानसंबळकाकांच्या निकट जात समोरच्या किल्ल्याकडे बोट दाखवत भारावून बोलले, ''गोमाजीकाका! लवकरच हा अद्‌भुत किल्ला आमच्या ताब्यात येईल. तेव्हा आम्ही या विलोभनीय गडाचं नाव 'रायगड' असं ठेवावं म्हणतो.''

''शहाजीराजांसारख्या सत्पुरुषाच्या मुलाने असा घातकी खूनखराबा करून शेवटी काय कमावलं हो? खरंच राजाबिजा झाल्यासारखे आपल्यावरती चवऱ्या ढाळून काय घेतात! पालखीतून मानापानाने फिरायचं सोंग काय वठवतात; पण एवढे तोरे आणि नखरे करून राजघराण्यातले पुरुष कसायासारखे कापत सुटता?''

''केवळ बेइज्जती! मोऱ्यांसारखी एवढी नऊ पिढ्यांची घरंदाज दौलत! पण शिवाजीच्या पुंडपाळेगिरीमुळे एका चांगल्या घराण्याची पुरी वाताहत झाली हो!''

''बघा ना! दाखवायचे दात किती शुभ्र पांढरे आणि खायचे दात किती हिंस्र!''

''बरं तो नागडा आणि दुष्ट हिंसाचार तरी केवढा? त्याचं राज्य लुटलं, घोडी पळवली, जावळी जाळली. एवढ्यावर तरी थांबायचं. बिचारे यशवंतराव कैदखान्यामधून गयावया करत जीवदानाची गरिबासारखी भीक मागत होते. तर त्याही बिचाऱ्याच्या मानेवर निर्दयपणे कट्यार ठेवून त्यांची खांडोळी करता? त्यांच्या दोन छोट्या, कोवळ्या पोरांना जन्मातून नष्ट करता?''

''छे छे!! ह्या पापी, घातकी लोकांचे सरंजाम आणि यांचे जुलमी ध्वज एक दिवस जळून जातील बरं, बघत राहा.'' वंशपरंपरागत वतनदारांच्या जिभांना हाड उरले नव्हते.

पुरंदरावर मुक्कामी असणाऱ्या शिवरायांना बाहेरच्या हवेची गती समजत होती. त्यांच्यापर्यंत हस्ते, परहस्ते अनेकांचे शिव्याशाप, दूषणे पोचत होती. एक माणूस म्हणून त्यांचा अबोला आणि त्यांची उदासी वाड्यातील सर्वांच्या चिंतेत भर घालत होती. एके दुपारी त्यांनी आपल्या मातोश्रींकडे आपले हृदय खुले केले, ''माँसाहेब, काही केल्या जावळीचा जंग दिमागातून बाजूला सरकत नाही. मन खायला उठतं. कधी कधी वाटतं आम्ही—''

''खुनी आहोत, अपराधी आहोत, त्या मोऱ्यांना उगाच जिवानिशी मारलं. त्यांच्या पोरांना फासावर चढवलं पुण्यात नेऊन? असंच नव्हे?''

''हो ऽ आपल्या मुखातला शब्द न् शब्द खरा आहे आऊ.''

शिवरायांकडे मुद्दाम आपादमस्तक बघत जिजाऊसाहेब बोलल्या, ''राजे, विसरलात की काय आपण? फार नव्हे, सहा-सात वर्षांपूर्वीच हेच चंद्रराव तथा यशवंतराव

माणकुबाईंसह राजगडावर येऊन ठिय्या देऊन बसले होते. किती करुण सुरात कळवळत होते. ते मूळ जावळीच्या नव्हे तर शिवथरच्या मोऱ्यांचे चिरंजीव. त्यांचं दत्तक विधानाचं प्रकरण मार्गी लागत नव्हतं. उभं जग त्यांच्या विरोधात ठाकलं असताना त्यांच्या पाठीशी खडं राहिलं कोण? त्यांच्या जावळीत धारकरी धाडले होते कोणी?"

"आम्हीच."

"त्यासाठी त्या विजापुरातून आदिलशहा तर इकडे आला नव्हता ना? पुढे दुर्दैवानं काही महिन्यांच्या आत आम्हावर सापासारखं कोण उलटलं?"

"अगदी खरं आहे मातोश्री, मोऱ्यांना जिवे मारायचा आमचा इरादा कधीच नव्हता. उलट त्यांचं राज्य शेजारचं मित्र राज्य म्हणून टिकावं हीच आमची काळजापासून इच्छा होती."

"बाळराजे, आपला हा दृष्टीकोन आणि दिशा योग्यच आहेत; कारण महाड ते वाई हा मधला जंगली प्रदेश म्हणजे सह्याद्रीचा कलेजा होता आणि आहे."

"आम्हालाही तेच पटतं मातोश्री. कोकणातल्या चिपळूण, दाभोळ, हर्णै या सर्व बंदरांतून परक्या देशांतून येणारा माल पारघाटानेच महाबळेश्वरातून पुढे देशावर उतरतो. खोलवर विचार करता हा मार्ग म्हणजे ह्या सह्यपर्वताची श्वासनलिकाच बनली आहे. त्यामुळेच स्वराज्याचा ध्यास आणि श्वास जपायचा, तर जावळीकर मोऱ्यांना प्रेमाने, न मानतील तर जुलमाने आणि अगदीच न ऐकतील तर संघर्षाने शांत बसवून स्वराज्याचा श्वास चालू ठेवणं हीच काळाची गरज होती. त्यासाठीच आम्हाला टोकाचे निर्णय घेणं भाग पडलं."

"तेच तर सांगते बाळराजे. मुद्दाम वाकड्यात शिरून वाताहतीपर्यंत पोचायचा रस्ता त्यांनी निवडला, आम्ही नव्हे!"

"माँसाहेब! दुःख या गोष्टीचं वाटतं की, जावळीच्या पाडावानंतरही यशवंतरावांना आम्ही फक्त बंदिवान बनवलं होतं; मात्र आमचा नायनाट व्हावा या विषारी विचाराने पेटलेल्या यशवंतरावांनी आणि त्यांच्या पोराबाळांनीही आमच्या दुश्मनाला, विजापूरला फितुरीची पत्रं लिहिली. बाजी घोरपडेसारख्या आमच्या जन्मजन्मांतरीच्या वैऱ्याशी हातमिळवणी करून आणखी दुखावलेले मराठा सरदार सोबतीला घेऊन आमच्या समूळ उच्चाटनाचा त्यांनी मोठा कट रचला होता! घातपाताचा हा सिलसिला बघितल्यावर आमच्या हातात तरी काय उरलं होतं आऊसाहेब?"

"ह्या घातकी प्रवृत्तीला सजा व्हायलाच हवी होती."

"आऊसाहेब, अनेकदा राजाला राजासारखेच कठोर निर्णय घ्यावे लागतात. अन्यथा तो प्रजेच्या श्रद्धेच्या पायरीवरून कधी खाली गोलटत जाईल हे सांगता येत नाही."

बराच वेळ चर्चा चालू होती. मंद हसत शिवराय बोलले, "अजूनही मस्तक गच्चच आहे. निचरा झाल्यासारखं वाटत नाही."

"शिवबा! आम्ही तुम्हाला एक सल्ला द्यावा का?"

"अलबत! हे काय विचारणं झालं माँसाहेब?"

"ती मोऱ्यांची उपवर कन्या अजून बिनलग्नाची आहे. म्हटलं तर आपल्याच महालात नजरकैदेत आहे. अलीकडच्या साऱ्या कटू घटनांच्या पार्श्वभूमीवर ती पोर दुःखी असणारच."

"आऊसाहेब, विचार काय आहे तुमचा?"

"एका दुःखितेच्या विवश मनावर प्रीतीची फुंकर घालायचा हा दैवी योग गमावू नका."

"माँसाहेब, आपला सल्ला शिरसावंद्य. अर्थात तोही एकाच अटीवर," शिवरायांनी निक्षून सांगितले.

"कोणत्या?"

"मोऱ्यांच्या कन्यारत्नास—जर जयश्रीबाईंना मनापासून आमचा रिश्ता मंजूर असेल, तरच आम्ही या मंगलयोगाला मान्यता देऊ. अन्यथा अशक्य."

खूप पाऊस पडून गेला होता. त्या जलधारांच्या वर्षावात पुरंदर रात्रभर न्हाऊन गेला होता. मोऱ्यांच्या कुटुंबाची राजवाड्याच्या एका बड्या दालनात व्यवस्था केली होती. झोपेच्या कैफातून जयश्रीने डोळे उघडले. आजूबाजूला राजवैद्य नव्हते. आजी माणकुबाई,मातोश्री सीताबाई तेवढ्या तिथेच बाजूला बसून होत्या.

गेल्या दोन-तीन महिन्यांत किती मानसिक धक्के, आघात, जंगलरानातून प्रवास, त्यातून पुरंदर गडावर येणे, त्यानंतर देवाब्राह्मणांच्या साक्षीने शिवरायांशी झालेला विवाह. घडून गेलेल्या साऱ्या घटना मेंदूत अनेकदा ठणका मारायच्या. हणुमंतरावांचे ते तुटून ओघळून बाजूला झालेले मुंडके. तसेच पुण्यात सुळावर चढवले गेलेले कृष्णराव आणि बाजी हे विशीच्या आतले बंधू. खूप रडारड झाली होती, दुःखाचा आणि शोकाचा अनेकदा कल्लोळ झाला होता. जावळी पडल्यानंतर पुढे कपाळ फुटणारच याची खात्री होती; मात्र त्याच भाळावर काही दिवसांच्या अंतरातच शिवाजीराजांच्या नावाचे कुंकू लागले. मोऱ्यांचे नातलग किंचाळायचे, 'घात केला!' बाकीची प्रजा बोलायची, 'राजांनी न्याय केला!'

त्या साऱ्या नानाविध घटनांचा परिपाक म्हणून की काय, गेले चार दिवस अंगात खूप ज्वर भरत होता. त्यात काल रात्रीचा ताप तर खूपच दाहक होता. जिजाऊसाहेबांनी स्वराज्याच्या विस्ताराच्या आणि संवर्धनाच्या सद्हेतूने शिवरायांचे

बहुविवाह घडवून आणले होते. सईबाई आणि सगुणाबाईंच्या पाठोपाठ मोहित्यांच्या घराण्यातील सोयराबाई, तसेच पालकरांकडच्या पुतळाबाई, गायकवाडांच्या कुटुंबातील सकवारबाई, जाधवांची कन्या काशीबाई आणि इंगळ्यांची लेक गुणवंताबाई, अशा एकापेक्षा एक सुंदर, सुशील आणि कर्तबगार सुना आपल्या घरी आणल्या होत्या. त्या प्रभावळीत मोऱ्यांची कन्या असलेल्या जयश्रीबाईही जितक्या सुंदर तितक्याच करारी होत्या.

रात्री जिजाऊ आणि जख्ख म्हाताऱ्या झालेल्या माणकुबाई मोरे तर कितीतरी वेळ उपाशीपोटीच शय्यागृहात बसल्या होत्या. दोघींनीही जयश्रीबाईंच्या गळ्याजवळ बोटे ठेवून अंगातल्या ज्वराचा अंदाज घेतला. वैद्यांनी दिलेले काढे देऊन झाले होते. अंगातून रात्री खूप घाम वाहून गेल्याच्या खुणा वस्त्रांवर उमटलेल्या होत्या.

थोड्या वेळाने जिजाऊसाहेब आल्या. आता खूप प्रसन्न वाटत होते. बाहेर दऱ्याखोऱ्यात सकाळची किरणे रांगत होती. एका वेळी सासरच्या आणि माहेरच्या स्त्रीवर्गाचा जवळचा गोतावळा पाहत जयश्रीबाई खुद्कन हसल्या. पलंगावर उशी शेजारी बसलेल्या आपल्या धाकट्या बहिणीस त्यांनी विचारले, "रूपमती, सांग बाई, रात्री मी ह्या तिघींपैकी कोणाला अधिक त्रास दिला होता?"

"त्यात कसला आलाय त्रास?" जिजाऊ उद्गारल्या.

"माफ करा हो. मी बापडी काळझोप लागल्यासारखी निद्रेच्या गुंगीतच होते; मात्र आमचं मस्तक मांडीवर घेऊन कोणीतरी लहान बाळासारखं आम्हाला अगत्यानं थोपटत होतं. कपाळावरचा घाम शेल्यानं हलकेच टिपत होतं, असं अंधूकसं आठवतं."

जयश्रींबाईंच्या त्या बोलावर त्या सगळ्या जणी मनमोकळ्या हसल्या.

जिजाऊ मंद हसत बोलल्या, "कालची रात्र मोठी विचित्रच म्हणायची. मुली, तुझ्या अगदी जिवावर बेतलेलं. वैद्यराजांनीही आपली मात्रा चालत नसल्याचं कबूल केलं. सर्वांच्याच तोंडचं पाणी पळालं होतं; मात्र उत्तररात्री तुमची वास्तपुस्त करायला स्वत: शिवबा इथे आले होते. त्यांनीच तुमचं गलितगात्र मुखकमल मांडीवर घेतलं होतं." जयश्रीबाई चपापल्या. थोड्या घाबऱ्याघुबऱ्या होऊनच जिजाऊंकडे पाहू लागल्या. त्यावर जिजाऊंनी होकारार्थी मान डोलावली.

जयश्रीबाई स्तंभित झाल्या. गोऱ्यामोऱ्या होऊन त्यांनी रागानेच आपल्या मातोश्रींकडे बघितले. चिडीनेच विचारले, "हे काय, अंगात ज्वर असला म्हणून राजांना असा भलताच त्रास कशासाठी द्यायचा?"

त्या दालनातला तणाव बघत जिजाऊसाहेब हलकेच बोलल्या, "सूनबाई, त्यात काय अपराधी वाटतं तुम्हाला? तुमचे पती शिवबा हे फक्त तुमचे पती नसून 'प्रजापतीही' आहेत! आपल्या राज्यातल्या श्रमलेल्या प्रत्येक जिवाची काळजी

वाहणं हा तर खरा राजधर्मच असतो. तुम्हा दोघांत तर जन्मगाठ बांधलेली आहे.''

हे ऐकताच जयश्रीबाईंच्या डोळ्यांतून अश्रू वाहू लागले. तशा आऊसाहेब काळजीने पुढे झाल्या, तेव्हा त्यांना हातानेच रोखत जयश्री बोलल्या, ''सासूबाई! होऊन जाऊ दे थोडा निचरा. हे केवळ दु:खाश्रू नाहीत ते आनंदाश्रूसुद्धा आहेत. गेल्या दोन-तीन महिन्यांत माझ्या जीवननौकेने कुठे कुठे धडक मारायची—खरं तर याआधी इकडच्या स्वारींचा खूप राग आणि संताप यायचा. आमच्या माहेराची धूळधाण करणारे, माझ्या रक्ताच्या नात्यांवरून कठोर शस्त्र फिरविणारे एक अन्यायी राजे असा यांच्याबाबत खूप संतापाचा, उद्वेगाचा गाळ साचला होता आमच्या मनात.''

''सूनबाई!''

''हो ऽ पण थोडा खोल विचार केला तर धर्मशास्त्रानुसार रणात आणि राजकारणात सारं काही माफच असतं की. रक्ताळलेल्या रणांगणावर अश्राप बायाबापड्यांची काय किंमत असते हो? लुटून, भोगून, गळे चिरून त्यांची कलेवरं कुत्र्यासारखी फेकून दिली जातात. ओझ्यासाठी उपयोगी पडतील म्हणून शत्रूसैनिक बैलांना आणि मोकाट घोड्यांनाही बरोबर घेऊन पुढे जातात. पोरीबाळींना नव्हे! भोसल्यांच्या आणि मोऱ्यांच्या राजकारणाच्या पटामागे वेगळी काही गणितं असतील ती असोत. वैऱ्याची लेक म्हणजे रणांगणावरचा निर्जीव कचरा असं मानून आपण आम्हाला लाथाडलं नाहीत. तुमच्या सोबत घेऊन आलात, वर सून म्हणून तुमच्या हृदयात जागा दिलीत!''

''सूनबाई, यालाच दैव, प्राक्तन अशी नावं आहेत बरं!'' जिजाऊसाहेब बोलल्या.

एके दुपारी सदरेजवळ जवळपास सातशे पठाणांचे एक पथक येऊन उभे राहिले. सतरा ते पंचेचाळिशीच्या वयातील ते बहुतांशी पठाण शरीरबांधणीने चांगले धट्टेकट्टे दिसत होते. त्यांची सागाच्या फोकेसारखी उंची, चौड्या छात्या, बहुतांशी जणांचे उभट देखणे चेहेरे, तो लाल रंग, गालफडावरच्या कुरळ्या लांब दाढ्या. एकूणच तो शक्तिशाली जमाव मोठा उठावदार आणि डोळ्यांत भरणारा होता. त्यांच्या आगमनाने सदरेवर गडबड उडाली. किल्ल्यातील स्वारसैनिकच नव्हेत तर गडीमाणसेही तिथे जमा होऊन त्यांच्याकडे कौतुकाने पाहू लागली.

थोड्याच वेळात राजांचे सदरेवर आगमन झाले. तसा त्या सर्वांनी ''जय बोलो शिवाजीराजा ऽऽ'' असा पुकार करत एकाच वेळी राजांना कुर्निसात घातला. त्यांना तिथेच बसायचा आदेश झाला. त्यांची शरीरयष्टी, वाढता उत्साह आणि राजांच्या भेटीची चर्येवर दिसणारी अधीरता लपत नव्हती. राजांनी थेट प्रश्न केला, ''कुठून आलात मंडळी?''

"राजाजी, हम बिजापूरसे यहाँ आ पहुँचे। पंधरवड्यापूर्वी पर्यंत आम्ही तिकडे आदिलशाही फौजेतच सेवाचाकरी करत होतो."

"छान, आता इकडं कसं येणं केलंत?"

"राजाजी, आपकी छाँवमें और आपकी फौजमें जीनेकी, जंग करनेकी तडपती तमन्ना लेकर हम यहाँ आये हुवे हैं।" त्यातला एक बुजुर्ग पठाण बोलला.

"पण विजापूर का सोडलंत?"

"राजासाब ऽ, पहले जैसे आदिलशहा इब्राहीमसाहब और मोहम्मदशहा साहबके वे अच्छे दिन वहाँ नही रहे। आजकल तिकडे धुसफूस, आपसी तंटेबखेडे आणि द्वेषमत्सराला नुसता ऊत आला आहे— आखिर नौकरी छोडनेका मन बनाही दिया था। तब हमारे सामने सवाल था, कहाँ जाये? जहाँ मालिककी नजर और कामकी कदर हो जाय—तब हमारे पूरे गुटके सामने बस आपकीही छबी खडी हुई। तब साथमें घोडा हातमें तलवार लेके हम यहाँ तुरंत चले आये।" आणखी एक पठाण बोलला.

त्या पठाणांचा तो आक्रमक उत्साह, त्यांच्या खुल्या उत्साहामध्ये जाणवलेला प्रामाणिकपणा पाहून राजे भलतेच समाधानी दिसले. पाठीमागे उभ्या असलेल्या कारकुनांची तर खात्रीच झाली, राजे लगेचच या पथकाचा आपल्या लष्करात समावेश करायचा हुकूम सोडतील. राजांनी मात्र त्या उत्साही पठाणगर्दीवर नजर फिरवत त्यांना सांगितले, "लंबा प्रवास करून आला आहात." राजांनी त्या सर्वांच्या खाण्यापिण्याकडे आणि निवासवस्तीकडे लक्ष द्यायच्या जरूर त्या सूचना कारभारीवर्गाला दिल्या आणि म्हणाले "राहा इथे चार-दोन दिवस. बाकीच्या गोष्टी पुढे यथावकाश पाहू."

दोन-तीन दिवसांत अनेक जण दबक्या, हळू आवाजात बरेच काही बोलू लागले, "राजे, किती भरोसा ठेवायचा ह्या परक्या जातीवर? जे सुलतानासारख्या अन्नदात्याला दगाफटका करून जमावाने एवढ्या दूर आले, त्यांच्या इमानाची खात्री कोणी द्यावी?"

ती विविध मतांतरे ऐकून राजे बेचैन झाले होते. सल्ला देणाऱ्यांपैकी एकाला त्यांनी फटकारले, "त्यांच्याकडून दगाफटक्याचं कारणच काय?"

"कोणीतरी दूरवरून जाणूनबुजून आपलं आणि आपल्या राज्याचं बडं नुकसान घडवून आणावं म्हणून हुशारीचा डाव खेळतंय असं वाटतं. म्हणजे असं की गोडीगुलाबीचा देखावा निर्माण करून पहिलं पोटात घुसायचं. पुन्हा लष्करात शिरायचं. आपण खूप इमानदार आहोत असं नाटक रचून हळूहळू आपल्या फौजी ताकदीची बित्तंबातमी गोळा करून ती यवनांकडे पोचवायची आणि आम्हाला बगावत करून तोंडघशी पाडायचं."

"पण हे कसं शक्य होईल?"

"त्या काबुलापासून दिल्ली, आग्रा ते भागानगर, विजापूर, ती कुतुबशाही सगळीकडं घायपातासारखी मुळी धरून ही जात आणि हा धर्म पसरले आहेत. म्हणूनच एकदा धर्माला धर्म आणि दाढीला दाढी जुळली की 'सुभानअल्ला, चल चढव हल्ला ऽऽ' अशा गर्जना करत आपलं आताशी उभं राहणारं स्वराज्य जाळून विझवायला कितीसा वेळ लागतो?"

एकूणच राजांच्या लक्षात आले. त्या पठाणांना आपल्या लष्करात प्रवेश द्यायला आपल्या सहकाऱ्यांचा कडवा विरोध आहे. तोवर राजांनी हुशारीने हेरांमार्फत माहिती जमा करायला सुरुवात केली होती. हे पठाण कोण, कुठून आले याचा धांडोळा घेतला. काही वर्षांमागे ही पठाण मंडळी रणदुल्लाखानाच्या आणि शहाजीराजांच्याही जवळपास होती; मात्र अलीकडे मुस्तफाखानाच्या आणि बड्या बेगमेच्या ऊठसूठ हस्तक्षेपाला आणि अरेरावीला ते चांगलेच कंटाळले होते. म्हणूनच त्यांनी विजापूर सोडून शिवरायांना सामील होण्याचा निर्णय घेतला होता.

तेव्हा गोमाजीबाबा पानसंबळ यांच्याकडे पुण्याच्या हवालदारीची सूत्रे होती. आऊसाहेबांच्या माहेरातून, सिंदखेडहून आलेली एक जुनी जबाबदार व्यक्ती या नात्याने राजांनी त्यांना मुद्दाम एकांतात बोलावून घेतले, त्यांच्याजवळ पठाणांच्या प्रवेशाचा विषय काढला, "खरं तर काका, पहिल्या दृष्टिक्षेपात ती पठाण पोरं आमच्याही पसंतीस पडली; पण आपले बडे बडे सरदार आणि मुत्सद्दीही त्यांना आपल्या लष्करात घ्यायला खूप कडवा विरोध करतात. सरळ त्यांच्या जातिधर्मालाच हात घालतात. परकी जात आणि घातपात असा गच्च गाळ त्यांच्या विचारांत साचून राहिला आहे."

"शिवराय! केवळ जातिधर्माच्या कुल्याबावल्या नाचवून हा विषय तुम्हाला बाजूला सारता येणार नाही. केवळ धर्माचा आडणा आडवा करून वाहत्या वाऱ्याला रोखता येणार नाही. आपण निखळ बुद्धीने विचार करावा, शिवराय. आपले थोर पिता शहाजीराजे, आजोबा मालोजीराव, मातुल आजोबा लखोजीराव ह्या साऱ्या मुत्सद्दी आणि ताकदवर लोकांचा उभा जन्म कुठल्या न कुठल्या इस्लामधर्मीय राजवटीत सेवाचाकरी करण्यात गेला असेल, तर त्याच जातिधर्माच्या लोकांना आपल्या हिंदू धर्माच्या नावाखाली पाबंदी कशी घालता येईल?"

"वा ऽ गोमाजीकाका! आपल्या स्पष्टोक्तीने आम्हाला केवढा आधार वाटला."

दोन दिवसांनंतर रात्री भोजनोत्तर गप्पागोष्टींमध्ये जिजाऊंनी राजांचे कौतुक करत म्हटले, "तुमचं अभिनंदन. शेवटी योग्य पारख करून आपण ते सारे पठाण स्वराज्याच्या चाकरीत घेतलेत."

"अरे वा ऽ आऊसाहेबांनाही आमचा निर्णय आवडला तर?"

"अलबत बाळा ऽ राजाला जातिधर्माचा कोता विचार करून कसं चालेल?"

"खरं आहे, आऊसाहेब."

"बाळराजे, हे सारं पूर्वसंचित आहे. नाहीतर राजाला आपल्या पूर्वजांनी 'प्रजापती', 'प्रजापिता' अगर 'भूपती' कशाला म्हटलं असतं?"

◆

प्रबळगडची धनलक्ष्मी

१६५७

राणी जयश्रींनी राजांना उत्साहाने सांगितले, "राजे ऽ बाहेर चेऊलची रयत आपल्या भेटीला आलीय."

"त्यांचं काय उरलं आता? त्या कांता गुजराच्या कचाट्यातून केली की आम्ही त्यांची सुटका." राजे म्हणाले.

भेटीस आलेल्या चेऊलच्या गावकऱ्यांचा तो शेकडोंचा लोंढा महालात घुसला. त्यांनी झेंडूच्या आणि चाफ्याच्या फुलमाळा कौतुकाने आणल्या होत्या. त्या राजांच्या गळ्यात घालत त्यांचे आभार मानत ते म्हणाले, "राजे, तुम्ही व्हतासा म्हणून आमच्या चोपड्या आन् दागदागिनं आमच्या ताब्यात आलं. नायतर ह्या कांत्या गुजरानं पुरा गाव विकून खाल्ला असता." राजांनाही आपल्या हातून घडलेल्या कृतीचे खूप मोठे समाधान होते. त्यांनी सागराकाठच्या त्या जुन्या सुसंस्कृत नगरीचा ताबा घेतला होता. त्याबरोबरच तिथल्या बंदराच्या तटबांधणीला उत्साहानं सुरुवात केली होती. कांता गुजर नावाच्या जुलमी सावकारास फटक्यांची सजा दिली होती. त्याच्याकडे गहाण पडलेल्या रयतेच्या दस्तांची आणि दागिन्यांची सोडवणूक केली होती. त्यामुळे चेऊलकर रयत राजांचे मनापासून आभार मानून गेली.

एका वेळी राजांच्या पाठीशी अनेक व्यवधाने होती. कशीबशी चार-पाच तासांची निद्रा सोडली तर अहोरात्र झटत राहणे, लढत राहणे हा शरीराचा जसा काही स्थायीभाव बनला होता. एका वेळी मालवणाकडील खारेपाटणच्या किनाऱ्यावरचा तो भव्य घेरियाचा किल्ला त्यांनी पुनर्बांधणीस घेतला होता. मुळात, समुद्रातल्या खडकावर शिसे ओतून बांधलेल्या त्या किल्ल्याची साडेचारशे वर्षांपूर्वीची तटबंदी भक्कम होतीच; मात्र अलीकडे आदिलशाही अंमलदारांचे दात घशात घालून

राजांच्या मावळ्यांनी किल्ला ताब्यात घेतला होता. त्याच्या विस्ताराचे प्रचंड बांधकाम सुरू होते.

झपाटल्यासारखे राजे रात्रीबेरात्री उठायचे. तीन दिवसांची घोड्यावरून दौड करून खारेपाटणच्या किनाऱ्यावर पोचायचे. त्या किल्ल्याची तटबंदी अधिक सामर्थ्यशाली बनवण्यासाठी त्यांनी कंबर कसली होती.

घेरियाच्या त्या किल्ल्याला शिवरायांनी 'विजयदुर्ग' असे नवे नाव ठेवले होते. किल्ल्याचा भक्कमपणा वाढवण्यासाठी त्यांनी पोर्तुगीज कारागिरांची आणि तंत्रकुशल अंमलदारांची मदत घेतली होती. गोव्याच्या पोर्तुगीज राजवटीत काम करणाऱ्या तंत्रज्ञांना अन्य कोणा एतद्देशीय राजाला कसलीही मदत करायचा अधिकारच नव्हता; मात्र प्रत्येक मुलखातले धाडसी खलाशी, व्यापारी, बडे कारागीर, शिल्पकार, भाषा पंडित आणि उत्तम शिकारी मंडळीं या सर्वांशी राजांचे स्नेहाचे संबंध होते.

काही पोर्तुगीज अंमलदार गोव्याहून मालवणाकडे शिकारीच्या निमित्ताने आल्याचा वरवर देखावा करायचे. प्रत्यक्ष तिथे सागरथडीला नारळी-पोफळीच्या आगारात त्यांचा दोन-तीन दिवसांचा मुक्काम पडायचा. तेवढ्या वेळात वेळ काढून ते घेरिया किल्ल्याच्या तटबंदीच्या कुशल कामी राजांना मदत करायचे. एक हिंदुस्थानी राजा नव्या तंत्रामंत्राचा आणि बांधकाम निर्मितीचा इतका भोक्ता आहे, याचे त्यांना खूप अप्रूप वाटायचे.

राजांचे ते अहोरात्र कष्ट पाहून राणीवसा अचंबित व्हायचा. बऱ्याच वेळा राजांच्या लाडक्या राण्या आऊसाहेबांकडे तक्रार करायच्या, "मातोश्री, आपल्या चिरंजीवांना सांगावं. अहो, माणसाने झुंजायचं तरी किती? लढाई सुरू असल्यासारखी इकडची स्वारी अखंड झटत असते."

"सासूबाई, शेवटी मनुष्य कितीही पराक्रमी असला, तरी एका मानवी शरीरानं सात-सात पुरुषांएवढा कामाचा भार उचलायचा म्हणजे दिव्यच नव्हे का?" जयश्रीबाई कौतुकाने बोलायच्या.

"पण आमचं ऐकतील, थोडी विश्रांती घेऊ म्हणतील, तर ते राजे कसले!" सगुणाबाई कृतकक्कोपाने म्हणायच्या.

बहुतांशी उत्तर कोकणाची खाडी मुठीत येताच प्रबळगडाच्या प्राप्तीसाठी राजांच्या धमन्यांमधून रक्त उसळी घेऊ लागले. तिथे अलीकडे केशरीसिंग नावाचा रजपूत सरदार ठाणेदार होता. तो आदिलशाहीची चाकरी बजावत होता. राजे सहा वर्षांचे असतानाच्या त्यांच्या बालमनावर बिंबवल्या गेलेल्या त्या स्मृती. माता-पित्यांना प्रबळगडावर काही दिवस घ्यावा लागलेला आश्रय, तो तिथला प्रचंड पाऊस, महालाच्या भिंतीतून डोकावलेले ते शेवाळ. रुग्णाईत शिवबांना खिडकीच्या झरोक्यातून बाहेरच्या हिरव्याकंच झाडीत दिसलेला सुवर्णाच्या पेटत्या झळांसारखा

तो लालभडक प्रकाश. ती हिरवाई आणि पावसाच्या संगतीने तिथे उतरलेले पांढरट धुके, हे विहंगम चित्र पुढे अनेक वर्षे त्यांच्या मन:पटलावर तसेच बिंबून राहिले होते.

एके दिवशी किल्ल्याच्या तळवटीजवळ राजांनी डेरेदांडे ठोकले. त्याच दिवशी त्यांची दोन हजार घोडी वेगाने प्रबळगडावर चालून गेली. त्या किल्ल्यावरची शिबंदी आणि दारूगोळाही अगदी जुजबी असल्याचे राजांना माहीत होते. त्यामुळे फार तर दोन तासांतच किल्ल्याचा ताबा मिळायला हवा होता; मात्र चार-पाच तास उलटले तरी तिकडून ना निरोप येत होता, नाही गडावरून विजयाची शिंगेकर्णे वाजत होती.

राजे बेचैन होऊन जागीच फिरू लागले.

तोवर समोरच्या झाडीतून मदारी मेहतरचा घोडा वेगाने धावत आला. मदारी राजांना सांगू लागला, "वर किल्ल्यावर ठाणेदार केशरीसिंग खूप तडफेने लढतो आहे, राजे. फतेह व्हायला थोडा वखत लागेलच."

राजांनी झट्‌कन निर्णय घेतला. प्रतिहमल्यांच्या आगीत फौजेला लोटून खाली वखत दवडण्यात अर्थ नव्हता. हशमांनी राजांसाठी घोडी आणली. त्यांनी घोड्याच्या पाठाणावर आपला मजबूत तळहात ठेवला, अन् क्षणार्धात उजव्या पायाची छलांग मारून ते घोड्यावर आरूढ झाले. "चल ऽ ऽ" असा पुकार करत राजांनी घोड्याला टाच मारली. घोडा खिंकाळला. नेमके त्या क्षणीच गडावरून शिंगांचे आणि तुताऱ्यांचे मंगलध्वनी कानी पडले. शिवरायांच्या चेहऱ्यावर समाधानाचे चांदणे विलसले.

राजे घोड्यावरून आणि त्यांच्या राणीसाहेब सगुणाबाई पालखीतून त्वरेने गड चढू लागले. कोकणच्या त्या लाल मातीतून आणि हिरव्या झाडीतून जल्लोष करत राजांचे पथक ती अवघड रानवाट झपाट्याने चालू लागले. अर्ध्या वाटेत बहिर्जी नाईकांचा घोडा समोरून आला. आपल्या धन्यासोबत बर्हिजींचे घोडेही फिरून चढाला लागले. मोठ्या उत्साहाने बहिर्जी म्हणाला, "राजे, तो किल्लेदार मोठा दाढील निघाला. केशरीसिंगने गड भारी भांडवला—"

"त्यांना राजबंदी म्हणून ताब्यात घेतलं आहे की कसं?"

"नाही राजे. 'शरण ये' अशा कैक विनवण्या करूनही त्या पठ्ठ्याने हातची तलवार खाली ठेवली नाही. अंगरखा रक्ताने अनेकदा भिजून गेला तरी तो कडवी झुंज देतच राहिला."

"पुढे?"

"पुढे काय—आपलंही नुकसान फार झालं. मग चिडून आपल्या दादजी बाबजीने तलवारीचा असा तडाखा मारला की झाडावरच्या फळासारखं केशरीसिंगाचं मुंडकं बाजूच्या दाट झाडीत उडून गेलं."

"अस्सं?" राजांनी विचारले.

घोडा अजूनही ती पायाखालची अरुंद वाट चढत होता. तोवर समोरच्या किल्ल्यावरच्या झाडीतून धुराचे मोठाले लोळ आकाशात जाताना राजांना दिसले. राजांनी मनाशी खूणगाठ बांधली, बहुतांशी किल्ल्यावरच्या रजपुतांनी केशरीसिंगाचे दहन केले असेल. राजे तसेच झपाट्याने पुढे चालत होते. तोवर तानाजी मालुसऱ्यांचा घोडा वरच्या कडसरीने खाली येताना दिसला. त्यांनी जवळ आलेल्या तानाजीला विचारले, "काय रे तानबा, केशरीच्या शिपायांनी चिता पेटवायची इतकी घाई कशासाठी केलीय?"

"नाही राजे. त्या केशरीसिंगचं झाडीत उडालेलं डोकंच अजून गवसलेलं नाही. तर दहन तरी कसं पार पाडणार? ती जळणारी चिता चंदाराणीची आहे."

"कोण चंदाराणी?"

"केशरीसिंगाची लाडकी बायको. तिचे नातलग नको नको म्हणत मनधरणी करत होते; पण तिने कोणाचंच ऐकलं नाही. त्या माउलीने शेवटी रजपूत धर्म पाळला."

"कसला धर्म?" राजांनी आश्चर्याने विचारले.

"आपल्या धन्याचा युद्धात पराभव झाल्यावर आपल्या कायेला दुश्मनाचा स्पर्श होऊ द्यायचा नाही. त्यापूर्वीच पेटत्या आगीत जोहार करायचा, तो रजपूतधर्म त्या थोर स्त्रीनं पाळला."

राजे पट्कन घोड्यावरून खाली उतरले. दमल्याभागल्यासारखे ते तसेच वाटेकडेच्या वृक्षांचा आधार घेत उभे राहिले. एखाद्या रुग्णाप्रमाणे कासावीस झाल्यासारखी राजांची ती अवस्था कोणालाच बघवेना. सगुणाबाई घाबऱ्याघुबऱ्या झाल्या. राजांचे डोळे एकाएकी पाण्याने भरले. त्यांचे तांबूस मुख कमालीचे आरक्त दिसू लागले. अशा अवस्थेत त्यांना कोणीच कधीच पाहिले नव्हते. तानाजी पुढे झाला. राजांचे तळवे पकडत तो ते कळवळ्याने पुसू लागला, "महाराज, खरं सांगा, काय प्रकार आहे? आज अचानक असं का करताय तुम्ही?"

"अरे तानाजी! तू केशरीसिंगाच्या त्या पत्नीला, आमच्या धर्माच्या बहिणीला पुढे झेप घेऊन का रोखून धरलं नाहीस? तिला जोहार करण्यापासून का बचावलं नाहीस?"

"राजे ऽऽ?"

"गड्या! तिला सांगायचंस रे. तुमची रजपूतरागिणींची जोहार करायची रीत पवित्र आहे; पण रजपुतांच्या स्त्रिया जोहाराच्या आगीत केव्हा उड्या घेत होत्या? जेव्हा दिल्लीहून त्यांच्यावर दुष्ट मोगलांच्या काळ्या सावल्या धावून येत होत्या. तू गड्या आमच्या धर्माच्या बहिणीला सांगायला हवं होतंस, येणारं आक्रमण मोगलांचं नसून मराठ्यांचं आहे, जे मराठे धर्माच्या बहिणीसाठी प्रसंगी आपल्या प्राणाचीही

कुरवंडी ओवाळून टाकायला अजिबात कचरत नाहीत! हा सांगावा वेळेत पोचवला असता, तर ती बिचारी बचावली तरी असती रेऽ''

त्या जोहाराच्या बातमीने राजे मनातून हादरूनच गेले होते. चंदाराणीच्या आत्मघातामुळे ते फार व्यथित झाले. आपण संकल्पिलेल्या स्वराज्यात केवळ आपल्या स्वराज्यातीलच नाही, तर दुश्मनांच्या स्त्रियांनाही सुरक्षित वाटेल असे वातावरण निर्माण व्हायला हवे, ही त्यांच्या मनातील भावना आणखी दृढ झाली. त्यांना पुन्हा घोड्यावर बसावेसे वाटेना. इतरांसोबत तासभर त्या चिंचोळ्या दगड-चिखलाच्या रानटी रस्त्याने किल्ला चढून ते वर पायीच निघाले. मनाला डाचणाऱ्या बऱ्याच गोष्टी किल्ल्यावर घडल्या होत्या. केशरीसिंगाच्या मृत्यूनंतर त्याची दोन कोवळी मुले आणि वृद्ध माता बेपत्ता झाले होते. घाबरून किल्ल्यावरच्या महालातून पळून गेले होते. त्यांचाही जारीने शोध सुरू होता.

प्रबळगडाचा ताबा घेण्यासाठी स्वत: शिवराय आल्याचे पाहून सर्व मावळ्यांच्या अंगावर मूठभर मांस चढले. राजांनी गडावरच्या मारुतीचे आणि गणेशाच्या जुन्या पाषाणमूर्तींचे दर्शन घेतले. त्यांनी येता येता रजपूतरमणींच्या त्या पवित्र कुंडाचेही दर्शन घेतले. तिथे चंदाराणीसह तिच्या दोन सहेलींनीही आपल्या राणीसोबत अग्निकुंडात सहगमन केले होते. राजांनी त्या पवित्र जागेस वंदन केले. आपल्या जखमी सैनिकांचीही आस्थेने विचारपूस केली.

राजांचा मुक्काम महालात पडला. तिन्हीसांज झाली. खूप शोध सुरू होता; मात्र केशरीसिंगाचे मस्तक काही हाती लागले नाही. त्यातच दुर्दैवाने त्याच्या उरल्या कुटुंबीयांचाही शोध लागेना.

मध्यान्ह रात्र झाली. टेहळणीची पथके राजांकडे आली. त्यांची साक्ष काढत बहिर्जींनी सांगून टाकले, ''महाराज, गडावरची जंगलझाडी आख्खी विंचरून काढलीय; पण कशाचाच दूमपत्ता लागत नाही.''

''असं कसं होईल?''

''राजे, आम्हास वाटतं दुपारीच एखाद्या चोरट्या किंवा भुयारी वाटेनं त्या रजपूतवीराची माय आणि लेकरं गड उतरून बाहेर निघून गेले असतील.''

दुसऱ्या दिवशीची सकाळ मात्र मोठी उत्साही आणि प्रसन्न ठरली. केशरीसिंगाचे मुंडके सापडले. तसे त्याचे शरीर विधिपूर्वक सरणावर चढवले गेले. त्या एका ठाणेदाराच्या अग्निसंस्कारासाठी, तेही शत्रूच्या कामी आलेल्या किल्लेदारासाठी राजांनी स्वत: हजर राहायची काही जरूर नव्हती; मात्र तिथे शिवराय जातीने उपस्थित होते. राजांनी चंदनकाष्ठे टाकली. अग्निज्वाळा आभाळाकडे धाव घेऊ लागल्या. राजांची नजर सहज पलीकडे गेली. तर त्या जळत्या सरणाशेजारीच एक गौरवर्ण रजपूत वृद्धा आणि तिला लगटूनच तिची दहा-अकरा वर्षांची दोन नातवंडे

उभी होती. ते सारे शोकग्रस्त जीव त्या चितेला वंदन करत होते. राजांनी त्यांना ओळखले. लगेचच केशरीसिंगाच्या त्या दुःखी कुटुंबाला महालात पाचारण केले गेले.

केशरीसिंगाच्या मातेची ती अवस्था बघून राजांचे मन द्रवले. त्यांनी तिची समजूत घातली, "तुमचा पुत्र बडा लढवय्या होता. माझ्या सैनिकांनी त्यांना अभय देऊन शस्त्र खाली ठेवण्यासाठी अनेकदा विनवलं होतं; पण ते आपल्या धन्यासाठी झुंजले, पावन झाले."

राजांनी त्या वृद्धेचा सन्मान करून तिच्या पायावर आपले डोके ठेवले. एका विजयी राजाचा इतका नम्रपणा पाहून केशरीसिंगाची आईही अचंबित झाली आणि रडू लागली. तेव्हा राजे म्हणाले, "झालं गेलं, आता युद्ध व्यवहार संपला. मातोश्री, आम्ही आपणासाठी काय करावं?"

"आमचं माहेर तिकडे वऱ्हाडच्या वाटेवर देऊळगाव राजाला आहे. तिथवर पोचवण्याची व्यवस्था झाली तर—"

"का नाही? सारं काही होईल. चिंता नसावी."

राजांनी तत्काळ हुकूम सोडला. केशरीसिंगाच्या मातेसाठी पालखी आणि तिच्या नातवंडांसाठी दोन तगडी घोडी दिली. सोबत पुरेसे द्रव्य आणि इतर तरतूद केली. त्यांना सन्मानाने इच्छित स्थळी धाडले.

राजांना गडावर इकडे-तिकडे फेरफटका मारायची भावना झाली. घोड्यावर न बसता त्यांनी भोई बोलावले. राजे पालखीतून तिथल्या जंगलझाडीत पुढे निघाले. भोई अगदी असे थोडेच अंतर चालून पुढे गेले असतील-नसतील, तोवर एक गंमत घडली. बोरीच्या झाडाची एक काटेरी फांदी झट्‌कन पालखीत घुसली. फांदीचे काटे राजांच्या मखमली अंगरख्याला डसले. सेवक झट्‌कन पुढे धावून तो गुंतावळा सोडवायचा प्रयत्न करू लागले, तेव्हा राजांची नजर सहज बाजूच्या त्या झाडोऱ्याकडे गेली. ते बोरीचे झाड त्यांना काहीसे वेगळेच वाटले. तसे राजांनी तिथे जाऊन त्या झाडझाडोऱ्याचे निरीक्षण केले. त्या वेळी राजांच्या मनात एक अकल्पित हुरहुर दाटून आली. त्यांनी आपल्या सहकाऱ्यांना हुकूम केला, "चला ऽ ही जागा खोदायला सुरुवात करा."

राजाज्ञेनुसार कार्यवाही सुरू झाली. सेवकांनी फक्त तीन फूट जागा खोदली असेल, तोवर तिथे एक जुनाट बांधकामाचा चौक लागला. थोडी अधिक खोदाई करताच चांदीच्या अकबरी सुवर्ण मोहरांनी भरलेल्या बावीस घागरी तिथे आढळून आल्या. त्याशिवाय चार कड्यांची मोठाली घमेली भरून होनही आढळले. वर कवळाभर सोन्याच्या लांब कांबी मिळाल्या. अचानक झालेला तो प्रचंड गुप्त धनाचा लाभ पाहून राजांसह सर्व जणच विस्मयचकित झाले!

राजांनी त्याच जागेवरून समोरच्या महालाकडे बघितले. जवळपास एकोणीस वर्षांपूर्वी त्या समोरच्या महालाच्या खिडकीतून राजांना सोन्याच्या झळांचा भास झालेली ती हीच जागा होती, जिथे हे बडे सुवर्णधन गवसले होते. नेमके काय समजायचे ह्या योगायोगाच्या गोष्टीला?

आता तर शिवाजीराजांची खात्री झाली होती की, आपले अवघे जीवन मोठ्या वैचित्र्याने भरले आहे. तांबडा आणि भगवा रंग तर सतत आपल्या जीवनाशी अगाध आणि अतर्क्य असा खेळ खेळतो आहे. तशी भगव्या आणि तांबड्या रंगाची जातकुळी एकच. तांबूस रंग क्रांतीचा, युद्धात खेळावयाच्या शस्त्रपंचमीचा आणि सामर्थ्याचासुद्धा. भगवा रंग त्यागाचा, सौभाग्याचा, श्रद्धेचा आणि मांगल्याचाही!

अवघे जीवन व्यापून राहिलेला तो तांबडा रंग आणि भगवा रंग! हिंदवी स्वराज्याच्या स्वप्नपूर्तीसाठी राजांनी हातामध्ये नेटाने शस्त्र पकडले होते आणि अंगभर भगवे वस्त्र पांघरले होते. शौर्याच्या आणि त्यागाच्या राजरस्त्यावरून पुढे वेगाने जाण्याचा त्यांचा निर्धार आता पक्का झाला होता.

◆

दरबारातला पैजेचा विडा

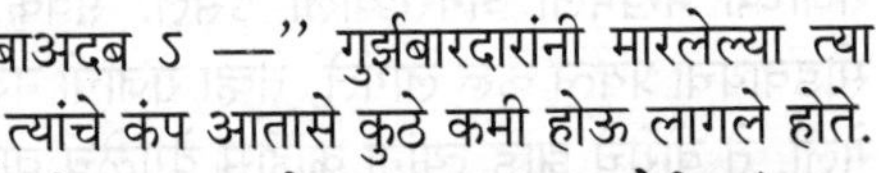

मार्च १६५९

"होशियार ऽ होशियार ऽऽ बाअदब ऽ —" गुर्झबारदारांनी मारलेल्या त्या आरोळ्या आणि ललकाऱ्या, अन् त्यांचे कंप आतासे कुठे कमी होऊ लागले होते. हातात चांदीच्या छड्या घेऊन वावरणारे भालदार-चोपदार बाजूच्या काचेरी खांबाच्या आड झाले. आजच्या विजापूरच्या शाही दरबाराचे स्वरूप खूपच गंभीर होते.

मदुराईपासून ते कारवार, बिदरच्या हद्दीपर्यंत खलिते पोचले होते. सल्तनतमधील सर्व सरदारांना, उमरावांना आणि गाझींना न्योता गेला होता.

दरबार अंमलदारांनी खचाखच भरला होता. समोरच हिऱ्यामाणकांनी जडित असा ताज परिधान करून अली आदिलशहा मसनदीवर कुर्ऱ्यात बसला होता. त्याची उमर फक्त एकोणीस वर्षांची असून, त्याच्या उजव्या बाजूला झिरझिरीत पडद्याआड राजकुलीन स्त्रिया बसल्या होत्या. त्या सर्वांमध्ये प्रौढ वयातली देखणी, रुबाबदार आणि करारी चेहऱ्याची बडी साहेबीण शिरोभागी बसली होती. त्यांचे नाव

ताजुल मुखद्दिरात तथा उलया जनाब.

मोहम्मदशहांची ती जवळपास दशकाची बिमारी, दोन वर्षांमागची त्यांची मौत, बड्या बेमगेच्या पुढाकाराने अलीचे तख्तावर येणे, किती घटनांच्या त्या गवाह होत्या. दरबारावरून आपली आक्रमक नजर फिरवत बड्या साहेबिणीने अलीसाहेबांकडे पाहिले. अलीच्या अंगातले रक्त आपले नसले तरी आपल्या शोहरचे आहे, अगदीच तिसऱ्या कुणा दत्तकाच्या मुठीत राजसत्ता गेली नाही, याचे समाधान बेगमेला होतेच.

बड्या साहेबिणीने आपल्या रेखीव डोळ्यांच्या कोनातून समोर डाव्या बाजूला नजर टाकली. तिथे गरीब गायीसारखा चेहरा करून उभा असलेला जावळीकर प्रतापराव मोरे दिसला. शिवरायांनी मोऱ्यांच्या दौलतीची धूळधाण केल्यापासून गेली काही वर्षे तो विजापुरातच पडून होता. अगदी एखाद्या मशिदीच्या पडवीला बेवारस झोपलेल्या फकिरासारखा. विजापूरकरांनी तातडीने सह्याद्रीवर हमला चढवून भोसल्यांच्या जातीचा नि:पात करावा, अन् आपल्या ओट्यात आपले जावळीचे राज्य तेवढे टाकावे, या एकाच विचाराने तो तिथे गंजत पडला होता.

इराणी, तुराणी वंशाची झाक असलेला बड्या बेगमेचा तो उभट, तांबूस, तरतरीत चेहरा. एकाएकी तिच्या गडद निळ्या डोळ्यांतील वाती उजळल्यासारख्या दिसल्या. प्रतापरावाकडे बघताना बड्या बेगमेची चर्या तर विलक्षण गंभीर झाली. नकळत तिने हिऱ्यामाणकांच्या अंगठ्यांनी मढवलेली आपली नाजूक बोटे मोठ्या कठोरपणे एकवटली. तितक्यात समोरच्याच बाजूने मोठ्याने हुंदका फुटल्यासारखा गळा काढत प्रतापराव मोरे बोलला, "बेगमसाहिबा ऽऽ आईसाहेब ऽऽ जावळी, आमची जावळी! त्या शिवाजी भोसलेनं केली तिची होळी."

"प्रतापराव धीरे, थोडा धीरज रखिये।" बेगमेने इशारा केला.

"माझ्या चंद्ररावाचा आणि हणुमंतदादाचा त्या शिवाने मुडदा पाडला. आमच्या लेकरांना पुण्याच्या बाजारात नेऊन सुळावर लटकावलं, लेकीबाळींना त्रास दिला. आईसाहेब! तुमच्या पायरीवर मला न्याय मिळालाच पायजेल बघा."

आज दरबारात कोणत्या मुद्द्यावर हमला होऊ शकतो, याची पूर्वकल्पना वजिराला होती. आपल्या दाट पिकल्या दाढीवरून त्याने थरथरता हात फिरवला. तिथे समोर उंच मेजावर सह्याद्री पर्वताची एक मेणाची प्रतिकृती तयार करून ठेवली होती. त्यावर स्थलवाचक खुणेचे छोटे निशाण डकवले होते. आपल्या हातातल्या छडीने तो भूभाग दाखवत वजीर बोलला, "मेहेरबान अम्मीजान, ये है समंदर कोकणका—हे दाभोळ, हर्णै, मुरूड ऐसे बडे बडे बंदरगाह—जहाँ तिजारतके वास्ते फिरंगी देशोंसे जहाजोंका आना-जाना रहता है। अन् इथूनच बाहेर पडणारा हा जंगली रास्ता-सामान, तोपे, बारूद, बाजार सर्वांचा एकच रास्ता हा पारचा नाका ओलांडून, जावळीच्या घन्या जंगलातून, रडतोंडीच्या घाटाने येऊन पुन्हा उतरत उतरत असा

तायघाटाने पुढे वाईवरून—''

''हाँ जानती हूँ। इसी घाटी और वादियोंपर वह नादान सिवा अपना कबजा जमाकर बैठा है—दिनबदिन नयी नयी हरकतें—आमचं नाक असलेल्या कोंडाणा किल्ल्यावर त्याने पुन्हा कबजा केला. शिरवळच्या सुभानमंगळची मिट्टी नीरेच्या पात्रात टाकली त्या बगावतखोर भोसल्याच्या पोराने. पुरंदर किल्ल्याच्या बगलेवर आमच्या मुशेखानाला जित्ता फाडला. त्याची लाशसुद्धा मिळाली नाही—''

''लेकिन अम्मीजान, एक बहुत हैरानगीकी बात यह है कि, कोकणातल्या बंदरावर सिवा कबजा करू पाहतोय. उसकी हरकतें ऐसीही बढती रही, तो कल परदेसी ताकतें भी हमारे हुक्मकी परवाह नही करेंगी!''

''क्या वो भी जमाना था—ह्याच विजापुरी नगरीमध्ये हररोज फतेहचे तंबुरताशे ऐकायची आम्हाला आदत होती. कोणाची नजर लागली आमच्या त्या बहादुरीला—? पुरंदरच्या पठारावरून बेजुबान लौंडीसारखी आपली छाती पिटत आलेला वह निकम्मा फत्तेखान—! त्या डरपोक फौजीला आम्ही दरबारात पाऊल ठेवायचीही बंदी घातली आहे. त्याचा सरंजाम जप्त केला. पागल कुत्र्यासारखा आजकाल तो विजापूरच्या खंदकाच्या बगलेनं भटकतो म्हणतात—''

चिडलेल्या बड्या बेगमेचा अंदाज घेत वजीर बोलला, ''बेगमसाहिबा, आखिर यह रियासत और सियासतकी बात है, शिस्ती-सावकाशीनं घेतलं तर?''

''हम तो खूब जानते हैं सियासतवाली बातें! मत भूलना! माझीसुद्धा पैदाईशी शाही महालातली आहे. हमारा बाबुल और ससुराल ढेर सारे सुलतानोंसे भरा हुवा है। आज इथे तख्तावर मौजूद असलेले अली आदिलशहा आमचे बेटे आहेत और मैं खूब जानती हूँ कि, लापरवाहीका मतलब क्या होता है और ब-गा-व-त किसे कहते है।''

अतिशय चिडलेल्या बड्या साहेबिणीचा तो रुद्रावतार पाहून दरबार हादरला. बेगमेच्या गाजरासारख्या लालेलाल झालेल्या चर्येकडे नजर द्यायची कोणाची हिंमत होईना. बड्या बेगमेच्या घुश्शाने कल्पनेपेक्षाही खूप उंच पातळी गाठली, तेव्हा पुढचे संकट ओळखून सुलतान अली आपल्या अम्मीजानच्या मदतीला धावला. तिथेच गुडघ्यांवर अर्धवट उभा राहून आपल्या हातातले तलवारीचे पाते हवेत नाचवत गरजला, ''हुक्म अम्मीजान! हुक्म!''

तख्तावरच्या सुलतानाचा तो आविर्भाव बघून साऱ्यांच्याच अंगात बहादुरीचा कैफ चढला. उभा दरबारच आरोळ्या ठोकू लागला, ''हुक्म बेगमसाहिबा! हुक्म!''

दरबाराचे लक्ष बेगमेने समोर ठेवलेल्या सोन्याच्या परातीमधील विड्याकडे गेले. बेगम सर्वत्र आपली करडी नजर फिरवत बोलली, ''कोई है जवाँमर्द? जो अभी के अभी उठेगा, और जो सिवाका खातमा करने के वास्ते उस सह्याद्रीके वादीयों और

चट्टानोंकी तरफ दौड पडेगा?''

त्या अचाट आव्हानाच्या कल्पनेने अनेक जण जागीच हादरले. त्यांच्या नजरा खाली झुकल्या. जो तो आपली तोंडे लपवत डाव्या आणि उजव्या बाजूला शेजाऱ्यांकडे हळूच लवलवत्या डोळ्याने बघू लागला. आपल्या आव्हानाला अपेक्षित प्रतिसाद दिसेना हे बेगमच्या ध्यानात येताच त्यांचा आवाज अधिकच कठोर बनत चालला, "है कोई? बताईये? दरबार नामके इस मुर्दाघरमें है कोई ऐसा हिंमतवाला ऽऽ जो उठेगा और हमारी फौज लेकर सिवाकी धज्जियाँ उडायेगा?'' बोलता बोलता बेगमेने सर्वत्र नजर फिरवली; मात्र प्रतिसादासाठी एकही हुंकार कानी पडेना. त्यामुळे बड्या बर्चीच्या तिखट पात्यासारखे एक वाक्य तिने उभ्या दरबारावर फेकून दिले, ''ये दरबार ऽऽ क्या खाक दरबार है! ये तो भेडबकरियोंका बाजार है!''

"ठहरिये बेगमसाहिबा! अल्लाके वास्ते रुकियेऽ'' एक धीरगंभीर आवाज पाठीमागून आला. अन् पाठोपाठ साडेसहा फूट उंच, बैलासारखी मस्तवाल गर्दन असलेला, धिप्पाड बांधणीचा अफझलखान दमदार पावले टाकत पुढे येताना दिसला. त्याबरोबर सर्वांचे डोळे चमकले. तेवढ्यात तख्ताच्या समोरच्याच बाजूला येऊन अफझलखान गरजला, ''गुस्ताखी माफ बेगमसाहिबा। यह दरबार इतनी जल्दी कायरताकी दरियामें कैसे डूब मरेगा? आप कैसे भूल सकती हो बिजापूरके इस शेर को?''

त्या दरबारातून काही वेळ फक्त एकमुखी पुकार सुरू झाला, "अफझलखान ऽ अफझलखान ऽ ऽ"

"जी हाँ, मैं वही अफझलखान हूँ। सिवा क्या, उसके बापको जंजीरोंमे जकडकर जिसने इस विजापूरमें लाया था और उन्हे हथकडियोंकी चूडीयाँ पहनाकर रास्तेमें नचवाया था। वही हूँ मै कुफ्रशिकन अफझलखान!''

मोठ्या रुबाबात अफझलखानाने पुऱ्या दरबाराकडे नजर टाकली. अन् तसाच पाच पावले पुढे चालत तो त्या सुवर्णपरातीजवळ जाऊन पोचला. त्याने तिथल्या तबकातला विडा

चिमटीत पकडला आणि आपल्या डाव्या कानाच्या पाळीवर अलगद ठेवला, तसा दरबारात टाळ्यांचा कडकडाट झाला. "वाह, जवाँमर्द वाह!" "वाह, जिगरबाज गाझी!", "जिओ! जुगजुग जिओ!"

त्या बेमिसाल खुशीच्या आरोळ्या लवकर थांबायचे नावच घेईनात. बड्या साहेबिणीने सुलतान अलीसाहेबांना डोळ्यांनी इशारा केला. अलीने अफझलला जवळ बोलावले. त्याच्या हाती रत्नजडित तलवार आणि त्याच्या भक्कम खांद्यावर खिलतीची झुळझुळती वस्त्रे ठेवून त्याचा जाहीर सन्मान केला. सर्व सरदारांनी आणि मानकऱ्यांनी बेहद खुशीमध्ये दरबारच डोक्यावर घेतला होता. तेव्हा खूप खूश होऊन बड्या साहेबिणीने सर्वांना विचारले, "क्या हमारे दरबारको कातिल-इ-काफिरून अफझलखानके तार्रुफकी जरूरत है?"

"नहीं नहीं!"

"केवळ दोन सालामागे बिदरच्या जंगामध्ये याच आमच्या बहाद्दर अफझलखान साहेबांनी कमाल केली होती. त्यांनी मोगलांच्या शहजाद्याला, त्या औरंगजेबालाच आपल्या लपेटमध्ये घेतले होते."

त्या गोष्टीची याद येताच अफजलखानाचा चेहरा गोरामोरा झाला. तो घोगऱ्या आवाजात बोलला, "तो औरंगजेब माझ्या पकडीमध्ये असा सापडला होता की ती रात्र त्या शहाजाद्याच्या जिंदगीतली काळरात्र ठरणार होती. त्याला बंदी बनवून जत्रेतल्या मुर्ग्यासारखा विजापूरच्या गल्लीबोळांतून नाचवत नाचवत आणायचा मी पुरा इंतजाम करून ठेवला होता—लेकिन अय अल्ला ऽऽ मैं क्या करूँ?" संतापाचे असे फूत्कार काढत अफझलखानाने आपले डोळे पुसले. तो गरजला, "त्या रात्री तेव्हाच्या आमच्या वजिराने घूस खाऊन धोकाधडी केली नसती, अय् परवरदिगार ऽऽ तो आज तारीखका रुख बदल जाता!"

अफझलखानाच्या त्या भावनाविवश वक्तव्याने सारा दरबार सर्द झाला; पण भावनेच्या डोहात बुडालेल्या दरबाराला बड्या बेगमेने झट्कन बाहेर खेचत अफझलखानला सांगून टाकले, "अफझलसाहब! हमें 'अफसाने' नहीं 'हकीकत' ज्यादा पसंद है।"

"क्यूँ बेगमसाहेबा? आमच्यावर भरवसा नाही? अम्मीजान ऽऽ इस नये मुसीबतसे इतनाभी परेशान होने की जरूरत नही।"

"अफझलसाहब! अजून आपण मैदान-ए-जंगमध्ये उतरला आहात कुठे? तो सह्याद्री, तो सिवा आणि त्या नादान मावळ्यांच्या मुलखात घुसा तरी एकदाचे!"

"दुश्मनको मट्टीमें मर मिटानेके लिए जो चाहिए वह सब हम करेंगे। जेव्हा मी माझ्या फौजेसह त्या सह्याद्रीच्या घाटीमध्ये उतरेन, तेव्हा त्या सिवाला आपला प्यारा जीव बचावण्यासाठी इर्दगिर्द भागदौड करावी लागेल; मात्र मी ह्या भऱ्या दरबारात अल्लातालाची सौगंध खाऊन असं वचन देतो की, त्याला मी चढ्या घोड्यानिशी

तसाच जेरबंद करेन आणि तिकडून इकडे फरपटत ओढून आणून आपल्या ह्याच तख्ताच्या पायांना जखडून बांधेन.''

''वाहवा ऽ गाझी अफझलखाँ जुग जुग जियो ऽ उम्र दराज हो!'' दरबार गरजला.

आपल्या डोळ्यांतले उष्ण अश्रू पुसत अफझलखान आपला एक जाडजूड हात हवेत उंचावत गरजला, ''आज तो हमारे बिजापूरके वतनपर दोही दरिंदोकी डरावनी छाया है—एक औरंगजेब और दूसरा सिवाजी! पहला खाली अपनी तकदीरकी वजहसे और हमारे वजीरके गद्दारीसे बच गया—लेकिन दूसरा सिवाजी कतई जिंदा नहीं रह सकता!''

त्याच रात्री बड्या बेगमेने आपल्या आनंदमहल ह्या शाही मंजिलमध्ये अफझलखानाला घाईने बोलावून घेतले. त्या दालनात बड्या साहेबिणीशिवाय त्यांचे शहजादे सुलतान अली आदिलशहा आणि त्यांच्या रिश्त्यानात्यातले चार-पाच गिनेचुने खासे सोडून अन्य कोणीही हजर नव्हते. त्या बैठकीचे स्वरूप अगदी खासगी होते.

दरबारातल्या दुपारच्या त्या प्रसंगानंतर अफझलखान तडक शस्त्रागारात स्वत: जाऊन रुतून बसला होता. स्वत:च्या डोळ्यांनी शस्त्रास्त्रांचा आणि अवजारांचा आढावा घेत होता. रात्री जेवणवेळ झाली तरी तिथून उठायचे त्याला भान नव्हते. त्या शस्त्रखान्यातच त्याला बड्या बेगमेचा पैगाम मिळाला. त्यामुळे तो घाईने तसाच आनंदमहलमध्ये जाऊन धडकला.

पडगादीवर खानाने बूड टेकण्यापूर्वीच त्याच्या कानावर बेगमेचा हुकमी आवाज पडला, ''इस अजाशी मुहिम के वास्ते आप जैसा सूरमा, ऐसा रणगाझी और ऐसा वफादार बंदा हमारी सल्तनतमें और कोई दूसरा नहीं हो सकता।'' बेगमेच्या त्या उद्गारावर बैठकीतील बाकी सर्व खाशांनी माना डोलावल्या. अफझलकडे अत्यंत अभिमानाने बघत बेगमसाहिबा म्हणाल्या, ''तुमच्याऐवजी आज अन्य कोणी त्या पैजेच्या विड्याला हात घालायचा बचपना दाखवला असता, तर आम्ही तिथेच त्याचे कान उपटून त्याला खडसावलं असतं, 'बेटे! यह तेरे औकात की बात नहीं!'''

''आपकी दुवायें यही मेरी असली ताकद है अम्मीजान!'' अत्यंत भारावलेल्या सुरात अफझलखान बोलला.

''आपल्या वजिराने औरंगजेबाला बंदिखान्यातून सोडल्याच्या आत्यंतिक गुश्शापोटी आपण त्या दिवशी आमच्या दरबाराकडे यायला निघाला होता, तेव्हा दोन्ही हातांमध्ये दोन धारदार शस्त्रं घेऊन मोठमोठ्याने आरोळ्या ठोकतच तुम्ही प्रवेश

केला होता. 'कुछ भी करीये, लेकिन वतन को चोट पहुँचानेवाले उस नमकहराम वजीर को दफनाईये!' अशा लंब्या गर्जना करत तेव्हा तुम्ही दरबारात दाखल झाला होतात. त्या दिवशीचा तुमचा तो जोश, तो गुस्सा, ती तडफ, सुभानअल्ला ऽ! मेरे तो होश उड गये थे।'' बडी बेगम म्हणाली.

''शुक्रिया अम्मीजान।''

वास्तविक, तो बड्या खाशांसाठी आणि जवळच्या रिश्तेदारांसाठी बेगमेने ठेवलेला बडा खाना होता. मंडळी मेजवानीला बसली; परंतु आज बेगमसाहिबा त्या बड्या मोहिमेच्या आवर्तात पूर्ण अडकून गेल्या होत्या.

आपल्या दाताखाली चुरडलेली कोंबडीची अर्धवट तंगडी तशीच समोरच्या थाळ्यात ठेवत अफझलखान हसला. पाण्याचा एक घोट घेत त्याने हसतच बड्या बेगमेला विचारले, ''बेगमसाहिबा, कभी कभी हमें ऐसा भी लगता है, मावळातल्या आपल्या दहा-पंधरा किल्ल्यांना धक्का दिला म्हणून का त्या शहाजीच्या नादान पोराला आपण 'बडा खतरा' मानायचा?''

''अफझलमियाँ! आपण त्या पोराची कच्ची उमर बघू नका. त्याचे पक्के आणि उँचे इरादे ध्यानात घ्या! पुरंदरच्या किल्ल्याच्या तटाजवळ ज्याने मुसेखानाचा कत्ल केला, सूरमा फत्तेखानाला लढाईमधून नव्हे तर जिंदगीमधूनच ज्याने उठवला, त्या साऱ्या घटनांचं मूळ म्हणजे हाच तो शहाजीचा उर्मट बच्चा!''

''माफ करना अम्मीजान। इस मुहिममें पल पल होशियार रहेंगे!'' अफझलखान खाली मुंडी करून बोलला.

''हमनें आपको आज जानबूझकर एक दिनमें दूसरी बार हमारे सामने फर्माया है। कारण सह्याद्रीतली ती भोसल्याची औलाद हाच आज आमच्या सल्तनतीवरचा सर्वांत बडा खतरा आहे. त्या दोन्ही बापलेकांची एहसान फरामोशी नजरअंदाज करण्यासारखी बिल्कूल नाही.''

''बच्चा नासमझ म्हणायचा की बाप ढोंगी?'' अली आदिलशहाने विचारले.

''आम्हाला तर पोरापेक्षा बापच अधिक बदमाश वाटतो. ऊठसूठ सुलतान साहेबांची सेवा म्हणजे आपला मजहब आहे, असं तो बुड्ढा एकीकडे म्हणतो. आपल्या पोराला मुठीत ठेवा असं सांगितलं, तर म्हणे पोरगा आपल्या ताब्यातच नाही. वा ऽ बहुत खूब शहाजीबाबा! यालाच म्हणतात 'तू हँसने का नाटक रचा ले, और मैं रोनेका रंग जमाता हूँ!''

त्याच बैठकीत बड्या बेगमेने अफझलखानाला होशियार राहायच्या अनेक सूचना दिल्या. सह्याद्रीच्या त्या कोकणी भागात भुताटकीचे अनेक प्रकार चालतात. हडळ, चेटक्या, लावसट, मारक्या अशा जातीची अनेक पिशाचे तिकडे वावरतात. स्तंभन, हनन आणि उच्चाटन असे काळ्या जादूच्या तंत्रामंत्रांचेही खूप अघोरी प्रकार

चालतात. त्यामुळे शिवाजींच्या कोणत्याही बतावणीपासून अफझलखानाने चार हात दूर राहावे, असा पोक्त सल्ला बड्या बेगमेने दिला.

शिवाजीवरील त्या मोहिमेची विजापुरात बड्या बेगमने चालवलेली ती तगडी तयारी पाहून स्वत: अफझलखान बावरला. अव्वल जातीचे बारा हजाराचे दमदार घोडदळ, दहा हजार पायदळ, साडेतीनशे लहान आणि मोठ्या तोफा, शंभराहून अधिक हत्ती, ओझी आणि तोफा वाहणारे काठेवाडी पैदाशीचे तीन हजारांहून अधिक बैल, सातशे उंट अशी प्रचंड युद्धसामग्री मोहिमेसाठी तयार ठेवण्यात आली होती.

एकट्या अफझलखानावर भरवसा न ठेवता त्याच्या दिमतीला सिद्दी हिलाल, अंबरखान, रुस्तुमेजमा, याकूतखान, गुलाम बर्बर, बाजी घोरपडे, झुंजारराव घाटगे, जिवाजी देवकाते, मंबाजी भोसले, कल्याणजी जाधव, शंकरजी आणि पिलाजी मोहिते, पहिलवाल खान, प्रतापराव मोरे, रहिमतखान, हसन पठाण, सरदार पांढरे, अशी एकापेक्षा एक बड्या इस्लामी आणि हिंदू सरदारांची मोठी तुकडीच देण्यात आली होती.

आतला खाना आटोपताच दुसऱ्या दालनात हजर असलेल्या अंमलदारांना तिथे बोलावण्यात आले. मग प्रत्येक मुखियाकडे बडी बेगम शस्त्र, वस्त्र, खाना, बारूद, जनावरे, खजिना, नजरबाज खाते, अशा सर्व विभागांची आणि त्यांच्या तयारीची उजळणी करू लागल्या. त्यांनी मुन्सीजींना तिथे पाचारण केले. एक जाड, थुलथुलीत अंगाचा काळा तेलंगी ब्राह्मण तिथे नम्रपणे झुकत दाखल झाला. कपाळावरचे पांढऱ्याधोट भस्माचे पट्टे आणि कानाच्या पाळीवरची रंगीत गंधाची बोटे त्याच्या काळ्या त्वचेवर उठून दिसत होती. डोक्यावरचे बसके मद्रासी मुंडासे सरळ करत तो तिथे अजिजीने उभा राहिला. त्याच्याकडे पाहत बडी बेगम बोलल्या, "नरसिंय्याजी ऽ कुठे आहेत अफझलसाहेबांचे कागजात?"

मुन्सीजीने आपल्या जवळचा रेशमी रुमाल उघडला. त्यातील कोऱ्या कागदांचा नीटस गठ्ठा त्याने अफझलखानाकडे सुपूर्द केला. त्याचा बोध न झाल्याने अफझलने विचारले, "अम्मीजान, क्या है यह?"

"आम्ही आपल्या मोहिमेत किमान तीन वर्षं पुरेल एवढ्या घासदाण्याचा, चंदीचाऱ्याचा आणि शस्त्रावस्त्रांचा पूरा इंतजाम करून ठेवला आहे. लेकिन बीचमें कुछ जरूरत पडी तो यह डोले—"

"कुछ समझा नहीं अम्मीजान?"

"बेटा यह 'डोले' याने शाही फर्मानके, लिखापढीके असली कागजात है। त्यावर सल्तनतीचे शिक्के आणि मोहराही आम्ही डकवून ठेवल्या आहेत—"

"पण हे ऽ कशासाठी आणि काय जरूरत आहे याची?"

"जरूरत है बेटे! ये डोले—इससे आप मुहिममें किसीभी जगहसे शाही फर्मान

जारी कर सकते हो। जरूरत पडे तो दूसरे मुल्कसे जादा फौज बुलाने के लिए आप मुखत्यार है। आपके साथ जो बडे बडे सिपाहसालार होंगे, वे सब के सब आपके हुक्म के ताबेदार रहेंगे। किसीको कडी सजा देना, या किसीकी मैदान-ए-जंगमें बहादुरी देखकर उसपर बक्षीसीकी खैरात करना, फौजका हौसला बढाना—सौ बात की एक बात, इस मुहिममें बिजापूरके हाथी, घोडे, तोफें नहीं लेकिन आदिलशाही हुकूमतही तुम्हारे हाथ है, तुम्हारे साथ भी रहेगी—बस् हमें फतेह चाहिए। सिवा चाहिए!''

''अय् अल्ला ऽऽ, अब मेरी लाज और बिजापूरका ताज आपकेही हाथोंमें है!'' अस्मानाकडे हात उंचावत अफझलखान खूप भावनाविवश होत बोलला.

''देखिए अफझलसाहब, हमें सिर्फ सिवा चाहिए ऽ! जिंदा या मुर्दा!'' बडी बेगम कठोरपणे म्हणाली.

रात्र बरीच झाली होती. अनेक खासे महालातून निघून गेले. अजून काही जण तिथे तिष्ठत बसले होते. अली आदिलशहाही तिथेच होता. अचानक बड्या बेगमेच्या डोक्यात काहीतरी आले. तिने अफझलखानाला खुणावले आणि आपल्या- सोबत पलीकडच्या एका रिकाम्या दालनात नेले. त्या खलबतीचे गांभीर्य लक्षात येताच खिदमदगारांनी झट्‌कन बाहेरून दरवाजे बंद करून घेतले.

त्या दालनातील एकांतात बड्या बेगमेने अफझलखानाला अगदी हट्टानेच आपल्या शेजारी बसवून घेतले. ''और एक खास बात अफझल, तू त्या जंगलामध्ये सिवाचा एखाद्या शिकारी कुत्र्यासारखा पाठलाग कर. लेकिन याद रखिये...''

''बताईये अम्मीजान!''

''किसीभी हालात में उसके पीछे वहाँके अंदरवाली घनी पहाडोमें मत जाना!''

''अम्मीजान—?''

अफझलखानाला एक गंभीर, भीतिदायक इशारा देत बेगमसाहेबा बोलल्या, ''दोस्ती करतानाही शहाजीच्या त्या शैतान छोऱ्यावर इतनासाभी भरोसा ठेवू नकोस. जंगलमें आझाद पंछी घूमते, फिरते, लहरते हैं। लेकिन ऐसी घनी पहाडियोमें कुछ होशियार शिकारी अपने होठोसें सुरीली सीटी बजाते हैं। तब उसी धुनसे वह बेचारे गरीब पंछी अपने आप फँस जाते हैं। ऐसेहि वह सिवा सीटीकी मतवाली सुरोसें आपको जादुई जालमें बंद करेगा। लेकिन याद रखना, वहाँकी पहाडियोमें बजाई हुई सीटी याने की संगीतका सूर नही, बल्की कटारकी जालिम धार होगी।''

◆

जाओगे, तो लौट नहीं पाओगे।

एप्रिल १६५९

पहाटेची वेळ. समोर दिसणारा सूफी संत हजरत पीर अमीन चिस्ती साहेबांचा खूप बडा दर्गा. त्याच्या आजूबाजूने थंडगार हवा वाहत होती. त्या पहाटवाऱ्याने चिरागदानांच्या वाती फुरफुरत होत्या. दर्ग्यासमोरचा अर्धवट उजेड. पाठीमागे विशाल दर्गा. मात्र तिथे चिस्तीबाबांना बहुतांशी करमायचे नाही. बाहेरच्या झिजक्या पायरीजवळ फाटक्या चटईवरच नेहमीसारखे ते बसले होते. बांबूच्या वाळल्या काठीसारखे पातळ अंग. सारा दुबळा देह म्हणजे शरपंजर. पांढरीशुभ्र दाढी. सत्तरीचे वय. ते एखाद्या लहान मुलासारखे अंग आकसून तिथे बसले होते.

बाबांच्या समोर भीतीने गारठलेला अफझलखान आणि त्याची लाडली बेगम उभे होते. ते दोघेही प्रचंड तणावाखाली दिसत होते. अफझलखान बाबांच्या समोर झुकून लीन-दीन शब्दांत आर्जव करत होता, "बाबा, गेली पंचवीस वर्षं हर वक्त मी आपली दुवा घेऊनच मोहिमेवर बाहेर पडतो. तब तब मेरे साथ रहती थी मेरी तकदीर और मेरा लाडला फतेहलष्कर हाथी! पण आजच ही नौबत कशी गुजरली? मोहिमेच्या पहिल्याच मुक्कामात माझा लाडला हत्ती कसा मरून जातो? इस अनहोनी के पीछे क्या राज छुपा हुआ है?" अवलियाबाबा अफझलकडे निरखून बघू लागले. वास्तवत:, त्यांना डोळे नव्हतेच. डोळ्यांच्या खोबणीच्या जागी फक्त काळ्याशार खाचा होत्या; मात्र तरीही त्यांच्या दिव्यचक्षूंना सारे काही स्पष्ट दिसते, अशी बाबांच्या हजारो शिष्यांची धारणा होती.

आज बाबासुद्धा खूप परेशानीत दिसले. त्यांनी पहाटेच्या त्या थंडीत आपला काळपट, राठ, थरथरता हात बरोबर पहारेकऱ्याच्या दिशेने पुढे केला. तो पहारेकरी हातामध्ये जळता हिलाल घेऊन उभा होता. बाबांनी त्या पलित्याचा दांडा आपल्या हाती धरला. त्याच्या भगभगत्या प्रकाशात त्यांची पहिली नजर अफझलच्या मोजडीवर गेली. मग त्याचे ते सागवानाच्या बुंध्यासारखे मजबूत पाय, त्याच्यावरचा झगा. त्या सरदारी झग्याच्या वर दिसणारी त्याची भरदार छाती आणि त्याचे ते पीळदार दंड. अफझलखान तब्येतीने असा धट्टाकट्टा होता की त्याला दिवसभराच्या आपल्या रपेटीमध्ये तीन घोडी बदलावी लागायची. त्याचे वजन पेलता पेलता त्या मजबूत जनावरांनासुद्धा धाप लागायची.

जळत्या हिलालाच्या प्रकाशात बाबा अफझलच्या मुंडक्याच्या दिशेने निरखून

बघू लागले. तसा त्यांच्या काळजाचा ठोका चुकला. अफझलच्या रुंद, मस्तवाल मानेवर त्याचे मुंडके बाबांना दिसतच नव्हते. वादळवाऱ्याच्या तडाख्याने एखाद्या कोवळ्या वृक्षाचा बुंधा अर्धवट स्थितीत मोडून जावा, त्यातून चीक वाहावा, तशी ती अर्धवट तुटकी मान! त्या जागेवरून त्यांना गरम तांबूस-काळ्या रक्ताचा उमाळा खाली सांडताना दिसत होता. काफरांच्या महादेवाला दह्या-दुधाचा अभिषेक घालावा तसे ते भळभळून वाहणारे रक्त. त्या जळजळीत भविष्याचे आगाऊ दर्शन घडताच पीरबाबा जागीच थरारले. आपल्या हातातली ती जळती दिवटी त्यांनी झट्कन बाजूला केली. "क्या हुआ बाबा, क्या हुआ?" अफझलखानाने घाबऱ्याघुबऱ्या आवाजात विचारले.

एकाएकी बाबांच्या चर्येवर अमावस्येचा काळिमा माखल्याचे दिसले. ते खूप हळवे आणि केविलवाणे दिसू लागले. त्यांची तर अफझलवर पहाडासारखी माया होती. म्हणूनच ते दर्दभऱ्या सुरात अफझलला समजावू लागले, "मेरी मान ले बेटा। त्या नादान सिवाच्या मुहीमवर जायचा बेकार ख़याल तू सोडून दे."

"लेकिन ये कैसे मुमकिन है बाबा? और ऐसा क्यूँ?"

"क्या बताऊँ बेटे? इस मुहिममें आपके फतेहकी एक भी किरन हमें नजर नहीं आती। पूरा बरबादीका रास्ता दिखाई देता है!"

"लेकिन बाबा, मी दरबारात विडा उचललाय!"

"तो क्या हुआ?"

"सरे आम, भरे दरबारमें सौंगध ली है बाबा मैंने, वह अजासी मुहिम अभी तो मेरे लिए जिंदगी और मौत का सवाल बनी है। अल्लातालाने फर्माया तो भी मैं ये मुहिम नहीं छोड पाऊँगा!" निग्रहाने अफझलने सांगून टाकले.

हे ऐकल्यावर अफझलखानाचा हात पकडून पीरबाबांनी कातर आवाजात सांगून टाकले, "अगर आप यह रास्ता नहीं छोडेंगे तो मौत भी तुम्हें नही बक्षेगी ऽ! जाओगे तो कभी लौट नहीं पाओगे!"

त्या गुरू-शिष्यांतला तो मुलखावेगळा संवाद अफझलखानाची लाडली बेगम मघापासून ऐकत होती. तिने बाबांची अशी कळाहीन चर्या आणि त्यांच्या तोंडी अशी खौफनाक बातें गेल्या पंचवीस वर्षांत कधीच ऐकली नव्हती. बाबांचे ते भाकीत ऐकताना तिला भीतीने कंबर खचल्यासारखेच झाले. ती बाबांच्या पायांपाशी जवळजवळ कोसळलीच. पीरबाबा आपल्या पायांत कधीच चप्पल वा मोजडी घालत नसत. त्यामुळे अनेकदा दगडगोट्यांना ठेचकळून, काट्याकुट्यांच्या वावरातून चालल्यामुळे त्यांचे घट्ट झालेले ते निबर, इवलेसे पाय हाताने चोळत आणि त्यांवर आपले अश्रू गाळत बेगम म्हणाली, "हजरत ऽ हर बार आपने फतेहकी बात दोहराई थी और हर जगह अफझलसाबने फतेहके निशान लगाये थे।"

"मगर बेटी, इस मुहिममें मुसीबत ही मुसीबत नजर आती है।" बाबा कंपित सुरात बोलले.

"लेकिन ऐसी बला, ऐसी दिक्कतें कैसे पैदा हो सकती हैं?"

"त्या सिवाजीला तुझ्या गुरूपेक्षा बड्या गुरूची आणि पाक काळाची साथ असेल तर?"

"लेकिन बाबा?—"

"बच्चों! ज्यादा बहस मत करो। सुनों ऽऽ इस वक्त अफझलने जंग छेडना यानी जानबूझके बर्बादीके कुँएमें छलांग लगा देना है।"

बाबांच्या तोंडची ती बरबादीची वाणी ऐकून अफझल आणि त्याची बेगम जागीच हादरून गेले होते. अशा खौफनाक भविष्याची त्यांनी कल्पनाही केली नव्हती. एक वेळ 'जंग-ए-मैदामें हार होगी—' एवढे त्यांनी सांगितले असते, तरी त्याचे काहीच वाटले नसते; मात्र त्यांच्या काळपट, शुष्क ओठांतून 'बरबादीका रास्ता' आणि 'जाओगे तो जिंदा लौट नहीं पाओगे' हे असले निर्वाणीचे भीतिदायक शब्द म्हणजे काळजावर जळत्या सळीने दिलेल्या डागण्याच होत्या.

आता निघायला हवे होते. त्या बड्या मोहिमेची प्रचंड कामे अजून बाकी होती; पण तरीही आपल्या जिंदगीचे श्रद्धास्थान असलेल्या गुरूकडून थोडेबहुत फळ मिळावे या अपेक्षेने अफझलखान बोलला, "ठीक आहे बाबा — माझ्या तकदीरात जे असेल ते असो — पण एक एहसान करा, कुछ राहतका रास्ता, कुछ टोटका बताईये बाबा।"

"हाँ बेटा, कुछ किरनें, बहते झरने जरूर दिखाई देती हैं—जिस कारण मुसीबतका पहाड थोडा हलका हो जायेगा।"

"जैसे बाबा—?"

"त्या शिवाजीकडे गेल्यावर तू त्याच्या सह्याद्रीच्या घन्या पहाडपत्थरांत बिलकूल फसू नको. उस सिवाजीसे पहाडीके नीचेही जा मिलना।"

"शुक्रिया बाबा — और?"

"हाँ. सबसे बडी बात, जंग-ए-मैदानमें लडते वक्त किसी अपनोंकी याद मत करना—यानी किसीके भी मोहमायामें फस जाओगे तो सीधा दफा हो जाओगे।"

बाबांच्या या मुद्द्यावर त्याही स्थितीत अफझलखानाला हसू आले. आपल्या हातची साडेचार हात समशेर उंचावत अफझलखान खुशीने गरजला, "बाबा, यह नंगी समशेरही है मेरा मोह और यही है मेरी माया! तीसरा और कोई नही!"

बाबा चिडीचूप बसले. त्यांचा तो थंड अबोला अफझलला असह्य झाला. तसा तो लहान मुलाच्या कळवळ्याने बाबांना बोलला, "बाबा, अल्लाची कसम खाऊन सांगतो, माझं दिल आणि माझा दिमाग कधीच कुणाच्या मोहमायेत अडकणार नाही."

"सुभानअल्ला बेटे!" बाबा हसून बोलले, "बेटे अफझल, इस सल्तनतमें चौंसठ बिवीओंका जनाना पालनेवाला तेरे जैसा दूसरा और कोई भी नहीं हैं। मत भूलना, दुष्मनसे लडते वक्त किसी एक भी नरगिसी यादसें आपके हाथको हलकीसी कँपकँपी छूट गयी, तो आप फौजके साथ पूरे रफादफा हो जाओगे!"

अफझलचे आजवरचे जीवन म्हणजे फक्त यशाच्या चढत्या पायऱ्यांचाच सोपान होता. आरंभी रणदुल्लाखानाकडे सामान्य बारगीर म्हणून दाखल झालेला तो बघता बघता विजापुरात पहिल्या फळीचा सिपाहसालार बनला. स्वतःचा उल्लेख तो 'अफझलखान मोहम्मदशाही' असाच गौरवाने करायचा. त्यातून आपण मोहम्मदशहा साहेबांच्या किती निकटतमच नव्हे तर खानदानातलेच आहोत हे दाखवण्याची त्याची हेतुतः धडपड राहायची. त्याच वेळी राजदरबाराचीही त्याच्यावर तितकीच मेहेरनजर होत आली होती. त्यामुळे त्याचा तो आपुलकीचा तोराही शोभून दिसायचा.

पीरबाबांची भविष्यवाणी ऐकल्यापासून अफझलचा धीरच सुटत चालला होता. त्यातच ती एकापाठोपाठ एक अशा अपशकुनांची मालिका! त्याची फौज विजापूर नगरीतून बाहेर पडताना दुसरा एक हत्ती उधळला होता. त्याच्या पायाखाली आठ-दहा नागरिक चिरडून मेले होते. आगेकूच करताना पहिल्या प्रहरातच हत्तीवरच्या मुख्य निशाणाची दांडी मोडून झेंडा खाली मातीत कोसळला होता. शिवाय त्या नगरीतून फौजा बाहेर पडता पडता वादळ माजून भयंकर धूळ आणि पालापाचोळा उडू लागले होते. काही वेळ तर आभाळ इतके काळवंडून गेले होते की, भर दिवसा अंधार दाटल्यासारखे झाले होते. त्यातच भरीस भर म्हणून उजव्या आणि डाव्या बाजूने फौजेच्या डोक्यावरून अनेक कावळ्यांचे थवेच्या थवे उडून गेले होते.

मोहीम दीर्घ काळ चालणार होती. त्यामुळे आपल्या नवऱ्याच्या निजी सामानाची बांधाबांधी करण्यासाठी त्याची लाडली बेगम त्या पहिल्या मुक्कामात गोटात आली होती. दुसऱ्या दिवशीही तिने रात्रीचा तिथेच ठिय्या मारला होता. आपल्या कर्तबगार शोहरची ती अत्यंत चिंताग्रस्त अवस्था पाहून लाडली बेगमही मनातून खूप हादरून गेली होती. दोघेही गोटात उदास मनाने बसले होते. तोवर वर्दी आली. पाठोपाठ आदिलशहाच्या पीलखान्याचा फौजदार जंगेखान गोटासमोर येऊन दाखल झाला.

सुलतानांच्या पीलखान्याचा मुखिया तिथे आल्यानेच त्या गोटाच्या दारात मोठी भीड उडाली होती. अफझलखानही बेगमेसोबत बाहेर आला, तेव्हा त्याला समोर प्रचंड आकाराचा एक अतिशय देखणा हत्ती उभा दिसला. त्याला माथ्यापासून ते शेपटापर्यंत श्रृंगारले होते. त्याच्या पाठीवरची चमकती भर्जरीची ती पाखर, वरचा चंदनी हौदा आणि त्यापेक्षाही हत्तीच्या दोन्ही शुभ्र अणकुचीदार दंतांवर घातलेल्या सोन्याच्या वाक्या!

त्या प्रकाराने बहोश झालेल्या खानाच्या मुखातून आपसूक शब्द बाहेर पडले, "अरे जंगेखान! यह तो सुलतान साहबका अपना हाथी—तू यहाँ कहाँ चला आया?"

"अजी खानसाहब," जंगेखान मोठ्या उत्साहाने सांगू लागला, "आपले मालिक सुलतानसाहेबांचा तुम्हाला संदेशा आहे. एक फतेहलष्कर गुजर गया, तो डरने की क्या बात? आमचा पीलखाना खूप बडा आहे."

"वाह ऽ बहोत शुक्रिया," अफझलच्या आणि त्याच्या लाडल्या बेगमेच्या चेहऱ्यावरची काळोखी त्या एका अमूल्य देणगीने पळवून लावली होती.

अफझलखानाच्या आदिलशाहीतील कर्तृत्वाचा लाडल्या बेगमेला खूप अभिमान होता. ती स्वत: कुतुबशाहीतल्या एका सरदाराची शहजादी होती. ती आपल्या नवऱ्याच्या दिलातले हिमतीचे निखारे फुलवीत बोलली, "आपल्या पुऱ्या विजापुरी मुल्कात मोहम्मदशहा साहेबांनीच स्वत:चाच बडा मकबरा, तो गोलगुंबज बांधला आहे. एक सुलतान सोडून दुसरा कोणी आपल्या हयातीतच स्वत:चा मकबरा बांधल्याची हकीकत ऐकली आहे आपण कधी?"

"हरगिज नही! असे महंगे ख्वाब परवडणार तरी कोणाला?"

"हजरत, आपण तर सुलतान साहेबांसारखाच स्वत:चा बेहतरीन मकबरा पाच सालांमागे बांधूनही काढला आहे."

अफझलखानाच्या दिमागात अचानक कसलीतरी वेगळीच लहर उठली. त्याने आणखी दोन-तीन दिवस फौजेचा ठिय्या मुद्दाम तोरवे गावातच वाढवला. आपल्या अंमलदारांना तशा सूचना दिल्या.

खानाने आपल्या पहाऱ्याची घोडी मागवली. रात्रीचाच तो गोटातून बाहेर पडला. थंड्या हवेत त्याची जनावरे महिदरी कसब्याच्या बाजूला निघाली.

खान अपरात्री तिथे पोचल्याचे पाहून पहारेकऱ्यांची पळापळ उडाली. त्या भव्य, टोलेजंग मकबऱ्याच्या भक्कम भिंती, त्या रेखीव कमानी, ते बड्या वृक्षाच्या बुंध्यासारखे खांब, समोरचा बगीचा, तिथले ते पावित्र्य आणि एकूणच त्या इमारतीची ती खानदानी नजाकत खानाने बघून घेतली. तो आपल्या बेगमेसह इमारतीच्या मध्यभागी आला. डोळे भरून खालची जागा पाहत बोलला, "यही है मेरी आखरी आरामगाह की पाक जगह!" समोरच्याच बाजूला सात हात लांब आणि दीड हात रुंद अशी रिकामी जागा तिथे कोरून ठेवलेली होती. तिथेच आपली शवपेटी एक दिवस उतरवली जाणार आहे, या कल्पनेने अफझलखानाच्या अंगावर रोमांच उभे राहिले. तो बेगमेला सहज बोलून गेला, "अल्ला ऽ इतना कीमती और इतना बेमिसाल मकबरा!"

"आप तो सिकंदर है मेरे आकाऽ"

“लेकिन बेगम क्या आपको लगता है, एक दिन मेरी लाश यहाँ तक आ पहुँचेगी?”

“अल्ला ऽ मेरे मालिक! आपके मुँहसें ऐसी लाशवाली बाते सुननेसें मौत अच्छी।” लाडल्या बेगमेच्या डोळ्यांतून आपोआप आसवांची झड सुरू झाली.

दुसऱ्या दिवशी त्या तळावरच फौजी जवानांची बांधाबांध सुरू होती; पण खानाची लाडली बेगम मनातून खूपच घाबरली होती. पीरबाबांनी दिलेल्या त्या भीतिदायक इशाऱ्याने आपला वाघासारखा नवरा मनातून खूप खचल्याचे तिला जाणवत होते.

‘दुश्मनसे लडते वक्त तुम्हारा मन किसी अपने की मोहमायामें या यादमें अगर खो जायेगा, तो पूरे फौज के साथ आप रफादफा हो जाओगे।’ हे बाबांचे शब्द अफझलच्या मेंदूवर छिन्नीसारखे घाव घालत होते. अफझलचे मन मध्येच दुःखाने भरून आले. तो बेगमेला म्हणाला, “देख लाडली—मेरी औरतें मुझपर ऐसेही मुहब्बतकी बरसात करती रहेगी, और मेरा दिमाग आपकी यादोंमें भँवर जैसा घूमता रहेगा, तो मेरी लाश उन पहाडियोंसें यहाँ तक कभी भी वापीस नहीं आयेगी। और सदियोंतक यहाँ का मेरा मकबरा खालीही रह जायेगा।”

“खुदा के वास्ते ऐसी बातें बार बार मत छेडिये मेरे आका!” बेगमेने अफझलपुढे हात पसरले.

त्यानंतर मात्र बडी बेगम कामाला लागली. जवळपासच थोड्या अंतरावर विस्तीर्ण खेतीवाडीत अफझलखानाचा बडा रंगमहाल होता. आपल्या कलासक्त नजरेनुसार त्याने तो अनोखा महाल बांधून काढला होता. एक तर त्याला जलक्रीडेचा आणि शृंगाराचा बडा शौक होता. मोहीम किंवा लढाई नसेल, तेव्हा तो हमखास ऐय्याशीसाठी या रंगमहालात यायचा. एक औरसचौरस अशी ‘सुरंगबावडी’ नावाची बडी चिरेबंदी भिंतीची विहीर तिथे होती. त्या विहिरीच्या एका बाजूच्या भिंतीतच हा तीन मजली महाल बांधून काढला होता. खालचा मजला जवळपास अर्धवट पाण्यातच राहायचा. वरच्या दोन्ही बड्या मजल्यांवर अनेक दालने होती. अफझलच्या पऱ्यांसारख्या दिसणाऱ्या सुंदर बेगमा त्या चौकोनी बड्या विहिरीत जलक्रीडा करायच्या. दुसऱ्या मजल्यावर निवास होता. तिथूनच कोरड्या किंवा ओल्या लिबासात त्या लावण्यवती तिसऱ्या मजल्यावरच्या सुबक आगाशीमध्ये येऊन कोवळे ऊन अंगावर घ्यायच्या. बेगमेने आपल्या सर्व सवतींसह त्या रंगमहालातच आजचा मुक्काम करायचे ठरवले. त्या परिसरात रात्रीचा अंधार उतरण्यापूर्वीच अफझलखान आणि त्याच्या त्रेसष्ट बेगमा तिथे जमल्या. मग रात्रभर खानपान, हमामची मौज, शेकोटी, गाणेबजावणे अशी ती पुरी मदहोश रात्र म्हणजे सुखाचा स्वर्ग समजूनच कंठली गेली.

दुसऱ्या दिवशीची ती ओली सकाळ. त्या कुडकुडत्या थंडीत स्नानानंतर अफझलच्या सर्व त्रेसष्ट बेगमा त्या शाही विहिरीच्या मोटवानाजवळ उभ्या होत्या. नव्या वस्त्रांत. त्यातल्या अनेक जणी अगदीच कोवळ्या वयातल्या होत्या. त्या रंगमहालाच्या इलाख्याच्या बाहेरच्या बाजूला हत्यारबंद सिपाई खडे होते. तिथला बंदोबस्त अफझलचे तिन्ही शहजादे बघत होते. त्याचा मोठा शहजादा फाजलखान या वेळी आपल्या बापासोबत उभा होता.

अफझलचा दुःखाने काळवंडून गेलेला चेहरा बघवत नव्हता. लाडली बेगमही प्रचंड तणावाखाली होती; मात्र कसल्यातरी निर्धाराने तिच्या वेगवान हालचाली चालल्या होत्या. हवा कुंद होती. आभाळ ढगाळून गेले होते. आपल्या सर्व सवती समोर येऊन दाखल झाल्याचा लाडल्या बेगमने अंदाज घेतला. मग हुकमी आवाजात लाडली बेगम आपल्या सवतींकडे पाहत गरजली, "बहनों ऽ बाकी कुछ नही—हमें वही करना है, जो हमारे काफिर दुश्मनोंकी बीवियाँ करती आयी हैं।"

"बोलिए आपा, सिर्फ बताईये। आप तो हमारी बडी बहन है।" एका वेळी अनेक आवाज आले.

लाडली बेगम बोलली, "तुम्ही हररोज बघताच. कशा कयामतीमधून आपले मालिक खानसाहब दिवस काढताहेत. मुहिम का समय है। जादा नहीं बोलूंगी। बस एकही बात। अपने शोहरके वास्ते एकही इम्तिहान—मौत! जोहार ऽऽ!!" हे ऐकताच त्यातल्या काही अगदीच वयाने लहान असलेल्या बेगमा, "आपा, ये कैसे होगा, क्या होगा?" असा किंचित गलबला करू लागल्या. तेव्हा लाडल्या बेगमेने आपल्या कमरेच्या वस्त्रात खोचलेला एक तीक्ष्ण लखलखत्या पात्याचा जांबिया बाहेर काढला. तो उंचावून आपल्या छातीकडे नेत ती गरजली, "चाहे यह जांबिया हो या सामनेवाला कुआँ, लेकिन हमें हमारे प्यारे शोहरके बडी तकदीर के वास्ते इस मौत के कुँएमें मर मिटना है!"

अन् ती मोठी बेगम त्या शाही बावडीकडे झेप घेऊ लागली. त्याबरोबर तिच्या काही समवयस्क सवती पुढे झेपावल्या. त्यांनी लाडल्या बेगमेला कसेबसे रोखून धरले. तेवढ्यात बाकीच्या एकापाठोपाठ एक अशा अनेक बेगमा त्या विहिरीत छलांग मारू लागल्या. जीवन संपवू लागल्या. तेवढ्यात पाठीमागून मोठ्याने एक चीखपुकार कानावर येऊन आदळली.

खानाची एक पोरवयाची बीवी प्राणहत्येला घाबरून शेताच्या बांधावरून पुढे पळून जात होती. तितक्यात कोणीतरी तिच्या पाठीवर एक कट्यार जोरात फेकली. ती तिच्या पाठीत घुसून पोटातून रप्कन बाहेर आली. ती कोवळी पोर रक्ताच्या थारोळ्यात तिथेच खाली कोलमडली. तिचा अर्धामुर्धा जीव असलेला देह उचलला गेला अन् त्या बावडीमध्ये फेकला गेला. ते कृत्य करणारा तो तरुण म्हणजे

अफझलखानाचा मोठा शहजादा फाजलखानच होता. आपल्या अब्बूच्या भविष्यासाठी खानाच्या पोरांना कोणतीही कसर सोडायची नव्हती. ज्या बेगमांनी पोटात खंजीर खुपसून घेतले होते, त्यांची मृत शरीरे त्या बावडीमध्ये फेकली गेली. बहुतांशी बेगमांनी स्वत:ला पाण्यात स्वाहा केले होते.

महजबी फर्ज अदा झाल्याची बड्या बेगमेची खात्री झाली. आता ती एकटी उरली होती. त्या स्थळी घडून गेलेल्या दु:खद आणि धक्कादायक रक्तपाताच्या घटनेने आसमंत हादरला होता. झाडावरची पाखरेही भीतीने पानाआड मुंड्या लपवत होती. बड्या बेगमेने दुराव्याच्या दु:खाने खानाला मिठी मारली. ती कळवळून बोलली, "मेरे मालिक, अल्लाताला आपकी सब बची हुई मुरादे पूरी करे!" आणि असे म्हणत तिने खानाच्या मिठीतून झट्‌कन स्वत:ला सोडवले, अन् ती त्या बावडीकडे छलांग मारण्यासाठी धावू लागली. तोच अफझलखानाने अवघ्या दोन झेपेत तिला पकडले. तिला कडकडून मिठी मारत तो एखाद्या झाडासारखा उन्मळून गेला आणि दु:खाने कळवळत ओरडला, "कहाँ जा रही हो मेरी बेगम! अगर आप भी चली जाओगी तो मेरा पूरा चमन उजड जायेगा, फिर दुनिया नाम के इस खंडहर को गले लगाके मैं कैसे जियूँ?"

अफझलखानाच्या त्या चिवट मगरमिठीतून स्वत:ला सोडवायची लाडली बेगम खूप कोशिश करत होती. दु:खाने वेडा झालेला अफझल तिला सोडायला तयार नव्हता. काही क्षण ती झटापट तशीच चालली, तेव्हा त्या बेगमेने पट्‌कन कमरेच्या जांबियाचे पाते बाहेर काढले आणि स्वत:च्या पोटात खस्‌कन खुपसले. रक्ताच्या चिळकांड्यांनी बेगमेसोबतच अफझलखानाचीही वस्त्रे माखून गेली. तो एखाद्या जखमी जनावरासारखा "बेगम बेगम!" असे ओरडत होता, तेव्हा थंड पडत चाललेली बेगम कसनुसे हसली. खानाच्या मस्तकावरून प्रेमाने हात फिरवत म्हणाली, "मेरे आका, मेरा गम भूल जाईये। लेकिन उस जंगली सिवाजी को जल्दी परस्त कीजिये!"

अफझलखानाची फौज वेगाने सोलापुराकडे सरकत होती.

एखाद्या हुशार इसमाच्या मेंदूत जर क्रूर आणि वाकुडेपणाचे पाणी मुरू लागले तर त्याची गती अधिकच वाढते. मोहिमेच्या सुरुवातीपासूनच अफझलने अत्यंत हुशारीने भेदनीतीची आणि कूटनीतीची शस्त्रे परजायला सुरुवात केली होती.

शिवाजीराजे आपण पुन्या मावळासह म्हाराष्ट्र देशाचे तारणहार असल्याचे दृश्य निर्माण करत होते, त्या पार्श्वभूमीवर त्याने आपल्या फौजेतल्या झुंजारराव घाटगे, पिलाजी मोहिते, पांढरे-नाईक, काटे, खराटे, कल्याणराव जाधव, शंकरजी मोहिते, अशा मराठा सरदारांना खूपच महत्त्व द्यायला सुरुवात केली होती. मसलतीच्या

वेळी तो मंबाजी भोसलेंना सर्वांत पुढच्या जागी बसवून घ्यायचा. 'चाचाजी' असे म्हणत मोठ्या कौतुकाने त्यांना बोलवायचा. अचानक मंबाजीचे वाढलेले ते महत्त्व पाहून बाकीचे मराठा सरदार आपसात कुजबुजायचे, "अरे हा मंबाजी शिवाजीचा काका आहे की ह्या अफझलखानाचा चाचा?"

अफझलखानाची ती प्रचंड फौज म्हणजे एक हलतीझुलती महायात्राच दिसत होती. ती दहा हजार फुरफुरती घोडी, तितकेच दमदार पायदळ, सातशे उंट, घासदाणा, वैरणकाडी आणि तंबूराहुट्यांसह इतर सामान वाहण्यासाठी सुमारे तीन हजारांहून अधिक बैल, असा बराच लवाजमा घेऊन तो चालला होता. शंभर हत्तींचे ते दळ आणि लहान-मोठ्या धरून तीनशे तोफा वाहवून मेटाकुटीस येणारे ते छकडे आणि बैलगाड्या, तो सारा नजाराच पाहायला वाटेतल्या गावागावांत स्त्री-पुरुष, पोरेबाळे झुंडीने उभी राहत. आरामात डौलाने आगेकूच करायला अफझलखानाकडे हव्या तितक्या अंबाऱ्या होत्या; मात्र तो क्वचितच हत्तीवर बसलेला दिसायचा. नव्हे, एकाच जागी ऐशोआरामात बसणे त्याला जणू घोर पाप वाटू लागले होते. कधी एकदा मावळ मुलखात घुसतोय आणि त्या शिवाजीराजाचा खात्मा करतोय अशा बेचैनीने जणू त्याच्या अंगातले रक्त उसळत होते.

अफझलखानाचा घोडा त्याच्या प्रचंड फौजेच्या तांड्यातून सारखा आगेमागे धावत राहायचा. तो स्वत: आपल्या लष्करातील सर्व खात्यांकडे बारीक नजर ठेवत धावता राहायचा. कोणाला काय हवे, नको ते स्वत: फिरून बघायचा. फौज सीना नदीच्या पात्रातली गरम वाळू तुडवत पुढे चालली होती. फौजेच्या पाठीमागच्या शेपटाला बारूदखान्याच्या पंचवीसभर बैलगाड्या ठेवलेल्या होत्या. वाटेत अपघात होऊन त्या दारूगोळ्याला आग लागू नये आणि लागली तरी ती लष्करभर पसरू नये याची खबरदारी घेतली जात होती. त्यासाठीच त्या गाड्या आणि छकडे सर्वांत पिछाडीला ठेवले गेले होते. त्या वाळूतून पुढे सरकताना बैलगाड्यांच्या चाकाच्या पट्ट्यांचे खूप घर्षण होते आहे हे खानाच्या लक्षात आले. त्यातून ठिणग्या उडून बारूदखाना पेटायची शक्यता होती.

खानाने जागच्या जागी आपला बारूदखाना रोखून धरला, डोके खाजवले आणि लगेच केळीच्या बागा धुंडाळण्यासाठी शिपाई धाडले. त्याने केळीची हिरवे पाने पैदा करून ती बैलगाड्यांच्या साट्यांना खालून अभ्रासारखी बांधली. जेणेकरून घर्षणाच्या ठिणग्या मध्येच रोखल्या जाव्यात.

उन्हाळ्यातच खान विजापुरातून बाहेर पडल्याच्या वार्ता इकडे कृष्णाकाठी आणि बारा मावळांत सर्वत्र पोचू लागल्या. कधी त्यात सत्याचा अंश असायचा, तर बऱ्याचदा त्या चविष्ट मसाला घातलेल्या बाजारगप्पा ठरायच्या. आज काय तर खान तुळजापुरात पोचला आहे. त्याने आई भवानीस मोठा उपद्रव पोचवला आहे.

तर काही वाटसरू अगदी शपथेवर सांगायचे, "तुळजाभवानी मातेची मूर्ती खानाने जात्यात ठेवून भरडून काढली आहे."

काही दिवसांनी खान पंढरपुरात घुसल्याचे कानावर पडू लागले. तिथे त्याने 'बडव्यांना आणि गावातल्या व्यापाऱ्यांना सळो की पळो करून सोडले आहे. त्याने विठूरायाची मूर्ती फोडली. पुंडलिक पाण्यात टाकला.' अशा अनेक गोष्टी कानावर येत होत्या. 'पंढरपुरातून निघालेला खान मजल-दरमजल करत म्हसवडमार्गे मलवडीस पोचला आहे. तिथे त्याने शिवरायांच्या मेहुण्यांना, म्हणजेच सईबाईंच्या सख्ख्या भावाला, बजाजी निंबाळकराला तोफेला बांधलं आहे. त्याला हत्तीच्या पायाखाली तुडवून ठार मारायची धमकी दिली आहे.' अशी बजाजीच्या छळाची वार्ता शिवरायांपर्यंत पोचली होती. खानाच्या सोबतच नाईकजी पांढरे नावाचे दुसरे सरदार होते. त्यांच्याशी राजांनी गुप्त संपर्क साधला. खानाच्या जाचातून मेहुण्याला सोडवायची विनंती केली. शेवटी बिलंदर अफझलखानाने त्याकरता बजाजी निंबाळकरांकडून साठ हजार होनांची रक्कम लुटून घेतलीच.

खान झपाट्याने उत्तरेकडे सरकत होता. मध्ये मध्ये तीन-चार हजारांची धावती पथके तो इंदापूर-बारामतीच्या बाजूनेही घुसवत होता. त्यांना मुलुखगिरी करायला लावून दहशत माजवत होता. मावळातील अनेक वतनदार देशमुख आणि देशपांडे खानाला जाऊन मिळत होते. पैकी अनेकांना खानाच्या रेट्यापुढे शहाजीराजांचा पुत्र टिकणार नाही असेच वाटत होते. भविष्यात सुखाच्या झोपाळ्यावर बसून ऐशोआराम करायच्या इराद्याने आणि स्वार्थाचे आणि लाचारीचे शिळे तुकडे चघळण्यासाठी ते खानाला जाऊन मिळत होते. मसूरचा सुलतानजी जगदाळे, उत्रावळीचा खंडोजी खोपडे, गुंजण मावळचा विठोजी हैबतराव, असे अनेक जण त्या आदिलशाही फौजेच्या सुरक्षित सावलीकडे बेडकासारख्या उड्या घेत पळत होते.

ती रखरखती दुपार. इंदापूरच्या गढीजवळची पेठ. अचानक बाजारात आणि गढीजवळ कल्ला उठला, "चला धावा ऽऽ अफझुल्या आला रे अफझुल्या आलाऽऽ"

अकलूजकडून येणाऱ्या माळावर धुळीचे लोट दिसले. खूप दूरवरून पुढे झेपावत येत असलेली काही घोडी दिसत होती. तिकडच्या हालचाली बघताच इंदापूरच्या ठाण्यातले, बाजूच्या गढीवरचे स्वारशिपाई पटपट उड्या घेत सामान आवरू लागले. तंबू आणि बिचवे खाली पाडले गेले. हशम आणि प्यादे शस्त्रे आणि वस्त्रे गोळा करून बैलगाडीत भरू लागले. सर्वत्र मोठीच पळापळ उडाली. घोडी, गाढवे, बैल घेऊन आणि त्यावर सामान लादून जो तो पुण्याच्या दिशेने धावायला लागला.

इंदापूरचा ठाणेदार जोत्याजी माने डोईला घट्ट टापर बांधून घोड्यावर स्वार

झाला होता. इकडे-तिकडे घोडा नाचवत आपल्या ठाण्यातल्या सर्वांना तो इशारे देत होता, "चला रे ऽऽ तळ हलवा. पुण्याकडं चला!"

ती पळापळ आणि राडा चालू असतानाच बार्शीच्या बाजूने पाचशे घोडेस्वारांचे एक पथक वेगाने तिथे येऊन पोचले. त्या पथकाचे प्रमुख, कुर्रेबाज म्होरके म्हणजे स्वत: तानाजी मालुसरे आहेत हे लक्षात येताच मंडळी बावरली. थोडी घाबरलीही; परंतु जोत्याजी माने कोणाचे ऐकायच्या मन:स्थितीत नव्हता. तानाजीच्या हे ध्यानात येताच त्याने आपल्या घोड्याला असुडाचा दणका देत त्याला पुढे पळवले. जोत्याजीच्या घोड्यासमोर आपले घोडे आडवे घातले. तानाजी ओरडला, "अरे जोत्याजीबाबा! मराठ्याची अवलाद असताना हा असा पळपुटेपणा काय चालवलात?"

"अरे पोरा ऽऽ तुझ्या डोळ्यांत फूल पडलं की काय? ते बघ, समोरच्या माळावरनं अफझुलखानाच्या पथकाचा लोंढा इकडंच धावत येतोय."

"तो अफझुल्या त्या पल्याडच्या अंगानं म्हसवड, औंधकडून रहिमतपुराकडं सरकणार आहे अशी माझ्याकडे पक्की बातमी आहे."

"अरे, मग तो माळावरनं इकडं धावत येणारा लोंढा—?"

"असेल कोणी एखादा त्या खानाचा अलबत्या गलबत्या सरदार; पण ह्या अशा चिलटांना घाबरून तुमच्यासारख्यानं ठाणं सोडायचं?"

तानाजीने जोत्याजीच्या सभोवतीने आपला घोडा थयथय नाचवला. रागाने पेटलेला तानाजी बोलला, "मी इथं मौजूद असताना पळूनच दाखवा. अरे, एके काळी हेच इंदापूरचं ठाणं लढवताना तोफेचा गोळा लागून माझा चुलता मेला होता. म्हणूनच सांगतोय, हे पळापळीचं पाप मी घडू देणार नाय. बरं, निघालात ते निघालात, कोणाच्या हुकमानं?"

"राजांच्या!"

"शिवाजीराजांच्या? अरे छट्, माझा राजा दुष्मनासंगं लढायला शिकवतो, पळपुट्यासारखा पळायला नाय."

"तुला हुकूमच बघायचा हाय का? तर हा बघ." जोत्याजीने आपल्या शेल्याच्या घडीत बांधलेला खलिता खुला करून तानाजीला सांगितले, "चल वाच हे शब्द—खानाच्या वाटेतल्या साऱ्या गढ्या, ठाणी आणि भुईकोट किल्ले, असतील ते सारं खाली करा. सामानाची बांधाबांध करून जल्दीनं सह्याद्रीच्या डोंगरपट्ट्याकडं सरकत माघार घ्या."

तानाजीने डोळे फाडफाडून ती अक्षरे आणि कागदावरची मोहोर बघितली. त्यावर मोरोपंतांची स्वाक्षरी होती. राजांच्या हुकमाशिवाय सरकारातून असा कागद बाहेर पडणे अशक्य होते. ते दळभद्रे शब्द वाचताना तानाजीचे मस्तक गरगरले. घोड्यावरून त्याने तशीच खाली उडी घेतली. वैतागून डोईचा मंदील काढला आणि

तो आपल्या काखेत दाबला. अन् एका हाताने आपले केस उपटल्यासारखा करत तो संतापाने गुरगुरला, "तिकडं पर्वतांच्या रांगांकडं कशासाठी पळून जायचं? बेसहारा बाईसारख्या डोंगरकड्यावरनं खाली उड्या घ्यायला?"

अत्यंत दु:खी आणि वैतागल्या स्थितीत तानाजी जागेवरच उभा होता. त्याचे डोके बधिर झाले होते.

वडूज गावाच्या जवळपास खानाच्या फौजा पोचल्या. खानाची हजारो घोडी, उंट आणि पायदळ बघायला वाटेत आसपासच्या गावांतील लोकांचे लोंढेच्या लोंढे लोटत होते. खानाचा तो काफिला गावच्या चावडीजवळ येऊन पोचला. उंच पाठीच्या अरबी घोड्यावर बसलेला खान गावकऱ्यांकडे गुरकावल्या नजरेने बघत होता.

खानाच्या समोरच्याच बाजूने एक मोठा बैलगाडा चालला होता. त्याच्यावर एक चार हात लांबी-रुंदीचा लाकडी पिंजरा बसवला गेला होता. गावातल्या बालगोपालांनी त्या पिंजऱ्याच्या सभोवती चिक्कार गर्दी केली. पिंजऱ्यामध्ये एक लाल तोंडाचे माकड पाहून पोरे हुलारून गेली. तिथे चिंचेच्या झाडावर बसलेल्या टारगट पोरांनी तो पिंजरा पाहिला. तसे काही जण धावतच त्या गाड्याकडे गेले. तर काही नेमबाज पोरे दुरूनच आपल्या लगोरीतून त्या माकडाला दगड मारू लागली. त्यामुळे ते माकड वैतागाने केकाटू लागले.

तितक्यात पाठीमागून येणाऱ्या मंबाजीने झपाट्याने आपला घोडा पुढे काढला. पोरांच्या त्या गर्दीत घुसून तो त्यांना दमबाजी करू लागला, "अरे बदमाश कार्ट्यांनो, काय करताय? चला ऽऽ हटा, व्हा बाजूला!" तोवर पाठीमागून अफझलखान स्वत: पुढे झेपावला. मंबाजीला मोठ्या आवाजात विचारू लागला, "क्यूँ चाचाजी, इन बच्चोंको क्यूँ सता रहे हो?"

"इथली पोरटी बदमाश दिसतात. खालिपिली त्या गरीब माकडाला सतावत सुटलेत लेकाचे."

"अरे, अरे, वैसा नहीं!" मध्येच अफझलखान कळवळ्याने बोलला, "वे तो बेचारे तालीम कर रहे है।"

"कसली तालीम?"

"जब हम वापसीमें विजापूरकी तरफ निकलेंगे, तब यही बैलका गाडा रहेगा। पिंजडाभी यही होगा। लेकिन अंदर बंदर नहीं रहेगा।"

"खानसाहेब?"

"इस खाली पिंजडेमे तुम्हारे चचेरे भाईका लडका सिवाजी रहेगा। हर गाँवसे बच्चे ऐसेही उसपर कंकर और गोबर फेकेंगे। वह बहुत गुस्सा करेगा। उस नौटंकीकी

यह बेचारे अभीसे तालीम कर रहे है।''

खानाचा मुक्काम औंध आणि रहिमतपूरच्या मधल्या माळावर पडला होता. लवकरच तो कृष्णा नदीचे पात्र पार करणार होता. खान अगदी स्वराज्याच्या वेशीवर पोचल्याने सर्वत्र गडबड उडाली होती. दबाव आणि भीती दोन्ही वाढतच होते. अफवांची गुऱ्हाळे तर वेगाने रंगत होती. अफझलखान तुळजापूर आणि पंढरपूर करूनच पुढे सरकला होता. त्या रात्री गोटात वाटाघाटी सुरू होत्या. खानाचे प्रमुख बावीस सरदार त्याच्या पुढे बैठकीत अर्धगोलाकारात बसले होते. तेव्हा खान मंबाजीला म्हणाला, ''चाचाजी, तुम्ही मरगट्ठे लोक बदमाश असता आणि तुमचे देव खतरनाक असतात. अन् देवांचे पुजारी, भोपे, बडवे आणि बम्मन तर महाबदमाशच असतात.''

''अजी खानसाब, भलतंच काय बोलता? तुम्ही देवाबरोबर पुजारी मंडळींनाही कुठं मोकळं सोडलंय? त्यांच्यावरही बडगा उगारून गुडघा मोडल्याबद्दल पुजारी कोकालत्यात.''

''कहाँ भाई?''

''आमच्या तुळजापुरात आणि पंढरपुरात.''

''यह देखिए मंबाजीचाचा, इस अफझलखाँको बेवकूफ मत समझियें। मी बिजापुरात बेगम तलावातनं भाजीव खपरेल मातीच्या नळातून भुयारीमार्गानं शहरभर पाणी पोचवलं. शस्त्रास्त्रं बनवताना लोहारमेटावर आणि बेलदारांसोबत दगड तासताना खदानमध्ये अनेक दिवस गुजारलेत. बडे बडे मकबरे बांधलेत मी. सच्च्या आणि झूट्या मूर्तीतला फरक चांगला समजतो बरं माझ्या डोळ्यांना.''

''म्हणजे काय?''

''अरे भाई, वह तुलजापूरके भोले भक्तोंने भवानीवाली मूरत कहके पूरी की पूरी झूटी मूरत हमारे सामने मंदिरमें रखी थी। वही बात आपके पंढरपूरवाले लुच्चे बडवोंकी—उन्होंने तो मंदिरमें नकली विठूभगवान रखा और असली नदीके जलमें छुपाया।''

''तेच तर सांगतोय खानसाब. कशाला उगाच आमच्या तीर्थांच्या आणि मूर्त्यांच्या नादाला लागता?''

त्यावर खान मनमुराद हसत बोलला, ''अरे भाई, झूट और सच्चाई बराबर जानता हूँ मैं। शिक्नन्दा-ई-बुतन यानेकी मूर्तिभंजक अफझलखान अशीच माझी पहचान आहे. तिकडे मदुराई, जिंजीकडे अशी अनेक मंदिरं मी पाडली आहेत. शेकडो मूर्त्यांच्या तोडून ठिकऱ्याठिकऱ्या केल्या आहेत. तोडफोड के मामलेमें इस कातिल-ए-काफिरून अफझलखानके सामने वह औरंगजेब कुछ भी नही।''

अफझलखानाचा आवाज एकाएकी वाढला, तसे सारे मराठा सरदार तिथे

घाबरून आणि आकसून बसले. तेव्हा अफझलखान हसतहसत पण दरडावणीच्याच भाषेत बोलला, "उसी तुळजापूर और पंढरपूरमें आपके सौ दोसौ लागोंकी लाठी या चाबूकसे हमनें खाली मरम्मत की, तो आप लोगोंने कितना बवाल मचाया। लेकिन आप असलमें अफझलखाँको कहाँ जानते हो? अगर मैं दिलसे चाहता तो वहाँके मंदिरोंके साथ साथ तुलजापूर और पंढरपूर कबका खाकमें मिला देता!"

अफझलचा तो भयंकर रुद्रावतार बघून सारे मराठे सरदार चांगलेच टरकून गेले. तेव्हा पडत्या आवाजात मंबाजी आणि झुंजारराव घाटगे बोलले, "खानसाब, तुमच्या दयाळू बुद्धीबद्दल आणि मेहरबानीबद्दल लय आभार हो."

"देखो भाई, असलमें यह मेरी मेहेरबानी नहीं मेरी परेशानी थी। हमारे बिजापूरका पूरा लष्कर कुल मिलाके सवा लाख है। उसमें मराठा सिपाहियोंकी संख्या चालीस हजार है। इसी वास्ते हमने जानबूझके आपके मंदिरोंको और देवी-देवताओंको तकलीफ नहीं दी है। बस, हमें आपकी देवी-देवताएँ, धरममें कुछ भी दिलचस्पी नहीं।"

"तो फिर?"

"मुझे सिर्फ मेरा सिवा चाहिए। जिंदा या मुर्दा ऽ!"

◆

स्वराज्याच्या उंबरठ्यावर अफझलखान

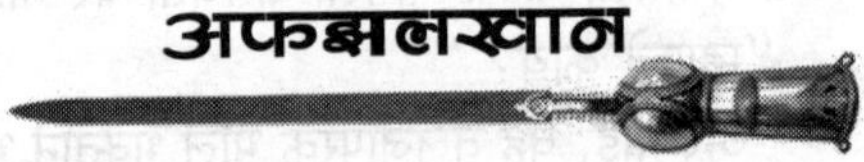

राजगडाचा प्रचंड कडा चढून शिवरायांचा घोडा वरच्या माचीवर आला. तिथे समोर रामेश्वराच्या मंदिराचे आणि सदरेचे अर्धवट बांधकाम सुरूच होते. किल्ल्याचा विस्तार मोठा, तिथे उंचावर बैलांच्या आणि गाढवांच्या पाठीवरून बांधकामाचे सामान वर वाहून आणण्यासाठी पडणारे अपार कष्ट... एकूणच, किल्ला बांधणीचे काम पूर्ण मार्गी लागायला अजून एक-दोन वर्षे लागणार होती. राजांचा घोडा तळ्याकाठी थांबला. हशमाने त्या अश्वाचा लगाम हाती पकडून त्याला पागेकडे चालवला.

गडावर स्वारराऊत, प्यादे, गावकरी, सर्वांचेच चेहरे चिंतेने ग्रासलेले दिसत

होते. राजांनी रघुनाथपंतांना विचारले, ''काय हो पंत, कसली गडबड?''

''काही नाही. मघाशीच इथून पालखी वर गेली. आऊसाहेब आल्यात पुरंदरावरून.''

''त्या तर तिकडे अजून राहणार होत्या!'' राजे आश्चर्याने उद्‌गारले.

राजांनी बालेकिल्ल्याच्या सरळ उभट पाषाणपायऱ्या चढायला सुरुवात केली. जिकडे नजर टाकावी तिकडे चिंतेच्या रेषा. राजांनीही जाणले. वाटेत कोकणातून येताना उडत उडत जी खबर कानावर आली होती, ती खरीच निघाली म्हणायची तर. बालेकिल्ल्याकडच्या चार-सहा पायऱ्या चढून झाल्या असतील-नसतील, तोवर वरून हरकारे पळत खाली आले. विजापुरी मुलखाकडेच व्यग्र असणाऱ्या विश्वासराव दिघे आणि बहिर्जी नाईक ह्या दोन्ही नजरबाज खातेप्रमुखांचे ते खलिते होते. अफझलखानाने विजापूर सोडून तीन-चार दिवस लोटले होते. त्याची प्रचंड फौज मावळच्याच दिशेने सरकत होती.

अफझलखानाची मुसंडी पुरंदर, कोंडाणा आणि पुणे परिसरातच राहणार असा प्राथमिक अंदाज होता. जर मोठ्या धाडसाने अफझल थेट पुण्यावर चालून आला असता, तर त्याच्या त्या दबावाचा धोका राज्याच्या जिव्हारी लागणार होता. म्हणूनच त्याला पुरंदरचा घाट उतरून खाली सरकू न देता कऱ्हे पठारावर खेळवत ठेवणे वा संधी सापडताच तिथेच ठेचून मारणे आवश्यक होते. या कामगिरीसाठी एखाद्या निधड्या छातीच्या वीराचीच आवश्यकता होती.

अलीकडेच स्वराज्याचे सरनोबत माणिकजी दहातोंडे यांचे निधन झाले होते. त्यामुळे सरनोबतगिरीची मानाची पगडी राजांनी नेताजी पालकरांच्या डोक्यावर ठेवली होती. नेताजींच्या बहादुरीबद्दल कोणालाच शंका नव्हती. त्यामुळेच सुपे, सासवड, पुरंदर या भागातच खानाला खेळत ठेवावे, त्याला कदापिही घाट उतरू देऊ नये, असा हुकूम राजांनी पालकरांना सोडला होता. त्यामुळे नेत्राचे पलिते अहोरात्र जाळत नेताजी त्या भागात ससैन्य जागता पहारा देऊन होते.

राजे वरच्या वाड्याच्या अंगणात पोचले, तेव्हा त्यांनी समोर माडीकडे पाहिले. दर्शनी कमानी-खिडक्यांतून त्यांच्या राण्यांचे डोळे त्यांच्या आगमनाकडेच लागलेले त्यांना दिसले. राजे खालच्या दालनात गेले. समोर धाराऊ आणि जिजाऊ मार्गिकेमध्येच उभ्या होत्या. जिजाऊंच्या पोटाशी दीड वर्षांचे संभाजी बाळ होते. कधी नव्हे ते त्या हसऱ्या बाळाचा आज मुळूमुळू रडवेला आवाज राजांच्या कानी पडला. राजांची चाहूल लागताच त्या बालकाने त्यांच्याकडे झेप घेतली.

शिवरायांनी शंभूबाळाला छातीशी घट्ट पकडले. त्यांच्या दाट, मुलायम जावळातून आपली बोटे फिरवली. चिरंजीवांच्या मुखावर बेचैनी आणि निद्रानाश स्पष्ट दिसत होते. राजांनी काळजीने विचारले, ''माँसाहेब, सईबाई राणीसाहेबांची प्रकृती कशी आहे? शंभूबाळ इतके रंजीस का दिसतात?''

"राजे ऽ तूर्तास वैद्यांनी बाळराजांना त्यांच्या मातोश्रींपासून कटाक्षाने आणि सक्तीने दूर ठेवा, असं सांगितलंय."

"राजवैद्यांना नीट निदान झाल्याचं दिसत नाही. त्या काशीळकर शास्त्र्यांना बोलावण्यासाठी कराडला पालखी पाठवा, असा आम्ही हुकूम दिला होता."

"हो ऽ चार दिवसांमागे वैद्यराज अधिकरावपंत शास्त्री काशीहून स्वत: येऊन गेले. त्यांनीच तर सर्व परीक्षा करून निदान सांगितलं," जिजाऊंनी घाबरून मान खाली घातली.

"कोणतं निदान?"

"ज्याची भीती आपणा सर्वांना वाटत होती."

"मातोश्री?"

"होय हो, शिवबा. आपल्या सईंना राजक्षयाची बाधा झाली आहे." बोलताना जिजाऊंची चर्या दु:खाने भरून गेली.

"हे शंभो!" शिवरायांनी चिंतेने डोळे मिटले; पण क्षणभरच.

सईबाईंच्या दालनात त्यांच्या भोवतीने सवती बसून होत्या. लक्ष्मीबाई आणि पुतळाबाई सईबाईंना हवे-नको पाहत होत्या. राजांनी फक्त महिन्याभराच्या अंतरानेच आपल्या लाडक्या राणींकडे बघितले. त्यांचे काळीज हलल्यासारखे झाले. सईबाईंची प्रकृती खूप खालावून ती अगदी तोळामासा दिसू लागली होती. त्या खूप पांढुरक्या दिसत होत्या. दुबळ्या हरणीसारखा त्यांचा तो तोळामासा झालेला देह बघताना राजांना गलबलून आले.

राजे आणि सईबाई राणीसोहब एकदुसऱ्याला संकटाच्या छायेतून बाहेर खेचायचा, दिलासा द्यायचा प्रयत्न करत होते. राजांच्या गंभीर मुखाकडे बघत सईबाई हसत बोलल्या, "का हो? विसर पडला की काय स्वारींना? आपण कोकणातून परतलात की लगेच निघायचं होतं कुठंतरी ते आम्हा दोघांना?"

"फलटणला, आमच्या सासुरवाडीस!—तुमच्या माहेरच्या निंबळकच्या निमजाईची ओटी भरायचं राहून गेलंय नव्हे?"

"हो ऽ आमच्या सर्व बहिणी-आमच्या साऱ्या सवतीसुद्धा येणार आहेत म्हटलं तिकडे. आमच्या माहेरचा गोडवा चाखायला."

"वा ऽ छान."

"राजे, लग्नानंतर आपण इतके व्यग्र. स्वारींना कधी सासुरवाडीस पायधूळ झाडायचा वखतच नाही मिळाला. अजून कितीतरी गोष्टी बाकी आहेत."

"बाकी?"

"हो. अजून तुमची हळदही काढली नाही."

"आता आमची कसली हळद काढायला चाललात आपण?" राजे खो खो

हसत विचारू लागले. त्या हास्यात जिजाऊसाहेबांसह बाकीच्या सवतीही सहभागी झाल्या.

"गंमत नका करू. आमच्या माहेरच्या काही रीतीभाती आहेत म्हटलं-तसं सारं राहून गेलंय. पहिल्या बाळंतपणास माहेरी जायचं ते राहिलंच."

"ऐका राणीसाहेब. आपण थोड्याशा ह्या बिमारीतून मोकळ्या व्हा. लागलीच निघू तिकडे—"

"आता कसली उसंत मिळतेय राजांना?"

"काढायला हवी ना, लाडक्या राणीसाहेबांसाठी!"

"पण तो काळराहू अफझलखान निघालाय की, बडी फौज घेऊन इकडे यायला."

"राणीसाहेब ऽऽ तुम्हालाही कळलं ते वृत्त?" राजांनी चपापून विचारले.

"न कळून कसं चालेल राजे? आम्ही तुमचं अर्धांग आहोत. तुमचा श्वास हाच आमचा ध्यास ऽऽ!"

राजांनी मोठ्या मायेनं सईबाईंच्या डोक्यावर हात ठेवला. पल्याड बसलेल्या वैद्यांशी आणि हकिमांशी बोलून ते तातडीने बालेकिल्ल्याच्या छोट्या सदरेकडे आले. मंडळी तिथे पुढच्या नियोजनासाठी तिष्ठत बसली होती. सोबत गोमाजीकाका पानसंबळ, रघुनाथराव सबनीस होतेच. शिवाय इतर कारभारी, अंमलदार आणि राणीवसाही तिथे भरभर गोळा झाला. जिजाऊंच्या चर्येवर प्रवासाचा ताण होता.

फक्त इथे बालेकिल्ल्यावर नव्हे तर संपूर्ण स्वराज्यभर अफझलखानाच्या येऊ घातलेल्या आक्रमणाच्या काळजीची काळोखी पसरली होती. खान किती क्रूरकर्मा आहे, तो कर्तृत्ववान असला तरी भारी उलट्या काळजाचा कसा आहे, आपला मकसद पुरा करण्यासाठी तो कोणत्याही थरास जाऊ शकतो, याची कल्पना सर्वांना होती.

"शिवबा, ह्या आधीची आपली तलवारबाजी ह्या डोंगराळ भागातली होती—"

"हाँ माँसाहेब?"

"पुरंदरच्या लढाईच्या वेळीसुद्धा त्या किल्ल्याची प्रचंड दरड तुमच्या आधाराला होती. जुन्नर, कल्याणसारख्या ठाण्यांवर छापे मारताना तिथली शिबंदी मर्यादितच असेल—"

"खरं आहे मातोश्री," शिवराय रघुनाथांकडे पुढा करत बोलले, "पंत, सांगा, आपल्या गुप्तहेर प्रमुखांची बातमीपत्रं काय कळवतात?"

"राजे ऽ आपल्या हेरांच्या खबरांनुसार खान प्रचंड फौजेनिशी, पुरेशा तयारीने बाहेर पडला आहे. किमान दहा हजार घोडा, पंधरा हजाराचं पायदळ, इतर हत्ती

आणि तोफदळ बडा तामजाम आहेच. शिवाय, वाटेत त्याच्या फौजांना अजून कोण कोण मिळतं तेही पाहणं महत्त्वाचं आहे. त्यांच्याकडं असलेलं धिप्पाड पठाणांचं पायदळ, तुर्की जातीच्या चिवट गोलंदाजांचा तोफखाना, अनेक अफगाणी आणि तेलंगी तलवारबाज—हेरांच्या भाषेत सांगायचं, तर त्याची पुढे सरकणारी फौज पोलादाच्या भिंतीसारखी दमदार दिसते.''

बैठकीचा वेळ जसा वाढला, तसा गडावर भीतिदायक सन्नाटाही पसरला होता. जागोजाग महालांतून, देवालयांच्या ओट्यावर, पारावर जिथे तिथे कुजबूज वाढत होती. रात्रीच्या भोजनाचा प्रहर टळला; परंतु आज रित्या पोटाकडे दुर्लक्ष करत सर्व जण कानी काय पडणार आहे, हे जाणून घ्यायला खूप उत्सुक होते; पण मसलतीचे स्वरूप तसे वरच्या पातळीवरचे होते. नेमक्या गोष्टी बाहेर कोणाच्या कानावर पडू द्यायच्या नाहीत, असे ठरले असावे.

वाड्यात उशिरा पंगत पडली. राजांसोबत कान्होजी जेधे, तानाजी वैगेरे मंडळी बसली होती.

''राजे, मला वाटतं, शक्य तो सामोपचारानी मसलतीतून मार्ग शोधावा.'' कान्होजी जेध्यांनी सल्ला दिला.

''मतलब?''

''आपण नेहमीच्या इरसरीने शत्रू अंगावर घेतला, तर आमच्या बहाद्दुरीचं सर्वत्र उदंड कौतुक होईल — पण?''

''काय? सांगा?''

''चालून आलेला वैरी काळासारखा आहे. उघड्या रणांगणात थोडंसं अधिक-उणं किंवा इकडं-तिकडं व्हायचा अवकाश—जन्माचा धोका आणि मृत्यूशी गाठ! मरण सर्वांचंच, तुमचं-आमचं आन् आताच भुईतून उगवणाऱ्या स्वराज्याचंसुद्धा!''

शिवरायांची प्रखरपणे झुंज द्यायची तयारी होती; पण परिस्थिती तितकीशी अनुकूल दिसत नव्हती. दीर्घ श्वास घेत राजे म्हणाले, ''खान पूर्ण पेटला आहे. आमच्या प्राणावर उठला आहे. वाटाघाटीचं सोंग घेऊन भेटीला आला तरी कपटाचं पाणी त्याच्या धमन्यातनं खेळत राहणारच. केसभराची फट दिसली तरी तो फौरन आपला गळा घोटणारच.''

''थोडा सन्मानपूर्वक समझोता शक्य नाही का, बाळराजे?''

''माँसाहेब! आम्हाला वाटतं प्राप्त परिस्थितीत 'समझोता', 'मसलत' हे शब्दसुद्धा मचूळ आणि बेचव ठरणार आहेत. तोही आपल्या समझोत्याच्या रेखीव रांगोळीच्या देखाव्याला भुलणार नाही.''

''तर मग कसं हो?''

''त्याच्या अंगाची थोडीबहुत सालटी काढून, जखमी करूनच त्याला संवादाच्या

सतरंजीवर खेचून आणायला हवं.''

''पण वैराच्या अशा टोकाला खानाने पोचण्यामागचं कारण तरी काय?''

''आम्हाला भुईसपाट करून त्या अफझलखानाला जगापुढे शाबीत करायचं आहे, की हा शिवाजी आणि त्याचे साथीदार मावळे म्हणजे फक्त पाण्यावरचा एक बुडबुडा आहे.''

''पण राजे, त्याची फौज आपल्यापेक्षा तिप्पट आहे. आपल्या गुप्तहेरांच्या वार्तांनुसार किमान तीन वर्षं पुरेल इतका घासदाणा त्याने सोबत आणला आहे.''

''ते काहीही असो,'' शिवराय अभंग निर्धाराने गरजले, ''काहीही झालं तरी त्याच्या धाकाला डरायचं नाही. माघारी तर अजिबात वळायचं नाही.''

''पण?''

''सोडा हो, होऊन काय होईल? प्राण जाईल; पण या जगती दिगंत कीर्ती तरी होईल ऽ!'' शिवरायांनी कट्यार हाती पकडलेल्या बंडखोर संन्याशाच्या आवेशात सर्वांना सांगून टाकले.

मसलत संपली. राजकीय डावपेच ठरले; पण शिवरायांचे मन मात्र रिते होते. त्या अवस्थेत शिवरायांची पावले भररात्रीची सईबाईंच्या शय्यागृहाकडे आपोआप वळली. ते आतल्या दालनात गेले. समया मंद जळत होत्या. सईबाईंचे हे चौथे बाळंतपण त्यांना सुखाच्या आणि दु:खांच्या धारांत ओलेचिंब करून गेले होते.

याआधीची तिन्ही बाळंतपणे मोठ्या सुखाने पार पडली होती. मोठ्या सखूबाई तेरा वर्षांच्या होत्या. चारच वर्षांमागे त्यांचे लग्नकार्य पार पडले होते. सईबाईंनी आपले भाचे फलटणचे महादजी निंबाळकर यांच्याशी त्यांचा विवाह जुळवला होता. पोर अजून लहान होती. म्हणूनच कालपरवापर्यंत माहेरच्या अंगणात वाढत होती; परंतु नुकतीच कुठे सासरची मंडळी मोठ्या आग्रहाने सखूबाईंना फलटणला घेऊन गेली होती. अजून नांदायचे आणि जबाबदाऱ्या पेलायचे वय नव्हते; पण चार दिवस त्यांनी सासरच्या सावलीत राहावे असा फलटणकरांचा आग्रह होता.

राजांनी आत डोकावून पाहिले. सोयराबाई, जयश्रीबाई, लक्ष्मीबाई, काशीबाई, गुणवंताबाई या सईबाईंच्या सवती त्यांच्या रुग्णशय्येच्या आसपास बसून होत्या. त्या अंधूक प्रकाशात राजांची पावले वाजताच त्या लगबगीने उठल्या. नाकाजवळ पदराचा झोक ओढत आपापल्या शय्यागृहाकडे निघून गेल्या. अत्यवस्थ सईबाईंना आपल्या धन्याच्या सहवासाचे सुखाचे चार क्षण लाभावेत असेच त्यांना वाटले असावे.

मध्यरात्रीची वेळ सरून गेली होती. दुहेरी उशीवर आपली मान ठेवून सईबाई पडून होत्या. त्यांचा जर्जर कण्हता सूर नासिकेतून बाहेर पडत होता. आपला आजार

लपवणेसुद्धा त्यांना आता शक्य नव्हते. राजे आत आले आणि सईबाईंच्या उशालगत एका तिपाईवर बसले. त्यांनी आपल्या लाडक्या राणीसाहेबांचा हात हाती धरला. त्यांच्या अंगात मुरलेला ताप राजांच्या त्वचेला डसल्यासारखाच उष्ण वाटला.

सईबाईंनी खोल उसासा घेत आपली नजर राजांच्या मुखाकडे लावली. तेवढ्यात बाजूच्या कोपऱ्यातून "आबा ऽऽ आबासाहेब ऽऽ" अशा हाका राजांच्या कानावर पडल्या.

दुसऱ्याच क्षणी राजांनी बाजूच्या अंधूक कोपऱ्याकडे पाहिले. तिथे कंटाळून तशाच रात्रीच्या झोपलेल्या नऊ वर्षांच्या राणुआक्का आणि त्यांच्या मांडीला उशी लावून पडलेल्या सहा वर्षांच्या अंबिकाबाई या दोन्ही लेकी राजांकडे मोठ्या ओढीने धावल्या. घरट्यात परतलेल्या पक्षिणीवर पिल्लांनी झडप घालावी तशा त्या दोघी राजांच्या गळ्यात पडल्या आणि "आबा आबा ऽऽ" अशा कळवळून लाडिक सुरात हाका मारू लागल्या. राजांनी त्वरित आपल्या डोईवरचा रत्नजडित मंदील बाजूला ठेवला. अन् आपल्या पोटच्या गोळ्यांना आपण बऱ्याच दिवसांच्या अंतराने भेटत असल्याची जाणीव त्या प्रेमळ बापाला झाली. राजांनी त्वरेने त्या दोघींनाही आपल्या छातीशी घट्ट कवटाळले.

हाती चांदाचा कवडसा लागावा तशा अप्रूपाने त्या दोघी चिमुकल्या राजांना बिलगल्या होत्या. अचानक राजांच्या डोळ्यांतून मोत्यांसारखे अश्रू घरंगळले. तेव्हा राणुआक्कांनी राजांना आणखी घट्ट मिठी मारली. बाप-लेकींच्या त्या भेटीकडे सईबाई बिछायतीवरूनच मोठ्या कौतुकाने बघू लागल्या; परंतु राजांना स्वत:चाच संताप आला. ते चिडक्या सुरात सईबाईंना म्हणाले, "राणीसाहेब ऽ कधी कधी वाटतं, कशाला हवा हा राजाचा जालीम अंगरखा?"

"असं का बोलता हो राजे?"

"नाही हो राणीसाहेब, या दुष्ट अंगरख्याला नेहमी चटक लागते ती रणांगणावरच्या रक्ताची. महत्त्वाकांक्षा, जिद्द, धाडस, लढाया-चढाया ही सारी व्यसनं एकदा अंगाशी चिकटली की पाठीमागे आपल्या परिवारात कोणी आहे, याची सयसुद्धा राहत नाही हो राणीसाहेब! मनाला कधी कधी वाटतं फेकून द्यावीत ही राजवस्त्रं! खरं सांगू, राजापेक्षा रानातली पाखरंच किती सुखी असतात."

"असं भलतंच का बोलता महाराज?"

"अहो, रोज सायंकाळी घरट्यात परतल्यावर त्यांना आपल्या चिमण्यांना कवेत घ्यायची सोन्यासारखी संधी तरी मिळते; पण राजा म्हणजे अनंत समस्यांचा एक गुलामच! कुठे उसंत मिळते आपल्या लेकराबाळांत मिसळायची? इकडे आपल्या मोठ्या लेकीच्या, सखूबाईंच्या लग्नातसुद्धा आम्हास फक्त कसाबसा दोन प्रहरांचा समय मिळाला होता, वधुपिता म्हणून मांडवात मिरवायला."

"हे पाहा राजे, आपण उगाच भलतंच दुःख बाळगू नये. थोडा दुसऱ्या बाजूने का नाही करत विचार?"

"कसला तो?"

"राजे ऽ, रोज आम्ही आमच्या कपाळी कुंकवाचा टिळा रेखतो, तेव्हा एका मुलखावेगळ्या अभिमानाने आणि जादूनेच आमचा अवघा देह फुलून जातो हो. समोरचा आयनासुद्धा आम्हास रोज याद देतो, राणीसाहेब! तुमच्या कपाळीचं कुंकू घट्ट आहे, शाबूत आहे म्हणून तर स्वराज्यातल्या हजारो लेकीबाळींचं जिणं सुरक्षित आहे. अशा काही साफल्याच्या क्षणांसाठी आमचं पुरं जीवन जळून गेलं तरी ते आम्ही आमचं भाग्यच समजू!"

"असो ऽ राणीसाहेब, आपल्या मुखीच्या रसवंतीपुढे आमच्या बुद्धीची पाती दंडवतच घालतील, दुसरं काय!"

"नाही हो– पण याच काय, पण पुढच्या सात जन्मीही आम्हास त्या क्षणाचा विसर पडणार नाही."

"कोणत्या?"

"ज्या क्षणी आपण त्या मुजोर रांझ्याच्या पाटलाचे हात-पाय तोडून त्याचा चौरंग करायचा न्याय बोलून दाखवला होता. तेव्हा आपल्या स्वराज्यातल्याच नव्हे तर पुऱ्या हिंदुस्थानातल्या लेकीबाळींना हर्ष झाला असेल. बाईची जिंदगी म्हणजे वाळलेल्या शेणाची पोयटी नव्हे, ती मेणाची बाहुलीही नव्हे, तर ती लेकरांची माउली असते. घरातल्या कर्त्या पुरुषाची सावली असते. प्रत्येकी शे-पाचशे स्त्रियांचे जनानखाने मिरवणाऱ्या पातशहांच्या या जुलमी काळात एखाद्या गरिबाघरच्या सामान्य विधवेचं जीवनसुद्धा किती मोलाचं असतं, याचा न्यायनिवाडा आपण केलात. त्या रात्री आमच्या महालात आम्ही सुखाने विभोर झालो होतो."

"नाही हो! इतकं काय त्याचं."

"नाही, नाही कसं? त्या दिवशी एका सामान्य, गरीब, भोळ्याभाबड्या बाईच्या पायाखाली इज्जतीचा पाषाण देणारा आमचा कुंकवाचा धनी आम्हास परमेश्वरापेक्षा किती थोर वाटला होता ऽ."

सईबाईंच्या मुखातून ते शब्द ऐकताना राजांचे अंग मोहरून गेले. त्यांनी पट्कन सईबाईंचा हात पकडत त्यांना विचारले, "सारं खरं! पण आपले शंभूबाळ कुठं आहेत?"

"असतील पल्याडच्या दालनात धाराऊंकडे."

राजांनी टाळी वाजवली. दालनाबाहेरची सेविका लगबगीने आत आली. शंभूबाळांना लगेच भेटण्याची इच्छा राजांनी व्यक्त केली. मध्येच सईबाईंना खोकल्याची ढास आली. त्यांचं सारं अंग गदगदलं. ती उबळ लवकर निमाली नाही. राजे ओणवे झाले

आणि त्यांनी राणीसाहेबांच्या पाठीला हाताचा आधार दिला, तेव्हा तापाने फणफणणाऱ्या त्या उष्ण देहाची जाणीव होऊन राजांच्या देहाचे पाणी पाणी झाले. पोटातला हुंदका कसाबसा ओठांआड दाबत राजे करुण सुरात बोलले, "राणीसाहेब, हा तुमचा असा जालिम आजार बघितला की आमची सारी मनोरथं नव्हे तर आमचं सिंहासनच डळमळल्यासारखं वाटतं हो आम्हाला."

"छान! राजे, बरी आठवण केलीत आमच्या बिमारीची. नाहीतरी आज आम्ही आपणास स्पष्टपणे सांगायचंच ठरवलं होतं; कारण आपण अफझलखानासारख्या दुष्ट पहाडाशी सामना करण्यात गढला आहात. ते ध्येय खूप मोठं आणि रयतेसाठी महत्त्वाचंही–"

"म्हणजे काय म्हणायचं आहे आपणास?"

"मध्येच आमचं प्राणपाखरू उडून गेलं तरी स्वारींनी अजिबात विचलित होऊ नये. वैऱ्याच्या गळ्याभोवती आवळलेले हात यत्किंचितही ढिले पडता कामा नयेत."

"राणीसाहेब, राणीसाहेब! असं निर्वाणीचं आपण आम्हास काय बोलू लागला आहात?"

तेवढ्यात निद्रेच्या अधीन झालेल्या शंभूराजांना घेऊन त्यांच्या दूधआई धाराऊ गाडे आल्या. मखमली अंगड्याटोपड्यातील दीड वर्षांचे शंभूबाळ धाराऊंच्या हाती होते. त्यांना सोनसरीच्या घोणच्यामध्ये गुंडाळले होते. तो फुलासारखा इवलासा देह राजांनी आपल्या तळहातावर तोलला. त्या गोऱ्यागोमट्या इवल्याशा चिमण्याकडे डोळे भरून पाहिले. घट्ट मिटलेल्या डोळ्यांजवळच्या त्या काळ्याकुंद पापण्या, निमुळती हनुवटी, अत्यंत तेजस्वी अशी ती बाळसेदार आकृती बघताना राजांच्या चित्तवृत्ती हरपल्या. बाळाच्या गालाचे आणि कपाळाचे त्यांनी हलक्यानेच गोड मुके घेतले. तोवर जिजाऊसाहेबही तिथे हजर झाल्या होत्या.

शंभूबाळांचा तो तेजस्वी मुखचंद्रमा बघण्यामध्ये राजे गढून गेले. मध्येच बाळराजांनी त्यांचे टपोरे नेत्र उघडले. बाळराजे गोड हसले. स्वप्नात हसल्यासारखे. त्या चिमुकल्याच्या इवल्या बोटांनी राजांची बोटे पकडली होती; पण त्याच स्थितीत लवकरच बाळराजे एका बगलेवर कलंडले. पुन्हा झोपेच्या अधीन झाले. राजांनी शंभूबाळांना तसेच आपल्या मांडीवर ठेवून घेतले होते. तेव्हा दोन्ही लेकी तशाच राजांना बिलगून बसून होत्या.

सईबाई कण्हत्या सुरात सांगू लागल्या, "अजून आठवतं हो– त्या दिवशी पुरंदरावर मुसळधार पाऊस पडत होता. विजांचा कडकडाट आणि मेघांचा गडगडाट अखंड चालू होता. त्या आवाजाने धरती कापत होती, तेव्हाच आमचे बाळराजे जन्मास आले."

“असू दे सईबाई! आपण सारे किती सैरभैर झालो होतो– स्वराज्याला वारस नाही या कल्पनेने. त्यामुळेच युवराजांच्या बाळपावलांचा आपणा सर्वांना किती इंतजार होता!”

“आऊसाहेब, आम्हास तर असं वाटतं, एक तर हा जालिम बाळंतरोग. रक्तपोटाशी जडलेला. त्यामुळेच रुग्णशय्येवरून आम्ही कधी खडखडीत बऱ्या होऊन उठू असं वाटतंच नाही–’

“अहो सूनबाई, पण इतक्या वैद्यांचे, राजवैद्यांचे औषधोपचार सुरूच आहेत,” जिजाऊ व्यथित शब्दांत म्हणाल्या.

“तरीही काही फरक पडेल असं आम्हास बिलकूल वाटत नाही; कारण राजमहालात जेव्हा सुखाच्या राशी भरभरून अवतरतात, तेव्हा कोणासतरी दु:खाचं माप सोसावं लागतंच.”

“हे भलतंच काय बोलता सईबाई?” बोलताना जिजाऊसाहेबांचे काळीज हळहळले.

“तसं नव्हे, पण गावखेड्यातल्या साध्यासाध्या गोष्टींची उदाहरणं असतात हो ही. जेव्हा सारं गाव पाण्यासाठी तडफडतं, तळमळतं, दुष्काळाने मोडून जातं, तेव्हा देव धावतो. गावकारभाऱ्याच्या विहिरीला पाण्याचे पाझर फुटतात; पण त्याच्या बदली कारभाऱ्याच्या भाळी एक शाप गोंदलेला असतो. त्या बिचाऱ्याने कधीही त्या जळातलं कुडचाभर पाणीसुद्धा कधी प्राशन करायचं नसतं–’

“सूनबाई ऽ अशा कोड्यात काय बोलता हो आपण?” जिजाऊ गहिवरून म्हणाल्या.

“आमची तर अशी स्पष्ट धारणा आहे– त्या रात्री पुरंदर गडाभोवतीच्या त्या विजांच्या कडकडाटाने आणि भिरभिरत्या वादळवाऱ्याने आम्हास जसं काही बजावून सांगितलं होतं– राणीसाहेब, आपल्या पोटी जन्म घेणारे बाळराजे विजेच्या लोळासारखेच रणांगणावर तळपत राहतील. नभांगणावर त्यांच्या कीर्तीचे तुरे डोलतील. त्यांच्या तळपत्या तेजाने राज्याची वृद्धी होईल. दुश्मनांचं निर्दालन आणि गरीब रयतेचं पालनपोषण सारं काही होईल; पण गावच्या त्या कारभाऱ्यासारखं आपल्या बाळराजाच्या यश-कीर्तीचं सुख तुम्हास मात्र लाभणार नाही...”

सईबाईंच्या मुखातून निर्वाणीसारखा निघालेला सूर कानी पडताच शिवरायांना आणि जिजाऊसाहेबांनाही उन्मळून आले. त्या दोघांनीही सईबाईंच्या हाताचे शुष्क पंजे हाती पकडले. दोघांचीही मुक्यासारखी अवस्था झाली. अशा प्रसंगी बोलावे तरी काय? जिजाऊसाहेब सईबाईंच्या उष्ण कपाळावरून आपला हात फिरवत राहिल्या. तेव्हा सईबाई स्निग्ध स्वरात बोलल्या, “असेल ते असो. आम्हा माघारी सांभाळा हो आमच्या शंभूबाळांना. आऊसाहेब, आपल्यासारख्या कर्तबगार आजीसाहेबांनीच

आमच्या बाळराजांची माउली व्हावं. त्यांच्या पिताजींच्या नशिबी फक्त कर्तव्याचं अंगण आणि रणांगणच आहे. ज्याला रयतेच्या लाख बाळांच्या सौख्याकडे अहोरात्र ध्यान द्यावं लागतं, त्यांना आपल्या घरपरिवारासाठी उसंत कशी लाभणार? युगासारख्या तुम्हा दोघांना मी बापडीने काय सांगावं? आम्हाला खात्री आहे– जिजाऊ आजीसाहेबांची कूस म्हणजे आमच्या बाळासाठी मंगल देव्हाराच असेल."

"नका राणीसाहेब ऽ असं नका बोलू." असे म्हणत गदगदत राजांनी आपला तळहात सईबाईंच्या कपाळावरून हलकेच फिरवला.

सईबाई कसनुशा हसल्या. राजांच्या हाताचा पंजा हाती पकडत त्या तळमळीने म्हणाल्या, "राजे ऽ, आपल्या उरल्यासुरल्या स्वप्नांच्या कावडी बाळराजांसोबतच तुम्हाकडे सुपूर्द करते आहे. योग्य वेळी आपण त्या साफल्याच्या कैलाश शिखराकडे पोचवाल याची आम्हाला खात्री आहेच."

अफझलखानाच्या जोरदार मुसंडीला कसा प्रतिकार करायचा हा राजांच्या समोर जटिल मुद्दा होता. मशालींच्या आणि चिरागदानांच्या तांबूस-पिवळ्या उजेडात राजगडावर रात्रीची महत्त्वाची मसलत चालू होती. ज्यामध्ये कान्होजी जेधे, रघुनाथपंत, मोरोपंत, शिवजी जेधे, तानाजी मालुसरे असे राजांच्या जिवाचे जिवलग उपस्थित होते; मात्र बैठकीतली हवा खूप गरम दिसत होती.

सुडाने चवताळलेला खान अंगावर येऊन आदळणार हे उघड होते; पण त्याच्याशी टक्कर कशी आणि नेमकी कोणत्या ठिकाणी द्यायची हा महत्त्वाचा सवाल होता. कोंडाणा किल्ल्यावर जाऊन तळ ठोकावा तर तो आपल्या पुण्याला वेठीस धरेल. अफझलखानाला आपले दबावतंत्र वापरायला सोन्यासारखी संधी मिळेल. उभ्या पुण्याला आगी लावून आपणास शरण येण्याससुद्धा तो भाग पाडेल.

दुसरा पर्याय राजगडाचा होता. राजगड बलदंड आणि बळकट होता; परंतु त्याच्या उंचीमुळे प्रमाणापेक्षा अधिक फौज गडाच्या माथ्यावर ठेवता येत नव्हती. मुख्य प्रश्न पाण्याचा होता. शिवाय खानाने सभोवती वेढा टाकून तो दीर्घकाल वाढवला, तर गडावरची शिबंदी, साधनसामग्री, दारूगोळा सारेच कमी पडणार होते. म्हणूनच कान्होजी जेध्यांकडे पाहत शिवराय म्हणाले, "कान्होजीबाबा, एखादी मजबूत, अपूर्व आणि कठीण जागा निवडायला हवी. मावळातल्या दऱ्याडोंगरातली गुराखी पोरं पावसात जो फाट्याचा खेळ खेळतात, तो आपण बघितलात कधी?"

"हो ऽ कबड्डीसारखाच. चिखलपावसात धावत जायचं; पण सामनेवाल्यांना न सापडता त्यांच्या तोंडाला फेस आणणारा तोच खेळ नव्हे का?"

"अगदी लाख बोललात काका. दुष्मनानं एका डोंगरदरीला वेढा दिला, तर

दुसऱ्या दरीत घुसायचं. दुसरीतून तिसऱ्या दरीत. तो रक्त ओकला पाहिजे; परंतु स्वप्नातही त्याला विजयश्रीचं दर्शन घडता कामा नये.'' शिवराय अतिशय गांभीर्याने पटावर एकेक सोंगटी पेरत सांगत होते, ''दुश्मन तर बडा पहाडासारखाच. देवाने आणि दैवाने आपली कसोटी पाहण्यासाठीच त्याला आपल्या वाट्यास आणला आहे. त्याला चितपट करण्यासाठी लढाईचं आपल्या सोयीचं मैदान, रणांगण कोणतं असावं हे आपण ठरवायचं. अन् हुशारीनं त्याच क्षेत्रात त्याला खेचून आणायचा!''

दिवस सरत होते. खानाची स्वराज्याच्या दिशेने आगेकूच सुरूच होती. तोवर एके दिवशी बहिर्जी नाईक्रांकडून एक हरकारा तातडीने आला. त्याने खबर दिली, खान कदाचित म्हसवडमार्गे रहिमतपुरातून कृष्णा नदी ओलांडण्याच्या बेतात आहे. दोन दिवसांतच खानाने बदललेली वाट सर्वांना कळून चुकली.

गडावर खाशांच्या रोज मसलती आणि डावपेचांची गणिते सुरू झाली. असेच एकदा जंग-ए-मैदानच्या पटाची निश्चिती करण्यासाठी राजे बसले होते. वेळ रात्रीची होती. मसलतीत गुंग असलेले राजे मध्येच थबकले. त्या छोटेखानी बैठकीत कोणीतरी मध्येच येऊन पाठीमागे उभे राहिल्याचा संशय त्यांना आला. तसे त्यांनी डोळे फाडून समोरच्या भिंतीकडे पाहिले. तिथे त्यांनी खांबासारखी एक बलदंड व्यक्ती बघितली. तसा राजांनी प्रश्न केला, ''नेताजीकाका ऽ असं अमनधपक्या गडावर आपण येणं कसं केलंत? अन् आलात कुठून?''

''पुरंदरावरनं.''

''आपण तिकडेच थांबावं असा आमचा सक्त हुकूम होता.''

''तिकडे पुरंदरावर बारूदखान्यात अजून थोडी जादा दारूची आवश्यकता होती.''

''एखादा अंमलदार पाठवायचा.''

''पण आम्हीच इकडं स्वत: येणं खूप महत्त्वाचं वाटलं, म्हणून तर आलो निघून इकडं टाकोटाक.''

''असं कसं? स्वराज्याच्या सरनोबतांना इथं महत्त्वाच्या मसलती सुरू असल्याचं ठाऊक नाही का?''

''हुं, मसलती म्हणजे तरी काय हो? नुसत्या वायफळ चर्चा!''

त्या उर्मट आणि चढ्या बोलाने सर्व जण हडबडले. शिवरायांच्या तोंडावर असे भडक बोलायचे धाडस याआधी कोणी केले नव्हते. त्यात नेताजीसारख्या आदरणीय वरिष्ठाने असे तोंड सोडल्याने सर्व खासे चांगलेच टरकले. स्वत: जिजाऊही गोंधळल्या. पालकरांच्या बाजूला बसलेले मोरोपंत हळू, दबक्या आवाजात म्हणाले,

"नेताजी, काय चालवलंत तुम्ही? थोडं खालच्या पट्टीत तरी बोला."

"तुम्ही थांबा हो पंत. त्या खानाने बाहेर जिथं तिथं आमच्या अब्रूची काढलेली सालटी कशी दिसत नाही हो तुम्हा वरिष्ठांच्या डोळ्यांना?"

अचानक प्रकरण बेसुरी वळण घेत आहे, हे जिजाऊसाहेबांनी ओळखले. मग त्यांनीच हलक्याने आणि वडीलकीच्या अधिकाराने हाक दिली, "नेताजी, थोडं इकडं या बरं. काय हवंय काय तुम्हाला?"

"आता मागण्यासारखं उरलंच काय आहे मुळी? राजांनी आपल्या सैनिकांना सांगितलं इंदापूर लढवू नका, नाही लढवलं. बारामती सोडून द्या म्हणाले, तर दिली फेकून त्या अफझलखानच्या झग्यात. अन् आता तर म्हणे नवी ठाणी खाली करा. त्यासाठी राजियांची रोज नवनवी फर्मानं इकडे निघताहेतच ऽ!" नेताजीच्या शब्दांना आता विषादाची आणि बारीकशी कुचकटपणाची धार चिकटली होती.

"अहो, पण नेताजी—?"

"नाही माँसाहेब नाही. हवं तर तुमच्या पाया पडतो; पण आम्हाला आता रोखू नका," बोलताबोलता पालकरांना जोराचा हुंदका फुटला. त्यांच्या दोन्ही डोळ्यांतून टप्टप् अश्रू गळू लागले. ते रडवेल्या सुरात बोलले, "हिंदवी स्वराज्याचा एक सामान्य शिपाई म्हणून मला उत्तर हवंय. कोंबड्यांच्या खुराड्यात एखादा भुजंग घुसावा आणि त्याने पिलांवर पिलं कच्ची खाऊन खुराडं मोकळं करावं, तशी आपली एकेक ठाणी गिळायला सुरुवात केलीय त्या अफजुल्यानं. अन् आता तर राजे सुपं, शिरवळ न लढता खाली करायच्या गोष्टी करताहेत म्हणे, ह्या कर्माला काय म्हणायचं?"

त्या मसलतीमध्ये मौजूद असणाऱ्या प्रत्येकालाच घाम फुटल्यासारखे झाले होते. फुटक्या नळीच्या तोफेतून अस्सल बारूद उडवावा तशी एकीकडे नेताजींची बेबंद बोलंदाजी सुरू होती. दुसरीकडे शिवाजीराजे मात्र शांतपणे श्रवणभक्ती करत बसले होते, योगमुद्रेत गेल्यासारखा चेहरा करून. बरे, त्यांच्याशी हुज्जत घालणारी व्यक्ती म्हणजे कोणी नवशिके पोर नव्हते. स्वराज्यात ज्यांचा उल्लेख 'समशेरीचा सर्जा' म्हणजेच धारदार पात्याचे एक अमूल्य रत्न असा केला जायचा, तेच नेताजी पालकर थेट राजांना भिडले होते.

भरल्या नदीतून नाव चालते. पाण्याच्या लाटा फुटतात. वादळवारा येतो आणि जातोही; पण नावेला तारणारी डोलकाठी तशीच कणखरपणे उभी असते. तसेच नेताजी पालकर म्हणजे घट्ट, चिवट गडी. कुऱ्हाडीच्या पात्यासारख्या दोन्ही बाजूंना परतलेल्या त्या झुपकेदार मिश्या. ते शेजारून पुढे चालले तर एखादा ताशीव डोंगरकडा सरकल्यासारखे वाटायचे. तलवारबाजी, दांडपट्टा अशा सर्वच मर्दानी खेळांमध्ये त्यांची मुजोरी चालायचीच; पण त्यांचा सर्वांत आवडता व्यायाम म्हणजे,

समोर एखादी उंच टेकडी किंवा डोंगर दिसला की त्यांना त्याच्या उंचवट्याचा खूप राग यायचा. मग लगेचच आपला शेला कमरेला घट्ट बांधून अनवाणी पायाने ते पळतपळतच समोरचा डोंगर किंवा पर्वत प्रथम चढायचे.

एकदा त्याच्या माथ्यावर नेताजी पोचले की अंगात घामाने चिपचिप भिजलेली पैरण काढायचे आणि खुशीने घाम पिळून टाकायचे. वर त्या डोंगरमाथ्याकडे बघत 'कशी जिरवली तुझी' अशी नजर फेकत हसायचे. जसा व्यायाम तसेच त्यांचे खाणे. त्यांना पंक्तीमध्ये वेळेला कोंबड्यांची एक तोरणमाळ लागायची. म्हणजे एका वेळी ते पाच कोंबड्या खाऊन फस्त करायचे.

पालकरांचे जन्मगाव म्हणजे घोडनदीजवळची तांदळी. बाळपणापासूनच उत्तम भालाफेक करणारा भालाईत, अचूक बाण मारणारा तिरंदाज, अन् कुस्त्यांच्या मैदानात एका लंगोटीवर अनेक पैलवान लोळवणारा जिगरबाज कुस्तिगीर अशी नेताजींची ख्याती होती. त्यांनी घोडनदीच्या परिसरातल्या कसरतपटूंसाठी आपल्या गावात एक आखाडा उघडला होता. मावळात शिवरायांनी स्वराज्याचे तोरण बांधले. त्यांच्या कीर्तीचा रोजचा नगारा ऐकून नेताजींचे चळवळे मन त्यांच्या काबूत राहिले नाही. अन् एक दिवस आपल्या आखाड्यातले नव्वद बळकट घोडेस्वार घेऊन नेताजी राजांच्या भेटीसाठी लाल महालात येऊन दाखल झाले.

आगीचा शेजार लागला की कापराची वात लगेच पेटते. तसे अवघ्या काही महिन्यांच्या आतच शिवरायांच्या पहिल्या फळीत नेताजींच्या कर्तबगारीने त्यांना नेऊन ठेवले होते. ते राजांपेक्षा सहा-सात वर्षांनी वडील होते. म्हणून राजे त्यांना 'नेताजीकाका' अशा आदरयुक्त शब्दांत बोलवायचे.

स्वराज्याचा असा बाजिंदा वीर थेट राजांशीच उद्धटासारखे बोलू लागला होता. त्यामुळेच बाकी सर्वांची चांगलीच तारांबळ उडाली होती. राजांनी थोडा वेळ मूक राहणेच पसंत केले. काही वेळ तणावपूर्ण शांतता पसरली. शिवरायांनी खूण करताच बुजुर्ग कान्होजी जेधे पुढे झाले. त्यांनी नेताजींचा हात पकडून त्यांना प्रेमाने हळूच ओढत पुढे आणून राजांच्या जवळ बसवले. त्यांना शांत बसायचा इशारा केला.

सर्वांना विश्वासात घेत राजे बोलले, ‘‘हे पाहा नेताजीकाका, तुम्हाला पुरंदरच्या बगलटीकडे वैऱ्याला रोखायचा आणि पुढे पुण्याकडे सरकू न द्यायचा हुकूम आम्ही दिला होता—’’

‘‘आम्ही कुठं नाय म्हणतो? आपल्या हुकमाची तामिली करत तिकडची शीव पकडून खडाच आहे की मी मैदानात. तीच तर माझी तक्रार आहे. किती दिवस खळ्यातल्या खुंट्यासारखं एका जाग्यावर उभं राहायचं?’’

‘‘हे पाहा, हा आमच्या नियोजनाचा भाग आहे. ठाणी सोडून मिळेल ती सामग्री

घेऊन हळूहळू सर्वांनी पश्चिमेच्या पर्वतरांगांकडे सरकायचे हुकूम आमचेच होते. हे पाहा काका, अजून आपला आराखडा पक्का व्हायचा आहे. त्यात शत्रूचा संभाव्य उपद्रव लक्षात घेता ठरलेल्या लष्करी गोष्टी सामान्य स्वारराऊतांसाठी आताच उघड करणंही धोक्याचं ठरेल."

राजांच्या त्या खुलाशाने नेताजी पालकर अधिकच चिरकुंडीला आले. ते उद्वेगाने बोलले, "आम्ही स्वत:ला 'असामान्य' असल्याचं कुठं सांगतो राजे?"

"हे पाहा नेताजीकाका, मघापासून पाहतोय, आपण आज अकारण अंगावर आग ओढून घेताहात!"

मसलतीचे कामकाज पुढे चालू राहिले. अलीकडच्या काही काळात जमिनींचे उत्तम न्यायनिवाडे करण्यामध्येसुद्धा नेताजी पालकरांची वाहवा झाली होती. त्यामुळेच आता मसलतीमध्ये भाग घेणाऱ्या नेताजींच्या दृष्टिकोनाला महत्त्व होते. आपल्या मनातली चुळबुळ नेताजींना फार काळ दाबून ठेवता येईना. चर्चेतला विषय मध्येच तोडत न राहवून नेताजी कळकळीने बोलू लागले, "ऐकाऽ माझ्याकडं एक अत्यंत गुप्त आणि खूप महत्त्वाची खबर आहे," समोरच्या पाटावर चितारलेल्या नकाशाकडे बघत नेताजी बोलले.

सर्व जण पुन्हा बावरले. आता नेताजी आणखी कुठले नवे साळिंद्राचे बीळ शोधणार याची अनेकांना उत्सुकता लागली. महाराज म्हणाले, "बोला काका. तुमची खबर आम्हालाही कळू दे."

"आपण पुण्याकडे सरकत असल्याचं खान वरवर नाटक रचतोय. मात्र..." समोरच्या नकाशावर नेमके बोट ठेवत नेताजी बोलले, "त्याला ह्या इथं रहिमतपुराजवळच्या गवंडावर कृष्णा नदी ओलांडायची आहे."

"खानाची दिशा तुम्ही बरोबर ओळखलीत!" म्हणत शिवराय दिलखुलास हसले. त्यांना नेताजींच्या कुशाग्र बुद्धीचे आणि खानाच्या हालचालींबाबत दक्ष असलेल्या त्यांच्या नजरेचे कौतुक वाटले. म्हणूनच त्यांनी विचारले, "बोला काका, तुमचा सल्ला काय?"

"अहो, सल्ला कसला? हीच तर सोन्यासारखी संधी आहे."

"कशाची?"

"अचानक झडप घालायची आणि ह्या ह्या इथंच अफझुल्याला कृष्णेच्या पात्रात जित्ता बुडवून मारायची."

"हे धाडस धोक्याचं आहे असं वाटत नाही तुम्हाला?"

"बिलकूल नाही. माझे चारशे मर्दानी घोडेस्वार रहिमतपूरच्या रानात तयार आहेत इथं माझ्यासंगे आगीच्या दर्यात उड्या घ्यायला," म्हणत नेताजी मध्येच शिवरायांच्या आणि माँसाहेबांच्या हुकमाकडे औत्सुक्याने पाहू लागले. समोरून

कसलाच प्रतिसाद येत नाही हे लक्षात आल्यावर अधिकच अगतिक होऊन नेताजी बोलले, "ऐका राजे, ऐका ऽऽ माँसाहेब, तुम्ही तरी ऐका हो. माझं काळीज घाईला आलंय. एकदा का त्या अफझुल्याला कृष्णेच्या पात्रात गाडला की बाकीच्या साऱ्या गाठी आणि निरगाठी आपोआप सुटतील. चोंदलेलं नाक रिकामं होईल श्वास घ्यायला."

नेताजींचा तो धाडसी प्रस्ताव ऐकून बैठकीतले सारेच चमकले. बाकीचे सारे स्तब्ध राहिले. शिवराय शांतपणे बोलले, "चला नेताजीकाका, तुमचं म्हणणं मान्य. दिली तुम्हाला परवानगी. तुम्ही तुमच्या ह्या अचाट धाडसात यशस्वी व्हालही; पण त्या खानासोबतच्या उरलेल्या पंचवीस ते तीस हजार फौजेचं करायचं काय?"

त्या शंकेनं नेताजी कावरेबावरे झाले. आपल्या आवाजाची पट्टी थोडी खाली करत ते बोलले, "हा ऽ उरलेल्या फौजेचाही प्रश्न आहेच. त्याबाबतही वेगळं काही ठरवायला हवं हेही खरं."

जिजाऊसाहेब गालात हसल्या. शिवराय म्हणाले, "तेच सांगतोय नेताजीकाका! अशा अर्धवट, आत्मघातकी धाडसाची कलमं अंगावर येतात. घिसाडघाई आणि राज्य वाया जाई, असं घडायला नको. तुमच्या उरात बहादुरीची धगधगती तोफ पेटली आहे, हे कळतंय आम्हाला; पण तिचा निशाणा अचूक ठरू द्या. धीरानं घ्या!"

एकीकडे सोनजाई पर्वताची रांग आणि दुसऱ्या बाजूला पांडव गडाच्या डोंगर रांगा. अशा त्या बेचक्यातून वळणे घेत कृष्णा नदी सह्याद्री उतरून सपाटीवर वाहत होती. तिच्या काठचा वाई गाव. आता आषाढाचे पाणी नदीत भरून खळाळत होते. तांबूस-लाल पाण्याचा प्रवाह मोठ्या वेगाने खाली सरकत होता. कृष्णेपल्याडच्या काठावर बडेबडे बादशाही तंबू आणि शामियाने उभे राहिले होते. त्याच्या मागच्या अंगाने हजारो राहुट्यांचा शेपटा पसरला होता. खरे तर वाईच्या आजूबाजूच्या चार गावांत चालू वर्षी शेतकऱ्यांनी काही पेरलेच नव्हते. त्यांच्या शेताबांधात औरसचौरस, विशाल अशी विजापुरी लष्कराची छावणी पसरली होती.

विजापुरातून आलेले बडे घोडदळ, पायदळ, उंटांचे तांडे, शंभरभर हत्ती तिथे मुक्कामी होतेच; परंतु त्याचबरोबर खानाला सामील झालेले मावळातले काही देशमुख आणि देशपांडे, तसेच बेळगाव, अथणी ते सोलापूरपर्यंतच्या अनेक किल्ल्यांचे किल्लेदार, स्वारसरदार आणि एकूण गोळा झालेली वरकड शिबंदी पंधरा हजार फौजेची होती. छावणीतल्या एका मैदानावर सोडलेले शेकडो तोफगाडे, ते वाहणारे हजारो बैल, छकडे, पक्क्या बंदोबस्तात फौजेच्या एका अंगाला साठवून ठेवलेली बारुदाची कोठारे. अन् तिथून अगदी दूरवर उलट्या बाजूला रचलेल्या

गवताच्या आणि वैरणीच्या अवाढव्य गंजी. जवळपास पंचवीस हजार जनावरांच्या दातांना थोडीथोडकी वैरणकाडी आणि चंदीचारा लागत नव्हते.

मृगाच्या तोंडावरच गवती छपरांच्या राहुट्या बांधल्या गेल्या होत्या. हा मुलूख तसा प्रचंड पावसाचा. त्यामुळेच गवताची छपरे बांधताना पेंड्या मजबूत, दाट धरून शाकारणी केली होती. त्यासाठी लागणारे हजारो गाड्या गवत, भाताचे काड—पिंजर गोळा करण्यासाठी कारवानांनी आणि कहीकबाडांनी दूरदूर मजल मारली होती. अगदी मसूर, कऱ्हाड, काशीळ, विटा, फलटण ते बारामती पट्ट्यातले वाळके गवत आणि पिंजरही फिरून गोळा केले होते. काही खरेदी केले होते. त्यात कारवानांची चंगळ उडाली होती.

एवढ्या प्रचंड फौजेला पाणीही मुबलक लागायचे. ते वाहून आणण्यासाठी भिस्त्यांनी दोन हजार रेडे गोळा केले होते. त्यांच्या पाठीवर चामड्यांच्या पखाली ठेवून पाणी वाहिले जात होते. फौजेच्या बाजारात मेवामिठाईचे दुकानदार तर मोती-पोवळ्याचा व्यापार करणारे अनेक जैन-मारवाडीही बाजूला दुकाने थाटून बसले होते. सर्वत्र नालबंद, हशम, प्यादे, कहीकबाडाच्या पोरांची गर्दी उडायची.

वास्तविक पाहता पावसाच्या आतच शिवाजीला जेरबंद करून विजापुराकडे खेचून घेऊन जायचे अफझलखानाचे स्वप्न होते; पण सोबत प्रचंड फौज, तोफा, हत्ती आणि सामानाने भरलेल्या बैलांची मंद चाल यामुळे वेळेत प्रवास पार पडला नव्हता. आता दुपारी पावसाने थोडा विसावा खाल्ला होता. त्यामुळे उर्वरित कामासाठी भिस्ती आणि त्यांचे रेडे, उंट, घोडी यांची लगबग सुरू झाली.

थोडासा पाऊस थांबल्याचे कळताच अफझलखानाने घोड्यावर मांड ठोकली. त्याच्या बरोबरीने अंकुशखानाचा घोडा चालला. ते आपापली घोडी दुडक्या चालीने फेकत पुढे आले. तेव्हा फौजी बाजाराच्या एका वळणावर उघड्या माळावर त्यांना सराव करणारी पोरे दिसली. मावळ खोऱ्याच्या जंगली पट्ट्यातील ती सुमारे तीन हजार पोरांची नवी भरती होती; पण एका वेळी शेकडो जणांचा वावर, घोडाफेक, दांडपट्ट्याचा खेळ अशी लगबग उडाली होती. त्यामुळे पायाखालच्या ओल्या मातीचा पचपचीत चिखल झाला होता. तरी त्या पातळ चिखलात त्या जवान पोरांचे अगदी जीव तोडून भालाफेकीचे, दोरखंडावरच्या चढाईचे आणि तलवारबाजीचे सराव सुरू होते. विजापूर, हुबळीकडचे लष्करी अंमलदार प्रसंगी त्या जवान पोरांना फोकाटीचे तडाखे देत त्यांचा सराव करून घेत होते. त्या सरावाकडे बारकाईने लक्ष देत अफझलखानाने विचारले, "ये कहाँ के बच्चे है?"

"इसी पहाडी और वादीयोंसे, इसी मुल्कसे खानसाहेब, आपल्या हुकमानुसारच सारी तगडी पोरं गोळा केली आहेत."

"बहुत खूब, नाहीतर आमच्या विजापूर, बागलकोट अन् शिमोग्यातल्या

लौंड्यांना फक्त सपाटीवरून घोडी पळवायची आदत असते. त्यांना या जंगली दऱ्याखोऱ्यांची, त्यातल्या भीग्या, निसरड्या वाटांची आणि आडरस्त्यांची काय कल्पना?''

''जी बराबर!''

''आखरी जंगमें बहुत काम आयेंगे ये सब पहाडी लौंडे—जिस पानीमें उतरना चाहते हो वहाँके मगरमच्छ के दात गिरानेवालोंको साथमें लेनेकी जरूरत पडती है अंकुशखान!''

''गुस्ताखी माफ खानसाहेब। आपका निजी दोस्त होनेके नाते—''

''बोलो, बोलो, शौकसे बोलो भाई।''

''आपल्या चेहऱ्यावरची शानोशौकत पहिल्यासारखी उरल्याचं दिसत नाही.''

''जाहिर है अंकुशखान। जब ख्वाबोंसे हकीकत दूर भागती है तब परेशानी बढतीही है! ह्या पहाडी सिवाला फक्त दोन महिन्यांत जेरबंद करायची सौगंध खाल्ली होती. त्या गोष्टीलाही आता चार महिने होऊन गेले. शिवाजी नजरेच्या टप्प्यात तर सोडाच, पण आजूबाजूला कुठे दिसत नाही.''

''तो फिर ठंडे दिमाग और खाली हाथ बैठनेमें क्या मतलब है?''

''ये अफझलखाँ भी कोई कच्चा खिलाडी नहीं है। मेरा भी कारनामा जरूर देखेगी ये दुनिया —बस सिर्फ चार दिनकी तो बात है।''

''काय सांगता खानसाहेब?''

''जरूर देखना अंकुश! ज्या जंगलपहाडीच्या आणि पावसाच्या जिवावर हा सिवाजी भोसला तीर मारतो, त्याच्या त्याच घन्या जंगलात आणि बड्या पावसात काय चमत्कार घडेल ते दुनिया देखेल!''

अफझलखान आपल्या हवेलीतल्या खास दालनात येऊन पोचला, तेव्हा त्याच्या स्वागतासाठी जाड, स्थूलसर अंगाचे, पण ताकदवर कृष्णाजी भास्कर कुलकर्णी त्याची वाट पाहत होते. कृष्णाजी तेव्हा वाई नगरीचे हवालदार आणि महसुली कुलकर्णीसुद्धा होते. डोक्यावर पुणेरी पगडी, अंगात घोळदार बाराबंदी आणि कमरेचे घट्ट करवतकाठीचे धोतर. त्या धोतराच्या बारीक निऱ्या, दोन्ही टांगांवरून उतरणारा सोगा घोळदार दिसला पाहिजे असा त्यांचा कटाक्ष असायचा. कृष्णाजींची आणि खानसाहेबांची जुनी जानपहचान. काही वर्षांमागे अफझलखान वाईचा सुभेदार होता, तेव्हाच त्या दोघांत गाढ स्नेह जुळून आला होता.

आता आषाढाच्या मध्यावर ह्या परिसरात उत्तर हिंदुस्थानातली एक बडी खबर येऊन पोचली होती. मृग नक्षत्राच्या तोंडावरच तिकडे आग्रा नगरीमध्ये औरंगजेब बादशहाचा तख्तपोशीचा बडा सोहळा पार पडला होता. औरंगजेब हिंदुस्थानचा

शहेनशहा बनला होता.

ती खबर ऐकल्यापासून अफझलखानाच्या मेंदूचे जसे काही धिरडेच भाजले होते. त्याच्या डोळ्यांपुढे फक्त वर्ष—दीड वर्षामागे त्या रात्री घडलेला तो झोप उडवणारा भयंकर प्रकार येत होता. तेव्हा त्या बिदर-कल्याणी किल्ल्याच्या मोहिमेत अफझलखानाने निभावलेली भूमिका, तेव्हा औरंगजेबाच्या तकदीरात ओढवलेला साक्षात मृत्यूच्या भेटीचा प्रकार, त्या साऱ्या वादळी आणि खळबळजनक आठवणी त्याला आत्तासुद्धा अंतर्बाह्य बेजार करून टाकत होत्या. न राहवून तो अंकुशखानाला बोलला, "अंकुश यार, बडे बडे ग्यानी और बुजुर्ग कहते हैं, अल्ला जब देता है तब छप्पर फाडके देता है—लेकिन इतना खूब?"

"क्या इतना? क्या बात क्या है?"

"देखिए न, ये औरंगजेब—मक्कार बदमाश कहीं का—सिर्फ डेढ साल पहले मेरे कैदखानेमें यह फालतू आदमी मेरा बंदी था। जो हमारे वजीरके मुँहमें घूस भरकर भागनेमें कामयाब हुवा। वही मेरा एक मुजरीम सिर्फ डेढ सालमें हिंदुस्थानका पातशहा बन जाता है। तोबा तोबा!"

"उस जहन्नमीका नसीब, और क्या?" अंकुशखान तिरसटून म्हणाला.

"नसीब? कौनसे बंदीका नाम है नसीब? बताईये अंकुशमियाँ! खुदकी जिंदगी बचानेके डरसे जो मुजरिम कुत्ते जैसे मेरे पाँव चाटता था वह आज हिंदुस्थानके मयूर सिंघासनका मालिक बनता है—और यहाँ देखिये मेरी फटी हुई तकदीर—यहाँ वाईके पास 'सिवा सिवा' ऐसे चिल्लाते हुये मैं कौनसे कीचडमें घोडा दौडा रहा हूँ—"

अंकुशखानाने थोडा वेळ चूप राहणेच पसंत केले. अफझलला आपल्या दिलातली भडास ओकू दिली. थोड्या वेळाने तो हळूच बोलला, "लेकिन अफझल, आपने वह आगेवाली बात सुनीही होगी—"

"कौनसी बात?"

"औरंगजेबाच्या आग्र्याच्या त्या भरल्या दरबारात इकडून ह्या मरगठ्ठ्या सिवाचा वकील हजर होता!"

"क्या बकते हो? वहाँ सिवा का क्या काम?"

"मालूम नाही; पण त्या वकिलाचं नाव सोनोपंत डबीर आहे."

"भेजा होगा उस सिवाने अपना वकील! लेकिन उस आग्रेवाली बडी दरबारमें सिवाके उस कुत्ते की तरफ कौन देखेगा?"

"यही तो आपकी भूल है अफझल," अकुंशखान सारी हकिगत सांगू लागला, "वहाँ सोनोपंत दरबारमें एक कोनेमें अपना बदन सिकुडके बेचारा खडा था।"

"फिर?"

"फिर क्या? अल्लातालाकी सौगंध लेकर सारी सच बात बता रहा हूँ—वहाँ की भीडमें बडे शानोशौकतसे पातशहा औरंगजेब आगे जा रहे थे। वह एकाएक बीचमेंही रुक गये। उन्होंने सोनोपंतकी तरफ देखा और वही सवाल किया—'क्या आप सिवाजीके वकील हो?'''

ते धक्कादायक वृत्त ऐकून अफझलखानाचा चेहरा खातेऱ्यासारखा दिसू लागला. त्याच्या चर्येवरची खिन्नता आणि खजिली अंकुशखानाने बघितली. उगाच त्याच्या घुश्शाचा पारा अधिक चढायला नको म्हणून अंकुशखान काहीसा चूप बसला; पण न राहवून थोड्याच वेळात त्याच्या तोंडातून ती उबळ बाहेर पडलीच, "और एक काफी घिनौनी बात बतलाता हूँ अफझल!" असे बोलत त्याने खानाला सांगून टाकले. त्या दरबारात औरंगजेबाने शिवाजीच्या वकिलाची फक्त दखल घेतली नाही. उलट औरंगजेबाने शिवाजीसाठी सन्मानाची महागडी काबाची वस्त्रे आणि मौल्यवान रत्नहारसुद्धा पाठवून दिले होते!

आधीच्या संदेशाप्रमाणे अफझलखानाच्या महालात सायंकाळी कृष्णाजी कुलकर्णी आले, तेव्हा त्यांना वातावरण भलतेच गरम दिसले. खान काल रात्रीपासून अगदी बेताब होता. शिवाजीच्या वकिलाच्या आग्रा दरबारात झालेल्या सन्मानाच्या बातमीने खानाची आख्खी रात्र बेचैनीत गेली होती. त्यामुळेच समोर कृष्णाजी दिसताच खानाने त्याला आपल्या अंत:पुरात नेले. बिचाऱ्या कृष्णाजीला कल्पना नसल्याने त्याने आग्र्याच्या दरबारातील आणखी काही घटनांची चविष्ट वर्णने केली, तेव्हा तर अफझलखान शराब पाजलेल्या हत्तीसारखा खवळला.

वेळ तिन्हीसांजेची होती. समोरच्या नदीतील पुराच्या पाण्याचा कधी संथ तर कधी खळखळता आवाज ऐकू येत होता. दुसऱ्या मजल्यावरच्या चंदनी महालात चिरागदाने पेटवली जात होती. थोड्याच वेळात खानाच्या मर्जीतले खासे आणि मेहमान तिथे पधारणार होते. नृत्याच्या महफिलीसाठी सारंगी, बाजाची पेटी अशा वाद्यांची जुळणी तिथे सुरू होती, तेव्हा समोरून येणाऱ्या एका खिदमदगारावर अफझलखान ओरडला, "सुनिये! अगर आज उपरसे घुंगरूकी एक भी आवाज आयी तो सबकी गर्दन उडा दूँगा। बंद करो तुम्हारा नाचतमाशा।"

रंगमहालातले आवाज आणि हालचाली एकाएकी बंद पडल्या. ते तापत जाणारे वातावरण बघून आता मात्र कृष्णाजीपंताचे धोतर घाबरून पिवळे व्हायची वेळ आली. तिथून तो कसाबसा बाहेर सटकला.

अफझलला खरी भीती फक्त एका गोष्टीची वाटत होती. त्याला मदत करणाऱ्या वजीर खान महम्मदाला आपण सूड म्हणून विजापूरच्या रस्त्यात उभा चिरला होता. ती खबर औरंग्याच्या कानावर गेली नसेल काय?

अफझलने स्वत:ला हवेलीत सलग दोन दिवस कोंडून घेतले. विचार करकरून त्याच्या मेंदूची चाळण झाली. बरे, त्याला एका गोष्टीचा उलगडाच होत नव्हता. औरंगजेबाने शिवाजीला खिलतीची वस्त्रे का नजर करावीत? खूप विचार केल्यावर त्याला उमगले. औरंगजेबाची ती खिल्लत म्हणजे फुकटची मेहेरबानी किंवा विकतची दुकानदारी नव्हती. उलट मुत्सद्देगिरीची एक तेज चाल होती. एकदा औरंगजेब उत्तरेत स्थिरस्थावर झाला की तो दक्षिणेवर चालून येणारच होता. विजापूरची आदिलशाही गिळून टाकायचे त्याचे जुने स्वप्न तसेच अधुरे होते. तो मकसद हासिल करण्यासाठी इकडे आल्यावर मराठ्यांना आपल्या बाजूला खेचावे किंवा ते तटस्थ तरी राहावेत याच दृष्टीने त्याने पटावर टाकलेली ती एक सोंगटी होती.

दोन दिवसांनी अफझलखानाने पुन्हा कृष्णाजीपंताला बोलावून घेतले आणि त्याला विचारले, ''अरे कुलकर्णी, आपने कभी मरे हुए आदमीकी सडी हुई लाश देखी है?''

''शिव! शिव! शिव!! हे केदारनाथा,'' कृष्णाजीने अंग चोरत विचारले, ''खानसाब, प्रात:काळी आपण हे काय शुभहवन लावलेत?''

''त्या सिवाजीची होणारी मुलाकात अशीच लांबणीवर पडली, तर त्या सडलेल्या मुडद्यांसारखीच बदबू पसरेल सर्वत्र.''

''तर सांगा ना खानसाहेब, ह्या सेवकाने काय करावं?''

''कुलकर्णी, आप तो इस पहाडी मुल्कके एक पुराने खिलाडी हो। जाओ, उठो! चले जाओ जावलीके उस पहाडोंमें। काहीही करून गाठ त्या सिवाला. गोड गोड बोलून, हवी तशी झूटी वचने देऊन काहीही करून त्याला इथे खाली खेचून आण. बस एक बार हमारे सामने उसे खडा किया जाय—''

''खानसाब, माफी करा. मला हे काम तितकं मुमकिन वाटत नाही.''

''क्यूँ भाई?''

''त्या शिवाजीचा मेंदूही बडा खतरनाक आहे. आपण हुकूम देता, तर निघेन मी बापुडा; पण थोडी असलीयत तरी बघा. आपली प्रतापगड-जावळीची सुरक्षित गुहा सोडून खाली निघून येण्याचा बचपना शिवाजी कशाला दाखवेल, खाविंद?''

''पंत, क्या बकवास कर रहे हैं आप? देख कुलकर्णी, कुछ भी कर, लेकिन मुझे सिवा चाहिये!''

◆

नेताजी पालकर

भाद्रपदातली ती सायंकाळ. पाठीशी भव्य पर्वतासारखा उभा राजगड. खाली तळवटीची शिवापट्टणची बाजारपेठ. तिच्या बाहेरचा राजांचा 'पर्जन्यमहाल.' अंगावर आषाढाचा धो धो पाऊस घेऊन तळवटीची सारी राने तृप्त झाली होती. चोही दिशांना हिरवीगार भातांची शेते. मध्येच धो धो वाहणारे ओढे. भातखाचरांत, पाणंदीत सर्वत्र तुंबलेले पाणीच पाणी. स्वच्छ आणि सुंदरही.

सभोवतीच्या हिरवाईत भाताचे पीक तेवढे आतासे पिवळट दिसू लागले होते. आभाळात पांढुरके ढग ठाण मांडल्यासारखे बसले होते. मध्येच हवेचे झोत यायचे. दरडीची जंगलझाडी कडकडा वाजायची. डोंगरमाथ्याकडून खाली लोंबकळणाऱ्या धुक्याला मध्येच खिंडारे पाडायची.

'पर्जन्यप्रासादा'पासून पलीकडे बऱ्याच अंतरावर एक मोठा ओढा वाहत होता. त्याच्या आतल्या अंगाला अनेक कुणबी, कारभारी, सैनिक आणि राजपरिवारातली मंडळी इत्यादींची झुंबड दिसत होती. तिथे चंदनाचे मोठे सरण रचलेले होते. त्यावर नव्याकोऱ्या लुगड्यामध्ये सईबाई राणीसाहेबांचा मृतदेह हलक्यानेच झोपवला गेला होता. वरून रानफुले पांघरली होती. प्रचंड पावसाचे दिवस. त्यात चौफेर फिरणारी विजापुरी सैतानांची टेहळणीची पथके. त्यामुळे राणीसाहेबांच्या महानिर्वाणाची खबर नातलगांच्या किंवा परिचितांच्या गावी पोचवता आली नव्हती.

गर्दी तशी बेताचीच होती; पण सारे जण दुःखाने उन्मळून गेले होते. पलीकडे राजवंशातील सर्व स्त्रिया, सईबाईंच्या सवती सगुणाबाई, जयश्रीबाई उभ्या होत्या. तिथेच गोमाजी पानसंबळ आणि धाराऊ आळीपाळीने छोट्या शंभूराजांना आपल्या कडेवर घेत होते. ते बालक आपले इवलेसे हात-पाय झाडत होते. जीवन-मरणाची जाण अद्याप त्या बाळराजांच्या समजीच्या पल्याडची होती.

बाजूला वाळक्या शेणीवर गारगोट्या घासून चमक झाडायचा सेवकांचा प्रयत्न सुरू होता. ठिणग्या पडत होत्या; पण आग पेटत नव्हती. मध्येच सायंकाळचा अवखळ वारा अडथळे आणत होता. स्वारराऊतांनी घोंगड्यांचा आणि धोतरांचा आडोसा धरला; पण वाऱ्याची भिरभिर वाढल्याने अग्नी पेटत नव्हता. पेटला तरी टिकत नव्हता. मध्येच पावसाची एक हलकी सर येऊन गेली.

पाठीमागच्या गर्दीत हळूच कोणीतरी बोलले, "कशात तरी जीव अडकला

असेल राणीसाहेबांचा.''

''राजांच्याच येण्यासाठी प्राण घुटमळत असेल कदाचित.''

''असं कसं होईल? राणीसाहेबांनीच शपथ घातली होती राजांना —प्राण गेले तरी कर्तव्य सोडून इकडे फिरकू नका.'' एक कारभारी सांगत होता.

''कशाचं, कोणी अन् काय सांगावं? पती-पत्नीचं नातं म्हणजे जिवाशिवाचा रेशमी गुंता,'' आऊसाहेब सहज बोलून गेल्या.

तितक्यात दूरवरून घोड्यांच्या टापांचे आवाज ऐकू येऊ लागले. भातशेतीच्या पलीकडे आता जमिनीवर येऊन लोळणाऱ्या धुक्यातून, पायाखालच्या कमरेइतक्या उंच वाढलेल्या गवती रानातून घोडी समोर येऊन धडकली, तशा सर्वांनी नजरा वळवल्या. दोन रात्रींच्या प्रवासाने, वाटेतल्या मुसळधार पावसाच्या सरींनी, दवाने आणि चिखलपाण्याने त्या सर्वांचाच पोषाख मातकट केला होता. राजे घोड्यावरून झटकन खाली उतरले. त्यांनी चंदनी चितेवर सजवलेल्या सईबाईंचा देह डोळेभरून पाहून घेतला.

चिता पेटण्यापूर्वी अगदी शेवटच्या क्षणी आपण पोचल्याचे समाधान राजांच्या चेहऱ्यावर दिसले. गंगाजलाने भरलेला फिरकीचा सोन्याचा तांब्या भटजीबुवांनी राजांच्या हाती दिला. आता राजांनी आपल्या छातीजवळ छोट्या शंभूराजांना पकडले होते. त्यांनी त्या चिमुकल्याचा हात आपल्या हातात पकडला. त्या पिता-पुत्रांनी जेव्हा मृत सईबाईंच्या मुखात गंगाजल सोडले, तेव्हाचे ते दृश्य पाहून अनेकांना हुंदके फुटले.

राजांनी वाळक्या निरगुडीची बनवलेली मशाल हाती घेतली. सोबत शंभूबाळ होतेच. चिता पेटवली गेली. लाल ज्वाला भडकल्या. शास्त्रीपंडितांच्या मंत्रपठणाचा गजर वाढला. राजे पुत्रासवे चितेभोवती फेरे घालू लागले. सरण अधिकच भडकले. धुरांचे लोट आणि आगीच्या ज्वाळा वरच्या पांढुरक्या धुक्याला आणि ढगांनाही चिकटल्यासारख्या दिसल्या.

बराच वेळ राजे तिथेच एका बगलेवर उभे होते. शंभूराजांना पोटाशी धरून आगीच्या त्या भडकत्या सोनेरी झळांकडे एकटक बघत होते. त्या ज्वालांमध्ये त्यांना आपल्या सईचा मुलायम, मायाळू चेहरा दिसू लागला होता. बाजूने वाहणाऱ्या भिरभिरत्या वाऱ्याच्या रूपाने जशा काही सईबाईच त्यांच्या कानात बोलत होत्या, ''स्वारींनी कशासाठी जीव घालायचा असा धोक्यात अन् करावी दौड अशा पहाडाझाडांत? दिल्या वचनाप्रमाणे आम्ही इथेच आसपास राहू! आभाळात रोज उगवतात ना लक्ष चांदण्या! त्यांच्या डोळ्यांनी आपल्या यशाची वाढती कमान पाहत राहीन मी बापडी!''

सईबाईंना मंत्राग्नी दिल्यावर खरे तर राजांना टाकोटाक माघारी निघायचे होते.

तिकडे प्रतापगडच्या परिसरात जीवन-मरणाचा संघर्ष वेटोळे घालून धुमसत होता; मात्र रीतीभातीनुसार अग्निसंस्कार आटोपल्यावर वाड्यात जाऊन स्नान उरकणे गरजेचे होते; परंतु दगाबाज दुश्मनाचा जबडा खूप घातकी होता. त्याचे सुडाने शिवशिवणारे दात स्वस्थ बसणारे नव्हते. त्यामुळेच असा भयंकर प्रवास पार पाडताना अंगरखा पावसाने भिजला काय, रक्ताने भरला काय वा अश्रूंत डुंबला काय, त्या कशाचीच पर्वा करणे गैर होते.

एकदाचे राजे 'पर्जन्य प्रासादात' परतले. कढत पाण्याचे तांबे अंगावर घेऊन त्यांनी स्नान उरकले. मुदपाकखान्यात जलदीने झुणका-भाकर केली गेली होती. राजांनी गडबडीने भोजन आटोपले. तोवर पाऊस मात्र चांगलाच बळावल्याचे दिसत होते. छपरावरच्या धारांच्या नर्तनाचा आवाज कानावर पडत होता. वाड्याच्या छपरावरूनसुद्धा पागोळ्या भरून वाहत होत्या. ताजा जामानिमा करून राजे आतल्या दालनातून बाहेर पडायच्या तयारीत आले. तेवढ्यात वृद्ध गोमाजीकाकांनी उंबरठ्यावरच त्यांचे मनगट प्रेमाने पकडले. ते काळजीने बोलले, "राजे, पहिलं कर्तव्य महत्त्वाचंच; पण बाहेर रपरप कोसळणाऱ्या वळचणीचा पाण्याचा पडदा तरी बघून घ्या."

"अहो, पण गोमाजीबाबा..."

"सारं मान्य! पण बाहेर बघा तरी. डोळ्यांना काहीही दिसत नाही. त्या धुक्याच्या आणि पाण्याच्या लोटातून तुमची घोडी डोळ्यांसमोरची वाट तरी कशी शोधणार? समोर एखादी खोल दरी आहे की अवघड टेकडी कसं कळणार त्या जनावरांना? शेवटी नुकसान आपलंच नव्हे?" गोमाजीबाबा.

"खरंय राजे ऽ रौद्र निसर्गापुढे देवसुद्धा हतबल ठरतात, निघायचं असेल तर थोडा पाण्याचा रागरंग बघावा, मग पहाटेचीच घोडी पागेबाहेर काढावीत." जिजाऊसाहेबांचे शब्द निर्णायकी ठरले.

रात्री वाड्यात सोबतीचे शिपाई जागोजाग झोपी गेले. पाऊस सुरूच होता. वाड्याच्या बालिंग्याच्या आतल्या जाबत्यात स्वत: गोमाजीबाबा झोपले होते. ते मात्र जागसूदच होते. तेवढ्यात दर्शनी दरवाज्यावर मुठींचे धडधड आवाज होऊ लागले. गोमाजीबाबांनी आपल्या बुद्धीने बाहेरचा अंदाज घेतला. समोरचा दरवाजा उघडताच ओल्या हवेचा जोरदार झोत आत आला. बाहेर पंधरा-सोळा जण पावसात उभे होते. त्यांच्या डोक्यावरच्या घोंगड्यांच्या टापरी, अंगावरच्या पैरणी, धोतरे आणि काहींच्या तुमानी अशी सारी वस्त्रे पाऊसपाण्याने निथळून निघत होती. समोरच्याच अंगाला उंच, तगडे, फरशाकुऱ्हाडीच्या पात्यासारख्या मिश्या आणि कल्ले ठेवलेले नेताजी पालकर उभे होते. वाड्यातल्या ओसरीवर झोपलेले हशम उठले. त्यांनी नेताजींच्या घोड्यांचे लगाम पकडून जनावरे बाजूच्या पागेत नेली.

गोमाजींनी जामदाराशी चर्चा केली. नेताजीसोबत आलेले आणखी अडीचशे

घोडेस्वार पलीकडच्या पागांमध्ये थांबले होते. तिथल्या भटारखान्यातला सेवकवर्ग जागेवर असल्याची खात्री केली गेली. तिकडेच त्या उर्वरित माणसा-जनावरांच्या खाण्यादाण्याची व्यवस्था सुरू झाली.

नेताजींसोबत आलेल्या महत्त्वाच्या शिलेदारांसाठीही मुदपाकखान्यातली चुलाणी पेटली. राजे जागसूदच होते. नेताजींनी अंगावरची भिजकी धडुते काढून कोरडी वस्त्रे धारण केल्याची राजांनी खात्री केली. अन् त्यांना आत खासगीकडे बोलावले. जिजाऊसाहेब तिथे काळजीने येऊन थांबल्या होत्या. राजांनी चिंतेने विचारले, "काय प्रकार काय आहे नेताजीकाका? आता प्रतापगडाच्या अवतीभोवतीनंच सैन्यासह गस्त घालायचा नवा हुकूम तुम्हाला दिला होता. तर रणमैदान तिकडे अन् तुम्ही अमनधपक्या पुन्हा इकडे कसे?"

"तशीच थोडी तातडीची जरूरत पडली."

"पण का सोडावं वेड्यासारखं रणांगण?"

नेताजी त्याही गडबडीत मिठास हसत बोलले, "राजे ऽ मी कसा सोडू रणांगण? राजे ऽ एक बाब ध्यानात घ्या. आपल्या घोड्यांच्या दौडी जशा वाढत जातात तशाच रणांगणाच्या कक्षाही आपोआप विस्तारतात. राजांच्या संरक्षणाच्या काळजीनं जीव तिळतीळ तुटतो हो."

"मतलब?"

"एक वेळ आपून आपले डोळे झाकून घेतले, तरी वैरी जागसूद आहे. दुर्दैवाने राणीसाहेबांचा मृत्यू आणि आपण इकडं ह्या घन्या जंगलरानातून मारलेली भरारी ह्या दोन्ही गोष्टींचा सुगावा लागलाय खानाला."

"छे ऽ! काहीतरीच. पटत नाही आम्हाला." राजांनी नेताजींचे म्हणणे साफ नाकारले.

अंधारातल्या आपल्या धाडसी दौडीमागचे कारण राजांना अजिबात पटल्याचे दिसले नाही, तसा नेताजींचा मुखभंग झाला होता. तरीही आपला मुद्दा रेटत नेताजी पालकर काळजीने बोलले, "राजे, आमच्याकडं निश्चित खबर आहे, ऐन जंगलात तुमच्या प्रवासात खानाला काहीतरी घातपात करायचा आहे. जिवाला बडा धोका असल्याची पक्की खबर समजली. त्या भीतीनेच धावत आलो इथवर. कर्तव्याचा धर्म मी पाळला. मग ती बात तुम्हाला पटो वा ना पटो."

शिवरायांनी नेताजींची कल्पना झटकूनच टाकली. सह्याद्रीची निबिड जंगले, वरून धो धो कोसळणारे आभाळ, दाट धुके अशा वातावरणात असे काही घडू शकेल अशी सुतराम शक्यता राजांना वाटत नव्हती. त्यांनी तो विषयही तिथेच थांबवला. होता होता रात्र खूप वाढली होती. शरीराला किमान घटका दोन घटकेची विश्रांती आवश्यक होती. तोवर घोड्यांचा चंदीचारा खाऊन झाला असता. थोडा

पावसाचा जोरही कमी झाला असता. त्यानंतर भल्या पहाटेच्या आधीच बाहेर पडायचे असे राजांचे नक्की झाले होते.

महालाच्या रसोईत नेताजी घंगाळात चवळीच्या कोरड्यासाबरोबर भाकरी चुरून खात होते. असे तिखटजाळ जेवण भुरक्या मारत खायची नेताजींची आदत सर्वांना माहीत होती; पण आज जेवण उरकले. त्यानंतर मसलतीच्या दालनात शिवराय, जिजाऊसाहेब, नेताजी, गोमाजीकाका, कान्होजी आणि पोरगेला शिवजी जेधे गोष्टी करत बसले. मघापासून मनातले जळजळते विचार कधी एकदा ओकून रिकामा होतो असेच नेताजींना झाले होते. ते बेचैन, तरीही दु:खी सुरात बोलले, ‘‘राजे, आपण हे सांगा, ह्या पृथ्वीवर कोण अमरपट्टा घेऊन कायमचा जगायला आलाय? मृत्यूची माळ कोणाला चुकलीय?’’

‘‘खरंय तुमचं काका.’’

‘‘म्हणून तर राजे आम्ही दोन्ही कोपरापासनं हात जोडून गाऱ्हाणं घालतोय तुमच्या म्होर. असं कुचंबत जगण्याऐवजी मरणाचा मुका घेत इथून निघून गेलेलं काय वाईट?’’

शिवराय आणि आऊसाहेब दोघेही स्तब्ध झाले. दोघांनी एकमेकांकडे बघितले. नेताजींना न अडवता फक्त ऐकून घ्यावे असे त्यांच्या मनानी ठरवले. नेताजी पालकर या नावाचा शूर मराठा झेलणे आणि पेलणे ही साधी गोष्ट नव्हती. तो म्हणजे मुळातच धुमसता तारा, जळता वारा. स्वत: गवताच्या गंजीसारखा धडधडा करून जळत वैऱ्याच्या अंगावर वणवा होऊन कसा कोसळेल याचा कोणाला अंदाजही बांधता यायचा नाही.

जन्मजात लढवय्या बहाद्दूर म्हणून की काय देवाने नेताजीला धरतीवर धाडला असावा. प्रत्येक तलवारीची जात कोणती, बाणांचा अचूक निशाणा कसा साधावा हे सारे तो जाणत होताच. शिवाय आग्रा शहरी उभा जन्म तोफांच्या कारखान्यात काढलेल्या एखाद्या मुसलमान तोफची कारागिरासारखे तोफ ओतणीतलेही बारीकसारीक ज्ञान नेताजीकडे होते. एखाद्या मर्द बहाद्दूर गड्याच्या अंगी रणांगणासाठी जेवढे साज हवेत, त्या सर्वांचीच जणू देवाने नेताजी पालकरावर खैरात केली होती; पण जळता निखारा तळहातावर सांभाळणे तितकेच कठीण असते हेच खरे.

अफझलखान आपले लष्कर घेऊन जसा विजापूरच्या वेशीतून बाहेर पडला, तशी इकडे नेताजींच्या अंगात जणू रणचंडीच घुमू लागली. आपण कधी त्याला एकदा भिडतोय, त्याच्याशी लढतोय आणि त्याला चुरडून सफाचट करतोय ह्या एका ध्येयाने नेताजीला पागल बनवले होते. अशा मोहऱ्याचा वेळोवेळी मानपानही ठेवला पाहिजे, याची कल्पना शिवरायांना आणि जिजाऊसाहेबांनाही होती. त्यामुळेच फक्त दोन-तीन महिन्यांपूर्वी मराठी फौजेच्या अश्वदळाचा प्रमुख या नात्याने त्यांना

सरनोबतगिरी बहाल करण्यात आली होती. हे सन्मानाचे पद भिकाजी दहातोंडेसारखे वृद्ध सेनानी याआधी सांभाळत होते. आता नेताजीसारख्या सळसळत्या रक्ताच्या बहाद्दराला सरनोबत बनवले गेले होते.

आगीच्या कैफात मस्त राहणे हा नेताजींचा बाणा. त्याच धुंदीत ते शिवरायांवर उखडले, "सांगा राजं ऽ आता तरी कबूल करा. माझी ती नामी योजना वाईट होती का?"

"कुठली योजना नेताजी?" जिजाऊसाहेब.

"असं कसं मातोश्री ऽऽ अवो, राजांच्याच नव्हे, तेव्हा तुमच्याबी हातापाया पडलो होतो. केवढी ती जबराट संधी, देवानं स्वत: पंचांग उघडून ठेवल्यासारखा तो मुहूर्त! रहिमतपुराजवळ कृष्णामाईचं पात्र ओलांडताना त्या अफझलखानाला गाळून, तिथेच नदीच्या पात्रात बुडवून ओल्या वाळूत त्याचं दफन करायचं माझं सपान होतं; पण काय करणार? तुम्ही ऐकलं नाही. मंजुरी दिली नाही. खान वाढतच गेला. अन् आता वाईजवळ पोचून आपल्या दौलतीच्या काळजाचे बोचकारे काढायची हिंमत दाखवायला लागलाय."

आता मात्र शिवराय वरच्या पट्टीत पालकरांना बोलले, "हे पाहा सरनोबतकाका, फक्त बेधुंद शिपाईगिरीवर राज्य चालत नाही."

"तो खान ह्या सह्याद्रीच्या घाटात घुसण्याआधी सुपं, बारामती, फलटण, शिरवळ अशी सारी ठाणी गिळीत येत होता, तेव्हा कळकळीनं सांगत होतो, वाटेतच त्याला रोखू या. त्या सैतानाच्या जबड्यातले दात तोडून टाकू या. त्याच्या झग्याच्या ओट्यात आपलं एकही ठाणं पडू द्यायचं नाही. ती माझी दुसरीबी गोष्ट तुम्ही नाही ऐकली."

आपल्या उघड्याबंब अंगावर असुडाचे तडाखे मारत एखाद्या देवतेकडे फिर्याद मागणाऱ्या वेड्या भक्तासारखी नेताजीची अवस्था झाली होती. त्याला आवरायचा कसा हाच प्रश्न होता; परंतु अतिशय भावनाविवश झालेला नेताजी बोलत होता, "माझ्या डोईच्या पागोट्यात सरनोबतगिरीचा तुरा आपण खोचलात, त्याबद्दल मनापासनं धन्यवाद देतो तुम्हाला! पण या नुसत्या तुऱ्यावर माझी भूक भागलेली नाय राजे. अगदी देवाची शपथ घेऊन स्पष्टच सांगायचं तर आजकाल अफझलखान नावाच्या बिमारीनं मला पुरतं घेरलंय."

त्या गंभीर स्थितीतही नेताजींचे कौतुक करत जिजाऊ बोलल्या, "म्हणजे अर्जुनाला जसा फक्त पाण्यात माशाचा डोळा दिसायचा, तसा आमच्या नेताजीला रातचा अफझुल्याच दिसतो तर?"

"पर त्याचा उपयोग काय आऊसाहेब? माशाचा डोळा फोडायची संधी कुठं मिळतीय आपणाला?"

नेताजी एकाएकी चूप झाले. त्यांनी लंबे सुस्कारे सोडले. संभावित धक्क्याच्या आणि धोक्याच्या कल्पनेने नेताजी सैरभैरच झाले. पुन्हा थंड ओल्या सुरात ते राजांना इशारा देत बोलले, ''मी परोपरीनं सांगतोय; पण तुम्ही कुठं गांभीर्यानं घेताय? ह्या जंगलात राजांचा घात करण्यासाठी वैऱ्याचं दोन हजाराचं जहांबाज पथक सुटलंय ही गोष्ट खरी. म्हणून तर अशा अवचित राती हे अरण्य आणि या पाऊसधारा, रानवारा तुडवत इथवर येऊन पोचलोय मी.''

बराच वेळ झाला होता. शिवरायांनी बाहेरचा अंदाज घेतला. थोरल्या पहाटेची वेळ जवळ आली होती. राजांनी पालकरांना थेट उत्तर द्यायचे टाळले. राजांच्या सोबतच घोड्या-माणसांचे ते दोनशे स्वारांचे पथक कूचासाठी तयार झाले. राजांनी पुन्हा जगदंबेचे आणि जिजाऊसाहेबांचे आशीर्वाद घेतले. बघता बघता ते पथक अंधारातून दिसेनासे झाले.

शिवराय आपल्या डोळ्यांसमोरून बाहेर परस्पर निघून गेले. जाताना त्यांनी आपणाशी काहीच बोलू नये? ना देखले ना बघितले, असे करत ते गुमान निघूनच गेले. राजांच्या त्या थंडपणाचा नेताजींच्या मनाला चटका लागला होता.

आता पहाट व्हायला आली होती. जिजाऊसाहेब आत गेल्या. तातडीने काहीतरी मार्गी लावून थोड्या वेळाने त्या बाहेर आल्या. मसलतीच्या शिरोभागी बसल्या. बाहेरच्या दालनात अतिशय दुखावलेले नेताजी पालकर आणि त्यांचे सहकारी उभे असल्याची त्यांना जाणीव होती. तेवढ्यात धिम्या पावलाने नेताजी आणि त्यांचे दोस्त एकापाठोपाठ एक असे आत आले. त्यांनी आपल्या हातातल्या तलवारी आणि भाले जिजाऊसाहेबांच्या पायाजवळ अलगद ठेवून दिले.

नेताजी जेव्हा आपले शस्त्र खाली ठेवत होते, तेव्हा त्यांच्या दोन्ही डोळ्यांतून वाहणारे अश्रू आऊसाहेबांच्या नजरेतून सुटले नव्हते. तिथेच समोर उभे राहून नेताजी पालकरांनी आऊंना एक कडक मुजरा घातला. त्यांची देहबोली 'आम्ही आता चाललो, पुन्हा गाठीभेटी घडतील न घडतील सांगवत नाही,' असाच जणू सांगावा देत होती.

त्यांच्या त्या पाठमोऱ्या आकृत्यांकडे जिजाऊसाहेबांनी नजर टाकली. नजरेच्या टप्प्यातून पिल्लू बाहेर पडताना पक्षिणीची जी अवस्था होते, तसेच काहीतरी आऊसाहेबांना झाले. अन् मंत्रघोषासारख्या टिपेच्या सुरात त्या कडाडल्या, ''थांब नेताजी. बऱ्या बोलानं मागे फीर ऽऽ.''

जिजाऊंच्या त्या शब्दांमध्ये धाकाची आणि दराऱ्याची अशी जादू होती की, नेताजींची पावले जिथल्या तिथे अडखळली. ते पाठीमागे फिरले. मठातल्या आज्ञाधारक शिष्यांसारखे ते सर्व जण आऊसाहेबांच्या समोर येऊन उभे राहिले. नेताजींनी आपल्या नजरेच्या कोन्यातून जिजाऊंकडे पाहिले. जिजाऊंच्या डोळ्यांत प्रकटलेले

ते अर्धवट अश्रू खाली घरंगळलेही नव्हते; पण निखाऱ्यावर चरचरणाऱ्या तेलाच्या थेंबासारखे ते तिथेच थबकल्यासारखे दिसत होते. आपल्या त्याच जरबेच्या सुरात आऊसाहेबांनी हुकूम दिला, ''नेताजी! चल उचल ते शस्त्र!''

नेताजी तसेच ढिम्म उभे होते. थंडगार पुतळ्यासारखे.

तशा आऊसाहेब आपल्या जागेवरून उठल्या आणि नेताजीसह त्यांच्या सहकाऱ्यांवर कडाडल्या, ''तुम्ही जर आपापली शस्त्रं मुकाट्यानं उचलून हिंदवी स्वराज्याच्या सन्मानासाठी उभे राहणार नसाल, तर लक्षात ठेवा, आमच्याही धमन्यांमध्ये लखोजी जाधवरावांचं उष्ण रक्त वाहतंय. शिवाय, राजांच्या जिवाला धोका असल्याची तुमची खात्री असेल, तर त्यासाठी तजवीज न करता या निदान क्षणी आपण मानाअपमानाच्या चक्रात अडकून पडाल, तसेच थंड बसाल तर?—तर आमच्या कपाळीचा शहाजीराजांच्या नावे लावलेला कुंकवाचा चमचमाटही नीट बघून घ्या. ठीक आहे—कोण आहे रे तिकडे? गोमाजीकाका! चला ऽ मोतद्दारांना तबेल्यातली घोडी पटापट बाहेर काढायला सांगा. वाटेत पाऊसधारा असू देत वा उधाणवारा. ध्यानात ठेवा, आम्ही या वयात उचललेली तलवारसुद्धा त्या खानाला गाडल्याशिवाय म्यान होणार नाही.''

जिजाऊसाहेबांनी नेताजींनी खाली ठेवलेली रत्नजडित मुठीची तलवार उचलली. तोच दुःखाने गदगदलेले नेताजी पालकर माँसाहेबांच्या पायासमोर कोसळले. त्यांच्या पायाच्या बोटातली जोडवी पकडत आणि त्यांच्या पायांवर आपले कपाळ ठेवत ते कळवळून बोलले, ''आऊसाहेब! आपण हिंदवी स्वराज्याच्या मायमाउली आहात. ह्या लेकरासाठी काळीज मोठं करा. आम्हाला क्षमा करा.''

जिजाऊसाहेबांनी नेताजींच्या पाठीवरून मायेने हात फिरवला आणि ती रत्नजडित तलवार नेताजींच्याच हाती सुपूर्द केली. आपल्या करांगुलीने डोळ्यांच्या ओलावलेल्या कडा पुसत त्या बोलल्या, ''अरे नेतोबा ऽऽ स्वराज्यासाठी तुझ्या अंगात उसळणारं हे जे पागलपण आहे, त्याच तुझ्या सद्‌गुणावर ह्या सह्याद्रीच्या दऱ्याखोऱ्यातली माणसं नव्हे जनावरंसुद्धा खूप जीव टाकतात रे बाबा! पण थोडा धीर धर. ज्या स्वप्नांसाठी तू हा असा कापरासारखा जळतो आहेस, त्या तुझ्या स्वप्नाला नक्की गोड फळं लागतील.''

''बरंय! निघतो आऊसाहेब—''

''कुठं?''

''कामगिरीवर.''

दुसऱ्याच क्षणी नेताजींची आणि त्यांच्या सहकाऱ्यांची घोडी भर पावसातून सुसाट वेगाने बाहेर पडली.

झाडापानांत पाऊस कोसळतच होता. पायाखाली बरबटता चिखल, डोक्यावर धुवाधार पाऊस, अन् डाव्या-उजव्या बाजूने दाट जंगलझाडी. तशातून अंधार पोखरत राजांचे घोडदळ एकसारखे दौडतच होते. पावसाच्या त्या रिपरिपीतून, अवघड घाटांनी, चिंचोळ्या वाटांनी घोडी एकसारखी पुढे धावतच होती. अचानक समोरच्या उंच डोंगरकड्याकडून कोसळत्या, धावत्या नदीसारखा प्रचंड जलप्रवाहाचा ध्वनी कानावर आदळू लागला. काही क्षणांतच माणसा-जनावरांनी ताडले, त्या झाडीपल्याड एक बडा धबधबा कोसळतो आहे. तरीही राजांनी न थांबता घोडी तशीच पुढे दामटवली. पाण्याच्या त्या धो धो वाहत्या प्रवाहातून घोड्यांच्या पायांचे चुंबळूक डुंबळूक असे आवाज ऐकू येऊ लागले. सर्वांनी ईर्ष्येने घोडी तशीच पुढे दामटली; परंतु पाण्याचा प्रवाह प्रचंड होता. राजगडाकडे जाताना याच वाटेने राजे गेले होते; परंतु आता माघारी येताना प्रचंड पाऊस बळावल्याने त्या ओढ्याचे रूपांतर नदीत झाले होते.

बिनीच्या घोड्यांच्या छाताडाच्या वर पाणी सरकू लागले. त्या जनावरांचे डोळे भीतीने पांढरे झाले, तेव्हा कान्होजी जेधे बोलले, “चला राजं, माघारी फिरू. वरच्या एखाद्या सपाट वळशानं पाणी पार करून पुढे जाऊ. इथं धोका दिसतोय.”

सारी घोडी माघारा फिरली. समोरची ओली दरड पावसात चढतच वेगाने वर आली. तेवढ्यात त्या झाडीतून “अल्ला हो अकबर ऽऽ” “दीन ऽऽ दीन” अशा भयंकर आरोळ्या उमटल्या. अन् अमनधपक्या दुश्मनाचे ओल्या हिरव्या जंगलरानात लपलेले दडगे पथक अंगावर धावून आले. राजांसह त्यांचे साथीदारही गांगरले; कारण सोबतची ताकद कमी होती. पाऊसपाण्याच्या चक्रात आडवाटेवर वैऱ्याने दावा साधला होता. तलवारीला तलवारी भिडल्या. त्या आडरानात जोरात खैंदळ सुरू झाली. राजांना नेताजी पालकराची सय झाली. त्याची बातमी आणि त्याचे धावून येणे बरोबरच होते. बघता बघता रात्रीच्या अंधाराचा पडदा फाटून गेला. सह्याद्रीचे ओले हिरवे रान दिसू लागले.

वृद्ध कान्होजीबाबांनी कमाल केली. बाकीचेसुद्धा धाडसाने पुढे धावले. जोरदार जंग चालू झाला. दुश्मनाची ताकदही तोकडीच होती; परंतु शिवाजीराजाला आडरानात गाठून त्यांचा नायनाट करायचा त्या धाडसी पथकाचा इरादा होता. हिरव्या झाडीआड काही क्षण समोरचे लढते घोडेस्वार थांबले. थबकले. अन् दुसऱ्याच क्षणी त्या हिरव्यागार झाडीतून पळत्या जनावरा-माणसांच्या खुरांचा आणि पायांचा फक्त आवाज कानावर पडू लागला. काही वेळातच ते धाडसी पथक हिरव्या रानात दिसेनासे झाले.

समोरची दरी ओलांडून पाठीमागे जाणे आणि पलीकडून वळसा घेऊन पुन्हा प्रतापगडाकडची वाट धरणे, याशिवाय इलाज नव्हता; कारण डाव्या हाताला उभ्या

झाडासारखे उंच डोंगर. अन् उजवीकडे खोल दऱ्या आणि तुटके कडे. समोरची वाटही चिंचोळी. कमालीची अरुंद. राजांना अंदाज आला. वैऱ्याने अल्पकाळ जाणूनबुजून माघार घेतली असावी. समोरच्या वाटेवर धोका होता. त्यामुळेच पावसात भिजणारी घोडी सावधपणे हळूहळू, अंदाज घेत आता बदकाच्या चालीने चालू लागली. समोर आणखी एक खोलगट दरीसारखा भाग होता. तिथूनही थंडगार पाण्याचा ओढा वाहत होता. त्या टेकाडाच्या टोकावर राजे काही काळ थांबले. सर्व जण हरणांच्या सावध डोळ्यांनी त्या ओढ्यातून पलीकडे जाणाऱ्या वाटेचा अंदाज घेऊ लागले.

राजांचे पथक काही काळ तिथेच थांबून राहिले; परंतु बेचैनी वाढली. अशा आडरानात थांबण्यात धोका होताच. शिवाय प्रचंड पावसाचे दिवस. गाठीला पुरेसे अन्न नव्हते. त्यातच तिकडे जावळीच्या रानात रणांगण आतापासूनच धुमसू लागले होते. काही करून समोरचा ओढा ओलांडून तातडीने माघारा फिरणे आवश्यक होते. तेवढ्यात राजांना समोरच्या ओढ्याकाठी बेताबेताच्या सावध हालचाली जाणवल्या. विजापुरी घोडी तिथेच काठाला दबकून उभी होती. कान्होजीशी राजांनी उभ्याउभ्या मसलत केली. गाठीच्या दशम्या आणि घोड्यांच्या जीनसामानातल्या वैरणीच्या वाळल्या पेंढ्या संपण्याआधी समोरचा धोकादायक ओढा लढवून पुढे निघून जाणे भागच होते. नाहीतर काळाच्या बेचक्यात माणसे, जनावरे उपाशी मरून जायची.

झाडांआड लपलेल्या दुश्मनावर आपणच अचानक तुटून पडावे; कारण आपली पथकेसुद्धा दाट झाडीमुळे दुश्मनाला सहज दिसणे शक्य नव्हते. त्यामुळेच राजांसह सारे घोडेस्वार पायउतार झाले. आपापल्या जनावराचा लगाम पकडून ते पायाखालची चिखलाची दरड हळूहळू सावधपणे उतरू लागले. असा थोडासाच अवधी गेला असेल. तितक्यात खालच्या ओढ्याकडून 'हर हर महादेव ऽऽ' 'जय भवानी जय शिवाजी ऽऽ' अशा रणगर्जना दुमदुमल्या. राजांच्या पथकाला तिकडे काय चाललेय लक्षात येईना. झाडीतून दिसेनाही. काही मावळे उत्साहाने बाजूच्या ओल्या झाडांवर कसेबसे चढले, तर त्यांना समोरच्या त्या ओढ्यात रणांगणाचा खेळ रंगल्याचे दिसले. तिकडून खूपच मोठ्याने 'हर हर महादेव' आणि 'अल्ला हो अकबर' अशा घसाफोडू गर्जना कानावर पडत होत्या. त्या रणभेरींच्या कल्ल्यावरून त्या बाजूच्या झाडीत किती भीषण झटापट चालली असेल त्याचा लांबून फक्त अंदाज येत होता.

राजांचे पथक वेगाने समोरच्या दरडीची वाकडी वळणे उतरू लागले. चिखलातून जनावरांचे पाय सटपटत होते. वाट लवकर सरत नव्हती. बऱ्याच वेळाने खालच्या ओढ्यातल्या पाण्याचा प्रवाह कानावर पडू लागला; परंतु तोवर तिकडे सारी निरवानिरव झाल्याचे दिसत होते. कोणाचा कसलाच आवाज ऐकू येत नव्हता. एकदाची ती दरड संपली, तशी राजांची पथके आणि पाठोपाठ राजेही त्या

ओढ्याकाठी धावले.

समोरचे दृश्य खूपच विलक्षण आणि अचाट होते. ओढ्याच्या पाण्यात आणि दोन्ही काठांवर सुमारे दोनशे आदिलशाही सैनिकांचे मुडदे छिन्नविच्छिन्न स्थितीत कोसळल्याचे दिसत होते. ओढ्याच्या मध्यभागी गारद झालेल्या काही फौजींचे मृतदेह धुऊन गेले होते. ते पाण्यात मरून पडलेल्या स्वच्छ माशांसारखे दिसत होते. ओढ्याच्या दोन्ही काठांवर मात्र रक्ताचे तांबूस काळपट लोट ओल्या चिखलात मिसळल्याचे दिसत होते. राजांना त्या अल्याडपल्याडच्या मुडद्यांच्या सड्यामध्ये फक्त दहा-अकराच रक्ताने भरलेली मराठी मुंडाशी आणि पगड्या दिसल्या. राजांच्या घातापातासाठी अफझलखानाने पाठवलेल्या दुश्मनांच्या त्या धाडसी आणि कडव्या पथकाचा पुरता खातमा कोणीतरी परस्पर केल्याचे दिसत होते. अत्यंत भारावलेल्या स्थितीत शिवराय आणि कान्होजीबाबा एकदुसऱ्याकडे बघत होते.

ती अचाट करणी कोणाची असू शकते हे मनुष्यालाच नव्हे तर आजूबाजूच्या झाडापानांनाही चांगलेच ठाऊक होते. शिवराय भारावल्या स्थितीत बोलले, "जिथे ना पोचतो वारा, तिथे धाव घेई आमचा नेताजी प्यारा ऽऽ"

भारावून गेलेले कान्होजीबाबा बोलले, "काय म्हणावं ह्या पालकराच्या खुळ्या पोराला. दुश्मनाला गाडून तो लागलाच इथनं निघूनबी गेला. अरे फाकड्या! आपल्या धन्याकडनं पाठीवर शाब्बासकीची थाप मारून घेण्यासाठी तरी थांबायचं होतंस उलीसं."

"कसे थांबतील ते इथं? त्यांना ठाऊक आहे. वाईपासनं जंगलाला वेढा घालून दुश्मन बसलाय. अन् आपला राजा तिकडे जागेवर नाही. या काळजीनं ते वेडे होऊन पुढे धावले असतील, आपल्या कर्तव्याचा आघाडीकडे!" बोलता बोलता राजांचे मन कातर झाले. अंगावर पावसाची हलकी सर बरसत होती. आपल्या सोबतच्या मावळ्यांना शिवराय भिजल्या मनानेच बोलले, "वा काका ऽऽ आमच्यावर जिवापाड मुहोब्बत करणारी ही अशी प्रजा आणि नेताजी पालकरांसारखा सर्जा बघितल्यावर राजा व्हायला ह्या शिवाजीला आपल्या जीवनाची धन्यता का वाटणार नाही?"

◆

वकिलांच्या गाठीभेटी आणि खेलकर्ण

सप्टेंबर १६५९

अफझलखानाचा स्वभाव रंगीन होता. त्याला नाचगाण्याचा बडा शौक होता. 'हुस्न, मदिरा आणि नृत्य अशा खानदानी शौकांमध्ये महाबतखानासारखा पागल बुड्ढा मोगलाईत और कोई नहीं आणि आदिलशाहीमध्ये अफझलखानाशिवाय अन्य कोणी रंगीला नाही,' असे गमतीने बोलले जायचे.

वाईमध्ये सुभेदार असल्यापासून अफझलखानाचा औरसचौरस असा बडा वाडा होता. कमानदार दालने आणि आतला कारंज्यांचा मोठा चौक, मेहमाननवाजीसाठी खास बैठक. तर दुसऱ्या मजल्यावर कृष्णा नदीच्या बाजूला तोंड करून त्याचा ऐनेदार भिंतीचा रंगमहाल होता. फौजी तळावर भागानगरी, बुऱ्हाणपुरी आणि पुण्याच्या बाजारातल्या नृत्यांगना आणि तवायफ येऊन उतरल्या होत्या. त्या कलावंतांना आणि साजिंद्यांना त्यांच्या अपेक्षेपेक्षा मोठी बिदागी मिळत होती; मात्र या खेपेला खानसाहेबांना रंगबाजीमध्ये अजिबात मजा वाटत नव्हती. अनेकदा दिवसभराच्या दगदगीनंतर सायंकाळी खानाचे मन रंगमहालातील सुरावटींकडे आणि फडकत्या नृत्यांगनांच्या अदाकारीकडे ओढ घ्यायचे खरे; परंतु पदरात अनुभव उलटाच येत होता.

समोर जोरकस नाचणाऱ्या त्या नखरेल—चवचाल पोरी, इश्काच्या मोहजालात खेचणारे त्यांचे ते बदामी डोळे, ठेक्यावर रंगणारे ते उत्तान ठुमके या कशातच खानाचे मन रमत नव्हते. हळूहळू त्या रसभंगामागचे रहस्य खानाच्या लक्षात येऊ लागले. तबल्यांचे जोरदार ठेके कानावर आदळत असताना त्याला बुरुजावरून धडाडणाऱ्या तोफांचे ध्वनी ऐकू यायचे. सारंगीच्या दिलखेचक, दुखऱ्या, दर्दभऱ्या सुरामध्ये रणांगणात मुडदा पडलेल्या सैनिकांच्या सग्यासोयऱ्यांचे रडणे, किंकाळ्या फोडणे त्याच्या मनाला धारदार पात्यासारखे चाटून जायचे. नृत्य दरबारातला तो थिल्लर हैदोस पाहताना आपणाला त्या मरगठ्ठ्यांच्या भुताटकीनेच चारी बाजूने घेरल्याची आणि मरेस्तोवर पिडल्याची त्याची भावना व्हायची. मग मध्येच तो कड्यावरून कोसळलेल्या हरणासारखा केकाटत ओरडायचा, "हमे ये रंग नही ऽऽ मैदान-ए-जंग चाहिये । बस, वो सिवा चाहिये! जिंदा या मुर्दा!"

आरंभी पीरबाबांनी आपणास अकारण भीती तर घातली नसावी, अशी अफझलखानाला शंका यायची. त्यातच परवाच्या रात्री शिवाजीराजाच्या घातपातासाठी

त्याने पाठवलेल्या छुप्या पथकाची त्या पाऊसवाऱ्यात, जंगलात पुरी धूळधाण उडाली होती. इकडे वाईच्या फौजी तळावरचा खर्चाचा लाखोंचा चुराडा रोज वाढतच होता.

विजापुरातून बाहेर पडल्यावर जास्तीत जास्त अडीच महिन्यांत त्या शिवाजी भोसलेच्या मुसक्या बांधून, तंबूरताशांच्या गजरात जुलूस काढून वाजवत त्याला जिंदा विजापुरात आणू असा त्याचा केवढा मोठा ऐलान होता; पण मोहिमेस सुरुवात होऊन चार महिने पाचोळ्यासारखे उडून गेले. श्रावण सरला. भाद्रपद सुरू झाला. होणाऱ्या कालहरणामुळे खान अधिकच बिथरल्यासारखा करू लागला.

रात्रभर अफझलला नींद कसली ती आली नव्हती. त्यामुळेच त्याने सकाळी सकाळी आपला सरदार दोस्त दुंदेखानाला बुलावा धाडला होता. त्यातच गेल्या काही दिवसांतल्या सलग जागरणांमुळे आणि बेचैनीमुळे त्याचे अंग अगदीच आंबून गेले होते. सकाळीच त्याने आपले अंग रगडायला एका तालिमबाज पोराच्या ताब्यात दिले होते.

पलंगावर आडव्या पडलेल्या अफझलखानाचा लंबा आणि मजबूत देह एखाद्या बड्या वृक्षाच्या दणकट फांदीसारखा दिसत होता. अंग रगडणारा छोकरा शौकत मात्र भारी चलाख होता. रुईच्या तेलाने आपल्या धन्याचे अंग तो तिंबत होता. मध्ये मध्ये पैलवानी ठोसे देत, कुठे फाजील मांस रगडून काढ, हातापायाची बोटे ओढ, असा त्याचा बिचाऱ्याचा अंगमेहनतीचा उद्योग सुरू होता.

त्या छपरी पलंगावर ती रगडणी सुरू होती, तेव्हा तिथेच समोरच्या भिंतीजवळ लोडाला टेकून बसलेला दुंदेखान बोलला, "सिवाला जिंदा जखडण्यासाठी फक्त दोनच गोष्टी मला जरुरीच्या वाटतात हुजूर."

"हाँ हाँ बताईये!"

"पूरी ताकतके साथ जावळीच्या त्या घनदाट जंगलपट्टीत घुसणं आणि त्या शिवाचंच पोट फाडणं —"

"वो तो मुमकिनही नही । आगे बताईये ।"

"नहीं तो असं काही जाल खुबीनं पेरून किंवा जिंदा गाडण्याचा धाकदपटशा दाखवून सिवाला सक्तीनं मसलतीच्या सतरंजीवर खेचून घेऊन येणं, याशिवाय आम्हाला तिसरा रास्ताच दिसत नाही."

"यही तो परेशानी है दुंदेखान । सिवा बहुत अक्कलबाज आहे. बदमाश आहे. अपनी पहाडी सोडून नीचे उतरना याने मौत का घाट उतारनेके बराबर है, हे सारं तो खूब जाणतो."

अफझलखानाच्या त्या चिंताजनक जबाबामुळे दुंदेखान अधिकच विचारात पडला.

दुंदेखानाने अफझलमियाँचे अंग रगडणाऱ्या त्या उंच, फाटक्या शरीराच्या, गौरवर्ण आणि घाऱ्या डोळ्यांच्या मुसलमान पोराकडे बघितले. दुंदेखानाने नजरेनेच अफझलला छेडले, "भाई, यह है कोन?"

"अच्छा बावर्ची है। बंगरूळच्या अगलबगलला राहतो. खाना पकानेके साथ ये बंदा बदन रगडनेकी कला भी बहुत अच्छी तरह जानता है।" अफझल बोलला.

दुंदेखानचा चेहरा एकाएकी बदलून गेला. तो बेकाबू होऊन अफझलवर ओरडला, "खानसाब, हमें माफ कीजियेगा। तुमचं बदन रगडून देणारा ये बच्चा किसी भी हालातमें हमारा नही हो सकता।"

"क्या?"

"मला तर तो दुश्मनांच्या खेम्यातला, त्या सिवाचाच एखादा नजरबाज बंदा वाटतो!"

दुंदेखानच्या बोलाबरोबर महालात गडबड उडाली. शौकत थरथर कापू लागला. बाकीचे खिदमदगार आणि मदतनीस तिथे पळत आले. आपली चर्या अधिकच कठोर बनवत खानाने जोरात इशाऱ्याची टाळी वाजवली, तसे खिदमदगार आणि पहारेकरी पुढे धावले. शौकतकडे पाहून उंगली नाचवत अफझल ओरडला, "पहले याला पकडा. उसका पजामा नीचे खींचो। आतल्या दालनात न्या—चांगली जाँचपडताल करा—"

एखाद्या चोराला रंगेहाथ पकडण्यासाठी एका वेळी अनेक जणांनी पुढे धाव घ्यावी, तसे घाबरून लटलट कापणाऱ्या शौकतला सर्वांनी आतल्या दालनात खेचून नेले.

अफझलखानाच्या उतावीळ मनाला तिथे राहवेना. तो आतल्या कक्षात धावत गेला, अन् तिकडून लगेचच मोठ्याने खो खो हसत बाहेर आला. त्याने शौकत आपलाच जातभाई असून त्याची 'सुंता' झाल्याची स्वतः खात्री केल्याचे ऐकवले. त्याबरोबर बाकीचे खिदमदगार आणि पहारेकरीही मोठमोठ्याने हसू लागले.

शौकतमियाँ मरतामरता वाचला याच गोष्टीचा सर्वांना आनंद होता. कृष्णा नदीतली रुचकर मछली खायची खानाची तमन्ना जागली होती. नेहमीसारखा मछलीचा चवदार रस्सा बनवायचा हुकूम खानाने शौकतमियाँलाच दिला. शौकत आपल्या धन्याला कुर्निसात करून पुढील तयारीसाठी तत्काळ मुदपाकखान्याकडे निघून गेला. त्या पडताळणीनंतरही शौकतच्या पाठमोऱ्या आकृतीकडे बघत कुतुबमियाँला अफझलखान हळूच बोलला, "फिर भी इस लौंडेपे हमेशा नजर रखियें।"

"क्यूँ खानसाहब?"

"अपना होते हुए भी अपना नहीं लगता।"

सुडाच्या आणि मत्सराच्या आगीने अफझलखान अखंड जळत होता. पाऊसकाळ असला तरी त्याला स्वस्थ बसवत नव्हते. खर्च तर वाढत होताच; परंतु कोटी मोलाच्या इज्जतीचा कचरा होत होता. त्यामुळेच सकाळी अफझलखानाने कृष्णाजी भास्कर कुलकर्णीला आपल्या हवेलीच्या सदरेवर बोलावून सांगितले, "आप वाई प्रांतमें रहनेवाले एक वफादार बम्मन परिवारसे है। तुमच्या कैक पिढ्यांनी सालोसाल विजापूरचं नमक खाल्लं आहे."

"जी बिल्कुल, खाविंद।"

"आपकी कलमसे शहद टपकती है और तलवारसे गर्म खून के झरने—"

"एवढ्या तारीफची गरजच नाही हुजूर, बस, आपण आज्ञा करावी."

"आप सिवाके पास फौरन जाईये। जादुतोटका, रोनाधाना, गानाबजाना, प्यारसे मनाना। जो चाहे वो करीये। लेकिन हर हालातमें सिवाजीको हमारे यहाँ वाईमें बातचीत के लिए लाईये।"

"लेकिन हुजूर —?"

कृष्णाजीला अधिक बोलू न देता त्याचे दोन्ही हात आपल्या हाती पकडत अफझलखान कळकळीने बोलला, "अरे कृष्णाजी! ये मेरा फर्मान नही, ये मेरी इल्तिजा है।"

"अंकुशखान, कोणाच्या शादीब्याहसाठी जेव्हा नदी पार करायची असते, तेव्हा पल्याडच्या किनाऱ्यावर उतरण्यासाठी फक्त एका नावेवर भरोसा ठेवून चालत नाही."

"सही फर्माया मियाँ। ती एक नय्या बुडेल तर बाकी साऱ्या बारातींवर दैया दैया करायचा वखत येईल!" हसतच अंकुशखान बोलला.

"लेकिन अंकुशमियाँ, अभी सिर्फ वकीलपे भरोसा नहीं, सिवाके रिश्तेनातेवाला कोणीतरी 'अंदरवाला' आदमी भेटला पाहिजे."

"तो मंबाजी भोसले तर आहेच की आपल्या फौजेत, वही तो शहाजीका चचेराभाई—"

"तशी कोशिश मी आधीच केली. लेकिन लगता है मंबा और शहाजीके परिवारकी कहासुनी और बैर पुरानाही है। उपर मंबाजी आता बुड्ढा झाला आहे. हमें अभी ऐसे कोई होशियार, चटपटे और ताकदवर जवाँ मर्दकी जरूरत है, जो उसके डेरेमें बैठकर, उसको कलेजेमें थामकर, उसे मनाके वह सामनेवाली पहाडी उतारकर यहाँ ले आये। तो बस—"

"ऐसे नीजी शक्सचा रास्ता सिर्फ मंबाजीही सांगू शकतो," अंकुशखान बोलला.

"बात सही है । आपण आजच रात्री मंबाजी भोसलेच्या गोटात जा. बस.रास्ता ढूँढ लो !"

त्या रात्री अंकुशखान आणि दुंदेखान दोघे जण मंबाजीच्या डेऱ्यात बराच वेळ बसून होते. सर्वांचा खानापिना तिथेच झाला. दुसऱ्या दिवशी सकाळीच अफझलखानाच्या वाड्यामध्ये अंकुशखान आणि मंबाजी तातडीने त्याच्या भेटीसाठी आले. सोबत अठरा-एकोणीस वर्षांचा एक बाजिंदा तरुण होता. बाहेरच्या बैठकीत ते तिघे बसले होते. त्याआधीच खानाच्या शय्यागृहात जाऊन अंकुशने काम फत्ते झाल्याची खबर दिली होती. कसल्याशा निमित्ताने खान बाहेर डोकावला. त्याची नजर बैठकीत बसलेल्या त्या तरुणाकडे गेली, तसे अफझलचे मन खट्टू झाले. तो तसाच आतल्या दालनात परतला.

काही वेळात खानाने अंकुशमियाँ आणि मंबाजी भोसले दोघांना आत बोलावले.

"हाँ, लडका तो दिखनेमें ख़ूबसूरत है । पण मला कोणा नाचनेगानेवाल्याची जरूरत नव्हती. भाई, हमने आपको इतनाही बताया था, असा कोणी सिवाचा निकटवाला ढूँढ लाओ, जो त्या धूर्त कोल्ह्याच्या जंगलातल्या गुफेपर्यंत शिताफीने जाऊन पोचेल."

"अजी खानसाब, आपण आम्हाला बोलूच देणार नसाल तर घोडं पुढं सरकणार कसं?" मंबाजीने वैतागून विचारले.

"लेकिन इस बच्चेको गले लगानेसे मुझे क्या मिलेगा?" अफझलखान.

"खानसाब, ह्याच पोराकडे भेटेल तुम्हाला तुमच्या बिमारीवरची सही दवा."

"तो यह है कौन?"

"याचं नाव खेलकर्ण भोसले. म्हणजेच आमच्या खेळोजीदादाचा आणि गौराबाईंचा पोरगा."

"खेलोजी ऽऽ याने, हाँ हमारा एक जमानेका सरदार—जिसे औरंगजेबने पेडपर फाँसी लगवाई थी ।"

"हाँ, बराबर मियाँ । अरे, वही नाशकाजवळ गोदाकाठी महाबतखानाने ज्या मराठाबाईला तकलीफ दिलेली—"

"अभी समझ में आया मंबाजीचाचा, अरे हा तर तुमचा सगा भांजा ।"

"तेच सांगतोय खानसाहेब; पण तुम्ही ऐकताय कुठं? आमची गौरावहिनी म्हणजे जिजावहिनींची—शिवाजीच्या आईची लाडकी जाऊबाई. त्यांचं खूप जवळचं नातं. शिवनेरीवर जेव्हा शिवबाचा पाळणा हलला होता, तेव्हा ओवी गायला ह्याच गौराबाई गेल्या होत्या. आत्ता भेटीसाठी बाहेर बसलेला पोरगा बाबाजी म्हणजे गौराबाईचा मुलगा."

"लेकिन अभी अभी तो आप खेलकर्ण बोले और अभी बाबाजी?"

“खानसाहेब, खेलकर्ण नाव पाळण्यातलं. अन् बाबाजी हे कागदोपत्री व्यवहारातलं—”

अफझलखानाने बाबाजी भोसलेला आत बोलावले. त्याला त्या महत्त्वपूर्ण कामगिरीची थोडक्यात कल्पना करून दिली. सुरुवातीला बाबाजी बऱ्यापैकी अबोल आणि गूंगा वाटला; पण तो नेमके बोलणारा आणि नेटका विचार करणारा जबाबदार तरुण असल्याचे प्रारंभीच सर्वांच्या लक्षात आले.

बाबाजी मोठ्या आत्मविश्वासाने म्हणाला, “हे बघा खानसाहेब, विषय माझ्या मेंदूत बसलाय. ज्यादा सांगायची मला जरूरतच नाही. मी तिकडे प्रतापगडाकडे जाऊन आमच्या शिवाजीदादांची भेट घेणार. त्यांना एवढंच समजावून सांगणार, ‘दादा, तुम्ही हत्तीसंगे गिलीडंडा खेळण्यात आयुष्याची बरबादी करताहातच. तुमच्या करणीमुळे आपल्या भोसल्यांच्या पुऱ्या खानदानाचं खूप नुकसानही होतंय.’”

“क्या बात है! अरे भाई, कल तक ये लडका कहाँ छुपा हुवा था?” अफझलखान भलताच खूश झाला.

ही कामगिरी खूप जबाबदारीची असून, ती पुरेशा खबरदारीने पार पाडायला हवी, असा मुद्दा बाबाजीने मांडला. कदाचित त्यासाठी शिवाजीराजांकडे त्या जावळीच्या जंगलात आपणाला दोन-तीन वेळा हेलपाटे मारावे लागले तरी आपली त्यासाठी तयारी आहे, आपल्यासोबत काही पहारेकरी द्यावेत, अफझलखानाने आपणावर पुरेसा भरोसा ठेवावा, असे सांगून टाकले. बोलता बोलता तो हळवा झाला, “जिजाकाकूंचे आणि आमच्या मातोश्रींचे खूप वेगळे आणि जिव्हाळ्याचे संबंध बरं. आमच्या पिताजींचा, खेळोजीरावांचा जो हकनाक आणि दुर्दैवी अंत झाला, त्याबद्दल शिवाजीदादांना आणि काकूसाहेबांना नेहमीच खूप वाईट वाटत आलंय.”

“देख बेटा, तुला ह्या कामगिरीसाठी हवी ती मदत मिळेल.”

“तेच सांगतो खानसाहेब. हा आमचा खानदानी, घरेलू, नाजूक मामला आहे. त्यासाठी काही गोष्टींची मला खातरजमा करून घ्यायची आहे. माझी वचनं प्रमाण मानून ते इथं येऊही शकतील; पण त्यांच्यासारख्या, आमच्या भोसले घराण्याचं नाक असणाऱ्या मनुष्याला तुम्ही काही दगाफटका केलात तर?”

“कैसी बात कर रहे हो बेटे? मेरा कहना सिर्फ इतनाही है– आमच्या सुलतानसाहेबांच्या दिमागात सिवाजीबद्दल जो गिलाशिकवा निर्माण झाला आहे, तो दूर व्हावा. तुझा सिवाजीदादा मला माझ्या छोट्या भावासारखाच वाटतो. मी प्रेमाने त्यांचं बोट धरून त्यांना विजापूरला घेऊन जाईन. सुलतानांशी त्यांचा मनमिलाफ घडवून आणेन. बेटा, त्यांचं तर कोटकल्याण होईलच; पण तुलाही दसहजारी मनसब देऊन मैं कहाँ से कहाँ लेके जाऊंगा!”

ठरल्याप्रमाणे दुसऱ्या दिवशी भल्या पहाटेच बाबाजी आणि त्याच्या सोबत

घोडदळाचे एक छोट पथक जायला तयार झाले. ते मधल्या तायघाटाने जंगल तुडवत प्रतापगडाकडे मोठ्या उत्साहाने रवाना झाले.

सलग तीन महिने धुवाधार पाऊस कोसळला होता. मनसोक्त पाणी पिऊन राने हिरवी आणि कमालीची तजेलदार दिसू लागली होती. आज मात्र सकाळपासून सह्याद्रीच्या गिरीकंदरात पावसाची झड अशी दिसलीच नाही. आभाळ निरभ्र होते. गेल्या दोन वर्षांच्या अवधीतच अक्कलबाज आणि धडपड्या अर्जोजी यादवांनी कमाल केली होती. शिवरायांना वचन दिल्याप्रमाणे हजारो मजूर कामाला लावून त्यांनी प्रतापगडाचे प्रचंड बुरूज आणि देखण्या भिंती बांधून काढल्या होत्या. त्यांना मोरोपंत पेशव्यांचे मार्गदर्शनही लाभले होते. राजांनी स्वत: बांधलेला हा नवाकोरा किल्ला. नेमके या पावसाळ्यात राजे इथल्या वाड्यात मुक्कामी आले होते. आजूबाजूचा परिसर त्यांच्या वास्तव्याने आनंदी होता; मात्र त्याच वेळी खाली वाईला कृष्णेच्या काठावर अफझलखानाने सेनासमुद्र गोळा केल्याच्या चिंता वाढवणाऱ्या बातम्याही इकडे पोचत होत्या.

वाड्याच्या आत जोत्यावर स्थूल शरीराचे कृष्णाजीपंत कुलकर्णी आणि त्यांच्या सोबत आलेले तीन आदिलशाही उमराव बसले होते. कृष्णाजी उपरण्याने आपले तोंड पुसत होते. तेवढ्यात कान्होजी जेधे त्यांना सामोरे गेले. आपल्यापेक्षा पंधरा-वीस पावसाळे अधिक पाहिलेला, विजापुरापासून ते मावळ खोऱ्याच्या गावागावाशी परिचित असलेला अनुभवी वृद्ध समोर आला, त्यामुळे कृष्णाजींनी झट्‌कन उठून त्यांना झुकत आदराने नमस्कार घातला.

पहिल्या फटक्यातच कान्होजींनी कृष्णाजीला सांगितले, "अरे कृष्णा, गड्या, तू अगदी वाईट मुहूर्तावर राजांच्या भेटीला आलास रे."

"का?"

"बिमारी रे बाबा! कृष्णाजी, तू माझ्या राजांची ती दुबळी अवस्था देखशील तर तुझ्यासुद्धा काळजाचं पाणीपाणी होईल!"

"हे असं कसं झालं कान्होजीबाबा?" कृष्णाजी चांगलेच चिंताग्रस्त दिसले.

"पुऱ्या अंगात असा ज्वर चढलाय, राजांना धड कसं ते उठता येत नाही आणि काय सांगू? उठलं तर बसायचं जमत नाही." कान्होजींनी हाशहुश केले, अन्‌ बारीक डोळ्यांनी कृष्णाजींकडे नजर लावत विचारले, "पण काय रे कृष्णाजी, ह्या अशा अवघड रानात, अशा पावसाळी हवामानात, एवढी वाकडीतिकडी वाट चढून येण्यामागचं कारण काय?"

कृष्णाजींनी कान्होजीला आतल्या जाबत्यात नेले. त्यांच्या कानाजवळ तोंड नेत हळूच सांगितले, "महत्त्वाचा सांगावा घेऊन आलोय—अफझलखानाचा."

“बाप रे ऽऽ अफझलखानसाहेबांचा? अरारारा मग काहीच खरं नाही रे गड्या.” कान्होजींची चर्या चिंतेने पुरी काळपट झाली होती.

“ते कसं काय?”

“अरे कृष्णाजी,” कान्होजींचा श्वास मध्येच कोंडल्यासारखा झाला. त्यांच्या चेहऱ्यावर तणाव जाणवला. ते हळहळत बोलले, “तोंडाने नाव घेऊ नको त्या अफझलखानाचं. त्याची भीती राजांच्या काळजात विषारी सर्पाच्या काट्यासारखी अशी जाऊन घुसलीय म्हणून सांगू! त्या खानाचं नुसतं नाव घेतलं तरी राजांची अशी घाबरगुंडी उडते रे ऽ”

कान्होजींनी आपल्या खांद्यावरचे उपरणे झटकले. आपणास खाली वाईला रिकाम्या हाताने परतावे लागणार ह्या भीतीने कृष्णाजींची भंबेरी उडाली. ते गयावया करत म्हणाले, “थांबा कान्होजीबाबा, आम्हाला असं नाराज करू नका. एक छोटं तरी काम करा.”

“काय रे?”

“खानसाहेबांनी माझ्याजवळ एक तातडीचा आणि अत्यंत गुप्त असा खलिता दिलाय.”

कान्होजीबाबांनी उभ्यानेच क्षणभर डोळे मिटले. विचार केला. मग ते म्हणाले, “हे बघा कृष्णाजीपंत, तुमच्यासारख्या इतक्या मोठ्या आदिलशाही अंमलदाराला माघारा पाठवणं मलाही पटत नाही. त्यात खानसाहेबांचा केवढा मोठा अनुभव. किती दरारा! आतापर्यंत पन्नास लढाया त्यांनी लढल्या. एकाही लढाईत हार किंवा माघार घेतल्याचं नाव नाही.”

राजांची भेट घडवण्याचा प्रयत्न आपण जरूर करू; पण त्यासाठी गडावरच्या मेहमानखान्यात पंतांनी दोन रात्री मुक्कामाच्या तयारीनेच थांबावे, असा कान्होजी जेधेंनी सल्ला दिला. तो कृष्णाजीपंतांनी मोठ्या आनंदाने स्वीकारला.

दुसऱ्या दिवशीची संध्याकाळ. शिवराय आपल्या खांद्याभोवती शालीची भाळ पांघरून बसले होते. त्यांनी डोक्यावर कानटोपी घातली होती. दोन महिन्यांच्या सततच्या थंडीतापाने जशी एखाद्या मनुष्याची अवस्था होते, तसेच ते बिमारीने गळून गेल्यासारखे दिसत होते. त्यांचा आवाज कमालीचा क्षीण झाला होता. समोर उभ्या असलेल्या कृष्णाजीपंतांच्या हाती अफझलखानाचा खलिता होता. पंत तो पुढे सरकावत होते; परंतु आजाराने वैतागलेले राजे तो खलिता हाती न पकडता बोलले, “अहो पंत, तुम्हीच खलित्याचा जरूर तो गोषवारा सांगा की!”

कृष्णाजीपंतांनी डोईवरचे पागोटे ठाकठीक केले. उपरण्याने पुन्हा एकदा तोंड पुसले. मग ते विजापूरकरांच्या खलित्यातील मुद्दे वाचून सांगू लागले, “राजे शिवाजी भोसला, आपण अति महत्त्वाकांक्षी आणि भल्या बुद्धीचे आहात. निजामशाही

जेव्हा बुडीत निघाली तेव्हा त्यांचा जो डोंगरी मुलूख आणि त्यांचे महत्त्वाचे किल्ले दिल्लीकर मोगलांच्या वाट्याला गेले, त्यांच्यावर आपण बिनामतलब, बेकायदेशीर कबजा केलेला आहे. कल्याण आणि भिवंडीचा ताबा मिळवून तिथल्या मशिदी जमीनदोस्त केल्याची तक्रारही आमच्याकडे —''

''खामोश ऽऽ पंत, तिथेच थांबा!'' शिवरायांचा चेहरा त्या आजाराच्या ढोंगातही संतापाने भरून गेला. ते कडाडले, ''ह्या शिवाजीवर अन्य कोणतेही बेछूट आरोप आपण करू शकता; मात्र कोणाही धर्मीयांच्या प्रार्थना स्थळांना आम्ही इजा पोचवल्याचा आरोप आम्ही आमच्या स्वप्नावस्थेतही सहन करू शकत नाही!''

कृष्णाजीपंत हबकले. गोरेमोरे झाले. राजांनी स्वतःला आवरले. ते बोलले, ''ठीक आहे पंत. पुढे वाचा. चिंता नको. जसे असेल तसेच वाचा.''

पंत पुढे वाचू लागले– ''तुम्हाला खरेच आपण राजा बनल्याचा भ्रम निर्माण झाला आहे. त्या कैफात आपण सुवर्णसिंहासनावर बसता, एखाद्या चक्रवर्ती सम्राटासारखी राजचिन्हे धारण करता, न्यायनिवाडा दिल्याचा प्रजेसमोर तमाशा उभा करता—बुद्धिवंतांना, गुणवंतांना जुमानत नाही. सबब, आपण महापराक्रमी दिल्लीकर पातशहाचे अनाधिकाराने बळकावलेले किल्ले त्यांच्याकडे आणि नीरेच्या व भीमेच्या मधला प्रदेश तत्काळ आमच्याकडे सुपूर्द करून स्वतःचा जीव बचावणे खूप शहाणपणाचे ठरेल.''

खलिता ऐकत असताना राजांचा नरम आणि बदलता नूर बघून कृष्णाजीपंतांना अधिक बळ चढले. ते उत्साहाने सांगू लागले, ''घ्या ना एकदा भेटून आमच्या खानसाहेबांना. त्यांनी अगदी शपथेवर मला सांगितलं आहे की, तुमच्या शिवाजीराजांनी आजवर जिंकलेले किंवा बळकावलेले सारे गडकिल्ले, मुलूख, सारं काही आम्ही त्यांनाच द्यायला आमच्या सल्तनतला भाग पाडू. वर तळकोकणाचं राज्य तर आमच्या सुलतानाकडून हक्काने घेऊन ते आम्ही सहज फुलाच्या माळेसारखं तुमच्या गळ्यात घालू.''

''वा ऽ!'' राजे उद्‌गारले.

''आपण फक्त वाईस येण्याचं करावं.''

''नका हो पंत असे हट्टाला पेटू; कारण आमचं हे अपराधी तोंड घेऊन खानसाहेबांना भेटायला आम्हाला अगदी लाज वाटते.'' राजे निराश चेहरा करत बोलले.

गडावर सायंकाळी उशिरापर्यंत चर्चा रंगल्या. कृष्णाजी भास्करांचा प्रतापगडावरच मुक्काम होता. रात्री मेहमानखान्यात आपल्या वाट्याला अगदी शेवटची कोपऱ्यातली कोठी आल्याचे पाहून त्यांना खूप आश्चर्य वाटले; पण दिवसभराच्या दगदगीने

त्यांना गाढ निद्रा लागली होती. रात्री खूप उशिरा त्यांना अवचित जाग आली. बाहेर गडावरचा वारा खूप जोराने घोंगावत होता. अन् दरवाज्यावर कोणीतरी मोठ्याने टकटक करत होते. कृष्णाजी धडपडून उठले.

दरवाजाची खिटी काढण्यापूर्वी त्यांनी घाबरून फटीतून बाहेर बघितले, तर अंगावर शाल पांघरून बाहेरच्या थंडीवाऱ्यात आणि पलित्यांच्या तांबूस प्रकाशात शिवाजीराजे उभे असल्याचे त्यांना दिसले. सोबत पलिते घेतलेले दोन मशालजी होते. राजे एकटेच आत आले.

आपणास खूप महत्त्वाचे काही एकांतातच बोलायचे आहे, असे म्हणून शिवरायांनी घोगऱ्या आवाजात थेट विषयाला हात घातला, ''कृष्णाजीपंत, आपण जातीचे ब्राह्मण आहात! धर्माने हिंदू आहात. गळ्याची आण घेऊन खरं खरं सांगून मोकळे व्हा.''

''बोला राजे!''

''खरं सांगा ऽ खानाच्या दिलात काय आहे? खरंच भाईचारा की दगाफटका?'' राजांनी कृष्णाजीवर आपले तीक्ष्ण डोळे रोखले.

''तसं ऽ नेमकं उत्तर देणं कठीण.''

त्या प्रश्नाचे उत्तर देणे कृष्णाजींच्या आवाक्याबाहेरचे होते. त्यामुळे त्यांच्या चेहऱ्यावर चोरट्या रेघा उमटल्या. ते अजिजीने बोलले, ''पण हा विषय एकदाचा सामोपचाराने मिटावा असं खानालाच नव्हे तर मलाही वाटतं.''

खोल विहिरीत कितीही खडे मारले, तरी अंती पदरामध्ये पृष्ठावरच्या बुडबुड्यांशिवाय काहीच येत नाही. शेवटी सेवक म्हणून पंत खानाचे मिंधेच राहतील, हे उघड होते. तरीही राजांनी कृष्णाजीपंतांना अखेरचे डिवचले, ''बघा, आमचं हे राज्य देवाब्राह्मणांचं आहे. आपल्या जातिधर्माच्या मिठाला जागा. बघा, तुम्हाला काही खटपट करता येईल का?''

''जरूर करू राजे!'' कृष्णाजीपंत हसत बोलले, ''तुमच्या हिताच्या रक्षणाचा प्रयत्न करूच; पण चाकरी नावाचं माझ्या कासेचं वस्त्र उघडं न पडेल याची काळजी घेतच मला पुढे चालावं लागेल.''

दोन दिवसांच्या चर्चेनंतर जेव्हा कृष्णाजीपंत जावयास निघाले, तेव्हा राजांनी पंतांचा खूप मनोभावे सत्कार केला. त्यांना वस्त्रांचे तीन जोड, मोत्यांचा चौकडा, सुवर्णाची कडी आणि पदके आणि एक उंची अरबी घोडा दिलाच. वर बक्षिसी म्हणून पाच हजार होन द्रव्य भेट दिले. शिवाय प्रतापगड भेटीचे अगत्याचे पत्रही अफझलखानासाठी पंतांकडे सुपूर्द केले.

राजांच्या त्या निमंत्रणपत्रासोबत पंताजी बोकील राजांचे वकील म्हणून निघाले. पंताजी गोपीनाथकाका हे मूळचे सिंदखेडकर जाधवांच्या सेवेतील अंमलदार. जिजाऊंच्या

विवाहानंतर ते भोसल्यांच्या सेवेत आले होते. आपल्या मातुल घराण्यातील एक महत्त्वाचे विश्वासू आणि जबाबदार मनुष्य या नात्यानेच त्यांची या कामगिरीवर निवड झाली होती.

मध्ये कसेबसे फक्त आठ दिवस गेले. आठव्या दिवशी सकाळी बाबाजी भोसले वाईच्या तळावर परतला, तेव्हा सर्वांनी त्याच्याभोवती गर्दी केली. बाबाजीची देखणी, बाळसेदार चर्या नव्या कामगिरीच्या भावनेने प्रफुल्लित दिसत होती. त्याने एकदाचे सांगून टाकले, "दादांचं मन बऱ्यापैकी वळविण्यात मला यश येतंय असं वाटतंय. आणखी फक्त एकदोनदा तिकडे जाऊन मेहनत करावी लागेल इतकंच."

"फिर भाई आप बीचमें वापिस क्यूँ आये?" अंकुशखानाने विचारले.

"तो आमच्या भाऊबंदकीचा आपसी मामला आहे. सांडसखुर्द आणि इतर ठिकाणी आम्हा भोसल्यांच्या जमीन वाटणीचे काही आपसातले वाद आहेत. त्याबाबत राजांनी मला मंबाकाकांना भेटून लगेच माहिती घेऊन आल्या पावली परतायला सांगितलंय." बाबाजी ऊर्फ खेलकर्ण म्हणाला.

रात्री भोसल्यांच्या गोटाच्या मधल्या जाबत्यात मंबाजी आणि बाबाजी हे काका-पुतणे एकांतात बसले. चर्चेला सुरुवात करण्यापूर्वी बाबाजी दोनदा उठला. पट्कन गोटाच्या कनातीच्या बाहेर जाऊन त्याने चौफेर नजर टाकली. खानाचा तो फौजी तळ डाराडूर झोपल्याची खात्री करून तो परत आला. तेव्हा मंबाजी बोलले, "का रे खेल्या ऽ ऐकलं तुझं काही शिवाजीनं?"

"मंबाकाका, काय सांगू! मी तिकडे गेलो खरा; पण शिवाजीदादांनीच मला तुमच्याकडं वापस धाडलं."

"काय म्हणतोय शिवबा?"

"त्यांनी एवढीच आठवण करून दिलीय, नदीच्या पात्रात पाण्यावर काठी मारली म्हणून त्या जळाची दोन भकलं किंवा शकलं होत नाहीत. तेव्हा वडीलधारे या नात्यानं आपणच मन मोठं करावं अन् आमच्याकडं निघून यावं."

"असं का?"

"खरं सांगू का काका, तुमच्या नावाच्या उच्चाराबरोबर त्यांच्या मनात आठवणींचा पाऊस दाटून आला—ते म्हणाले, 'सांग माझ्या मंबाकाकांना, त्या पेमगडावर आम्ही आमच्या बालपणी तुमच्या पाठुंगळीवर बसून किती फिरलोय ते आपण विसरला असाल, आम्ही नाही. इकडे गुरावासरांनी भरलेला आपला घरचा गोठा सोडून भलतेच कुठे फिरता? चुकारीच्या बुद्ध्या मृगासारखे वैऱ्याच्या वळचणीला कशापाई रडतखडत दिवस काढता? आम्ही तुम्हाला रोज चाहतो. अहो, पिता आणि चुलता यात असं काय असतं अंतर?—"

“स्वत:ची दुनिया खडी करणारा माणूस तो—”

“मंबाकाका ऽ, मलाही वाटतं रक्तानं रक्ताला मिळावं.”

“आता कसं शक्य आहे रे ते पोराऽ,” आपल्या डोळ्यांतली आसवे पुसत मंबाजी म्हणाले, “सांग माझ्या शिवबाला, दुराव्याची नदी पार करून पल्याडच्या काठाला मी केव्हाच पोचलोय. अहंकार, भाऊबंदकी, जायदाद अशा फालतू निखाऱ्यांनी मधला नावांचा पूल मागेच जाळून टाकलाय रे. जाऊ दे, तो विषयही नको छेडायला. संपलं सारं त्या वाटेचं.”

मंबाजींनी उष्ण उसासे टाकले. तो विषय झटकत त्यांनी बाबाजीला विचारले, “अरे, पण तू तिकडे गेला होतास कशासाठी? खानसाहेबांसाठी शिवाजीला मनवून इकडे आणायला नव्हे? काय झालं त्या गोष्टीचं?”

“काय सांगू मंबाकाका ऽ! माझ्या शिवाजीदादांनी उभी केलेली ती अजब, अनोखी दुनिया बघितली अन् मी तिकडे कोणत्या हेतूनं गेलो होतो तेच विसरून गेलो. फुलाभोवती मधमाश्या गोळा व्हाव्यात तशी त्यांच्याभोवती जमलेली मावळातली ती गरीब रयत, ज्यांनी शिवरायांना देव्हाऱ्यातल्या देवापेक्षा डोक्यावर घेतलंय— त्यांच्या अंगावरून मीठमोहऱ्यांसारखी आपली उभी जिंदगी उधळून टाकायला एका पायावर खडे असणारे ते सहस्र धारकरी, त्यांच्या मिठास बोलीच्या जादूने डुलणाऱ्या त्या रानातल्या वृक्षवल्लरी, कष्टकऱ्यांची ती पंढरी! काय सांगू मंबाकाका, त्या मुलखात मी तो गरिबांचा ज्ञानी राजा, अन् निसर्गाचा कनवाळू सर्जा, दगडधोंड्याच्या देशातला तो तेज:पुंज सोनहिरा बघितला आणि मी त्यांचाच वेडा भक्त होऊन त्यांच्या पायावर कोसळलो हो! त्यामुळेच त्या पवित्र जागेत कोणा अफझुलखानाची तारीफ करायला माझी जीभच उचलली नाही.”

“अरे, तुझं डोकं फिरलं काय पोरा? शू ऽऽ” घाबराघुबरा झालेला मंबाजी बाजूच्या अंधाराचा कानोसा घेत किंचाळला, “कुणाच्या तळावर ही कसली बडबड करायला लागलाहेस तू? तुला जिवाची काही भीतीबिती—?”

“मंबाकाका, तुम्हाला खरंच सांगू का,” अत्यंत भारावलेल्या स्थितीत बाबाजी उद्गारला, “मला विचाराल तर शिवरायांसारख्या ह्या अलौकिक पुरुषासाठी जंग करण्यात मौज आहे, त्यांच्यासाठी मरण ओढवलं तरी ते आम्ही सुखाचं सरण समजू!”

बाबाजीची ती रसवंती ऐकून मंबाजी गांगरला. गळ्याजवळचा घाम पुसत त्याने आपल्या डेऱ्यात इकडे-तिकडे घाबरून कानोसा घेतला.

“मंबाकाका ऽ, आई भवानीच्या परडीवर हात ठेवून मी शपथपूर्वक इतकंच सांगेन की, उद्या आपल्या भोसल्याच्या कुळात साक्षात राम आणि कृष्ण जन्माला आले, तरी तेसुद्धा माझ्या शिवाजीदादांची उंची बघून अचंबित होऊन जातील. चला,

खानाच्या कोंडवाड्यात वेळ नका दवडू. माझ्या शिवरायांच्या गोरगरिबांच्या गोकुळात, स्वराज्यात चला ऽ मी तुम्हाला न्यायला आलोय. चला ऽऽ निघा ऽऽ.''

बाहेर वाऱ्याचा भिरभिरता झोत उठला. कनातीची कापडे तणगून गदगदा हलू लागली. अन् पाठोपाठ साठ-सत्तर जणांच्या चपलांचे आवाज आणि बेफाम आरोळ्या फुटल्या, ''चलो ऽऽ मारो, पकडो हरामजादेको!''

आपल्या गोटावर अचानक छापा पडल्याचे मंबाजीच्या लक्षात आले. तो पट्कन उठला. समोरच्या मेढीच्या ठावक्यावर ठेवलेली जळती मशाल त्याने झट्कन हाती घेतली. ती तेव्हाच त्याच्या हातून खाली गळून पडली. विझली की विझवली गेली ते कळेना. गोटात काही क्षण अंधार माजला. आदिलशाही सैनिक आत घुसून कसून शोध घेऊ लागले. धाडधाड पावलांचा आवाज करत तलवारबाज आणि भालाईत तो गोट छान मारू लागले. त्या एकूण प्रकाराने मंबाजीला तर खूप धक्का बसला होता. अंकुशखान त्याच्याजवळ धावत आला. मग अंकुशखानाच्या सोबतीने मंबाजीही इकडे-तिकडे धावाधाव करू लागला. चिडून खानाला सांगू लागला, ''देखो भाई देखो, आमचा हा कार्टा इतका हरामखोर निघेल याची मला काय कल्पना? इथं माझ्याच गोटात राहतो. माझंच मीठ खातो अन् ऐन मोक्याच्या वेळेला मलाच गद्दारी करून दुश्मन शिवाजीकडे जायचं म्हणतो.''

बराच वेळ कसून शोधाशोध झाली; परंतु त्या गदारोळात बाबाजी कुठे फरार झाला ते कळलेच नाही. शोध संपला. तोवर अफझलखानाकडून बोलावणे आले. शरमिंदा होऊन, मान खाली घालून मंबाजी खानाच्या भेटीला गेला. रात्री बराच वेळ तिथे त्याची उलटतपासणी घेतली गेली असावी; कारण खानाच्या वाड्यातून बाहेर पडताना मंबाजी खूप थकून गेल्यासारखा दिसत होता. शेवटी तो तिडबिडत्या चालीने आपल्या गोटाकडे परतला.

थोड्याच वेळात थोरली पहाट होण्याची वेळ जवळ आली. आता त्या लष्करी तळावर निजानीज झाली होती. भुंकती कुत्रीसुद्धा तुस्त होऊन झोपेच्या अधीन झाली होती. झोप उडालेला मंबाजी डेऱ्यातल्या खाटल्यावर काही क्षण बसला. त्याच्यासोबत आता फक्त त्याचे चार अगदी जवळचे साथीदार जागसूद होते. बाहेर थंड वारा वाहत होता. मंबाजीने गोटाच्या कनातभिंतीजवळ तात्पुरत्या उभारलेल्या आपल्या देव्हाऱ्यावर डोके ठेवले. तो तसाच गोटातून पाठीमागच्या अंगाला निघून आला. तिथे त्याच्या खास घोड्यांच्या चंदीच्या गोणी ठेवल्या होत्या.

त्यातली एक गोणी ओढून बाहेर काढायला तो पुढे झाला. त्याच जागी काही चीजवस्तू ठेवण्यासाठी एक दडगी खोबणीची जागा तयार केलेली होती. त्या अंधारात कसलीशी हालचाल जाणवली. तसा मंबाजी हळू आवाजात बोलला, ''खेल्या ऽ चल, नीघ पट्कन बाहेर.''

दुसऱ्याच क्षणी बाबाजी बाहेर आला. त्या घामाने भिजलेल्या चुलत्या-पुतण्यांनी चौफेर नजर टाकली. सर्वत्र नीरव शांततेशिवाय आणि हलक्या पहाटवाऱ्याशिवाय कोणी नव्हते. मंबाजी हळूच म्हणाला, "चल ऽ पळ झट्‌कन. तू पट्टीचा पोहणारा आहेसच; पण नदीपर्यंत माझी माणसं सोबत येतील. फक्त अंतर सोडून पांगून पांगून झपाट्याने चालत राहा." बाबाजीने मंबाजीच्या पायावर डोके ठेवले. मंबाजीने त्याला कडकडून मिठी मारत पोटाजवळ धरले. आपले डोळे पुसत मंबाजी बोलले, "खेलकर्णा ऽ सांग माझ्या शिवाजीला. म्हणावं पोरा, तू मला पाठवलेलं आवताण ऐकून काळजात खुशीच्या कळा उगवल्या; पण आता हे शरीर म्हातारधर्माच्या दरीच्या काठावर येऊन पोचलंय रे. आयुष्यभरातल्या मोहिमांच्या दगदगीने आता हाडांची काडं वाजायला लागलीत. ह्या वयात उड्डाण घेण्याइतकं बळ अंगात राहिलं नाही रे. माफी कर पोरा—पण माझ्या शिवबाला म्हणावं, एक वेळ सैतानासोबत यारीदोस्ती कर; पण ह्या अफझलखानाच्या अवलादीवर काडीभर विश्वास ठेवू नको. जा पोरा—सांग शिवबाला ऽऽ खूप मोठा हो. मायभवानी अशीच तुझ्या पाठीशी राहू दे."

मंबाजीने गोटाबाहेर नजर टाकली. बाबाजी भोसले झपाट्याने बाहेर पडला. समोरच्या कृष्णामाईच्या तटाकाठच्या झाडीत तो दिसेनासा झाला. नजरेच्या टप्प्याबाहेर गेला. तेव्हा कुठे मंबाकाकाला हायसे वाटले.

◆

तायघाट बिकट रडतोंडी वाट

ऑक्टोबर १६५९

कुठल्या ना कुठल्या मार्गाने एखादा धाडसी छापा घालून किंवा दगाफटका करून शिवाजीराजांचे जीवन संपवून टाकावे यासाठी अफझलखान जिवाचा खूप आटापिटा करत होता; पण आपले ते स्वप्न मार्गी लागेना हे पाहून तो अत्यंत अस्वस्थही होता. हे लांबलेले गळू फुटणे खूप आवश्यक होते. त्या एकाच कारणाने खान खूपच बेचैन अवस्थेत जगत होता. तोवर दोन्ही बाजूंचे वकील येत असल्याचे वृत्त त्याला समजले, तेव्हा त्याला हायसे वाटले.

अफझलखानाच्या हवेलीत कृष्णाजीपंत आणि गोपीनाथ बोकील दोघेही मिळून

दाखल झाले होते. शिवाजीराजे मनातून अत्यंत घाबरलेले आहेत, त्याहीपेक्षा त्यांना आपल्या हातून घडलेल्या अपराधांबाबत खूप शरम आणि पश्चात्ताप वाटत असल्याचे कथन त्या दोन्ही वकिलांनी केले. शिवरायांनी खानसाहेबांना अत्यंत महागडा पोषाख आणि एक अद्वितीय अशी रत्नमाळ नजर केली होती.

गडावर शिवरायांनी कृष्णाजीकडून जसे पत्रवाचन करून घेतले, तशीच जोखीम खानसाहेबांनी पंताजी बोकिलांवर सोपवली. गोपीनाथपंतांचा आवाज खूप मधुर आणि लाघवी होता. त्यांनी मोठ्या जिव्हाळ्याने शिवरायांचे ते शब्द पेश केले, "खानसाहेब, आपल्या पराक्रमी व्यक्तिमत्त्वाची आम्ही तारीफ ती काय करावी? आपल्या बाहुबलाला तुलना नाही. आपलं थोर शौर्य तर अग्नीच्या नर्तनापेक्षा वरचढ आहे—"

"वाह ऽ क्या बात है—आगे-आगे पढिये।" खानसाहेबांची मनकळी रत्नप्रभेसारखीच फुलत गेली.

"आपल्या असामान्य कर्तृत्वाने आपण ह्या अखंड पृथ्वीतलालाच अलंकृत केलं आहे. बरं, आपलं दिल तरी किती स्वच्छ आणि सुंदर, पारदर्शक म्हणायचं! आपल्या दिलाच्या पाकळीत कोणाला कस्पटभरदेखील कपट आढळणार नाही!"

"रुकिये रुकिये बोकीलबाबा," मध्येच पंताजींना थांबवत अफझलखान हसून बोलला, "तुमचा सिवा तलवारबाज असल्याचं ऐकलं होतं; पण तो शायरसुद्धा आहे का?" पुन्हा एकदा खुणावताच ते पुढचा मजकूर वाचू लागले, "खानसाहेब, या पत्राद्वारे आम्ही कोणत्या लोकोत्तर पुरुषाशी संपर्क साधतो आहोत, याची आम्हाला जाणीव आहेच. खरं तर तुमच्यासारख्या थोर आणि आदरणीय पुरुषाच्या नजरेला नजर भिडवण्याचं बळ आम्हाकडे नाही. मी माझ्या मनामध्ये आपल्याविषयी कशाला किंतु-परंतु ठेवू? आम्ही अगदी नि:शंक मनाने आपल्या मागणीनुसार ते सारे किल्ले नव्हेत तर जावळीसुद्धा तुम्हास द्यायला आणि आमची कट्यार तुम्हापुढे पेश करायला तयार आहोत."

"वा वा ऽ किती भल्या दिलाचा आणि तेज:पुंज छोरा दिसतो हा. पढिये बोकील, आगे पढिये।"

"आपणास दिलेल्या शब्दाप्रमाणे आम्ही आपल्या हुकमाची तामिल करण्यास तयार आहोत; परंतु खानसाहेबांनी वाई नगरीमध्ये आपला उगाच लांबवलेला मुक्काम आटोपता घ्यावा. प्रतापगडाकडच्या स्वच्छ, शीतल हवेचाही लाभ उठवावा. आमच्या खूप जुन्या आणि अफाट अरण्यांची आपल्या लष्करासोबत जरूर सैर करावी. पर्जन्यानंतरचे इकडचे बहारदार वनसौंदर्य अनुभवावे. गवताची रानं हिरव्या शालूसारखी सुंदर दिसू लागली आहेत. सर्वत्र सोनकीची पांढरी फुलं बहरली आहेत —"

"पंताजी, रुकिये रुकिये, वहीं रुकिये। तुमच्या राजाच्या खलित्यातला हा

आखरी भाग मात्र आम्हाला बिलकूल पसंत नाही.''

अफझलखानाच्या त्या प्रतिक्रियेने पंतांजी आणि कृष्णाजी दोघेही चपापले.

''खा-न-सा-हे-ब?''

''हाँ हाँ—मैं खूब जानता हूँ, उपर शहद जैसे मीठे मीठे लब्ज और भीतर ये शैतानी चाल।'' आपल्या डोळ्यांची बुबुळे जागीच डावीकडून उजवीकडे नाचवत खान बोलला, ''नहीं नहीं, हरगिज नही ऽऽ''

''पण, पण खानसाहेब?''

''बता दो उस सिवा को, जावली और प्रतापगडकी पहाडीमें मैं तो क्या मेरा मुर्दा भी नहीं जायेगा। आपको यहीं कहीं नीचेही वाईके आसपास आना होगा।''

''कहाँ गया आपके सीनेमें भडकता हुआ उन शोलोंका जलवा? सिवासारख्या एका पहाडी मामुली जमीनदार पोराला जेरबंद करायला इथून गेलेली आमची बावीस हजाराची फौज बीमार भालूसारखी बसूनच आहे का? तीही चार महिने? क्या कर रहे हैं हमारे कातिल-ए-काफिरून अफझलखाँसाहेब? क्या वे सारी बडी बडी बाते मराठोंका मुल्क देखतेही पिघल गयी?''

खैरियतखान जेव्हा विजापुराहून आलेल्या तातडीच्या खलित्याचे वाचन करत होता, तेव्हा त्यातील प्रत्येक शब्दासोबत अफझलखानाच्या डोळ्यांसमोर बड्या साहेबिणीची ती उंच आकृती, तिचा तो उभट करारी चेहरा आणि ते तिखट, तिरकस नेत्र उभे राहत होते.

चिडलेल्या अफझलखानाने आपल्या डोक्यावरचा पठाणासारखा साफा काढून बाजूला टाकून दिला. खैरियत मध्येच थबकल्याचे पाहून तो किंचाळलाच, ''पढिये, आगे पढिये।''

''गुस्ताखी माफ खानसाहेब। मेरी हिंमत नही होती!'' खैरियतचे हात थरथरत होते.

''पढिये ऽ.''

खैरियतने घाबरून आवंढा गिळला. अन् त्याने पुढचे वाक्य कसेबसे उच्चारले, ''अगर आप सही ढंगसे लडना नहीं चाहते—''

''तो क्या? पढिये खैरियत!''

''तो तुरंत मैदानमें कोई नया सूरमा भेजा जायेगा।''

अफझलखानासारख्या मानी स्वभावाच्या गृहस्थाला मोहिमेची सूत्रे आपल्या हातून काढून घेण्याची बेगमेने वापरलेली ती भाषा अजिबात रुचली नाही. 'बस करो, बस करो!' असे किंचाळत अफझल बैठकीतून उठला. अन् त्याच दालनातून एखाद्या जखमी रानडुकरासारखा तितरबितर होऊन गोलाकार येरझाऱ्या घालू लागला.

मध्येच महालाच्या बड्या कमानदार खिडकीतून बाहेरच्या नदीतील पुराच्या पाण्याकडे नजर टाकू लागला. त्याच्या बेकाबू मन:स्थितीचा खळखळाट न आवरणारा होता, "देखा ऽ देखा अंकुशखान, खैरियतभाई आपही देखो! इसी को कहते है तकदीरका फसाना। ज्या कातिल-ए काफिरून अफझलखानाने दख्खनमध्ये चाळीसहून अधिक राजा-महाराजांना आणि बड्या बड्या वतनदारांना बेवतन करून सोडलं, 'हार' नामके शर्मनाक लौंडीने जिस बहाद्दरके सामने कभी भी खडी रहनेकी हिंमत नहीं जतायी, उस शख्सको अफझलखान कहते है। अन् आज आमच्या बड्या बेगमसाहेबांनी ह्या वफादार बंद्याला सरळ ना-ला-य-क ठरवावं?"

रागाच्या कैफात आपला साफा आणि समशेर घेऊन अफझलखान बैठकीतून जायला उठला. तोच अंकुशखान घाबरून विचारू लागला, "मियाँ अफझलसाब, कहाँ जा रहे हो?"

अफझलखानाचा काळाठिक्कर पडलेला चेहरा काही वेगळीच कहाणी सांगत होता. आपल्या दोस्त सरदारांच्या मुखावरची भीतीची छाया पाहून एक बडा थंड सुस्कारा टाकत खान बोलला, "जिस सियासतको कद्र नाम का लब्ज मालूम नहीं, वहाँ रुकना याने की अपनी बरबादी।"

उभ्याउभ्याच खानाने आपल्या दिवाणाला मजकूर सांगितला. जर विजापुरी आदिलशाहीला मी इतका नालायक वाटत असेन, तर माझ्या जागी नव्या लायक सिपाहसालाराची बेशक नेमणूक करू शकता. तो मजकूर सांगतच खान आपल्या खासगीकडे वेगाने निघाला.

अफझलखान बराच वेळ एके जागी थकल्यासारखा बसून होता. एखादा प्रवासी अनेक दिवसांची भटकंती करून, दमछाक होऊन जागेवरच थकून बसावा, तसा. बऱ्याच वेळाने खानाच्या दालनात पावलांचा आवाज आला. त्याने मान उंचावून पाहिले नाही. अंकुशखानाशिवाय त्याच्याजवळ कोणी फिरकणारही नाही याची त्याला कल्पना होती. कण्हल्यासारखा नाराजीने तो बोलला, "अंकुशखान, उगाच माझा पिच्छा का पुरवतो आहेस? मला नाही वाटत मी माझा इरादा बदलेन."

"वाह अफझलभाई! चार महिन्यांनंतर विजापूरने थोडीशी नाराजगी दाखवली तर इतका शोर माजवतोस? अफझल, तुझ्यासारख्या इसमाने तरी खाल्ल्या मिठास जागावं."

"लेकिन मेरी गलती क्या?"

"भाई अफझल, सुलतानाच्या दरबारात तुझ्यासारखे वीसभर बडे सरदार असतील; पण आपल्या सल्तनतमध्ये शाही सेवा करत असताना सौदागर म्हणून धंदा करणारा, दर्यात स्वत:च्या मालकीची जहाजं सांभाळणारा तू एकटाच सरदार आहेस. और एक आदिलशहा सलामत छोडके खुदकी 'टकसाल', सोनेकी अशर्फीयाँ

और सिक्के बनानेका कारखाना चलानेवाला आपके सिवाय और कोई 'माई का लाल' हो सकता है पैदा इसी आदिलशाही हुकूमतमें?''

अंकुशखानाच्या त्या उघड माऱ्याने अफझलखान वरमला. आपल्या बेबंद वर्तनास काबूत आणावे, असे त्याला मनातून वाटले असावे. तोच अंकुशखानाने त्याच्यावर दुसरा हल्ला चढवला, "अन् कोण विसरेल त्या त्रेसष्ट जणींना! त्या भाबड्या, बिचाऱ्या ,अतिसुंदर त्रेसष्ट बहिणी माझ्या! साऱ्याच्या साऱ्या खानदानी, अमीरउमरावांच्या पोरी. त्या बिचाऱ्यांनी एका कर्तबगार अंमलदाराशी जेव्हा शादी रचली होती, तेव्हा त्यांनी किती सुहाने हसीन सपने बघितले असतील. आखिरकार अपने वतन के वास्ते, शोहरकी फतेह के लिए उस शाही कुँवेमें अपनी जान कुर्बान करनेवाली वह मेरी बहने! आप अभी उनके कुर्बानीका मजाक उडाने के लिए निकले हो।''

रात्र बरीच वाढली होती. अंकुशखानचे मुद्दे सडेतोड होते. त्याचा प्रतिकार करायची अफझलमध्ये ताकद उरली नव्हती. स्वत:साठी अफझलखानाने बांधलेला तो महागडा मकबरा, चिस्ती पीरबाबांचे सल्ले, या साऱ्या गोष्टींची आठवण अंकुशखान करून देत होता. त्या हल्ल्याने अफझल इतका विवश झाला होता की, त्या तशा मानसिक अवस्थेत दारूच्या प्याल्याला स्पर्श करायचीही हिंमत त्याच्यात उरली नव्हती.

''जावली की पहाडोमें चले जाना इसका मतलब सिवा के मुल्क में फौज के साथ दफा हो जाना ऽऽ।''

"सुनिये अफझलमियाँ, ह्या अशा घिसाडघाईने आखिरकार हातामध्ये बरबादी-शिवाय काय येणार आहे?'' खानाचे सर्व वीस-बावीस बुजुर्ग सरदार त्याला परोपरीने समजावून सांगत होते.

कृष्णाजी भास्कर हात हलवतच प्रतापगडावरून माघारा आला होता. शिवाजीराजे आपली भेट टाळत असल्याचा त्यांनी निरोप आणला होता. शिवाजीराजांना जेरबंद करावयाच्या दृष्टीने विजापुरापासून ते वाईपर्यंत अफझलखानाने जोरदार मुसंडी मारली होती. वाईजवळ येताच शिवरायांना चिरडण्यासाठी खान खूप उतावीळ बनला होता. त्या स्थितीतही शिवरायांच्या मार्गावर त्याने छुपी पथके पाठवली. राजांचा घातपात घडवून आणायची कोशिश केली. बाबाजी भोसल्यांसारख्या मेहमानांच्या मदतीने शिवरायांना ठकविण्याचा त्याचा प्रयत्न तर त्याच्या अंगलटी आला.

पावसाच्या तोंडावर त्याला वाईतच जुलमाने थांबावे लागले होते. शिवाय सह्याद्रीच्या पहाडाची मरगट्ठ्यांशी असणारी जवळीक हा त्याच्या सरदर्दचा विषय होताच.

अफझलखानाने अचानक टोपी फिरवली. वाईचा तळ सोडून लगेचच प्रतापगडाकडे निघायचा निश्चय केला. त्याची खबर लागताच खानाच्या वरचढ आणि हुकूमशाही प्रवृत्तीची पर्वा न करता त्याचे सारे सरदार त्याच्या वाड्यात घाईने गोळा झाले होते. पैकी बहुतांशी सर्व जण तारस्वरात चिल्लाहट करत होते, "सुनिये अफझलमियाँ ऽ, त्या कृष्णाजीकडून सलोख्यासाठी शिवाजीने प्यारमोहबतीचा पाठविलेला न्योता म्हणजे ते लबाडाघरचं धोक्याचं आवताण आहे. ऐका आमचं!"

"ऐका हो आमचं. फसाल—पस्तावाल!"

अनुभवी दुंदेखानाने जागीच जोराने तलवार आपटली. तो रडवेल्या सुरात बोलला, "आप हमारी सुनोगे नहीं, तो आपको सिर्फ बर्बादीका रास्ताही अपनाना पडेगा!"

"खामोश ऽऽ खामोश ऽऽ दुंदेमियाँ! आपणासारख्या बुजुर्ग अनुभवी सरदाराने एखाद्या बेताल लौंडीसारखा गळा काढत रडावं, ही आम्हाला बिल्कुल हजम होणारी गोष्ट नव्हे!"

"खानसाहब, बेचारी लौंडी रडते ती आपल्या शोहरच्या भल्यासाठीच. आता माझ्या डोळ्यांतून आसू गळत असतील तर ते ना तुमच्यासाठी, ना माझ्यासाठी. मैं रो रहा हूँ हमारे प्यारे वतन बिजापूरके वास्ते!" दुंदेखानाला कँपकँपी सुटली होती.

बैठकीतील हवा खूपच गरमीची होती. त्यामुळेच वातावरण थोडे थंड होईपर्यंत अफझलखान मुद्दाम शांत बसला. थोड्या वेळाने त्याने गोडीगुलाबीने आपल्या दोस्त सरदारांना स्वत:च्या निर्णयाकडे खेचून घ्यायचा प्रयत्न चालवला, "भाईजान, आखिर आप सब क्यूँ डर रहे हो भला? तुमच्या नजरेला काहीच कसं दिसत नाही? आपल्या बिजापुरी फौजेच्या तडाख्यापुढे त्या सिवाची बीमार भेडबकरीसारखी झालेली विचित्र अवस्था दिसली नाही तुम्हाला? दुश्मनोंकी वह मक्का-मदीना क्या कहतें हैं वें जालीम मरगठ्ठे—हाँ, वही तुलजापूर और पंढरपूर—जहाँ खाली हमारा नाम सुनके वहाँ के इन्सान क्या, बडे बडे भगवानभी काँपने लगे। हमारी फौज तो जलते हुए शोले लेकर दौड रही हैं और देखिए क्या हो गया उनके अधमरे फौजीओंका —उनके सुपा, इंदापूर और बारामती जैसे ठाणोंपर? उन दुबले, डरपोक दुश्मनोंने खाली सुन लिया की हम आ रहे है, तो वह सब सामान छोडकर पहाडोंकी तरफ भागने लगे—"

शेवटी अफझलखानाचा निर्णय सर्वांना मान्यच करावा लागला. अगदी कालपर्यंत पुरेशा दमाधीराने फासे टाकू, खेळी खेळू, अशी हुशारीची भाषा बोलणाऱ्या खानाचा एकाएकी असा दिमाग का फिरावा, याचेच अनेकांना कोडे सुटत नव्हते. अफझलने मात्र स्वत:च्या मनाने हा नवा पत्ता टाकायचे तसेच एक कारण घडले होते.

कृष्णाजी भास्कराने आणलेल्या खलित्याचे सदरेवर वाचन झाले. मजकूर

समजला; मात्र खानाच्या शय्यागृहातून बाहेर पडता पडता कृष्णाजीपंत हळूच बोलले, "हुजूर, सिवाजीने एक खास निजी चिठ्ठी दिलीय माझ्याजवळ."

अफझलखानाने गडबडीने ती दुसरी चिठ्ठी उघडून डोळ्यांसमोर धरली, "*जंगबहाद्दर खानसाहेब, खरं तर तुमच्या पाक पावलांचा सहारा शोधत तुम्हाकडे पळत येणार होतो; पण खैर, आमच्या हातून आपल्यासारख्या बुजुर्ग शेरेजंग सरदाराचे इतके घोर अपराध घडून आले आहेत की, हजरतना मी हे माझं पापी, अपराधी तोंड दाखवायच्या कल्पनेनेही शरमिंदा होऊन जातो. आमच्यासारखा बहकलेला तरुण तुमच्या पवित्र चरणांचं चुंबन घेऊन कधी एकदा मी पापमुक्त होईन याच विचाराने बेताब आहे. आपण आमच्या पिताजींचे कैक वर्षांचे पुराने साथी, म्हणजेच नात्यारिश्त्याने आपण आमचे काकाच लागता. त्यामुळे यापुढे आपलं पावलोपावली मार्गदर्शन घेऊन आम्ही आमचं जीवन सुधारण्याचा प्रयत्न करणार आहोत.*

तूर्तास हुजुरांनी थोडीशीच तसदी घ्यावी. इकडे प्रतापगडाकडे येण्याचं करावं. तुमच्या साक्षात दर्शनाने आणि भेटीने आमच्या चित्तातील शंकाकुशंकाही आपोआप दूर होतील. मग आपण दोघांनीही इथे ज्यादा वखत व्यर्थ घालवायचाच नाही. आपलं बोट धरून इकडून जंगलातूनच आपण बामणोली, वासोटामार्गे बाहेर पडू. एकदाचे विजापुरास जाऊन पोचू. माझ्या पापी मनातला गोंधळ तेव्हाच दूर होईल, जेव्हा मी विजापूरच्या महालात महामाता, बड्या बेगम आईसाहेबांचा चरणस्पर्श करेन. तरी कृपया सत्वर इकडे प्रतापगडावर यावं. अंधाला आँखे द्यावीत, दुबळ्याला आधार द्यावा. मग तत्पर विजापुराकडे आपण दोघे निघूच."

तो खलिता वाचून अफझलखान खूपच खूश दिसला. भररात्री त्याने खिदमदगारांना फौजी सदरेवर पाठवले. तिकडून रात्रीचाच तो प्रसिद्ध लाकडी सापळा आणून आपल्या शय्यागृहात बाजूच्या दालनात ठेवायची व्यवस्था केली. रात्रीचे या बाजूस कोणी सेवकाने वा खिदमदगाराने अजिबात फिरकू नये असे दरडावून सर्वांना ताकीद केली. मग अफझलखान भुतासारखा एकटाच त्या लाकडी सापळ्याचे निरीक्षण करू लागला.

त्या सापळ्याच्या सभोवती अफझलखान रात्रभर फिरत होता. एखाद्या खेळण्याशी बालकाने खेळावे तशी मजा घेत होता. त्याच्या डोळ्यांना त्या लाकडाच्या पिंजऱ्याआड बंदिवान शिवरायच दिसत होते. तो चुटकी वाजवत दुष्टासारखा हसत होता. "पकडो भाई, पकडो जहन्नमी सिवाको ऽऽ" असे किंचाळत त्या लाकडी सापळ्यावर लाडाने मुठीचे ठोसे देत होता.

पहाटे खानाचे डोळे जागरणाने लोंबू लागले, तसा त्या सापळ्यावर आणखी एक ठोसा लगावत आणि खदखद हसत अफझलखान बोलला, "सिवा ऽऽ! बहुत होशियार है बेटा तू! हे गोड गोड शब्दांचं फसवं, कारस्थानी जाळं टाकून, तू हळूच

आम्हाला तुझ्या लपेटमध्ये खेचायची सपने बघतोस काय? लेकिन तुझे क्या पता? जेव्हा जंगलात शिकारीच फसतो, पाय घसरून किंवा नशीब फुटून त्या जंगली जनावराच्या मिठीमध्ये सापडतो, तेव्हा ते हिंस्त्र बळकट जानवर त्याच्या छाताडावर बसून आपल्या पंजांनी आणि नख्यांनी शिकाऱ्याचा आंतडीकोथळा बेछूटीने काटतो, तोडतो. उस पल की मजा मैं लूटना चाहता हूँ। बेटे ऽऽ तेरे पास जाल होगा तो मेरे हाथ में महाजाल है । बीचमें खूब रंग जमा ले, सिवा ऽऽ ये कातिल-ए-काफिरून, शिक्नंद- ए -बुनियादे बुतन अफझलखान तुझे मिलने आ रहा है ।''

पहाट व्हायच्या आधी लष्करी तळावर गडबड उडाली होती. अफझलखानाने आपले डेरेदांडे खाली उतरवले होते. शेकडो बैलांच्या आणि गाढवांच्या पाठीवर काजेबोजे चढवले गेले होते. पहिला कोंबडा आरवण्यापूर्वीच फौज चालू लागली. साडेतीन महिन्यांची पागेतली विश्रांती खाऊन आळसावलेली घोडी बाहेर सुसाट सुटली. भल्या सकाळचा गार वारा नाकात घुसल्यामुळे ती खुशीने चेकाळून लाथा झाडू लागली.

फक्त वीसभर बडे हत्ती आणि ऐंशी प्रचंड वजनाच्या तोफा वाईच्या तळावर ठेवल्या गेल्या होत्या. बाकी सर्व सामानासह लष्कर मार्गाला लागलं.

उजाडता उजाडता वाटेत कुसगांव लागले. कोवळे ऊन तापून ते जून होईपर्यंत चिखली आली. त्या आडवाटांवर उभ्याउभ्या न्याहरी झाली. मुदपाकखान्यातली पोरे बाजूला झाली, अन् भिस्त्यांच्या पोरांनी पाण्याने भरलेल्या चामड्याच्या पिशव्या पुढे केल्या. स्वारशिपाई उभ्यानेच गटगट पाणी प्यायले. पुन्हा पथके चालू लागली.

दुपारी तायघाटाची उभी चढण लागली तसा विजापुरी लष्कराला सह्याद्रीच्या रानाचा कचका अनुभवायला मिळाला. नुकताच पाऊसकाळ सरल्याने अजून राने आणि वाटा ओल्या होत्या. त्या निसरड्या ओल्या मातीतून घोड्यांचे पाय सटकू लागले, तसे स्वार पटपट उड्या घेत खाली उतरले. आपल्या जनावरांचे लगाम हाती घेऊन त्यांना पुढे खेचायला हवे, त्याशिवाय घोडी काही घाट चढणार नाहीत, याचा त्यांना अंदाज आला. तरी बरे, शिवाजीराजांनी खानसाहेबांकडे विनंती करून त्यांचे काही मोठे हत्ती दहा दिवसांमागेच आपल्या मावळ्यांच्या ताब्यात घेतले होते. त्यांच्या सोंडांच्या तडाख्याने वाटेतली लहान-मोठी झाडे उखडून टाकली होती. नंतर राऊतांनी हाताने उरला झाडसंभार तोडला होता, किमान जाण्यासारखा रस्ता बनवला होता. अन्यथा ह्या घाटातून लष्कर वर चढणे केवळ दुरापास्त होते.

हत्तीचे दल जेव्हा घाट चढू लागले, त्याच्या आधी दहा-बारा हजार घोडी दरडी चढली होती. त्यामुळे जनावरांच्या खुरांनी रस्त्यात मायंदाळ चिखल झाला होता. अनेकदा वाटेतल्या खड्ड्यांचा अंदाज न आल्याने गाढवे पाठीवरच्या ओझ्यासकट

खाली उणतीदुणती होऊन कोसळत होती. त्यातच बाजूच्या मोठ्या पाषाणावर आपटून कंबरेची हाडे मोडलेली काही घोडी करुण रडवेला सूर काढत खिंकाळू लागली. स्वारांना त्यांचा तो आकांत बघवेना. त्यांनी मेकुसाने त्यांना ढकलत बाजूच्या दरीत फेकले. त्यांना चिरविश्रांती दिली.

घाटातून हत्तींच्या झुंडी वर चढवताना मात्र माहुतांना मरणयातना म्हणजे काय असतात हे अनुभवायला मिळू लागले. त्या बरबटत्या चिखलातून पुढे चढताना हत्तींचे खांबासारखे पाय जागीच सटपटू लागले. अनेकदा ती महाकाय जनावरे चिखलात पाय सटकून तशीच तोंडावर किंवा बगलेवर आदळायची, तेव्हा त्यांच्या गुडघ्यावरच्या जाड चमडीचा तुकडा निघायचा आणि ती बलदंड जनावरे भयंकर चीत्कार करायची. काही हत्ती त्या रानवाटेशेजारच्या झाडांच्या फांद्यांना सोंडेचा विळखा द्यायचे, अन् त्या बळावर आपल्या शरीराचा मागचा अगडबंब बोजा पुढे ढकलायचा प्रयास करायचे.

तो उभा कड्यासारखा तायघाट चढताना ती जनावरे फळाफळा मुतत होती. कुंथत होती. तेव्हा घोड्यांच्या अंगावर असुडाचे जोरकस घाव बसायचे. अंकुशाची तीक्ष्ण टोके अंगात घुसल्यावर हत्ती भयंकर वेदनेने चीत्कार करायचे.

साधारण पस्तीस हजार स्वारशिपाई, बाजारबुणगे आणि वीस हजारांहून अधिक जनावरे, त्या माणसा-जनावरांना महिनाभर पुरेल इतके धनधान्य आणि वैरणकडबा असे प्रचंड सामान त्या घाटातून वर वाहून नेणे हे एक दिव्यच होते. जे पार पाडण्यात तीन दिवस निघून गेले.

फौज पुढे चालली होती. समोरच्या बाजूला प्रचंड उभे पहाड अन् उजव्या अंगाला खोल दऱ्या. अशी जुनाट पुराणी उंच झाडे, गर्द काटेरी जाळ्या आणि अरण्य विजापुरी लष्कराला अगदीच अपरिचित नव्हते. थोडीफार जनावरे-माणसे तिकडे शिमोग्याच्या जंगलात वावरली होती; पण तिकडची झाडेझुडपे ठेंगणी, बसकी, विरळ आणि कमी दाटीवाटीची. त्यामुळेच इकडचे जंगल बघताना विजापुरी स्वारशिपाई आपसात वैतागाने ओरडू लागले, "कसला हा सिवाचा भुताटकीचा मुल्क? अय अल्ला ऽ"

"कैसे ये बडे बडे पेड? बीचोबीच अंधेराही अंधेरा — इथल्या जमिनीपर्यंत सूर्याची किरणं सालोसाल पोचलेली नाहीत. हमारे आदिलशाह साहबने क्यूँ हमें ऐसे भयानक नरकमें ढकेल दिया है?"

तितक्यात पाठीमागून पल्लेदार आवाज कानावर पडला, "अरे भाई ऽऽ खैर खुदाकी, मुल्क आदिलशहाका और बरबादी इस जहन्नमी सिवाकी ऽऽ" दमदार आवाजाबरोबर त्या चालणाऱ्या पथकातील सर्वांच्या माना गर्रकन पाठीमागे वळल्या. स्वतः कातिल-ए काफिरून अफझलखान आपला उंच झाडासारखा साडेसहा फुटी

देह घेऊन झपझप चालत येत होता. मध्येच दिमाखात एका कमरेवर हात ठेवून काही क्षण उभा राहून आपल्या लष्करासोबत चार-दोन वाक्ये बोलत होता. त्यांना उभारी देत होता. त्याच्या सोबत खैरतखान, मुसेखान, अंकुशखान आणि आश्चर्य म्हणजे चक्क कृष्णाजीपंतही झपाट्याने चालत येताना दिसत होते. त्यावरून कृष्णाजीने या रानातली रग आपल्या अंगी चांगली मुरवल्याचे समजत होते.

'सलाम आलेकुम', 'फतेह हो मेहरबान' असा ललकारा करत शिपाई अफझलबद्दल आदर व्यक्त करत होते.

गुन्हेगर, भिलार ते लिंगमळा पार करून वेण्णा नावाच्या जंगली नदीच्या टोकापर्यंतचा तो सपाट मुलूख. डोंगरमाथ्यावरची ती प्रचंड झाडी पार करून वेण्णेपर्यंत पोचायला आणखी दोन दिवस गेले. मेटतळ्याला मुक्काम पडला.

त्या मध्यरात्री प्रतापगडावर दिवसभराचे कामकाज आवरून खासे आणि सरदार मंडळी आपआपल्या मुक्कामी झोपी जायच्या तयारीत होती. तितक्यात तत्काळ बैठकीचा सांगावा मोरोपंतांकडून पोचला. तसे अवघ्या तासाच्या अवधीतच सर्व जण त्वरेने खलबतखान्यात गोळा झाले होते.

बैठकीत समोरच्याच अंगाला तानाजी मालुसरे आणि नेताजी पालकर बसले होते. त्या दोघांमध्ये एकमेकांशी अगदी चिकटून कसल्यातरी कानगोष्टी चालल्या होत्या. त्या जोडीमध्ये नेमक्या काय गुजगोष्टी सुरू होत्या त्याचा बाकीच्यांनी अंदाज बांधायला सुरुवात केली. तोवर तिथे कान्होजी जेधे, मोरोपंत पिंगळे, गोमाजी पानसंबळ, पंताजी गोपीनाथ अशी वरिष्ठ मंडळी दाखल झाली. पाठोपाठ राजे येत असल्याच्या भालदारांनी ललकाऱ्या दिल्या. राजांच्या आगमनाबरोबर झटझट मुजरे झाले. शिवराय सर्वांसमोर येऊन वीरासनामध्ये बसले.

दिवस तसे खूप गडबडीचे होते. आज सायंकाळीच अफझलखानाची पथके मेटतळे सोडून अगदी रडतोंडीच्या घाटाच्या कडसरीस येऊन पोचल्याची खबर होती. उद्या पहाटे खान रडतोंडीचा तो चढा घाट उतरायला सुरुवात करणार होता.

समोरच बसलेल्या मालुसऱ्यांकडे नजर टाकत राजांनी विचारले, "हां ऽ सांगा तानाजीराव, काय काम काढलंत?"

"महाराज, आलम दुनियेला माहिती आहे की, तो अफझुल्याखान किती उलट्या काळजाचा बदमाश माणूस आहे ते." तानाजी बोलले.

"खरंय, त्यांच्या अंगात चांगली कर्तबगारी आहे; पण त्यांची बाकी काळी करतूद ही कोळशाच्या खाणीसारखी आहे. तिकडे विजापुरातही अनेकांना त्यांचा घातकी आणि दुष्ट स्वभाव परिचयाचा आहे—पुढे बोला."

"दोन महिन्यांमागेच शिवापट्टणला सईबाई राणीसाहेबांचं दुःखद निधन झालं,

तेव्हा अंत्यसंस्कार आटोपून आपण माघारी निघाला होता. परतताना ह्या सह्याद्रीच्या ऐन किर्र झाडीत, त्या कोसळत्या पावसात ह्या बदमाशानं दगाफटका करून तुम्हास जीवे मारायचा प्रयत्न केला होता—''

आपली कौतुकमिश्रित नजर नेताजींकडे टाकत राजांनी लगेच अभिमानाने सांगूनही टाकले, ''तेव्हा आम्ही बालबाल बचावलो. त्याचं श्रेय जातं ते आमच्या नेताजी पालकरकाकांनाच.''

राजांची नजर भिरभिरली. नकळत हाताची बोटे वळली आणि वीरासनातल्या राजांनी मांडीवर मूठ आपटत धिम्या सुरात सांगितले, ''आता सरळ मुद्द्यावर या. सांगा, असं तातडीनं काय काढलंत?''

''मी नाही, तानाजींना काही सांगायचं आहे.''

''हां, सांग तानबा.''

तानाजी बैठकीमध्ये तसाच पायावर पुढे सरकला. आपल्या हातातला कच्चा हस्तनकाशा त्याने राजांपुढे ठेवला. नकाशावरच्या खाणाखुणा लांबूनच ओळखत राजे बोलले, ''हा आपला रडतोंडीचा घाट दिसतो.''

''अगदी बरोबर ओळखलंत राजे. अफझलखान नावाचा तो हरामजादा आता मेटतळ्याची पांढर आणि रडतोंडीच्या कडसारीच्या बरोबर मधल्या टप्प्यात आज रातच्याला मुक्कामाला आहे.''

''हो, उद्या पहाटे त्याची पथकं तो दुर्धर घाट उतरायला सुरुवात करतील.'' शिवरायांनी पुढे विचारले, ''पण—पण, नेमकं काय आहे तुम्हा दोघांच्या मनात?''

''महाराज ऽ आपण आता फक्त पापणीचा इशारा करा. हा असाच धावून लगोलग जातो आणि खान आपल्या पथकांसह जेव्हा रडतोंडीच्या निम्म्या घाटात पोचेल तेव्हाच त्याच्या अंगावर कोसळतो. नळीत बेडूक कोंडून टाकावा तसा जायबंदी करतो त्या हरामखोराला ऽ!''

तानाजी आणि नेताजी ह्या दुकलीने बनवलेली ती भयंकर धाडसी योजना ऐकून सर्वांचेच भान हरपले. प्रत्येकाच्या अंगात उत्साहाचे आणि चैतन्याचे पाणी सरसरून चढले. श्वासोच्छ्वास आपोआप वाढले. सन्नाटा पसरला. मग धीरगंभीर चेहऱ्याने राजे सावकाशीने बोलले, ''तुम्हा सर्व मंडळींना ठाऊक आहे नव्हे? वाई सोडून खान जावळीत शिरायला तयारच नव्हता. आम्ही त्याच्या मिनतवाऱ्या केल्या. त्याचा आणि त्याच्या फौजेचा प्रवास सुखकर व्हावा म्हणून आम्हीच त्या अवघड रानवाटेवरचे मोठाले वृक्ष तोडून दिले.''

''होय राजे.''

''वाटेतले वृक्ष तोडायला आम्हाकडे पुरेसे हत्ती नव्हते. आम्ही त्यांचंच हत्तीदळ मागवून घेतलं. रस्ता साफ करून दिला—''

“तेच तर सांगतोय राजे. झाडतोडीच्या निमित्तानं वाटेतल्या आडवाटा, चोरवाटा आणि साऱ्या दडग्या जागा आपल्या मावळी स्वारशिपायांच्या पायाखालच्या झाल्यात. त्यामुळे आपण फक्त आता इशारा करा, आम्ही पुढे जाऊन अफझुल्याला फौजेसकट बुडवतो.”

“थांबा नेताजीकाका, थोडे लगाम खेचा तुमच्या मेंदूतल्या वारूंचे. आवरा त्यांना.”

बोलता बोलता राजांचा आवाज वाढत गेला. नव्हे कठोर झाला. बाकीची खाशी मंडळी गोंधळली. घाबरली. राजे धीरगंभीर स्वरात बोलले, “आपण त्या खानाला वचन देऊन आपल्या ओसरीवर येऊन भेटायचं आमंत्रण दिलं आहे. असं असताना मध्येच आडरस्त्यात ठग आणि पेंढाऱ्यांसारखा त्यांचा घात करून गळा घोटणं शोभतं का हो आमच्या मराठ्यांच्या इभ्रतीला?”

“पण तो तरी कुठे धुतल्या तांदळासारखा देव लागून गेला आहे राजे?” नेताजी पालकर कडाडले, “विसरलात काय आपण त्या शिऱ्याच्या कस्तुरीरंगाला? त्या थोर राजाला वाटाघाटीचं निमंत्रण देऊन त्यांचा गळा घोटला होता तो ह्याच सैतानाने. ज्यांनी अशाच दगाफटक्याने तुमच्या सख्ख्या वडीलबंधूंना — संभाजीराजांना कर्नाटकात कनकगिरीच्या रानात ठार मारलं. आपल्या पिताजींच्या, शहाजीराजांच्या हातात बेड्या घालायची हिंमत दाखवली—त्या हैवानाच्या मरणाचं आम्हाला सुतक यायचं काय कारण?”

“हे पाहा नेताजीकाका, आम्ही आमच्या ध्येयापासून एक कणभरही बाजूला झालेलो नाही; पण आम्हाला कळत नाही की तुमच्या अंगात ह्या अशा उताविळीची झिंग कशी काय भरून राहते?”

“कारण, राजे हा अफझलखान आम्हा मराठ्यांचा शंभर जन्मांचा वैरी आहे. तो सैतान विजापूरच्या वेशीतून बाहेर पडल्याचं ऐकल्यापासून एकाही रात्री मी नीट झोपलेलो नाही की नीट जेवलेलो नाही. आपल्या हजार दुःखाच्या कारणांची ही रोगाची मुळी एकदा मला जाळूनच काढू द्या.”

“पण असं अचानक धाडसानं जाऊन घाला घालायला खान काही अगदीच एकटादुकटा नाही.”

“त्यात काय घाबरायचं? समजा उद्या मेलो, गेलो, तरी आमच्या पदरात किमान वीरमरणाची पुण्याई तरी पडेल!” बेफिकिरीने नेताजी बोलले.

“अरे वा नेताजी! वी-र-म-र-ण! तुम्ही काय फक्त एखाद्या थडग्याचा किंवा समाधीचा दगड बनून पावन होण्यासाठी इतके उतावीळ झाला आहात का?” राजांनी वैफल्याने विचारले.

“असं कसं बोलता राजे?” नेताजींचा स्वर व्याकुळला.

"खरं तेच बोलतोय नेताजीकाका. आपण चालला असाल हो, लाख मरायला; पण तुमच्यासारख्या बहाद्दराला आम्ही कसं मरू देऊ? उलट आपल्यासारख्या अनेक पवित्र चिऱ्यांचा यथायोग्य मेळ घालून आम्ही हिंदवी स्वराज्याचं बुलंद महामंदिर बांधायचा संकल्प सोडला आहे! असं बनेल ते तेजस्वी महामंदिर! यावच्चंद्र दिवाकरौ! अस्मानात जोवर चंद्र-सूर्य राहतील, तोवर ते आमच्या स्वराज्याचा पोवाडा गातील!"

शिवाजीराजांचे ते धवल प्रतिपादन ऐकताना सर्व भारावून गेले. सर्द झाले. फक्त नेताजी हिरमुसल्यासारखे झाले. ते कळकळीने बोलले, "ती मोगलाई काय नी ही आदिलशाही काय. सारे एकाच कपटाच्या आणि घातपाताच्या खेळात बरबटलेल्या माळेचे मणी! जिवाला एकच घोर-एकच चिंता—अशीच दिरंगाई होत गेली तर परिणामी आपल्या जिवाचं काही बरंवाईट होईल तर?"

"पर्वा नाही काका. हा मंत्रयुद्धाचा खेळ आहे! हा शिवाजी दिल्या शब्दांना आणि वचनांना जागेल; पण तरीही कशाचीच पर्वा नाही. आम्ही आमचा राजधर्म पाळू. एक वेळ राजा मेला तरी चालेल; पण माणुसकीचा धर्म टिकलाच पाहिजे."

"अहो पण राजे, दुश्मन जर आपल्या उरावर ठाण मांडून बसला असेल, तर का नाही उपसायचं शस्त्र?"

"नेताजीकाका ऽ जिथं शस्त्र थांबतं , तिथं तंत्राचा जयघोष होतो. अन् जिथं तंत्र कुचकामी ठरतं, तिथं महामंत्राचा पुकार करावा लागतो—आम्हाला सह्याद्रीच्या ह्या दऱ्याखोऱ्यात नव्या मंत्रयुद्धाच्या नीतीचा डाव खेळायचा आहे."

राजांच्या त्या प्रतिपादनाने ती सदरेवरची सभा अगदी भारावून गेली होती. उद्याची अनंत कामे पडली होती. राजांनी ती बैठक आटोपती घेतली. मंडळी तिथून बाहेर पडायच्या बेतात होती. तितक्यात काहीसे आठवून राजांनी आवाज दिला, "थांबा मंडळी! तुमच्या साक्षीनेच आम्हाला काही सांगायचंय. तानाजी असोत, नेताजी असोत, ज्यांना आमच्या जीविताची खूप चिंता वाटते, आम्हाबाबतची त्यांची ती सोन्यासारखी सद्भावना त्यांनी कायम असू द्यावी. आम्हाला मात्र त्या अफझलखानाला कोणत्या खिंडीत न गाठता उघड्या मैदानातच अस्मान दाखवायचं आहे."

तितक्यात पाठीमागच्या गर्दीतून कोणीतरी राजांना ऐकू जाईल अशा उंच आवाजात शेरा मारला, "पण राजे, त्या घातकी दगाबाजाचा काय भरवसा?"

"जंगाचा सन्मानाचा मार्ग स्वीकारायचा की दगाबाजीचा खाचखळग्याचा हे ठरविण्याची पहिली संधी पाहुणा म्हणून आम्ही त्याला देऊ; मात्र केवळ शक्तीच्या आणि निर्बुद्धपणाच्या तंत्रानं त्यानं आम्हाला मुठीत पकडून सहज फुलासारखं कुस्करून जीवे मारायचं स्वप्न मनामध्ये धरलं असेल, तर मात्र आम्ही वाघासारखा त्याच्या नरडीचा घोट घेतल्याशिवाय स्वस्थ बसणार नाही!"

पाचव्या दिवशी पहाटे अफझलखानाची पथके जेव्हा रडतोंडी घाटाच्या वरच्या टोकाजवळ पोचली, समोरचा सत्तर अंशाच्या कोनातला धारदार उतार बघताना सर्वांगातून पाणी उतरू लागले, लष्कर त्या घाटाची दरड उतरू लागले, त्यावरूनच माणसा-जनावरांचे पाय सटकू लागले, तोल जाऊन मोकळी घोडी समोरच्या वृक्षांवर आदळू लागली, तेव्हा लष्करी गड्यांच्या मुखांतून 'अय अल्ला, अय खुदा' याशिवाय शब्द ऐकू येईनात. एक वेळ वेगाने खाली सरकणारा घोडा आपले अंग मुरवून, आकसून, चपळपणे कसाबसा वाटेतला बडा पत्थर किंवा झाड सांभाळू शकत होता; मात्र बड्या बड्या हत्तींची रडतोंडी घाटाने अक्षरश: दैना उडवली होती. त्या भयंकर उतारावरून पुढे पाऊल टाकायला सारेच बिचकत होते.

मस्तवाल हत्ती तर त्या थेट उताराला खूप घाबरायचे. त्यामुळे अंकुशाच्या तीक्ष्ण तिखट डागण्या त्यांची चमडी खेचून आत घुसायच्या. मग त्या भयंकर वेदनांनी कासावीस झालेले हत्ती डोळे झाकून कसाही आडवातिडवा उतार उतरू लागायचे. अनेकदा त्यांच्या मानेवर किंवा मस्तकालगट बसलेल्या माहुताचे डोके वरच्या एखाद्या झाडाच्या फांदीवर दणकन आदळायचे. अन् एखादे टरबूज बुक्कीने फोडावे तसा माहुतांच्या डोक्याचा चेंदामेंदा होऊन जायचा. त्यातच बहुतांशी हत्तींच्या पाठीवर किंवा दोन्ही बगलेवर चामड्याच्या पट्ट्यांनी सहान, जंबुरका जातीच्या बांधलेल्या तोफा छोट्या दिसत असल्या तरी वजनाने खूप जड होत्या. ते जड सामान पेलताना जनावरांना मरण बरे वाटायचे.

पहिल्या रात्री निम्मा घाट उतरून झाला. अंधारात काही दिसेना, तशी जनावरे जिथे होती त्याच जागी बसली. भिस्त्यांच्या पोरांनी चामड्यांच्या बड्या पखाली घाटातून खाली ढकलत आणल्या होत्या. अचानक तोंडाला घमेली आणि पसरट बड्या परातींतून, भांड्यांतून पाण्याचा स्पर्श झाला. त्या स्पर्शाने त्या कासावीस जनावरांच्या डोळ्यांतून खरेखुरे पाणी बाहेर पडले. तहानलेली जनावरे शांत झाली. तेवढ्यात कहीकबाडांच्या आणि कारवानांच्या स्त्रिया आणि पोरे अचानक तिथे अंधारात भुतासारखी अवतरली. त्यांनी सोबत आणलेला चंदीचाराही जनावरांसाठी तशी मेजवानी होती; परंतु चार-दोन घासांपलीकडे हत्ती-घोड्यांनी फारसे काही तोंडी लावले नाही. दिवसभराच्या अतिश्रमाने आंबून गेलेल्या जनावरांचे डोळे पेंगुळले. त्यांनी तिथेच बाजूला माना टाकल्या.

दुसऱ्या दिवशी सकाळी न्याहरीला झाडांच्या फांद्यांतून खालचा तळपट्टीचा भाग, तिथली छोटी-छोटी गवती छपराची घरे अन् अरुंद पात्राची पहाडी कोयना नदी दिसू लागली. एकदाचा तो रडतोंडीचा घाट संपत आला. त्या जाणिवेने ते सारे दोन आणि चार पायांचे जीवही मनातून आनंदी झाले.

तेवढ्यात चालता चालता वरून सुरुंगाच्या स्फोटासारखा प्रचंड आवाज ऐकू आला. पाठीमागच्या बाजूला धुराची दाटी दिसली. अन् काय झालेय हे लक्षात यायच्या आधीच रडतोंडीच्या कड्यावरचा दगडमातीचा बुरुजासारखा डोंगराचा एक बडा टवका गरगरत आणि भिरभिरत त्या दरडीवरून खाली सरकत आला. सपकन खाली वाहत आलेली ती धूळमाती, त्यातून गोलटत येणारे ते प्रचंड मोठे दगड. त्या प्रचंड पाषाणाखाली जखमी झालेल्या माणसांचे केविलवाणे ओरडणे आणि घोड्यांच्या करुण किंकाळ्या कानावर आदळू लागल्या.

पथके तशीच पळत खाली दरड उतरत निघाली. आता भूस्खलनात मेलेल्या जनावरांची धडे आणि सैनिकांचे मुडदे बाहेर ओढून काढायचे काम तिथे सुरू होते. तितक्यात वरच्या झाडीतून आपल्या साथीदारांसोबत अफझलखान धावत खाली आला. त्या जखमी आणि मृत माणसा-जनावरांना पाहून तो थबकला. तसाच तिथे गुडघ्यांवर बसला. नमाज पढल्यासारखाच तो अल्लाच्या नावाने काहीतरी पुटपुटला.

बारा घोड्यांची धुडे आणि पंचवीसभर शिपायांचे मृतदेह बाजूलाच गवतावर ओढून एके जागी पसरून टाकले गेले होते. पलीकडे एका हत्तीसारख्या बड्या शिळेखाली तीन विजापुरी शिपायांचे पाय अडकले होते. पैकी एकाच्या तर मांडीवरच त्या प्रचंड दगडाचा भार होता. दुसऱ्या दोघांचा गुडघ्यापासून खालचा भाग त्या शिळेखाली दाबला गेला होता. त्या पाषाणाच्या प्रचंड ओझ्यामुळे त्या दोघांच्या पायाच्या नळ्या उसाच्या कांडक्यासारख्या जागीच दाबल्या गेल्यामुळे त्या पत्थराआडून रक्ताचा लोंढा बाहेर वाहत होता.

ते तिघेही "अय अल्ला, अय खुदा!" असे मोठ्याने किंचाळत होते, हैदोस घालत होते; मात्र दरडीने फुटत खाली वाहणाऱ्या ओढ्याकाठची ती धोकादायक, अरुंद जागा होती. त्यामुळे इतरांना त्यांच्या मदतीसाठी धावता येत नव्हते.

तेवढ्यात वरून एखाद्या मंदिराच्या दगडी खांबासारखा अंगाने खूपच भक्कम आणि लंबाचौडा असा दिसणारा एक गोराचिट्टा इसम धावत आला. आपल्या लांब ढांगा टाकत त्या प्रचंड शिळेला तो जाऊन भिडला. त्याने त्या शिळेच्या बुडाच्या मातीत हात खुपसून, तिथेच जमिनीवर अर्धवट बसत, आपले गुडघे आटणी लावले. मग दातओठ खात खूप मोठ्याने 'अल्ला ऽऽ' असे किंचाळत त्याने ती हत्तीच्या अंगासारखी बडी शिळा प्रचंड ताकदीने, कण्हत कुंथत पलीकडच्या बाजूला सरकवली. मरणाच्या जबड्यातून ते तिघेही कसेबसे बाहेर आले. त्यांच्या मदतीसाठी हकीम आणि इतर फौजी पुढे धावले. त्या प्रचंड शिळेला गोलटवणाऱ्या इसमाची जोरात "वाह ऽ भाई सैद बंडा वाह!" अशी तारीफ सुरू झाली. अफझलखानाने आपल्या बोटातली हिऱ्याची अंगठी काढून सैद बंडाच्या बोटात घातली.

त्या धक्क्यातून वाचलेल्या बेहोश, जखमी शिपायांना भिस्त्यांची पोरे पाणी

पाजत होती. पुन्हा अफझलखान निर्धाराने उठला. त्याने डोळ्यांसमोरच्या पहाडाच्या बाजूला डोळे किलकिले करून पाहिले. टोकावर त्याला प्रतापगडाचा दरवाजा आणि बुरूज दिसले, तसे त्याचे सर्वांग रोमांचित झाले. थरथरले. त्याने डावी-उजवीकडे पाहत कुराणातल्या आयता मंत्रांसारख्या स्वत:शीच पुटपुटल्या.

सायंकाळी खानाचे बिनीचे पथक सपाटीच्या एका ओढ्याजवळ येऊन पोचले होते. तिथे एके जागीच पाचशेभर सैनिकांची झुंबड उडाली होती. तेवढ्यात तिथे पाठीमागून आलेला अफझलखान थबकला. काहीतरी विपरीत प्रकार घडला असावा, असा त्याला अंदाज आला. तसा तो अंकुश आणि खैरियतखानासह त्या गर्दीत घुसला. 'हटो बाजू हटो' असे ओरडत ते सारे पुढे धावले. पाहतात तर त्या ओढ्यातल्या बरबटत्या चिखलात फौजेचा मानाचा हत्ती अडकला होता. त्याच्या पाठीवरचा दरबारी हौदा कोलमडण्याच्या स्थितीत होता.

स्वारसैनिक, माहुत, बेलदार असे अनेक जण हत्तीच्या बलदंड पायाभोवतीचा बाजूचा चिखल उपसायचा प्रयत्न करत होते; पण ओढ्याकाठी खूप मुलायम, चिकट चिकणमातीच्या दरडी होत्या. त्यामुळे ते जनावर त्या भुसभुशीत मातीत अधिकच फसत चालले होते. हा उपद्व्याप तिथे बराच काळ चालू असावा. चिकट्या गाळातले हत्तीचे पाय त्याच्या त्या प्रचंड वजनामुळे अधिकच खोल रुतत होते; पण त्याचे पायच बाहेर निघायला तयार नव्हते. त्यामुळे तो भांबावलेला हत्ती आता आपल्या प्राणाच्या भयाने अधिकच कासावीस दिसू लागला होता.

खैरियत खानाची अवस्था मोठी विचित्र झाली होती. खरी गोष्ट आपल्या सेनानायकाला कशी समजावून सांगावी हेच त्याला कळेना. धीर धरून तो आपल्या धन्याला हळूच बोलला, "हुजूर, त्या हत्तीच्या पाठीवरचा हौदा—"

"हाँ हाँ देखा—"

"फक्त हौदा नव्हे, त्यावर बांधलेला आपल्या फौजेचा हरा झंडा देखा नहीं हुजूर?"

खैरियतच्या त्या जुबानीबरोबर अफझलखानाला दरदरून घाम फुटला. कोणत्याही लष्कराचे मंगलदायक शुभचिन्ह म्हणजे सलामीला चालणारा निशाणाचा हत्ती असतो. खानाच्या पोटात त्या विचित्र अनुभवाने भीतीचा खड्डा पडला. विजापूरची वेस ओलांडताना फतेहलष्कर हत्तीची ती अशुभ मौत त्याला आठवली. अन् अल्लाऽऽ कोण हा दगाफटका? शेवटच्या मुक्कामावेळीही नेमका निशाणाचाच हत्ती असा चिखलात अडकून पडावा? ह्या साऱ्या दुर्भाग्याला काय समजायचे? असे विचार खानाच्या मनात गर्दी करू लागले.

दुसऱ्याच क्षणी अफझलने आपली रत्नजडित तलवार मुसेखानकडे दिली. आपल्या अंगावरच्या शाही वस्त्रांची, गळ्यातल्या रत्नमाळांची पर्वा न करता त्याने

तशीच समोरच्या ओढ्यातल्या गाळपाण्यात उडी घेतली. तो ते गढूळ पाणी पोहून एकदाचा त्या हत्तीजवळ पोचला.

अफझलने आपल्या अचाट ताकदीच्या बळावर हत्तीची सोंड पकडली. तो आपल्या सोबत्यांना "खींचो जोर लागाके ऽऽ" असे ओरडू लागला. आपला सिपाहसालार चिखलात घुसल्याचे बघून पाठोपाठ अनेकांनी उड्या घेतल्या होत्या. मोठ्या मुश्किलीने ते त्या गाळात अडकलेल्या हत्तीला बाहेर उपसण्याचा प्रयत्न करत होते; परंतु चारी बाजूंनी कीचडमध्ये फसलेल्या हत्तीला सभोवतीचा तो गाळ भेदून बाहेर निघणे जमत नव्हते. उलट तो अधिकच खाली रुतत चालला होता. अपशकुनाच्या भीतीने घाबरलेल्या अफझलने आपल्या ताकदीची शर्थ केली. त्याचा घामाने डबडबून गेलेला चेहरा आणि कासावीस होऊन संतापाने त्याने त्या गढूळ पाण्यात चालवलेला हैदोस सर्व जण पाहत होते.

शेवटी प्रचंड प्रयत्न करून थकलेला अफझल समोरच्या काठावर जाऊन उभा राहिला. त्याचे सर्वांग ठणकत होते. गाळात बुडलेले हत्तीचे अंग आणि मुस्कट तेवढे बाहेर दिसत होते. त्या फसगतीने अफझल आता स्वत:वरच जाम वैतागला होता. आजूबाजूचे पहाड आणि टेकड्या सारे आपणास हसताहेत असे त्याला उगाचच वाटू लागले. अन् त्याने आपल्या शेजारच्या एका तिरंदाजाकडे बघितले. झट्‌कन तो तीरकमठा हाती घेतला. तीरावर बाण चढवला. अन् सपसप एकापाठोपाठ एक असे दोन बाण पुढे झेपावले. त्या बाणांनी क्षणार्धात त्या गरीब हत्तीचे दोन्ही डोळे फोडून टाकले होते. नैराश्याच्या, फजितवाड्याच्या अनुभवाने आता अफझलखानालाच आंधळे बनवले होते.

हळूहळू त्या तांबूस-काळ्या पाण्यात त्या दुर्दैवी हत्तीचे धूड पूर्ण बुडाले.

सूर्याची किरणे अस्ताला चालली होती. समोरच्या पहाडाच्या सावल्या लांबू लागल्या होत्या. तो सारा पहाडी मुलूख मधल्या जावळी खोऱ्याला आणि कोयनेच्या त्या चिंचोळ्या परिसराला आपल्या बाहूंत कवटाळू लागला होता. मावळतीच्या सूर्याची सोनेरी किरणे प्रतापगडाच्या माथ्यावर रांगत होती, तिथल्या निशाणकाठीच्या बुरुजावर आपल्या सहकाऱ्यांसमवेत शिवराय उभे होते. मघापासून ते थेट समोर दिसणाऱ्या रडतोंडीच्या घाटाच्या उताराकडे डोळे विस्फारून पाहत होते.

जन्माचा वैरी आपल्या अखंड लष्करासह आता त्यांच्या नजरेच्या टप्प्यात येऊन डेरेदाखल झाला होता.

◆

कोयनाकाठी अफझलडेरा

पहिला सप्ताह, नोव्हेंबर १६५९

युद्धातल्या चक्रव्यूहाची रचना भेदणे एक वेळ शक्य असते; परंतु मानवी मनाचा खेळ खूप अजब असतो. तो जुळवणे खूप मुश्कील!

आपल्या बिछायतीमध्ये लोळणाऱ्या अफझलखानाचे मन बऱ्याच दिवसांनी विजापुराकडे धाव घेत होते. बड्या बेगमसाहिबांचेच नव्हे तर पुऱ्या विजापूरवासीयांचे डोळे इकडेच लागले असतील. कोणत्याही मोहिमेत 'हार' नावाचा शब्द ज्याच्या आजूबाजूलाही फिरकलेला नाही, तो कातिल-इ-काफिरून अफझलखान अजून काय करतो आहे? शिवाजीचा खात्मा करून त्याची पूरी फौज आमच्या अफझलखानाने बुडवून मारल्याची ती खुशीची खबर अजून कानी का येत नाही?

काही दिवसांपूर्वीचे अंकुशखानाने दोस्तीच्या नात्याने आपल्याला ते रागावणे. थोडा बारकाईने विचार करता त्यात गैर तरी काय होते? जेव्हापासून बेगमसाहिबांच्या हाती सत्ता आली होती, तेव्हापासून एक करारी औरत या नात्याने त्यांनी आपला तजुर्बा दाखवून दिला होता. त्यांच्या कडक शिस्तीपुढे आणि दहशतीपुढे बडे बडे सरदार कमालीचे घाबरून असायचे.

केवढा मोठा जमाना बघितला आहे या स्त्रीने. कुतुबशहाच्या पोटी शहजादी म्हणून जन्माला येणे, सुलतान मोहम्मदशहाशी त्यांची सगाई होणे आणि आता त्यांच्या शहजाद्याने आदिलशाही सल्तनतीच्या राजगादीवर बसणे, एकूणच सासरच्या आणि माहेरातल्या सत्तेचा केवढा दीर्घकालीन पल्लेदार सारिपाट अनुभवला आहे त्यांनी. त्यांच्या अंगीही कर्तृत्वाची केवढी धमक. औरंगजेब वारसायुद्धाच्या निमित्ताने दिल्लीकडे निघून गेला; परंतु या उस्ताद बड्या साहिबिणीने येनकेन प्रकाराने त्याच्यावर दबाव टाकून त्याला आपला जिंकलेला मुलूख परत द्यायला भाग पाडले.

कोणालाही अचंबा वाटावा असा प्रतिसाद आणि प्रेम अफझलला बेगमसाहेबांकडून नेहमीच मिळाले होते. त्याच्या आग्रहापोटीच खान महम्मदासारख्या वजिराची अफझलने भररस्त्यात तुकडे तुकडे करून हिंस्रपणे जाहीर हत्या केली होती. त्या-बद्दल बेगमसाहेबांनी एखादाही नाराजीचा उद्‌गार काढला नव्हता.

अलीकडे मात्र अफझलखानाला एका वेगळ्याच शंकेने घेरले होते. असे काय आहे आपल्या रूपामध्ये? जेव्हा जेव्हा आपण बेगम साहेबांच्या पुढे उभे राहतो, तेव्हा त्या अशा हैराण का होतात? त्यांचे निळे डोळे माझ्याकडे मध्येच असे चोरटे

कटाक्ष टाकत का राहतात? असे कोणते रहस्य लपले आहे त्यांच्या भावभऱ्या डोळ्यांत?

काल गाळात अडकलेला तो केविलवाणा हत्ती. दुष्टपणाने त्याचे डोळे फोडायचे आपणास काय कारण होते? इतका आततायीपणा आपल्यासारख्या धुरंधर सेनाधिकाऱ्याने का दाखवावा? पण या अल्ला! पुन:पुन्हा अशा अपशकुनी घटना तरी का घडाव्यात? मोहिमेबद्दल बाबा चिस्तीसारख्या अंध गुरूंनी केलेले भविष्यकथन, मधूनच येणारी ही अशी अपशकुनांची आणि अशुभांची ओलसर, चिकट, वळवळती अनुभूती फारशी चांगली नव्हतीच.

रात्रीच्या जागरणाने खानाला सकाळी उठायला तशी देरच झाली; परंतु जेव्हा त्यांच्या जागे झाल्याची जाणीव डेऱ्याला झाली, तशी बाहेर गडबड सुरू झाली. खिदमदगार, शागिर्द, हशम, बावर्ची, सारे आपापल्या कामांच्या पाठी पळू लागले.

घोड्यावरून मोठी रपेट मारून दमूनभागून माघारा आल्यावर खानाला हमखास शौकतची याद यायची. त्याच्याकडून अंगाला तेल चोपडून अंग रगडून घ्यायची खानाला आता आदतच पडली होती. त्यामुळेच त्याची पावले हमामखान्याकडे वळण्याआधीच शौकतला बुलावा गेला होता.

शौकत तेलाची बुधली आणि रुईच्या गाठी घेऊन डेऱ्याच्या दारात इंतजार करत उभाच होता. त्याने एकदाचे मोठ्या कष्टाने खानाचे अंग तिंबायला सुरुवात केली. खानाने त्याच्या तोंडावरची नाखुशी बघितली तसे त्याने तत्काळ विचारले, "कुछ दिक्कत है बेटा?" तेव्हा शौकतच्या डोळ्यांत पाणी उभे राहिले. तोवर खानाचा पोरगा फौलादखान तिथे बाजूला येऊन उभा राहिला. शौकतने तोंड उघडण्यापूर्वीच फौलादने मध्येच तोंड घातले, "अब्बू, बेचारा शौकत बंगरूळाकडे वापीस जायचं म्हणतोय."

"क्यूँ भाई?" खानाचा दमदार आवाज.

"बहुत डर लगता है खानसाब।"

"डर? हमारे खेमेमें?"

"कैसे बतलादूँ हुजूर ऽ मी तर कसलीच लपाछपी न करता खुल्लं सांगून टाकलं होतं, मैं पहले उधर शहाजीराजाके महलमें बावर्ची था।"

"शौकतमियाँ, घडलेली बात तुम्ही थेट अब्बूंना का नाही सांगत?" फौलादखानाने दटावले.

"कैसे बताऊँ खानसाब? त्या शिवाजीचे काही नजरबाज मला चोरीछुपे दोन दिवसांमागे भेटायला आले होते."

"क्यूँ भाई?"

"त्यांचं म्हणणं, तू भोसल्यांच्या घरपरिवारातला पुराना खिदमदगार आहेस. तू

आमच्या शिवाजीराजांना एकदा भेटून घे.''

त्यावर खान तसाच थोडा वेळ मूक राहिला. त्याच्या डोळ्यांत नवी झाक दिसली. तो म्हणाला, ''इसमें डरने की क्या बात है बेटा ऽ, जाईये, वहाँ बेशक जाईयें।''

शौकत त्या कल्पनेनेच गारठून गेला. तेव्हा त्याच्या पाठीवर प्रेमाने हात ठेवत अफझलखान बोलला, ''तू सिवाच्या खेम्यात जाशील तर त्याचा फायदा आम्हालाच ज्यादा होईल. क्यूँ बेटे फौलाद?''

''हां, बिलकुल अब्बू!''

अफझलखानाच्या मेंदूत नवे नवे आराखडे फिरू लागले.

शौकतच्या रगडपट्टीने खूश झालेला अफझल चटईवरून उठला. त्याच्यासाठी डेऱ्यातच जाड किनखापी कपड्याच्या भिंतीआड खास हमाम तयार केला गेला होता. नंग्या अंगावर खानाने मुबलक कढत पाणी ओतून घेतले. शाही अंघोळ झाली. लागलीच सकाळची गरमागरम न्याहरी. न्याहरीसाठी मांदे भरलेल्या, शेगडीत अर्धवट करपटलेल्या चार कोंबड्या त्याने हिरव्या मिरच्यांसोबत खाऊन फस्त केल्या.

डेऱ्यातच जवळच्या अंमलदारांसोबत खाशी मसलत सुरू झाली. कनात खिडकीतून समोर दिसणारा तो प्रतापगडाचा डोंगर. सरळ, उंच, भव्य आणि अंगावर कोसळण्याच्या बेतात असल्यासारखा भीतिदायक दिसायचा. तिथे बसलेल्या शिवाजीराजाने जर रात्रीबेरात्री आपल्या फौजेवर अचानक हल्ला चढविला तर? त्याने बाजूच्या जंगलझाडीत बडे लष्कर लपवले असले तर? किंवा संघर्षाचे रूपांतर दीर्घ पल्ल्याच्या युद्धात झाले तर? नाना शंका आणि सवालांच्या मुंग्या खानाच्या बेताब मनाला बेचैन करत होत्या.

खानाला जल्दीने डेऱ्याबाहेर पडायचे होते; पण त्यापूर्वी त्याने कुतुबमियाँला एकट्याला मसलतखान्यात बोलावले. त्याच्या कानात हळूच सांगितले, ''आपल्या फौजेच्या तळाची पेरणी बराबर झालीय की कसे ह्याचा पता करण्यासाठी आपण बाहेर गस्तीच्या दौऱ्यावर चाललोय. जावली गावाकडे और एक डेरा खडा करना पडेगा।''

''और एक डेरा हुजूर?''

''हां, जरूरत है कुतुबखान—दुश्मन क्या दोस्तोंको भी पता नहीं लगना चाहिए, हम दिनमें कहाँ रहते है और रातमें कहाँ भटकते है?''

डेऱ्याबाहेर पडल्यावर खानाचे चित्त खूप प्रसन्न दिसले. त्याचे लक्ष समोर भरून वाहणाऱ्या कोयनेच्या अरुंद पात्राकडे गेले. वर्तुळाच्या ढोबळ आकारात गस्त देत बसलेल्या आजूबाजूच्या हिरव्याकंच डोंगरदऱ्यांकडे आणि डोक्यावरच्या आभाळाच्या

निळ्या छताकडे खानाने नजर टाकली. डेऱ्याच्या डावी-उजवीकडे पाहिले. काल रात्री इथे पोचतापोचता अंधार झाला होता. आता दिवसा डेऱ्याबाहेरचा नजारा काही वेगळाच दिसत होता. मुख्य तंबूच्या डाव्या आणि उजव्या बाजूला झाडझाडोरा तोडून चार-पाच एकर जागा मोकळी केली होती, ज्यावर राहुट्यांच्या अनेक रांगा होत्या. त्यात खानाच्या खासगीकडचा सेवकवर्ग, हशम, कारकून, खिदमदगार वैगेरे राहत होते. मध्येच मोकळ्या सोडलेल्या शिवारात हत्ती, घोडी बांधली होती. तर डेऱ्याच्या मागच्या अंगाला उतारावर गवताच्या आणि पिंजरांच्या गंजीचे अनेक ढीग नीट रचून खडे केले होते.

तंबूतल्या गाद्या, पडगाद्या आणि नानारंगी जमखान्यावरून खानाची नजर तरळली. त्याने बाहेर आल्यावर अर्ध्या एकरातला बावीस कळ्यांचा तो तंबू बारकाईने बघून घेतला. त्याने आपल्या कारभाऱ्याला विचारले, "अरे कुतुबमियाँ, कसले हे जादूमंतर? हा मलमलच्या कापडाचा थाट, ह्या हऱ्या रंगाच्या झालरी, किसने किया यह सब चमत्कार?"

"आपल्याच दुश्मनाचा, सिवाजीचा तोहफा हुजूर।"

"क्या बकते हो—" खानाने आपली मान झटकून, डोळे किलकिले केले.

"सच है हुजूर," फौजेचा तंबूमास्तर पुढे होऊन कुर्निसात करत बोलला, "आपल्या मजूर-कारागिरांना फारशी तकलीफ पडलीच नाही. शिवाजीच्या लोकांनी आम्ही इथे पोचायच्या आधी ही कनातीची कापडं, झालरी आणि तंबू खालून महाडवरून शिवून आणले होते."

रणांगणातल्या आपल्या सैनिकांच्या आणि जनावरांच्या हालचाली खुबीने कशा घडवायच्या, त्यासाठी हल्ल्याची आणि प्रतिहल्ल्याची वाकडीतिकडी गणिते कशी बांधायची, ते सारे जाणून घेणे गरजेचे होते. त्या दृष्टीनेच पाहणी करण्यासाठी अफझलखान बाहेर पडला होता. मध्येच तो तिरक्या नजरेने डाव्या हाताच्या उंच डोंगराकडे आणि त्याच्या टोकावर बसलेल्या मजबूत प्रतापगडाकडे नजर टाकत होता.

नदीच्या दोन्ही काठांनी सप्पय जागा पाहून फौजी बाजारातल्या व्यापाऱ्यांनी आपली दुकाने उघडली होती. त्यामध्ये अनेक हलवायांनी मेवामिठाईची दुकाने थाटली होती. तर अनेक गुजर-मारवाडी हिऱ्यामोत्यांच्या पेढ्या उघडून बसले होते. मांसाहाराबाबत खरी चंगळ विजापुरानंतर इथल्याच मुक्कामात फौजींना अनुभवायला मिळत होती. महाड, पोलादपूर, खेड ते बाणकोटपर्यंतच्या खाटकांना राजांचा निरोप गेला होता. तिकडच्या खाटकांनी आणि दलालमेंढक्यानी येतानाच चार हजार बोकड सोबत आणले होते. रसदार खाना मिळू लागल्याने विजापुरी स्वारशिपाई खूप खुशीत होते.

कोयनेच्या काठाकाठाने अफझलखान पुढे चालला होता. प्रतापगडासमोरच्या दरीचे एक टोक संपत आले. तिथे पलीकडच्या दऱ्यांतून वाकडे वळण घेत कोयना वाहत येत होती. त्याच काटकोनात वरच्या आंबेनळी घाटाकडून एक डोंगराची सोंड खाली नदीजवळ उतरत होती.

त्या काटकोनी कोपऱ्यातून पल्याडच्या जावळीकडे वळण्यासाठी अफझलखानाने घोडा वळवला. तितक्यात पाठीमागून कोणीतरी 'खानसाहेब खानसाहेब' अशा ललकारी दिल्या. पाठीमागून आपला घोडा दामटवीत प्रतापराव मोरे धावत येताना दिसले. त्यांचा चेहरा दुःखाने गदगदून गेल्यासारखा दिसत होता.

प्रतापरावांनी आपल्या घोड्याचे मुस्कट खानाच्या घोड्याजवळ आणले. तिथूनच हात उंचावत त्याने खानाचे लक्ष नदीपल्याडच्या झाडीकडे वेधले आणि तो म्हणाला, "बघा बघा की खानसाहेब, त्या झाडीतला आम्हा मोऱ्यांचा तो उद्ध्वस्त हशमगड, तिथले आमच्या मंदिराचे कळस, राजवाड्यांच्या त्या सुनसान बेवारस भिंती तरी बघून घ्या. केवळ भोसल्यांच्या शिवामुळे आमचं राज्य गेलं, वैभव गेलं, सारं काही मातीमोल झालं. खानसाहेब, आम्हाला न्याय द्या."

"फिक्र मत करना प्रतापराव, बस कुछ दिन की तो बात है।"

"जेवढा देर कराल तेवढा हा शिवा शेर ठरेल. पहिला मारा त्याला. जल्दी खतम् करू देवा ऽऽ"

पलीकडच्या दऱ्यांतसुद्धा जागोजागी घोड्यांच्या फिरस्त्या, तात्पुरत्या पागा, उंटांचे बेहडे आणि शिपायांची भीड दिसत होती. तिकडे विजापुरी फौजेचे तळ पसरले होते. चौक्या आणि टेहळणीची नाकी उभी केली गेली होती. अफझलला कोणताही धोका पत्करायचा नव्हता. म्हणून तो बारीकसारीक गोष्टींकडे जातीने लक्ष देत होता.

खानाचे पथक समोरच्या दरीच्या खोलगटात घुसले. तिथे 'दरा' या नावाचा गाव लागला. त्या गावाला लागूनच पाठीशी सहाशे ते आठशे मीटर उंचीचे डोंगर होते. डावीकडचा डोंगराचा कापल्यासारखा दरडीचा प्रचंड उतार दिसत होता. तोच निसणीचा घाट. भरपावसात हा घाट उतरून शिवाजीराजांची घोडी-माणसे कशी खाली आली असतील या विचाराने खान विस्मयचकित झाला. याच बाजूने हातलोट घाटाने किर्र झाडीतून कोकणात खेडकडे जाणारा रस्ता, तसेच ढवळ्या घाटाने महाडकडे उतरणारा बिकट मार्ग, शिवाय राजगडाकडे अरण्यातून चकवा देत जाणारा गोप्याघाटाचा रस्ता अशी बारीकसारीक माहितीसुद्धा खानाने मोठ्या जागरूकपणे गोळा केली होती. मनाशी काही आडाखे बांधत तो तिन्हीसांजेचा आपल्या पार गावाजवळील डेऱ्याजवळ येऊन पोचला.

दुसऱ्या दिवशी दुपारच्या खान्यासाठी अंकुशखान अफझलसोबत होता. त्यानंतर

ते दोघेच मसलतीस बसले होते, तेव्हा अफझल अंकुशखानास म्हणाला, "अंकुशखान, डरो मत! फक्त चार-दोन दिसात संपून जाईल सिवा बेचारा; पण त्याच्या खात्म्यानंतर इथेच बड्या खान्याची आणि गांजा-शराबची काही दिवस मौज लुटू या."

"माफ कीजिये अफझलभैया। असलियतचा चेहरा खूप भयानक आणि डरावना आहे."

"क्या बक रहे हो?"

"आप नींदसे बाहर आ जाईये। सांगा कशी टिकेल, टिकेल तरी कशी ह्या जंगलरानात तुमची फौज?"

"क्या बकते हो अंकुशखान?"

"आणखी चार-सहा दिवसांचा देर कराल तर प्यास की वजहसे हमारी फौज तडपेगी। आदमी और जानवर भी मिट्टीमें मिल जायेंगे।"

"अंकुशखान, अपनी जबान काबूमें रखिये! फौजी तळावर दिनदहाडे शराब ढोसता की काय आपण?" अफझलखान भयंकर चिडला.

"अफझलमियाँ, अल्ला करे हसीन ख्वाबोंकी लपेटसे आप बाहर आ जाएँ।" अंकुशखानाचा आवाज कातर झाला. तो अत्यंत संतापाने जागेवरच पाय आपटत गरजला, "अरे खानसाहब, आपको इस घाटी का और वादीयोंका बिलकुल अंदाजा नही। ह्या काफिर हिंदू लोकांचा दिवाळीचा त्यौहार संपून तीन हप्ते झाले आहेत."

"कैसी बातें करते हो अंकुशखान?"

"मत भूलिये, यहाँके पहाडोपें बारिशमें पूरा आसमान गिर पडता है।"

"तो फिर?"

"पण समिंदरासारखं पाणी पडूनही ते इकडं टिकतं कुठं? दिवाळीनंतर फक्त महिना ते जास्तीत जास्त सव्वा महिना इकडच्या जंगलरानात झरने वाहतात. अन् एकाएकी गैबही होऊन जातात."

"अल्ला ऽऽ"

"बस्, आठ-दस दिनोंके बाद अपनी आँखे फाडकर देखोगे तो इथल्या धनगरांच्या-गडरियांच्या औरती खानापकाना बनविण्यासाठी चार-चार कोसांवरून मिट्टीच्या मटक्यांतून पाणी भरून आणायला लागतील. कसं सांगू जनाब?"

ती अचाट गोष्ट ऐकून अफझलखानाला आपल्या पायाखालच्या भुईला भेगा पडल्यासारखे झाले. तो भीतिदायक सुरात बोलला, "तो फिर हमारे पचीस-तीस हजार फौजीओंको और बीस हजार जानवरोंको पानी के लिए कौनसे कुँएमें ढकेल देंगे हम? हम तो पूरे बरबाद हो जायेंगे।"

एकाएकी अफझलखानाचा देह दुःखाने, शोकाने आणि जीवनसंकटाच्या धक्क्याने गलबलून गेला. त्याने आपली नजर एकदा उंच अस्मानाकडे आणि लगेचच

सभोवतीच्या दैत्यासारख्या ठाण मांडून बसलेल्या सह्याद्रीच्या पर्वतकड्यांकडे फिरवली. रुंद गळ्याने हळू पण चोंदलेल्या आवाजात तो कळवळला, "अय अल्ला ऽऽ! अय मेरे बाप ऽऽ! मुझे कल तक लगता था सिवा हमारे साथ अकेला खेल रहा है। अभी तो पूरी मालुमात हुई, सिवा अकेला नहीं, उसी शैतानके साजिशमें यहाँकी कुदरतभी शामिल है!"

शिवरायांनी शिसवी पलंगावरून आपले पाय खाली लांब सोडले होते. त्या दोन्ही पायांच्या मध्ये एका सप्पय उशीवर शौकत बसला होता. जवळच्या काशाच्या पसरट भांड्यात त्याने तिळाचे गरम तेल ठेवले होते. त्यामध्ये बोटे बुडवून तो राजांचे पाय दाबत होता. जोर लावून त्यांचे गुडघे, घोटे अन् पायाच्या नळीला रगडवत होता. राजे त्याच्या गरीब, खप्पड चेहऱ्याकडे पाहून मंद हसले.

कृष्णाजी पंतांसोबत आलेले विजापुरी दूत महालाच्या पलीकडच्या दालनात होते. शिवाय आज अंग दाबून घेण्याचा प्रकार फक्त देखाव्यासाठीच होता. त्या दोन विजापुरी दूतांच्या सोबतच सियासती परवानगीनेच शौकत शिवरायांच्या प्रतापगडावर पोचला होता. त्याची बेचैनी राजांनी ओळखली, अन् त्याला आतल्या दालनात यायचा इशारा केला. शौकत झट्कन उठून राजांच्या पाठोपाठ आत गेला. त्याने आपल्या सलवारीच्या नाड्याची गाठ सोडली अन् आपल्या पोटाशी गुंडाळून बांधलेला अफझलखानाचा तो झगा झट्कन बाहेर काढला. तो दोन्ही हातांत पसरवून धरत राजे काळजीने बोलले, "अफझुल्याची लंबाई तशी साधारण पुरुषापेक्षा अधिकच. बडा तगडा आणि मजबूत बांधणीचा दिसतो!"

शिवराय प्रसन्न हसले. त्यांनी अशर्फीची चार नाणी शौकतच्या मुठीवर ठेवली, तेव्हा तो खूप खूश झाला.

राजांचा निरोप घेताना शौकत हळूच बोलला, "राजे, आणखी एक खूप महत्त्वाची खबर—"

"बोला दिघे—"

"मी आता तुम्हास जी खबर सांगणार आहे, ती खानानं खूप गुप्त ठेवलीय— जी तिकडं फौलादखान सोडून कोणालाच माहीत नाही—"

"सांगा जलदीनं—पल्याडच्या दालनात तुमच्या बरोबरीनं आलेले विजापुरी हैवान मौजूद आहेत. अकारण संशय वाढायला नको."

"अफझुल्याच्या मालकीची खाली गोव्याच्या किनाऱ्याकडे स्वत:ची अनेक जहाजं आहेत—"

"जाणतो—पुढं?"

"ह्या मुलखाकडे येताना त्यानं तिकडून परस्पर तीन जहाजं संगे आणलीत.

आपल्या किनाऱ्याला नांगरूनही ठेवलीत—अगदी सज्ज—त्यावर चार हजारांची फौजसुद्धा दिमतीस आहे.''

शिवराय खूप विचारमग्न दिसले. त्यांनी लगेच विचारले, ''पण कोणत्या बंदरात?''

''पल्याड दाभोळच्या समुद्र किनाऱ्यावर—''

''हेतू?''

''त्या राक्षसाचं स्वप्न तर खूप बडं आहे. तुम्हाला साखळदंडात जखडून जिवंत पकडून फरपटत ओढून घेऊन जायचं. तो रस्ता पंढरपूर किंवा पल्याड मिरज-अथणी मार्गानं विजापुराकडं जातो—तुम्हास जित्तं पकडल्याची खबर उठली, अन् जर वाटेत प्रजेनं आदिलशाही फौजेविरुद्ध तुम्हाला सोडविण्यासाठी उठाव केला, खानाचा रस्ता रोखून धरायचा प्रयत्न केला, तर—तर हा मार्ग सोडून ह्या कोकणच्या अंगानंच तुम्हाला रातोरात दाभोळ मार्गानं जहाजात घालून खाली गोव्याच्या बाजूला पळवत न्यायचं.''

शौकतचं सोंग घेतलेल्या विश्वासराव दिघेंकडून ती खबर ऐकताना राजे थोडे विस्मयचकित झाले. त्यांना अफझलखानाच्या बड्या स्वप्नांचा विषाद वाटला. शत्रूच्या गोटात असे महिनो न् महिने धोक्याचे जीवन जगणाऱ्या दिघ्यांचा राजांना खूप अभिमान वाटत होता. त्यांच्या खांद्यावर मायेचा हात ठेवत राजे बोलले, ''किती कष्ट आणि यातना सोसाव्या लागल्या असतील हो तुम्हाला! इस्लाम धर्मीयाचं सोंग वठविण्यासाठी तुम्ही स्वतःची सुंतासुद्धा करून घेतलीत—''

आपल्या नेत्रांतले डबडबून आलेले अभिमानी अश्रू पुसत विश्वासराव बोलले, ''राजे, सुंतेचं काय घेऊन बसलात? आपल्या प्याऱ्या हिंदवी स्वराज्यासाठी आणि तुमच्या मुखातल्या एका आदेशासाठी हा बंदा मुंडीसुद्धा छाटून द्यायला तयार आहे!''

राजांनी सेवकाकडून बांबूची काठी मागून घेतली. त्या काठीच्या टोकाशी खानाचा झगा बांधून तो उंचावत ते अंदाज घेऊ लागले. क्षणभर ते हिरमुसलेसुद्धा. त्यांनी हिशोब पक्का केला. जेव्हा आपण खानाच्या आमनेसामने उभे राहू, तेव्हा आपले मस्तक त्याच्या छातीशीच लागेल.

वैरी खऱ्याअर्थी दैत्यासारखा आहे.

खाली नदीच्या तीरावर अजगर वेटोळे घालून पडला होता. जंग उंबरठ्यावर नव्हे अगदी छाताडाजवळ येऊन भिडला होता. दोन्हीकडच्या फौजा लपतछपत, एकदुसरीचा अंदाज घेत खाऊ की गिळू अशा आविर्भावात बसून होत्या. कुठे एखादी ठिणगी पेटायचा अवकाश, दारूची कोठारे धडधडा पेट घेऊ लागणार होती.

त्या रात्री पलंगावर राजे तळमळत पडले होते. झोप येत नव्हती. तेवढ्यात

गोमाजीबाबा शय्यागृहात आले. त्यांनी बहिर्जी जाधव नाईक भेटीस आल्याची वर्दी दिली. राजे तसेच शय्यागृहातील अंगरख्यावर आणि मांडचोळण्यावर बाहेरच्या दालनात आले. समोर बहिर्जी आणि त्याचे तीन साथीदार राजांची वाट बघत उभे होते. त्यांनी राजांना भक्तिभावाने मुजरा घातला.

बहिर्जींच्या आजच्या सोंगावर राजे बेहद खूश झाले. मलवडीच्या बाजारात उभ्या असलेल्या अस्सल माणदेशी धनगराचे रूप बहिर्जी आणि त्यांच्या सहकाऱ्यांनी घेतले होते. बारीक पिळाचे, गर्द तांबड्या रंगाचे ते फेटे, मनगटातली लोखंडी कडी, पायातली तिहेरी टाळीची धनगरी पायताणे, खांद्यावर उबदार बिदाली घोंगडी आणि हातात घुंगरू बांधलेल्या वेताच्या लांबट काठ्या.

राजांनाही अंधारात बाहेर पडायची हुक्की आली. त्यांनी खांद्यावर घोंगडी आणि हाती घुंगराची काठी घेतली. आपले लांब रेशमी केस धनगरी पागोट्याच्या तिड्यामध्ये झाकले. अन् ते तिघे-चौघे तसेच रात्रीचेच गडाबाहेर पडले. अर्थात सावधगिरीचा भाग म्हणून आगेमागे टप्पा ठेवून पन्नास शस्त्रधारी अंगरक्षकांचे पथक दबकत्या पावलाने चालत येत होते.

बहिर्जींच्या छातीजवळ पंधरवड्याचे मेंढीचे एक लहान पिल्लू होते. ते चौघे-पाच जण गडावरून मागच्या दरवाजाने अंधार तुडवत जंगलात घुसले. अध्येमध्ये धनगरांच्या आणि हेटकऱ्यांच्या वस्त्या होत्या. नुकतेच थंडीचे दिवस सुरू झाले होते. जागोजाग वस्त्या धरून शेकोट्या पेटलेल्या होत्या. समोरच एका शेकोटीजवळ दोघे-तिघे शेतकरी धग अंगावर घेत उभे होते. त्या शेकोटीत ताजी कडक उन्हात वाळलेली कारेळ्याची धाटे टाकली होती. त्यामुळे वाऱ्याच्या सोबतीने जाळ भिंगरीसारखा पेटत होता. एक जण अंगाचे मुटकुळे करून झोपेच्या कैफात बाजूला जमिनीवर पडलेला होता. कुणब्या-धनगरांच्या त्या धगीमध्ये गडावरचे दोन वर्दीवालेसुद्धा सामील झाले होते. आपसात गप्पा सुरू होत्या. एक शिपाई दुसऱ्याला बोलला, "गड्या, लई भ्या वाटतंय. त्या अफझुल्याखानासंगं लढायचं, म्हणजेच सरतेशेवटी मरायचं. सगळे बोलत्यात."

"छॅट, असं कसं होईल?" दुसरा त्याला अडवत बोलला, "अरे वाद्या! आपल्या राजाची तयारीबी वाघासारखी आहे."

"घ्या ऽऽ म्हणजी तुझ्या कानावर अजून खरी गोम पोचलीच नाही म्हणा. अरं, आजवर त्यो अफझुल्या एका ओळीनं पन्नास लढाया लढलाय. प्रत्येक जंगात हमखास जीत! हार नावाची गोष्ट त्या जातीला ठाऊकच नाय."

"अरं, मग गोंदुबा, ह्याच्यामागं खरा चमित्कार काय आसंल रं?"

"त्या इस्लामी धर्मातल्या कुठल्यातरी गुरूचा किंवा पीराबीराचा आशीर्वाद असंल."

बोलता बोलता त्या तिघांचीही तोंडे काळजीने निस्तेज दिसू लागली. त्यातला एक जण बोलला, "जे व्हणार ते टळायचं नाय बाबा."

दहिवरात भिजलेल्या रानमांजरासारखा कुरकुरीचा आवाज काढत एक जण बोलला, "ह्या रानात आपल्या राजांच्या तुतार्‍यांचा आवाज कानावर आदळंल असं अज्याबात वाटत नाय बघ गड्याऽऽ"

ते संभाषण ऐकून बहिर्जींसह बाकीचे सारे चपापून गेले. त्यांचे काळजीने वाळले चेहरे शेणकुटासारखे दिसू लागलेले. राजांच्या चेहर्‍यावर नेहमीसारखा निर्विकारपणा दिसत होता; पण नकळत घामाचे काही बिंदू त्यांच्याही कपाळावरून झट्कन खाली ओघळल्याचे दिसले.

आज झोप राजांच्या डोळ्यांत उतरायला तयार नव्हती.

जिजाऊसाहेबांनी याआधीच भाकीत केल्याप्रमाणेच अफझलखानाची ही स्वारी राजांसाठी खर्‍या अर्थी कसोटी ठरत होती. याआधी धावपळीच्या लढाया, गनिमी काव्याचे हल्ले, प्रतिहल्ले याचा स्वारसैनिकांना सराव होता. सरनोबत नेताजी पालकरांच्या मर्दुमकीवर राजांचा गाढ विश्वास होता; मात्र त्यांच्यासोबत त्यांचे सहा हजार घोडेस्वार, ती माणसे आणि जनावरे शत्रूच्या अंगावर तेवढ्याच तडफेने जाऊन कोसळणे आवश्यक होते. बाकी कान्होजी जेधे, अलीकडेच स्वराज्याच्या सेवेत दाखल झालेले बाबाजी भोसले, मोरोपंत पेशवे, तानाजी मालुसरे, शिलीमकर, रघुनाथराव सबनीस अशा लढवय्यांच्या हिमतीवर राजांची श्रद्धा होती.

रडतोंडीच्या घाटातून खानाची भव्य फौज सलग अडीच दिवस खाली उतरत होती. ते पायदळ, ती हजारो घोडी, ते साताठशे उंट, ते हत्ती, पाण्याच्या लोंढ्यासारखा दुश्मनाच्या सैन्याचा दोन-तीन दिवस खाली उतरणारा तो ओघ. आपल्या झाडापहाडांत लपून बसलेल्या लष्कराच्या मनात धडकी भरावी असाच तो सारा नजारा होता. एक गोष्ट खरीच होती की, एकदाच काय तो कडोविकडीचा संघर्ष अशा बलाढ्य फौजेशी घडणे आवश्यक होते. त्यातून आपल्याही बहाद्दरांना अनुभव मिळणे आवश्यक होते की, शौर्याच्या उंच लाटा म्हणजे काय चीज असते!

अफझलखानाने रहिमतपूरजवळ कृष्णा ओलांडल्यापासून राजांच्या सैनिकांत कोणीतरी ती आवई सोडली होती की अफझलखान अजिंक्य आहे. पन्नास-पंचावन्न घनघोर लढाया खेळूनसुद्धा त्याने 'पराभव' नावाच्या अवदसेचे तोंड उभ्या जिंदगीत बघितलेले नाही. दुर्दैवाने ती वस्तुस्थितीही होती. मराठा लष्करात शकुन, अपशकुन, भविष्य यांचा पगडा असणारे अनेक जण होते. त्यांच्या

छाताडात अफझलच्या अजिंक्यत्वाचा रुतलेला भीतीचा बाण कौशल्याने बाहेर काढणे आवश्यक होते.

निद्रानाशाने राजांची पाठ सोडली नव्हती. हळूहळू ते झोपेच्या सरोवरात बुडले; पण अचानक त्यांच्या नाकाला उदबत्तीच्या सुगंधाचा आणि धुपाचा वास जाणवला.

त्यांच्या महालाच्या दर्शनी भिंतीवर अर्जोजी यादवाने पाषाणात छिनून काढलेले ते शिल्पचित्र त्यांच्या डोळ्यांसमोर उभे राहिले. ती सिंहाच्या पाठीवर आरूढ झालेली भवानीमाता! तिचे ते उग्र, लालेलाल डोळे, कपाळावरचा गडद कुंकवाचा मळवट! तिच्या हातातली ती उघडी तळपती तलवार! तो सिंह जिवंत होऊन आपला जबडा वासून डरकाळ्या फोडतो आहे! भवानी मातेचे संपूर्ण रूप सजीव अन् निर्धारी, प्रफुल्लित असे दिसू लागले.

हळूहळू त्या देवीच्या अंगातील दैवत्वाचा साज बाजूला पडला. अन् रणचंडीच्या उग्र तेजोमय रूपात ती डोळ्यांसमोर तिथेच प्रकट झाली. महाराज झट्कन पलंगावरून उठले. तत्काळ भवानी मातेसमोर जाऊन तिच्या प्रसादाच्या अपेक्षेने लीन होऊन वीरासनात बसले. रणचंडीचे रूप धारण केलेली ती आदिमाता त्या शिल्पाकृतीच्या बंधनातून बाहेर पडली. सिंहावर स्वार होऊन काही पावले पुढे आली. तिच्या डोक्यावर मोगऱ्याच्या आणि प्राजक्ताच्या फुलांची वृष्टी झाली. आपल्या शिरीचा जिरेटोप बाजूला करून राजे नम्रपणे भवानी मातेसमोर झुकले.

माय भवानीने त्यांच्या दाट, लांब केसांवरून ममतेने बोटे फिरवली. आशीर्वादपूर्वक मंत्र उच्चारत आपल्या हातातली ती रत्नजडित तळपती तलवार तिने राजांच्या हातावर ठेवली. राजांनी आपले मस्तक मातेच्या पावलांजवळ झुकवले. राजांच्या मस्तकावरून पुन्हा भवानी मातेच्या आशीर्वादाचा तो मुलायम हात फिरत राहिला. राजे रोमांचित झाले. अन् काही क्षणांतच ती जगज्जननी अंतर्धान पावली.

राजांना झोपेतून झट्कन जाग आली. त्यांचा चेहरा घामाने थबथबून गेला होता. ते विस्मयचकित होऊन इकडे-तिकडे बघू लागले, तर आजूबाजूला कोणीही नव्हते.

मसलतीसमोर प्रतापगड युद्धक्षेत्राचा नकाशा मांडला गेला होता. आज दुपारपासूनच सारे सरदार, दरकदार आपापल्या नेमलेल्या जागी जाऊन सावध पवित्रा घेऊन बसणार होते. प्रात:काळच्या त्या बैठकीत राजे त्यांना पुन:पुन्हा इशारा देत होते– "अफझलखान जन्माचा घातकी. या औलादीचा भरवसा तो काय धरावा? आमचे वडीलबंधू संभाजीराजांशी दगाफटका करून खानाने आऊसाहेबांनाही पुत्रवियोगाचं जन्मभराचं दु:ख दिलं आहे. हा वैरी साधासुधा नाही."

"शिवबा, अजिबात फिकीर करू नकोस. तुझा झेंडा नाचवण्यासाठी या कान्होजीनं आपल्या आड्यावर जळते निखारे ठेवलेत. मी माझ्या पाचीच्या पाची

लेकरांना घेऊन तुझ्या लढाईत उतरलोय!'' वृद्ध कान्होजीबाबा जेध्यांनी राजांना सांगून टाकले.

''काका, त्याची आणि आपली भेट लवकरच घेण्याचं ठरलं आहे; पण कोण जाणे, त्या घातकी दुश्मनाचा भरवसा काय? त्यासाठीच आज दुपारपासूनच आपापले मोर्चे धरून ठेवा. रणाला भिडण्यासाठी कमरेला करकचून शेले बांधा!''

मसलतीतून सारे उठले. तेवढ्यात राजांनीच सर्वांना उंच आवाजात हटकले, ''थांबा, सारे थांबून राहा. तुम्हा सर्वांना एक खुशीची गोष्ट सांगायची राहूनच गेली.'' सारे थबकले. औत्सुक्य वाढले. अशा वादळी काळात राजे कोणती खुशीची खबर घेऊन आले असावेत?

''आता आम्हासाठी डरायची अगर घाबरून मागे फिरायची बातच उरली नाही. पेच सुटला आहे. भवानी मातेनं स्वत: येऊन आम्हास कौल दिला आहे.'' राजांच्या मुखावरचा परमसंतोष लपत नव्हता.

''म्हणजे कुणी?'' नेताजींनी औत्सुक्याने विचारले.

''प्रत्यक्ष जगदंबेनं. तुळजाभवानी मातेनं. गड्यांनो ऽ तुम्ही या गोष्टीला स्वप्न समजा की दृष्टांत म्हणा; पण काल रात्री ती आम्हाला प्रत्यक्ष येऊन भेटली!''

''काय बोलता आहात राजे?'' सारे आश्चर्याने हादरून गेल्यासारखे झाले.

''काय देखावं ते उग्र आणि पवित्र रूप! तेजाच्या झळांची तिच्या भोवतीची ती भव्य आरास. माता भवानी आम्हाला सांगते कशी, जेव्हा तुळजापुरात त्या दुष्ट अफझुल्याने माझी मूर्ती फोडली, घणाने छिन्नविच्छिन्न केली, तेव्हा त्या वज्राच्या कपऱ्या पडताना ठिणग्या उडाल्या अन् त्या ठिणग्यांच्या ज्वालेने माझा पदर पेटला! ज्याचा लोळ बनून घुसला आहे तुझ्या तलवारीच्या धारदार पात्यात! भिऊ नकोस वत्सा! तुझ्या खड्गातल्या त्या जळत्या धारेनेच मी भेदणार आहे त्या पापी अफझुल्याचं मस्तक!''

राजांच्या वाणीतल्या त्या अमोघ कथनाने सारे सरदार आणि दरकदार कमालीचे भारावून गेले. खुद्द माता भवानी आपले खड्ग घेऊन आपल्या फौजेच्या आशीर्वादासाठी उभी असेल, तर तो अफझलखान म्हणजे कोण्या रानच्या गवताच्या काड्या! प्रत्येकाच्या मनात रुतलेली भीती जळून गेली. सिंहाच्या छाव्यांची झुंड रुबाबात बाहेर पडावी, तसे ते सारे वीर रणमदाने बेहोश होऊन गुरगुरत महालातून बाहेर निघाले.

आपल्या मर्द सवंगड्यांसोबत राजेही त्यांच्यासवे बाहेर अंगणात आले. तेवढ्यात चालता चालता कान्होजींचे आणि नेताजींचे लक्ष दर्शनी भिंतीत खोदलेल्या भवानी मातेच्या पाषाण मूर्तीकडे गेले. मूर्तीवर मोगऱ्यांच्या कळ्यांचा आणि प्राजक्ताचा वर्षाव झाला होता. देवीच्या पावलांजवळ त्याचा खच पडला होता.

राजांनी त्या फुलांच्या ढिगाकडे पाहिले. अन् तिथे काहीतरी विलक्षणरीत्या चमकल्यासारखे त्यांना दिसले. त्याबरोबर राजे झपाट्याने पुढे झाले. त्यांनी फुलांचा वरचा थर बाजूला सारला. अन् समोरचे दृश्य पाहून ते खिळूनच जागच्या जागी उभे राहिले. नरजबंदी झाल्यासारखाच तो प्रकार घडून आला होता. अनुभवी कान्होजींनी आपले डोळे किलकिले करत पुन्हा समोर पाहिले. आणि त्यांच्या डोळ्यांतून आनंदाश्रू वाहू लागले. ते भारावल्या स्थितीत राजांना बोलले, "घे शिवबा, घे ऽ तुझ्या भवानीदेवीचा प्रसाद उचलून घे!"

राजे खाली वाकले. अनेक रत्नांनी आणि पाचूंनी जडवलेल्या मुठीची ती विलक्षण चमकती तलवार. मघाशी राजांनी सांगितल्याप्रमाणेच माता भवानीच्या तेजाच्या लोळातून ते चमचमते पाते जन्मास आले असावे याबद्दल कोणास शंकाच उरली नव्हती. राजांसह सर्व जण त्या अमूल्य शस्त्राला निरखत होते. इतके सुबक शस्त्र याआधी राजांसह कोणीही, कोणाच्याही शस्त्रागारात देखिले नव्हते. कसला हा योगायोग? एक चमत्कार की साक्षात भवानी मातेचाच पुण्यप्रसाद!

एक मात्र खरे होते, पाषाणात कोरलेली भवानीमातेच्या हातातली ती तलवार आणि फुलांच्या पखरणीमध्ये गवसलेले ते अजब शस्त्र, ह्या दोघींची जातकुळी एकच होती.

त्या अपूर्व प्रकाराने सारा प्रतापगड भारावून गेला होता. ध्यानीमनी नसताना हे असे काहीतरी अपूर्व, अफाट आणि अचाट घडले होते. तलवारीच्या त्या अत्यंत तेजस्वी झळझळत्या पात्याने शिवरायांना अंतर्बाह्य इतके आनंदित केले होते की, गेल्या अनेक वर्षांत त्यांची अशी प्रफुल्लित, तेजाळ आणि संमोहित करणारी चर्या कोणी पाहिलीच नव्हती. आपल्या धर्मकृत्याच्या पाठीशी सुवर्णपिसाऱ्यासारखी महामातेच्या कृपेची सावली अखंड राहणार आहे, याची त्यांना खात्री झाली होती. सर्व सरदार, दरकदार, अंमलदार अत्यंत आनंदले. त्याच जादूमय कैफात नेताजी पालकरांसह सर्वांनी एकच बुलंद आरोळी ठोकली, "जय जय जय जय शिवाजी, जय जय जय जय भवानी ऽऽ!"

◆

कडोविकडीची लष्करपेरणी

प्रतापगडाच्या दऱ्याखोऱ्यांत वैराची आग चांगलीच धुमसत होती. सापाने आणि मुंगसाने एकमेकांना जहरी कचाट्यात घट्ट पकडावे अन् कधी दाताने तर कधी शेपटाने हल्ला करत एकदुसऱ्याचा चावा घेत, कुरतडत, दाबत, रेटत राहावे, रक्तबंबाळ झालेल्या स्थितीतही द्वंद्वाचा सामना आणि एकमेकांस आवळणारा विषारी विळखा सोडू नये, अशीच अफझलखानाच्या आणि शिवरायांच्या फौजांची स्थिती झाली होती. दोन्ही फौजा जगण्या-मरण्याच्या लढाईच्या भावनेने बिथरून, हादरून गेल्या होत्या.

अफझलखानाला शिवरायांना मारून विजापुराकडे लगेच धाव घ्यायची घाई होती. या रानात पोचल्यानंतर आता लवकरच आपल्या सैनिकांवर कपाळमोक्षाचा प्रसंग गुदरणार आहे याची त्याला वास्तव जाणीव झाली होती. येत्या काही दिवसांतच इकडच्या दऱ्याडोंगरातले पाणी आटून, तहानेपोटी पंचवीस हजाराच्या फौजेची टाचा घासून धूळधाण होऊ नये या भीतीपोटीच तो राजांच्या जलद भेटीसाठी बेताब झाला होता. शिवाय ह्या जावळीच्या रानातल्या प्रत्येक वेलीचा आणि झाडांचा परिचय चंद्रराव मोऱ्यांच्या माणसांना असतानासुद्धा त्यांची याआधी शिवाजीराजांशी झालेल्या जावळीच्या लढाईत काय गत झाली होती, ते सर्वश्रुत होते.

रात्री शेकोटीभोवतीची धग अंगावर घेताना आणि उशिरा इथल्या जमिनीवर पाठ टेकताना आपल्या आजूबाजूच्या यारदोस्तांशी विजापुरी फौजेची भीतिदायक कुजबूज सुरू असायची. ह्या भुताटकीने भारलेल्या रानातून लवकर पसार होणे हीच अल्लातालाची मेहेरबानी ठरेल, या मुद्द्यावर सर्वांचेच एकमत झाले होते.

याच्या बरोबर उलट शिवरायांना अफझलसारख्या दगाबाज दुष्मनाच्या घातकी चालींची भीती वाटत होती. कर्नाटकातला तो शिऱ्याचा कस्तुरी जंग काही कमी पराक्रमी नव्हता. शिवाय खानाचे काहीही बरेवाईट झाले तरी फार तर त्याची फौज बुडणार होती; मात्र तिकडे विजापूरची सल्तनत अबाधितच राहणार होती; परंतु इकडे शिवरायांनी जावळीच्या रानात आता आपले सारे स्वार, सैनिक, मिळकत, संपत्ती, त्यांनी कष्टाने मिळविलेले राज्य, त्यांचा भगवा झेंडा, भविष्यातली सारी स्वप्ने या गोष्टींचे भवितव्यच अफझलखानाशी होणाऱ्या जंगाच्या निकालाशी बांधले गेले होते. जीत झाली, तर त्या विजयासारखा दुसरा विजय नसणार होता; मात्र दुर्दैवाने

पदरी हार पडली, तर दुष्ट काळाच्या गर्तेत आजवर जे जे कमावले ते सारे नष्ट होणार होते. त्यामुळे काहीही करून तत्काळ धाडसी पावले टाकणे आणि विजयश्रीचे मनगट पकडून तिला खेचत आणणे हाच जिंदा राहायचा एकमेव पर्याय उरला होता.

त्या दोन्ही फौजांसाठी आणि दोन्ही सेनानायकांसाठीसुद्धा एकेक दिवस युगासारखा वाटत होता. दोन्ही बाजूंची ताकद, युक्ती, भक्ती, मती आणि गती एकाच दिशेने दौडत होत्या. हा वज्रपेच सोडवायचा कसा?

विरोधी फौजेला बुडवायचे कसे आणि विजयाचे निशाण रोवायचे कसे?

एखाद्या उंच कडेकपारीच्या कातळाच्या शेंडीवर गरुड आपल्या नख्या रोवून बसतो. त्या उंचावरून त्याची पारखी नजर पायाखालच्या दरीकडे भिरभिरत राहते. प्रतापगडावरच्या शिवरूपी गरुडाने आपले भक्ष्य हेरले होते. नव्हे; तर त्या भक्ष्यालाच आपणास हवे तसे आपल्या रानात आत खेचले होते.

आता गरुडाला एकच खबरदारी घेणे भाग होते. शिकार बिनभरवशाची होती. वरून कोंबडीचे पंख दिसतील; पण अचानक झडप घालायला जावे, तर आतून साळिंद्राचे धारदार जीवघेणे काटे बाहेर पडू शकत होते. त्यामुळेच जन्माचे नुकसान न होईल आणि हिंदवी स्वराज्याची पडझड होणार नाही, याचीही काळजी करावी लागत होती.

अफझलखानाच्या डेऱ्यातले वातावरण खूप तप्त होते. बेचैनीने खान तिथल्या तिथे येरझाऱ्या मारत होता. बाजूला उभा असलेला मुसेखान, अफझलपुत्र फौलादखान आणि त्यांचा अनुभवी वकील कृष्णाजी भास्कर कुलकर्णी सारेच कमालीच्या चिंतेत होते. तिथे मौजूद असलेल्या पंताजी गोपीनाथावर सारे तुटून पडले होते. अफझलखानाने दरडावून विचारले, "क्या आप लोग हमें बेवकूफ समझते हो? इथे डेरेदाखल होऊन आम्हास किती दिवस झाले?"

"दोन दिवस हुजूर!"

"अरे पंताजी, बोलो, कब मुलाकात होगी आपके राजा सिवाजी के साथ?"

"येत्या पंधरा दिवसांत नक्की हुजूर!"

पंतांजींचे ते उत्तर ऐकून खानाला मस्तकशूळ उठल्यासारखे झाले. तिथेच जमिनीवर नवख्या फौजी पोरासारखे पाय आपटत तो गरजला, "क्या किसी और के सामने बक रहे हो आप पंताजी? नहीं बिल्कुल नहीं ऽऽ. स्पष्ट सांगतो, मोजून फक्त तीन दिवसांच्या आत तुमच्या त्या सिवाची आमच्याशी मुलाकात होना जरूरी है, वरना हडकंप मचेगा! यहाँ अस्मान गिरेगा। यह मेरा आखरी इशारा है!"

अफझलखानाने अचानक सुरू केलेल्या त्या थयथयाटाकडे बघताना पंताजींची घाबरगुंडी उडाली. जोराने उसासे टाकत ते कसेबसे बोलले, "अगदी आईशपथ

सांगतो खानसाहेब. आमचे राजे बिचारे तुम्हाला खूपच घाब—''

''ठहरो पंताजी। बंद, बंद करा तुमचा तो 'घाबरतात' हा घिसापिटा लब्ज. तो पुन्हा उच्चारायचं धाडस कराल तर आमच्या समशेरीनं उडविलेला तुमच्या लाल जिभेचा शेंडा किस तरफ जा गिरेगा, इसका पता भी नहीं कर सकोगे आप।''

खानाचा तो भयंकर रुद्रावतार बघून क्षणभर पंतांना आपली कंबरच खचल्यासारखे वाटले. त्यांनी आपल्या डोक्यावरचे पागोटे ठीकठाक केले. समोरच्या दैत्यासमोर आपली बाजू लढवताना त्यांची गाळण उडाली. मुद्दाम पडता सूर पकडत ते घाईने बोलले, ''आमचे राजे तुम्हाला भेटायला नाही कधी म्हणतात? अहो, काळजापासनं अर्जी पेश करतो खानसाहेब. चला ऽ आपली पायधूळ लगेच आपण आमच्या गडावरच्या अंगणात झाडावी. आमचा पाहुणचार घ्यावा.''

''क्या मतलब क्या है आपका पंताजी?''

''मेहमाननवाजी! शिवाजीराजांना आपणाला थोडं खिलवायचं आहे.''

''बडा हुशार बम्मन है तू पंताजी, कैसा खानपान, कैसी सेवा—अरे बेवकूफों! मीठी जुबानी सुरी इस्तमाल करते हुवे क्या आप मेरी फौज पानी पानी करके इसी पहाडोमें जिंदा दबोच देना चाहते हो क्या?—अंकुशखान! बता दे इस होशियार बम्मनको, अभी इसी वक्त मुलाकातकी वह मुसीबत मिटा दे—नहीं तो यह पंताजी हमारे डेरेसे वापीस नही लौट पायेगा।''

''हुजूर ऽ आमचीसुद्धा कोशिश चालूच आहे. आई भवानीची शपथ घेऊन सांगतो— कोशिश तर—''

''अरे मेरे भाई! भूल जाईये ये कोशिश कोशिश —हम उपर नहीं आ सकते और वह बदमाश सिवा हमारे खेमेंमें नीचे नहीं आयेगा—तो भाई कुछ बीचवाला रास्ता तो ढूँढ लीजिए!'' भेटीसाठी अगतिक आणि घायाळ झालेला अफझलखान बोलून गेला.

''कसं अगदी मनातलं बोललात खानसाहेब. जसं आपण आता बोललात तसंच, ना ऊपर ना नीचे—मध्येच तुम्ही म्हणता तसं 'बीचोबीच' भेटू या आणि एकदाचं हे गळू फुटून जाऊ द्या!''

आपला मानपान विसरून अफझलखानाने आपल्या मोठ्या कवळ्यात पंताजीकाकांना पकडले. लाडाने त्यांचे गाल ओढले. खानाच्या डेऱ्यात खुशीच्या फुलबाज्या उडाल्या. प्रत्येकाच्या डोळ्यांमध्ये एकच निर्धारी रंग होता—बस्, आणखी थोडास समय. मग त्या शिवाजीचे काही खरे नाही.

कृष्णाजी भास्कर कुलकर्णींच्या आणि गोपीनाथकाकांच्या खाली-वर फेऱ्या झाल्या. उलटयासुलटया चर्चा झडल्या. सडलेली जखम एकदा बरी व्हावी आणि वाटाघाटीचे गुऱ्हाळ मार्गी लागून प्रश्न मिटावा या एकाच विचाराने दोन्ही दले बेजार

झाली होती.

शेवटी चर्चेतून तोडगा निघाला! 'ऊपर' किंवा 'नीचे' नव्हे; तर प्रतापगडाकडे जाणाऱ्या उंच दरडीच्या मधल्या खडप्यावर एका थोड्या सप्पय जागेवर तात्पुरता तंबू टाकून भेटावे. त्या मोक्याच्या जागेला 'जनीचा टेंब' असे स्थानिक नाव होते. तिथेच भेटीचा नारळ फोडायचे नक्की झाले.

"हमें कोई बुजदिलोंकी नही, लेकिन मौत का मुकाबला करनेवाले निडर सीनेके बहादुरोंकी जरूरत है।" आपल्या समोरच्याच बाजूला उभ्या असलेल्या फौजी अंमलदारांवर अफझलखान गरजला, "जाईये! अपने खेमेंकी तरफ जाईये! आपल्या प्रत्येक पथकातून बहुत होशियारीसे गिनकेचुनके खाली अडीचशे ते तीनशे जिगरबाज बंदे माझ्याकडे घेऊन या."

खानाच्या सक्त सूचनेनुसार सारे सरदार तत्काळ कामाला लागले. अन् दोन-तीन तासांतच जवाँमर्द अशा अठराशे हशमांचा मेळा डेऱ्याजवळ गोळा झाला. फौलादखानाने आणि मुसेखानने त्यांना नदीकाठच्याच मागच्या थोड्या लवणाच्या उतरत्या भागात उभे केले. समोर बांबूचा तट आणि दोन्ही बाजूंना अनेक उंच, प्राचीन वृक्षांची दाटी. त्या छुप्या जागेत मुद्दाम लष्करी पथकाची गुप्त जुळवणी सुरू झाली होती.

समोरच्या किल्ल्यावरच्या किंवा जंगलझाडीत लपलेल्या मराठ्यांना आपल्या ह्या छुप्या हालचाली कळू नयेत याची काळजी घेतली जात होती.

पुढची जोखीम अन्य कोणावर न सोपवता खान स्वतःच मैदानात उतरला. तिथे आडोशाला ओढ्याकाठी त्या अठराशे जणांचे गट पाडले गेले. मग त्या सर्वांच्या अंगातले पाणी जोखण्यासाठी खानाने धावायची शर्यत लावली. त्यांना ओढ्याच्या काठाने पळवलेच. वर ओढ्याच्या पात्रात उतरवून समोरची दरड धावत धावत चढून जायला भाग पाडले. त्या प्रचंड मेहनतीने तरणेबांड जवानही थकून गेले होते. त्यांचे झगे आणि सलवारीही घामाने भरून गेल्या होत्या.

पुन्हा एकदा त्या सर्व पोरांना खानाने मैदानात उभे केले. पळापळीत जे आळशी आणि कमी वकुबाचे वाटले, अशा तीनशे जणांना त्या मैदानातून बाहेर काढले. उरलेल्या पंधराशे जणांच्या तगड्या मेळाव्याला खान सामोरा गेला. तिथे एका उंचवट्यावर जाऊन उभा राहिला. बाजूच्या झाडांच्या फांद्यांतून पलीकडच्या प्रतापगडाची बुरुजाची भिंत दिसत होती. खानाने मुद्दाम मुसेखानला आणि आपल्या मुलाला, फौलादखानाला सोबत उभे केले. तो गरजला, "दोस्तों ऽ तुम्हा प्रत्येकाच्या हातामध्ये आपल्या विजापूरच्या इज्जतीचा जळता हिलाल आहे. देखिये बच्चों! आप कितने खूब नसीबवाले हो! त्या जहन्नमी सिवाजीला खतम करून जेव्हा आपले

खानसाहेब समोरचा पहाड चढू लागतील, उस दिन अपने सिपासालार के साथ सिर्फ आप नौजवानही रहोगे!'' मध्येच तोंड घालत दुंदेखान त्या पोरांचे विशेष कौतुक करत बोलला.

पेटलेला अफझलखान आपल्या करारी आवाजात सांगू लागला, ''सिवाकी साँस बंद करके कैसे उसे जगहपेही दबोच देना, यह तो मेरा काम रहेगा। लेकिन तुमची जोखीम माझ्यापेक्षा खूप महत्त्वाची. जेव्हा आम्ही तिकडून वरून तुम्हासाठी इशाऱ्याची शिंगं वाजवू, तेव्हा तो आवाज कानी पडताच तुम्ही सर्वांनी ह्या मुसेखान आणि फौलादखानासोबत भिंगरीसारखा समोरचा प्रतापगडाचा डोंगर जिवाच्या जोराने धावत धावत वर चढायचा आहे.''

''हाँ खानसाहब, हम दौडेंगे!'' त्या पोरांनी कल्ला करत प्रतिसाद दिला.

''तिकडे धावताना तुमच्या तोंडातून अगर खूनकी बूँदे भी टपक गई तो रुकना नहीं। कितीही मुश्किले आली, तरी पहिला त्या प्रतापगडाचा माथा गाठायचा. किल्ल्यावरच्या दुश्मनाशी कट्यारीने झुंज देऊन त्यांची शस्त्रं, त्यांचा खजाना जे गवसेल त्या साऱ्याची लुटालूट करायची. बीच रास्तेमें कोई आया, तो उसे मौतके घाट उतार देना! किल्ल्यावर लपून बसलेला तो काफिर सिवा ऽ त्याची जित्ती किंवा काटलेली मुंडी मी माझ्या काखेत दाबून ठेवेन. वो रहा मेरा काम!'' बोलता बोलता अफझलखानाचे सर्वांग घामाच्या सरीत भिजून गेले होते. त्या त्वेषातच त्याने डाव्या बाजूची दिशा दाखवत आपला हात नाचवत सांगितले, ''गाझीयों ऽऽ देखिए उस रडतोंडी घाटीको! गौरसे देखो! दो दिन के बाद सूरजकी किरनें डूबनेसे पहले हम पूरी मराठा फौज डुबोयेंगें। और शामको सिवा को जिंदा या मुर्दा खींचकर मैं रडतोंडीकें उस टिलेपर जा पोहचूँगा। और जब वहाँ बडे अंदाजमें पीछे मुडकर देखूंगा, तो सामनेवाले प्रतापगड किलेके माथेपे आदिलशाही हुकूमतका लहराता हरा झंडा नजर आयेगा—उसके बादही उसी टिलेपें मैं शामकी फतेहकी नमाज पढूंगा।''

भेटीच्या जागेचा रात्रीच निरोप कळला. प्रत्यक्ष भेटीआधी त्या जागेची लगेच जातीने स्थळपाहणी करणे राजांसाठी जरूरीचे होते. त्यासाठीच प्रात:काळी देवपूजा आटोपून राजांनी साधाच जामानिमा केला. राजांच्या डोईवरचा भरजरी मंदील आणि त्याच्यावरचा मोत्याचा तुरा या खुणेवरून ते लाखांच्या गर्दीतूनही उठून दिसायचे. आता मात्र दिवस धोक्याचे होते. त्यामुळेच राजांनी नेहमीचा साजशृंगार बाजूला ठेवला होता. डोक्यावरचे मोकळे रेशमी केस त्यांच्या खांद्यावर रुळत होते. त्यामुळे राजे एखाद्या तपस्वी बैराग्यासारखे भासत होते. त्यांनी अंगाभोवती शुभ्र शालीची भाळ मारली होती.

जवळच्या सहकाऱ्यांसोबत राजे भल्या सकाळचेच बालेकिल्ला आणि पाठोपाठ गड उतरून खाली आले. महादरवाजाच्या पायऱ्या ते झपझप उतरले. त्यांच्या मागे-पुढे ठरावीक अंतर ठेवून थोडेसे लांबूनच पहाऱ्यावरचे मावळे सावधगिरीने चालले होते. त्यांचे हात शस्त्रांच्या मुठीवर होते. अन् नजरा बहिरी ससाण्यासारख्या चौफेर भिरभिरत होत्या. अलीकडे त्यांच्यासोबत कान्होजीबाबा जेधे सावलीसारखे असायचे. त्यांची उमर राजांपेक्षा पस्तीस वर्षांहून अधिक होती. ते तीर्थरूप शहाजीराजांचे कर्नाटकातील सोबती. त्यांनी शहाजीबाबांसोबत रणातले ऊन आणि कैदखान्यातला अंधकार, अशा दोन्ही गोष्टी भोगल्या होत्या. कान्होजीबाबांच्याच तालमीत तयार झालेले कसदार गडी म्हणजे जिवा महाला आणि संभाजी कावजी. ते दोघेही पाठोपाठ गड उतरत होते.

राजांची ओढलेली चर्या बघून कान्होजीबाबांनी विचारले, "शिवबा ऽ परवा दिवशीचाच भेटीचा मुहूर्त पक्का मानायचा का?"

"हो — शुभस्य शीघ्रम्!"

"थोडी घाई होतेय असं नाही वाटत आपल्याला?"

"जेधेकाका, अंगावर कडा कोसळला असेल, त्याच्याआड श्वास गुदमरत असेल, तर महत्प्रयासानं का होईना वेळेत ढिगारा बाजूला ढकलणं हाच जगण्याचा मंत्र ठरू शकतो!"

"शिवबा?"

"होय जेधेकाका! काहीही करून या जंगाचा निकाल लवकर लागायलाच हवा. अफझलखान नावाची ही ब्याद एकदाची संपवायला हवी, नाहीतर आपणच सारे संपून जाऊ."

डोळ्यांसमोरचा तो तातडीचा प्रश्न मार्गी लागावा याची घाई खानाच्या डेऱ्याप्रमाणेच प्रतापगडावरच्या राजवाड्यालाही होती.

राजे जनीच्या टेंबावर येऊन पोचले. तिथली कशीबशी पाऊण एकराची त्या टेंबाची उघडी जागा त्यांनी डोळ्याखाली घातली. रात्रीच राजांचे हुकूम सुटले होते. त्यामुळे राजे पोचायच्या आधीच त्या जागेवर सुतार, लोहार, बाजारबुणगे, तंबू मास्तर यांनी आपआपल्या कामाला जुपी केली होती. तिथे भेटीसाठी एखाद्या राजप्रासादाच्या वैभवी दालनाला शोभेल असा शामियाना उभारायचे हुकूम राजांनी सोडले होते. जागेवर मजुरांची आणि कारागिरांची गडबड उडाली होती. उंची किनखापी वस्त्रे, हंड्याझुंबरांसारखे काचसामान, चंदनी लाकडांचे छोटे खांब, अशी बरीच सामग्री गोळा करायचे काम सुरू होते.

मनासारखे काम मार्गी लागल्याची खात्री झाली, तसे उलट्या पावली राजे गडाकडे वळले. खानासारख्या घातकी माणसाला सामोरे जायचे म्हणजे आपल्या

सोबत निधड्या छातीचे आणि उसळत्या रक्ताचे वीर हवेत. त्याच हिशोबाने रात्रीपासून राजांच्या मनात चाचपणी सुरू झाली होती. त्यांनी चालता चालता हळूच पाठीमागे नजर टाकली. आडव्या हाडापेराचा आणि भक्कम छातीचा, सावळ्या रंगाचा रगेल जिवा महाला पाठोपाठ येत होता. कान्होजीबाबांचे आयुष्य घडविणाऱ्या देव महालाची जिवा आणि तान्हा ही दोन पोरे. बंगरूळाहून शहाजीराजांनी जेव्हा कान्होजींना शिवरायांच्या सहकार्यासाठी पुण्याकडे धाडले होते, तेव्हा ही दोन्ही पोरे राजांच्या सेवेत दाखल झाली होती.

गडाच्या पायऱ्या चढता चढता राजांनी संभाजी कावजींकडे नजर टाकली. संभाजी सागवानाच्या बुंध्यासारखा उंच आणि पीळदार शरीराचा होता. राजांच्या लष्करात एक ताकदवान वेडा पीर या नात्यानेच संभाजीचा बोलबाला होता. तोही मावळ मातीतला कान्होजीबाबांचा शिष्य. अनेकदा पैज लागायची. अन् पैजेपोटी मेंढीचे कोकरू किंवा कुत्र्याचे पिल्लू लाडाने छातीजवळ पकडावे, तशाच सहजतेने आणि हिमतीने संभाजी कावजी आपल्या ताकदीच्या जोरावर हाताच्या मिठीने काचकन जिवंत घोडा उचलायचा आणि छाताडाजवळ घेऊन मिरवायचा. संभाजी कावजीकडे आणि जिवा महालाकडे राजांनी दोन वेळा फिरून बघितले, तसे कान्होजीबाबांच्या पिकल्या मिश्यांमध्ये हसू फुटले. त्यावर राजेही मंद हसले.

राजे गड चढून तसेच सदरेवरच्या मसलतखान्यात आले. तिथे सारे बिनीचे सरदार, दरकदार, अंमलदार, गडावरचे हवालदार, सबनीस, अशी सारी खाशी मंडळी राजांची वाट पाहत होती. प्रतापगडाच्या परिसरात क्षणाक्षणाने राजकारणाचा पट आणि मुत्सद्देगिरीच्या सोंगट्या, दोन्ही वेगाने हलू लागले होते. राजे पोचण्याआधीच तिथे जमिनीवर नकाशाची लांबलचक रांगोळी रेखाटली गेली होती. मग शामियान्याची जागा असलेला जनीचा टेंब केंद्रबिंदू मानून भोवतालीची व्यूहरचना करण्यामध्ये राजे गुंतले. सदरेच्या खिडकीतूनही खालच्या उतारावरचा जनीचा टेंब दिसत होता. राजांनी आरंभीच त्याचे महत्त्व विषद केले.

सर्वांकडे पाहत राजांनी हसून विचारले, "सांगा बरं जनीचा टेंब कोणत्या समुद्री जीवासारखा दिसतो?"

बैठकीतील नेताजी, अण्णाजी दत्तो, कान्होजी जेधे, शिवजी जेधे, असे सर्व खाशे एकमेकांकडे प्रश्नार्थक नजरेने बघू लागले. तेव्हा राजे शांतपणे बोलले, "हा टेंब दिसतो उलट्या नांगीच्या खेकड्यासारखा. ही एखाद्या नांगीसारखी थेट गडावरून खाली उतरणारी वाट, हा पलीकडच्या पारघाटाच्या आणि वरदायिनीच्या मंदिराकडून आलेला अत्यंत अरुंद आणि बहुतांशी अदृश्य असल्यासारखा दिसणारा बोचेघळीचा रस्ता, शिवाय हा तिसरा जनीच्या टेंबापासून उतरून दुश्मनाच्या डेऱ्यापर्यंत पोचणारा रस्ता—"

“राजे ऽ ह्या जागेतच काहीतरी गूढरम्य दिसतं,” अण्णाजी दत्तो बोलले.

“तसं गूढ वैगेरे म्हणाल तर काही नाही; मात्र गौडबंगाल असेल तर ते निसर्गाचंच. आजूबाजूच्या झाडझाडोऱ्याने आच्छादलेली ही जागा. खालून नदीच्या बाजूने म्हणजेच खानाच्या डेऱ्याकडून काही म्हणता काही दिसायचं नाही; पण ह्या जागेची सर्वांत मोठी खासियत अशी की, आपल्या गडाच्या बगलाटीवरून शामियान्याजवळच्या सर्व हालचाली सहज आढळून येतील; पण अन्य कोणत्याही जागेवरून जनीचा टेंब दिसणार नाही. नव्हे, इथं घडणाऱ्या हालचालींचा साधा अंदाजही कोणास बांधता यायचा नाही.”

बोलता बोलता राजे थोडे अधिक गंभीर झाले. म्हणाले, “या जागेत ऐन वेळी खूप गडबड गोंधळ उडायची शक्यता आहे.”

“ती कशी?”

“आपल्या धन्याच्या, खानाच्या जिवाला थोडासा जरी धोका निर्माण झाल्याचा अंदाज आला, तर खानाचे अंगरक्षक आणि पाठोपाठ त्याची कडवी पथकं पिसाळलेल्या हिंस्र पशूसारखी आमच्या अंगावर सरळ धावून येतील. लचके तोडतील. त्या क्षणी अर्ध्या वाटेवरच त्यांचे दात तोडणं जंगाच्या दृष्टीनं महत्त्वाचं राहील.”

“हुकूम राजे! हुकूम!” बैठकीतून एकाच वेळी अनेक आवाज आले.

“त्यासाठीच शामियान्याच्या मागच्या अंगाला ही जी घाणेरीची आणि करवंदीची दाट झाडी दिसते, त्याच्या आडोशाला सर्वांत पुढे आमचे कान्होजीकाका, शिलीमकर, बाजी सर्जेराव, अण्णाजी दत्तो आणि रंगनाथ पासलकर राहतील. तुमच्या खांद्यावरची महत्त्वाची जोखीम म्हणजे खालून वर शामियान्याकडे धावत येणाऱ्या शत्रूच्या पथकांना वाटेतच रोखायचं. भाल्यांनी, पट्ट्यांनी आणि तलवारीच्या पात्यांनी त्यांना ठोकायचं. एकदा इकडची कामगिरी फत्ते झाल्याची खात्री झाली की मग तुम्ही खाली कोयनेच्या किनाऱ्याकडं ठ्या पळायचं!”

भटारखान्याकडून निरोप आला. दुपार झाली होती. राजे आपल्या सहकाऱ्यांसमवेत भोजन कक्षाकडे निघाले. सर्व खाशांची पंगत वाड्यासमोरच्या एका छोटेखानी महालवजा इमारतीत पडली होती. परवा भवानी मातेच्या मूर्तीपुढे अचानक ती रत्नजडित तलवार आढळली. तेव्हापासून मराठ्यांचे मनोधैर्य खूप वाढले होते. राजांच्या मस्तकावर साक्षात भवानीचा वरदहस्त असल्याची सर्वांची खात्री झाली होती. चिंता मिटली होती.

भोजन तसे साधे आणि सात्त्विक होते. पत्रावळीवर वाढलेला वरीचा भात आणि नाचणीच्या भाकरी. द्रोणात पातळ पिठले आणि प्रत्येकाच्या ठावावर बुक्कीने फोडलेल्या कांद्याचे अर्धे भकल. इकडे गोरगरीब शेतकऱ्यांच्या राजाचा शिवरायांचा

हा खाना. तेच खाली नदीकिनारी खानाच्या राहुट्यांमध्ये आणि तंबूमध्ये बिर्याणीवर आणि बोकडाच्या मटणावर नुसता उरूस आणि जल्लोष सुरू होता.

भोजनाच्या पंक्तीत एकच कुजबूज सुरू होती, "सकाळपासनं खाशांच्या मसलती चालू आहेत; पण दोन दिवसांपासून मोरोपंत पिंगळे कुठे दिसेनासे झालेत ते?"

"कोणालाच कसे दिसले नाहीत?" बाबाजी भोसले बोलले.

"अक्रीतच म्हणायचं! नसतील मोरोपंत एक वेळ, समजून घेऊ आपण, राजांनी त्यांना एखाद्या छुप्या कामगिरीवर पाठवलं असेल; पण त्यांच्यासोबतचं पायदळ कुठं आहे?"

मोरोपंतांच्या सोबत पायदळात जेध्यांच्या तुकड्या, नारायण ब्राह्मण आणि त्र्यंबक भास्कर यांचीसुद्धा पथके असत. त्यामुळेच एवढे मोठे पायदळ नेमके कोणत्या दिशेला गेलेय, राजांनी त्यांच्यावर कुठली गुप्त कामगिरी सोपवली आहे की काय या विचाराने बाकीचे बेजार झाले होते.

प्रत्येक क्षण मोलाचा होता. खेलकर्ण तथा बाबाजीला राजांशी एकांतात बोलायचे होते; पण तेवढा वखतच नव्हता. याआधी राजांनी बाबाजीचे यथोचित स्वागत करून त्याला सरदारकीची वस्त्रे देऊ केली होती. भोजनकक्षाकडून सदरेकडे सरकताना बाबाजीने वाटेतच गडबडीने राजांचा हात पकडला. त्यांच्या हाती कुंकुमाक्षता दिल्या. तसे राजे मनापासून हसले. ते बोलले, "अरे! एवढ्या गडबडीतही शुभमंगलाचा थाट जमवलात?"

"काय करणार? आई म्हातारी झालीय. त्यांनीच गावाकडे सोयरीक जमवलीय; पण चिंतेचं कारण नाही दादा. ह्या लढाईनंतरचाच महिन्याभराने मुहूर्त पकडला आहे."

राजांना खरे तर बाबाजीच्या त्या लग्नकार्याबाबत खूप आस्थेने चौकशी करायची होती; मात्र आता प्रतापगडाभोवतीच्या पुऱ्या रानाला छुप्या तोफांच्या बारुदाचा वास सुटला होता. जंग सोडून अन्य रंग बघायला कोणाला वेळच नव्हता.

"वा ऽ! कळव आमच्या गौराकाकूंना. म्हणावं तुमचा शिवबा अन् आमच्या मातोश्री जिजाऊ वाजतगाजत मुहूर्ताआधी लग्नमंडपात पोचतील. काळजी नसावी."

सारे खाशे पुन्हा सदरेवरच्या बैठकीत आले. गडावरच्या कामांना मोठा वेग आला होता. परवाच्या दिवशी दुपारीच अफझलखानाची आणि शिवरायांची भेट घडणार होती. त्या क्षणाची उत्सुकता गडावर राहणाऱ्या रहिवाशांना, रानातल्या मेंढपाळांनाच नव्हे तर झाडाझुडपांनाही लागून राहिली होती.

खाली अफझल नदीकाठच्या डेऱ्यात दाखल होऊन तीन-चार दिवस लोटले

होते. फौजेपुढे फौज भिडल्यामुळे प्रतापगडच्या जंगलरानात आणि आजूबाजूच्या डोंगरदऱ्यांत थंडगार भीतीच्या सावल्या नाचत होत्या. छोट्या छोट्या खेड्यांतून, डोंगरवस्त्यांतून रहिवासी बाहेर पडायला घाबरत होते. रानात जाणाऱ्या जनावरांच्या गळ्यातल्या पेंढ्या सुटत नव्हत्या. गायी-म्हशी गोठ्यातच दावणीला बांधल्या होत्या. रोज चिवचिवाट करून जंगलराने भारून टाकणारे पक्षीही फारसे उडताना दिसत नव्हते.

बहिर्जी नाईकांकडून आणि विश्वासराव दिघ्यांकडून गुप्त खबर केव्हाच पोचली होती– खान इथे डेरेदाखल झाल्यावर थकून झोपला असेल, असे समजण्याची अजिबात चूक करू नका. तो आता कमालीचा बेचैन आहे. त्याचे गुप्त जासूदसुद्धा अरण्यातून, आडवाटेवरून घुसताहेत. राजांच्या तयारीचा अंदाज घेताहेत. राजांची धावती नजर समोरच्या दरीतून पल्याडच्या डोंगरकड्याच्या टोकावर गेली. तसे त्यांनी समोरच बसलेल्या सरदार बाबाजी भोसलेंना प्रश्न केला, ''काय बाबाजी ऽऽ रडतोंडीच्या नाकाडावरचं ठाणं आपण सांभाळणार आहात?''

''अगदी प्राणाची बाजी लावून, दादा.''

''अहो, अफझलखान बुडाला तर आपल्या देशाकडे तो पळणार कुठून? वाईमार्गेच ना?''

''होय राजे, कडवी झुंज देऊ. कोणालाही मी तो रस्ता ओलांडून पुढे धावू द्यायचा नाही. आता या क्षणीसुद्धा तिथे घाटाच्या वर मेटतळे गावच्या झाडीत माझे स्वारशिपाई हत्यारं परजून संधीची वाट बघताहेत!'' बाबाजी.

''अन् आपण?''

''हे काय! मसलत संपली की लगेचच पल्याडच्या दऱ्यांतून तिकडेच भरारी घेणार.''

''वा! शाब्बास!''

बाकीच्या कुठल्या आडवाटेवर, नाक्यावर आपल्या पथकांची कशी पेरणी होणार हे शिवराय बयाजवार सांगत होते; मात्र कान्होजीबाबा जेधे मघापासून कमालीचे अस्वस्थ दिसत होते. मध्येच ते राजांना थोपवत बोलले, ''शिवबा, खवळलेली नदी शांत करायची असेल तर जी बलाढ्य, करवती दातांची अन् प्रचंड शक्तीची मगर असते, तिचा जबडा पहिले तोडायला हवा.''

''काय ते स्पष्ट सांगा, जेधेकाका!''

''तुमच्या भेटीसाठी खान वर शामियान्याकडं निघून येईल, तेव्हा त्याला वाटेत कसा रोखायचा याची आपली योजना नामी आहे; पण रडतोंडीच्या पायथ्याला आणि पारगावच्या आजूबाजूने खानाचा जो बडा 'कारोभारी' डेरा पसरला आहे, तिथं हजाराहून जास्ती सांडण्या आहेत. लहान-मोठ्या तोफा, बारूदखाना अन् आठ-दहा

हजाराचं खानाचं लष्कर तिथंच ठाण मांडून बसणार आहे, त्याचं पेकाट मोडल्याशिवाय जीत कशी होणार?''

मसलतीत बसलेले सारे सरदार-दरकदार चमकले. कान्होजीबाबांनी सर्वांत धोक्याचा खड्डा निदर्शनास आणला. तसे शिवराय मोठ्याने हसले, आणि म्हणाले, ''चला मंडळी ऽऽ आमच्यासंगे वर वाड्याच्या आगाशीमध्ये.''

प्रतापगड किल्ल्याच्या बालेकिल्ल्याच्या डोक्यावरचा तो भव्य वाडा. त्याची आगाशी एवढ्या उंचावर होती की, डोळ्यांसमोरच्या दरीत खाली कोयनेचे खोरे दिसत होतेच. शिवाय किल्ल्याच्या पाठीमागचा कोकणाकडचा प्रचंड उतार, दऱ्या आणि दूरवरचे डोंगरसुद्धा नजरेत भरत होते. राजांनी आपल्या डाव्या हाताच्या दिशेने खाली पाहिले. सुमारे दोन कोसांवर पलीकडे उताराच्या मध्यावरच एक सपाट खडपा दिसत होता. राजांनी गोमाजीबाबांना इशारा केला, तशी त्यांनी आगाशीवरची भगव्या झेंड्याची काठी हातामध्ये उंच धरली. गडावरचे निशाण नाचू लागताच पलीकडच्या त्या गर्द झाडीतून दुसऱ्या भगव्या झेंड्याने डोके वर काढले. इकडच्या निशाणाला प्रतिसाद म्हणून तिकडच्या झाडीतला तो झेंडा काही काळ नाचत राहिला.

सर्व जण राजांसमोर विस्मयाने उभे राहिले. त्यांच्याकडे पाहत राजे खुशीने बोलले, ''त्या झाडीत शस्त्रांनिशी आपले मोरोपंत पिंगळे ठाणबंद आहेत.''

''पण त्यांच्या सोबतचं चार हजाराचं ते पायदळ?''

''तेही तिथंच काल रात्री जाऊन आबादानी बसलंय.''

''पण आजूबाजूने गस्त देत बसलेल्या दुश्मनाला अजिबात हवा लागू न देता चार हजाराची फौज अशा जंगलझाडीतून, अशा प्रचंड उतारावर कशी काय पोचवलीत?'' अनेकांनी एकमुखाने प्रश्न विचारला.

''ते सारे बहाद्दूर मावळे काल सायंकाळी कोकणाच्या बाजूने वळसा घेत निघाले. खालच्या दरीजवळ कणेश्वर गावाच्या बाजूने खाली उतरले. जंगलरानातून फिरणाऱ्या खानाच्या जासुदांना सुगावा लागू नये म्हणून पेटत्या पलित्यांचा वापर न करता, गारगोटीवर गारगोटी घासून, आवश्यक तितकाच उजेड तयार करून त्यांनी ओढ्याओघळी, घळ्या पार केल्या. रात्रभराच्या जिकिरीच्या प्रवासानं तिथे जाऊन ते थांबलेत.''

ती धाडसी कहाणी ऐकून कान्होजीबाबांसह बाकीचे भारावून गेले. त्या सर्वांना चेतवीत शिवराय बोलले, ''आमच्या भेटीच्या आदल्या रात्री फक्त दोन तासांचा डोंगराचा टप्पा चढून मोरोपंत रात्री अलीकडच्या टोकावर पोचतील. जिथे वरदायिनी देवीचं प्राचीन मंदिर आहे. भल्या पहाटे ते ती जागा सोडतील आणि सूर्यकिरणांनासुद्धा चाहूल लागण्यापूर्वी मधल्या खोलगट ओढ्यात येऊन लपून दबून बसतील. अन्

जेव्हा प्रतापगडावरच्या इशाऱ्याच्या तोफा कडाडतील, तेव्हा अर्ध्या तासाच्या आत ते सारे खवळलेल्या मेघासारखे खानाच्या मुख्य लष्करी तळाचा फन्ना उडवतील!''

राजे नकाशाच्या आधाराने सारा आराखडा बयाजवार समजावू लागले. जनीच्या टेंबाच्या पलीकडेच अगदी थोड्या अंतरावर दुसरा एक खळगा होता. त्या ठिकाणी पन्नास-साठ जणांचे आणखी एक पथक लपून बसणार होते. त्या- विषयी माहिती सांगताना राजे म्हणाले, ''हिरोजी फर्जंद, या जागेचं नेतृत्व तुम्ही करायचं. शामियान्याकडची गडबड उडताच तुम्ही झडप मारायची. काही ढेंगांतच आपण मंडपात येऊन पोचावं आणि दुश्मनाला रपाटा द्यावा.''

मसलतीसाठी बसलेल्या सर्व खाशांमध्ये राजांनी अल्याडपल्याडचे आणि भोवतालचेही डोंगर, ठाणी, घळ्या वाटून दिल्या होत्या. साऱ्या टेकड्यांचा आणि आडोशांचाही वेध घेत ते म्हणाले, ''जनीच्या टेंबाच्या उगवतीच्या बाजूचा हा जो छोटा डोंगर आहे, त्याला इथली रयत 'महारवाड्याचा टेप' म्हणतात. इथे बाजूच्या खळग्यात आपल्या पायदळातलं सहासातशेचं पथक सहज लपून जाईल. पलीकडं डेऱ्याकडं खानाची गडबड उडाली आणि गडावरच्या तोफांचे आवाज कानावर आदळले की आपले इकडचे वीर परस्पर तिकडे खानाच्या फौजी तळावरच्या तंबूकडे भरारी मारतील.''

शामियान्याच्या दक्षिण बाजूकडे बोट दाखवत राजे बोलले, ''वरदायिनीच्या मंदिराकडून मधूनच इकडच्या टेंबाकडे चढून येणारा हा जो बोचेघळीचा रस्ता आहे, तो शिलीमकर आणि अण्णाजी दत्तो तुम्ही लढवायचा आहे. ह्या खिंडीचा उतार असा अवघड, अडचणीचा आणि इतका अरुंद आहे की तो पार करताना मनुष्याला त्या वाटेने नीट चालता येत नाही, रांगताही येत नाही, जमिनीवरून बूड घासतच सरकावं लागतं. इकडे जोखीम आहे.''

सर्वांना आपल्या विश्वासात घेताना राजांच्या डोळ्यांसमोर नुकताच संपून गेलेला पर्जन्यकाळ उभा राहिला. ते भारावून बोलले, ''आषाढाच्या आधी आपण आपली पथकं घेऊन कोसळत्या पावसात या अरण्यात येऊन दाखल झालो आहोत. या परिसरातल्या छोट्या छोट्या गावांतल्या, वाड्यांतल्या आणि पाड्यांतल्या लेकरांनी आणि माता-भगिनींनी आम्हाला दिलेली साथसंगत आपण कदापिही विसरू शकत नाही.

''आपला वैरी अफझलखान. तो भारी शहाणा, दीडदोनशे उंटांच्या पाठीवरून सुतरनाळ, गरनाळ अशा तोफा घेऊन ह्या अरण्यात उतरला आहे. तो आपणावर आगीचा भडिमार करेल; पण त्यामुळे घाबरण्याचं आणि आपलं मनोबल हरवण्याचं काहीच कारण नाही; कारण सह्याद्रीचा निसर्गराजा तुमच्या साथीला खडा राहणार आहे. इथल्या तांबड्या मातीची रग आणि धग खानाच्या तोफांतून बरसणाऱ्या

गंधकाला सहज जाळून काढेल याची आम्हास खात्री वाटते.

"दुश्मनांसारखे आम्हाकडे शाही भटारखाने नाहीत की बावर्ची नाहीत. अरण्यात दूरदूरवर छोट्या गावात आपल्या सैनिकांना गटागटाने पावसाळा काढावा लागला. माँसाहेबांनी आणि आम्ही स्वत: दिलेल्या हाकेप्रमाणं प्रत्येक गावातल्या, वाडीतल्या माता-भगिनींकडे धान्य गडावरून पोचवलं गेलं असेल; पण ते रांधण्याचे आणि वाढण्याचे काबाडकष्ट मात्र त्या गरीब माता-भगिनींनी उचलले आहेत.

"शेवटी शेंडी तुटो वा पारंबी तुटो! आम्ही आमच्या काळजाला पक्की गाठ मारली आहे. काय वाटेल ते झालं तरी आपण खानाच्या लष्कराला ह्या भूमीतून बाहेर पडू द्यायचं नाही, हे आपलं सर्वांचं ध्येय राहील. परवाच्या दिवशी तिन्हीसांजेची जेव्हा धावाधाव सुरू होईल, तेव्हा या इकडच्या दाट अरण्यात खायला काहीच मिळणार नाही. त्यामुळेच ज्या ज्या गावच्या बाजूने जी पथकं जाणार आहेत, त्या त्या गावच्या हद्दीत आमच्या माता-भगिनी आणि लहान लेकरं भाकरी आणि कांदा धडप्यात गुंडाळून तिन्हीसांजेची तुमची वाट पाहत उभी असतील. तुम्ही घोडा न थांबवताही धावता धावता गाठोडं हाती पकडून पुढे दौडू शकाल. लक्षात ठेवा. या रानातली चार दिवस टिकणारी नाचणीची भाकर हाच आपल्या स्वराज्याचा खरा मेवा ठरणार आहे."

त्या दीर्घ प्रतिपादनानंतर राजांचे डोळे कोणालातरी शोधू लागले. मग राजांनीच मोठ्याने हाक दिली, "आपला शिवजी जेधे कुठं आहे?" शिवजी बाजूलाच होता. राजांना मुजरा करत तो समोर दाखल झाला. राजांनी विचारले, "तुमची मदतनीस पोरं कुठं आहेत? झाली का त्यांची निवड?"

"हे काय राजं, या भिंतीपल्याड केदारेश्वराच्या आवारात सारी पोरं आपलीच वाट बघतायत."

शिवजी आणि हिरोजी फर्जंद यांच्यासोबत शिवराय केदारेश्वराच्या समोरच्या पटांगणात पोचले. मदतनीस म्हणून दीडशे पोरे निवडायची होती. समोर दोनशेची गर्दी होती. शिवजी जेधेने इशारा करताच समोर दांडपट्ट्याचे खणाणते डाव झाले. तलवारबाजीचा सराव झाला. एखाददुसरा कच्चा तरुण मावळा सोडला तर बहुतांशी सारी पोरे धाडसी होती. उत्साहाने फळफळत होती. पैकी पन्नास जणांना बाजूला काढले गेले. त्यांच्या चेहऱ्यावरची नाराजगी पाहून शिवरायांना कसेसेच वाटले.

त्यामुळे राजांनी त्या उरलेल्यांसह सर्वच पोरांना सेवेत घेतले. खानाच्या भेटीच्या महत्त्वपूर्ण प्रसंगासाठी त्यातल्या प्रत्येक पोराचा साधारण मगदूर पाहून राजांनी त्यांची वेगवेगळ्या कामगिरीवर निवड केली. सर्वांना समोर बसवून राजांनी त्यांना सांगितले, "खानाच्या मेहमाननवाजी वेळी कोणी पानविडा पुरवायला असेल,

कोण चवऱ्या ढाळतील. आपल्यापैकी काही जणांना पाणक्याचं काम करावं लागेल, काही जण शागिर्द, कोणी मदतनीस तर कोणी शामियान्याबाहेर खाशांचे जोडे उचलायच्या बहाण्याने रेंगाळेल. आपापल्या कामाचं बेमालूम नाटक वठवायचं आहे; पण मर्दांनो तुमची खरी कामगिरी कोणती?''

''सांगा राजे ऽऽ आम्ही प्राणही देऊ!'' सर्व पोरे एकसुरात गरजली.

''तुम्हा प्रत्येकाच्या धोतराच्या निरीजवळ किंवा तुमानीच्या नाड्याजवळ एखादा जांबिया, कोणाकडे धारदार चाकू किंवा तत्सम शस्त्र दिलं जाईल—तुम्ही वरून फक्त नावाचे मदतनीस; पण अंतरीचे झुंजार मावळेच राहाल—जर खान अचानक दगाफटका करेल, आमच्या अंगावर उलटेल, किंवा तो आणि त्याचे साथीदार शामियान्यातून बाहेर पडून आपल्या गडाचा ताबा घेण्याच्या इराद्याने वर धावू लागतील, तेव्हा आपली छुपी शस्त्रं बाहेर काढायची आणि आपली ही भूमी पावलोपावली लढवायची. खानाच्या फौजेला याच रानात बुडवायचं धर्मकर्तव्य तुम्हाला तुमच्या हातून पार पाडायचं आहे.''

''हो राजे ऽऽ आज्ञा! तुमच्यासाठी प्राण हजर आहेत.'' पोरांनी एका आवाजात प्रतिसाद दिला.

आता अंधार पडू लागला होता. राजे आपल्या सदरेकडे जाण्यासाठी वळले. अंमलदारांना, सरदारांना निरोपाचे विडे द्यायचे होते. वाटेत सकन्या गुरव आडवा आला. आपल्या हातातले शिंग सावरत त्याने राजांचा चरणस्पर्श केला, तेव्हा राजांनी हसत विचारले, ''सकन्या गड्या, तू आमच्यासंगं परवा शामियान्यात येशील—आम्ही शस्त्र उगारायचा अवकाश—शामियान्यात आमची जीत होऊ दे नाहीतर पराभव, याची तू फिकीर करायची नाहीस. तू तुझं शिंग बेंबीच्या देठापासून जोर देत असं जोरकसपणे फुंकायचंस की त्याचा आवाज हा आपल्या गडावरच्या तोफांसाठी इशारा असेल. तेव्हा बुरुजावरच्या तोफा धडाधडा पेटतील अन् तोफांच्या आवाजाने मर्दमावळ्यांची पथकं झाडाझाडांतून, जाळीजाळीतून टोळधाडीसारखी अचानक बाहेर सुसाटासारखी धावतील, विजापूरकरांच्या उन्मत्त फौजेचा खाऊन चावून चोथा करतील.''

◆

रणविडे आणि रणवेडे

निरोपाच्या विड्यांसाठी सरदार-अंमलदारांची गर्दी उडाली होती. तेवढ्यात सेवकाने शिवरायांसमोर दोन कावडी आणून ठेवल्या. त्यातून गुडघाभर उंचीच्या ओल्या बांबूच्या दोन टोकऱ्या आणल्या होत्या. त्या टोकऱ्यांची तोंडे कोणत्यातरी वृक्षाच्या हिरव्याकंच पानांनी झाकलेली होती. आतल्या ऐवजाचा नेमका थांगपत्ता लागत नव्हता. त्यामुळे अनेकांच्या भुवया उंचावल्या.

सरदारांना आणि लष्करी दरकदारांना नेमून दिलेल्या आपापल्या जागी आज रात्री जायचे होते. जंगलातल्या मोक्याच्या आणि माऱ्याच्या जागा पकडायच्या होत्या. अफझलखान भेटीच्या निमित्ताने राजांनी लष्कराची पेरणी पार पाडली होती; मात्र त्यामध्ये नेताजी पालकर आणि त्यांचे अव्वल अश्वदळ नेमकी कोणती आघाडी पकडणार आहेत, याची कोणास कल्पना नव्हती. स्वत: नेताजीही त्याबाबत अनभिज्ञ होते. तरीसुद्धा नेताजींनी सर्वांसमोर त्याबाबत राजांकडे विचारणा करायची नेहमीसारखी घाई दाखवली नाही; परंतु त्या खलबतखान्यात पाठीमागच्या बाजूला कुजबूज चालूच होती– एकदा का मसलत संपली की गडावरून पालकर एकाएकी कसे काय अदृश्य होतात? त्यांच्याकडे अशी कोणती जादूची कांडी आहे?

बराच वखत झाला होता. अंमलदारांनाही निघायची घाई होती. आपल्या सर्व सहकाऱ्यांकडे पाहत शिवराय जिव्हाळ्याने बोलले, "हे पाहा, जेव्हा आपले वीर समरांगणाला सामोरे जातात, तेव्हा त्यांना निरोपाचे विडे देण्याच्या अनेक खाशा रीती मोगलाईत आणि विजापूरच्या सुलतानशाहीतही आहेत. मग कोणी सोन्याच्या कर्णफुलांचं वाटप करतात, कोणी रत्नजडित कंठे देतात, तर कोणी काय!"

"आपण आम्हाला कशापायी लाजवता शिवबा?" कान्होजी जेधे बोलले, "आपलं हे गोरगरीब कष्टकऱ्यांचंच हिंदवी स्वराज्य. आम्हाला भेटवस्तूची गरजच काय?"

"पण आज आम्ही तुम्हाला तसे अगदीच रिक्तहस्ताने पाठवून देणार नाही."

"राजे ऽ?"

"हो. आम्ही आपणासाठी भेटीदाखल एक वेगळीच धनदौलत आणली आहे."

राजांनी नजरेने इशारा केला. त्याबरोबर सेवकांनी बांबूच्या त्या बड्या करंड्या राजांसमोर सरकवून ठेवल्या. वरचे हिरव्यागार पानाचे आच्छादन बाजूला झाले. अन्

त्यातली पिवळ्या रंगाची आणि मध्येच हिरवट झाक असलेली सुंदर ताजी ओंजळभर फळे राजांनी हाती घेतली. आपल्या वीरांना ती वाटताना राजे बोलले, "ही बेलफळं बरं. फार गोड असतो हा रानमेवा."

"राजेऽ कुठे गवसला हा मेवा?" हिरोजी फर्जंदनी विचारले.

"तो काय, भिंतीपलीकडच्या केदारेश्वराच्या दारातला बेलवृक्ष पाहा. ह्या वर्षी फळांनी कसा लहडून गेला आहे. बेलपत्र आणि बेलफळ ह्या श्री शंकरांच्या आवडत्या गोष्टी बरं. मुद्दाम खाऊन पाहा."

वानगीदाखल काही फळांचे वाटप राजांनी स्वत: केले. मग इतरांनी ते पुढे चालू ठेवले. सर्वांना निरोप द्यायच्या क्षणी राजे भावनाविवश झाल्याचे दिसत होते. ते म्हणाले, "आम्हाला वाटतं लढवय्या हातांपासून काही गोष्टी लपवणं म्हणजे एक प्रकारची प्रतारणा ठरेल. मर्दांनो, तुम्हा सर्वांना स्पष्टपणे सांगतोय, आई तुळजाभवानीचे बक्कळ मंगल आशीर्वाद आपल्या पाठीशी आहेतच. आम्ही कामयाब होऊच याची आम्हास बालंबाल खात्री आहे; पण तरीही गड्यांनो, आपण कृपा करून अजिबात गाफील राहू नका; कारण आपल्या हिंदवी स्वराज्यावर चालून आलेला अफझलखान हा दुश्मन या युगातला उलट्या काळजाचा भयंकर खलपुरुष आहे.

"युद्ध म्हणजे रणातला रक्तरंग! जिवावरचा खेळ. ह्या युद्धचक्राच्या फेऱ्यात काहीही-अगदी काहीही घडू शकतं. तो अफझलखान बडा तकदीरवालाही निघू शकतो. अन् दुर्दैवानं समजा तो आम्हास जीवे मारण्यात कामयाब झाला—"

"नका ऽ नका हो राजे, असं नका बोलू ऽऽ" मसलतीतून काळजीचे आणि दु:खाचे आवाज फुटले.

"काय करणार? सत्यकथन हे सेनानायकाचं सत्त्व असतं! म्हणूनच सांगतो, समजा दुर्दैवानं तसा प्रसंग ओढवलाच, तरी माझ्या मर्दमावळ्यांनो! दु:ख बाळगू नका. शोकामध्ये सोन्यासारखी वेळ खर्ची घालू नका. दुश्मनाशी टक्कर द्या. जंगाचा रंग खेळताना शस्त्रं कमी पडली तर ह्या रानातले कळकबांबूचे दांडे हाती घ्या. झाडांच्या फांद्यांची मेकूसं बनवा. त्याने गनिमांची माथी सडकून काढा. तलवारी, भालेबर्च्या कमी पडल्या तर दाताने वैऱ्याची कातडी चावून सोलून काढा. आता आपल्या हिंदवी स्वराज्य देवतेला दह्यादुधाचा वा तुपाचा अभिषेक चालणार नाही. गरम रक्ताच्या धारांनी तिला न्हाऊ घालून गुलामीचा अंधकार पळवा. आमच्यासाठी अश्रू ढाळण्यात बिलकूल वेळ खर्च करू नका."

सारे सर्द होऊन राजांकडे फक्त बघतच होते. शिवराय भारावल्या शब्दांत बोलले, "ज्या वेड्या धेयस्वप्नासाठी तोरण्यावर तोरण बांधलेल्या दिवसापासून आपण सारे अहोरात्र झुंजतो आहोत! ज्या एका वेड्या स्वप्नापायी संस्कृत पंडित,

बहुभाषा विशारद आणि शेरसमशेर श्री शहाजीराजे-आमचे पिताजी गेली एकवीस वर्षं विजापुरी दरबार नावाच्या कैदखान्यात सजा भोगताहेत, अन् ज्या स्वप्नाच्या पूर्तीसाठी गेली कैक वर्षं आमच्या जिजाऊ माँसाहेब कधीच नीट झोपलेल्या नाहीत—गड्यांनो, त्या सर्वांच्या स्वप्नांना यशसिद्धीची फळं लाभावीत ऽ!"

निरोप देऊन खाली बसता बसता काहीतरी आठवून राजे पुन्हा उभे राहिले आणि म्हणाले, "समजा दुर्दैवानं परवाच्या दोन प्रहरानंतर आमची जीवननौका नाहीशी झाली, तर ह्या शिवाजीनंतर कोण सांभाळणार आहे स्वराज्याची ही दौलत?"

राजांच्या त्या उद्‌गारानंतर मात्र राजे नसण्याच्या केवळ कल्पनेने अनेक जण घुसमटून रडू लागले. एवढे धीराचे मनुष्य नेताजी पालकर, त्यांनाही अश्रू आवरेनात. ते बाहेर जाण्याच्या इराद्याने झट्कन उठले. तेवढ्यात त्यांचा हात घट्ट पकडत शिवराय बोलले, "थांबा ऽ नेताजीकाका ऐका. ऐकलंत मर्द मावळ्यांनो—आमच्यानंतर आमचा कारभार आमच्या मातोश्री जिजाऊसाहेब आणि नेताजी पालकरकाका सांभाळतील. आमचे चिरंजीव शंभूबाळ-दीड-दोन वर्षांची उमर असेल त्यांची—दोन महिन्यांमागेच ते मातृसुखास पारखे झाले—शंभूबाळांची आणि 'स्वराज्य' नावाच्या ह्या नवजात अर्भकाच्या पाळण्याची दोरी आम्ही महाराष्ट्रमाउली जिजाऊंच्या हाती द्यायचं ठरवलं आहे. गोरगरीब रयतेच्या आकांक्षेतून आकाराला आलेल्या ह्या 'स्वराज्य लक्ष्मी'चं तुम्ही सारे जण मिळून प्राणपणानं रक्षण करा."

"राजे ऽ राजे, अशी निरवानिरवीची भाषा कशासाठी उच्चारता?" नेताजी कळवळून विचारू लागले.

"नेताजीकाका, राजाला तरत्या आणि बुडत्या अशा दोन्ही बाजूंचा विचार करावाच लागतो."

"नका राजे ऽ असं निरवानिरवीचं बोलू नका. आपल्यासारख्या महापुरुषानं इथल्या पाषाणांना पिळून प्राप्त केलेला हा हिंदवी स्वराज्याचा अमृतकुंभ माझ्यासारख्या अरबाट शिपाईगड्याला कसा काय पेलवणार हो राजे?"

नेताजींकडे बघत शिवराय मोठ्या प्रसन्नतेने बोलले, "तुमच्या कामगिरीची तरफदारी आम्हीच काय, पण आमचे जन्मजन्मांतरीचे शत्रूसुद्धा 'प्रतिशिवाजी' अशी करत असतात. आम्ही इथे उघडपणे सर्वांस सांगू की, ह्या शिवाजीनंतर आभाळाला हात घालून कर्तृत्वाच्या चांदण्यांचा घोस खेचण्याचं सामर्थ्य एकाच नरवीरात आहे, तो म्हणजे फक्त नेताजी पालकर!"

गडावरचा वारा घोंगावत होता. बाजूच्या केदारेश्वराच्या मंदिरातील घंटांचा नाद ऐकू येत होता. त्या पिसाट वाऱ्याच्या झोताने बेलवृक्षावरची फळे तुटून सदरेच्या छपरावर टपटप गळत होती. खलबतखान्यातले वातावरण खूप भावनाविवश झाले

होते. राजांनी सर्वांच्या समोर हात जोडत भवानीमातेचे स्मरण केले. ते मंत्रघोषासारखा अखेरचा संदेश देऊ लागले, "मानी मराठ्यांनो ऽऽ, दगडांच्या देशात गरुडाची हिंमत घेऊन जन्मास आलेल्या मर्दमावळ्यांनो! परवा सायंकाळी ह्या प्रतापगडावर सावल्या जेव्हा लांबतील, तेव्हा पळमात्र इतिहासचक्र थांबेल. वेडा वर्तमानकाळ टाचा उंच करून गोप्याच्या घाटातून राजगडाकडे निघणाऱ्या रानवाटेकडे औत्सुक्यानं पाहील. त्याच क्षणी आमच्या मातोश्री जिजाऊसाहेबांचे डोळे राजगडावरून अखंड याच वाटेकडे नजर ठेवून तिष्ठत बसतील. त्यासाठीच आम्ही तुम्हाला मुद्दाम आठवण करून देतो आहोत, परवा सकाळी रणभूमीला भिडताना म्यानातल्या तलवारी बाहेर उपसण्यापूर्वी, तुम्हाला एका महत्त्वाच्या गोष्टीचा निर्णय घ्यायचा आहे की, त्या सायंकाळी नेमकं काय करायचं आहे? कडवी झुंज देऊन अफझलखानाची मुंडी छाटून ती भाल्याच्या टोकात खुपसायची, तिला ढोल-ताशांच्या तालावर राजगडाकडे मिरवत मिरवत न्यायची आहे, की आपल्या मुंड्या खाली घालून पालखीत घातलेला आमचा मृतदेह घेऊन तुम्हाला तो चोरासारखा पळवत इथून फरार व्हायचं आहे?"

शिवरायांच्या त्या सवालाबरोबर मसलतीच्या चारी कोपऱ्यांतून तोफगोळ्यांसारख्या गर्जना फुटल्या, "नाय राजे नाय, आम्ही लढू! तुमच्या या ईर्ष्येसाठी आणि ह्या हाकेसाठी या रानातली माणसं तर लढतीलच; पण त्या हनुमंताच्या जंगातल्यासारखी ह्या सह्याद्रीच्या रानातली झाडंसुद्धा आपोआप उखडतील. विजापुरी सैन्याची पाठाणं फोडून काढतील. अंबाबाईच्या दरबारात नाचणाऱ्या भुत्यांसारखी वाऱ्याला झिंज्या लावून रणचंडी नाचेल. दुश्मनाची माती करू; पण आखिर राजं तुमच्याच विजयाचा डंका वाजवू—जराबी काळजी नका करू!" नेताजी पालकरांच्या मुखातून इरसरीचे ते रणकाव्यच बाहेर पडत होते.

अष्टावधानी राहून राजांना सुतळीच्या तोड्यापासून तोफेत टाकायच्या गोळ्यापर्यंत बारीकसारीक बाबींमध्ये लक्ष द्यावे लागत होते.

उद्या दुपारी कळीकाळासारख्या दुश्मनाला राजांना भेटायचे होते. आज जागरण डोळ्यांत झोंबत होते. राजांच्या डोळ्यांपुढे माता-पित्यांच्या अखंड कष्टाचा आणि दगदगीचा जीवनपट उभा राहत होता. त्यांना जिजाऊसाहेबांची अनेक रूपे आठवत होती. ते मातोश्रींच्या पोटात होते, तेव्हापासूनच त्या माउलीने किती अपार कष्ट आणि दगदग सोसली होती. मातोश्रींच्या जिवलगांचे निजामाच्या दरबारात पडलेले मुडदे. आप्तांच्या त्या हत्याकांडाच्या वरवंट्याने त्यांना पोळून काढले होते.

त्यानंतर गुलामीचे पाश तोडण्यासाठी त्यांचे प्राणपती शहाजीराजांनी अनेकदा केलेले बंड आणि उठाव. काळपरत्वे कधी मोगलांच्या, कधी निजामशाहीच्या तर

कधी आदिलशाहीच्या लष्करी सेवेसाठी त्यांनी किती उंबरठे झिजवले असतील; मात्र त्या प्रत्येक चाकरी वेळी सर्वांगात एक जखम भळभळत होती. आपल्या स्वराज्याच्या आकांक्षेपायी त्यांनी केलेली ती पळापळ; नव्हे, त्यांचा झालेला तो क्रूर पाठलाग. पेमगिरीच्या गडावरचा फसलेला नव्या आदिलशहाचा तो प्रयोग. अहमदनगरापासून पुण्यात, पुण्यातून कोकणाचा पार पाडलेला पावसातला तो भयानक उतार. अन् चेऊलच्या बंदरात आपल्या स्त्रिया-मुलांचे प्राण वाचवण्यासाठी त्यांनी पोर्तुगीजांकडे केलेली राजाश्रयाची ती विनवणी. तीही ठोकरली गेली होती. असा भटकंतीचा आणि पळापळीचा तो वनवास अद्यापही संपला नव्हता.

अलीकडच्या काही वर्षांत मातोश्री जिजाऊ किती आनंदी, तृप्त दिसायच्या. शिवरायांच्या रूपाने इथल्या दऱ्याखोऱ्यांत आताशी कुठे स्वातंत्र्याची पिवळीधमक सूर्यकिरणे पाझरू लागली होती. तेवढ्यात आभाळात दाटून आलेला अफझलखान नावाचा हा काळाकुट्ट ढग! ज्याने घातपाताने जिजाऊंचे थोरले पुत्र संभाजीराजे मारले, ज्याने काही काळामागे शहाजीराजांनाच अट्टल गुन्हेगार ठरवून त्यांच्या हातापायांत बेड्या ठोकल्या. तोच वैरी आता काळ होऊन स्वराज्य ग्रासण्यासाठी सह्याद्रीच्या पोटात घुसला होता. दुर्दैवाने त्याच्या सोबत असलेल्या आघाडीच्या बावीस सरदारांमध्ये आठ जण मराठे आणि ब्राह्मण आहेत. हे स्वकीय सरदार दुश्मनाच्या गोटातले शेणही गुलाल समजून उचलायला तयार आहेत. अन् दुसरीकडे ऐन तिशीच्या उंबरठ्यावरचा शिवाजी नावाचा जिजाऊंचा पोर जिवाचा रक्तभात करतो आहे. पत्थराला पालवी फोडून स्वराज्याचा बुरूज अबाधित राखण्यासाठी अहोरात्र झुंजतो आहे.

राजांना आज झोपच येत नव्हती. रात्रीचा जबडा खूप विशाल होता.

राजांना अचानक काहीतरी आठवले. त्यांनी तत्काळ कान्होजीबाबांना पाचारण केले. कान्होजीही जागेच होते. त्यांना समोर पाहताच राजे म्हणाले, ''माफ करा काका. एक वस्तू आम्ही मुद्दाम आणून ठेवली होती. कामाच्या घाईगर्दीत तिचं वाटप राहून गेलं; मात्र ती वस्तू आज या पहाडात मोक्याच्या जागा पकडून बसलेल्या सर्व सरदार-दरकदारांपर्यंत पोचायला हवी. पुढं स्वारशिपायांपर्यंत ती आपोआप जाईल.''

''जशी आपली आज्ञा, राजे.''

''जमादार गुणा मोहिते भांडारखान्यातच असतील. तिथेच थांबायचा आम्ही त्यांना हुकूम दिला आहे.''

''राजे, वस्तू कोणती ते तरी सांगा.''

''हा घ्या त्याचा नमुना,'' राजांनी स्वतःजवळ ठेवलेला तो ऐवज कान्होजींकडे सरकवला.

त्या साध्या पातळ कापडापासून बनवलेल्या चंच्या होत्या. त्यातील एक छोटीशी चंची राजांनी पुढे केली. कान्होजींनी तिच्या बंधाची गाठ सोडली. ते औत्सुक्याने बघतात, तर आत खाऊच्या तंबाखूच्या दहा-बारा चिमटी आणि चुना. "हसावं की रडावं तेच काही कळत नाही," कान्होजी थोडा आंबट चेहरा करत बोलले, "कोणाची तलफ किंवा व्यसनाचं चोचलं पुरविण्यासाठी आमचं राजं असं नेमाधर्माला फाटा देणार नाहीत, याची खात्री आहेच; पण—"

राजे त्यावर मंदसे हसून बोलले, "जेधेकाका, अहो, हे झाडझाडोऱ्यानं भरलेलं ओलंकंच जावळीचं आणि प्रतापगडाचं जंगल. इथे नागिणीच्या दंशासारख्या जळवा जागोजाग माणसा-जनावरांना चटाचट चावतात. त्यांचं रक्त काढतात. आपल्या फौजेला तर ह्या किर्र झाडीत दोन रात्री आणि तीन दिवस काढायचे आहेत. जळवा बेजार करतील त्यांना. कदाचित घोडी आणि बैलांसारखी जनावरंसुद्धा पिसाळून जातील. दुश्मनाला न कळता, पलिते न पेटवता माणसं-जनावरं गुपचूप दबा धरून बसणार आहेत. त्यामुळे जळवांवर उपाय म्हणून अंधारात रानातला कुर्डूचा किंवा दगडीचा हिरवा पालाही मिळवता येणार नाही त्यांना. म्हणजे उरते ती फक्त तंबाखू!"

राजांच्या मुखातून गुणकारी तंबाखूची ती महती ऐकून खूश झालेल्या कान्होजीबाबांनी मोठ्या समाधानाने त्यांना मुजरा केला.

तंबाखू-चुन्याचे वाटप करण्यासाठी अंधारातच मावळे पसार झाले. तंबाखूच्या वाटपाच्या निमित्ताने कान्होजींचा हात पकडत जिवा महालाने त्यांना अट्टहासाने विचारले, "नाईक, आता तुमचं पाय धरतो; पण त्या दुसऱ्या गोष्टीचाबी उलगडा होऊद्याच हो."

"कशाबद्दल विचारतो रे जिवा?"

"सांगा की, आपले नेताजी पालकर कुठल्या झाडाचा पाला अगर जडीबुटी खात्यात?"

"कशाचा पाला आणि कुठली जडीबुटी रे?"

"अवो, मग ते अचानक एकाएकी किल्ल्यावरनं भुतावानी कसं काय गडप होतात?"

त्या रहस्यमय प्रश्नावर कान्होजी मोठ्याने हसत बोलले, "पोरा ऽ नेताजींच्या त्या गुप्त रहस्यामागचं मोठं रहस्य म्हणजे आमचा शिवबाच बरं!"

"काय सांगता?"

"खरं तेच सांगतो रे. शिवरायांच्या बाळपणी शहाजीबाबांनी त्यांना अनेकदा अजिंक्य देवगिरी किल्ल्याची गोष्ट ऐकवली होती. पूर्वी एकदा त्या देवगिरी गडाला दुश्मनांचा लय मोठा वेढा पडला होता, तेव्हा काही महिन्यांनं गडावरचं धनधान्य

संपलं. किल्ल्यातल्या लोकांना बाहेर पडायला वाटच नव्हती; कारण त्या बलदंड गडातून बाहेर सटकून जायला फक्त एकच गुप्तवाट होती. ती पण दुश्मनांनी ताब्यात घेतलेली. टाचा घासून अन्नाविना हजारो माणसं-जनावरं मेली. उरलेल्या काही जणांचा जीव वाचवण्यासाठी देवगिरीच्या यादवराजाला शत्रूच्या पुढ्यात शरणागतीचं लोटांगण घालावं लागलं.''

"पण त्या गोष्टीचा इथं काय संबंध?''

"अरे, तेच सांगतोय जिवा बाळा तुला! ह्या गडावर नेताजीची ती भुताटकी, झाडपाला खाऊन अदृश्य व्हायची कला असा कसलाबी प्रकार नाय; मात्र तीन वर्षांमागे हा गड बांधतानाच राजांनी बांधकाम करणाऱ्या अर्जोजी यादवाला सांगून पाच चोरवाटा बांधून काढल्यात. शिवबाच्या सोबत मी सावलीसारखा असतो, तरीबी त्या सर्व वाटा मलासुदीक माहीत नाहीत. नेताजीसारख्या दोघातिघांनाच राजांनी तो कानमंत्र देऊन ठेवलाय. त्याच्याच जोरावर बघता बघता नेताजी भिंतीतनं हा असा अदृश्य होतो.''

दुपारी एकदाची शिवाजींची भेट घडणार या कल्पनेने अफझलखानाला आतल्या आत हर्षाच्या उकळ्या फुटत होत्या.

आजच्या शिवरायांच्या आपल्या भेटीनंतरची दुपार कशी असेल आणि सुखाची सायंकाळ काय बहारीची असेल, याचाही ठोकताळा अफझलखानाच्या उतावळ्या मनाने आधीच रंगवून ठेवला होता. त्याच धुंदीत त्याने सारी कामे नेटाने आटोपायला सुरुवात केली होती.

सकाळचा दुसरा नमाज पढून झाला. खानाने नमाजाची चादर आणि वजूची माळ खिदमदगाराकडे सुपूर्द केली. डेऱ्याच्या एका दालनात तो अधीऱ्या चालीने आत गेला. त्याने आपल्या मुलाला थेट विचारले, "फौलाद, बच्चे! सामान कहाँ है?'' त्याबरोबर फौलादखानाने आपल्या शिपायांना नजरेचा इशारा केला. त्यांनी लगेच एक बासाची पाच फूट लांबीची आणि दीड फूट रुंदीची करंडी समोर आणून ठेवली. ओल्या बांबूच्या पातळ कांबी एकमेकांत गुंफून तो झकास असा लांबट खोका बनवून घेतलेला होता. त्या ओल्या बांबूचा गंधही अजून नाहीसा झाला नव्हता. तेवढ्यात सेवकाने रानटी पाल्यांच्या आणि जडीबुटीच्या दोन टोकऱ्या बाजूला आणून ठेवल्या.

"इस जडीबुटीका क्या काम है?'' खानाने तिरकसपणे विचारले.

"अगर आपला दुश्मन सिवा त्याला जेरबंद करायच्या झटापटीत जायबंदी झाला, तर त्याला तसाच ह्या टोकरीत आडवा झोपवून पळवत न्यायचा. त्याच्या त्या जखमा गृहीत धरून हकिमांकडून हा इंतजाम करून ठेवलाय. उगाच ऐन

मोक्याला वेळेची बरबादी नको.''

शिवाजीराजांना रश्शादोरांनी जखडून बांधलेय आणि त्यांच्या जखमांतून रक्ताचे थेंब ओघळताहेत, असे कल्पनाचित्र झमकन खानाच्या नजरेसमोर तरळून गेले. तो अधिकच खूश झाला. खानाच्या बड्या तंबूबाहेर दहा सांडण्यांचे एक पथक खडे होते. त्या पथकातले उंट तगडे होते. त्यांच्या पाठाणावर बसणारे हाके काटक शरीराचे धाडसी जवान होते. शिवाय सोबतच्या सत्तर मस्तवाल घोड्यांचा बेहडा आतापासूनच पुढच्या हुकमाची वाट बघत खडा होता.

''अब्बू, उंटकी रफ्तार तेज रहेगीही। लेकिन साथमें घोडोंका इंतजाम जानबूझकर किया है। वजह यह की, रहिमतपुरापर्यंत मुल्क मराठ्यांचा आहे. सोबत शिकार बडी असल्याने गस्तही कडी ठेवावी लागेल. शिवाय सिवाला पळवत घेऊन जाणाऱ्या सांडण्या रस्त्यात थकल्या, बिमार पडल्या, अगर कुठलीही मुसीबत आली तर घोड्यांचा इंतजाम राहीलच.''

''बहुत खूब,'' अफझलखान उत्साहाने बोलला, ''जर आपण बीचवाल्या रस्त्याने रहिमतपूर, औंध, विटा, जतच्या मार्गाने रात-दिन दौड केली, तर तिसऱ्या रात्री सिवाचा मुर्दा विजापूरच्या वेशीत पोचायला हवा.''

''जी हाँ अब्बू बिल्कुल! लेकिन दुपारचा तुमचा तो सिवाच्या मुलाखतीचा तमाशा तेवढा जल्दीने खतम करा. फक्त 'मुद्देमाल' आमच्या कबजात द्या ऽ रातीचा दिवस करून सिवाला घेऊन आमची जनावरं बिजापूरकडे छलांग मारतील.''

अफझलखान तातडीने पोषाख करण्यासाठी आपल्या खासगी दालनाकडे निघाला. तितक्यात मध्येच दुंदेखान, मुसेखान, अंकुशखान, खंडोजी खोपडा आणि शंकर मोहिते, अशा खानाच्या पहिल्या फळीतला सरदारांचा तांडा सामोरा आला. सर्वांचे चेहरे चिंतेने करपून गेल्यासारखे दिसत होते. ते मुक्याने उभे असले तरी त्यांच्या उसाशांचा कंप खानाला जाणवल्याशिवाय राहिला नाही. तो त्यांच्यावर खेकसला, ''क्यूँ ऽ बात क्या है?''

''अफझलमियाँ! मोहरा इरेला कशासाठी घालायचा?''

''मतलब?''

''वर मसलतीच्या डेऱ्यात तुम्हाला दस्तुरखुद्द जाऊन जान खतरेमें घालायची जरूरत काय? आमच्यापैकी कोणीही जाईल. अल्ला कसम, आपल्या मर्जीनुसार सारं काही पार पडेल.''

''अंकुशखान, अरे बेवकूफ! हमें तो हँसी आती है। कितना डर रहे हो उस पहाडी चूहेको?'' खान बोलला.

''सिवा खूप खतरनाक है हुजूर! सह्याद्रीकी पहाडीभी बहुत डरावनीसी लगती है। कुछ अंदाजा नहीं आता।'' दुंदेखान धाडसाने बोलला.

"ऐका खान बहादुर ऽ तुमच्या पायावर कपाळ आपटून सांगतो. ऐका ऽ ही भोसल्याची अवलाद भारी घातक! त्या शहाजीच्या पोराच्या नादाला नका लागू. स्वतः वाटाघाटीसाठी म्होरं नका जाऊ देवा!" खंडोजी खोपडे अफझलखानाकडे रडगाणे गाऊ लागला.

"सिवा बडा खतरनाक है, शैतान है। उसी वजहसे तो मैं किसी भी कचदिल फौजीको उसके पास भेजनेका बचपना नही दिखाऊंगा। नहीं तो इतनी मेहनतसें हमनें रचा हुवा खेल खतम हो जाएगा।" खानाने निक्षून सांगितले.

खान झपाट्याने आतल्या लिबासखान्यात गेला. बंडीसारखे एक पातळ अंतर्वस्त्र त्याने अंगात घातले. कमरेला महागड्या सलवारीचा नाडा घट्ट बांधला. तेवढ्यात दोघे खिदमदगार जवळ आले. त्यांच्या हाती खानाचे नेहमीचे जाळीदार पातळ सळ्यांचे पोलादी चिलखत होते. ते त्याच्या अंगात पाठीमागच्या बाजूने चढवले जाऊ लागले. चिलखताच्या अर्धबाह्या दोन्ही दंडांमध्ये बसल्या; पण समोरच्या बाजूचा बंद काही बसेना. ते पाहून खानसुद्धा मोठ्याने हसू लागला. पोट भलतेच वाढले होते. बारीशच्या दिवसात वाईच्या हवेलीत त्याने फक्त ऐशोआराम भोगला होता. शिवाय भटारखान्याकडे खटाव आणि म्हसवडकडची वाळलेल्या चाऱ्यावर पोसलेली बकरी यायची. त्या रुचकर मांसावर खानाने उभा-आडवा ताव मारल्याने पोट फुगले होते. म्हणूनच समोरून पोटावर चिलखत चढेना. ते खूप दाटके होऊ लागले.

खिदमदगार पलीकडच्या राहुटीतील शस्त्रागाराकडे धावत निघाले, दुसऱ्या एखाद्या चिलखताच्या शोधासाठी; पण खानाने मोठ्याने आवाज दिला. तो आपल्या दोन्ही खिदमदगारांवर खेकसला, "हटो बेवकूफों! काय जरूरत आहे चिलखताची? हमारे सामने इतनीसी कदवाला वह सिवा आयेगा तो उस मोमके पुतलेको अस्मान दिखाने के लिए इस अफझलखाँ मोहम्मदीशाहीको कितना वक्त लगेगा? हटो ऽऽ डरो मत।"

समोरच्या लिबासखान्यात शेरवान्यांचा आणि सैलसर कुर्त्यांचा गठ्ठा होता. खानाने शेरवानीचा बेतही रद्द केला. तळाशी असणाऱ्या पिवळ्याजर्द मलमलच्या कुर्त्याकडे त्याचे लक्ष वेधले. भागानगरहून जेव्हा त्याची बारात आली होती, तेव्हा आपल्या लाडल्या बेगमेशी त्याने कंठलेली ती पहिली रात्र! त्या पिवळसर कुर्त्याकडे एक शुभशकुन, एक शगुन या नजरेनेच तो पाहायचा.

तो पुराना कुर्ता जीर्ण झाला, तेव्हा त्याच्या लाडल्या बेगमेने वर्षामागे तशाच रंगाचा एक सैलदार कुर्ता बनवून घेतला होता. तो कुर्ता थोडा दाटलाच; परंतु चिलखतासारखा त्याने अगदीच काही दगाफटका केला नाही याचा खानाला आनंद वाटला. खुशीने समोरच्या बड्या आईन्यात पाहत त्याने कुर्त्याच्या खिशात हात

घातला. लाडलीच्या आठवणीने त्याचे मन कातर झाले. अन् अचानक त्याच्या डोळ्यांसमोर विजापूरची ती शाही बावडी उभी राहिली. आपल्या त्रेसष्ट बेगमांनी आपल्या उज्ज्वल तकदीरासाठी पाण्याच्या पोटात केलेला तो सामूहिक जोहार. त्या सर्वांची याद येऊन अफझलखानाचे मन हेलावून गेले. समोरच्या आरशात त्याला लाडल्या बेगमेचीच जिवंत हसरी प्रतिमा दिसू लागली. तसा तो रडवेल्या सुरात स्वत:शी बोलला, "प्यारी बेगम साहिबा, कुछ पल रुक जाईये। उस जहन्नमी सिवाकी साँस थोडीही देरमें हमेशा के लिए बंद हो जायेगी।"

◆

घनघोर मुकाबला

शिवरायांच्या जीवनात वयाच्या एकोणतिसाव्या वर्षी उगवलेला तो महत्त्वपूर्ण दिवस. मार्गशीर्ष शुद्ध षष्ठीचा म्हणजेच चंपाषष्ठीचा दिवस- तारीख १० नोव्हेंबर, १६५९.

आजचा दिवस कसा सरेल आणि रात्र कशी ओढवेल या चिंतेने तो सारा आसमंत उसासे टाकत होता. तो जावळीचा परिसर, ती वळणे घेत पहाडातून वाट काढणारी छोटी कोयना नदी आणि तो प्रतापगडाचा पायथा. अवघ्या चराचराच्या पोटात गलबलून येत होते. पहाटे आभाळातल्या चांदण्या घाईने विझल्या. अन् उगवतीची सूर्यकिरणे जंगलझाडीच्या डोक्यावर बेचैनीने रांगू लागली.

आदल्या रात्रीची झोप कशीबशी अर्धा-पाऊण तास झाली असेल, नसेल. पहाटे केदारेश्वराच्या मंदिरात पूजेसाठी निघायचे होते. त्यासाठी राजे पंचा नेसून खांद्यावर श्वेतवस्त्र टाकून वाड्यातून बाहेर पडले. त्यांचा अर्धवट उघडा देह, तो गौरवर्ण, उंच भालप्रदेश आणि पाठीमागे वळविलेला घनदाट केशसंभार. त्यांचे एकूण रूपच एखाद्या महायोग्यासारखे दिसत होते. त्यांच्या सोबत निघायला हवालदार गणोजी गोविंद आणि कान्होजीबाबा जेधे होतेच.

वाड्याच्या पायऱ्या उतरता उतरता राजे धिम्या गंभीर सुरात बोलले, "जर आज वाटाघाटीने संघर्ष टाळता आला, आग आणि रक्तपात चुकवता आले तर जगदंबा कृपा!"

"अन् वैऱ्याच्याच दिलात खोट असेल, त्यानेच घातापाताचा रस्ता धरला तर राजे?" कान्होजीबाबांनी विचारले.

"तर मात्र खानासकट पुऱ्या विजापुरी लष्कराचा धुव्वा उडवायचा हे निश्चित!"

"आपले आघाडीवरचे स्वारशिपाई जाळीजाळींत आणि मोर्च्यांवर दबा धरून जागता पहारा देताहेत."

"छान!"

"त्यांचे डोळे लागलेत फक्त खानासोबतच्या आपल्या दुपारच्या भेटीकडं. एकदा बुरुजावरच्या इशाऱ्याच्या तोफांतून धुडूमधामचे कानठळ्या बसवणारे आवाज बाहेर पडायचा अवकाश—"

"त्यात आज रात्री चंद्रोदयही थोडा उशिरानेच आहे." शिवराय म्हणाले.

"म्हणजे?"

"रणांगण रंगवत ठेवायला चांदण्यांचा उजेड उशिरापर्यंत मिळेल." राजांच्या तर्कबुद्धीला कान्होजीबाबांनी मनोमन दाद दिली.

केदारेश्वराच्या गाभाऱ्यात उपाध्ये, ब्राह्मणांनी पूजेची उत्तम तयारी केली होती. ताज्या टवटवीत फुलांच्या राशी, जळते लामण दिवे, तुपाच्या पणत्या, सुगंधी अगरबत्त्या, असे मोहक आणि प्रसन्न वातावरण होते. गाभाऱ्यातील कस्तुरीच्या सुगंधाने काठोकाठ भरलेले निर्मळ, प्रेरणादायी पावित्र्य. पूजा यथासांग पार पडली. राजांनी ब्राह्मणांना आणि उपाध्यायांना अनेक वस्तूंचे दान दिले.

हळूहळू अंधाराचा झिरझिरीत पडदा अदृश्य झाला. प्रतापगडाच्या बुरुजावर सूर्याची तांबूस कोवळी किरणे उगवली.

न्याहरी उरकली. राजांनी खानाच्या भेटीस निघण्याची खासगीकडे तयारी सुरू केली. त्यांनी अंगात बारीक सळीचे चिलखत घातले. त्या पोलादी बंदोबस्ताने आपले पाठपोट बंदिस्त करून घेतले. डोक्यावर अभेद्य जिरेटोप घातला. वर मंदिल ठेवला. त्याच्या तुऱ्यातील शुभ्र रत्ने झळाळू लागली. राजांनी अंगात पांढराशुभ्र अंगरखा परिधान केला. अंगावर केशराच्या पाण्याचा हलका शिडकावा मारला. पायात सलवार घातली. हाताच्या एका लांब बाहीच्या आड बिछवा लपवला. बिछवा हा नावाप्रमाणेच विंचवासारखे वक्र आकार असणारे अत्यंत तीक्ष्ण आणि धारदार पाते. दुसऱ्या हातात बाहीआड पोलादाची वाघनखे होती.

वाड्यातून बाहेर पडणारे राजे गुहेतून बाहेर झेपावणाऱ्या सिंहासारखे ऐटदार आणि निर्धारी दिसू लागले. त्यांच्यासोबत एकापेक्षा एक अशा अत्यंत शूर आणि तडफदार दहा अंगरक्षकांचा जमाव होता. दमदार आडव्या हाडाचा जिगरबाज जिवा महाला, फुरफुरत्या उत्साहाचे उंचेले संभाजी कावजी कोंडाळकर, भानाजी इंगळे, संभाजी करवर, सिद्दी इब्राहीम, येसाजी कंक, कृष्णाजी गायकवाड, सूरजी काटके

आणि विश्वास मुरुंबक.

बाहेर पडता पडता राजांची पावले दर्शनी भिंतीवरच्या भवानीमातेच्या पाषाण मूर्तीजवळ आपोआप रेंगाळली. त्यांनी मनोभावे भवानीमातेला नमस्कार घातला. तितक्यात कान्होजीबाबांनी सोनचाफ्याची ताजी फुले राजांच्या हाती ठेवली. त्यांनी ती ओंजळ भवानीमातेच्या चरणांवर वाहिली.

त्या क्षणी राजांची मनोवस्था खूप नाजूक झाली होती. तिथे आपल्या सागरासारख्या विशालहृदयी मातेचे आणि पहाडासारख्या उत्तुंग पित्याचे मनोमन स्मरण करताना राजांना अगदी गलबलून आले. त्या दोघांच्या आयुष्याचा कष्टप्रद प्रवास त्यांच्या डोळ्यांपुढे उभा राहिला. त्यांच्या जीवनभर यशाने त्यांना दिलेली हुलकावणी आणि अपयशाने त्यांची धरलेली पाठ राजांना आठवत होती.

त्या असंख्य घटनांची, कष्टांची आणि तपस्येची याद काढून शिवरायांचे अंतर्मन आपल्या देवतांशी हृद्गत बोलू लागले, "सह्याद्रीच्या माळामुरडातील सहस्र देवतांनो, या मंगल भूमीच्या मुक्तीचं स्वप्न आमच्या माता-पित्यांनी कित्येकदा देखिलं होतं; पण जुलमी सत्ताधीशांनी आणि कराल काळाच्या विखारी वाऱ्याने त्यांचा तीनतीनदा मुखभंग केला. इतिहासचक्रात एक पिढी पडते, तेव्हा दुसरी शौर्याने लढते.

"त्याच ह्या पवित्र मातीत हिंदवी स्वराज्याचं रोपटं रुजविण्यासाठी आम्ही रोहिडेश्वराच्या पिंडीवरचा बेलभंडार उचलून स्वराज्याची शपथ वाहिली. आमच्या हाकेला ओ देऊन ह्या बारा मावळांतली गरीब रयत अंगावर पुरेशी वस्त्रं नसताना आणि हाताशी आवश्यक अशी शस्त्रं नसतानादेखील आमच्या सोबत मरणाचा उंबरठा ओलांडण्यासाठी कित्येकदा उभी राहिली. हिंदवी स्वराज्य मंदिराला आकार यावा या जीवनध्येयासाठी गेली कैक वर्षं आम्ही सारे झगडत आहोत.

"वाळूचे कण रगडून आणि कळीकाळाशी झगडूनच आम्ही या मुक्कामावर येऊन पोचलो आहोत. आजवर आपण आम्हास बक्कळ आशीर्वाद दिले आहेत. कुठे होतो आम्ही आणि कुठे पोचलो आम्ही! आझादीच्या वेड्या आराधनेसाठी आमच्या माता-पित्यांनी किती किंमत मोजावी! सुवर्ण नगरीसारखं संपन्न असणारं आमच्या मातोश्रींचं माहेर. दुश्मनांनी स्मशानाला लाजवेल असा रक्तपात करून ते उद्ध्वस्त केलं. आमच्या पर्वतप्राय पिताजींच्या पुण्यातल्या राहत्या वाड्यांची जाळून लुटून दशादशा केली. आमच्या जन्मावेळी तर आपल्या बाळाचा पाळणा बांधण्यासाठी आमच्या माता-पित्यांकडे हक्काच्या छपराचा एखादा वासासुद्धा उरला नव्हता. सबब, मातोश्रींना तेव्हा पाहुण्यांच्या महाली शिवनेरीवर आसरा शोधावा लागला.

"पण आजची घटिका मात्र मोठी विचित्रच आहे. आमच्या नवजात हिंदवी स्वराज्याचा गळा घोटण्यासाठी अफझलखान नावाचं एक प्राणसंकट आम्हावर

येऊन कोसळलं आहे. अफझुल्यासारखा वैरी म्हणजे काळशत्रूच खरा! हे देव-देवतांनो ऽ ह्या प्रतापगडाच्या आजच्या वज्रपेचातून आमची सहीसलामत सुटका होऊ दे! कारण, मावळातल्या आमच्या गरीब, गांजल्या रयतेनं फार मोठ्या कष्टानं बहाद्दुरीचा हा रथ इथवर खेचत आणला आहे. यदाकदाचित दुर्दैवाने पाऊल घसरलं वा आम्हास अपयशाला सामोरं जावं लागलं, तर मात्र आमच्या पुढच्या सहस्र पिढ्या दुःखाच्या आणि गुलामीच्या गर्तेत किती वर्षं लोटल्या जातील हे सांगवत नाही.

"त्यासाठीच हे माय भवानी! हे शिवशंकरा ऽऽ!! आज तुमच्या फलदायी कौलाची प्रतीक्षा करत तव्यातल्या भाकरी, गोठ्यातली वासरं, रानातली पाखरं, सारा चराचरच खोळंबला आहे. हा वज्रपेच असा भयानक आहे की, त्याच्या विळख्यातून बाहेर पडताना एक तर वैरी वाचेल किंवा आम्ही विजयाचं निशाण नाचवत कसेबसे बाहेर पडू. एकूणच ह्या अटळ साठमारीमध्ये दैवाने एकाचं मरण आणि दुसऱ्याच्या नशिबी तोरण निश्‍चित लिहिलेलंच आहे! म्हणूनच हे माते भवानी ऽऽ हे शिवशंकरा ऽऽ आम्ही आमच्या काळजाच्या देठापासून तुमच्या ठायी एकच गाऱ्हाणं बोलतो, अशा ह्या निदान प्रसंगी आमच्या पशामध्ये फक्त यशाचं दान टाकावं. ह्या अजब घटिकेतून आमची सहीसलामत आणि सहीस्वराज्य सुटका व्हावी!"

दर्शन घेऊन राजे तसेच निर्धाराने उठले. त्यांनी पट्कन डाव्या आणि उजव्या बाजूकडे पाहिले, तेव्हा त्यांना आजूबाजूचे पर्वत, तिथल्या खोल दऱ्या आपणाकडेच मोठ्या आशेने बघत असल्याचा भास झाला. त्याच क्षणी पलीकडच्या दरीतून वाऱ्याची मोठी झुळूक आली. झाडांची पाने थरथरली. राजांना निरोप देणारी सारी माणसे गलबलून गेली. त्या वृक्षलता, तो खेळता वारा, ती डोलणारी झाडे, सारे जणच हेलावून गेले होते. जणू उभा निसर्ग आणि अवघा जावळी प्रांत राजांना निरोप देताना गहिवरला होता. त्याची जाणीव शिवरायांच्या गात्रांना होती. त्यामुळेच त्यांच्या पावलांना निर्धाराची विलक्षण गती प्राप्त झाली होती.

पारचे नाके मागे पडले. नदी ओलांडून खानाच्या पालखीचे बत्तीस भोई झपझप चालीने पुढे निघाले होते. जवळपास अडीच गोणींहून अधिक वजनाचा खानाचा तो अगडबंब देह वाहून नेणे एक दिव्यच होते. त्याच्या पालखीच्या मधल्या गणग्यासाठी सुताराने एकाच वृक्षाच्या बुंध्यातून एकसंध, टणक असे चिकट्या बाभळीचे लाकूड निवडले होते.

तो वजनदार देह आणि ती जडशीळ पालखी वाहून नेताना भोयांचा जीव अगदी जिकिरीस आला होता. पालखी घेऊन चालताचालताच मागचे सहा भोई खांदा सोडून धावायचे आणि पालखीचा पुढचा दांडा खांद्यावर घ्यायचे. त्याच वेळी पुढचे

सहा जण धावत मागच्या दांड्याकडे यायचे आणि ओझे खांद्यावर घ्यायचे. अशा प्रकारे भोयांचा तो तांडा आगेमागे सरकत ओझ्याचे कढ सोसत होता. नदी ओलांडताच जशी निबार चढणीची वाट सुरू झाली, तसा त्या ताकदवान भोयांचाही जीव आंबून गेला. गुडघे आणि पोटच्या वेदनेने भरून गेल्या. तरीही घामाघूम स्थितीत ते गडी ईर्ष्येने पालखी पुढे खेचत नेत होते.

झपझप पुढे धावणाऱ्या पालखीच्या भोयांसोबत कृष्णाजी भास्कर कुलकर्णी आणि पंताजी गोपीनाथ या दोन्ही वकिलांनी आपल्या पावलांना गती दिली होती. पंताजीकाका तर लग्नातल्या मूळ उत्साही वऱ्हाड्यांसारखे शिवरायांकडून येऊन खानाच्या डेऱ्यात दाखल झाले होते.

अफझलखानाच्या मुख्य अंगरक्षकांमध्ये पिलाजी मोहिते, शंकरजी मोहिते, ताडमाड उंचीचा सैद बंडा, खानाचा पुतण्या रहिमतखान, पहिलवानखान असे रसरसत्या उत्साहाचे जवाँमर्द होते. अंगरक्षकांच्या मागोमाग खानाने मुद्दाम निवडलेल्या त्या पंधराशे पायदळाचे शस्त्रबद्ध पथक निघाले होते.

अफझलखानाचे ते वऱ्हाड समोरचा टेप चढून वर आले. त्यांनी नेटाच्या चालीने खड्याचा खोंड गाठला. तितक्यात पंताजी गोपीनाथांचे लक्ष पाठीमागे गेले. त्यांना पंधराशे हशमांचा तो लांब शेपटा खानाच्या मागोमाग जलदीने धावत येताना दिसला, तसा पंताजींच्या पोटात भीतीचा खड्डा पडला. ते जागीच थांबत उभे राहून कृष्णाजी भास्करावर किंचाळले, "वोय ऽ कृष्णाजी! अहो, हे काय-काय चालवलेत तुम्ही?"

"काय झालं काका?"

"तुमच्या पालखीच्या मागोमागची ही शिपाईजत्रा कसली?"

"ते आमच्या खानसाहेबांना कोण समजावून सांगणार काका?"

"हे बघा कृष्णाजी, ठरल्याप्रमाणे मोजून दहा माणसंच सोबत घ्या—"

"पण?"

"मला सांगा ऽ तुम्हाला आमच्या राजांच्या भेटीसाठी वर यायचं आहे की फक्त मोकळ्या शामियान्याचं तोंड बघायचंय?"

"म्हणजे हो?"

"हे बघा, जसं ठरलंय, तसाच अंमल होईल. अन्यथा आमचे राजे गड उतरून चार पावलंसुद्धा खाली यायचे नाहीत. आताच सांगून ठेवतो!" पंताजी ठामपणे म्हणाले.

त्या दोन्ही वकिलांमधला रस्त्यातला झगडा आणि त्यांची तिखट शब्दांतली हमरीतुमरी खानाच्या कानावर गेली. वर गडाच्या दिशेने चाललेले पथक मध्येच खोळंबले. तशी खानाने आपल्या भोयांना निम्म्यातच पालखी थांबवायचा इशारा

केला. अफझलने आपल्या वकिलास हाताने खुणावले, तसे कृष्णाजीपंत धावत पालखीजवळ पोचले.

"अभी क्या बात है कृष्णाजी?" खानाने त्रासून विचारले.

"खानसाहेब, अहो किती कोशीस आणि केवढी यातायात करून जुळवून आणलाय हा खेळ. तो आपणच बिघडवून टाकायचा का हुजूर?"

"क्यूँ? क्या हुआ -?"

"खानसाब! तो शिवाजी आधीच तुम्हाला किती घाबरून गेलाय बिचारा! तुमच्यासमोर उभं राहायचं धाडस त्याच्यात उरेल की नाही, अशी वरची परिस्थिती आहे. त्यात तुमच्या मागोमाग ही अशी गर्दी बघून तो किल्ल्यातनं तोंडही बाहेर काढायचा नाही—मग भेट घडणार कशी?"

"खानसाब! थोडी मेरी सुनिए," मध्येच सैद बंडा खानाला हळूच बोलला, "किसी भी बहाने त्या चुव्याला फक्त खाली शामियान्यात येऊ द्या. फिर देखिये! हम उसे जिंदा दफनायेंगे—हुजूर को खाली देखते रहना है।"

"हुजूर, हुजूर कशासाठी थोडक्यात दूध नासवता? आपण झाडासारखे, तो लेकाचा तृणासारखा!—गवताचे किरकोळ पाते तो!" कृष्णाजी कुलकर्णी.

"ऐसा?"

"जी हाँ। बस थोडीसी देर—"

"फिर उसका खात्मा— ठीक ठीक," आपल्या साथीदारांची ती जिद्द, तो उत्साह आणि दुश्मनाला बेदखल करायची खात्री बघून खानाला गुदगुल्या होऊ लागल्या. त्यातच त्याला आता पालखीतून वरच्या झाडीतल्या शामियान्याचे कळस दिसू लागले. बस, आता फक्त जास्तीत जास्त कसाबसा अर्धा घंटाच काय तो इंतजार करावा लागेल. कल्पनेत दंग झालेल्या खानाची खुशी त्याच्या अंगरख्यात मावेनाशी झाली. त्यामुळे अहंकाराच्या कैफात गढून गेलेल्या खानाला पाठीमागून येणाऱ्या आपल्या पथकाची गरज वाटली नाही. त्याने त्या तुकडीला आहे तिथेच थांबून राहण्याचा इशारा केला.

खानाची पालखी पुन्हा झपाट्याने समोरची दरड चढू लागली.

शिवराय अद्यापि गडावरच होते. खालून शामियान्याच्या बाजूने सातत्याने हरकाऱ्यांकडून ताज्या वार्ता वर पोचत होत्या. राजेही क्षणाक्षणाची खबर घेत होते– खाली शामियान्यामध्ये खान येऊन पोचला आहे, राजांच्या भेटीसाठी खूप उतावीळ झाला आहे, अस्वस्थपणे शामियान्यात फिरतो आहे!

त्या वार्तेपाठोपाठ दुसऱ्या एका हरकाऱ्याने खबर आणली, "खानाबरोबर तो उंच ढांगुळा सैद बंडाही शामियान्यात घुसला आहे. खानापाशी तो खळ्यातल्या

खुंट्यासारखा खडा आहे."

राजांचे मन चरकले. खानाचा उघड दगाबाजी करायचा बेत दिसतोय. नाही तर अशा क्रूर मनुष्याला सोबत शामियान्यात आणायचा उद्योग खान करेलच कशाला?

राजांनी लगेच शामियान्याकडे कृष्णाजी भास्कराला खरमरीत शब्दांत कळवले, "आम्ही भेटावं अशी खानसाहेबांची खरंच तमन्ना आहे का? तसं असेल तर त्या सैद बंडाला तत्काळ शामियान्यातून बाहेर काढा."

प्रतापगडाच्या पाठीमागच्या कोकणाकडच्या बाजूला रानकडेसर गाव होते. तिथल्या झाडीत सहस्र घोड्यांच्या गर्दीत नेताजी पालकर आपला घोडा नाचवत होते. ते कमालीचे बेचैन होते. त्यांच्याकडे बघून रघुनाथ सबनीसांना गंमत वाटली. ते त्यांच्याजवळ जाऊन म्हणाले, "सरनोबत! तुम्ही काय चालवलंत हे?"

"का?"

"वरातीत घोडा नाचवल्यासारखे त्या जनावराला का त्रास देता?"

"रघुनाथराव ऽ अहो, ही बेचैनीच आहे असं समजा. एकीकडे त्या खानाला आज चांगला सडकून काढू याची खात्री आहेच; पण एक महत्त्वाची बाब म्हणजे..." मध्येच थांबत पुन्हा नेताजी काळजीने बोलले, "खानाचं जे अव्वल तीन-चार हजाराचं घोडदळ आहे, ते त्यानं कुठं लपवलंय वा पेरून ठेवलंय ते मात्र कळायलाच हवं."

"ऐन वेळी कसं सांगता येणार?"

"अरे रघुनाथा, त्याचा शोध लागलाच पाहिजे. मी काल रात्रीपासून धडपडतोय. सकाळी बहिर्जीचे आणि दिघ्यांचे अनेक नजरबाज मी त्याच कामगिरीवर धाडलेत."

"जाऊ दे! त्याने असा काय फरक पडतोय?"

"वेडे आहात! अहो लढाई म्हणजे पावलापावलावर मरणाशी गाठ आणि सरणाकडची वाट! अशा वक्ताला शत्रूच्या गंडस्थळाची बित्तंबातमी समजायलाच हवी. नायतर जन्माचा घोटाळा होईल."

आडव्या अंगाचा मजबूत जिवा महाला शामियान्याच्या दारात उभा होता. त्याच्याकडे रोखून पाहत खानाने गोपीनाथकाकांना नजरेनेच विचारले, "यह भला आदमी कौन?"

खानाच्या जबाबाला उत्तर म्हणून की काय, गोपीनाथ काकांनी सैद बंडाच्या भारदस्त अंगकाठीकडे पाहत नजरेनेच उलटा सवाल केला, "तर हा बलदंड खवीस आपण कोठून आणलात?"

खानाला जर-तरचे वर्म समजले. त्यांनी सैद बंडाला तिथून बाहेर निघून

जाण्याचा इशारा केला. बंडा जाताच काकांनी जिवा महालालाही बाहेर जाऊन थांबायची खूण केली.

तोवर बेताची उंची असलेली, पण पांढऱ्याशुभ्र पेहरावातली अत्यंत देखणी आणि तेजस्वी मूर्ती आत आली. त्यांच्या डोक्यावरच्या मंदिलाची जर आणि वरचा मोत्यांचा तुरा विलक्षण चमकला. ते धारदार नाक, पाणीदार डोळे, तरुण बैराग्यासारखी दाट काळी दाढी आणि विशाल भाळावर रेखलेली ती चंद्रकोर! राजांच्या दिमाखाने खान काहीसा गडबडला; पण लगेचच शिकार आपल्या कह्यात येते आहे, ह्या जाणिवेने तो सुखावलादेखील.

आपल्यापेक्षा कमी उंचीच्या, पातळ शरीरयष्टीच्या त्या शुभ्र पेहरावातल्या व्यक्तीकडे बघत खानाने विचारले, "क्यूँ कृष्णाजी कुलकर्णी, आप जिसे सिवाजी राजा कहते हैं, क्या ये वही हैं?"

"हाँ, जी हुजूर!"

तेवढ्यात शिवाजीराजांनी पंताजीकाकांकडे पाहत विचारले, "ज्यांना अफझलखान म्हणतात ते हेच होय?" पंताजींनी मान डोलावली.

एकदा शामियानाभर नजर फेकत तिथली उंची वस्त्रे, रत्नमाळांचे घोस पाहत खान उत्साहाने शिवाजीराजांना म्हणाला, "किसी पातशहाके महलके छत जैसा इतना हसीन चमचमाता शामियाना, ये लटकती रत्नमालायें और लाखोंके झुंबर," आणि परत शिवरायांकडे सरकत त्याने विचारले, "मैं पूछता हूँ किसी गवाँर किसानके बच्चे को ऐसे ठाठकी जरूरतही क्या है?"

"त्या पाठीमागचं इंगित एखाद्या 'भटारणीच्या पोराला' कसं कळणार?" शिवरायांनी कडक जबाब दिला.

'भटारणी' बाबतचा तो शेरा म्हणजे कोणीतरी आपल्या भळभळत्या जखमेवर मीठ चोळल्यासारखे खानाला वाटले. खरे तर त्या कळा त्याच्या मेंदूच्या मुळापर्यंत जाऊन पोचल्या होत्या; परंतु मोठ्या शिकस्तीने त्याने आपले मन काबूत आणले. त्या मुद्द्यावर त्रागा करत बसायची ती वेळ नव्हती. हा दुश्मनाचा जंगली मुलूख. त्यातून चालून आलेली ही शिकार. त्याऐवजी गोडीगुलाबीने त्याला आपल्या कच्छपि लावावे, एकदाचा विषयच संपवून टाकावा, असेच त्याच्या मनाला वाटले.

आपल्या पोटातला गुस्सा जिरवत खानाने कृष्णाजीकडे हसून पाहिले. तसा कृष्णाजीपंतांनी आपला उंच देह खानासमोर मोठ्या नम्रतेने झुकवला. राजकीय संभाषणात चातुर्य मिळवलेले कृष्णाजीपंत शिवरायांना मोठ्या लाघवी सुरात समजावू लागले, "राजे, आपल्या जिंदगीचं सोनं करून घ्यायचा मोका का दवडता? जा ऽ आमच्या खानसाहेबांपुढे नतमस्तक व्हा. त्यांचे बहुमोल आशीर्वाद मिळवा."

"काय बोलता आहात कृष्णाजी ऽऽ" अशा अर्थी आपल्या डोळ्यांनीच

इशारेवजा नजरेच्या बर्च्या फेकत, खवळलेल्या राजांनी अत्यंत त्वेषाने कृष्णाजीकडे नजर टाकली.

राजांचा तो स्वाभिमानी दिमाख, त्यांच्या धमन्यांतून सळसळणारा तो राजेशाही डौल खानाच्या डोळ्यांना अजिबात सहन झाला नाही. तो गरजला, "सिवाजीराजे ऽ हा तुमचा उद्धटपणा, ही मग्रुरी सोडून द्या. आमच्या मोठमोठ्या प्रबळ आदिलशाही किल्ल्यांवर, दुर्गांवर कबजा हासिल करायचा अधिकार तुम्हाला दिला कोणी?"

"खानसाहेब, हे सर्व दुर्गकिल्ले आमच्या मावळ मुलखाच्या पुण्याईची क्षेत्रं आहेत. ते आमच्या बापजाद्यांच्या अंगावरचे अलंकार आहेत ऽ!"

"राजेऽ आपल्या अहंकारी स्वभावानं आपण आधीच चुकांचे आणि पापांचे मीनार रचून ठेवलेत. माझ्यासारखा साफ दिलाचा इन्सान तुम्हाला भेटला हे तुमचं नशीब समजा. होशमें आईये, सही रास्तेपे चलिए। मैं खुद आपको बिजापूर लेके जाऊंगा। सुलतान आदिलशहा साहबको आपके वास्ते इल्तिजा बोलूंगा।" खान चिकाटीने राजांची मनधरणी करीत बोलला. त्यांना आपल्या जाळ्यात खेचायचा प्रयत्न करत तो पुढे म्हणाला, "कैसे बतलाऊँ आपको? आपने आजतक बिजापूर सल्तनतकी जितनीभी जमीं, जायदाद और किले इख्तियार किये है, वह सब दौलत मैं आपके कबजेमें वापिस दे दूँगा। आईये ऽ घबराईये मत। आप तो हमारे साथी राजा शहाजीके फर्जंद हो, हमारे भांजे हो! आईये ऽऽ मन में कौनसा भी गिला शिकवा न रखकर हमसे गले मिलीये ऽऽ"

शिवरायांनी पुढे येण्याची वाट न बघताच खान चार पावले सामोरा गेला. त्याने हात पसरून राजांना जवळ बोलावले. प्यारभऱ्या मिठीचा आव आणत त्याने त्यांची मान आपल्या छातीजवळ ओढली, अन् अचाट ताकदीच्या बळावर राजांची मुंडी झट्कन आपल्या डाव्या बगलेत खच्चून दाबून धरली. उजव्या हाताने आपली कट्यार काढून त्याने झट्कन शिवाजीराजांच्या डाव्या कुशीवर वार केला.

त्या कट्यारीच्या तडाख्याने राजांचा अंगरखा टर्रदिशी फाटला. ते कट्यारीचे पाते त्यांच्या अंगातल्या चिलखतावरून सटकत खर्रखर्र वाजले; मात्र अफझलने आपल्या ताकदीच्या जोरावर राजांचे डोके असे चिवटपणे दाबून धरले होते की, राजांचा श्वास पळभर कोंडला. ते गुदमरले. तरी त्यांनी त्यातून महत्प्रयासाने आपले डोके सोडवले. सावध होऊन राजांनी आपल्या उजव्या हातातली वाघनखे खानाच्या पोटात एकीकडून रप्कन आत घुसवली, अन् त्याच वेळी दुसऱ्या हातातला बिछवा खानाच्या पोटात रुतवून आतून पिळून काढला. त्या तीव्र शस्त्रांच्या धारेने खानाचे पोट फाटले. रक्ताच्या उमाळ्याबरोबर आतड्यांचे जाळेही बाहेर लोंबू लागले. प्राणांतिक वेदनेने खान जागच्या जागी थरथरला. गुदमरला. त्याने जागेवरच त्या असह्य वेदना जिरवण्यासाठी घुसळण केल्यासारखे अंग चोरले. अन् हातातल्या

कट्यारीचा एक जोरकस घाव राजांच्या डोक्यावर घातला! 'खणक' आवाज झाला. आत केवळ जिरेटोप असल्याने राजांचे मस्तक बचावले, तोवर खान जनावरासारखा हंबरत, ओरडत आक्रोश करू लागला, "दगा ऽ दगा ऽ"

अफझलची करुण किंकाळी कानावर पडताच सैद बंडा हातातली तलवार नाचवत आत शामियान्यात धावत आला. त्याच्याकडे पाहत शिवरायांनी आपल्या हातची तलवार उंचावली. पवित्रा घेतला. तेवढ्यात आपल्या तलवारीचे पाते नाचवत जिवा महाला पुढे सरसावला. त्याने आरोळी ठोकली, "थांबा राजं ऽ ह्या राक्षसाकडं मला बघू द्या!" जिवाने आपल्या हातचा दुहेरी पात्याचा तो जमदाडा वर उचलून त्याचा जोरदार घाव घातला. त्याची तीव्रता इतकी धारदार होती की सैद बंडाचा हात झाडाच्या फांदीसारखा त्याच्या खांद्यापासून कलम होऊन खाली कोसळून पडला. जिवा महालाच्या तडाख्याची धार इतकी वेगवान होती की सैद बंडाने पहिल्यांदा आपला तो रक्त गळता तुटका हात आणि तलवार आपल्या पायाजवळ कोसळल्याचे प्रथम बघितले आणि त्यानंतरच आपल्या तुटक्या खांद्यातील जालीम कळावेदनांचे त्याला भान आले.

खानाचे पोट फाटल्याने रक्ताचा भयंकर सडा खाली सांडत होता. खानाने आपल्या शेल्याने कसेबसे स्वत:चे पोट बांधले; मात्र त्याच्या पायावरून घळघळा ओघळणारे रक्त त्याच्या चामडी जोड्यांत साचले होते. तिथून बाहेर पडताना खानाचा पाय त्या चिकट द्रव्यामुळे सटकला. तसाच भेलकांडत, रक्ताने बरबटलेल्या स्थितीत घामेजला खान शामियान्यातून बाहेर पडू लागला.

तितक्यात कृष्णाजी भास्कर कुलकर्णी आपल्या हातची तलवार उगारत राजांच्या अंगावर त्वेषाने धावून आला. राजांना त्याच्या कृतीचे वैषम्य वाटले; मात्र कशाचीही पर्वा न करता कृष्णाजीने राजांच्या अंगावर तलवारीचा जोरदार घाव घातला; पण राजांनी मध्येच वरच्या वर आपल्या तलवारीच्या तडाख्याने कृष्णाजीचा घाव उलटवला. त्याचा तो वार खूप तिखट होता, ज्यामुळे राजांच्या मस्तकातून कळा सुटल्या. विस्मयचकित झालेले राजे गरजले, "थांबा ऽऽ काय चालवलंत कृष्णाजी? बऱ्या बोलानं बाजूला व्हा!"

राजांच्या त्या कठोर इशाऱ्यानेही कृष्णाजी अजिबात कचरला नाही. उलट आपल्या धन्याच्या विजापुरी मिठाला जागायचीच त्याने शपथ घेतली होती. त्यामुळेच पुऱ्या ताकदीनिशी कृष्णाजीने तलवार उपसली. तो राजांच्या अंगावर पुन्हा धावून आला. तसे राजांनी दांडपट्ट्याच्या पात्यासारखे तलवारीचे पाते आडवे धरून जोरदार घाव घातला. तेव्हा कुशीवर कलून नव्या घावासाठी पवित्रा घेणाऱ्या कृष्णाजीच्या पोटासह त्याच्या पाठीच्या हाडात राजांची तलवार घुसली. अन् क्षणार्धात त्याचा मुडदा धाड्कन पलीकडे जाऊन कोसळला.

खानाच्या बाजूचे हशम आणि भोई पालखी घेऊन "दगा ऽ दगा ऽऽ" असे किंचाळत शामियान्याच्या तोंडाशी धावतपळत आले. अगडबंब देहाचा अफझलखान रक्तामध्ये माखून गेला होता. शेला बांधूनही त्याच्या पोटातून बाहेर पडणाऱ्या रक्ताच्या धारा थांबत नव्हत्या. समोर पालखी दिसली तसे खानाने आपले अंग सैल सोडले. झोकांडी खातच कसेबसे तिडबिडीत जाऊन त्याने रक्ताने बरबटलेले आपले अंग पालखीत झोकून दिले. खानाचे भोई आणि सोबतचे अंगरक्षक गिल्ला करत त्याला दरडीने खाली पळवू लागले.

खानाची माणसे "भागो ऽ निकलो ऽऽ" असे किंचाळत खाली नदीच्या दिशेने धावू लागली. तसे मराठे त्यांचा पाठलाग करत "धराऽ पकडा!" असे ओरडू लागले. सर्वांत पुढे बलदंड देहाचा आणि वृक्षासारखा भरभक्कम दिसणारा संभाजी कावजी होता. तो पालखीच्या मागोमाग धावत ओरडू लागला, "भोयांनो, ऽऽ पालखी खाली फेका! जीव वाचवा!" परंतु संभाजीच्या इशाऱ्याकडे लक्ष न देता भोई पालखीसह पुढे धावू लागले. त्याबरोबर संभाजींने लंब्या ढेंगा टाकत भोयांच्या पायांवर समशेरीच्या लांबट पात्याचे आडवे तडाखे द्यायला सुरुवात केली. त्यामुळे त्यांच्या पायाच्या शिरा तुटून रक्ताच्या चिळकांड्या बाहेर पडल्या. अनेक जण डाव्या, उजव्या अंगाला कोलमडून पडले, घाबरत गडगडले.

त्या साऱ्या तारांबळीत खान बसलेली ती पालखी वाटेतच दणकन कोसळली. तेव्हा मौतच डोळ्यांसमोर दिसल्याने "बचाओ! बचाओ! दगा दगा ऽऽ" असे केविलवाण्या सुरात खान किंचाळू लागला. संभाजी कावजीनी झट्कन पुढे होऊन खानाचे लांब केस डाव्या हाताच्या मुठीत पकडले अन् उजव्या हाताने ओला बांबू तोडावा तसा काचकन घाव त्याच्या मानेवर घातला. खानाची मुंडी तुटली. ती रक्ताळलेली मुंडी हातात पकडून संभाजी गडाच्या दिशेने धावू लागला. खानाच्या तुटक्या मानेतून तांबूस काळ्या रक्ताची धार मातीवर गळत होती.

शिवराय झपाट्याने प्रतापगडाकडे चालले होते. त्यांच्या पाठोपाठ संभाजी कावजी आणि बाकीचे मावळेही त्या दिशेने धावत होते.

शामियान्यात जेव्हा खानाने राजांवर पहिली कट्यार उगारली, तेव्हापासून सकन्या गुरवाने मंडपातल्या गडबडीकडे किंवा रक्तपाताकडे लक्ष दिले नव्हते. राजांनी आधीच केलेल्या सक्त हुकमानुसार त्याने मोठ्याने शिंग फुंकायला सुरुवात केली होती. शिंगाच्या त्या इशाऱ्याबरोबर प्रतापगडाच्या बुरुजावरच्या तीन तोफा कडाडल्या. त्या रानात तोफांचे ते कंप उठताच किल्ल्याच्या उतारावरची, दरडीच्या बाजूची, नदीकाठची, एवढेच नव्हे तर पल्याडच्या खोऱ्यातली ओढ्या-ओघळीकाठची झाडे थरारली. वेली शहारल्या. झाडाझाडांआडून रणभेरीसारख्या गर्जना फुटू लागल्या, "हर हर महादेव ऽ" "शिवाजी महाराज की जय ऽऽ" "हर हर महादेव ऽऽ" एकाच

वेळी हजारो मुखांतून तो एल्गार बाहेर पडू लागला.

वाऱ्यासारख्या चोही बाजूंनी फुटणाऱ्या मराठ्यांच्या त्या जल्लोषी गर्जना कानावर येताच विजापुरी लष्करातील शिपाई जागीच गारठून गेले. अनेकांच्या काळजाला भीतीची भोके पडली. "अय अल्ला ऽऽ अय खुदा ऽऽ" अशी घबराहट उडून त्यांनी एकच गिल्ला सुरू केला.

ते चौफेर आवाज ऐकून खानाच्या मुख्य फौजी तळावर गडबड उडाली. आपली घोडी नाचवत मुसेखान आणि अफझलखानाचा छोरा फौलादखान नदी ओलांडत दरडी चढून शामियान्याच्या दिशेने धावू लागले. दोन हजार घोडेस्वारांचा जमाव त्यांच्या सोबत होता. त्या सर्वांना धीराने जागवत मुसेखान गर्जू लागला, "चलिये आगे ऽऽ चलो अल्ला के बंदों! सिवाको जानसे मारेंगे!" मोठ्या त्वेषाने ती फौज समोरची दरड चढू लागली. आपल्या बापाचे नेमके काय झाले ते न समजल्यामुळे फौलादखान चक्रावल्यासारखा फक्त आपला घोडा त्या चढाने दामटवीत होता.

त्या तुकड्यांनी थोडेसेच अंतर कापले असेल, तोवर सदरे आणि सलवारी रक्ताने भरलेल्या स्थितीत पाच जण वरून आक्रोश करत खाली धावत येताना दिसले. ते मोठमोठ्याने रडत, ओरडत होते, "हम तबाह हो गये! हमारे अफझलखानसाब को सिवाने मार डाला, खानसाहबका कत्ल हो गया, हम बरबाद हो गये ऽऽ"

त्या भयंकर किंकाळ्यांतून आणि त्या आक्रोशातून ती धक्कादायक खबर कानावर पडली, तसे मुसेखान आणि फौलादखान जागच्या जागीच थिजून उभे राहिले. खान गेले, रण बुडाले या जाणिवेने दोघांच्या अंगातून मुंग्या निघाल्या. दु:खाच्या कातिल घावामुळे ते दोघेही हतबुद्ध आणि दु:खवेडे झाले; पण काही क्षणांतच त्यांना भानावर यावे लागले. आजूबाजूच्या हिरव्या झाडीतून मराठ्यांच्या जयघोषाच्या गर्जना आणि येळकोटाचा गजर, दोन्ही वाढतच होते. त्या धक्कादायक प्रसंगातही हिंमत बांधून त्या दोघांनी गडाचा रस्ता पकडला.

थोड्या वेळातच गडाकडे धावणाऱ्या मुसेखानाचे आणि फौलादखानाचे डोके गरगरले. ज्या जोराने चोही बाजूंनी झाडापहाडांतून मराठ्यांचा जयघोष, गिल्ला सर्वत्र सुरू होता, अन् ज्या गतीने चोहीकडून विजापुरी सैनिक जीव बचावण्यासाठी सैरावैरा धावत सुटले होते, त्यावरून आपल्या बिजापुरी फौजेची बडी तबाही सुरू झाल्याची त्यांना पूर्ण कल्पना आली. तशी त्यांनी आपली घोडी पुन्हा आपल्या फौजी तळाकडे वळवली. तिथे शस्त्रसाठा, धान्यसाठा आणि जनावरांचा वैरण कडबा होता. तो तरी दुश्मनाच्या हाती पडता कामा नये, यासाठी मुसेखान तळाकडे वेगाने निघाला.

तिकडे मोरापंतांच्या हुकमतीतले पायदळ खालच्या पारघाटातून वर रात्री चढून आले होते. त्यांनी रात्री उशिरा वरदायिनीच्या मंदिराच्या जवळपास एका खोलगट ओढ्याचा आसरा घेतला होता. दुपारी जेव्हा गडावरच्या इशाऱ्याच्या तोफा बरसल्या,

तेव्हा ते पायदळ मोठ्याने जयघोष करत मघापासून पलीकडच्या अंगाने पारच्या नाक्याकडे चालून आले होते. समोर खानाचा फौजी तळ दिसताच ते त्यावर पिसाळल्यासारखे तुटून पडले.

थोड्याच वेळात गहजब माजला. प्रत्येक झाडाच्या नव्हे तर पानापानाच्या कानी विजापुरी फौजेचा आक्रोश पोहोचला होता. 'सिवाने अफझलका कत्ल किया, हम बरबाद हुए!'

मंदिराकडून आलेले मोरापंतांचे पायदळ पुढे सरकू लागले. मोरोपंत पिंगळे आपल्या अंगाखालचा घोडा पुढे दामटवीत बाकीच्या सैन्याला त्वेषाने हाक देऊ लागले, "चला बहाद्दुरांनो! अंधार पडायच्या आधी खानाची फौज गिळून टाकू या!"

त्या पायदळाने खूप चिकाटीने खानाच्या तळाची नासधूस सुरू केली होती. 'लढाऊ बामण आन् भिडाऊ कट्यार' असे मोरापंत पेशव्यांचे सैन्यात कौतुक व्हायचे. तोवर पलीकडून कुमठ्याच्या ओढ्याकडे लपलेली मराठा पथकेसुद्धा 'हर हर महादेव ऽऽ'चा रणघोष करत पार नाक्याच्या अंगानेच धावत आत आली. त्या गोंधळातच पाठीमागे फिरलेल्या फौलादखानाने डेऱ्याच्या बाजूला धमधम्यावर उभ्या केलेल्या तोफा बघितल्या. तो तिथे खड्या असलेल्या तोफची जमादारांवर ओरडला, "चलो, जल्दी करो ऽऽ." वरच्या टेपाने नदीकडे धावत येणाऱ्या मराठ्यांना तोफचींनी लक्ष्य केले. धडामधूम करत काही जंबुरके उडाले. आपल्या बापाच्या सुडासाठी फौलादखान पेटला होता. त्याने प्रतिकाराची धडपड करून पाहिली; पण अंगावर गाजतगर्जत येणाऱ्या बरबादीच्या लाटा थांबायला तयार नव्हत्या.

त्यातच सायंकाळच्या नदीपार होऊन येणाऱ्या वाऱ्याने घोटाळा केला. तोफेतून बरसणाऱ्या आगीच्या काही ठिणग्या वाऱ्याच्या झोताने उलट्या दिशेने उडाल्या. डेऱ्याच्या मागच्या अंगालाच जनावरांच्या गवतगंजा आणि वाळक्या कडब्याचे डोंगरासारखे ढीग होते. त्यामध्ये ठिणग्या घुसताच गंज्या धडाधडा पेटू लागल्या. वाळल्या करडाच्या पेंड्यांनी मागच्या त्या गंज्या धुमसूनधुमसून पेटू लागल्या. अन् डोंगरच पेटल्यासारखा जाळाचा लालेलाल शेपटा डोंगरपायथ्याकडे नाचू लागला.

खानाच्या फौजी तळावर दाणादाण उडाली. तोफांना आणखी एक वेळ बत्ती द्यायच्या आधीच नदीच्या उथळ पाण्यातून गिल्ला करत मोरापंतांच्या हुकमतीखालचे मराठ्यांचे पायदळ चक्रीवादळासारखे खानाच्या तळावर येऊन ढासळले. तोवर पलीकडे महारटेप आणि जनीच्या टेंबाच्या मधल्या घळईत जे दीड-दोन हजार मराठा वीर दबा धरून उभे होते, त्यांनीही 'हर हर महादेव'चा कल्ला करत खानाच्या फौजी तळाकडे धाव घेतली. आग चक्राकार गतीने तळाभोवती साऱ्या दिशांनी गरगर फिरू लागली. त्यामुळे विजापुरी फौजेची आगीत सापडलेल्या मेंढरांसारखी कोंडी झाली.

अनुभवी मुसेखान आपल्या मोडत चाललेल्या फौजेला सावरून धरायची

जिवापाड कोशिश करत होता. आडवा-उभा घोडा नाचवत आपल्या सैनिकांना चेतवीत होता. तोवर समोरून एका मराठा भालाईताने आपल्या हातचे शस्त्र जोरकसपणे त्याच्या दिशेने फेकले. ते मुसेखानच्या घोड्याच्या गळ्याखाली छाताडात असे रप्‌कन घुसले की, रक्ताच्या अनेक चिळकांड्या उडून ते मुके जनावर वेदनेने विलक्षण तडफडले, आपल्या नाकाडावर जाऊन उलटे पडले. त्यामुळे रिकीब तुटून पाठीवरच्या जीनसामानासह मुसेखान पलीकडे फेकला गेला.

फौलादखानाने बडा चिकाटीचा प्रयत्न करून मुसेखानाला खेचून उठवले, तेव्हा त्याच्या मुखावर चिकटलेला रक्तमातीचा लेप बघवत नव्हता. हतबल झालेला फौलादखान भयभीत डोळ्यांनी चौफेर बघू लागला.

आता अफझलखानाच्या मौतीची खबर सर्वत्र वाऱ्यासारखी फैलावली होती. आपल्या प्रमुख मोहऱ्याच्या बरबादीची गोष्ट ऐकल्यापासून सामान्य स्वारांचे आणि सैनिकांचे मनोधैर्य खचले होते.

त्यातच सूर्य झपाट्याने मावळतीकडे सरकत होता. कोयनेच्या मधल्या परातीसारख्या खोलगट खोऱ्यात पहाडांच्या सावल्या पसरू लागल्या होत्या. भोवतालीच्या त्या किर्र जंगलरानात एकदा अंधार उतरला की आपल्या जिवाचे काही खरे नाही या भीतीने तर विजापुरी फौजेची गाळण उडाली होती. त्या थंडगार भीतीनेच एकाएकी फौजेला खिंडार पडले. जो तो मागच्या रडतोंडीच्या घाटाच्या दिशेने किंवा पल्याड मकरंदगडाच्या बाजूकडे धूम पळू लागला.

फौलादखान गांगरला. इथले जंगल, नदी, वारा, सारा आसमंतच मराठ्यांना फितूर झाला असल्याची त्याची खात्री झाली. तो मुसेखानला बोलला, "चलो चाचा, कहाँ और कैसे रुक जाना? कुछ बचाही नही!"

"हाँ बेटा, चलो, निकलते हैं!"

खानाच्या फौजेतील शेकडो भयभीत जीव एकीकडे रडतोंडीचा घाट चढत होते. तर दुसरीकडे पारनाक्याच्या पलीकडच्या दुर्धर मार्गाने काही जणांनी वासोटा किल्ल्याकडे जाणारी वाट पकडली होती. खानाच्या फौजेतील शेकडो भयभीत जीवांना रडतोंडीच्या घाटातसुद्धा क्षणोक्षणी संकटांशी सामना करावा लागत होता. घाटात आजूबाजूच्या जंगलझाडीत लपलेल्या पन्नास पन्नास मराठा घोडेस्वारांची पथके अचानक भुतासारखी तोंडे बाहेर काढत होती, खानाच्या सैनिकांना झोडपत होती, तेव्हा मुसेखान वैतागून ओरडला, "सिवाके ये शैतान मावले यहाँ जीने भी नहीं देते और भागने भी नहीं देते।"

मुसेखानाला आणि फौलादखानाला रडतोंडीच्या कडसारीजवळ विजापुरी शिपायांची मोठी गर्दी दिसली. तिथे वीस-पंचवीस जण कोणावर तरी तुटून पडले होते. आतून कोणाचे तरी केविलवाण्या स्वरातले रडणे ऐकू येत होते, "अरे भाईजान ऽ नका

मारू, नका मारूऽऽ'' पुढे गेल्यावर मुसेखानला त्या गर्दीकडून लाथाबुक्क्यांचा प्रसाद खाणारा प्रतापराव मोरे दिसला. त्याने फौलादखानाला आणि मुसेखानाला बघताच लहान मुलासारखे भोकांड पसरले, ''खानसाब, बचाओ बाबा ऽ मेरा गुन्हा क्या है?''

''चूप ऽ ऽ सुवर लेकाचा. तेरे सबूत तो मीठी जलेबी जैसे थे! हरामजादे! तूच घेऊन आलास आम्हाला ह्या भुताटकीच्या रानात!''

''अरे, ठोक दो ठोक दो गधेको। यानेच तबाही केली आमची!'' गर्दीतले शिपाई ओरडत होते.

''दया करा हो खानसाहेबऽऽ'' प्रतापराव कळवळून ओरडला.

''तू तो घिनौना कुत्ता है। तुझी लायकीच ही!'' फौलादखान बोलला.

''असं बोलू नका. कोणाचीबी बाईल एका साडीवर बुढ्ढी होत नाही रे बाबांनो. शिवाजीचा सूड घ्यायचा तर तुम्हाला या रानात पुन्हा यावंच लागेल फौलादमियाँ।''

''हाँ हाँ, जरूर वापीस आ जायेंगे।'' फौलादखान गुरगुरला.

''तभी इकडच्या छुप्या वाटा, रस्ते दाखवायला माझ्याएवढा बेईमान मराठा तुम्हाला दुसरा कोण सापडणार?''

''हाँ, ये बात तो सही है भाई।''

प्रतापराव मोऱ्याला आणखी चार फटके देऊन उठवला गेला. वाटाड्या म्हणून त्याचा चांगला उपयोग झाला. तो फौलादखानाला आणि मुसेखानला घेऊन मेढ्याच्या घाटातून साताऱ्याकडची वाट चालू लागला.

शिवराय आणि त्यांच्या सोबत हातात अफझलखानाचे कापले मुंडके घेऊन संभाजी कावजी जसे गडाच्या चढणीला लागले होते, तेव्हापासून बाजूच्या जाळवंडात लपलेल्या बांदलांच्या तुकडीने दुश्मनांच्या स्वारशिपायांना उभे-आडवे तुडवून काढायला सुरुवात केली होती. त्यातून काही विजापुरी बहाद्दर शिवरायांची पाठ धरून त्या दिशेने धावायला लागले होते. हिरोजी फर्जंदाच्या तुकडीने त्यांना तत्काळ रोखले. तीक्ष्ण शस्त्रांनी चिंबवून काढले.

पासलकर, बाजी सर्जेराव, कान्होजी जेधे, अण्णाजी दत्तो यांची टोळधाड खानाच्या फौजी तळाकडे सूड उगवण्यासाठी वेगाने खाली उतरली.

प्रतापगडाच्या मागे कोकणाकडच्या उतारावर कडेसर गावाशेजारी नेताजी पालकर आणि रघुनाथ बल्लाळ सबनीस यांचे चार हजाराचे घोडदळ उभे होते. यदाकदाचित दगाफटका करून अफझलखान किंवा त्याचे पथक कोकणाकडे उतरू लागले, तर त्यांना अंबेनळीच्या उतरत्या डगरीवर रोखून धरायची जोखीम नेताजींवर होती.

तोफांचे आवाज जसे गडाच्या माथ्यावरून कानावर पडले, तशी नेताजींनी

आपल्या चतुरंग घोड्याच्या नाकातली दोरी जोराने हासडली. एखाद्याला मुजरा घातल्यासारखे त्याच्या बहादुर घोड्याने आपले समोरचे दोन्ही पाय उंचावले. "चला ऽ हर हर महादेव!" अशा गर्जना करत नेताजींची घोडदौड वरच्या दिशेने सुरू झाली.

नेताजींची खरी चिंता अजून मिटली नव्हती. अफझलखानाने आपला अव्वल चार-पाच हजार घोडा ह्या जंगलात नेमका कुठे लपवून ठेवला आहे, त्या रहस्याचा भेद व्हायलाच हवा होता. खान दगाबाज आहे. त्याच्या घातापाताची इजा राजांना पोचायला नको या काळजीने नेताजी खूप हवालदिल झाले होते. राजांचे शब्द त्यांच्या कानात गुंजी घालत होते, "नेताजीकाकाऽ सगळ्यात जिकिरीची जोखीम तुमच्याच खांद्यावर आहे—"

"आज्ञा राजेऽ"

"गडावरनं तोफांचे आवाज येताच खालून घोडदळासह मुसंडी मारत वर रणाकडे धाव घ्यायची. रण मुठीत आल्याची खात्री करायची आणि तशीच धडक मारत रडतोंडी गाठायची. रातोरात गुरेघर, तायघाट करून दुसऱ्या दिवशी न्याहरीला वाईच्या खानाच्या मुख्य तळावर हमला चढवायचा. दांडगं अंतर, मधला जंगलरानातला अंधार सारं पार करत ठरल्या ठिकाणी, ठरल्या वेळेत पोचायला जमेल नव्हे का?"

"राजे ऽ! जर एकदा घेतली आण, तर ह्या नेताजी पालकराची जान कुर्बान! मामला जटिल आहे, कठीण आहे हे खरं—पण मग आम्ही कशासाठी आहोत?"

"तेच सांगतो काका, अस्मानातल्या तुटत्या ताऱ्याच्या वेगानं धावाल तरच तुम्ही तुमचं ध्येय गाठू शकाल."

गडावरच्या तोफा कडाडल्यापासून घोडदळाच्या खुरांचा जोरकस खडखडाट सुरू होता. शत्रूकडून एखादा सरदार किंवा त्याची पथके कोकणाकडे सरकत तर नाहीत ना, ह्याची नेताजी घोड्यावरून लांबूनच टेहळणी करत वरच्या दिशेने पुढे धावत होते. ते अशा जोरकसपणे घोडा हाकीत होते, पुन:पुन्हा त्याला टाच मारत होते की, त्यामुळे त्या जनावराच्या नाकपुड्या काचून फुणफुणू लागल्या होत्या.

एक लवण पार करून घोडदळ पुढे झेपावले. तोच समोरून शौकत चार घोडेस्वार घेऊन दौडत येताना दिसला. नेताजी पालकरांनी आपल्या घोड्याचे मुस्कट शौकतच्या घोड्याच्या तोंडाजवळ नेले. नेताजीने त्याला उंच आवाजात विचारले, "बोल रे मियाँ, क्या खबर?"

"चलिये हमारे साथ।"

"पण कुठं?"

"ज्या खजान्याच्या शोधात तुम्ही आहात, त्याचीच चाबी देतो की तुमच्या हातात."

नेताजी खळखळून हसले. रघुनाथ सबनीसांकडे बघत ते बोलले, "चला रघुनाथराव, किमान पाचशे घोडी बरोबर घ्या. अन् हे शौकतमियाँ सांगतात तिथं त्यांच्या पाठोपाठ जा कसे."

"माफ करा सरनोबत, नाही, हे जमायचं नाही. ही कामगिरी आमच्या तीर्थरूपांकडूनही घडणार नाही!" रघुनाथराव चिडीने बोलले.

"असं कसं बोलता रघुनाथजी?"

"सरनोबत ऽ, युद्धाच्या ऐन वणव्यात ह्या दाढीवाल्यावर विश्वास तरी ठेवायचा कसा?"

"हां ते खरं आहे, पण —"

"हो हो, मला ठाऊक आहे नेताजी. द्रव्याच्या लोभापायी या शौकतखानानं आणल्या असतील तिकडच्या चार बातम्या राजांच्या कानापर्यंत! पण हा लेकाचा रातध्या खानाच्या डेऱ्यात बिस्तर टाकून बसलेला माणूस. त्याच्यावर भरवसा ठेवून आपलं पथक बुडवायचं की काय आम्ही?"

"का रे जातवाल्या? अरे रघुनाथा ऽ तुझ्यासंगे तुझ्या आजोळात—पेणला आपण नदीतली मछली खाल्ली होती-पाट्यावर तुझ्या गंगूआज्जीने वाटलेला कोकणी मसाला रे ऽऽ"

रघुनाथराव अवाक् झाला. त्याच्या अंगात झिणझिण्या भरल्या. अचानक झोपेतून जागा झाल्यासारखा तो शौकतकडे बघू लागला. नकळत त्याच्या ओठांतून शब्द बाहेर पडले, "अरेच्चा!—केवढा मोठा सोंगाड्या रे तू दिघेभाऊ?"

"हां! विश्वासराव दिघेच मी."

रघुनाथरावांनी आणि विश्वासरावांनी घोड्यावरूनच एकमेकांच्या हातावर टाळी दिली. अन् त्या दोघांनी आपली घोडी मध्येच गिरकी घेऊन रस्त्याच्या डाव्या हाताला दामटली.

थोड्याच वेळात ती पथके जावळी गावाच्या बाहेर मोऱ्यांच्या वाड्याजवळ जाऊन पोचली. तिथला तो खानाचा राखीव खजाना बघताना रघुनाथरावांच्या आणि विश्वासरावांच्या तोंडाला पाणी सुटल्यासारखे झाले. मस्त मजबूत साडेतीन हजार घोडी तिथे एका तळावर गटागटाने वाट पाहत होती.

विजापुरी घोडेस्वार पुढच्या आदेशाच्या तामिलीसाठी बेताब झाले होते. खरे तर पलीकडच्या लढाईचा रागरंग बघून खैरतखान इकडे धावणार होता. इथूनच ते घोडदळ घेऊन त्याला प्रतापगडाच्या डाव्या बगलटीवरून वर शिवाजीराजांवर जाऊन छापा मारायचा होता; परंतु महार टेपाजवळच्या लढाईत खैरतखान ठार झाला होता. तो परिसर पल्याडच्याच अंगाला होता. त्यामुळे खैरतखान दफा झाल्याची खबर इकडे पोचलीच होती. शौकतने त्या घोडदळासमोर गर्जना केली,

"चलो भाई! वहाँ चलिये, हम जंगका आखरी रंग खेलना चाहते हैं।"

शौकतच्या पाठोपाठ ते विजापुरी घोडेस्वार वेगाने पुढे रस्ता कापू लागले. त्यांच्या पाठोपाठ रघुनाथरावाचे पथक धावू लागले, तेव्हा अंधार पडू लागला होता. अन् विश्वासराव दिघे घोडदळाची ती आयती दौलत बरोबर घेऊन आपल्या मराठा लष्कराच्या तळावर निघाले होते.

अंधार पडू लागला होता. आता रणभूमीचा चेहरा भयकारी दिसू लागला होता. काळोखाच्या भीतीने, कल्पांताच्या कल्पनेने अनेक आदिलशाही सैनिक वाईच्या वाटेने पळू लागले होते. अनेक जण नि:शस्त्र होते. ज्यांच्याकडे शस्त्रे होती त्यांना त्याचे खूप ओझे वाटू लागले होते. भीतीने अनेक जणांच्या पायातले अवसानच गळले होते. असे घाबरे जीव एकमेकांना मिठ्या मारत मध्येच छोट्या-मोठ्या गटाने थरथरत बसून होते. पळावे तर पाठलाग होईल, रस्त्यात जीव जाईल, त्यापेक्षा कैदी बनलेले बरे, असेच अनेकांना वाटत होते.

जी अवस्था दुबळ्या भयभीत माणसांची, तशीच अनेक जनावरांचीसुद्धा होती. तलवारींच्या आणि भाल्यांच्या तडाख्याने अनेक घोडेस्वार कोसळून खाली पडले होते. अनेक घोड्यांच्या पाठी रक्ताने बरबटल्या होत्या. माखल्या होत्या. अशी घाबरलेली अनेक मोकळी घोडी, बिना धन्याची, बिना दाव्याची, घोळक्याने एकत्र आली होती. एकमेकांच्या अंगाला अंग घासत होती. सत्तरभर हत्ती भकास दिसत होते. त्यांच्या पाठींवरच्या अंबाऱ्या निखळून पडल्या होत्या. उंटसुद्धा आपल्या उंच माना अधिक उंचावत गरीब शेळ्यामेंढ्यांसारखे निराधार होऊन अंधारात छोटे छोटे गट करून उभे होते.

रडतोंडीच्या पायथ्याअलीकडे मोरोपंतांच्या पायदळाचा मोठा जमाव गोळा झाला होता. मराठा स्वारराऊतांचे अंगरखे, त्यांची धोतरे आणि मुंडाशी रक्ताने बरबटली होती. वाळून गेली होती. दुपारनंतर प्रचंड कापाकापी करून त्या बहाद्दरांचे हात थकले होते. अंगावर सांडलेल्या रक्ताचाही एक कुबट असा वास नाकाला लागत होता. त्या थकल्या पायदळातील शिपायांभोवती आजूबाजूच्या डोंगरवस्तीतील स्त्रिया-पोरांनी गर्दी केली होती. भाकऱ्याच्या ढिगांनी आणि चटणीकांद्यानी भरलेल्या बुट्ट्या आणि पसरट वेळूच्या पाट्या घेऊन मायमावश्या मोठ्या उत्साहाने तिथे धावल्या होत्या. पायदळाचे शिपाई उभ्याउभ्याच पोटाची आग भागवत होते.

अजून रगगड कामे शिल्लक होती. खानाच्या तळावरचे सापडलेले शस्त्रांचे, वस्त्रांचे आणि मुदपाकखान्याचे सामान गोळा करायचे होते. ते बयाजवार पण गडबडीत बांधायचे होते. रातोरात कुठेतरी पुढे आगेकूच करायचे राजांचे हुकूम असल्याचे तळावर बोलले जात होते.

त्याच वेळी मोतद्दार आणि गाडीवान आपल्या घोड्यांना आणि बैलांना चंदीचारा,

कडबा खाऊ घालत होते. समोरच्याच बाजूला सुमारे दीड-दोन हजार विजापुरी कैदी खाली माना घालून अंधारात आपल्या चवड्यांवर बसून होते. ते त्या दारुण पराभवाने खचले होते. भविष्याच्या भीतीने पोखरून गेले होते आणि दिवसभराच्या उपासमारीने, पोटातल्या कडकडून लागलेल्या भुकेने कासावीस झाले होते. एकदा आपल्या पायदळाचा पोटोबा उरकल्याची मोरोपंतांनी खात्री केली, अन् लगेच त्यांनी आपल्या मदतनिसांना आणि शागिर्द पोरांना इशारा केला. तशा चटणी-भाकरीच्या दुरड्या विजापुरी कैद्यांच्या ओळींतून फिरू लागल्या.

त्या विजापुरी कैद्यांच्या पंगतीकडे मोरोपंतांनी मुद्दाम एक फेरफटका मारला. वाटप नीट चालल्याची खात्री केली; कारण शिवाजीराजांचे हुकूम स्पष्ट होते. आपल्या लष्करी गड्यांची जेवणे उरकली की लढाईतील कैद्यांच्या पोटापाण्याकडेही सरदारांनी जातीने लक्ष द्यावे. कोणीही उपासपोटी झोपू नये. अन्नासाठी झुंबड उडाली तरी अन्नाची नासाडी होऊ देऊ नये.

कैद्यांचे जेवण उरकत आले, तसा पंतांनी मोठ्याने आवाज दिला, "तुम्हा विजापुरी मंडळींपैकी आमच्या राजांच्या—स्वराज्याच्या सेवाचाकरीत ज्यांना यायचं आहे, अशांनी पलीकडच्या अंगाला रांगेत बसावं." पंतांच्या हुकमानुसार अंमलदार कामाला लागले. त्याच वेळी समोर चाळीसभर सरकारकून अन् पटवारी, अंमलदारांचा एक गट उभा होता. त्यांना हुकूम देत पंत बोलले, "चला रे बाबांनो, लागल्या हातानं खानाच्या तळावरची लूट मोजा. शस्त्रं, वस्त्रं, दागदागिने, घोडी, बैल, हत्ती, साऱ्या याद्या वायल्या वायल्या तयार ठेवा. हिशोबात खोट नाही पायजे!"

◆

सरण आणि तोरण

प्रतापगडाच्या भोवतीचा तो काळोख. त्यातच नुकताच पाझरू लागलेला लुकलुकत्या चांदण्यांचा पुसटसा प्रकाश. जाळीजाळीआड, झाडीत अजून अनेक आदिलशाही सैनिक कण्हत, कुंथत, वेदनेने तडफडत पडले होते. त्या सायंकाळी दोन-अडीच तासांत झाडापहाडांत फक्त आमनेसामने हातघाईच्या लढाईला रंग चढला होता. खानाचे सुमारे सातशे उंट, ऐंशीभर हत्ती आणि छोट्या-मोठ्या तोफा, ही प्रचंड

ओझी एवढ्या उंचावर आणताना त्या सर्वांचीच दमछाक झाली होती; परंतु ऐन जंगावेळी हे जडशीळ सामान कुचकामी ठरले. हनुमंताच्या वानरसेनेप्रमाणे मराठ्यांनी कोणी झाडावरून छलांग मारली, तर कोणी जाळ्यांतून उड्या घेत विजापुरी सैन्याच्या बोकांडी बसून त्यांची चांगलीच कणीक तिंबून काढली होती.

मध्यरात्रीच्या वख्ताला राजांनी कशीबशी अर्धा घटका विश्रांती घेतली असेल नसेल, तोच त्यांचे डोळे खाड्कन उघडले. त्यांनी घाईने स्नान उरकले. जामानिमा केला. हलकासा फलाहार घेऊन ते लगेच वाड्याबाहेर पडण्याच्या बेतात होते, तोवर वृद्ध कान्होजी जेधे राजांना आडवे आले. आपले सुरकुतलेले हात जोडून ते समोर उभे राहिले. त्यांच्या पिकल्या पांढऱ्याशुभ्र मिश्या आणि कल्लेही हलले. ते डोळे किलेकिले करत, ओल्या सुरात कळकळीने बोलले, ''आता राजे म्हणून हाक मारत नाही; पण वडीलकीच्या नात्यानं बोलतोय. हवं तर या म्हाताऱ्याला माफ करा; पण ऐक शिवबा, ऐक थोडं आमचं.''

''काका! तुम्ही फक्त हुकूम सोडायचा. विनवणी कसली करता?''

''हे बघा शिवबाळ, गेल्या काही महिन्यांत तुमच्या डोळ्यांना झोप ती कसली माहीत नाही. मघाशी काही पळं बिछायतीवर पडला होतात. बरं वाटलं. तोवर स्नान उरकून लगेच बाहेर यायचं?''

''काय करणार जेधेकाका? कर्तव्यच आमच्या पावलांना खेचून बाहेर नेतंय.''

''पण तब्येतीची इतकीबी हेळसांड करून कसं चालेल? शेवटी आपल्या देहाला मानवी शरीराची मर्यादा. अंगातल्या हाडापेरांना किमान विश्रांतीची गरज असतेच की.''

''नाही काका, राजा झोपेल तर काळ हसेल!''

राजे थांबण्याच्या मन:स्थितीत दिसत नव्हते. तेवढ्यात गोमाजीकाका पुढे होऊन बोलले, ''राजे, काही मंडळींना असं वाटतं, उद्या आपण विजयोत्सवाचा दरबार लगेचच भरवावा.''

''कसं करता येईल आपणाला ते? एक रावण मेला तेव्हा त्या लंकापतीचं राज्य बुडालं; पण आपल्या ह्या विजापुरी सुलतानाच्या लंकेचा विस्तार किती दांडगा—इकडं आपल्या कृष्णाकाठच्या रहिमतपुरापासून ते पार खाली दक्षिणेत सागरी किनाऱ्यापर्यंत पसरलीय ती.''

''म्हणजे काय राजे, आपण भुईला पाठबी टेकणार नाही? लगेच अंगावर वस्त्रं चढवून आपण असे परस्पर भररात्रीचेच मुलुखगिरीवर निघणार?'' कान्होजींनी अचंबित होऊन विचारले.

''हो ऽ प्रतापगडावरची आजची ही लढाई हा आम्हा मराठ्यांच्या महाभारताचा फक्त आरंभ आहे असं समजा.''

वाड्यातून बाहेर पडल्या पडल्या राजे बोलले, "आता खाली सरळ पार गावच्या नाक्याजवळ जाऊ. तिथं तातडीची काही कामं लागलीच उरकायची आहेत आम्हाला."

"बरं तर राजे!" पानसंबळांचा स्वर दुखरा होता.

"काका, गोमाजीकाका?"

"काळजी वाटते हो राजे—आपल्या तब्येतीची राजेऽ"

"आता लगेचच आम्हाला बाहेर भरारी घ्यावी लागेल; कारण आज चोपून काढलेला दुश्मन चार-सहा दिवसांच्या आतच सुडाने पेटून पुन्हा अंगावर धावून येईलच. शिवाय त्यांच्या सोबत आपले अनेक घरभेदे आणि कुळबुडवे असणारच असणार."

"खरंय!"

राजे त्या अंधाऱ्या रात्री किल्ल्याच्या महादरवाजाच्या पायऱ्या उतरून खाली आले. चोपदारांनी जीनसामान लादून घोडी तयार ठेवलेलीच होती. राजे आपल्या पथकासोबत समोरची दरड उतरले. तिथेच त्यांना काही पावले खाली उतरून गेल्यावर डाव्या बाजूला पलित्यांचा आणि हिलालांचा तांबूस उजेड दिसला. भिजून-थिजून गेल्यासारख्या दिसणाऱ्या जवळपास दीडशेदोनशे लोकांची गर्दी तिकडे दिसत होती. राजांनी घोडा थोडा बाजूला घेतला, तेव्हा तिथे जमलेले ते सारे विजापुरी स्वारसैनिक खोळंबून उभे दिसले. जखमा बांधलेले अनेक घायाळ सैनिकही त्यामध्ये होते. शोकाच्या लाटेत गारठून गेल्यासारखे ते सारे कोणत्यातरी उद्देशाने तिथे गोळा झाल्याचे दिसत होते.

राजांचा घोडा पोचण्यापूर्वीच त्यांच्या जमादाराची एक दस्त तिथे आधीच पोचली होती. त्या गर्दीत घुसलेला जमादार त्या सर्वांना मोठ्याने अद्वातद्वा बोलत होता, "जा रे जा घेऊन, तुमची प्यारी लाश तुमच्या विजापूरला."

"लेकिन हुजूर, थोडा रहम करो!"

"उचला बरं ती तुमची पीडा. खुशाल घेऊन जावा तुमच्या मुलखात. मग तिकडे तुमच्या अफझलखानाचा मकबरा बांधा, नाहीतर कबर खोदा."

तो जमादार पराभूत सैनिकांना खूप दमामध्ये घेत होता. तितक्यात त्याच्या कानावर राजांचा पल्लेदार आवाज पोचला, "कोण रे तो? काय आहे प्रकार?"

"महाराज, हे येडे त्या अफझुलखानाची लाश इथंच बाजूला दफन करायचं म्हणतात. म्या म्हटलं तो मुडदा नेऊन फेका तिकडं नदीत."

"खामोश ऽऽ" शिवराय कडाडले, "वैरी असला म्हणून काय झालं? त्यांच्या मृतदेहाच्या बेइज्जतीची ही अशी बेताल भाषा उच्चारायचा अधिकार तुम्हाला दिलाच कुणी?"

"तसं नाही, पण राजे?"

"मूर्ख आहात, असंस्कृत आहात. हे पाहा, जेव्हा योद्धे, मग ते कोणत्याही लष्करातले असोत– कामी येतात, तेव्हा अशा मृत शिपायांच्या स्मृतीचा आदर करणं आणि कोणत्याही परिस्थितीत त्यांची विटंबना होऊ न देणं हा विजेत्या राजेश्वराचा पुराना दस्तुर तुम्ही विसरून कसे जाता?"

त्या एकूण प्रकाराने शिवराय चांगलेच व्यथित दिसले. ते हुकमी आवाजात बोलले, "रघुनाथपंत!"

"हुकूम राजे!"

"ह्या मंडळींना उद्या सकाळी उजाडताच इथेच त्यांच्या शहिदांच्या कबरीसाठी जागा आखून आणि मोजून द्यावी—शिवाय गोमाजीकाका तुम्ही—"

"आज्ञा महाराज!"

"इथं बांधल्या जाणाऱ्या कबरीच्या दिवाबत्तीचा खर्च आणि पाण्याची व्यवस्था, आपल्या सरकारातून गडावरच्या कारभाराचा एक भाग मानून दरमहा पार पाडावी."

काही क्षणांतच राजांनी जागेवरच पटापट निर्णय घेतले. त्यांनी शत्रूलाही दिलेली सन्मानाची वर्तणूक बघून तिथे उपस्थित असलेली मित्र आणि शत्रू पक्षाकडचीही मंडळी सर्द झाली.

तितक्यात न राहवून रघुनाथ सबनीस कुरकुरले, "महाराज, आपण म्हणता तसा दुश्मनाचा सन्मान करावा, करताही येईल; पण त्यांचे हे असे आणि इतके लाड कशापायी?"

अद्यापि आपल्या काही अंमलदारांच्या चेहऱ्यावर राजांना नापसंतीच्या वक्ररेषा आणि कडवटपणाची झाक दिसत होती. तेव्हा शिवराय धिम्या पण स्वच्छ वाणीमध्ये उत्तरले, "हे पाहा, रावण नामशेष झाल्यावर त्याच्या शवाचं काय करायचं असा प्रश्न तेव्हा तुम्हासारखाच बिभीषणालाही पडला होता. तेव्हा रावणाच्या मृतदेहावर साक्षात प्रभू रामचंद्रांनी अंत्यसंस्कार पार पाडले होते. म्हणूनच मर्दमावळ्यांनो! तुम्हा सर्वांना आम्ही फक्त इतकंच सांगू की—"

"हुकूम राजेऽ"

"समरांगणावर चालून आलेल्या शत्रूचा धारदार शस्त्राने कडवा मुकाबला जरूर करावा. तो तर योद्ध्याचा धर्मच! मात्र जेव्हा त्याची प्राणज्योत मालवते, तेव्हा त्या मृतदेहाला मित्र मानून पोटाशी धरणं हाच माणुसकीचा खरा धर्म ठरतो ऽ!"

राजांच्या त्या देदीप्यमान उद्‌गारांनी खानाचे साथीदार समूळ हलले. अनेक जण भारावून गेले. खानाच्या प्रेताजवळ बसलेला एक म्हातारा काझी आवेगाने उठला. घोड्यावरच्या शिवरायांना सलाम करत आणि डोळ्यांतून अश्रू गाळत तो गरजला, "अल्लाह ऽ ये सिवाजी कोई इन्सान नहीं है, यह तो फरिस्ता है। मेरी बची हुई जिंदगी ऐसे भले आदमी को दे दे अल्ला ऽ!"

राजे तिथून जायला निघाले. मध्येच कसलीतरी आठवण होऊन त्यांनी आपल्या घोड्याचे मुस्कट गर्रकन पाठीमागे वळवले. ते खानाच्या त्या चाहत्या आणि शागिर्द मंडळींना उद्देशून बोलले, "मंडळी, तुमच्या मृत सरदाराच्या स्मृतीचा आम्ही आदर करतोच आहोत. आगळीक करू नका; कारण तुमच्या स्मारकाच्या पावित्र्यासोबतच आमच्या ह्या भव्य किल्ल्याची शानही काळाच्या वेलीवर टिकून राहायला हवी. खुशाल इथे स्मारक बांधा; पण उगाच फाजील विस्तार करून ज्यादा हातपाय पसरायचा आगाऊपणा करू नका."

काही वेळातच त्या जंगली रानवाटा तुडवत शिवराय आपल्या साथीदारांसह खालच्या पारच्या नाक्याजवळ पोचले. तिथेच बाजूला जकातीची कचेरी आणि गावातले वरदायिनी देवीचे मंदिर होते. तिथे अनेक नागरिकांची, सैनिकांची आणि खेडुतांची गर्दी जमा झाली होती. त्या टापूमध्ये अनेक पलिते जळत होते. मंदिराच्या बाजूलाच जखमी सैनिकांसाठी एक शिबिर उघडले गेले होते. जिथे अनेक हकीम आणि वैद्यराज आपल्या शिष्यांसह औषधोपचाराच्या घाईत होते. अनेक सैनिकांचे तलवारीने हात-पाय तुटले होते किंवा भाल्याच्या खोलगट जखमांमुळे कैक जणांना बेहोश करून सोडले होते. त्यांच्या जखमा बांधल्या होत्या. त्या पातळ वस्त्रांच्या पट्ट्यांवर गरम तेलाचे थेंब टाकले जात होते. हळद, गाईचे लोणी, दगडी पाला असे हर प्रयत्न करून जखमी जिवांची सेवा करायची एकच घाई उडाली होती.

पलीकडच्याच बाजूला अफझलखानाच्या तळावर सापडलेल्या लुटीचे मोजमाप सुरू होते. सुमारे दहा हजार गठ्ठे कापड, खजिन्याच्या बड्या लाकडी पेट्या आणि पेटारे, त्यात खचाखच भरलेली पिवळ्याधमक रंगाची सुवर्ण नाणी—अशर्फी, जडजवाहीर, अशी मुबलक लूट होती. फौजेच्या तीन वर्षांच्या खर्चाला पुरेल इतकी सामग्री खानाने विजापुराहून आणली होती. शिवाय त्याच्या स्वतःच्या रत्नभांडाराचे घबाडही आयतेच हाताशी लागले होते.

हिंदवी स्वराज्याच्या कामी खर्ची पडलेल्या आपल्या बहाद्दर सैनिकांबद्दल राजांच्या हृदयात अनुकंपेचा पूर होता. त्यामुळेच त्यांची जातीने चौकशी सुरू झाली. शिवराय त्या जखमींच्या शिबिरातून रात्रीचे स्वतः फिरू लागले. आपला राजा इतक्या जवळ येऊन स्वतःहून आपली खुशाली विचारतो आहे, याचाच अनेकांना खूप आनंद होत होता. त्यामुळे शरीराला डसणाऱ्या वेदनांचा काही काळ का होईना त्यांना विसर पडत होता.

ज्या स्वारशिपायांची गावे जवळ होती, त्यांचे मृतदेह तिथे हजर असणाऱ्या गावकऱ्यांकडे सोपवले गेले. पलीकडे शहिदांच्या बयाजवार याद्या तयार करण्याचे काम सुरू होते. जिवंत आणि मृत सैनिकांचे नातलग आणि गावकरी राजांना आदराने पुढे होऊन मुजरा करत होते. घरातील जिव्हाळ्याचे माणूस युद्धात कामी आल्याचे

सर्वांनाच दु:ख होते; मात्र आपला बहाद्दर नातलग शिवरायांच्या स्वराज्यासाठी खर्ची पडल्याचे समाधान त्याहून अधिक होते.

"मोरोपंत, आजच्या ह्या हातघाईच्या जंगामध्ये आपले किती मावळे वीर कामी आले असतील?" राजांनी विचारले.

"शिरगणती पूर्ण झालेली नाही अजून. तरीपण बारा-चौदाशेच्या घरामध्ये हा आकडा जाईल असं वाटतं."

"जगदंब! मोठंच नुकसान म्हणायचं!"

"परंतु राजे, आपले बहाद्दर अगदी जिवाच्या जोरानें लढले. त्यांनी किमान पाच ते सहा हजार विजापुरी सैनिकांना मृत्यूचा घाट दाखवला असेल."

"अस्सं?"

"शिवाय युद्धकैदी म्हणून खानाचे चार हजार बंदीही आपल्या हाती लागले आहेत."

आपल्या जखमी रणबहादुरांच्या हातांत आपला उबदार हात देत, त्यांच्याशी जिव्हाळ्याची भाषा करत राजे मोरोपंतांच्या आणि कान्होजींच्या सोबत त्या तळाची प्रदक्षिणा मारत होते. चालता चालता राजे म्हणाले, "पुरंदराच्या लढाईपासून आपण एक धोरण स्वीकारालंय, जो स्वराज्याच्या कामी जिवानिशी जातो, त्याचा परिवार हा राज्याचा परिवार बनतो!"

"अलबत राजे!"

"पावन झालेल्यांच्या याद्या जल्दीने तयार करा. मृत वीरांच्या घरातील त्याचा भाऊ अगर वयात आलेला पोरगा ह्यांना आपल्या स्वराज्याच्या सेवेत तत्काळ घ्या. शिवाय ज्या घरात नोकरीच्या वयाचं कोणी नसेल, तिथे स्त्रिया-पोरांची आबाळ व्हायला नको—"

"त्याचसाठी तर आपण 'रांडरोटी'चं म्हणजे विधवांच्या साहाय्याचं धोरण स्वीकारलं आहे."

"हो ऽ त्या धोरणाची आपुलकीनं अंमलबजावणी व्हावी. जोपर्यंत अशा वीराची पत्नी जिवंत असेल आणि जोवर घरातलं कोणी हाताशी येणार नाही, तोवर त्यांना पोसणं ही आपल्या हिंदवी स्वराज्याची जबाबदारी." राजांनी सांगितले.

तिथे बाजूलाच झाडांच्या राईमध्ये एक छोटीशी सपाट जागा होती. त्या ठिकाणी बरेच नागरिक, स्त्रिया-मुले शिवरायांची वाट पाहत तिष्ठत उभे होते. रात्रीचे राजे तिथे सर्वांना सामोरे गेले. त्यांनी तिथे जमलेल्या रयतेचे मनापासून आभार मानले. राजांनी जखमींच्या कुटुंबीयांना पंचवीसपासून ते दोनशे होनापर्यंत बक्षिसीचे वाटप केले. त्यासाठी एक लाख होनांची तरतूद केली. तिथे हजर असणाऱ्या अनेक बहाद्दर सरदारांना हत्तीचे आणि पालखीचेही मान जाहीर केले.

शिवरायांनी त्यांच्या मर्दुमकीप्रमाणे रणवीरांना सुवर्णाची कडी, तोडे, मोत्यांचे तुरे आणि चौकडेही वाटले. तोवर रत्नजडित मुठीची एक तलवार कारभाऱ्यांनी राजांच्या हाती दिली. राजांनी मोठ्या खुशीने वृद्ध कान्होजीबाबांना मिठी मारली. ती महागडी तलवार जेध्यांच्या हाती सुपूर्द करत राजे बोलले, "आजच्या घाईत सर्वांचा सन्मान होणं शक्य नाही. आमच्या नेताजी पालकर आणि मोरोपंतांसकट दिघ्यांच्या कौतुकासाठी पुढे खास दरबार भरवला जाईल; पण ह्या घटकेला सर्वांत मोठ्या मानाचे धनी आमचे कान्होजीकाका जेधेच आहेत. कर्नाटकापासून त्यांच्या आशीर्वादाचं छत्र आम्हावर आहे. आज शामियान्यातून गडाकडे आम्ही निघालो होतो, तेव्हा आमचा पाठलाग करणाऱ्या खानाच्या सैन्यावर ते स्वत: आगीच्या लोळासारखे कोसळले होते. काका तुमचे आणि तुमच्या कुटुंबाचे उपकार दहा जन्मात फिटणारे नाहीत."

कान्होजींनी मोठ्या नम्रतेने त्या सन्मानाचा स्वीकार केला. लगेचच पलीकडे उभ्या असलेल्या गोपीनाथपंत बोकिलांना शिवरायांनी जवळ बोलावले. त्यांना मानवस्त्रे देत राजे बोलले, "कोणत्याही राजाला वकील मिळावा तर तो ह्या आमच्या पंताजी गोपीनाथकाकांसारखा! असा चतुर आणि इतका हिकमती. त्यांची रसवंती आणि पाठपुरावा उपयोगी पडले. नाहीतर कासवासारखे अंग आकसून वाईमध्येच बसलेला अफझलखान ह्या पहाडात वर यायला तयारच झाला नसता. त्या बहादुरीबद्दल कऱ्हे पठारावरचा हिवरे गाव आम्ही गोपीनाथकाकांना इनाम म्हणून जाहीर करत आहोत."

राजांनी सायंकाळीच दिलेल्या सूचनानुसार तिथे एक्कावन्न गावच्या पाटलिणींचा सन्मान केला जाणार होता. रात्री उशिराचा सांगावा आल्यामुळे सर्व जणी जागेवर उपस्थित नव्हत्या. ज्या हजर नव्हत्या त्यांच्या घरापर्यंत मानाची पाने पोचवायचे हुकूम राजांनी दिले. मग गावोगावच्या त्या गरीब, कष्टाळू शेतकरी स्त्रिया सामोऱ्या आल्या. राजांनी प्रत्येकीच्या हाती साडीचोळी आणि एखादा चांगला सोन्याचा दागिना भेट म्हणून दिला. त्या कष्टकरी स्त्रियांचे आभार मानताना राजांचे मन हेलावून गेले. ते भारावून बोलले, "हे जावळी आणि प्रतापगड परिसराचं रान, जे बड्या वाघापासून ते किंचित दिसणाऱ्या, पण रक्त पिणाऱ्या जळवांपर्यंत दबदब्याचं रान मानलं जातं. त्या ह्या कठीण मुलखात आमच्या ह्या गावागावातील मायभगिनी जर आमच्या मदतीस धावल्या नसत्या, जर त्यांनी भरपावसात आणि आजच्या रणांगणात आमच्या सैनिकांना वेळेत भाकरतुकडा पुरवला नसता, तर अशा बिकट जंगली मुलखात आमच्या सहस्त्र सैनिकांच्या पोटापाण्याचे फार हाल झाले असते. म्हणूनच माझ्या जिवलग आयाबहिणीनों ऽ आम्ही तुम्हाला आमच्या 'स्वराज्याच्या मानाच्या पाटलिणी' मानतो. ज्या दिवशी हिंदवी स्वराज्याचं बुलंद मंदिर उभं राहील,

त्या दिवशी त्याच्या भिंतीमध्ये आमच्या बहाद्दूर नरवीरांच्या रक्ताबरोबर आमच्या या माता-भगिनींचे घाम आणि अश्रू समाविष्ट असतील, या गोष्टीचा आम्हाला कधीही विसर पडणार नाही.''

राजांना तिथून तातडीने बाहेर पडायचे होते. त्यांचे तन-मन वाईच्या दिशेने धावत होते. नेताजी पालकरांची फौज रडतोंडीचा घाट ओलांडून तिन्हीसांजेची वाईकडे सुसाट वेगाने सरकत गेल्याची त्यांना खबर मिळाली होती. राजांनी पुन्हा एकदा हाती सापडलेल्या युद्धकैद्यांची चौकशी केली. त्यांच्या भोजनाची व्यवस्था झाल्याची खात्री केली. त्या युद्धकैद्यांपैकी अनेक हिंदूच नव्हे तर मुसलमान सैनिकही स्वयंप्रेरणेने शिवरायांच्या सैन्यात दाखल होत होते. राजे घोड्यावर स्वार होणार इतक्यात शोकग्रस्त मानाजी आणि अण्णाजी दत्तो जवळ आले. त्यांनी राजांच्या कानात काहीतरी सांगितले. तसे राजे आपल्या साथीदारांसोबत रात्रीचेच कोयना नदीच्या काठाकडे अंधार तुडवत झपाट्याने निघाले.

ज्या वीरांचे लढाईत छिन्नविच्छिन्न झालेले मृतदेह हाती लागले होते, ते धड ओळखूही येत नव्हते. अशा जीवांना प्रथम भडाग्नी देण्यासाठी तीस चिता नदीकाठी रचल्या गेल्या होत्या. त्या एकेका सरणावर पाच-पाच, सात-सात वीरांचे देह ठेवले होते. स्वराज्याच्या त्या हुतात्म्यांना राजांच्याच हस्ते मंत्राग्नी द्यायचे ठरले होते. करडाच्या लांब पेटत्या पेंढ्या राजांच्या हाती देण्यात आल्या. राजांनी त्या जळत्या, लालभडक चितांवर बेलपत्रे आणि तुळशीपत्रेही वाहिली. आपल्या मर्द मावळ्यांना निरोप देताना राजांना गलबलून आले.

मध्येच शोकाकुल मुखाने कान्होजीबाबा आणि मोरोपंत राजांच्या जवळ आले. कान्होजींनी आपल्या राठ पंजामध्ये राजांचा हात पकडला. काही न बोलता ते त्यांना पलीकडे खेचून नेऊ लागले. अचंबित झालेल्या राजांनी समोर नजर टाकली, तर तिथे कोणासाठी तरी एक सरण रचले गेले होते. तेव्हाचे आपल्या साथीदारांचे अतिशय गंभीर चेहरे बघितल्यावर राजे अधिकच बुचकळ्यात पडले. लढाईत त्या देहाचे मुंडके धारदार शस्त्राच्या घावाने उभे चिंबवले गेले होते. त्यामुळे मध्ये मोठी चीर पडून भयंकर रक्तस्राव होऊन गेलेला. आता सारे रक्त आटून देह शुष्क दिसत होता.

राजे डोळे फाडून बघू लागले. रुंद खांद्यांचा आणि लांबट आकाराचा तो देह! पलित्याच्या प्रकाशात त्या राठ मिश्या आणि कल्ले बघून शिवराय हादरले. त्यांच्या मुखातून आपोआप दुःखाचा उमाळा बाहेर पडला, "मंबाजीकाकाऽ काय हे?'' पेमगडावरच्या त्या आठवणींचा झपकारा त्यांच्या अंतर्मनाला चाटून गेला. आपल्या शैशवातल्या काकांच्या त्या आठवणींनी राजांचे मन भरून गेले.

वेळ नव्हता. उसंतही नव्हती. कोणीतरी पेटती चूड राजांच्या हाती दिली.

राजांनी त्या चितेला भडाग्नी दिला. त्या पेटत्या सरणाचा तांबूस प्रकाश त्यांच्या अंगावर पसरला.

गहिवरलेले राजे तसेच त्या नदीकाठी अंधारात झाडांच्या राईत उभे होते. आता त्यांच्या हुकमाची वाट न बघता त्यांच्या दोन्ही डोळ्यांतून घळघळ अश्रू वाहू लागले होते. राजांचे ओले डोळे पाहून कान्होजींचे मन चरकले. त्यांचा हात घट्ट पकडत ते कळवळ्याने बोलले, "शिवबा, सावरा स्वत:ला."

"का हो काका ऽ राजाला अश्रू ढाळायचा अधिकार नसतो का हो?" अत्यंत हळवे होत राजे बोलले. अत्यंत विचित्र अशा मानसिक अवस्थेतून राजांचा प्रवास चालला होता. एकीकडे अत्यानंदाचा माहोल होता. विजापुरी सल्तनतीचा बुरूज असलेल्या अफझलखानाला फौजेसकट धुळीस मिळवला होता.

त्याच वेळी मंबाजीकाकासारखी आपली एका रक्ताची माणसे जाणीवपूर्वक जन्मभर वैऱ्यांचे दूत असल्यासारखी वागली; पण शेवटी मंबाजीकाकांना प्रतापगडाच्या रानात दैवाने ओढून नेले.

आपले भाईबंद कधीच आपले झाले नाहीत या गोष्टीचे वैषम्य राजांना होतेच!

शिवरायांचा कंठ दाटला. ते बोलले, "जेधेकाका, आम्हाला याचंच खूप वाईट वाटतं. आमचे आजोबा मंडळी, मालोजी आणि विठोजीराजे ह्या दोघा सख्ख्या बंधूंनी वेरूळच्या वेशीतून बाहेर पडताना जेव्हा आपली ध्येयस्वप्नं रंगवली असतील, त्या वेळी भविष्यात आपल्याच घराण्यात असा ताटातुटीचा आणि फाटाफुटीचा प्रसंग ओढवेल असं त्यांना चुकून तरी वाटलं असेल का?"

"जाऊ दे राजे. भाऊबंदकीच्या विस्तवाचा तो खेळ! ज्याने कौरव-पांडवांना सोडलं नाही, देवादिकांनाही खोडा घातला, त्या आगीचं आपल्यासाठी लोण्यात रूपांतर तरी कसं होणार?"

राजांच्या सोबत पाच हजाराचे घोडदळ रातोरात रडतोंडीचा घाट चढू लागले. आता सुख-दु:ख, व्याधी, विवंचना सर्व काही विसरून त्यांना नव्या समरांगणाला सामोरे जायचे होते. वाटेत हरकारे भेटत होते. निरोप मिळत होते. रडतोंडीच्या घाटाचे रक्षण करणारा त्यांचा चुलत बंधू बाबाजी भोसले याने खूपच बहाद्दुरी गाजवल्याच्या वार्ता होत्या.

वाईच्या तळावर रात्री तिकडे जेवणासाठी खानाच्या राखीव पथकांच्या पंगती पडणार होत्या. त्यांच्या थाळ्यावर अन्नाचे घास वाढले जाण्यापूर्वीच तिथे नेताजींची घोडी घुसणार आणि नियोजनाप्रमाणे तो तळ सफाचट करणार याची राजांना खात्रीच झाली होती.

रडतोंडीची चढण चढताना घोड्यांच्या तोंडाला फेस आला होता. तरी ती जनावरे मोठ्या नेटाने ती उभी दरड चढत होती. नव्हे, एक प्रकारे लढतच होती.

नेताजींच्या पाठोपाठ स्वारसैनिक वाईकडे भरधाव वेगाने निघाले होते.

एका हरकाऱ्याने घाटाच्या वळणावर राजांना सांगितले, "वाटेत रडतोंडीच्या नाकाडावर बाबाजी भोसले भेटेलच तुम्हाला. आगीच्या लोळासारखा गेले दोन-तीन तास तो असा झुंजतो आहे की, राजे काळजी वाटते. त्या पोराला जुल्माने का होईना थोडी विश्रांती घ्यायला लावा."

"बरं केलंत याद दिलीत ते. दोन महिन्यावर त्याचं लग्न आलं आहे," राजे हसून बोलले.

वाटेत बाबाजीच्या पराक्रमाचे अनेकांच्या तोंडून कौतुक ऐकताना राजे खूप खूश झाले होते. त्यांनी आपल्या गळ्याजवळ हात ठेवून चाचपणी केली. आपला महागडा मोत्याचा कंठा त्या घिसाडघाईत जागेवर असल्याची एकदा खात्री करून घेतली.

घोडी रडतोंडीचा घाट चढून वर आली. आता घाटावरचा गार वारा अंगाला झोंबत होता. समोर मेटतळ्याचे नाके दिसत होते. त्या नाकाडावरच बाबाजीने अनेक विजापुरी सैनिकांना अल्लाघरचा रस्ता दाखवला होता. रस्त्याच्या दुतर्फा प्रेतांचा, मोडक्या तलवारींचा, तुटक्या ढालींचा आणि गतप्राण घोड्यांच्या धुडांचा खच पडला होता. ती रक्तामांसाने भरलेली वाट तुडवत राजांची तुकडी मेटतळ्याच्या मेटापाशी पोचली. तिथे मराठा स्वारशिपायांची भिंतच उभी होती. शिवराय तिथे जाऊन धडकले; पण एवढा प्रचंड विजय मिळवूनही तिथे जल्लोष दिसेना की विजयाची घोषणाही कानी पडेना. सारे मख्खासारखे गारठून का उभे आहेत?

एक शास्त्री पुढे झाले. ते थंड्या सुरात बोलले, "राजे, मघापासून आमचे डोळे आपल्याच वाटेकडे होते." त्या दुःखद सुराने राजांचे काळीज हलले. काळाची एखादी कुऱ्हाड मस्तकी बसली होती यात शंकाच नाही. मेटाच्या पलीकडेच चिता रचण्यात आली होती. राजे घोड्यावरून उतरून त्या सरणाला सामोरे गेले. काही अनुभवी योद्धे सांगत होते, "राजे ऽ आज तुमच्या बाबाजी भोसल्याचा, ह्या कोवळ्या पोराचा काय सांगावा पराक्रम? अंगाला पेटते पलिते बांधल्यासारखा तो चौफेर नाचत होता. झुंजत होता. बघा अगलबगल दुश्मनांच्या मुड्द्यांची पडलेली रास! पण शेवटी वैऱ्याच्या एका जोरकस भाल्याने त्याच्या छातीचा पिंजरा फोडला. खूप वाईट झालं हो."

राजांनी सरणावरच्या बाबाजीच्या भव्य गोऱ्या कपाळाचे चुंबन घेतले. त्यांनी आपल्या गळ्यातला कंठा खसकन ओढून तो त्या वीराच्या मृतदेहावर ठेवला. त्या वेळी सर्वांना हुंदके फुटले होते; मात्र राजांच्या उभ्या देहाचा आता ओला कठोर पाषाण बनला होता. त्या दुःखाने इतका कोंडमारा केला होता की आता त्यांच्या हृदयातून वाट काढायला हुंदक्यांना आणि डोळ्यांतून बाहेर पडायला अश्रूंनाही लाज

वाटत होती.

मेटतळ्याच्या रानात बाबाजी भोसलेंचे सरण जळत होते. त्या पवित्र चितेला राजांनी मनोभावे दंडवत घातला. अचानक गरम अश्रूंचा ओघळ राजांच्या तांबूसगोऱ्या गालावरून घंरगळत्या मोत्यांसारखा खाली ओघळला. मोठ्या कष्टाने पोटातला हुंदका आवरत राजे घोड्यावर स्वार झाले.

स्वराज्याच्या भावी विक्रमी तोरणासाठी राजांनी आपल्या घोड्याला टाच मारली. ती ईर्ष्येबाज घोडी उजाडता उजाडता वाईच्या दिशेने झंझावातासारखी धावू लागली.

ती जंगलराने रातोरात पार करून राजांना दुसऱ्याच दिवशी वाई गाठायची होती. त्या दिशेने नेताजी पालकर तोफेच्या जळत्या गोळ्यासारखे कधीच घाट उतरून खाली निघून गेले होते. अफझलखानाच्या वाईतल्या तळावर पहिला छापा मारायचा. दुश्मनाची जी सापडेल ती युद्धसामग्री लागल्या हाताने ताब्यात घ्यायची.

त्यानंतर उभ्याउभ्याच नेताजींना अनेक मुलूख तुडवत तिसऱ्या दिवशी सकाळी विजापूरच्या शाही दरवाजावर धडक मारायची होती. त्यांच्या ह्या प्रचंड मुसंडीमध्ये सोबत किमान पाच हजार मावळे आणि तितकीच जनावरे सामील होणार होती.

न थांबता, न थकता दोन रातींची सलग दौड करायची. अन् तिसऱ्या दिवशीच्या सकाळी वैऱ्याच्या, विजापूरच्या दरवाजावर मुसंडी मारायची हे नेताजींसारख्या वीरासाठीसुद्धा एक अग्निदिव्य होते.

नेताजीरावांना आपल्या पंचहजारी फौजेसह ते स्वप्नासारखे दिव्य पार पाडणे आवश्यकच होते. एक तर तसे वचन त्यांनी आपल्या धन्याला– शिवरायांना दिले होते. अन् दुसरे म्हणजे विजापूरच्या किल्ल्यात आणि सभोवतीच्या परिसरातील रानात कोणाची तरी सतरा हजार घोडी जागेवरच थयथया नाचत मावळातल्या आपल्या रक्तबांधवांची वाट बघत होती.

त्या दोन्ही फौजांचा मिलाफ घडणार होता. अन् भविष्यात इतिहासाच्या कपाळावर एक न्यारेच तोरण बांधले जाणार होते.

वास्तवाच्या पटावर त्या अग्निदिव्याची मांडणी करण्यासाठी शिवरायांचे मन किती अधीर झाले होते.

आता उजाडत आले होते. क्षितिजावर भगव्या रंगाच्या कडा अवतरू लागल्या होत्या.

काळजात प्रतापगडाच्या पहाडीत देशकार्यासाठी कामी आलेल्या बाबाजींसारख्या अनेक हुतात्म्यांच्या दु:खाचा डोंब दाटला होता; पण समोरची वाटही दीर्घ पल्ल्याची होती.

राजांच्या सोबत सारी घोडी-माणसे वेगाने दौडत पुढे चालली होती.

◆

पेमगड, आजच्या संगमनेरपासून फक्त २८ किलोमीटर. शहाजीराजांनी उभारलेली ही स्वराज्याची पहिली राजधानी. १६३२ ते १६३५ या कालखंडात एका नामधारी निजामपुत्राला तख्तावर बसवून येथून शहाजीराजांनी नाशिकच्या गोदावरीपासून ते पुणे परिसरातल्या भीमेपर्यंत ६४ किल्ल्यांवर स्वतः कारभार चालवला होता. शिवरायांनी बालपणीची तीन वर्षं या गडावर घालवली.

आजच्या ठाणे जिल्ह्यातील शहापूरच्या पश्चिमेचा प्रचंड विस्ताराचा हा माहुलीचा किल्ला. हाच किल्ला महापिता शहाजीराजांनी दिल्लीचा बादशहा शहाजहान याच्या विरोधात १६३५ मध्ये नऊ महिने झुंजवला होता. इथूनच दिल्लीकर बादशहाने शहाजीराजांना एका करारानुसार विजापुराकडे हद्दपार केले. वीस वर्षांमागे प्रस्तुत लेखकाने या किल्ल्यावर व आसपासच्या डोंगरदऱ्यांतून प्रथम भटकंती केली होती, तेव्हाची ही छायाचित्रे.

▲

विजापूरजवळचे 'साठ कबर' या नावाचे हे ठिकाण. प्रतापगड मोहिमेवर निघताना अफझलखानाने आपल्या साठभर बेगमांची इथेच हत्या केली होती. त्यांची तिथे आज आढळणारी थडगी व शेजारची शाही विहीर दिसत आहे. खानाच्या बेगमांना वस्त्रालंकार बदलण्यासाठी त्या बड्या विहिरीत महाल बांधले होते. तेही छायाचित्रात दिसत आहेत.

तेव्हाचा बंगळूरचा प्रचंड किल्ला. जो विजापूरकर सरदार रणदुल्लाखान व त्याचा पुत्र रुस्तुमेजमा यांनी चाळीस हजाराच्या फौजेनिशी केंपे गौडा या राजाकडून जिंकून घेतला होता. तो लगेचच शहाजीराजांना वास्तव्यासाठी बहाल केला होता. याच किल्ल्याच्या आवारात शहाजीराजांनी आपले राजकुमार थोरले संभाजीराजे, छत्रपती शिवराय, व्यंकोजीराजे आणि कोयाजीराजे यांना स्वतः १६४० ते १६४२ च्या दरम्यान वीस महिने लष्करी शिक्षण दिले होते.

प्रतापगडाची ऊन, वारा, पाऊस, धुके
कवटाळणारी विविध रूपे.
साक्षीला माय भवानी.

प्रतापगड युद्ध परिसर. पारघाटाच्या टोकावरची माता वरदायिनी.

प्रतापगड. झाडापहाडांत लपलेला मेटतळ्यापासून खाली जंगलातून पारगावाकडे उतरणारा रडतोंडीचा अवघड घाट आजही भयभीत करतो.

भातवडी युद्धाचे नरवीर हुतात्मा शरीफजी भोसले, शहाजीराजे यांचे धाकटे बंधू यांची अहमदनगर जवळच्या भातवडीच्या रणमैदानातील समाधी.

पुणे जिल्ह्यातल्या यवतजवळचा दौलत मंगळगड. भुलेश्वर. जिथे शहाजीराजांनी हिंदवी स्वराज्याच्या पहिल्या राजधानीच्या बांधणीचा आराखडा आखून कार्यारंभही केला होता.

पनवेलजवळचा प्रबळगड आणि कलावंतिणीचा सुळका. इथेच शिवरायांना प्रचंड धनशक्ती प्राप्त झाली होती.

बेलाग राजगडाचा भव्य परिसर. शिवाय गडाच्या पायथ्याशी अलीकडेच इतिहासप्रेमींनी उत्खनन सुरू केले आहे. ज्यामध्ये माता जिजाऊ व सईबाई साहेब यांच्या वास्तव्याने पुनीत झालेल्या शिवापट्टणचे अवशेष मोठ्या प्रमाणावर आढळून येत आहेत.